ఈ గ్రంథము
రెండు భాగముల సంపుటి

ప్రథమ భాగము

యక్షగానము

ఉత్పత్తి విచారము : పరిణామ చరిత్ర

(పుటలు 1 — 371)

ద్వితీయ భాగము

యక్షగాన

కవులు : కావ్యములు

(పుటలు 1 – 502)

ప్రథమ ముద్రణ
1000 ప్రతులు
మే, 1961

సరస్వతీ పవర్ ప్రెస్
రాజమహేంద్రవరము
ఆంధ్రప్రదేశ్

కృతిభర్త

కీ. శే. డాక్టర్ శ్రీ వాసిరెడ్డి శ్రీకృష్ణగారు

కృతి సమర్పణము

శ్రీకృష్ణార్పితమైన దీ కృతియు మా శ్రీనాథ క్రీడాభిరా
మా కల్యాణ కథాధ్వనీన కవితామ్నాయాంగనా కేకర
వ్యాకూత ప్రియమై భళా ఒహులకళా భామాకలాపమ్మునై
నా కష్టార్జిత మూర్జితం బయిన దీనాడీ నిధానప్రధన్.

చూచిన చూపులో రాచవాడి పసందు
లార్ష తేజస్విత సవఘుళింప
పలికిన పల్కులో ప్రాడ్వివాక ప్రతి
భార్గవ ప్రాగల్భ్య మచ్చుపడగ
నవ్విన నవ్వులో నవవసంత లతాంత
వత్స్వాంత సౌరభాఢ్యములు దోప
తలచిన తలపులో నిలుచు సరస్వతి
చతురాస్య దివ్యదీధితులు ప్రబల

ఆంధ్ర విశ్వవిద్యాలయోద్యాన శత వ
సంత వాసరాయిత దశశర దపార
వైభవ దశా బుభు పభువై వెలుంగు
నెవ్వడా వాసిరెడ్డి శ్రీకృష్ణవిభుకు

కృతివిభునకు మదభ్యుదయ -
కృతివిభుడు మహామహుడు సత్కృతి సూనృత సు
వ్రతు డలరుగాత! నేనును
కృతజ్ఞతాంజలి నిడి కృతకృత్యుడ నైతిన్.

కృతికర్త

Foreword by the Chairman of the Adjudication Board.

డాక్టర్ పి. వి. రాజమన్నారు
కేంద్ర సంగీత నాటక పరిషదధ్యక్షులు
మదరాసు హైకోర్టు ప్రధాన న్యాయమూర్తి

బహుళాంధ్రోక్తిమయ ప్రపంచమున యక్షగానమునకు ప్రశంసనీయమైన స్థానము గలదు. ఒకప్పుడు ఈ కళారూపమునకు గౌరవము కొంత లోపించినను ఇటీవల దాని విలువను పండితులు, రసికులు గ్రహించినారు నిస్సందేహముగ.

డాక్టర్ నేలటూరి వెంకటరమణయ్యగారు, శ్రీ రాళ్ళపల్లి అనంతకృష్ణశర్మగారు మొదలైన విద్వాంసులు యక్షగాన చరిత్ర - ఉత్పత్తి - లక్షణములు - అంగములను గురించి కృషిచేసినారనుటయే ఇందుకు తార్కాణము.

యక్షగానము సంగీతము - సాహిత్యము అను ఇద్దరు తల్లుల ముద్దుల బిడ్డ. ప్రదర్శనమున నృత్యాలంకృత. యక్షగానములలో భావాశ్రయమైన ప్రౌఢ సాహిత్య రీతులు గలవు. మనోరంజకమైన ఛందోభేదము లున్నవి. రాగతాళయుతములైన గీతము లున్నవి. ఉపమాస్ఫీతమైన హాస్యము గలదు.

"యావదాంధ్ర వాఙ్మయమునను బహుముఖ వైవిధ్యమును వైశిష్ట్యమును గలిగి విశాల సాహిత్యశాఖగా విలసిల్లిన ప్రక్రియ యక్షగాన మొక్కటియే" అని నిరూపించుటకు శ్రీ జోగారావుగారు ఈ యుత్కృష్ట గ్రంథమును రచించినారు. ఇందుకు వీరు చేసిన కృషి,

జరిపిన పరిశోధన, ప్రకటించిన ఉత్సాహము, సంపాదించిన పాండిత్యము, ఉపయోగించిన విమర్శకౌశలము అసమానము శ్లాఘనీయము.

ఈ గ్రంథరాజమును ఆంధ్ర విశ్వకళా పరిషత్తువారి "పిహెచ్.డి" పట్ట పరీక్ష సందర్భమున చదువ గలిగితిని. నా ఉద్యోగ జీవితములో అప్పుడప్పుడు సరియైన తీర్పు చెప్పుట కష్టసాధ్యముగ కనిపించెడిది. కాని ఈ గ్రంథవిషయమున తీర్పు చెప్పుట అతి సులభమైనది.

యక్షగాన వాఙ్మయమునుగూర్చి ఇంత సమగ్రమైన పరిశోధన - ఇంత సక్రమమైన సమన్వయము - ఇంత విపులమైన విచారణ మరి యే గ్రంథమునను కానరాదు.

ఉత్పత్తి - చరిత్ర - పరిణామము - లక్షణములు - అంగములు - ఇవియవి అననేల అన్ని అంశములును వర్ణింపబడి యున్నవి.

ప్రత్యేకముగా కొనియాడ దగినవి ఈ గ్రంథము నందలి అనుబంధములు. కేవలము ఆంధ్ర దేశమునందే గాక ఇతర దేశములలో యక్షగాన పరిణామ పరిశీలనము - లభ్యాలభ్య యక్షగానముల సూచిక - ఉపజీవ్య విమర్శక వ్యాస పరిచయము మొదలైనవి అనుబంధములలో చేర్చినారు.

ఇట్టి అమూల్యకృతిని ఆంధ్రమాతకు సమర్పించి ధన్యులైనారు డాక్టర్ యస్వీ జోగారావు గారు.

10 - 4 - 1961

Introduction by the Director of Studies:

ఆచార్య విద్వాన్ శ్రీ గంటి జోగిసోమయాజి

ఆంధ్ర శాఖాధ్యక్షులు

ఆంధ్ర విశ్వకళా పరిషత్తు, వాల్తేరు

ఆంధ్ర విశ్వకళాపరిషత్తు ఆంధ్రుల భాగ్యవశమున అభివృద్ధినందిన వైజ్ఞానిక వ్యవసాయ క్షేత్రము. ఈ మహాక్షేత్రమున ఆంధ్రభాషా వాఙ్మయశాఖ ఒకతోట. ఆతోటలో నాటిన బీజము లనేకము లభివృద్ధినొంది వృక్షములై గ్రంథరూపమైన స్వాదుఫలములను విద్యార్థి బోధనోపయోగమైన సాంద్రచ్ఛాయలను కల్పించుచున్నవి అట్టి రసాలములలో ప్రకృతవ్యాసకర్త యొకడు ఈ తోటను ఇతర భాగములతోపాటు పెంచిన క్షేత్రప్రభువుల కోవలో ముమ్మారు లెక్కింపదగినవారు శ్రీ వాసిరెడ్డి శ్రీకృష్ణగారు. ఈ వ్యాసకర్త స్వశక్తివలన ఉత్పాదించిన విచారణ విషయ రూపములైన సుమములను స్వసిద్ధాంత ఫలములను శ్రీ వాసిరెడ్డి వారికి కృతిగా సమర్పించుట మిక్కిలి యుచితము.

ప్రకృత వ్యాసకర్త తెలుగుభాషను కేవల జీవనోపాధిగా మాత్రమేకాక స్వాభావికమైన ఆదరోత్సాహములచే పఠించి అందు ఉత్తమ గ్రంథరచనము సేయుట సంతోషపూర్వకమైన ధర్మముగా పరిగణించుట చేతనే యిది బయల్వెడలినది. ఆంధ్రవాఙ్మయ విషయమున పరిశోధకులు తమ స్వాభావిక ప్రతిభచే వెలయింప వలసిన ప్రదేశము లనేకము గలవు. అట్టివానిలో యక్షగాన శాఖ యొకటి. పైగా వ్యాకరణాద్యనేక శాస్త్రనిష్ణాతులయి గొప్పపండితులైన వారికి యక్షగాన సరణి యం దాదరము నధికముగా లేదు. ఇట్టి సందర్భములో ఈతఁడు తన పిహెచ్. డి. పరీక్షకు పరిశోధన విషయముగా ఈ వాఙ్మయశాఖ నెన్నుకొనుట నా ప్రోద్బలమువలన జరిగినది. ఇందీతడు కృతకృత్యుడైనాడు. ఈగ్రంథము యక్షగాన విషయమున అన్నిభాగములను ఊచముట్టుగా పరిశోధించి, విమర్శించి యున్నది ఆంధ్ర వాఙ్మయము నందలి అనేక శాఖలలోని స్వరూప స్వభావములను దనలో సంగ్రహపఱచి సమన్వయ పఱచుకొన్నది యక్షగానము అను నీతని సిద్ధాంతము యక్షగానముయొక్క ఉత్తమత్వము నుద్ఘాటించుచున్నది. ఆంధ్ర విశ్వకళా పరిషత్తులో 1957-58 సం॥లలో సమర్పింపబడిన పిహెచ్. డి థీసిస్సులలో ప్రథమబహుమతినంది సువర్ణపదకమును రచయితకు చేకూర్చిన యీవ్యాసము ప్రాశస్త్యము స్పష్టమగుచున్నది. ఇందలి పరిశ్రమనుగూర్చి పరీక్షాధికారులు వెలకట్టి మేల్తరముగా వాకొనియున్నారు గావున మాతోటలోనిపండ్లను మేము వర్ణించుకొనరాదని ఆవిషయమును విడిచివేయుచున్నాము.

తెలుగునుగూర్చి యిట్టి గ్రంథమును చిరంజీవి జోగారావు వ్రాయుట, దానిని విశ్వకళా పరిషత్తువారు ప్రచురించుట, విశ్వకళా పరిషత్తు అభివృద్ధియే తమ జీవితాదర్శముగా పని చేయుచున్న శ్రీకృష్ణగారికిది అంకితముచేయుట అను వీని సంపుటికంటె ఉచితతర రచన యుండదనుటలో అతిశయోక్తి లేదు. 6-9-1960

ప్రతికర్త

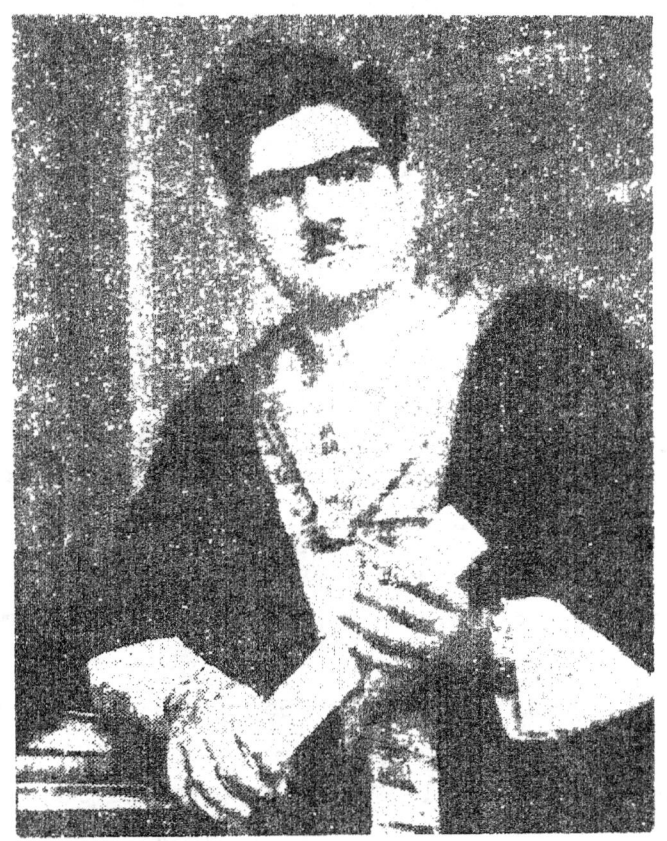

డాక్టర్ యస్వీ జోగారావు

ఆంధ్ర యక్షగాన వాఙ్మయ చరిత్ర

ప్రరోచన

యక్షగానము బృహదాంధ్ర సారస్వత శాఖలలో నొకటి. మన వాఙ్మయ వ్యక్తిత్వమును నిరూపించు నట్టి ప్రక్రియ అది. దాని నామో త్పత్తియే చిత్రమైనది. మఱియుఁ జిత్రమైనది దాని పరిణామ చరిత్ర. విపుల కాలావధిలో నొక విశిష్ట వాఙ్మయ ప్రక్రియ యెన్ని వాలకములు వేయఁగలదో అన్ని వాలకములును వేసినది యక్షగానము. ఒక్క యాంధ్ర దేశముననే కాక ఇటు తెలంగాణములో, అటు తమిళ నాడు నడిబొడ్డగు తంజావూరు ప్రాంతమున, కన్నడదేశపు టొడికట్టగు మైసూరు ప్రాంతముననను జారిత్రకాది కారణములచే దెలుఁగు భాష వ్యవహరింపఁబడిన పలుతావుల నాయా భాషలలోనే కాక తెలుఁగునను వెలసినవి యక్షగానము లనేకము.

తెనుఁగున యక్షగానము లిప్పుడైదువందలకుఁ బైఁగా లభించు చున్నవి. అందముద్రితములు, తాళపత్ర కాళరాత్రి గడువక అసూర్యంపశ్యలై కీటకవిటాధముల దంతక్షతముల కగ్గమై పడియున్న వాని పాలే యధికము. అవియు నొక్కచో లేవు. దూరదూర ప్రదేశములందు నెలకొనియున్న వివిధ గ్రంథాలయములలో విప్రకీర్ణముగ నున్నవి తంజావూరు సరస్వతీ మహాలు, ఆంధ్ర విశ్వకళా పరిషద్గ్రంథాలయము (ఇందు తం. స. మ. తెలుఁగు గ్రంథముల ప్రతికలు గలవు), మద రాసు ప్రాచ్యలిఖిత పుస్తక భాండాగారము, కాకినాడ ఆంధ్రసాహిత్య పరిషత్తు, అడయారు దివ్యజ్ఞాన సమాజ గ్రంథాలయము, తిరుపతి వేంకటేశ్వర ప్రాచ్యభాషా పరిశోధనాలయము, రాజమండ్రి ఆంధ్రేతిహాస పరిశోధకమండలి గ్రంథాలయములం దముద్రిత యక్షగానములు గలవు. ముద్రితములం దిటీవలి వనఁగా 19వ శతాబ్ది ఉత్తరార్ధము,

20 వ శతాబ్ది పూర్వార్ధము నందును వెలసినవే యెక్కువ. అవియైన వట్టి గుజలీ ప్రతులు, దేశమంతయు దేవినఁగాని యెక్కడో లభించునవి కావు. ఆయూర నాయూర బాట ప్రక్కల నాపూటకు తికానాలేని దుకాణములలో నపు డపుడు కొన్ని కంటఁబడుచుండును. కొన్ని మదరాసు 'రిజిష్ట్రారు ఆఫ్ బుక్సు' వారి కార్యాలయము నందును రాజమండ్రి గౌతమీ గ్రంథాలయము, బాలభక్తపుస్తక భాండాగారము మొదలగు గ్రంథాలయములందును భద్రపఱుపఁబడి యున్నవి. ముద్రితాముద్రితములు కొన్ని శ్రీయుతులు డా. నేలటూరి వెంకట రమణయ్యగారు, రాళ్ళపల్లి అనంతకృష్ణశర్మగారు, నేదునూరి గంగాధరంగారు, డా. శ్రీపాద గోపాలకృష్ణమూర్తిగారు, పందిరి మల్లికార్జున రావుగారు మొదలగువారిచే సేకరింపఁబడినవి. నేను నెట్టెటో ముద్రిత యక్షగానములు రమారమి రెండువందలు సంపాదింపఁగల్గితిని. గ్రంథాలయములకుఁ జేరని అముద్రిత గ్రంథములను గొన్నిటిని సేకరించి ప్రతులు తయారు చేయించుకొంటిని. కడమవి - పైఁ బేర్కొనఁబడిన గ్రంథాలయములకుఁబోయి తత్తదధికారుల యనుగ్రహమునఁ జదువుకొనఁగల్గితిని. పేర్కొనఁబడిన పెద్దలు తమ కడఁగల గ్రంథములను దయతోఁ జదువ నొసంగిరి. వారెల్లరకుఁ గృతజ్ఞుఁడను. ఇట్లు విషయ సేకరణ బహుళ వ్యయము, దీర్ఘకాల ప్రయాసములతోఁ గూడినదైనను నాకా కష్టము గన్పడకుండఁ దగిన గడువు, పరిశోధక వేతనము ననుగ్రహించిన ఆంధ్ర విశ్వకళా పరిషదధికారులకును, భారత కేంద్ర ప్రభుత్వము వారికిని మిక్కిలి కృతజ్ఞుఁడను.

నన్ని యమూల్య విషయముపైఁ బరిశోధన మొనర్పఁ బ్రోత్సహించి, తమ బహుముఖ వైదుష్యముతో నాకీ యుద్యమమున బాసటయై నిల్చి నన్నొక వాఙ్మయ పరిశోధకునిఁగాఁ దీర్చిదిద్దిన మత్పరిశోధన పర్యవేక్షకులు, మద్గురుదేవులు, ఆంధ్ర విశ్వకళా పరిషదాంధ్ర

భాషాశాఖాధ్యక్ష్యులునైన 'భాషాచరిత్రచతురానన' ఆచార్య విద్వాన్ శ్రీ గంటి జోగిసోమయాజిగారికి నా కృతజ్ఞతా పురస్సర ప్రాంజలి.

ఈ యక్షగాన వాఙ్మయము గూర్చి యింతవఱకు సక్రమమైన సమగ్రమైన పరిశోధన జరిగియుండలేదు. నిన్న మొన్నటి దనుక యక్షగానము నెడ మన పండితుల కంత యాదర భావముండెడిది కాదు. ఇంత దనుక మన కవిచరిత్రకారులును యక్షగాన కవుల నుపేక్షించుచు వచ్చిరి. ప్రాచీన యక్షగానము లెన్నియో అముద్రితములుగ వివిధ గ్రంథాలయము లందు విప్రకీర్ణముగ నుండుటయు నందులకుఁ గారణమై యుండును. కాని యిటీవలనే శ్రీయుతులు పంచాగ్నుల ఆదినారాయణశాస్త్రిగారు, కళాప్రపూర్ణ జయంతి రామయ్యపంతులు గారు అక్కిరాజు ఉమాకాన్త విద్యాశేఖరులు, వేటూరి ప్రభాకర శాస్త్రిగారు, డా. గిడుగు వెంకటసీతాపతిగారు, మల్లంపల్లి సోమశేఖర శర్మగారు, చింతా దీక్షితులుగారు, ఆచార్య కోరాడ రామకృష్ణయ్య గారు, ఆచార్య పింగళి లక్ష్మీకాంతముగారు, డా. నేలటూరి వెంకట రమణయ్యగారు, ఆచార్య గంటి జోగిసోమయాజిగారు, ఆచార్య ఖండవల్లి లక్ష్మీరంజనంగారు, డా. కె. వి. ఆర్. నరసింహముగారు, ఆచార్య రాళ్ళపల్లి అనంతకృష్ణశర్మగారు, ఆచార్య విస్సా అప్పారావు గారు, సురవరం ప్రతాపరెడ్డిగారు, డా. శ్రీపాద గోపాలకృష్ణ మూర్తి గారు, కొమ్మనమంచి జోగయ్యశర్మగారు, ముట్నూరి సంగమేశంగారు మొదలగు పెద్ద పెద్ద సుప్రసిద్ధ పండితులు యక్షగానము విలువ గుర్తించి లోకమున కెలుగెత్తి చాటినారు. అందు కొందఱు పెద్దలు (వేటూరి, జయంతి, మల్లంపల్లి, నేలటూరి, గంటివారు) యక్షగానములను బరిష్కరించి చక్కని పీఠికలతోఁ బ్రకటింపఁ బూనినారు. ఆయా పెద్దల సలహాలును వ్రాఁతలే నా యీ పరిశోధన

కుద్బోధకములు నుపజీవ్యములు నైనవి. వా రెల్లరకు నా కృతజ్ఞతా ప్రణిపత్తి.

యక్షగాన వాఙ్మయ సర్వస్వము తయారుచేయవలె నను పూనికతోఁ బనిచేసి తగిన సామగ్రిని పదిలపఱిచికొంటిని. ఒక్కొక్క యక్షగానమునకు వివిధ గ్రంథాలయములందుఁగల ప్రత్యంతరములను గూడఁ బరిశీలించి యుంటిని. పత్రికా ముఖమున యక్షగానముల గుఱించి యనేక వ్యాసములను బ్రకటించితిని. య. గా. లలోని సంగీతము, భాష, హాస్యము, లోకరీతి, కవితారీతులు మొ॥ విషయముల గుఱించి ప్రత్యేకము గ్రంథములు వ్రాయవచ్చును. కాని ప్రకృతమిది యొక ప్రత్యేకప్రయోజనమునకుఁ బరిమితమైన గ్రంథమగుట చేతను, నిప్పటికే గ్రహించిన విషయము స్వభావమునుబట్టి గ్రంథము పెరిగిపోయినందునను నన్నివిషయములు నిందుఁ జేర్చుట కవకాశము లేకపోయినది; అయితే ముఖ్యవిషయ మెద్దియు విడువఁబడలేదు.

1952 లో పరిశోధన ప్రారంభించి ఈగ్రంథమును 1956 లో ఆంధ్రవిశ్వకళా పరిషత్తువారికి పిహెచ్. డి. పట్టపరీక్షార్థము 'థేసిస్' గా సమర్పించితిని. 1957 లో పట్టభద్రుడ నైతిని. అది 1957-58 సం॥ మా విశ్వకళా పరిషత్తు పిహెచ్. డి. థేసిస్సులలో ఉత్తమమైనదిగా నిర్ణయింపబడి సర్ రఘుపతి వెంకటరత్నం రిసెర్చి మెడల్ బహుమానమును పొందినది. అంతకుముందే డిగ్రీవచ్చినంతనే అది విశ్వకళాపరిషదధికారులచే ప్రచురణకై ఆమోదింపబడినది.* యూనివర్సిటీ గ్రాంట్సు కమిషన్‌వారు కొంత ధనము విరాళముగా నొసంగిరి.

* ఈ సందర్భమున చెప్పదగిన దొక మాట గలదు. ఆంధ్రవిశ్వకళా పరిషత్తువారు తంజావూరు సరస్వతీమహాలు యక్షగాన సంచయములో గొన్నిటినేరి యిప్పటి కైదు సంపుటములుగా ప్రకటించి యుండుట ముదావహమైన విషయము. పరిష్కర్త ఆచార్య శ్రీ సోమయాజి.

అది ఆ యుభయుల దయవలననే ఇంతలో నిట్లు రూపుగైకొన్నది. ఉదారులైన మా విశ్వకళా పరిషదధికారులకును, యు. జి. సి. వారికిని సర్వదా కృతజ్ఞుడను.

నా థేసిస్సు యొక్క పరీక్షకప్రవరలో ముగ్గురికి ముగ్గురును సమస్కంధులైన సాహిత్య సత్యవ్రతులు. బహువిషయనిష్ణాతులు ఉత్తమాధికారులు. ముగ్గురును నా పరిశోధన విషయము యక్షగానము నెడ విశేషాదరముగల వారగుట విశేషము. అందున గౌ. ప్రధాన న్యాయమూర్తి డాక్టర్ శ్రీ పి. వి. రాజమన్నారుగారు నాథేసిస్సునకు గూడ ప్రధాన న్యాయమూర్తి యగుట నాఅదృష్టము. ప్రౌఢసాహిత్య ప్రాడ్వివాక ప్రవరు లాయన. వారి తీర్పులు నిపుణములు, నిష్పాక్షికములు. చరిత్రచతురాస్యులు డా. నేలటూరి వెంకటరమణయ్యగారు యక్షగాన పరిశోధనకొక క్రమసమిద్ధ పద్ధతి ప్రతీకమగు మార్గమును జూపిన మహానుభావుడు* గురుకల్పులు, పుంభావసరస్వతులు శ్రీ అనంతకృష్ణశర్మగారు గీతిసాహితీ సమాహిత మహితస్వాంతులు. యక్షగాన మా ఉభయకళాభ్యుదయ విలసితము. ఆ మహనీయులు మువ్వురికిని నా సాధువాదములు.

ప్రముఖ విద్యావేత్తలు, విజ్ఞానమూర్తులు, నిత్యము పరిశోధనాభినివిష్టహృదయులు, ఆంధ్రభాషాభినులు, మదభివృద్ధి మార్గదర్శకులు, పరిషదభ్యుదయమే పరమధ్యేయముగా అచిరకాలమున అపూర్వము, అపారమునైన అభ్యున్నతి సాధించిన మహోదయులు ఆంధ్రవిశ్వకళాపరిషదుపాధ్యక్షులు నైన ఆచార్యశిరోమణి డాక్టర్

* వారు, మరికొందరు పండితులును అనాంధ్రపాఠకుల నిమిత్తము ఈ థేసిస్ ప్రథమభాగము నాంగ్లములోని కనువదించిన బాగుగనుండునని సలహా ఇచ్చినారు. కృతజ్ఞుడను. అటులనే చేయుదును.

కుద్బోధకములు నుపజీవ్యములు నైనవి. వా రెల్లరకు నా కృతజ్ఞతా ప్రణిపత్తి.

యక్షగాన వాఙ్మయ సర్వస్వము తయారుచేయవలె నను పూని కతోఁ బనిచేసి తగిన సామగ్రిని పదిలపఱిచికొంటిని. ఒక్కొకక్క యక్షగానమునకు వివిధ గ్రంథాలయములందుఁగల ప్రత్యంతరములను గూడఁ బరిశీలించి యుంటిని. పత్రికా ముఖమున యక్షగానముల గుఱించి యనేక వ్యాసములను బ్రకటించితిని. య. గా. లలోని సంగీతము, భాష, హాస్యము, లోకరీతి, కవితారీతులు మొ॥ విషయముల గుఱించి ప్రత్యేకము గ్రంథములు వ్రాయవచ్చును. కాని ప్రకృత మిది యొక ప్రత్యేకప్రయోజనమునకుఁ బరిమితమైన గ్రంథమగుట చేతను, నిప్పటికే గ్రహించిన విషయము స్వభావమునుబట్టి గ్రంథము పెరిగిపోయినందునను నన్నివిషయములు నిందుఁ జేర్చుట కవకాశము లేకపోయినది; అయితే ముఖ్యవిషయ మెద్దియు విడువఁబడలేదు.

1952 లో పరిశోధన ప్రారంభించి ఈగ్రంథమును 1956 లో ఆంధ్రవిశ్వకళా పరిషత్తువారికి పిహెచ్. డి. పట్టపరీక్షార్థము 'థేసిస్' గా సమర్పించితిని. 1957 లో పట్టభద్రుడ నైతిని. అది 1957-58 సం॥ మా విశ్వకళా పరిషత్తు పిహెచ్. డి. థేసిస్సులలో ఉత్తమమైనదిగా నిర్ణయింపబడి సర్ రఘుపతి వెంకటరత్నం రిసెర్చి మెడల్ బహుమానమును పొందినది. అంతకుముందే డిగ్రీవచ్చినంతనే అది విశ్వకళా పరిషదధికారులచే ప్రచురణకై ఆమోదింపబడినది.* యూనివర్సిటీ గ్రాంట్సు కమిషన్‌వారు కొంత ధనముసు విరాళముగా నొసంగిరి.

* ఈ సందర్భమున చెప్పదగిన దొక మాట గలదు. ఆంధ్రవిశ్వకళా పరిషత్తువారు తంజావూరు సరస్వతీమహాలు యక్షగాన సంచయములో గొన్నిటినేరి యిప్పటి కైదు సంపుటములుగా ప్రకటించి యుండుట ముదావహమైన విషయము. పరిష్కర్త ఆచార్య శ్రీ సోమయాజి.

శ్రీ వాసిరెడ్డి శ్రీకృష్ణ, B.A. (Oxon.), Ph.D, (Vienna) గారు కృతిపతు లగుట నా సుకృత విశేషము. ఆ సుకృతి కీకృతి కృతజ్ఞతా పురస్కారపురస్సరముగా అంకిత మొనర్చితిని.

దయతో దీనికి తొలిపలుకు వ్రాసియిచ్చిన శ్రీ రాజమన్నారు గారికి, పరిచయ పుణ్యాహవాచనముచేసిన శ్రీసోమయాజిగారికి, అభి ప్రాయములు దయచేసిన శ్రీ అనంతకష్ణశర్మగారికి, శ్రీ వెంకట రమ ణయ్యగారికి, శ్రీ సోమ శేఖరశర్మగారికి, శ్రీ నరసింహముగారికి

ఏతాదృగ్గ్రంథ నిర్మాణమునకు వలయునట్లు నాలో సాహిత్యా భిరుచియు, లాక్షణికదృష్టియు పెంపొందుటకు నా విద్యార్థిదశ వివిధావస్థలందు దోహదము చేసిన నా గురు పరంపర సర్వశ్రీ శిష్టా కలియుగము, శిష్టా సాంబశివరావు, కొడుకుల నరసింహము, వఝ్ఝమాని సుబ్రహ్మణ్య ఘనపాఠి, కర్రి కామేశము, రాంభట్ల లక్ష్మీ నారాయణశాస్త్రి, అంగర సోమశేఖరరావు, ధవళ నారాయణరావు, ఈయుణ్ణి వేంకట వీరరాఘవాచార్యులు, కాకర్ల వెంకట రామ నరసింహము, దుప్పూరి వెంకటరమణశాస్త్రి, గంటి జోగిసోమయాజి మహోదయులకు

నాలోని రూపక కళాపిపాస కూపిరిపోసి దాని కుపాసనా రూప మిచ్చిన సుగృహీత నామధేయులు, సుప్రసిద్ధాంధ్రరంగస్థల నాటక ప్రయోక్త, సంగీతనాటక కళాదర్శప్రియంభావుకులు నగు శ్రీ కూర్మా వేణుగోపాలస్వామిగారికి

మదభివృద్ధి మార్గదర్శకులు మహాభాగులు డా. కె. రంగ ధామరావు, డా. సి. మహాదేవన్ ఆచార్యవర్యులకు

ఆంధ్రసాహిత్య పరిషత్తునందును, ప్రాచ్యలిఖిత పుస్తక భాండాగారమునందును పరిశోధనకాలమున నాకు శీఘ్రగ్రంథ

ప్రదానాదికమున తోడ్పడిన పండిత మిత్రులు శ్రీవద్దిపర్తి చలపతిరావు శ్రీమల్లంపల్లి శరభయ్యగారలకు

పరిశోధన గ్రంథములను ప్రచురించుటలోఁగల ప్రయాసమును గణింపక ఈ గ్రంథము నింత సుందరముగా ముద్రించిన సరస్వతీ పవర్ ప్రెస్ అధినేతలు సౌజన్యమూర్తి శ్రీ అద్దేపల్లి నాగేశ్వరరావుగారికి, వారి పరివారమునకును

నా న మ స్సు మ న స్సు లు

నా కడ వాఙ్మయ పరిశోధనవ్యాసంగము చేయుచున్న కోవిద కోరకములు రావూరి ప్రసన్న సత్యనారాయణ, బి. ఏ. (ఆనర్సు), పి. వి. రమణ, బి. ఏ. (ఆనర్సు) నా కీ గ్రంథ ముద్రణావసరమున సాయపడియున్నా రని తెలుపుటకు సంతసించుచున్నాను. వారికి నా మంగళాశాసనములు.

గ్రం థ ర చ నా ప్ర ణా ళి క

ఇది రెండు భాగములు. రెండు భాగములు నీ సంపుటమునందే కలవు. (ప్ర. భా., పుటలు 1—371) ; ద్వి. భా. పుటలు 1—̄03) ప్రథమ భాగమున యక్షగానోత్పత్తి విచారము, తత్పరిణామ చరిత్రమును విషయములు. యక్షగానోత్పత్తివిషయమున సర్వ పూర్వవాదములును సమీక్షింపఁబడినవి. ఈనాఁ డుపలభ్యమానమగు నాధార సామగ్రిని సందర్భోచితముగా సమన్వయించుటకుఁ బ్రయత్నము చేసితిని. పరి ణామచరిత్ర ప్రకరణమున నుపలబ్ధమైన గ్రంథజాలములోఁ గాలము నూహించుట కనుగలమైన వాని పాలేటి దానిని బట్టి కాలక్రమమున

వివిధ ప్రదేశములలో యక్షగాన రచనా ప్రక్రియలో, ప్రయోగ ప్రక్రియలోనెట్టియెట్టి మార్పులు వచ్చినవో ప్రత్యేకముగా సోదాహరణముగా నిరూపించుటకుఁ బ్రయత్నించితిని. ఈప్రకరణమున నే యక్షగానపుఁ దరగతులు, లక్షణము, వైశిష్ట్యము, అనుబంధముగా య. గా. ఛందస్సులు, వివిధ గేయ రచనలు, య. గా. శబ్దజాలము, సామెతలు మొదలగు ననేక విషయములఁ గూర్చిన సమీక్షయు, లక్ష్యములును గలవు. ద్వితీయ భాగమున ఆంధ్ర దేశము, దక్షిణ దేశము, * తెలంగాణము లందు వెలసిన యక్షగానములను బ్రత్యేకముగాఁ బ్రాదేశికముగా విభాగించి (యక్షగాన పరిణామ మొక్కొక్కచో నొక్కొక్క తీరున సాగినది. కనుక నీ విభాగ మవసరము)† కవులపేర సాధ్యమైనంతవఱకు కాలక్రమానుసారముగా వింగడించితిని. (యక్షగాన పరిణామ క్రమ మెఱుఁగుట కీ వింగడింపు మిక్కిలి యావశ్యకము). ఇందు యక్షగాన కవులచరిత్ర కావ్యసమీక్షయు సంగ్రహముగాఁ గలవు. ఈప్రకరణ రచనలో, గ్రంథాంతరముల నుండి విషయము గ్రహింపఁబడిన పట్టులనెల్ల నాకర సూచనలు గలవు. ఆకరసూచనలేని పట్ల గల విషయము వక్ష్యమాణ గ్రంథస్థమైనదే. యక్షగాన కవుల కాలనిర్ణయ మొకటి పష్టాష్టకమైనది. నాకుపలబ్ధములగు నాధారములనెల్ల యథాశక్తి నుపయోగించితిని. కొన్ని యక్షగానముల కాలనిర్ణయ విషయమునఁ బ్రతివిలేఖన కాలము వినా గత్యంతరము లేకపోయినది. సంవత్సర మాసపక్ష తిథి వారములెల్లఁ

* మైసూరు మనకుఁ బశ్చిమమున నున్నను బ్రకరణ సౌలభ్యము కొఱ కచటి య. గా. లను దక్షిణాంధ్ర య. గా. ప్రకరణమునఁ జేర్చియుంటిని. అది కాక మైసూరు య. గా. లపై తంజావూరి య. గా. ల ప్రభావము గలదు.

† ఈవిభాగమున నేవైనఁ బొరపొచ్చెము లుండవచ్చును. క్షంతవ్యుడను.

బేర్కొనఁబడిన ప్రతివిలేఖన కాలములను మాత్రము 'ఇండియన్ ఎఫిమెరసు'తో సంప్రతించి మన షష్టివత్సర చక్ర నేమిక్రమమును దృష్టిలోఁ బెట్టుకొని యావృత్తులను బరిశీలింపఁగా నన్నియుఁ గుదిరిన క్రీస్తుశకపు తేదీ లేవో పేర్కొనఁబడినవి. (ఇందు సర్వత్ర క్రీస్తు శకమే పాటింపబడినది. శకాంతర ముద్దిష్టమైనచోట మాత్రము తత్సూచనయుండును). ఇట్లు కుదిరిన తేదీలవలనఁ గృతి రచనా కాలముయొక్క యుత్తరపుటవధి మాత్రమే తెలియనగును. అట్టిచోఁ గాలము రూఢిగాఁ దేలిన యక్షగానముల రచనా ప్రక్రియ దృష్టిలోనుంచుకొనఁబడి తేలని వాని కాలము గూర్చి వీలగు సూచన జేయఁబడినది. ఏవిధముగను గాలము, నొక్కొకచోఁ గర్తృత్వము నూహింప నలవి కాని యక్షగానములు అకారాది క్రమమున మాత్రము సమీక్షింపఁ బడినవి. కావ్యసమీక్ష అతిసంగ్రహముగా, రచనాప్రక్రియ మాత్రమే ముఖ్యోద్దేశముగాఁ జేయబడినది. గ్రంథవిస్తరభీతి నుదాహరణము లుజ్జగింపఁబడినవి. (కర్తృత్వకాలాదిక నిర్ణయముల కుపకరించినచోఁ దక్క). ఒకదాని రచనను బ్రశంసించుచు నొక యుదాహరణమిచ్చి వేరొక దానికి మానుట యొప్పదు. ప్రతి కృతికి నుదాహరణ మిచ్చుట యవసరమే కాని యట్లు చేసిన నిప్పటికే పెరిగిపోయిన గ్రంథ మిమ్మడిల్లును.

ఈ ద్వితీయ భాగాంతమున నేను బ్రకటించిన యక్షగాన విషయ సంబంధి వ్యాసములు, అలబ్ధ యక్షగానములు, ఈగ్రంథమున వాడఁబడిన సంకేతములు, ఉపజీవ్య గ్రంథములు, వ్యాసములు, అకారాది క్రమ య. గా. కవినామ గ్రంథనామ సూచికలు మొదలగు విషయములను గూర్చిన పట్టిక లనుబంధములుగా నీయఁబడినవి.

ఈ గ్రంథమునఁ బ్రసక్తి గల్గిన యక్షగాన కవులయు, కృతులయు సంఖ్యా వివరము :—

ఆంధ్రప్రాంత కవులు :	174+
దక్షిణదేశ కవులు :	36
తెలంగాణ కవులు :	47
	260
పరిశిష్టము వారు	65
అనుబంధముల వారు	140
	465

... ...

లబ్ధగ్రంథములు :	542
అలభ్యములు :	260
	802

అందు :–

పారిజాతములు :	19
భామకలాపములు :	28
గొల్లకలాపములు :	14
కొరవంజులు :	21

యక్షగానమున కంతో యింతో సంబంధించిన విషయము గల గ్రంథములను, వ్యాసములను అనేకము పరిశీలించితిని. వానినుండి విషయము గ్రహింపఁబడిన చోటుల నాకరము లధోజ్ఞాపికలలోనో ప్రక్కనే కుండలింపులలోనో ఉటంకింపబడినవి. ఆ ఉపజీవ్య గ్రంథ వ్యాసకర్త లందఱికి వందనములు.

లబ్ధమైన సామగ్రి నుండి క్రొత్తగాఁ గొన్నికొన్ని యూహాలు, నుపపాదనములును జేసియుంటిని. అవి ఖరాఖండీ నిర్ణయములు గావు. భావి పరిశోధకులకు మార్గదర్శకములు కాఁగలవను నాశకు భాజనము లని మాత్రము మనవి.

ఈ గ్రంథ రచనలో సౌలభ్యము కొఱకు అయితే, అంటే మొదలగు కొలఁది యలాక్షణిక ప్రయోగములును, అసలు తయారు బాణీ మొదలగు నన్యదేశ్య పదప్రయోగములను, అటనట విస్పష్టత కొఱకు విసంధులనుజేసి యుంటిని.

దోసగులు పొసఁగిన హాసింతురుగాక పురోభాగులు
మన్నింతురుగాక మహాభాగులు !

ఆంధ్ర విశ్వకళాపరిషత్తు
తెలుగుశాఖ – వాల్తేరు
2-10-1960

యస్వీ జోగారావు

ఆంధ్ర
యక్షగాన వాఙ్మయ చరిత్ర

ప్రథమ భాగము

యక్షగానము
ఉత్పత్తి విచారము – పరిణామ చరిత్ర

విషయసూచిక

ఉత్పత్తివిచారము

*   *   *

పరిణామచరిత్ర

(త. ద్వితీయ భాగము విషయసూచిక)

యక్షగానము

ఉత్పత్తి విచారము

ప్రస్తావన

నిచ్చలు పచ్చి బాలెంతరాలగు ప్రకృతి సవిత్రికి స్తనంధయుఁడైన ప్రాక్తన మానవుఁ డా మాతృ హృదయ మాధుర్యము చూఱఁగొని కొట్టిన కేరింతయే మానవ జాతి గానకళాభ్యుపాసన కుపస్నం కల్పమైనది. తన కంఠము నుండి వెడలిన మధుర స్వరము లేవో తన కర్ణపుటములనే పడి మఱలఁ దనలోనే ప్రవేశించి పూఁతెలుఁగిచ్చినట్లు దన నాడీతంత్రులలోఁగలిగించిన కదలికయే యతని కర చరణముల నుండి బహిర్గమించి నృత్య కళా సరస్వతి కేటికోళ్ళెత్తినది. ఆటపాటల నపుడే ప్రవీణుఁడై నిరంతర వర్ధమానుఁ డగుచుండిన మానవుని యనుకరణ ప్రవణ శీలము, నందులో నంతర్భూతమై యున్న సృజన కళా కౌతూహలము బొమ్మలాటకు నాటక కళకును బురుడు వోసినవి. అవని సంతానమే ప్రపంచమున వివిధ ప్రదేశములలో శాఖోపశాఖలై విభిన్న కళాభిరుచులతో విరాజిల్లుచు వచ్చినది. ఒక్కొక్క జాతి యొక్క భాష సాహిత్య స్థితికి వచ్చిన తరువాత నందుఁ గొంతకాలమున కా యా జాతి యొక్క నిసర్గ గీతాభినయ కళాభిమాన ప్రత్యేకతలకును గాణాచియైన కావ్యజాలము వెలయఁ గలదు. జావా దేశము నందలి వాయంగ్ వోంగులు, జపానీయుల 'నో' రూపకములు, బర్మాదేశపు 'యాగన్', 'హౌసా', సింహళ దేశీయుల 'కోలమ్ నాటిమా', టిబెట్ ప్రభృతి దేశముల మిస్టరీలు, మన దేశమందలి యాత్రలు (బెంగాలు), కథకళి (మలయాళము), గంధర్వగానము, (నేపాలు) గంధర్వనృత్యము (మార్వారు),

యక్షగానము (ఆంధ్ర కర్ణాట తమిళ ప్రాంతములు) మొదలగున వట్లు వెలసినవే. ఒక్కొక్క దాని యుత్పత్తి కొక్కొక్క కారణముండ వచ్చును. కాని యన్నిటం దత్త్వతః ఏదో సమీచీనమైన సమానత గోచరించును. అది మానవ స్వభావ నిసర్గ మధురము లగు నభిరుచులకును దత్తజ్జాతీయాశయములకును సంప్రదాయములకునుగల భావ బాంధవ్యము. కొన్ని కొన్నిట వస్తువులో, రచనా ప్రక్రియలో, ప్రదర్శన సంప్రదాయములలోఁగూడఁగొంత కొంత సామ్యము గోచరించిన గోచరింప వచ్చును. భిన్న దేశము లందు భిన్న కాలోత్పన్నము లైన కళా స్వరూపములందు సామ్యమున్న దనఁగా నది మానవ స్వభావము లోనే యున్న సమానతా ప్రతిపత్తియే గాని వేఱు కాదు. ఆ సమానతా ప్రతిపత్తినిబట్టి యా యా భిన్న దేశ కళా ప్రక్రియల కన్నిటికిని బరస్పరానుకరణసంబంధము నూహించుట సమంజసము గాదు. ఏనాఁడో కొన్నిటి కట్టి సంబంధ మేర్పడి యుండినను నీనాఁడు నిజము నిక్కచ్చిగా నిరూపించుట కష్ట సాధ్యము.

ఆంధ్రతా ముద్రను భద్ర పఱచిన మన దేశి సాహిత్య ప్రక్రియలకెల్లఁ దల మానికము యక్ష గానము. అది ప్రాదుర్భావమున నేదో సాధారణ మత బీజక వినోద కాలక్షేపమై యుండిన దేమో కాని రానురానొక ప్రత్యేక సాహిత్య శాఖగా వర్ధిల్లుచు వచ్చినది. అట్లని యది వట్టి సాహిత్య ప్రక్రియ మాత్రము కాదు. సంగీతాభినయ కళలకునుఁదానకమై దేశి సంస్కృతి కోశమై పరిఢవిల్లినది. యక్షగాన గ్రంథము లాంధ్రమునఁ బరశ్శతముగ వెలసినవి. కథకళి కళా ప్రతిష్ఠలు గల మలయాళరాష్ట్రము వినా యావద్దక్షిణ భారత దేశ వ్యాప్తమైన కళాస్వరూపము యక్షగాన మని చెప్పనొప్పును.

యక్షులు - గానము

ఆంధ్ర జాతీయ రూపక ప్రక్రియగా రూపొందిన యక్షగానమున కా పేరెట్లు వచ్చినదో విచార్యము. యక్షగాన మనఁగా యక్షులయొక్క పాట యని సామాన్యార్థము. మఱి యాంధ్రులకు యక్షులకు నేమి సంబంధమో దురూహము. ఈ నాఁడు మన కుపలబ్ధములగు యక్షగానములలోఁ బ్రాచీన కృతులందుఁ గూడ యక్షగాథలు గాని, యక్ష పాత్రలు గాని, యక్ష స్తోత్రములు గాని, మఱి యెవ్విధమైన యక్ష సంబంధములు గాని కానరావు. కాని ప్రత్యక్షముగా యక్షులతోఁ గాకున్నను యక్షశబ్దవాచ్యులగు నెవరితోనైన నేనాఁడో ప్రగాఢమైన సంబంధమేదో యుండి యుండకున్నచో నాపేరు పుట్టుట కవకాశమే యేర్పడి యుండదు. అది యేనాఁటి యక్షగానమో యీనాఁడు దాని యుత్పత్తి విచారణ కూహాగానమే శరణ్య మగుచున్నది. యక్షులగుఱించి ప్రాచీన హైందవ బౌద్ధ జైన సారస్వతములలో విషయము సమృద్ధిగాఁ గలదు.[1] యక్షశబ్దము మొట్ట మొదటగా నొక విచిత్ర వస్తువను నర్థమున జైమినీయ బ్రాహ్మణమునఁ (III. 203—272) గన్పట్టుచున్నది. గృహ్యసూత్రములకు ముందు యక్షుల కొక విశిష్టమైన జాతీయతా ప్రతిపత్తి గానరాదు. గృహ్య సూత్రములలో భూతాదులతో పాటు యక్షావాహనము గూఁడ గానవగును. మానవ గృహ్యసూత్రమునందు (II-4) వారురోగ గ్రహావేశ శక్తులుగాఁ బేర్కొనఁబడిరి. శాంఖాయన గృహ్య సూత్రము నందు యక్షాధిపులలో నొక్కఁడగు మాణిభద్రుఁడు పేర్కొనఁ బడెను. బౌద్ధ సారస్వతమున "యక్షులు"

1. Vide., (a) 'The Yakshas' - Parts 1 & 2 By Dr. A. Coomaraswamy. (b) 'Yaksha worship in Early Jaina Literature'- By Dr. U.(P. Shah. J. O. I., M. S., University, Baroda, Vol. III-No.1)

(యక్షులు) నీతి ప్రవక్తలుగను, రక్షక శక్తులుగను బేర్కొనఁబడిరి. (చూ. థేరీథేరగాథ XIV). బౌద్ధశిల్పములను బరిశీలించి చూచినచో వానిలో యక్ష యక్షిణీద్వారపాలక ప్రతిమలు గాన నగును. వారికి నాగ గంధర్వ కిన్నరాదులతోడను సంబంధము గాన నగును. డాక్టరు ఆనంద కుమారస్వామిగారు సేకరించిన యాధారముల ప్రకారము వారు కామరూపులును, దయాళువులును, రక్షణచణులైన రణ శూరులు ననియుఁ దెలియు చున్నది. మోనియర్ విలియమ్సు తన సంస్కృతాంగ్ల నిఘంటువులో ఋగథర్వ వేద వాజసనేయ సంహితాదుల యాధారమును బట్టి యక్షుఁ డనఁగా నప్రాకృత జీవి యనియు, భూతప్రేత పిశాచాదిగణములోఁ జేరు వాఁ డనియు నర్థము లిఖించెను. మఱియు నితరాధారములను బట్టి కుబేరానుయాయులును బులస్త్య పులహ కశ్యపాది బ్రహ్మ పుత్రులును సదసచ్ఛక్తి సంపన్నులు నని యనేకార్థములను జూపి యుండెను. వాల్మీకి రామాయణమున (3. 11-94) యక్షత్వ మనునది యమరత్వముతో పాటొక దివ్య వరప్రసాదము వంటిదని చెప్పఁ బడినది. మహాభారతమున (6, 41. 4) రాజస గుణప్రధానులగు మానవులు యక్ష రాక్షసులను గొల్తురని చెప్పఁబడి యున్నది. అందలి యక్ష ప్రశ్నల ఘట్టమును బరామర్శించినచో యక్షులు ధర్మపరాయణులు లేక జిజ్ఞాసువులని తెలియు చున్నది. ఆ యితిహాసములలో వారు శైల జల వనదేవతలుగాఁ బేర్కొనఁబడిరి. ఆ బ్రాహ్మణ బౌద్ధ జైన సారస్వతము లందు మూఁడింటను వారు మహిమోపేతులైన దేవయోనులుగను, మాయాన్వితులైన రాక్షస కల్పులైన రాజస శక్తులుగను గూడఁ బేర్కొనఁబడిరి. ఎన్ని రకములుగాఁ బేర్కొనఁ బడి యున్నను యక్షులకు దేవయోనులలో గంధర్వ కిన్నరుల కున్నట్లుగా గాన కళా ప్రావీణ్య ప్రశస్తు లా ప్రాచీన సారస్వతము లందుఁ బ్రసక్తములు కాలేదు. కొంత

ప్రాచీనములైన సంస్కృతకావ్యము లందుఁగొన్నిట నా విషయమున కొక్కించుక యాసాక్షారము గలదు. భట్టి కావ్యమున నొక సందర్భమున "యక్షా శ్చాపి పణాయంతి తద్విభూతిం గృహే గృహే" యను నొక వాక్యము గలదు. దీనిని బట్టి యక్షులు స్తోత్ర పాఠకులై యుండినట్లు తోఁచుచున్నది. కాళిదాసుని మేఘ సందేశమున

"యస్యాం యక్షాఃసితమణి మయాన్యేత్య హర్మ్యస్థలాని
జ్యోతిశ్ఛాయా కుసుమ రచితా న్యుత్తమ స్త్రీసహాయాః
ఆసేవన్తే మధు రతి ఫలం కల్పవృక్ష ప్రసూతం
త్వద్గంభీర ధ్వనిషు శనకైః పుష్కరేష్వాహ తేషు"

(II - 5)

అను శ్లోకమున యక్షుల నృత్యగీతి ప్రీతి సూచితమైనది. అందే –

"ఉత్సఙ్గే వా మలిన వసనే సౌమ్య నిక్షిప్య వీణాం
మద్గోత్రాఙ్కం విరచిత పదం గేయ ముద్గాతు కామా
తన్త్రీ మార్ద్రాం నయన సలిలైః సారయిత్వా కథంచి
ద్భూయో భూయః స్వయ మపి కృతాం మూర్ఛనా

(II– 25) విస్మరన్తీ"

అను శ్లోకమున యక్షిణి సంగీతసాధన యొకింత సూచింపఁబడినది. కాని యిట్టి సూచనలు యక్ష గాన ప్రతిష్ఠను నిరూపింప సమర్థములు గావు.

యక్షు లనువారు దేవయోనులే కాక మానవుల వలె భౌమ జీవులునై యుండెడి వారని తెలియుచున్నది. శ్రీ వి. ఆర్. ఆర్. దీక్షితారు తమ "రామాయణమున దక్షిణ హిందూదేశ" మను

వ్యాసమున[2] రాక్షసులకు ముందు సింహళదేశమున యక్షులు రాజ్యము చేయు చుండి రనియు, బలిచక్రవర్తిసేనాని యగు సుమాలి యక్షుల నోడించి రాక్షసరాజ్యము నచట స్థాపించెననియు నొకగాథ గలదని చెప్పుచు యక్షజాతి రాక్షసజాతియొక్క పాయ యనియు రాక్షసరాజ్య మంతరించుటతో యక్షులచట మరల రాజ్యస్థాపన గావించినా రనియు, మహావంశ మను గ్రంథము ప్రకారము క్రీ. పూ. 5 వ శతాబ్ది వరకు నచట యక్షుల రాచరికము సాగుచుండెననియు వ్రాసి యున్నారు. యక్షులు అక్షస్ (Oxus) నదీ ప్రాంతమువారో లేక యచ్ఛీ (Yuchi) అను మంగోలుజాతివారో లేక జక్షార్తస్ (Jaxartes) ప్రాంతమువారో నై యుందు రనియు గొన్ని యభిప్రాయములు గలవు.[3] ఆయా ప్రాంతముల వారందఱును యక్షులే నైనను వారితో మన సంబంధమున కుండఁగలయవకాశములు గాని, వారి జాతీయ గానకళాభిమానములు గాని యీనాఁడు యూహాకందనివి.

వాత్స్యాయనుని (క్రీ. పూ. 3 - 4 శ.) కామ సూత్ర గ్రంథమున (I - 4 - ౪౨) "యక్ష రాత్రి" యనున దొక క్రీడా విశేషముగఁబరిగణింపఁబడినది. దానితో నీ యక్షగానమున కేమైన సంబంధ ముండకుండునా యని కొందఱు పండితు లనుమానపడిరి. అది యొక ద్యూతక్రీడ యని యశోధరుని జయమంగళ వ్యాఖ్యానమునఁ బేర్కొనఁబడినది. ఆ పక్షమున యక్షగానమునకు దానితో సంబంధ ముండుట కవకాశము లేదు. కాని "జక్ఖరత్తీ" యను దాని ప్రాకృత రూపమును గ్రహించి దీపావళి యను నర్థము చెప్పినాడు

2 A. I. O. C. Baroda Vol. (1933) Page 248.

3. చూ. కీ. శే. సురవరం ప్రతాపరెడ్డిగారి ఆంధ్రుల సాంఘిక చరిత్ర, పుట 195.

హేమ చంద్రుఁడు (క్రీ. శ. 1088 - 1172. చూ. అతని దేశినామ మాల III - 43). నేపాళ దేశమున దీపావళి పండుగ కొక ప్రత్యేకత గలదనియు నది నిధినిక్షేపముల కధిదేవత యగు లక్ష్మీదేవి యొక్క యారాధనము ప్రధానముగా జరుగు ననియు, నాసందర్భమున నచట జూదాల తిరునాళ్ళు వైభవోపేతముగా జరుగుననియుఁ దెలియుచున్నది.[4] ఆ పక్షమున నది నిధి రక్షకులును, లక్ష్మీపూజకులు నగు యక్షులరాత్రి యగుటయే గాక, "అక్షరాత్రి" యు నగుచున్నది. యశోధర హేమచంద్రులిచ్చిన యర్థములు రెండును సమర్థనీయములే యైనను నవి యక్షగానోత్పత్తిని సమర్థింపలేవు. కాని కన్నడ దేశమున, ముఖ్యముగా దక్షిణ కనరా మండల మునఁగల ప్రతి యక్షగానమేళమువారును దమ ప్రథమప్రదర్శనమును దీపావళి నాఁడు తమ యిష్టదైవతముల యాలయములందుఁ బ్రదర్శించు సంప్రదాయము గలదనియు, మందర్తి, మర్ణకట్టె, కటిల్, ధర్మస్థల మొదలగునవి యట్టి యక్షగాన మేళములుగల దేవాయతనము లనియు శ్రీ ఎమ్. గోవింద రావు గారు కర్ణాటక యక్షగానమును గూర్చిన తమ యాంగ్ల వ్యాసమున నని యున్నారు.[5] ఈ సంప్రదాయమును గూర్చి ముళియ తిమ్మప్పయ్య యను నాయన (ఆధునికుఁడు), పార్తి సుబ్బన్న యను నొక ప్రసిద్ధ కన్నడ యక్షగాన కవియొక్క కావ్యములను గూర్చిన విమర్శగ్రంథము నందు దీపావళి యనఁగా యక్షరాత్రి యనియు, నా దినముననే యక్షరాజైన కుబేరుఁడు బలి చక్రవర్తి నుండి తన సంపదను దిరిగి పొందెననియు, యక్షులా రాత్రి యంతయు నుల్లాసముగా నాటపాటలతోఁ గడపి రనియు నొక గాథ

4. Vide., page 167 of 'The Land of the Gurkhas' By L. B. Northey.

5. A. O. R. University of Madras Vol.X. part II, 1952-53.

నుటంకించి, యా కన్నడదేశ యక్షగాన ప్రదర్శన సంప్రదాయము తత్స్మారక చిహ్నమే యని వక్కాణించి యుండెను. దాని ప్రాచీనత నూహించుట కాధారము గానరాదు గాని యా సంప్రదాయము గాదనరానిది. గానకళాభిమానము విషయమున యక్షుల ప్రత్యేకతను నిరూపించు ప్రాచీనాధారములు గన్పట్టవు గాని యా సంప్రదాయ నిర్వచనమున కా గాథ కుదిరియున్నది. నేటికిని గుజరాతు, మార్వారు, నేపాలు మొదలగురాష్ట్రములందు దీపావళి పండుగ నిధి, నిధికధిదేవత యగు లక్ష్మి నుద్దేశించి జరుపఁబడుచుండుట యందుల కుపబలకముగా నున్నది. అట్టిచో యక్షరాత్రికిని యక్షగానమునకును సన్నిహిత సంబంధమున్నదనవలెను. కాని యక్షరాత్రి ప్రసక్తి మొదటఁగన్పట్టుట వాత్స్యాయన కామసూత్రము నందు. వాత్స్యాయనుఁడు క్రీ. పూ. 3 లేక 4 వ శతాబ్ది నాఁటి వాఁడు. అంత ప్రాచీనకాలమునఁ గన్నడదేశమునఁ గాని మఱి యెచ్చటను గాని యక్షగానముండిన జాడగానరాదు. సంస్కృత కావ్య వాఙ్మయమునఁగాని సంగీతశాస్త్రగ్రంథము లందుఁ గాని తత్ప్రసక్తి కానరాదు. సంగీతసుధ యను గ్రంథము[6] విషయ మిందుల కపవాదము. అందు - తంజావూరి రఘునాథనాయకుని (క్రీ. శ. 1600 – 1630) రచన యగు శ్రీ రుక్మిణీకృష్ణవివాహ యక్షగానము పేర్కొనఁబడినది; "యక్షౌఘ గీత మపి గాన శైలిమ్" అని యక్షగానము నిర్వచింపఁ బడినది; "యక్షాశ్చనాగాఅపి కిన్నరాశ్చ గాంధర్వ ముఖ్యాఅపి గాన లోలాః" అని గంధర్వాదులతో పాటు యక్షులును గానలోలు రని వక్కాణింపఁబడినది; ఆంజనేయ విరచితమని చెప్పఁబడు నొక ప్రాచీన సంగీతగ్రంథము నందు

6. Published in the Journal of The Music Academy, Madras., Vol I - 1930.

యక్షుల గానశైలి ప్రశంస గలదని యందు సూచింపఁబడినది. కాని యాంజనేయ విరచిత గ్రంథ మిప్పు డుపలబ్ధము గాదు. ఈసంగీతసుధ యంత ప్రాచీన గ్రంథము గాదు. అదియునుగాక యిది పై నుదాహరింపఁబడిన కన్నడదేశ యక్షగాన ప్రదర్శన సంప్రదాయమును గాని యక్షరాత్రి సంబంధమునుగాని సమర్థింప లేదు.

కర్ణాటాంధ్రములు యక్షగానములకు ఫలభూములు. యక్షగానములు గానప్రధానములయ్యు నాట్యప్రయోజనోద్దిష్టములు నైనవి. ఆయా వాఙ్మయములందు యక్షుల గానాభినయ కళానుబంధముగూర్చి తగినంత ప్రసక్తి గలదు.

కర్ణాటవాఙ్మయమునఁ దత్ప్రసక్తి గుఱించి శ్రీ ముల్యాన్నారు సంగమేశంగా రిట్లు వ్రాయుచున్నారు.* "కన్నడకవి అభినవ పంపఁడు (12 వ శతాబ్ది) వ్రాసిన మల్లినాథపురాణంలో (2. 12. ప 47) 'యక్షాందోళన' మనే నాట్యం ప్రస్తావించ బడింది. కన్నడ యక్షగాన నాట్యప్రదర్శనలలో "యక్షిణీ" వేషం ఈ అందోళికా నాట్యాన్ని నేటికి ప్రదర్శిస్తూన్నందున, గానంలో వలెనే నాట్యంలో కూడ యక్షులది ప్రత్యేక సంప్రదాయమే అని ఊహించవచ్చు.... యక్ష శబ్దానికి తెలుగు కన్నడ భాషలు రెండింటి లోనూ తద్భవంగా చెప్పబడిన "జక్క" శబ్దం నేటికీ ఒకానొక జాతి జనులకు నియతాభిధానంగా వినిపిస్తూంది ...... తెలుగు సాహిత్యంలో జక్కుల పురంధ్రుల పాటలు ప్రస్తావించబడినట్లుగానే కన్నడసాహిత్యంలో "ఎక్కలగాణ" ల నాట్యగానాలు పలుతావుల ప్రస్తావించ

* చూ. "కన్నడ యక్షగానాలు" అను వారి వ్యాసము భారతి - ఫిబ్రవరి, 1956 (ఈ విషయము గూర్చి శ్రీ హాసణగి రామచంద్రభట్టుగారు రచించిన "యక్ష నాటకగళు" అను కన్నడగ్రంథము పుట 50-51 కూడఁ జూడఁ దగును)

ఒడ్డాయి. అగ్గళుడు (12 వ శతాబ్ది) వ్రాసిన చంద్రప్రభాపురాణం (ఆ. 7, ప 96) లో వన విహారంచేస్తూన్న నాయకుడు, మేళతాళాలతో నిమిత్తంలేకుండా దేశీయగీతాన్నొకదానిని ఒక "ఎక్కల గాణ" యింపుగా పాడుతూవుంటే విన్నాడని వర్ణించబడింది. అభినవపంపని మల్లినాథపురాణంలో (ఆ. 6, పద్యం 98) కమలామోదిమైన తుమ్మెదఝుంకారం కమలాలయమైన లక్ష్మిని కీర్తిస్తూ పాడే "ఎక్కల" గానంతో పోల్చి వర్ణించబడింది. రత్నాకరవర్ణి (16 వ శతాబ్ది) వ్రాసిన భరతేశవైభవంలో (చూ. ఆస్థాన సంధి. పద్యం 58) వెనుకపాటకులతోనూ, మేళతాళాలతోనూ 'ఎక్కడిగలు' నాట్య మాడినట్లు వర్ణించబడింది. ఆ యీ వ్రాతలవల్ల యీ ఎక్కలగాణాలు తెలుగు జక్కులపాటకుల వలెనే జానపదగాయకులనీ, లక్ష్మీప్రశస్తినివర్ణించడమే వీరికికూడ కులాచారమనీ, నృత్యం కూడ వీరెరుగుదురనీ, అందులో హంగుదారుల ఆటోపం కూడ వీరి కవసరమే అనీ బోధపడుతూంది."

కన్నడనుడి యను నొక గ్రంథము నందు యక్షుల గీతాభినయకళాభినివేశము గూర్చి యొకగాథ గలదు. ఇంద్రసభలో నాట్య సంగీతవిద్యలందు మంతుకెక్కిన గంధర్వులకడ యక్షులొకప్పుడు భృత్యమాత్రులై యుండిరనియు, నది సహింపక వారు శుక్రాచార్యు నాశ్రయించి యావిద్యలభ్యసించి కృతార్థులైరనియు నాగాథ తెలియఁజేయుచున్నది.+ కాని కన్నడనుడి ప్రాచీనగ్రంథము గాదు. ఆ గాథకుఁ బ్రాచీనాధారము గన్పట్టుటలేదు.

ఆంధ్ర వాఙ్మయమున మొట్టమొదట యక్షాదినేపథ్యములతోడి యాట పాటల ప్రసక్తి పాల్కురికి సోమనాథుని (క్రీ. శ.

+ చూ. శ్రీ ఎమ్. గోవిందరావు గారి వ్యాసము (Ibid)

1280-1340)* పండితారాధ్య చరిత్రలో బర్వత ప్రకరణమునఁ గన్పట్టును. అది శ్రీశైల యాత్ర శివరాత్రి జాగరణ సందర్భము. ఆవేళ నచటఁ జేరిన యాత్రికుల వినోదకాలక్షేపములనేకము వర్ణింపఁ బడిన చోట —

"ఆదట గంధర్వ యక్ష విద్యాధ
రాదులై పాడెడు నాడెడు వారు (రి ?)
విధమునఁ బ్రచ్ఛన్న వేషముల్ దాల్చి
యధికోత్సవము దులుకాడ నట్లాడు"

వారును బ్రశంసింపఁ బడిరి.

తదుపరి క్రీ. శ. 1430 ప్రాంతమున రచితమైన శ్రీనాథుని భీమేశ్వరపురాణమున (ఆశ్వా. 3, పద్య 65) దక్షారామ ప్రశంస సందర్భమున—

"కీర్తంతు రెద్దానికీర్తి గంధర్వులు
గాంధర్వమున యక్షగాన సరణి"

అని యున్నది. యక్షగాన మను సమస్తపద మొక విశిష్టార్థమునఁ గనఁబడుటకిదే మొదలు.

"కీర్త యంతిస్మ మాహాత్మ్యం గంధార్వాస్త్రిదివౌకసః
గాంధర్వ విద్యానిపుణా గాంధర్వేణ గరీయసా"

అని సంస్కృత భీమేశ్వరపురాణము (అధ్యా 10-శ్లో. 19). అమూలక మగు యక్షగాన శబ్ద మాంధ్ర భీమేశ్వరపురాణమున నుటం

* ఈ కవి కాలము గూర్చి యనేక మతములు గలవు కాని ప్రామాణికులైన సుప్రసిద్ధ పరిశోధకులు డాక్టరు శ్రీ నేలటూరి వెంకటరమణయ్యగారితని కాలము క్రీ. శ. 1280—1340 అని తమ 'పాల్కురికి సోమనాథుఁడెప్పటి వాఁడు ?' అను గ్రంథమున (వావిళ్ళవారి ప్రచురణ, 1955) నిర్ణయించి యున్నారు.

కింపఁబడినదనఁగా శ్రీనాథునికాలమున యక్షగానమున కొక ప్రత్యేకతయుఁ బ్రచారము నేర్పడి యుండును. అసలు గానకళాప్రావీణ్యమునకు గంధర్వులది పెట్టినది పేరుగదా. వారి పేరనే గాంధర్వవేదము వెలసినది. అట్టి గంధర్వులు "యక్షగాన సరణిఁ" బాడిరనఁగా నది శ్రీనాథుని కాలము నాఁడొక ప్రత్యేక గాన శైలిగాఁ బరిగణింపఁబడుచుండెడి దని తోఁచును. క్రీడాభిరామమున (క్రీ. శ. 15వ శతాబ్ది) నొక వ్యాజమున మాణిభద్రకులోద్వాహులైన యక్షకన్యల నృత్యప్రశంస గలదు (పద్య 137-138). పదునాఱవ శతాబ్ది ప్రబంధములలో - మనుచరిత్రమునఁ (II-19) బ్రవరుఁడుహిమవత్పర్వత ప్రాంతమున "గంధర్వ యక్షగాన ఘూర్ణితమగు నొక్కకోనఁ గనియె" నని యున్నది. పారిజాతాపహరణమున "యక్షగ్రామవాస్తవ్యులు" "నిర్జరీ జనతా నృత్త సహాయలాలసు" లనియు, యక్షులు "మేళముగూడి పాడుచుండుదురు దిక్పాల సభల" ననియు నున్నది. (II-92-93). రామాభ్యుదయమున (III-42) "...గరుడ గంధర్వ కిన్నర కింపురుష యక్షగానంబు లనూనంబులై బెరయ..." అని యున్నది. చిత్రభారతమునఁ జతుర్థుని యలకాపురీ సందర్శన సందర్భమునఁ (IV-80) గిన్నరులు పాట పాడుచుండఁగా "తాళసంఘు ప్రభేదంబుల గతులచే యక్షకామినులు నాట్యంబులాడ" దొడఁగి రనియు, నందే కృష్ణుఁ డర్జుననిపై దాడివెడలిన సందర్భమున (VII-21) "మంగళమస్తు రఘునాథ యని యక్షవనితలు కర్ణపర్వముగఁ బాడ" దొడఁగి రనియుఁగలదు. కర్ణాటాంధ్ర వాఙ్మయము లందు యక్షుల గానాభినయ కళానుబంధముల కిట్లెన్నియో ప్రమాణముల గలవు. కాని యవి క్రీ. శ. 12వ శతాబ్ది కంటెఁ బ్రాచీనములు గావు. అంతకంటెఁ బ్రాచీనములు ప్రబలములైన ప్రమాణములు గానరావు. కావునఁ గర్ణాటాంధ్రము లందు

యక్షగానమను పేర నొక ప్రత్యేక గాన శైలికిఁ బ్రచార మేర్పడిన తరువాతనే తన్నిమిత్తముగాఁ దత్తత్సాహిత్యములందు భంగ్యంతరముగను, నౌపచారికముగను యక్షుల గీతాభినయ కళానుబంధములకా ప్రసక్తి గల్గినదని తలంపవలసి యున్నది. అదియుఁగాక దేవ యోనులైన యక్షుల వలన నాంధ్ర కర్ణాటములందు యక్షగాన మేర్పడిన దనుట కంటె నెవరో భౌమజీవులైన యక్షుల వలన నేర్పడి యుండు ననుట సమంజసముగాఁ దోఁచును. యక్షజాతి ప్రతిష్ఠ హిందూ బౌద్ధ జైన మతగ్రంథములు మూఁడింటను నిటు సింహళము నుండి యటు నేపాళము వఱకును వ్యాపించినట్లు తెలియుచున్నది. కర్ణాటాంధ్ర దేశములకు నేపాళముకంటె సింహళము సన్నిహితమైనది. ప్రాచీన కాలమున సింహళమున యక్షుల రాచఱికము గొన్నినాళ్ళు కొనసాగిన విషయము పూర్వోక్తము. అచట నేఁటికిని యక్షారాధన ప్రధానముగా "వడ్డా" యను జాతి వారి యుత్సవ నృత్యములు జరుగుచుండు నని తెలియుచున్నది.[7] ఆ యుత్సవములు మత బీజకము లఁట. ఆ యక్షులెవరో నృత్యప్రియుల వలె నున్నారు. ఆటతోడిదే పాట. మత ప్రచారమునకు గీతాభినయ కళాత్మక ప్రక్రియలు గొప్ప సాధనములు. పూర్వ మెపుడో సింహళమునుండి యా యక్షులో యక్షారాధకులో మతప్రచారము నిమిత్తమో మఱెందులకో కర్ణాటాంధ్ర దేశములు బ్రవేశించిరేమో! యనున దొక విచికిత్స. కర్ణాట దేశము నందలి యెక్కలగాణలు లేక యెక్కడిగలు, నాంధ్ర దేశమందలి జక్కులవారును వీరి సంతతి వారే

7 Vide., Dr. Manmohan Ghosh's paper on the Sinhalese dances and the Indian Natya Published in the Indo Asian Culture, Vol. I–No. 2; Oct, 1952.

(పాల్కురికి సోమనాథుని అనుభవసారమున 'వడ్డాచారములు' గర్హింపఁబడినవి. (97వ పద్యము) మఱి యవి యేమిటో యెఱుఁగరాదు).

యగుదురేమో! ఎక్కు జక్కు శబ్దములు యక్ష శబ్ద భవము లగుటను భాషాశాస్త్రము సమర్థింపఁ గలదు.[8] తొల్లి కర్ణాటాంధ్రములందు యక్షగానము వీరివల్లనే ప్రవర్తిల్లినదేమో!

పూర్వకాలమున వివిధ దేశములందు వెలసిన నాట్య సంగీత ప్రక్రియ లనేకము మత ప్రచారము కొఱ కేర్పడియుండుట లేదా మత బీజకములై యుండుట ప్రసిద్ధ విషయము. కాత్యాయనుని శ్రౌత సూత్రములలోఁ (21-3-11) బితృమేధకర్మకాండమున నొక విధమగు గీతాభినయ ప్రక్రియ యాచరణీయ మని సూచింపఁ బడినది. సింహళ దేశీయుల యుత్సవ నృత్యములలోఁ బితృదేవతా పూజాసంప్రదాయము పాటింపఁబడుచున్నది.[9] గ్రీసు దేశపు నాటకోత్పత్తికి మతసంబంధ ప్రతిపత్తియే మౌలికతత్త్వము. ఆనాఁటి గ్రీసు "ట్రాజెడీ" (విషాదాంత రూపకము) మొదట నొక మృతయోధుని సమాధికడ జరుపఁబడు నపరకర్మ కలాపముగా నవతరించినది.[10] అశోక చక్రవర్తి విగ్రహ ప్రదర్శనాదికము ద్వారమున బౌద్ధ మత ప్రచారము చేయించిన ట్లాతని నాగిర్నారువ శిలాశాసనము వలనఁ దెలియుచున్నది.[11] వంగదేశపు "యాత్రలు" మత విషయికములైన యుత్సవములలో నూరేగింపుల సందర్భములలోఁ బ్రయోగింపఁ

8. ఈ విషయమును సుప్రసిద్ధభాషాశాస్త్రవేత్తలును, భాషా చరిత్ర చతురానన బిరుదాంచితులును. ఆంధ్రభాషావికాస గ్రంథకర్తలు నగు ఆచార్య శ్రీ గంటి జోగిసోమయాజిగా రామోదించినారు.

9. Vide., Dr. Manmohan Ghosh's Paper, Ibid.

10. The Dramas and Dramatic Dances of Non-European Races By William Ridgeway.

11. ఈ విషయము నెత్తి చూపినవారు డాక్టరు శ్రీ నేలటూరి వెంకటరమణయ్యగారు. చూ. వారి వ్యాసము - ఆంధ్రపత్రిక ఖర సంవత్సరాదిసంచిక.

బడునఁట[12] మార్వాడు ప్రాంతమున వైశ్యజాతికిఁ జెందిన గంధర్వులను నొక తెగవారదియొక వృత్తిగాఁ బ్రదర్శించు అంజనసుందరి, మేనాసుందరి యను నృత్య రూపకములందా యితివృత్తములు ప్రసిద్ధ జైన గాథ లనియు, నా ప్రదర్శనములను జైను లెక్కువగా నాదరింతు రనియు, నా గంధర్వుల కది యొక వృత్తి యైనను నది మతబీజక మైనదనియుఁ దెలియుచున్నది.[13] ఇల గంధర్వ శబ్దోపయోగము గమనింపఁదగినది. ఈ గంధర్వులకును దేవయోనులైన గంధర్వులకును సంబంధములేదు. గానకళాప్రావీణ్య విషయమునఁ బురాణ ప్రసిద్ధులైన దేవయోని గంధర్వుల పేరే వైశ్యజాతి ప్రదర్శకులు తమ గానకళా వైదగ్ధ్యమునకు సూచకముగాఁ బెట్టుకొని యుందురు. లేక జనవ్యవహారమున వీరికా ప్రసిద్ధి గల్గి యుండును. ఇంతకన్నను జిత్రమైనది నేపాళ దేశపు గంధర్వగానము. ఇది వంగదేశపు యాత్రవలె నేపాళదేశము యొక్క దేశిసరణికిఁ జెందిన నర్తన (నాటక) మని పేర్కొనఁ బడినది.[14] ఇది మతబీజక మైనదో కాదో తెలియదు. కాని దీనికిని మన యక్షగానమునకును బేళ్ళలో నేదో యొక వింతసామ్యము గోచరించును. ఇఁక యక్షగానమున కేమైన మత సంబంధమున్నదేమో చూడవలసియున్నది. సింహాళదేశపు యక్షులచేఁగాని యక్షారాధకులచేఁగాని ప్రవర్తితమై యుండునెడల నది యంతయో యింతయో మత సంబంధియని చెప్పనొప్పును. లేదా మీఁదఁ జెప్పఁబడిన కర్ణాట దేశపుఁ బ్రదర్శన సంప్రదా

12. Vide The Indian Theatre-by Dr. R K. Yajnik, Part I Chap. 3-A., Eastern India- Yatras

13. Vide , Sangeet Nataka Akademi Bulletin No. 2-Oct, 1954 - For a note on the Dances of the Gandharvas.

14. Vide, U. R S Dabral's Introduction to Bhamaha's Prakrit-prakash, Benares Edition, 1920.

యమును గమనించినను నది మతబీజకమై యుండుననని తోఁచును. కాక, పాల్కురికి సోమనాథుఁడు చెప్పినట్లు శివరాత్ర్యుత్సవ సందర్భమున శ్రీశైలాది క్షేత్రము లందుఁ బ్రవర్తిత మగుచుండిన యక్షవేషధారుల యాట పాటలతో . యక్షగానమునకు సంబంధ ముండి యుండు నెడల నదియు మతసంబంధ స్ఫోరక మగుచున్నది. జక్కులజాతి సంబంధము గూడ యక్షగానముయొక్క మతబీజకత్వమును స్థాపింపఁ గలదు. అది యెట్లు స్థాపింపఁ బడఁగలదో, యసలు యక్షగానమునకును జక్కులకుఁ గల సంబంధ మేమిటో విచారింపవలసి యున్నది.

జక్కుల జాతి సంబంధము

యక్షగానముతో సంబంధము గలిగిన వారుగా నూహింపఁ దగిన యెక్కడిగలు లేక యెక్కలగాణాలు నేఁడు కన్నడ దేశమున నెక్కడను గానరారు. కాని జక్కులవా రాంధ్ర దేశమున గుంటూరు, గోదావరి మొదలగు మండలములలోఁ దెనాలి, పెద్దాపురము మొదలగు ప్రాంతములలోఁ గాన వచ్చుచున్నారు. నేఁడు వీరు కళావంతుల తెగకుఁ జెందినవారై యున్నారు. వీరిగుఱించి ఇ. థర్‌స్టన్ (E. Thurston) వ్రాసిన 'Castes and Tribes of South India' అను గ్రంథము ద్వితీయభాగము 438 వ పుటలో నిట్లున్నది:

"**Jakkula**-Described as an inferior caste of prostitutes, mostly of the Balija caste; and as wizards and a **dancing** and **theatrical** caste. At Tenali in the Kistna district, it was customary for each family to give up one girl for prostitution" etc. etc ,

దీనినిబట్టి జక్కులవారికి నాట్యకళతో సంబంధ ముండినట్లు విశదమగుచున్నది. కళావంతులనిపించుకొను వారియెడ నట్టి సంబంధము సహజము; వారికోలము బిరుదుసార్థకము. మార్వారు గంధర్వుల సామ్యమున నీ జక్కులవారు తొల్లి మతప్రచార నిమిత్తముననో లేక యది యొక ప్రధానవృత్తిగా నవలంబించియో యక్షగాన ప్రవర్తకులైన వారెల్లఁ గాలక్రమమునఁ గలిసి యేర్పడిన జాతియనియు, వారివృత్తికి సంబంధించిన యక్ష (జక్క) శబ్దము తరువాత వారికి జాతివాచకముగాఁ బరిణమించియుండుననియు నూహింపవచ్చును. వివిధజాతుల చరిత్రలు తఱచి చూచిన నిట్టి పరిణామ మసహజముగాదు. అందులకు మార్వారు గంధర్వుల విషయమునే దృష్టాంతముగా గ్రహింపనగును. మన 'ఎఱుకల' జాతియు నట్లేర్పడినదే గదా.

ఆంధ్రదేశమున జక్కులవారిప్రశస్తి చిరకాలానుగతముగా వినవచ్చుచున్నది. ఈనాఁడు రాయలసీమలోనున్న జక్కసానికుంట్ల (కర్నూలు జిల్లా, పత్తికొండ తాలూకా), జక్కులచెఱువు (గుత్తి తాలూకా), జక్కలచెఱువు (పెనుగొండ తా..), జక్కసముద్రము (హిందూపురం తా..), జక్కులాడికి (బళ్ళారి జిల్లా) మొదలగు గ్రామముల నామములు ప్రాచీనకాలమున నా యా ప్రాంతములందలి జక్కులజాతి ప్రాచుర్యమును సూచించును. అందుఁ గొన్నిగ్రామము లొకప్పుడు వారి కినాములుగా నీయఁబడినట్లు స్థానికమైన ప్రతీతి గలదు. క్రీ. శ. తే. 9-7-1481 న జక్కుల కన్నాయి యను నామె తిరుమల దేవస్థానమున వేయించిన శాసన మొకటి కలదు.[15] అది క్రీ. శ. 15 వ శతాబ్ది నాఁటి జక్కులవారి ప్రాభవమును సూచించును.

ఇఁక నానాఁడు గానాభినయ కళాప్రదర్శనలందు వారికిఁగల పేరుప్రతిష్ఠ లెట్టివో యరయవలసియున్నది. పదునైదవ శతాబ్ద్యా రంభమున వెలసిన క్రీడాభిరామమున (135 వ పద్యము) "జక్కుల పురంధ్రి" గానకళా కౌశలము విశేషముగఁ బ్రశంసింపఁబడినది. అందే యా వెంటనే (పద్య. 136 - 138) భంగ్యంతరమున 'అక్కలు' లేక "యక్షకన్యల" అనఁగా జక్కుల పడుచుల నృత్య ప్రదర్శనము గూడఁ బ్రసక్తమైనది. జక్కులరేకులను పదములు[16] జక్కిణి యను నృత్యవిశేషము వీరిపేరనే ప్రసిద్ధములై యుండును. క్రీ. శ. 1500 ప్రాంతమునఁ బ్రోలుగంటి చెన్నశౌరి యనునాతఁడు సౌభరిచరిత మను "జక్కులకథ" చెప్పినట్లు తెలియుచున్నది. అది జక్కులవారు

15. తిరుపతి దేవస్థాన శాసనములు. ద్వితీయ సంపుటము - నం 77

16. చూ. తాళ్ళపాక చినతిరుమలయ్య (క్రీ. శ. 1480 - 1540) సంకీర్తన లక్షణము - 50 వ పద్యము.

17. హరిభట్టు నారసింహ పురాణము, అవతారిక - పద్య. 33.

చేయు గానరూప కథాఖ్యాన ఫక్కిక మీఁదలగా రచింపఁబడి యుండును. పురాణాదులలోఁ గానరాని యక్షుల గానకళాప్రశంస మనభీమఖండమునను బదునాఱవశతాబ్ది ప్రబంధములందును గన్పట్టు చున్నదనఁగా (ఈవిషయము పూర్వోక్తము) నది యీజక్కులవారి పాటలు వ్యాప్తికి వచ్చినతరువాత వానికే భంగ్యంతర సూచనయని గ్రహింపవచ్చును. చిత్రభారతమున "యక్షకామినుల నాట్యము", "యక్షవనితలపాట" యుఁ ప్రత్యేకముగ బేర్కొనఁబడిన వనగా నవియు నీజక్కులపురంధ్రుల యాటపాటలకే భంగ్యంతరసూచన లగు నేమో! 17 వ శతాబ్దినాటి పురుషోత్తమదీక్షితుని తంజాపురాన్నదాన మహానాటకమున[18] జక్కుల రంగసాని యను నామె సత్రములోఁ బదకేళిక పట్టినట్లుగలదు. ఈవిషయములెల్ల జక్కులజాతికి గీతాభినయ కళలతోఁగల సంబంధము నూహించుటకుఁ దోడ్పడుచున్నవి.

జక్కిణి

ఇఁక జక్కిణి శబ్దవిచారము. జక్కులవారిగుఱించి మీఁదఁ బేర్కొనఁబడిన విషయములో స్త్రీ ప్రసక్తి ప్రాముఖ్యము గమనింపఁ దగినది. జాతిస్త్రీవివక్షయందు యక్షశబ్దము యక్షిణియగును. యక్షిణీ శబ్దవికృతియే జక్కిణి. అనఁగా నిట జక్కులపురంధ్రియని యౌపచారిక ముగా గ్రహింపనగును. జక్కిణుల నాట్యపద్ధతికి నాపేరేకల్గుట విశేషము. "ఝక్కిణీ" లాస్యము మతంగమహామున్యుపజ్ఞమై ప్రాదుర్భవించినదని యతని బృహద్దేశివలనఁ దెలియును.[19]

18. తం. స. మ. — కే నం. 5-9

19. బి టి. పి. నెం. 11536 (ఈవిషయమును తమసంస్కృతి వాఙ్మయ చరిత్రలో నుటంకించిన శ్రీ ఎమ్. కృష్ణమాచార్యులవారి యభిప్రాయము ననుసరించి మతంగుని కాలము క్రీ శ. 4 వ శతాబ్దిగా దోఁచును.)

ఒకప్పుడాంధ్రదేశమున నిదిమిక్కిలి ప్రచారముననుండి నట్లూహింప వీలగుచున్నది. పదునాఱు పదునేఁడవ శతాబ్దుల తెలుఁగు ప్రబంధములందు బలుతావుల నొకగొప్పనాట్య ప్రభేదముగా జక్కిణి ప్రశంస గన్పట్టుచున్నది.[20] రామాభ్యుదయమున "జక్కిణీ - వేషముల" ('మేళముల' అని పాఠాంతరము) ప్రసక్తిగలదు. తంజాపురాంధ్రనాయక రాజాస్థానమున జక్కిణినాట్యగోష్ఠి తఱచు జరుగుచుండినట్లు విజయరాఘవనాయకుని (క్రీ. శ. 1631 - 73) రఘునాథనాయకాభ్యుదయ ప్రహ్లాదచరిత్ర యక్షగానములవలనను, దదాస్థానకవియగు చెంగల్వ కాళకవి రాజగోపాలవిలాస ప్రబంధమువలనను నెఱుఁగనగును. జక్కుల రంగసాని పదకేళిక ప్రసక్తిగల తంజాపురాన్నదాన నాటకముగూడ నతని యాస్థానమున వెలసినదే. ఆనాఁడు విజయరాఘవునాస్థానము యక్షగానమునకుఁ బట్టుకొమ్మ. జక్కిణికి నాట్యప్రభేద మాత్రముగనేకాక నాట్యోపయోగి గీతప్రబంధ విశేషముగను బ్రసిద్ధి యుండినట్లు తెలియనగును. వెన్నెలకంటి సూరన (క్రీ శ. 1500 - 1550) విష్ణుపురాణమున (7 - 277) గీతము దరువులతోపాటు జక్కిణి యొకవర్ణవిశేషముగాఁ బేర్కొనఁబడినది. రెండు యక్షగానప్రాయరచనలు - తంజావూరు మహారాష్ట్రప్రభువగు శహాజీ (క్రీ. శ. 1684 - 1712) త్యాగవినోద చిత్రప్రబంధము, మధుర విజయరంగ చొక్కనాథనాయకుని (క్రీ. శ. 1706 - 32) యాస్థానాశ్రితుఁడైన తిరుమలకవి చిత్రకూట మాహాత్మ్యమునను వానియందు జక్కిణిదరువు లుదాహరింపఁబడినవి. కూచిపూడి భాగవతుల సాంప్రదాయిక నాట్యావలంబనములలో జక్కిణిదరువొకటి

20. చూ. సూ. రా. నిఘంటువు ఇందుఁ జేర్కొనబడలేదు కాని చంద్రభాను చరిత్రము ఉత్తరరామాయణము, పాంచాలీపరిణయము మొదలగు ప్రబంధములందును జక్కిణిప్రశంసగలదు.

యని తెలియుచున్నది.[21] వారి యక్షగాన ప్రదర్శనవిషయము ప్రసిద్ధము. ఇఁక నొక విశేషము - భామవేషకథ యను నొక యక్షగాన ప్రాయమైన కృతి గ్రంథకర్తచేఁ దద్రచనా ప్రక్రియాపరముగ జక్కిణి యని ద్వివారము పేర్కొనబడినది.[22] గ్రంథప్రారంభమున బ్రథమ పత్త్రమున దనకృతివిషయము నిట్లు ప్రస్తావించినాఁడు గ్రంథకర్త:-
"జోకగ గీతవాద్యముల సొంపుగ నింపుగ వంచ జక్కిని ప్రాకటమైన నాట్యరసభావముల న్వినిపింతు వేడుకన్",

"సరసులు గాణలు సత్కవుల్ బుధులు
భరతజ్ఞులును మెచ్చ ప్రౌఢిమి నిచ్చ
నరసి లక్షణ లక్షియంబుల రూఢి
కరుదంద గీత వాద్యాదుల జోక
సరవి తోఁడుత వంచ జక్కిణి నాట్య
మిరవంద వినుపింతు నెంతయ వేడ్క"

ప్రసిద్ధమైన పారిజాతకథ యిందలి యితివృత్తము. అనేక యక్షగానము లందు గన్పట్టు మొఱుకఘట్ట మిందునుగలదు. రచన యక్షగాన సామాన్యముగా దరువులు, ద్విపదలు, వచనము, పద్యములు గలిగి యున్నది. గ్రంథము యక్షగానమనుటలో సందేహింపఁ బనిలేదు. జక్కిణి యని వ్యవహరింపఁబడుట తగియున్నదనిపించును. పై విషయములను బట్టి చూచినచో నాట్యప్రభేదముగను, నాట్యోపయోగియైన గీతప్రబంధ విశేషముగను బేరొందిన జక్కిణికిని, గీతాభినయోభయ ప్రయోజనాత్మకమైన యక్షగానమునకును నేదో చుట్టఱికముం

21. ఆచార్య శ్రీ విస్సా అప్పారావుగారి 'కూచిపూడి నాట్యసంప్రదాయం' అను వ్యాసము. సంస్కృతి - ఏప్రిలు, 55

22. ప్రా. లి. పు భాం, డి. నం 1919.

డక పోదని యనిపించును. ఈ జక్కిణియు యక్షగానమును మన జక్కుల పురంధ్రుల మాటపాటలేయై యుండిన నుండవచ్చును.

వివిధజాతుల యుత్పత్తుల గుఱించి యైతిహ్యము లనేకము చిత్రచిత్రములుగా విశ్రుతము లగుచుండును. అట్లే యీ జక్కుల వారసలు యక్షస్వరూపులే యనుటకొక గాథగలదు. క్రీడాభిరామమున "కామవల్లీ మహాలక్ష్మీ కైటభారి, వలపు వాడుచువచ్చె జక్కుల పురంధ్రి" యనియున్నది. దానికి గామెపల్లివారి వీధిభాగవతము లోని లక్ష్మీనారాయణుల ప్రణయఘట్టమును బాడుచు వచ్చినది జక్కులపురంధ్రి యని కొందఱపవ్యాఖ్యానము గావించిరి. ఆ కామవల్లియే కామేశ్వరిపాట యను స్త్రీల పాట[23] లోని కామేశ్వరియని యీ కామేశ్వరి కథను కీ. శే. వేటూరి ప్రభాకరశాస్త్రిగారు క్రీడాభిరామపీఠికలో[24] వివరించియున్నారు.[25] ఈ కథలో మహాలక్ష్మి శాపవశమున బార్వతికి సద్యోగర్భమున సప్తకన్యకలుగా నుద్భవించినదని యున్నది. అందొకతె పేరు "జక్కులమ్మ" యట. కామవల్లి కడగొట్టుది. ఒకనాడు —

" ఆ పార్వతీశ్వరుం డతి సంభ్రమమున
నిరవొప్ప యక్షుల నిద్దఱిబిలిచి
మురువొప్ప జక్కులముద్రలు చేసి
ఉరుమలు మద్దెల లుపకరణములు

---

23 ఏలూరు మంజువాణీ ము. శా. ప్రచురణ — "స్త్రీల పాటలు"

24. మదరాసు శృంగార గ్రంథమాల ప్రచురణ.— పుట 97—102.

25. ప్రా. లి. పు. భాం. డి. నం. 338—ఆదిలక్ష్మీవిలాసమను పద్యప్రబంధము. డి. 1045—కామేశ్వరీ చరిత్రమను ద్విపద (క్రీ. శ. 1600 ప్రాంతమున వేటూరి బాపనామాత్య కృతము)— ఈ రెండింటి యందును కామవల్లి కథయే యితివృత్తము.

కరమొప్పఁ దగినవి గావించి యిచ్చి
ముత్యాల రంగముల్ మున్నారు చేసి
అత్యంత ముదముతో నడిగిన వేళ
చిందముల్ బోనముల్ శృంగారములును
అందముల్ పరికెలు నానందములును
ఆ రీతి సంతసమందగా జేసి
సారెకు ముద్రల జక్కుల బిలిచి
రమణ మీ వంశ పారంపర్య మెల్ల
కమలాక్షిఁ గొలువుండు కామవల్లెమను
కామవల్లిని గొల్చు ఘనులెల్ల మున్నె
ప్రేమతో మిము జాల ప్రియము చేసెదరు ''

అని యొక కట్టడిజేసినాఁడఁట. ఆ సప్తకన్యకలనే " అక్కలు " లేక " అక్కదేవత " లందురు. యక్షులు శివాజ్ఞచే వంశపారంపర్యము గామవల్లిని గొలువవలసినవారైరఁట. వారే జక్కులఁట! శివుఁడు వారికి వాద్యప్రదానముగావించె ననుట గమనింపఁ దగియున్నది. (క్రీడాభిరామమున జక్కుల పురంధ్రిపాటసందర్భమున నీ వాద్యములు గొన్నిటికిఁ బ్రసక్తిగల్గినది)కామేశ్వరి యిలువేల్పైనవారెల్లముందు వీరికే ప్రియముచేయుదురఁట. అది గాథయైనను నందు వారివిశ్వాసము ప్రతీయమానమగుచున్నది. శివాదేశ విషయము విశ్వసనీయము గాక పోయినను వారి కులాచారమునకు గ్రంథస్థనిదర్శనము గలదు. క్రీడాభిరామమునఁ గామవల్లివలపు పాడుచు వచ్చిన జక్కులపురంధ్రి ప్రశంస వెంట "అక్కల" కొలుపు వర్ణింపఁబడినది. ఒక గృహస్థు సంతానార్థియై

వారి నారాధించినట్లును,[26] నా సందర్భమున అక్కలేడుగురును లేచి యాడిరనియు, నా యక్కలే "యక్షకన్య" లనియుఁ (అనఁగా నిట జక్కులపడుచు లనియు) జెప్పఁబడినది. (యక్షశబ్దమునకు—"జక్క", "ఎక్క" అను రూపాంతరములేగాక "అక్క" యను రూపవికృతియు నంగీకార్యమే యనియు, నది భాషాశాస్త్రసమ్మతమే యనియు ఆచార్య శ్రీ గంటి జోగిసోమయాజిగా రనుచున్నారు.)

రాయలసీమలో రాయచోటి తాలూకాలో చిన్నమండెం గ్రామసమీపమున అక్కదేవతలకొండ యని యున్నదనియు, నక్కడ వారిగుర్తులుగా నొకయేడు జాళ్ళున్నవనియు, నేఁటట జనులు ముఖ్యముగ సంతానకాంక్షులైనవా రా దేవతలను గొలువఁబోవుదురనియుఁ గొండపై సంతర్పణము జేయుదురనియుఁ దెలియుచున్నది.[27] దీనినిబట్టి రాయలసీమలో నీకామేశ్వర్యారాధన వ్రతసంప్రదాయ మెంత ప్రాచుర్యము నందినదో తెలియఁగలదు. అక్కలవాట యను నొక స్త్రీల

26. పూర్వ మాంధ్రదేశమున సంతానకాంక్షులైన గృహస్థులు కొందఱు సుద్దులగొల్లలను గూడ నాశ్రయించుచుండినట్లు హంసవింశతి (ఆశ్వా. 2. పద్య 85–89) వలన నెఱుఁగనగును. అనఁగా జక్కులపాటలు, గొల్లసుద్దులు మొదలగునవి జానపద వినోదోద్దిష్టములు మాత్రమే కాక మతబీజకము లనియుఁ దెలియనగును. ప్రోలుగంటి చెన్నశౌరి చెప్పినాఁడన్న "జక్కులకథ" సౌభరిచరితము గూడ సంతాన ఫలప్రదవిశ్వాస ప్రతిపాదకమగుట విశేషము. సౌభరిచరితము విష్ణుపురాణము భాగవతములందుఁ గలదు. అందొక మీనరాజు సంతానసౌభాగ్యమును జూచిన సౌభరిమహర్షికి సంతానవ్యామోహము గల్గుటయు నందులకుగా నతఁడు మాంధాతృ రాజపుత్రికలను వివాహమాడి వారి యందధిక సంతానము గాంచుటయుఁ జెప్పఁబడినది. ప్రాయశః జక్కులవారు నాఁడీకథను సంతానవ్రతులైనవారియిండ్లఁ జెప్పుచుండెడివారేమో!

27. చూ. కడపజిల్లా గెజిటీరు, పుట 225.

పాట[28] వలనఁ గృష్ణాగోదావరీ మండలములలో ... మునకుఁ గల "పరపతి" తేటతెల్లము కాఁగలదు. అం... ఏలూరు, రాజమహేంద్రవరము, కొవ్వూరు పురము లాదిలక్ష్మి కా... శ్వరి వెలసిన పుణ్యస్థలములుగాఁ బేర్కొనఁబడినవి. అందు జక్కులమ్మ ప్రశంసయుఁ దఱచు గన్పట్టును. "నేఁటికిఁ గూడ సర్వాంధ్ర దేశము నను బ్రాహ్మణాది వర్ణములవారికిఁ కామేశ్వరి (అక్కలు) యిలువేల్పు గాఁగల యిండ్లలో వివాహాది శుభకార్యములు జరిగినతోడనే యక్కల కొల్పును జరుగును. ఆనాఁ డేడుగురు ముత్తైదువల కర్చనము జరుగును...ఉద్రేకజనకమైన గానఫణితిని కామేశ్వరిపాట వీర వాద్యములతో నా నాఁడు పాడుదురు" అని కీ. శే. వేటూరివారు సెలవిచ్చినారు.[29] అక్కల కొలుపుతో పాటి దేగదా జక్కులపాట. అందులకుఁ గ్రీడాభిరామమే ప్రమాణము. క్రీడాభిరామ కవిది "వినుకొండ" (గుంటూరుమండలము). అతఁడుటంకించిన జక్కులపాట-అక్కలయాట సన్నివేశమునకుఁ గథారంగ మోరుగల్లు (తెలంగాణము – క్రీడాభిరామమునకు మూలమైన ప్రేమాభిరామమునకుఁ గర్త రావిపాటి త్రిపురాంతకుఁడా ప్రాంతమువాఁడే. అతనికాలము క్రీ. శ. 1290-1330 ప్రాంతము). పై విషయములనుబట్టి యక్కలకొలుపు వ్రతసంప్రదాయ మెట్లు చాలకాలమునుండి యాంధ్రప్రదేశమున వివిధప్రాంత పరివ్యాప్తమైనట్లు తెలియుచున్నదో యట్లే దానితో పాటే జక్కులపాటలకు నంతవ్యాప్తియు నుండఁబోలు నని యూహింపనగును. కీర్తిశేషులు ఏ. పి. కాంబేలు, సి. పి. బ్రౌనుదొరగారలు తమ యాంధ్రాంగ్ల నిఘంటువులందు జక్కులవారికిఁ గామేశ్వరీ దేవతారాధకులుగనే

28. మంజువాణీము. శా. ప్రచురణ ఏలూరు. తృతీయముద్రణ, 1921 'స్త్రీల పాటలు'– ద్వితీయభాగము–పుట 40-43

29. క్రీడాభి రామపీఠిక –పుట 96

పేరొ్కని యుండిరి. అనఁగా వారికాలమునను (క్రీ. శ. 19 వ శతాబ్ది పూర్వార్థము) గూడ జక్కులు కామేశ్వరిని గొల్చుచునే యుండిరనుట నిశ్చయము. దేశమందుఁ బలుతావుల నావ్రతసంప్రదాయము వ్యాప్తి గాంచుట జూడ జక్కులు "దేశద్రిమ్మరి" జాతివారుగాఁ గూడఁ గన్పట్టుచున్నారు. "దేశద్రిమ్మరి" జాతులలోఁ దఱచువృత్తులు మాఱుచుండుట సహజము. అందుచేతనే కానోపు నీనాఁడు వారికిని యక్షగానమునకును సంబంధము గానవచ్చుటలేదు. వారికిఁదమజాతీయ గానకళాభిమానము కంటె ముఖ్యమైనది కొలముదేవతయైన కామేశ్వరి కొలుపు. అదిమాత్రము వారువిడిచినట్లు గానరాదు. కాలక్రమమున వారు కామేశ్వరినే నమ్ముకొని "దేశద్రిమ్మరు"లై యూరూర సంతానకాంక్షుల యిండ్లఁ బేరంటములు సేయుచు స్వీయజాతీయ గాన కళాభిమానములను వీడియుందురుగాక, కాని యాంధ్రమున యక్ష గానప్రాదుర్భావమునకు వీరియాటపాటలతోడి సంబంధమే యాంత రంగిక కారణమై యుండును.

యక్షగానమునకీ జక్కులవారి సంబంధము కారణముగా వారి కామేశ్వరికథ శివ కేశవోభయ మాహాత్మ్య ప్రతిపాదకమును నొక విశిష్ట వ్రత సంప్రదాయమునకుఁ జెందినదియు నగుట చేతను. పాల్కురికి సోమన మాటలనుబట్టి యక్షగానము మొదట శ్రీశైలాది క్షేత్రములలో శివరాత్ర్యుత్సవాది సందర్భములలోఁ బ్రదర్శితమగు చుండెడి దని యూహింప నయితి యగుచుండుటచేతను నది హైందవ మతవైదికమనఁ జెల్లును. కన్నడదేశపు యక్షగాన ప్రదర్శన సంప్ర దాయమున దత్సంబంధి కాఁ దగు యక్షరాత్రి గాథ వైఖరి జూచి నను నందు హైందవపురాణ విశ్వాసప్రతిపత్తి ప్రతీయమాన మగు చున్నది.

పూర్వవాద సమన్వయము

ఆంధ్రమున యక్షగానోత్పత్తి గురించి విపశ్చిద్వరేణ్యులు కొందరిదివఱకుఁ గొంత విచారణ సల్పియుండిరి భిన్నమతము లుత్పన్నములైనవి కాని యందెవ్వరును జక్కులవారి సంబంధమును బూర్తిగా విసర్జించినవారుకారు. ఆ మత ప్రతిపాదనలలో ముఖ్యము లైనవి మూఁడు. తత్తద్వాద ప్రతిపాదకులలో ముఖ్యులు మువ్వురు. కీ. శే. పంచాగ్నుల ఆదినారాయణశాస్త్రిగారు, కీ. శే. వేటూరి ప్రభాకరశాస్త్రిగారు, డాక్టరు శ్రీ నేలటూరి వెంకటరమణయ్యగారు.

1. జక్కుల సంబంధము వాదము

యక్షగానోత్పత్తినిగూర్చిన విచారణలో ఆదినారాయణశాస్త్రి గారి వాదము ప్రాథమికము. ప్రాతః స్మరణీయము. యక్షగాన మునకును జక్కులకును గల యనుబంధమును నిరూపించుటకుఁ బ్రయత్నించినవారిలో వారే మొదటివారు.[30] ఆంధ్ర దేశమున విద్యా వివేక ఘనులగు ప్రాచీన జాతుల వారిలో జక్కులు, బవినిడులు మున్నగువారు మిక్కిలి ప్రాచీనులనియు, నాంధ్రమునఁ బ్రాచీన కళా కౌశలమును వెలువరింపఁజాలిన స్మరణచిహ్నములేమైన వాఙ్మయ రూపమున నున్నవని మనము తలంతుమేని యయ్యవి జక్కుల పాటలును, జక్కుల యాటలును, జక్కుల చిత్రకళా కౌశలములునుమాత్రమె యగును గాని వేఱు కావనియు, జక్కులు తొలుత జాతీయ వీరనారీ మణుల చరిత్రలనే గానము చేసెడివారనియు, సీనాఁటి పల్నాటి జక్కులకడ నందులకు సాక్ష్యము గలదనియు సెలవిచ్చినారు శాస్త్రి

30. చూ. "యక్షగానములు లేక జక్కుల పాటలు" అను వారివ్యాసము— ఆంధ్రపత్రిక దుర్మతి (1921) సంవత్సరాది సంచిక, పుటలు 121—126.

గారు. ఇది కొంతవట్టు యథార్థము కావచ్చును. కాని జక్కు శబ్ద విచారము గూర్చి వారు చేసిన ప్రతిపాదన సమర్థనీయముగాఁ దోఁపకున్నది. "యక్షులు అను పదమునకు మన పండితులు జక్కులు అనునది తద్భవ రూపమని వ్యవహరించు నాచారమున్నది. కాని జక్కులు అను మాట కేవలమును దేశ్యమని నా భావము. మనవారు దేశ్యశబ్దముల కనేకమునకు అర్థతా ప్రాకట్యమునకుఁ గాఁబోలు — సంస్కృత రూపములను గల్పించి వ్యత్యయముచేసి, సంస్కృత భావత్వమును అనుగ్రహించియున్నారు. ఈ వాడుక మన పండితులకుఁ గ్రొత్తకాదు. తెలుఁగు అను పదమునకు త్రిలింగాది రూపములు గల్పించుటలు మున్నగువానిఁ బరీక్షించినచో పైని చెప్పిన మనవారి వాడుకలోఁ గల యాథార్థ్యము తేలగలదు" అని వక్కాణించి యున్నారు శాస్త్రిగారు. మన పండితులు దేశ్యశబ్దములు గొన్నింటికి సంస్కృత రూపములను గల్పించిన మాట వాస్తవమే కాని తద్భవ దేశ్యశబ్ద విచారమున సర్వదా యీ సూత్రము వర్తింపదు. అందును శాస్త్రిగారు చూపిన తెలుగు - త్రిలింగ శబ్దముల సామ్య మవిచార రమణీయము. అది యట్లుండ సామ్య మనునదొక విషయమును సమర్థించుటలో సమాధాన ప్రతిపత్తిసాధనమునకొక యుపాధి కాఁగలదు. కాని యదియే యుపపత్తి కాఁజాలదు. ఇంతకును జక్కులపాటయే పండితుల గీర్వాణవశమున యక్షగానమైనదని శాస్త్రిగారి వాదసారాంశము. అట్లైనచో జక్కులజాతియే ప్రాథమికమైన దనవలయును. మఱి యా జక్కులజాతి యెట్లేర్పడినదనున దొక యక్షప్రశ్నవలె మిగులును. యక్షులే జక్కులైనా రనుటకు వారిజాతి యైతిహ్య ముండనే యున్నది. (పూర్వోక్తము). కాని జాతియుత్పత్తిని గూర్చిన చారిత్రకమైన విచారణలో నైతిహ్యములు సరియైన యుపపత్తులు కాఁజాలవు. గ్రంథశాసనాది ప్రమాణముల

వలన జక్కయక్ష శబ్దములలో యక్షశబ్ద ప్రాచీనత్వము, భాషాశాస్త్ర ప్రమాణములచే జక్క యక్ష శబ్దముల జన్యజనకసంబంధము సంగీకరించుట సమంజసమగును. అంతమాత్రమున జక్కులు దేవయోనులైన యక్షుల సంతతివారని చెప్పుటకాదు. భౌమజీవులైన యక్షులు పలుతావుల నుండినట్లు మీఁదఁ జెప్పఁబడినది. ఇట నొకవిశేషము నుటంకింపవలసి యున్నది: ప్రాచీనకాలమునఁ గర్ణాట దేశమున జైనము, నాంధ్రమున భౌద్ధము విశేషప్రచారమున నుండినట్లు చరిత్రవలన విశదమగుచున్నదికదా. జైనులందును, బౌద్ధులందును యక్షులను వారుండినట్లా యా వాఙ్మయములనుండి తెలియుచున్నది గదా. కన్నడ దేశపు బెక్కడిగలు, మన జక్కులును వారి సంతతివారైననునై యుండవచ్చును. ఆయా దేశములందు జైన బౌద్ధముల ప్రాబల్యము క్షీణించిన తరువాత వారు హైందవమతావలంబులై యుందురు. లేదా జక్కులవారి విశ్వాసమును బట్టి దేవయోనులైన యక్షుల స్వరూపస్వభావాదులు పురాణాదులవలన విన్నంత కన్నంత వారి నాకర్షించి యుండును; వారు యక్షజాతిసంప్రదాయ విధేయులై యుందురు. లేక సింహళదేశపు వడ్డాజాతివారివలె యక్షారాధకులై యుందురు. లేక పాల్కురికి సోమనాథుఁడు చెప్పినట్లు శ్రీశైలాదిక్షేత్రములలో యాత్రికుల శివరాత్రి జాగరణాది సందర్భములందు గంధర్వ యక్షాది నేపథ్యములతో గాన కాలక్షేపములు చేయుచుండి, వివిధదేవయోనులలో యక్షులు విశేషము విచిత్రమైన వారును, గామరూపులునని ప్రసిద్ధి కాఁబట్టి దాని కనుగుణముగ వారు వేయుచుండఁబోలునని యూహింపఁదగిన యా యక్షవేషములు యాత్రికజనుల నెక్కువ యాకర్షింపఁగా బహుజనామోదమునకై తఱచు యక్షవేషములనే వేయుచు గాన కాలక్షేపములను జేయుచు నదే ప్రధానవృత్తిగాఁ బరిణ

మొంప నట్టివారందఱు నొక జాతిగాఁ బరిగణింపఁబడి, వారివృత్తికి సంబంధించిన యక్షశబ్దమే వారికి జాతివాచకమై జనవ్యవహారమున రూఢమై నలుగుడువడి కాలక్రమమున జక్కులశబ్దముగా మాఱియుండును.

జక్కులజాతి యైతిహ్యమున శివుఁడు యక్షులను బిలిచి జక్కుల ముద్రలు వైచి సంగీతోపకరణము లిచ్చి యొక నియోగము జేసినట్లు గలదు కదా. శివుఁడు సర్వలోకేశ్వరుఁడనుమాట యటుండ నతఁడు కుబేరసఖుఁడు, కుబేరుఁడు యక్షరాజుగావున నట్లయినను యక్షులు పని గల్గినప్పుడు శివాజ్ఞకు లోఁబడవలసినవారే యగుదురు. శ్రీశైలాదిశివక్షేత్రములందుఁ బ్రవర్తిల్లు వినోదకాలక్షేపములలో యక్ష నేపథ్యములకు బ్రసక్తిగలదఁగా యక్షులకును శైవమునకు నేదో సంబంధముండినట్లు పొడగట్టును. పై విషయమును బేర్కొనిన పాల్కురికి సోమనాథుఁడు నాతని వాఙ్మయమును వర్థిల్లిన కాలము కన్నడ విషయమునుండి యాంధ్రమునకు వీరశైవము విజృంభించుచుండిన కాలము. అప్పుడా మతప్రచారార్థమో లేక శివసందర్శనాభిలాషులగుటనో ప్రసిద్ధములగు శ్రీశైలాది శివక్షేత్రములకుఁ గన్నడదేశపు జక్కుల గాణాలు వచ్చుచునుండిరేమో! వారిలోఁ గొందఱు తెలుఁగుదేశమున స్థిరపడి నలువంకల వ్యాపించి, తెలుఁగువారిచే జక్కులవారని వ్యవహరింపఁబడుచు నుండిరేమొ! ఇది యంతయు నీ నాఁడాధారము లుపలబ్ధముగునంతలో నూహ కుపాధి యున్నంతలో నొక నికటమైన సమన్వయమున కనుగలము కాని వివిధ విచికిత్సల స్వరూప ప్రదర్శనము మాత్రమే కాని యన్వర్థసిద్ధాంత మెంతమాత్రమును గాదు. ఏదెట్లయినను బ్రాదుర్భావకాలమున యక్షగానమునకు యక్షశబ్ద వాచ్యులైనవారితోడనో యేదో ప్రగాఢమైన సంబంధముండియే యుండు ననుటయు, జక్కుల గానకళానుబంధమును గాదన రానివి. ఆ యక్షశబ్ద

నాచ్యాలు జక్కులే రైయె యుందురనుట యిప్పటిమట్టునకు సమంజసము గనే కనిపించుచున్నది.

ఒకానొకప్పుడు పర్యాయాంతరముగా జక్కులపాట యనునది జనసామాన్య వ్యవహారముననుయక్షగానమనునది పండిత వ్యవహారము నను నుండి యుండి కాలక్రమమునఁ బండితవ్యవహారమే రూఢమై యుండును. ఆదినారాయణశాస్త్రిగారి వాద మీ విధముగా సగము సమర్థనీయమగుచున్నది.

2. కొరవంజె వాదము

ఇఁక రెండవ వాదము ద్రవిడదేశపు దృశ్యప్రబంధ విశేషమగు కొఱవంజి లేక కురవంజినుండి యక్షగాన ముత్పత్తియైనదనుట. ఈ వాదమునకు మొదటఁ బాదు కల్పించినవారు కీ. శే. వేటూరి ప్రభాకరశాస్త్రిగారు. వా రిందుగుఱించి తమ సుగ్రీవవిజయ[31] పీఠికలో నిట్లు సెలవిచ్చియున్నారు

"తెలుఁగునకు సాటి భాషలగు ద్రవిడ కర్ణాట భాషల పద్ధతులనుబట్టియుఁ దెలుఁగులో నిప్పుడుపలభ్యమానము లగుచున్న కొన్ని ప్రాచీన దృశ్యరచనముల తీరులనుబట్టియు, ద్రావిడ భాషాసామాన్యముగాఁ దొలుత వెలసిన నాటక రచనల స్వరూపము కొంత గుర్తింపవచ్చును.

"తొలుత ద్రావిడ భాషలలో వెలసిన దృశ్య రచనములు కురవంజు లనఁబడునవి. ఆంధ్ర కర్ణాట ద్రవిడ దేశముల యరణ్యములలో వసించు నాటవికులు, చెంచులు, కురవలు (కోవ, కోయ) అనువారు. అందు కురవజాతివారి యంజె=అడుగు (నృత్య విశేషము) కురవంజె యనఁబడెను. చిందు, గంతు, గొండ్లి, అంజె, అంగ - ఇత్యా

31. కపిలేశ్వరపురం జమీందారుగారిప్రచురణ, 1939.

దులు నృత్యవిశేషములు. ఆంధ్రదేశమున బహుకాలమున నుండి శివక్షేత్రములగు శ్రీశైలము, ఇంద్రకీలనగము (బెజవాడ కొండ) మొదలగు పర్వతములమీఁదను నృసింహక్షేత్రములగు వేదాద్రులు (పెక్కులున్నవి. మంగళాద్రి, సింహాద్రి. గరుడాద్రి, మాల్యాద్రి, వెంకటాద్రి) మొదలగు పర్వతములమీఁదను వర్షోత్సవములు (యాత్రలు, జాత్రలు, జాతరలు) జరుగునప్పు డక్కడికి నాగరక ప్రజలు చేరుచుండువారు. వారి వినోదమునకై యక్కడి యాటవికులు, రాత్రులందు నృత్యవిశేషములు నెఱపి ధనార్జనము చేయుచుండువారు. అక్కడక్కడి కొరవ జాతులవారు చేయు నృత్యములు కొరవంజు లనఁబడెను. కొరవంజెయన్న పేరు తొలుత వారి నృత్యమునకును, పిదప నృత్యవిశిష్టమైన వారి చిన్ని చిన్ని గేయరచనలకును, నాపై కురవజాతి వారికినిగూడఁ బేరైనది. కురవ జాతివారు తొలుత చేయు నృత్యవిశేషము కాలక్రమమున నాయాపర్వతప్రదేశముల స్థల మాహాత్మ్య కథలతోను, శివ విష్ణులీలా కథలతోను మిళితములయి గేయ విశిష్ట నాట్యరూపములను బడసెను. అప్పుడు మాయాకిరాతార్జునీయము. నృసింహస్వామి చెంచీతను బెండ్లాడు స్థలమాహాత్మ్యకథలు (చెంచెత కథ) కురవంజులుగా వెలసెను. ఇట్లు వెలసిన యాదృశ్యరచనములు తొలుత నత్యల్పముగా గేయభాగములును విశేషముగా నృత్యమును గలవై యుండెను. అవి సింగి, సింగడు - అని యిద్దఱు పాత్రములు గలవై సంస్కృత వీధినాటకముల బోలియున్నవి....ఎంతో కాలమిట్లు కొండపట్టులందు సాఁగుచుఁ బెంపొందిన గేయనృత్య సందర్భములు నగరములకుఁగూడఁ గ్రమముగా వ్యాపించినవి. చెంచులు, కురవలు ... ఆటవికవస్తువులను నగరములకుఁ గొనివచ్చి అమ్ముచు నప్పుడప్పుడు తమ గేయ నృత్య విశేషములను నగరములందును, పల్లెలందును బ్రయోగించుటచే నవి నాగరిక దేశములందును వ్యాపించినవి.

"ఇట్లు నగరములందు సభిరుచి గొల్పిన యా గేయవిశిష్టనృత్య దృశ్యములు, జక్కులవారు (యక్షులు, కళావంతులు) తర్వాత నగరము లందును ప్రయోగింపఁజొచ్చిరి. వీరి ప్రయోగములందు దృశ్యమయిన నృత్యాభినయనములతో పాటుగా నధికముగా గేయ వచన రూపమైన శ్రవ్యరచనముగూడఁజేరెను. కురవంజులకంటె యక్షగానములు పర్యాప్తముగా శ్రవ్యములగు కవి రచనములు గలవి. వీరి రచనములతో బహువిధములగు పురాణకథలెల్లఁ జేరినవి. కురవంజులలోని సింగి, సింగఁడు పాత్రలు మాఱి రామ నల హరిశ్చంద్ర సీతా దమయంతీ చంద్రమత్యాది పాత్రలు వచ్చినవి. కాని వీనిలో నాటకీక రచనా సంస్కార సూచకముగా "ఎఱుకలసాని" పాత్రము వెలసినది. కురవంజులలోని దేశి రచనలకంటె సత్యధికముగా వీనిలో దేశిచ్ఛందోబద్ధములగు గేయరచనలు ప్రబలినవి. రాజసభలలో, దేవోత్సవములలో, ఊరి జాత్రలలో యక్ష గంధర్వాది వేషములు ధరించి వేశ్యలు ప్రదర్శించునవి గావునను, నృత్యధర్మములకంటె గేయధర్మము లధికముగాఁగలవి కావునను నివి యక్షగానములనఁబడెను. కళావంతులలో నొక తెగకు నేఁడు జక్కులవారను పేరు గలదు. యక్షాది వేషముల ధరించి నృత్య గాన ప్రదర్శనములను గావించుటచేత నే వారికా పేరు వచ్చియుండును......యక్షగానము లిట్లువెలసినను ప్రాచీనములయిన కురవంజి రచనములును యక్షగాన రచనా విధాన సంకలితములై ఈకాలమునఁగూడఁ గొన్ని సాగుచునే వచ్చినవి ... భిన్న పాత్ర వేష ధారణము లేక సింగి, సింగఁడు పాత్రలతో వెలసిన వీధి నాటకము లనఁబడు కురవంజులు యక్షగాన రూపమునఁ బెంపొందినపుడు వేష భేదముగల పాత్ర భేదములును బెంపొందెను."

పై వాదము పిండితార్థము కురవంజినుండి యక్షగానము పెంపు పొందినదనుట. అసలు ప్రభాకరశాస్త్రిగారి వాదమున కుపాధి గల్పిం

చిన సందర్భము కొరవంజి పేరిటఁ గొన్ని యక్షగాన ప్రాయరచనలు నేఁటి దక్షిణాంధ్రభాషా సామాన్యముగాఁ గన్పట్టుటయే. అది యథార్థమే కాని యీ వాదమునకొక పూర్వపక్షముగలదు. మొగటివిషయము యక్షగానము పేరితోఁ దక్కఁ గొఱవంజి పేరిటి దృశ్యరచనలు 17 శ. కు ముందునాఁటివి యే వాఙ్మయమునందును గన్పట్టుట లేదు. కాని కొఱవంజి పేరంతకు ముందే చాలకాలమునుండి వినవచ్చుచున్న మాట వాస్తవము. అయితే ప్రభాకరశాస్త్రిగారి వాదమెంతవఱకు సత్యసన్నిహితమో పరిశీలించుటకు ముందు కొఱవంజి చరిత్రమును, కొఱవంజి యక్షగానముల సంబంధములును బర్యాలోకించుట కర్తవ్యము

కొఱవంజి శబ్దమున కర్థమును తమిళ కన్నడాంధ్ర నిఘంటువులిట్లు తెల్పుచున్నవి.

1 Kura – Vañci – Woman of the Kurava tribe, fortune teller. A Kind of dramatic poem

Vañci (వంజి) = Woman.

(Madras University Tamil Lexicon)*

2. కొఱవంజి – (కొఱవతి – కొఱవిత్తి) A female of the Koravas, who commonly is a fortune teller. (కుఱవంజి, కుఱత్తి). (F. Kittel's Kannada-English Dictionary)

3. a (కొరవంజి) A gypsy. A gypsy dance. (C. P. Brown's Telugu-English Dictionary)

---

* Ibid Kuravan n [T. Korava, K. Korava, M. Kuravan] Inhabitant of the hilly tract, of the desert tract; Kurava, a caste of fowlers, snake catchers, basket makers and fortune tellers. Kuravi. n [K. Koravanji] a woman of Kurava caste.

Kuri. v. tr. To foretell, predict, forebode; n. Omen, presage.

b (లేక) కుఱవంజి — కొరవజాతిస్త్రీ, ఎఱుకుది (సూర్యరాయాంధ్ర నిఘంటువు)

c — "కొరవంజి అను పాత్ర ప్రవేశము గల యక్షగాన రచనకు కొరవంజి అని పేరు" (ఆంధ్ర వాఙ్మయసూచిక)

ఉపరి నిఘంటు ప్రతిపాదితార్థములను బట్టి కొఱవంజి శబ్దమునకుఁ గాలక్రమమున నెన్ని యర్థములు గలిగినను గొఱవజాతిస్త్రీ యను నర్థము సమంజస మైనదిగను ప్రాచీన మైనదిగను గన్పట్టును. ఈ శబ్దస్వరూప మేభాషయందును ప్రభాకరశాస్త్రిగారు పేర్కొనినట్లు కొరవ + అంజె యనిగాని, లేక అంజ, అంజయ అనిగాని పేర్కొనఁబడలేదు. అన్నిట 'కొఱ - వంజి' యనియే పేర్కొనఁబడినది. "వంజి" యనునది తమిళభాషయందొక స్త్రీ వాచక శబ్దమనుట స్పష్టము.

కొఱవ జాతిని గుఱించి వారు దక్షిణ హిందూదేశ ద్వీపకల్పమంతటను వ్యాపించియున్న యొక "దేశద్రిమ్మరి" తెగవారనియు, వారు భిన్న భాషా ప్రదేశములలోనుండుటచేత భిన్న భిన్న నామములతో ననఁగా నత్యంత దక్షిణమునఁ గొరవలనియు, నాంధ్ర దేశమున నెఱుకలనియు వ్యవహరింపఁబడుచున్నారనియు, భిన్న భాషలనగాఁ దమిళాంధ్ర కర్ణాటములను గలగాపులగముగా వాడుదురనియు, కొరవలు నెఱుకలు నొక్కకోవలోనివారు కనుకనే యిరువురకు నెఱుక చెప్పుట వృత్తియై యున్నదనియు, నిరువురును గొల్లాపురమ్మను గొల్తురనియుఁ దెలుగుదేశపు టెఱుకలవిషయమున వృత్తివాచకమైన శబ్దమే వారికి జాతి వాచకముగాఁ బరిణమించినదనియు థర్‌స్టన్

గారి దక్షిణ హిందూదేశపు కులములు తెగలను గూర్చిన యాంగ్ల గ్రంథమునఁ గలదు.

కాని పై గ్రంథమునఁ గొఱవ జాతి ప్రాచీనతనుగుఱించి గాని వారి యాటపాటల గుఱించిగాని చెప్పఁబడలేదు. ప్రాచీన తమిళ మహా కావ్యములలో నొకటియగు శిలప్పదిగారమున[32] 'కురవైకూత్తు'* అనఁగా కురవై అను నృత్యవిశేష మొకటి తఱచు పేర్కొనఁబడినది. అది ప్రాయికముగాఁ గురవలలేక కొఱవల జాతీయ నృత్యవిశేషమై యుండునని పలువురు పండితుల తలంపు. అది బహుభంగులుగా నుండునని శిలప్పదిగారము వలననే తెలియుచున్నది. కాని రెండు రకములు మాత్రమే శి. గా. స. పేర్కొనఁబడినవి. ఒకటి విష్ణు (కృష్ణ) ప్రశంసాత్మకముగా గొల్లభామలు చేయునది, రెండవది మురుగన్ (సుబ్రహ్మణ్యస్వామి లేక కుమారస్వామి) ప్రశంసాత్మకముగా కొండజాతి కన్యలు (కొఱవంజులు) చేయునది. రెండింటికిని ప్రక్రియలో నించుక భేద మున్నను నవి రాసక్రీడప్రక్రియకుఁ గొంత సన్నిహితముగా నుండును. తన్నిర్వాహకుల కవి పశుజాడ్య దుర్నిమిత్తాది భయాపహములను విశ్వాసము గలదు. ఈ రెంటికిని వరుసగా అచ్చియర్ కురవై, కున్రక్కురవై అనిపేళ్లు. కడమ కురవైకూత్తు రకములలో కార్కురవై యనునది శీతకాలానుకూలమైన గీతనృత్యములుగలది; పిన్రెక్కురవై, మున్రెక్కురవై యనునవి రణ జయసూచకముగా రథసన్నిధిని జరుగు

32. దీని రచనా కాలము గుఱించి భిన్నాభిప్రాయములుగలవు. క్రీ. శ. 2 వ శతాబ్దియని శ్రీ వి. ఆర్. ఆర్. దీక్షితారుగారి యభిప్రాయము. (చూ. వారి శి. గా. అనువాదము – అనుబంధము నం. 2).

* Kuravai n. Dance in a circle prevalent among the women of Sylvan or hill tracts, Chorus of shrill Sound made by women by wagging the tongue, uttered on festive occaoasions (M. U. Tamil Lexicon)

నృత్యములు. ఇవిగాక కొట్ఱవై (దేవత?) గౌరవార్థము జరుపఁబడు కూత్తొకటి గలదఁట.[33] పై విషయములలో "కురవై" పేరును బట్టియు నా కూత్తురకములలో నొకటి (కుఱక్కు-రవై) కొండజాతి స్త్రీలచే సుబ్రహ్మణ్యస్వామి ప్రశంసాత్మకముగాఁ బ్రవర్తింపఁబడునది కాఁబట్టియు (కొరవలు సుబ్రహ్మణ్యారాధకులని థర్‌స్టన్ గ్రంథమునఁ గలదు. ఆయన భార్యయగు వల్లి తమ యింటి యాడుపడుచని వారి విశ్వాసము)* నది కొఱవంజులకు సంబంధించినదే కావచ్చునని తలంపనగును. అట్లైనఁ గొఱవజాతి యతిప్రాచీనమైన దనియు వారికి గొప్ప నృత్యకళాభిమాన ప్రతిష్ఠలు గలవనియుఁ జెప్పనగును. కురవలు ప్రాక్చారిత్రక కాలమునకుఁ జెందిన యొక కొండజాతి దేశద్రిమ్మరి తెగ వారని శ్రీ వి. ఆర్. ఆర్. దీక్షితారుగారి యభిప్రాయము.+ కాని కడమ కురవైకూత్తు రకములకును వారికిని సంబంధముండి నట్లూహింప నశక్యము. అట్టి సంబంధ ముండినట్లూహింప నవకాశము గల యా కుఱక్కు-రవై యైనను వారిజాతీయ వృత్తిసంప్రదాయముల కంతే సన్నిహితముగా లేదు. అందుచే నింతకంటె బలవత్తరమగు నాధారము నన్వేషింప వలయును. మదరాసు విశ్వవిద్యాలయ తమిళ నిఘంటువు కురవై యనఁగా నటపీ గిరి ప్రదేశ జాతిస్త్రీలలోఁ బ్రాచుర్యము వహించిన యొక మండలనృత్యమని మాత్రము పేర్కొన్నది. ఇది యపర్యాప్త నిర్వచనము. వెణ్బామాలై అను తమిళ గ్రంథమున

33 పై విషయముల గురించి వివరములకు శ్రీ వి. ఆర్. రామచంద్ర దీక్షితారు గారి శిలప్పది కారాంగ్లానువాదము, పీఠిక, అధోజ్ఞాపికలు – పుటలు 49, 50, 59, 229, 231, 238, 275, 277, 280, 281, 288, 297, 302, 305 చూడఁ దగును.

* Ibid, పుటలు 281, 280.

\+ పుట 288. అధోజ్ఞాపిక సం. 5.

(111 - 7) "కొఱ్ఱవంజి" యనుపేరు గన్పట్టుచున్నది. కాని యది యొక జయగీతము మాత్రము. (చూ. Tamil Lex.) ("అపరాజిత భూరి భుజా కృపాణధారాజల శాంతశాత్రవ ప్రతాపు" డగు నొక రాజేంద్రుని ప్రశంస యంజలి విషయమగును) కురవంజి యను నది తమిళదేశపు దొంబదియారు ప్రబంధములలో నొకటిగాఁ జేర్కొనఁబడినది.[34] కుఱత్తిప్పాట్టు [35(a)] :- పన్నిరుపాట్టియల్, ఇళక్కణ చిండనై మొదలగు తమిళ లక్షణగ్రంథములందు కుఱత్తిప్పాట్టు (కుఱవతపాట) పేర్కొనఁబడినది. అది మొదట కుఱత్తి చెప్పు కురి(ఎఱుక)విషయముగా గల కురమ్ అను పద్యరూపమున నుండెడిదట. తదుపరి యీకురమ్ కలంబక మను ప్రబంధమున నొక యంశముగాఁ బరిగణింపఁ బడినదట. వీనిపరిణామమే కురవంజి దృశ్య రచనమునకు దారితీసినదట. ఇట్టి దృశ్య రచనములు క్రీ. శ. 17 వ శతాబ్దికిముందు గానరావని తమిళ వాఙ్మయ పరిశోధకుల తలంపు.[35 (b)]. మలయాళమున "కొరత్తి యాట్టమ్" అను పెర నీదృశ్య రచనము ప్రయోగింపఁ బడుచున్నది.[36]

---

34. చూ. ప్రా. లి. పు. భాం. తమిళ గ్రంథముల త్రైవార్షిక నివేదిక. రెండవభాగము ఆర్. నం. 178 - ముత్తానంకర్ కురవంజి గూర్చినవక్కణ.

35 (a). KurattipPāttu - a Poem in which a Kurava woman is represented as describing ιo a maiden her fortune in a love affair. (M U. Tamil Lexicon).

35 (b) చూ. శ్రీ ఎస్. పార్థసారథిగారి "కురవంజి నాటకము" అను తమిళ వ్యాసము - అముద సురభియను మదరాసు తమిళ మాసపత్రిక 1954 సం. డిశెంబరు సంచికలో ప్రకటితము.

36. Vide., 'The Music of the Nrtya Natakas of South India' - Thesis Submitted by Srimatı K. Gomati for the M. Litt of the Madras University. (A Ms. copy of it is kept in that University Library)

కన్నడమునఁ గొరవంజి పేరనే కొన్ని రచనములిట్టివి వెలసినవి.[37] ప్రాకృత భాషలోను, మహారాష్ట్రభాషలోఁగూడ నొక్కొక్క కొరవంజి వెలసియుండుట విశేషము.[38] ఇందెద్దియు నంత ప్రాచీనమైనదికాదు. అన్నియుఁ బదునేడవ శతాబ్ది కటీవలివే. ఇఁకఁ దెనుఁగునఁ గొరవంజికి గల ప్రసక్తియెట్టిదో పరిశీలింపవలసి యున్నది. ఆంధ్ర వాఙ్మయమున మొట్టమొదటగా నెఱుకతపాత్ర ప్రవేశమునకు, నామె యెఱుకచెప్పు ఘట్టమునకును నొక భంగ్యంతర ప్రసక్తి బమ్మెర పోతనామాత్యుని కృతియని చెప్పఁబడు వీరభద్రవిజయము నందుఁ గన్పట్టును. కాని కొరవంజ శబ్దము ప్రప్రథమముగాఁ గన్పట్టుట అయ్యలరాజు రామభద్రకవి (16 వ శతాబ్ది) రామాభ్యుదయము నందు :-

అణునిభ మధ్య లాక్రియలు నాపరి భాషలు నొప్పఁజిందు జ
క్కిణి కొరవంజి మేళములఁ గేళికసల్పిరి దేవతా నటీ
మణులకు బొమ్మవెట్టుక్రియ మర్దళతాళ నినాదపద్ధతిన్
రణదురు రత్ననూపుర ఝుణం ఝుణముల్ మెఱయంబదాహతిన్.

(ఆశ్వా 2 - పద్య 131)

("మేళముల" అనుటకు "వేషముల" అనుపాఠాంతరము గలదు). జక్కిణితోపాటు కొరవంజియు నొకనాట్య ప్రభేదముగఁ బేర్కొనఁబడుట విశేషము. తంజావూరి విజయ రాఘవ నాయకుని

---

37. eg. 'Parvati Koravanji' By Venkayya G. O. M. L. Kannada Mss. D No 1203

38. (Ofcourse by accident) a. Prakrit Koravanji G. O. M. L. Kannda Mss D. No. 1128, Kanthirava Narasaraju Melana Natakagalu-- No. 4

b Marathi-- 'Devendra Kuravanji' by Serfoji II; Saraswati Mahal publication., Tanjore, 1950.

(క్రీ. శ. 1631 - 1673) రఘునాథనాయకాభ్యుదయము[39] ప్రహ్లాద చరిత్ర[40] లందును జక్కిణితోఁబాటు కొరవంజి నాట్య ప్రభేదముగనే పేర్కొనఁబడినది. ఆంధ్ర యక్షగానములలోఁ గొరవంజి వాలక మీ విజయరాఘవుని కాలమునుండియే కన్పట్టును. తదంకితములుగా వెలసిన యక్షగాన నాటకములలో+ (1) మన్నారుదాసవిలాసము. (2) విజయరాఘవచంద్రికావిహారము. (3) విజయరాఘవకల్యాణము నను వానిలో నెఱుకఘట్టము గలదు. అందు వి. రా. చం. వి., వి. రా. క. లం దెఱుకత కొరవంజిగాఁ బేర్కొనఁబడినది. ఆ రెండింట గొరవంజి వేషభాషలు వర్ణితములైన దరువులపేరు "కొరవంజిదరువు" లని యుండుట గమనింపఁ దగినది. అప్పటిమట్టునకుఁ గానరాదు కాని యీ మలితరము నుండియే కొరవంజిశబ్దమే తాదృక్కావ్య వాచిగాఁ బ్రయుక్తమగుట గన్పట్టును. అనఁగా జక్కిణిశబ్దమువలెఁ గొరవంజి శబ్దముగూడ మొదట నొకజాతి స్త్రీవాచకమై, ఆ జాతి స్త్రీ యాటపాట లాదికారణములుగా నొక నాట్య ప్రభేదమునకు నొక గీతప్రబంధమునకును బిమ్మట నొకవిధమగు దృశ్య రచనమునకును బేరగుట గమనింపఁ దగినది. ఆ పరిణామ క్రమము సహజమైనదిగనే తోఁచును.

క్రీ. శ. 1684 - 1712 సం. ల నడుమఁ దంజాపూరి నేలిన మహారాష్ట్ర ప్రభువగు శహాజీ యాస్థాన కవియైన దర్భా గిరిరాజకవి రచించిన రాజమోహన కొరవంజియు,[41] క్రీ. శ. 1704 - 1713 సం. నడుమ

39. తం. స. మ. ప్రచురణ. సం. 3.. 1951. పుట 21

40. తం. స. మ. కే. నం. 541. అవతారిక.

+ (1) ఆం సా. ప. ప్రచురణ, 1937. (2), (3)- తం. స. మ., కే. నం. 603, 602.

41. తం. స. మ, కే. సం, 509 - 511, 570 - ఇందు కొరవంజి, ఎఱుకత, సింగి యను పదములు సమానార్థకముగాఁ బ్రయోగింపఁబడినవి,

మైసూరియొడయఁ డగు కంఠీరవ నరసరాజు రచించిన కొరవంజి కల్లెయుఁ[42] దెలుఁగు కొరవంజులలో మొట్టమొదటి తరమునకుఁ జెందినట్టివి. అవి కొరవంజి పాత్రకుఁ బ్రాధాన్యము గలవి. ముందు నాటి విజయరాఘవ చంద్రికా విహారాదు లందుఁ గొరవంజి పాత్రకుఁ బ్రసక్తి యున్నను నవి కొరవంజులని వ్యవహరింపఁ బడకపోవుటకుఁ గారణము అప్పటికిఁ గొరవంజికి దృశ్యకావ్య ప్రసిద్ధి లేకపోవుట కావచ్చును. లేక యా గ్రంథములందా పాత్రయుఁ గడమపాత్రలతో పాటొకటియై తగిన ప్రాధాన్యము దక్కియుండుటఁ గావచ్చును. అందుచేతనే కాంబోలు గిరిరాజ కంఠీరవ రాజుల కృతులకుఁ బిదప నెఱుకత పాత్రతో నేతాదృగ్రచనము + లనేకము వెలసియున్నను గొన్ని మాత్రమే కొరవంజులని వ్యవహరింపఁబడినవి.

ఇఁక బ్రకృతము - అట్లు వెలసిన కొరవంజులకును యక్షగానములకును గల సంబంధము పరిశీలించుట కర్తవ్యము. ఆ రెండు ప్రక్రియలును దక్షిణ భారత దేశ ప్రముఖభాషలగు తమిళ కర్ణాటాంధ్రములందు మూఁడింటను వెలసియుంట విశేషము. కొరవంజుల పేరఁ దమిళ కర్ణాటాంధ్ర ప్రాకృత మహారాష్ట్రములందు వ్యవహరింపఁ బడుచున్న దృశ్య రచనములన్నియుఁ గొరవంజి పాత్రవిశిష్టములు. అన్నిటను రచనాప్రక్రియ యచ్చుమచ్చు మన యక్షగాన రచనా ప్రక్రియా

42. ప్రా లి పు భాం. కన్నడ గ్రంథములు - డి. నం. 1128. ఇందీతఁడు తమిళ కన్నడ ప్రాకృతములందు రచించిన కొరవంజులును గలవు.

+ అర్వాచీన ప్రబంధములందును గొన్నిట గొరవంజి పాత్రకుఁ బ్రసక్తి కన్పట్టును. ఉదా :- (1) శుకసప్తతి (I, 95 - 100), (2) దశావతార చరిత్రము, VII 285 - 290 ఇందు జక్కిణి వెంట కొరవంజి నృత్యవిశేషముగనుగూడ సూచింపఁ బడినది) (3) వేంకటాచలమహాత్మ్యము (V. 6 - 32, ఇందెఱుక ఘట్టము సుదీర్ఘముగను సుందరముగను వర్ణితము).

సంవాదిగా నున్నది. కొన్ని కొరవంజులు యక్షగానము లనియే పేర్కొనఁబడినవి. ఉదా : పార్వతి కొరవంజి యను కన్నడ కొరవంజి గ్రంథారంభమున గ్రంథకర్త "కొరవంజి కల్లె యక్షగానక్క కథా ప్రారంభవ దెంతనె" యని వక్కాణించినాఁడు సన్నిధిరాజు జగ్గకవి యను తెనుఁగుకవి తను రచించిన "ఎఱుకల కురవంజి" యను గ్రంథమును + "కురవంజి యక్షగానమహాప్రబంధంబు" అని యవతారికలోను గ్రంథాంతగద్యయందును బేర్కొనియున్నాఁడు. అనఁగాఁ గొరవంజియు యక్షగానమును రచనా ప్రక్రియలో నభిన్నము లనియును, గొరవంజి పాత్ర ప్రధానములైన యక్షగాన రచనలకే కొరవంజి మరియొక పేరుమాత్రమనియు గ్రహింపనగును. ప్రదర్శన ప్రక్రియలోఁగూడ యక్షగానము, కొరవంజి - రెండును నృత్య కళాత్మకము లగుట వాని సంబంధమును జక్కిణి కొరవంజి నృత్యములు పూర్వప్రబంధములందు జంటగా పేర్కొనఁబడి యుండిన విషయముగూడ సమర్థింపఁ గల దేమో ! కాని కొరవంజినుండియే యక్షగాన ముత్పన్నమైన దనుటకుఁ బ్రబల ప్రతిబంధకములు కొన్ని గలవు. మొట్టమొదటి సంగతి కొరవంజి శబ్దము యక్షగాన నామోత్పత్తిని సమర్థింపలేదు. పోనీ కొరవంజులే ప్రాచీనములు, వానిని జక్కులవారు ప్రయోగింప మొదలిడిన నాఁటి నుండియే వానికి యక్షగానమను వ్యవహారము గల్గియుండు నన్నచో నందులకు సమాధానము కొరవంజిపేరిట యక్షగాన ప్రాయమైన దృశ్య రచనము క్రీ. శ. 17 వ శతాబ్దికి ముందు వెలసిన జాడ గానరాదు. పదునేఁడవ శతాబ్దికి ముందు వెలసిన యక్షగానములు మాత్రము నేఁడుపలబ్ధము లగుచున్నవి. కొరవంజులన్నిట కొరవంజి పాత్ర కానవచ్చుచున్నట్లు యక్షగానము లన్నిట నాపాత్ర గానరాదు. ప్రాచీన యక్షగానములందా పాత్రకుఁ బ్రాముఖ్యముండి యదికాల

+ ప్రా. లి. పు. భాం. , డి సం, 1852.

క్రమమున దిగజారి యుండవచ్చుననన్నచో, బదునేడవ శతాబ్దికి ముందు నాఁటి యక్షగానము లుపలబ్ధమగుచున్నవి కదా. యందొక్కదాని యందును నాపాత్రప్రసక్తి కానరాకుండుటేల యను ప్రశ్న వచ్చును. అదికాక 17 శ. నుండియే యక్షగానములందా పాత్రకుఁ బ్రాముఖ్యాతి శయించినట్లు తోఁచును. అందుచేతను నీనాఁ డుపలబ్ధము లగుచున్న కొరవంజి దృశ్యరచనలకంటెఁ బ్రాచీనములైన యక్ష గానములు గన్పట్టుచుండుటచేతను యక్షగానమునుండి కొరవంజి పుట్టినదనుట యెంత సమంజస మగునో, కొరవంజినుండి యక్షగానము ప్రాదుర్భవించిన దనుటయు నంత సమంజసమే యగును. అనగా నారెంటికిని బరస్పరజన్యజనక భావసంబంధము లేదనుటయేకాని సంబంధ మసలే లేదనుట పొసగదు గదా. అది యెట్టిదో పైని వివరింపఁ బడినది. మఱి యా సంబంధ మేర్పడుటకుఁ గారణ మేమై యుండునను ప్రశ్న వెన్నంటివచ్చును. క్రీ. శ. 16 - 17 శతాబ్దుల నడుమనొక నూతేండ్ల పైచిలు కాంధ్రనాయక రాజులు దక్షిణదేశమును బరిపాలించుట తటస్థించినది. అందు దమిళనాఁకు నడిబొడ్డగు తంజావూరున విజయరాఘవ నాయకుని కాలమున నాంధ్ర యక్షగాన వాఙ్మయ మభ్యుచ్ఛ్రియ మందినది. చమత్కార జనకత యొక ముఖ్య ప్రయోజనమై యానాఁడు యక్షగాన మొకచాటు కావ్యముగాఁ బరిగణింపఁ బడినది. ఆ కవులకుఁ దాత్కాలిక విషయములు నందు వైవిధ్యము నుపాదేయము లైనవి. సమకాలిక జాతీయజీవన ప్రతిబింబన మా యక్షగానముల కొక జీవలక్షణముగాఁ దోఁచును. విజయ రాఘవాస్థానమున వెలసిన యక్షగానములలో నాఁటి వివిధ రాజాస్థానోద్యోగులు, పండితులు, కవులు, పురోహితులు, ముత్తైదువలు, గొల్లలు, చెంచులు జక్కులసాని మొదలగువారి పాత్రలు వేషభాషా విశేషములు జాతివార్తాచమత్కార చారువులుగాఁ జిత్రింపఁబడినవి. అట్టిచో

నట్టి యక్షగానములందు కొరవంజియు నొకపాత్ర యగుటలో వింత లేదు. కొరవంజు లెంత గిరికానన వాసినులైనను దఱచు పురములు జొచ్చి ప్రియకాంత్రులైన పురంధ్రుల కెఱుక చెప్పుట వారిముఖ్యవృత్తి. వారి యాటవికమైన వాలకము పలుయాసలబాస, "కురి" చెప్పు నపుడొక కూనరాగముతో నెఱుక దేవుళ్ళ నేకరువు పెట్టునోడుపు మొదలగు విషయములు జాతివార్తా చమత్కార ప్రియులైన నాఁటి యక్షగాన కవుల నాకర్షించి యుండును. లేక కొరవంజి యప్పటికే తొంబదియాఱు తమిళ ప్రబంధములలో నొకటిగా, బరిగణింపఁ బడుచుండినచో నా తంజావూరి తెలుఁగు కవులు తమ యక్షగాన రచనలలో దానిపోకడను గ్రహించిరేమో! తమిళదేశమున నాంధ్ర రాజుల కాలమున నట్టిది సంభావ్యముగదా + అంతియకాక భరత విద్యా ప్రియంభావుకులగు నాయకరాజులు బహువిధ దేశీయ నృత్య గీత ప్రబంధ విశేషములయెడ నత్యంతాదరము జూపినట్లు వారి వాఙ్మయము సాక్ష్యమిచ్చుచున్నది. ++ అందు జక్కిణి, కొరవంజు లకుఁ గూడ వారి యాదరము లభించినది. మన వాఙ్మయమున నా రెండును దఱచొకదానివెంట నొకటి జంటగాఁ బేర్కొనఁబడుటఁ జూడ నారెండింటికి నేదో సాదృశ్య ముండినట్లు తోఁచును. కాని యాంధ్ర ద్రవిడ దేశములం దవి సమానాంతరముగాఁ బరస్పరాను

+ విజయరాఘవ రచిత రఘునాథాభ్యుదయములందు దొంబడి యాఱు తమిళ ప్రబంధములలో నొకటియగు "ఉలా" ప్రబంధపు పోకడగలదు. చూ శ్రీ మల్లంపల్లి సోమశేఖరశర్మగారి పీఠిక,

++ చూ. విజయరాఘవుని ప్రహ్లాదచరిత్ర, చెంగల్వ కాళకవి రాజగోపాల విలాసముల యవతారికలు. (రా. గో. వి. నఁగూడ జక్కిణితోపాటు కొరము, కొరవంజి దృశ్యరచనకు మూలమైనది, నాట్యబంధముగాఁ బేర్కొనఁబడినది. 1 - 23)

బంధ నిరపేక్షముగనే వర్ధిల్లుచు వచ్చియుండును గాని వానికతి ప్రాచీనమైన సంబంధ ముండిన చొప్పు గానరాదు. ఏమైన సంబంధ మేర్పడి యుండిన నది నాయకరాజుల కొలువులోనే యేర్పడి యుండెనేమో! ఒకవేళఁ గొరవంజి యక్షగాన ప్రాయమైన దృశ్యాత్మక సాహిత్య ప్రక్రియగా వెలయుటకు నాయకరాజుల కృషియే మూల కారణ మగునేమో! అసలు యక్షగానము తమిళుల కాంధ్రులు పెట్టిన భిక్షగనే తోచును. + ఇదినిజమైనను గాకపోయినను వేటూరి వారి వాదము నిలువఁజాలదను విషయము మీఁద నిరూపింపఁబడినది. అసలు వారి కురవంజివాదము. యక్షగానము మాట యటుండ సంస్కృత నాటకోత్పత్తి విషయము దాఁక నరసాగినది. "దేశిరచనలలో నుండి సింగి, సింగఁడు, కోణంగి, దరువు అనునవి నటీనటులుగను విదూషకుండుగను ధ్రువగను సంస్కృత నాటకములఁ జేరనేమో యని కూడ యోజింపఁదగినట్లున్నది." అని యనియున్నారాయన. * అట్లే "కురవంజులలోని సింగి, సింగఁడు పాత్రలు మారి రామ నల హరిశ్చంద్ర సీతా దమయంతీ చంద్ర మత్యాదిపాత్రలు వచ్చినవి." అని యక్షగాన విషయమున ననియున్నారు. కాని యట్లు సింగి, సింగఁడు పాత్రములకు మాఱుగా రామ నలాదిపురాణ ప్రసిద్ధములగు

+ తంజావూరు నాంధ్రనాయక రాజుల పాలించిన కాలమున నిట్టిది సంభావ్యముగదా, నాయకరాజులకు ముందునాఁట యక్షగానములు తమిళమున లేవు. తెనుఁగు య. గా. లనే కొన్నిటిని తమిళకవులు "తర్జుమా" చేసికొని యుండుట విశేషము ఉదా:- రాజగోపాలన్ అను కవి రచించిన "సుక్కిరీవ విజయం" అను తమిళ యక్షగానము (ప్రా. లి. పు. భాం. డి. నం 509 – 511) మన కుందుకూరి రుద్రకవి సుగ్రీవ విజయమున కనువాద ప్రాయమైనది. (తమిళయక్షగానములందైన నన్నిటను గొరవంజి పాత్ర లేదు. అందులకు నీ సుక్కిరీవ విజయమే తార్కాణ)

* సుగ్రీవ విజయ పీఠిక పుటలు 6 – 7.

పాత్రములు యక్షగానములందుఁ బ్రవేశించెననుట "సబబు" కాదు. పురాణపాత్రలకును సింగి సింగఁడు పాత్రలకును నేకత్ర ప్రసక్తిగల యక్షగానము లనేకము గలవు.[43] ఎటుజూచినను వేటూరివారి వాదము నిలుచునట్లు లేదు. కాని వారా వాద సందర్భమున యక్షగానము గుఱించి చెప్పిన యితర విషయము లనేక మమూల్యము లైనవి. అవశ్యము గ్రాహ్యములును. వారును యక్షగానమునకు జక్కులవారితోఁ గల సంబంధము గుర్తించియుండుట గమనింపఁదగినది.

వేటూరి వారీ కొరవఁజి - యక్షగాన సంబంధ వాదమును బ్రతిపాదించిన దినములలోనే మఱికొంత మంది పండితులు నట్టి యభిప్రాయములనే వెలిబుచ్చిరి. శ్రీ చింతా దీక్షితులుగారు "కొన్ని యక్షగానాలలో కొరవంజి పాత్ర వుంటుంది. అట్టి యక్షగానాలకు కొరవంజులని పేరు .... తెలుగు యక్షగానాలు ప్రశస్తమైన వాఙ్మయ శాఖ అనిన్నీ, ద్రావిడ వాఙ్మయంతో సంబంధం కలవి అనిన్నీ వెల్లడి అవుతోంది." అని వ్రాసియున్నారు.[44] నిన్న మొన్నటి దనుఁక జాలమంది పెద్ద లీ వాదమునే యామోదించుచు వచ్చిరి. ఆచార్య శ్రీ ఖండవల్లి లక్ష్మీరంజనముగారు "రూపకావిర్భావములో మొదటిదశ కురవంజులు వెడలుట ..... కురవంజులు అటవికుల మూలమున పట్టణములకు వ్రాకి నగరకవులు కురవంజుల వంటి రచనలు చేయసాగిరి. వీనిని ప్రదర్శించువారు జక్కులు గనుక నివి యక్షగానములను పేరుదాల్చెను." అని వేటూరివారి వాదము

43. తరిగొండ వెంగమాంబ శివవిలాసము, కొరిమెల్ల కురవంజి (ప్రా. లి. పు. భాం. ఆర్ నెం. 978)

44. చూ. వారి "కొరవంజి" అను వ్యాసము - ఆంధ్రపత్రిక ప్రమాది సంవత్సరాది సంచిక

నాహ్మోదించిరి. వీరును యక్షగాన నామోత్పత్తి విషయమున జక్కుల జాతిసంబంధము నవశ్యము నంగీకరించిన వారే.[45]

మొట్టమొదటగా నీ కొరవంజి - యక్షగాన జన్యజనక సంబంధ వాదము పొడ నగల్చి "కొరవంజినుండి యక్షగాన ముత్పత్తి యాయెనని చెప్పుట సరికా" దని నిరూపించి,[46] యక్షగానోత్పత్త్యభ్యుదయములఁ గూర్చిన పరిశోధనలో విశేషకృషి సల్పి పూర్వ పరిశోధకులకంటె నెక్కుడు విశేషములుదెల్పి భావిపరిశోధకులకు మార్గదర్శకులైనవారు డాక్టరు శ్రీ నేలటూరి వెంకటరమణయ్యగారు. యక్షగానోత్పత్తి విషయమై వారి యభిప్రాయము లెట్టివో తెలిసి కొనుట యవశ్య కర్తవ్యము.

-: (3) బొమ్మలాట - యక్షగానము+ :-

బొమ్మలాటల పరిణామమే యక్షగానమని శ్రీ వెంకట రమణయ్యగారి యభిప్రాయము. "యక్షగానములు మతప్రచారము కొఱకు ప్రభవించినవిగాని వేడుక కొఱకుఁగాదు. మతబోధ కొఱకు మన ప్రాచీను లవలంబించిన మార్గములలోఁ బురాణేతిహాసాదులలోని గాథలను జన సామాన్యమునకుఁ గన్నుల గట్టునట్లు ప్రదర్శించి చూపుట యొకటి. బౌద్ధమత ప్రచారమునకు అశోక చక్రవర్తి యీ మార్గమును ననుసరించి నట్లాతని శాసనములవలనఁ దెలియుచున్నది. మత ప్రచారమునకు మిక్కిలి యనుకూలమైన సమయములు యాత్రలు, వీనిని మనము జాత్రలనియు దిరునాళ్ళనియు జెప్పుదుము. ఆసమ

45. చూ వారి "ఆంధ్ర సాహిత్య చరిత్ర సంగ్రహము" - పుటలు 208-210.

46. చూ. వారి "యక్షగానము. తంజావూరు" అను వ్యాసము - ఆంధ్ర పత్రిక ఖర సంవత్సరాది సంచిక. (1951 - 52).

+ ఈవిషయమై యిదివఱకొక వ్యాసము ప్రకటించి యుంటిని. చూ. భారతి ఆగస్టు, 1955.

యములందు కూడ వేలకొలది జనులను వినోదపెట్టుచు దన్మూలమున ధర్మబోధన సేయుట కొఱకే ప్రదర్శనము లేర్పడినవి. ఇట్టి ప్రదర్శనము లాద్యమున కొయ్యబొమ్మల మూలముననుదోలుబొమ్మల మూలమునను సాగెడివి. సూత్రధారుడు – అనగా బొమ్మలకుగట్టిన దారములను ధరించువాడు – కథను గేయముగ బాడుచు దదనుగుణముగ దారములను లాగి బొమ్మల నాడించువాడు. ఇట్టి బొమ్మలాటలు శివరాత్రి మహోత్సవ సమయమున శ్రీశైలమునందు ప్రదర్శించు వారని పాల్కురికి సోమనాథుని పండితారాధ్య చరిత్రమున గలదు.

> భారతాది కథల చీర మఱుగుల
> నారంగ బొమ్మల నాడించు వారు
> కడు నద్భుతంబుగ గంబ సూత్రంబు
> లడరంగ బొమ్మల నాడించువారు

ఇందొకటి తోలుబొమ్మలాట. మఱియొకటి కొయ్యబొమ్మలాట. ఈ బొమ్మలాటల పరిణామమే మన యక్షగానము. కాలక్రమమున బొమ్మలకు బదులు మనుజులే ప్రదర్శించిన నెక్కుడు ప్రయోజనకరమగునను నభిప్రాయము గల్గినది. కథలయందలి పాత్రల కర్హమైన వేషములను ధరించి నర్తకులు ప్రదర్శింప గడంగిరి. తొలుదొల్త బొమ్మలాట సంప్రదాయము ననుసరించి మూకనాట్యముగ బ్రారంభమైనది. సూత్రధారుడును నతని తోడివారును గేయరూపమైన కథను బాడుచుండగా నుచితవేషధారులైన నర్తకులు తదనుగుణముగి నభినయము సేయుచు నాట్యము సల్పెడివారు. కేరళదేశమున నేటికిని వాడుక యందుండు కథకళి దీనికిఁ దార్కాణ. నర్తకులు మూకనాట్యముతోఁ జిరకాలము తృప్తినంది యుండలేదు. కొయ్య, తోలు బొమ్మలవలె సూత్రధారుని పాట కనుగుణముగ నాడుట వారికి

నచ్చలేదు. రెండుకార్యములను దామే నిర్వహించిన స్వారస్య మితోధికముగ నుండునని యెంచి తామే పాడుచు తదనుగుణముగ నభినయము సేయుచు నటింపఁ గడగిరి. అంతట మూకనాట్యము యక్షగానముగ బరిణామ మందినది." 47

వెంకట రమణయగారి వాదమును బరిశీలించుటకు ముందు సంగ్రహముగా బొమ్మలాట చరిత్రమును, దానికి యక్షగానముతోఁ గల సంబంధమును బరామర్శించుట లెస్స.

అతిప్రాచీన కాలమునుండియు మన దేశమునందు బొమ్మలాట యొక ప్రసిద్ధజానపద వినోద కాలక్షేపముగా నొక నిసర్గమనోజ్ఞ కళా స్వరూపముగాఁ బరిఢవిల్లుచు వచ్చినది. అసలు వెంకటరమణయ్య గారు సూచించిన పరిణామక్రమ ప్రకార మదేరూపకోప స్థితికి దారి తీసిన దనవచ్చు. + బొమ్మలాటకు బ్రహ్మవంటివాఁడు సూత్రధారి. సూత్రధారి శబ్దము తరువాత తరువాత నౌపచారికముగా రూపక ప్రస్తావనల కెక్కినను బొమ్మలాటకుఁ గుదిరినంతగా రూపకమునకుఁ గుదురదు. సూత్రముపట్టుకొనినఁగాని బొమ్మల యాటయే లేదు. అందుచేత నే యీ మాట పుట్టియుండును. బొమ్మలాటకుఁ గానుపు లయినవని యూహింపఁదగిన రూపకములందును గొన్నిటనున్న సూత్రధారుని వాలక మాస్మృతిచిహ్నమని చెప్పవచ్చును. అశోకుని శాసనములలో విగ్రహ ప్రదర్శన సూచన యున్నదనగా, భరతనాట్య శాస్త్రములో సూత్రధారప్రసక్తి యున్నదనఁగా క్రీస్తుపూర్వము రెండు మూడు శతాబ్దుల

47. చూ. వెంకటరమణయ్య గారి "మధుర తంజావూరు నాయక రాజుల నాటి ఆంధ్రవాఙ్మయచరిత్ర" అను గ్రంథము – అయిదవ ప్రకరణము.

+ శ్రీ ఎ. బి. కీతుపండితుని వాదమునకు చూ. అతని 'Sanskrit Drama' అను గ్రంథము, పుట 52–57. ఈ విషయమింకను విచార్యము.

నాఁటికే బొమ్మలాట ప్రదర్శనములు మన దేశమున వ్యాప్తి నందినవని యూహింపనగును. సంస్కృత మహాభారతమునఁగల (XIICCXCV-5) రూపోప జీవన మను విషయమును గుఱించి నీలకంఠ పండితుఁ డిట్లు వ్యాఖ్యానించించినాఁడు :— "రూపోపజీవనం జాల మండపి కేతి దాక్షిణాత్యేషు ప్రసిద్ధమ్, యత్రసూక్ష్మవస్త్రం వ్యవధాయ చర్మమయై రాకారైః రాజా మాత్యాదీనాం చర్యాం ప్రదర్శ్యతే" అని.[48] అనఁగా రూపోప జీవన మనునది జాలమండపిక యనుపేర దక్షిణదేశమునఁ బ్రసిద్ధమైనది. అందు పలుచని బట్టపైఁ జర్మ పుత్రికల ద్వారమున రాజామాత్యాదులు చర్యలు ప్రదర్శింపబడును — అని యర్థము. ఇచట రూపోపజీవన మను మాట గమనింపఁదగిది. రూపారోపము వలన నేర్పడు రూపక కళావిర్భూతికిఁ గారణభూతమై యుండు ననఁదగిన బొమ్మలాట కాపేరెంతయుఁ దగియున్నది. దీనినిబట్టి బొమ్మలాట ప్రాచీనత యింకను వెనుకకుఁ బోవును. క్రీ. శ. 10 శతాబ్దినాఁటి కివి దేశాంతరములకుఁ గూడ వ్యాపించినవి. జావాలో వీనిని వాయంగ్ క్లిటిక్ (కొయ్యబొమ్మలాట). వాయంగ్ పూర్వ (తోలుబొమ్మలాట) అనియు నందురు. అందు మన రామాయణ మహాభారతగాథలే ప్రదర్శింపఁబడుచుఁ బ్రజాదరము బొందుచుండుట విశేషము.[49] ఆగాథలు "లాకన్లు" అను రచనావిశేషము ద్వారమున నాఖ్యాతము

48. ఈవిషయ మిచట డా. ఎమ్. కృష్ణమాచారి 'History of Classical Sanskrit Literature' అను గ్రంథము (Item No 170) నుండి గ్రహింపఁబడినది.

49. చూ. శ్రీ మల్లంపల్లి సోమశేఖరశర్మగారి "వాయంగ్ ఆటలు — జావా ద్వీపవాసుల వినోదములు" అను వ్యాసము – ఆంధ్రపత్రిక ప్రమాది సంవత్సరాది సంచిక.

లగుచుండును.[50] దక్షిణచైనా దేశమున ఫుకీన్ రాష్ట్రమునఁ దోలు బొమ్మలాటల చరిత్రను సంగ్ వంశ రాజుల కాలము (క్రీ. శ. 960–1279) నుండియుఁ గనుగొనవచ్చును. బౌద్ధగాథలు, జానపద గాథలు నితివృత్తములుగా నత్యంత మనోహరమైన సంగీతము కథా వాహికముగాఁ గల నాటక రచనలా బొమ్మలాటల కుపయుక్తము లగుచుండెనని తెలియుచున్నది.[51] క్రమక్రమముగా బొమ్మలాట ప్రపంచవ్యాప్తమైన ప్రతిష్ఠ గడించినది. ఆంధ్రదేశము నందును బొమ్మలాటలు చాలకాలమునుండి ప్రచారము నందుండినట్లూహింప నగును. చాలకాలమునుండి మన వాఙ్మయమున బొమ్మలాటలప్రసక్తి తఱచుగనే కన్పించును. పాల్కురికి సోమనాథుఁడు భారతాది కథలు మన బొమ్మలాట ప్రదర్శన వస్తువులని వాక్రుచ్చినాఁడు.

ప్రతి బొమ్మలాట ప్రదర్శనమునకును నేదో యొక కథావలం బన ముండును. అయితే ఆ కథాఖ్యానమున కుపయుక్తమైన రచనా ప్రక్రియ యెట్టిది యనునదిప్పుడు పరిశీలనార్హమైన విషయము. బొమ్మల నాడించుచుఁ దెరవెనుకనుండి పద్యములలో, పదములలో దరువులలో నాయా పాత్రల ప్రవేశ ప్రసంగాదులతోఁ గథ నడుపుచు నడుమ సంధి వచనములతో నప్రదృశ్య కథాను సంధానము చేయువలయును. అందులకు సాహిత్యము నాశ్రయింపవలెను. బొమ్మలాటలలోఁ గేవల గద్య రక్తిగట్టదు. అందుచేతనే యేదేశములోనైనను బొమ్మలాట ప్రదర్శనకు వెనుక గేయభాగాధికమై రూపకోపయుక్తమైన రచనయే ప్రయోగింపఁబడుట పరిపాటి. పాశ్చాత్యదేశములలో సాధారణ

50. "The Mahabharata and the Wayarng in Java" By Dr.B. R. Chatterjee – 'India and Java' (Greater India Society Bulletin No. 5. Part I, PP. 48–50)

51. Vide, PP. 15 of 'Folk Arts of New China' – The Foreign Languages Press Publication, Peking, 1954.

ముగా "ఓపెరా" లను గేయనాటికల నుపయోగింతురు. వాని యుపయోగమును గూర్చి యొక గ్రంథము[52]లో నిట్లు వివరింపఁబడినది.

" Musical plays and operas if specially **arranged, can be** given by puppets. One advantage of opera on the puppet stage is that the conventional gestures of the Singers are well within the capacity of the puppet but besides there is the possible influence any production might **have towards increasing** interest in the opera ".

అనఁగా గేయనాటికల నొక ప్రత్యేకదృష్టితో రచించినచో వానిని బొమ్మలతోఁ బ్రదర్శింపవచ్చును. అట్లు ప్రదర్శించుటలోఁ గేవల గేయనాటక ప్రదర్శకులు సాంప్రదాయికముగాఁ జూపవలసిన యభినయాంశముల నాబొమ్మలే యాడుకొనఁ గలవు. జావాది ద్వీపవాసుల లాకన్లు మొదలైన విట్టివే. సంస్కృతమునఁ గూడఁ జర్మపుత్రికా ప్రదర్శనముల కుద్దిష్టములైనవి ఛాయానాటకము లనుపేర నొకతరగతి నాటకములు గలవు.[53] ఆపే రాంగ్లమునందలి "షేడోప్లే" (Shadow play) అను దానికి సమానార్థకముగాఁ గుదిరియున్నది. తోలుబొమ్మల నాటలోఁ దెరకు వెనుకను, దివ్వెకు ముందు నుంచెదరు. ప్రేక్షకులకుఁ గనఁబడునవి వాని ఛాయలు మాత్రమే. అందులకే ఆపేరు. కొయ్యబొమ్మలాటలో తెర మఱుగుండదు. కాని వానికిఁగూడ ఛాయానాటక గ్రంథములు పనికిరాకపోవు.

బొమ్మలాటకుఁ బాశ్చాత్యదేశములలో "ఓపెరా" లు. జావాది ద్వీపములలో లాకన్లు మొ॥, మన దేశములో సంస్కృతమున

52. The puppe: Book Editered by L. V. Wall; **Faber and Faber publication., PP 187-188.**

53. డా. ఎమ్. కృష్ణమాచార్యులు వారి సంస్కృతవాఙ్మయచరిత్ర గ్రంథమునందుఁ గొన్ని ఛాయానాటకము లుదాహరింపఁబడినవి. చూ. సం. 770-72, 775.

ఛాయానాటకములు మొదలైన వానినలెఁ గన్నడాంధ్రములు యక్షగానములకుఁ గాణాచు లగుటచే నాయారాష్ట్రములందు యక్షగానములు నుపయోగపడుచున్నవి.

మైసూరు రాష్ట్రమున "చక్కలద గొంబె", "సూత్రద గొంబె" అను పేళ్ల వ్యవహరింపఁబడుచున్న తోలు – కొయ్యబొమ్మలాటలకు వెనుకపాటగా యక్షగానములే ఉపయోగింపఁబడుచున్నవి.[54]

ఆంధ్రదేశమున నీనాఁ డక్కడక్కడ మిగిలియున్న బొమ్మలాట వారి ప్రదర్శనములు చూచినచో వార లాయాప్రాంతపు యక్షగాన కవుల రచనలను వినియోగించుకొనుచున్నట్లు తెలియును. అసలు కొందఱు యక్షగానకవులే బొమ్మలాటలను దృష్టిలో పెట్టుకొని రచించినట్లును తెలియనగును.

క్రీ. శ. 1850 ప్రాంతమున గంజాముజిల్లా గుజ్జువాడ నివాసి మరింగంటి భట్టరురామానుజాచార్యులు రచించిన శ్రీరామనాటకము 'బొమ్మలాట రామాయణము' (ప్రా. లి. పు. భాం., ఆర్. నం. 966) గాఁ బ్రసిద్ధిపొందినది. ఇందలి లక్ష్మణమూర్ఛ కథాభాగము బొమ్మలాటలలో నెక్కువ ప్రచారము గాంచినది. ఇది 1908లో ఎద్దన పూడి సంజీవయ్య అండు సన్ వారిచే మదరాసు మురహరి ముద్రాక్షరశాలయందు ముద్రింపఁబడి ప్రకటింపఁబడినది. తద్గ్రంథసంపాదకులగు యర్లంకి వేంకటేశ్వర్లు నాయుడుగా "రిది చర్మపు విగ్రహములతో నాట్యము చేయుచుండ డ్రామాకు అనుకూలంబగునట్లు పరిష్క-

54. Vide (a) 'Bhagavata Plays in Mysore' by Sri L Narasimhachar – Chap. x, item II The Eighth All India Oriental Conference Volume, Mysore, 1935. (b) 'Yakshagana and other Plays Of Mysore' by Sri S Srinivasachar – March of India, Vol. IV – No. 6.

రించి" నట్లు దాని యుపోద్ఘాతమున నున్నది. క్రీ. శ. 1855–1915 ప్రాంతమున గుంటూరుజిల్లా నర్సారావుపేట తాలూకా విప్రులపల్లె అగ్రహారము వాస్తవ్యులు చతుర్వేదుల వెంకట నరసింహయ్యగారు తమ ద్రౌపదీవస్త్రాపహరణము, సీమంతినీ పరిణయము, రాధాకృష్ణ సంవాదము మొదలగు యక్షగానములను బొమ్మలాటవారిచే నాడించెడివారఁట. 19 వ శతాబ్ది చివర వీణె సుబ్బరాజు, గాజుల పెండ్లూరి శేషగిరిరాజు అనువారు రచించిన సంత వేలూరు కుశలవుల నాటకము "ఆరు రాత్రిళ్లు నాటకమునకును బొమ్మలాటకును ఉపయోగముగా రచింపబడి" నట్లు గ్రంథ ముఖపత్రముపైఁ గలదు. (ఒక ప్రచురణ:- వెష్టు వార్డు అండుకో, మదరాసు, 1931). క్రీ. శ. 1893 లో పర్లాకిమిడి కడనున్న పాతపట్నము వాస్తవ్యుఁడు కోట వెంకటప్పయ్యశాస్త్రి యను నాయన బాణాసుర నాటకమను యక్షగానమును రచించి (ఇది 1894 లో మదరాసు ఇండియన్ లా ప్రెస్సులో ముద్రితమైనది) దానికిఁ బీఠిక తానే వ్రాయుచు నందు "ఈగేయ ప్రబంధము చర్మవిగ్రహములచే నాడించుటకు, వేషముల ధరించి నాటక మాడుటకును అనుకూలముగ నుండునటుల రచింపుఁడని నా మిత్రులలో కొందరు ప్రోత్సాహపరచినందున నేనందుల కియ్యకొంటి" నని వ్రాసెను. ఇందు లొట్టకిత్తడు, రత్నాలు, పోలిగాడు నను పాత్రలు, నా పాత్రల హాస్యప్రసంగములు నచ్చు మచ్చు బొమ్మలాటలలోని జుట్టుపోలిగాడు, బంగారక్క, గంధోళిగాళ్ల పాత్రలు, ప్రసంగములవలెనే యున్నవి. అసలు వారల సంబంధము, సందర్భము నట్టివే. కొన్ని బొమ్మలాటలలో కేతిగాఁ డొక సాంప్రదాయిక హాస్యపాత్ర. కేతినాయని పాలకము చాల యక్షగానములలోఁ గూడఁ (ముఖ్యముగా తంజావూరు కృతులలోఁ గన్పట్టును. కొన్ని యచ్చయిన యక్షగానములలో సందలి పాత్రల

బొమ్మలుగూడ నచ్చుకాఁబడి యున్నవి. పరిశీలించినచో జాలమట్టు నకు బొమ్మలాట వాలకములే గుర్తునకు వచ్చును. బొమ్మలాటవారు తమ ప్రదర్శనములలోఁ దఱచు అమరశ్లోకముల నేకరువు పెట్టుదురు. అమరశ్లోకము లుదాహరింపఁబడిన యక్షగానము లనేకము గలవు.

ఉదా :— జిల్లెళ్లమూడి వెంకటరామదాసామాత్యుని జాంబవతీ కల్యాణము (ఆం. సా. ప. ప్రతి నం. 3068) మొ॥ అట్టివి కొన్ని బొమ్మలాటలకు నుద్దిష్టములైనవే యని చెప్పవచ్చును.

ఇవి కాక బొమ్మలాటవారివే కొన్నిరచనలు గలవు. మదరాసు ప్రాచ్యలిఖిత పుస్తకభాండాగారమున బొమ్మలాట హాస్యనాటక మను నొక తాళపత్ర గ్రంథము గలదు. (ప్రతి నం. ఆర్. 1394). గ్రంథములోఁ బలుతడవ లిది దక్షిణ సింహాసనాధీశ్వరుండు విజయ సేతు రఘునాథభూపాలుని నాటకశాలకు సంబంధించినదిగాఁ జేర్కొనఁబడినది. ఇదియొక బొమ్మలాట ప్రదర్శనకుఁ బ్రస్తావన ప్రాయమైన రచన — అసలు బొమ్మలాట వారాడఁదలఁచు కొన్నది శ్రీకృష్ణవిలాసమఁట. కాని కేతిగాని పెళ్లి యీ ప్రస్తావన యందలి ప్రధాన విషయము. ఇందు ప్రదర్శన సూచనలు, హంగు వివరములును గలవు. ఆ ప్రదర్శన ప్రక్రియ కొంత వఱకు నాఁటి దక్షిణ దేశీయ యక్షగాన ప్రదర్శనప్రక్రియా సంవాదిగా నున్నట్లు గ్రహింప వచ్చును. ఆ రచనా ధోరణియు నట్లేయున్నది. ఇది బొమ్మలాటవారి రచనగనే తోఁచును. బొమ్మలాట సంబయ్య యనుకవి (ఇతనికాలము క్రీ. శ. 1750 ప్రాంతమని కర్ణాటకవి చరితలోఁ గలదు. ఇతని తండ్రి సిద్ధయ బొమ్మలాట శాసనుడు. మోహనకవి బిరుదాంకితుఁడునని యితని గ్రంథములలోఁ గలదు) తెనుఁగున కిరాతార్జునీయము (ప్రా. లి. పు. భాం., డి. నం. 1849 – 1851). కన్నడమున కరియ

బంటన విజయము (డి. నం. 1169), సారంగధర చరిత్రము (డి. నం. 1212, 1220) అను యక్షగానములను రచించి యుండెను.

ఆంధ్రకవి తరంగిణిలో (సంపుటము 9-పుట 246) బొమ్మలాట వారిని గురించి శ్రీ చాగంటి శేషయ్యగారొక శాసనవిషయము నుటంకించిరి—"కడప మండలమందలి కమలాపురము తాలూకా చిడిపిరాల గ్రామమున చంద్రమయ్య యను నతఁడును (ఇతనిని బొమ్మలాట రయితు అని యందురు.) బొమ్మలాట యమృతకవి యను నతండును తెరనాటకము లాడుటకై పెదచిట్టయ్య యనునతని కిచ్చినట్లొక శాసన మున్నది." అని. దీనినిబట్టి యానాఁటి బొమ్మలాటవారి "స్తోమత" యు వారికిఁ దెరనాటకములందుఁ గల యభినివేశమును దేటతెల్లము లగుచున్నవి. తెరనాటకము లనఁగా యక్షగానప్రాయములైన ప్రదర్శనములై యుండునని యూహింపనగును. ఆబొమ్మలాట వారిలో మోహనకవి, అమృతకవి అను బిరుద నామములు, సంబయ్యవంటి యక్షగాన కర్తలు నుండుటజూడ వారు తమ బొమ్మలాటల కుపయుక్తములగునట్టి యక్షగాన ప్రాయములైన రచనలు చేసికొనుటకే కవిత్వము నవలంబించి నట్లు తోచును.

పై విషయములను బట్టి బొమ్మలాటకు యక్షగానమునకును నెంతటి సంబంధము గలదో తెలియనగును. సంబంధమే గాదు సాదృశ్యమును గలదు. సంబంధసాదృశ్యములలో నొకటియున్నచోట రెండవది యుండుటయు సహజముగదా. చాల యక్షగానములలో సూత్రధారుని ప్రసక్తి గలదు. సంస్కృతరూపకములలో స్థాపనతో సరివాని వాలకము. తెరమఱుగైనను బొమ్మలాటలోఁ జిట్టచివరి వఱకును వాని యవసర ముండును. కొన్ని యక్షగానములందును (ముఖ్యముగా తంజావూరు కృతులందు) నట్టే కథనడుమఁగూడ సూత్ర

ధారప్రసంగములుండుట యొక విశేషము. ప్రదర్శనల కుద్దిష్టములైన యక్షగానములందును సంధి వచనములున్న విషయమును గమనింపఁ దగినది. దృశ్యప్రబంధమున సంధివచనము లనవసరము. పాత్రల ముఖ వైఖరీ చేష్టాదికమంతయు నందుఁ బ్రత్యక్షముగాఁ జూపవచ్చును. బొమ్మలాటలో నాయవకాశములేదు. కాని సన్నివేశ సందర్భములను గథాక్రమ పరిణతిని నిరూపించుటకు వాని సూచననైన చేయుట యవసరము. అందులకు సంధివచనముల నాశ్రయింపవలెను. అవి యక్షగానములందును నిలిచియుండుట యొక విశేషము. భిన్న స్థలములందు, భిన్న కాలములందుఁ బ్రవృత్తములైన వివిధ కథాసంఘటనములు సంస్కృతరూపకములలో నంక విభాగాదులవలన నిరూపింపఁబడును. బొమ్మలాటల కథాప్రవృత్తిలో నంకవిభాగాదులు లేవు. అట్లే యక్షగానమునను(అర్వాచీనయక్షగానములుకొన్ని యిందులకపవాదములు). ఇట్లు బొమ్మలాట - యక్షగానముల యొక్క నైసర్గిక స్వరూపమును బరిశీలించినచో నా రెండింటికిని గాఢమైనయనుబంధము గలదనిపించును. అయితే అది యనుబంధము మాత్రమే; జన్య జనక భావసంబంధము గాదు. ఆ యనుబంధమెంత ప్రాచీనమైనదో తెలియదు. బొమ్మలాట కున్నంత ప్రాచీనత యక్షగానమునెడ నూహింపనలవిగాదు. ఆదినుండి వివిధప్రదేశములందుఁ బ్రవర్తిల్లుచు వచ్చిన బొమ్మలాటలకెల్ల యక్షగానములే యుపయోగపడుచు రాలేదు. యక్షగాన సదృశములైన రూపకప్రక్రియ లనేకము వివిధదేశములందుఁ గన్పట్టుచున్నవి. అవి యన్నియు బొమ్మలాట పరిణామఫలితములే యన వలనుపడదుగదా, బొమ్మలాట ప్రాక్తన మానవుని రూపక కళాసంకల్పమునకుఁ బ్రస్తావన వంటిదైనఁ గావచ్చునే గాని యక్షగానాది సర్వరూపక ప్రభేద ప్రాదుర్భావమునకును సద్యః కారణము గాఁజాలదు. అందుచే శ్రీ వెంకటరమణయ్యగారనినట్లు బొమ్మలాట పరిణామమే యక్షగాన మనఁ జెల్లదు

గాని బొమ్మలాటలతోడి యనుబంధమును యక్షగానముయొక్క పరిణామచరిత్రలో, దానిబహుముఖప్రయోగానుకూలరీతులలో నొక ముఖ్యమైన యంతస్తుగా గ్రహింపనగును.

యక్షగానము—బొమ్మలాట జన్యజనక సంబంధవాదము యక్ష గాన శబ్దోత్పత్తిని సమర్థింపలేదు. అయితే వెంకటరమణయ్యగా రీవిషయమై చూపుపెట్టనివారుకారు. వారు తమ వ్యాసమున "ఆంధ్ర దేశమున బౌద్ధయుగమున యక్షజాతివారు కొందఱు వసించుచుండి రనియు యక్షగానమునకు వీరితో నేదియో సంబంధ ముండి యుండ ననియు దోచుచున్న" దనిరి. ఇది యొక యూహ. వారు జక్కుల జాతి సంబంధము ప్రబలమైన సాక్ష్యము లేక యంగీకరింపఁదగిన విష యము గాదనియు ననియున్నారు. యక్షగానమునకు జక్కులతో సంబంధముండి యుండుననుకొనుటయు నొక యూహయే. కాని మొదటియూహకంటె రెండవదానిలోనున్న సామంజస్యము, సంభా వ్యతయు మీఁదఁ బరిశీలింపఁబడినవి.

ఇతర వాదములు - అభిప్రాయములు

యక్షగానోత్పత్తి గుఱించి ప్రధానవాదములను బరిశీలించుట యైనది. ఇంకను బరిగణింపఁదగిన వాదములు నభిప్రాయములును మఱికొన్ని మిగిలియున్నవి.

1. మార్గ – దేశివాదము

మిగిలియున్న వాదములలో నిది యొకటి ప్రబలమైనది. యక్ష గానము దేశిసరణికిఁ జెందిన నాటకమని శ్రీయుతులు వేటూరి ప్రభా కరశాస్త్రిగారు, మల్లంపల్లి సోమశేఖరశర్మగారు, కోరాడ రామ కృష్ణయ్యగారు, పింగళి లక్ష్మీకాంతముగారు, చింతా దీక్షితులుగారు

ఎండమూరి వెంకటరమణగారు మొదలగు పలువురు పండితుల దృఢ విశ్వాసము. డా. ఆర్. కె. యాజ్ఞిక్, డా. వి. రాఘవన్, డా. నేల టూరి వెంకటరమణయ్యగారు మొదలగు పండితులు కొందరిది సంస్కృత రూపకములనుండి యుత్పన్నమైనదని అనఁగా మార్గ ప్రక్రియ గలదని యభిప్రాయపడినారు. *

యక్షగానము గానప్రధానమైనది. ప్రదర్శనమున నృత్తనృత్యా త్మకమైనది. రూపకోపయుక్తమైన రచనగాఁ బరిణమించిన దగుట సాహిత్యప్రక్రియయునై యున్నది. ఒక్కొక యంతస్తునందది మార్గ దేశి పద్ధతులలో నేయంతరువున కెంతవఱకుఁ జెందునో చూడవలెను.

ఈమార్గదేశి విభాగము మొట్టమొదట సంగీతవిషయమునఁ బాటింపఁబడినట్లు తెలియుచున్నది. సంగీతతత్త్వము ప్రప్రథమముగా "అనాహత" మనియు, "ఆహత" మనియు అనఁగా ప్రకృతి జన్యము, మనుష్యోపజ్ఞము నని ద్విధా విభజింపఁ బడినిది. అందాహ తము పునః ద్వివిధము :- వైదికము (సామగానము మొ...)—ఇదియే మార్గసంగీతము. అవైదికము, వివిధ దేశోత్పన్నమైనది— ఇదియే దేశి. కర్ణాటక హిందూస్తానీత్యాది సంగీతము లిట్టివే.

" దేశేదేశే ప్రవృత్తోఽసౌ ధ్వనిర్దేశీతి సంజ్ఞితః,
అబలాబాలగోపాలైః క్షితిపాలై ర్నిజేచ్ఛయా
గీయతే సానురాగేణ స్వదేశే దేశి రుచ్యతే."

అని మతంగుని బృహద్దేశి. ఆ పక్షమున యక్షగానము నందలి గాన మంతయు దేశియే.

---

* ఈ విషయమై ఆయా పండితుల యభిప్రాయములు ప్రకటింపఁబడిన వ్యాసము లీగ్రంథము చివర నొక పట్టికలోఁ జేర్పఁబడినవి.

కాలక్రమమున నీమార్గదేశి విభేదము వాద్య సంగీత నృత్త నృత్య ప్రక్రియలందును బాటింపఁ బడినట్లు జాయపనాయకుని నృత్త రత్నావళి, శార్ఙ్గదేవుని సంగీత రత్నాకరము, రఘునాథ నాయకుని సంగీత సుధ మొదలగు గ్రంథముల నుండి యెఱుఁగనగును. జాయప నాయకుఁడు జక్కిణి నొక దేశి నృత్తముగాఁ బేర్కొని నాఁడు[55] జక్కిణికి యక్ష గానమునకు నేదో సంబంధ ముండి యుండునని మీఁద నూహింపఁ బడినది. "జక్కిణి కత్రి యనునవి నాట్యముతోఁ గూడిన రూపకముల వంటివి. వీని పరిణామమే యక్షగానము" అని శ్రీమల్లంపల్లి సోమశేఖర శర్మగా రని యున్నారు.[56] ఒక వేళ జక్కిణి—యక్షగానముల సంబంధము బదరీ బాదరాయణ సంబంధము వంటిదే యని యను కొన్నను జక్కులపురంధ్రి యాట పాటల సంబంధము కారణముగా యక్షగానమును బ్రాథమికావస్థలో దేశి యన వచ్చును.

ఇఁకఁ గవితా పరముగ నీ మార్గదేశి భేదమును బ్రతిపాదించిన మనకవులలో నన్నెచోడుఁడు మొట్టమొదటి వాఁడుగాఁ గన్పట్టు చున్నాఁడు. ఆతఁడు మార్గకవిత దేశములో ముందుగా వెలసి ప్రచారములో నుండఁగాఁ జాళుక్యప్రభువు లాంధ్రదేశమున దేశిని బుట్టించి తెనుఁగు నుద్ధరించి రని యున్నాఁడు.[57] ఆతఁడక్కడ బహుశా చాళుక్య రాజు రాజరాజ నరేంద్రాస్థానములో వెలసిన మన నన్నయ గారి యాంధ్ర మహా భారతమునే యుద్దేశించి యుండును. అనఁగా నతని

55. చూ. 1923 సం. ఆంధ్ర పత్రిక సంవత్సరాది సంచిక–పుట 328. ఇందు నృత్త రత్నావళి నుండి యుదాహరణములు కొన్ని గలవు.

56. చూ. వారి వ్యాసము "మధ్య యుగాంధ్ర దేశము—సంగీత నాట్య కళాభివృద్ధి."— ఆంధ్ర పత్రిక చిత్రభాను (1942–43) సంవత్సరాది సంచిక.

57. చూ అతని కుమారసంభవము, 1–23.

యుద్దేశములో దేవ భాషలోఁ బుట్టిన దంతయు మార్గి, దేశభాషలలోఁ బుట్టిన దంతయు దేశి యని తోఁచును. ఆప్రకారము సంస్కృత వాఙ్మయ కోశమున లేని యక్షగాన ప్రక్రియ దేశి యగు నని నిస్సంకోచముగా వక్కాణింప వచ్చును. కాని రాను రానా యభిప్రాయము మారినది. మన మీ నాఁడు కవిత్రయ భారతమును, మన ప్రబంధములను దేశి సాహిత్యము గాఁబరిగణించుటలేదు. అది యంతయు మార్గ సాహిత్యమనియే మన యుద్దేశము. కొందఱు పండితులు మార్గదేశి విచక్షణ కొక మార్గము సూచించిరి—ఇతి వృత్తము, భాష, ఛందస్సు మొదలైన విషయములలో సంస్కృత సాహిత్య ప్రభావ పరామృష్టమైన దంతయు మార్గి, తద్భిన్నమైన దంతయు దేశియని.[58]

ఇతి వృత్తవిషయము జూచు కొన్నచో నీనాఁడు మనము దేశి వాఙ్మయకోశమను కొనుచున్న దానిలో ముక్కాలు మువ్వీసమున నితి వృత్తములు సంస్కృత పురాణములు, రామాయణ భారత భాగవతముల నుండి గ్రహింపబడినవే. పౌరాణిక మనఁగనే యది మార్గ వాఙ్మయ కోశములో గతార్థమగును. అసలు పౌరాణిక గాథలే క్రమక్రమముగా మన చంపూ ప్రబంధములలో, ద్విపద కావ్యములలో, యక్షగానములలో, పదములలో, జంగము కథలలో, హరికథలలో నింక ననేక ప్రక్రియలలో నితివృత్తములగుచు వచ్చినవి. ఇతివృత్తములనుబట్టి యీప్రక్రియలన్నియును మార్గసాహిత్యమునకుఁ జెందుననుట కుదురదు. ఆయాప్రక్రియల ద్వారమున నాకథ లేతరగతి పాఠకులకు లేక శ్రోతల కుద్దేశింపఁబడినవో వారి యభిరుచులకు బోధశాలితకు ననుగుణముగా వాని నందిచ్చు తీరులో నున్నది మార్గదేశి

---

58. చూ. ఆచార్య శ్రీ పింగళి లక్ష్మీకాంతము గారి రంగనాథరామాయణ పీఠిక.

ప్రక్రియలలో బాహిరముగాఁ గన్పట్టు పరస్పర విలక్షణత. ఉదాహరణకు :- ఒక యితివృత్తముగల ప్రబంధమును యక్షగానమును తీసికొని చూచినచో, అందులో నాయిక యేడ్పు సందర్భమనుకొందము, అక్కడ ప్రబంధకవి యానాయిక యేస్వరములో నేరాగములో నేస్థాయిలో నేడ్చినదో, "ఓహోహో, ఎంతచక్కఁగా నేడ్వఁగలదు!" అన్నట్లు చెప్పును. అదే యక్షగానకవి యైనచో శ్రోతలు "అయ్యో పాపం ఎంతలా ఏడ్చింది!" అనుకొన్నట్లు చెప్పును. అట్లే కడమ సందర్భములును.

ఇఁక భాష విషయము జూచినచో—మార్గసాహిత్య మెక్కువగాఁ బండితుల కుద్దేశింపఁబడినది. కాఁబట్టి యందలి భాష సంస్కృతశబ్ద ప్రచురమై లక్షణశుద్ధిగలిగి యాపదసంయోజనాపద్ధతియు నన్వయక్రమము మొదలగునవి గీర్వాణప్రభావమును సూచించుచుండును. ప్రబంధాదులలో గద్య పద్యములు జటిలపదజంఝూటముతో ననుప్రాసల యట్టహాసములతో సమాసముల సంరంభముతో నడుచును. ఆశైలీ ప్రాగల్భ్య మంబరచుంబి శిరస్సరఝ్ఝరీవేగము గలిగి యుండును. ఆ ప్రక్రియల గొప్పదన మెక్కువగా రచనాప్రౌఢినే యాశ్రయించి యుండును. యక్షగానాదులలో (పండితోపజ్ఞములు కొన్నింటఁ దక్క) నెక్కువగా దేశిశబ్దజాలము—అనఁగాఁ బ్రజల వాడుకభాష నుడికారము, జాతీయతయు నెక్కువగా నుండును. అవి యెక్కువగా జనబాహుళ్యమున కుద్దేశింపఁబడినవి కాఁబట్టి వానిలోని భాష యంత సలక్షణమైనది కాకపోయినను నందఱికిని బోధపడునట్లు జీవకళ యుట్టిపడుచు, గులకఱాలపై నలవోక దొరలిపోవు సెలయేటి తరగలవలె సరళమైన శైలి గలిగి యుండును. మఱి యొక ముఖ్యవిషయము — మార్గసాహిత్య మెక్కువగాఁ బఠనపారనములకు

మాత్రమే పనికివచ్చునట్టిది. దేశివాఙ్మయ మెక్కువగా గేయధర్మ విశిష్టమైనది. అందులకే చతుర్విధకవితారీతులలో నొకటైన మధుర కవిత క్రిందఁ జాల దేశిరచనలను బరిగణించినారు మన లాక్షణికులు. దేశి రచనలలో నా గేయధర్మసాధనలోఁ దఱచు లఘ్వలఘువుల లజ్జు గుజ్జులు చాల సంభవించును. ఆ లజ్జుగుజ్జులలో నొక్కొక్కపుడు శబ్దాల స్వరూపాలే మాఱిపోవుచుండును. అందుచేత పండితులు రచించిన యక్షగానాది కృతులలోఁ గూడ వారు సహజముగాఁ గాలుజాఱిన సందర్భము లనేకము గలవు. ఇట్టిది దేశిరచనల విలక్షణత.

ఇక ఛందోవిషయము — యక్షగాన రచనాసామగ్రిలోని ప్రధానాంశముల వరుస :—

1. తాళప్రధానమైన 'రేకు' లేక 'దరువు'—దాని మూల ప్రకృతి రగడ.

2. ద్విపద.

3. ఏలలు, అర్ధచంద్రికలు, ధవళ శోభనములు మొ॥ గీత ప్రబంధములు.

4. వచనము.

5. పద్యములు - జాత్యుప జాతులు, వృత్తములు.

6. శ్లోకములు, చూర్ణికలు, దండకములు, అష్టకములు, మొ॥ వీని లక్షణము గూర్చి ముందు "యక్షగాన ప్రధానరచనాంగములు" అను ప్రకరణమునఁ గొంత విపులమైన విచారణ గలదు. ప్రకృత మొక్కొక దాని మార్గ లేక దేశి తత్త్వమును గూర్చి తగుమాత్రము పరిశీలనము గావింపఁ బడును.

ఇందు దరు వనునది బహు యక్షగాన సామాన్యమైనది.

అతి ప్రధానమైనది. దరువు సంస్కృత ధ్రువాశబ్దభవమని పండితుల తలంపు.[59] ప్రయోజన విషయమునను రెంటికిని గొంత సామ్యము గలదు. ధ్రువాగానము సంస్కృత నాటకము లందుఁ బ్రయోగింపఁబడు చుండుట పరిపాటి. దీని లక్షణ ప్రయోజనములఁ గూర్చిన వివరణము భరతుని నాట్యశాస్త్రమునఁ (32వ అధ్యాయము) గలదు. అంత మాత్రమున నీ విషయమునుబట్టి యక్షగానము మార్గియనుట గుదురదు. మన కుపలబ్ధములై నంతలోఁ బ్రాచీనము లని రూఢిగాఁ దెలియవచ్చిన రుద్రకవి సుగ్రీవ విజయాది యక్షగానములలో దరువను మాట కన్పట్టదు. అందు వానికి బదులు ఏక, జంపె, త్రిపుటాది తాళ ప్రధానములైన గేయ రచనలే కన్పట్టుచున్నవి. అవే యర్వాచీన యక్షగానములలో దరువులని వ్యవహృతములైనవి. ఆ తాళములును నాట్య శాస్త్రములోఁ బేర్కొనఁ బడినవే. కాని సంస్కృతమునఁ జెప్పఁబడినంత మాత్రమున మన నాట్య సంగీత శాస్త్ర గ్రంథము లందలి సర్వవిషయములను సంస్కృతమును దేవభాష యనుకొనునట్లెక్కడో దేవలోకమునుండి యవతరించిన వని తలంపరాదు. కొన్ని సంస్కృతవాఙ్మయమున సహజముగా నుద్బుద్ధమైనవి. కొన్ని యాయా దేశభాషా వాఙ్మయములలో సహజముగా నుత్పన్నమైనవియును. సంస్కృతము నందలి యా ధ్రువా ప్రయోజనము నియతము. యక్షగానము లందలి దరువులకట్టి నియతియున్నట్లు గానరాదు. అదికాక యాధ్రువారీతులకు గాని యా తాళములకు గాని నాట్యశాస్త్రమున నొక నిష్కృష్టమైన ఛందఃప్రక్రియ చెప్పఁబడ లేదు. ఆంధ్రలాక్షణికులీ " తాళదరువు " లకు రగడయను ఛందమును

59. చూ. శ్రీ మల్లంపల్లి సోమశేఖరశర్మగారి వ్యాసము ఆం.ప. చిత్రభాను సం. సం. 1942—43.

ప్రాతిపదికగా గ్రహించి యే తాళమున కెట్టి రగడ ప్రభేదము సరిపోవుచున్నదో నిరూపించి యున్నారు.[60]

ఈ రగడ లక్షణము సంస్కృత లక్షణ గ్రంథము లందెందును గానరాదు. ఇది క్రీ. శ. 10 వ శతాబ్ది నాఁటికే కన్నడమున మిక్కిలి ప్రచారము గాంచినట్లు తోఁచును. ఆనాఁటి కన్నడకవి నాగవర్మ తన ఛందోంబుధి యందు (III. 254) గణనియమ విపర్యాసమున్నను మాత్రల సమానతయుఁ దాళ బద్ధతయు 'రఘటా బంధ' లక్షణము లని చేర్కొని యుండెను. ఆ రఘటా బంధమే మన రగడ యైనది. ఆ లక్షణము సరిపోవుచున్నది. ఆంధ్ర వాఙ్మయమునను దీనికి మిక్కిలి ప్రచార మేర్పడినది. మన శాసనములకుఁ బ్రబంధములకు నెక్కినది. దేశి రచనల నత్యంతము నాదరించిన శివకవులచే నాదరింపఁ బడినది. అనేక నూత్నములైన దేశిరచనల కుపాధియైనది. సంస్కృత వృత్తములను గలిగి యున్నను గళికోత్కళికల రూపమున రగడను బ్రధానోపాధిగాఁ గలిగి యుండుటచేతనే కాఁబోలు "ఉదాహరణ" కావ్యము గూడ దేశి రచనగాఁ బరిగణింపఁ బడుచున్నది.[61] రగడ

---

60 చూ. లక్షణసారసంగ్రహము (II. 141)
అప్పకవీయము (IV. 303) రంగరాట్ఛందము.

61. రగడోదాహరణముల చరిత్రమునకు — చూ. శ్రీ కోరాడ రామకృష్ణయ్య గారి "దేశి" శ్రీ నిడుదవోలు వెంకటరావు గారి "ఉదాహరణ వాఙ్మయ చరిత్ర"

శ్రీ వెంకటరావు గారు రగడ ప్రతిపత్తిసామ్యమున "యక్షగానములకు ఉదాణహారములే మూలమని చెప్పనొప్పు" నని వక్కాణించిరి. ఆ రెండింటికిని రగడయే మౌలికమైన యుపాధి యగును. గాని రగడ ప్రాచుర్యము గల రచన లన్నిటికి నుదాహరణమే మూలమనుట సమంజసము కాఁజాలదు. జంగము కథల కుదాహరణములే మూలము లనఁగలమా? య. గా. లు ద్విపద ప్రచురములు నైనవి కావున ద్విపద కావ్యములు తన్మూలము లనఁ గలమా? అట సాదృశ్యమే గాని యుత్పత్తి సంబంధ మున్న దనరాదు.

ప్రాధాన్యము గల మఱియొక రచనాప్రక్రియ జంగము కథ. అదియు దేశి రచనగనే పరిగణింపఁబడుచున్నది.[62] కావున రగడను స్వచ్ఛమైన దేశి చ్ఛందముగనే గ్రహించుట లెస్స. అట్టిచో యక్షగానమునందలి దరువునకు శబ్దోత్పత్తియందును, రంగప్రయోజనము నందును సంస్కృతధ్రువతో సంబంధ ముండియుండునుగాక కాని దాని ఛందః ప్రక్రియయందు మాత్రమది స్వచ్ఛందమైన దేశిత్వమునే గలిగియున్నదని చెప్పనొప్పును.

దరువు తరువాత యక్షగానమునఁ బ్రధానమైనది ద్విపద. ప్రాయికముగా ద్విపదలేని యక్షగానమే లేదనవచ్చును. అది యక్ష గానములలో నెన్ని యవతారము లెత్తినదో చెప్ప నలవి గాదు. ద్విపద దేశి చ్ఛందమనియే యనేకాంధ్ర విద్వాంసుల విశ్వాసము.[63] కాని సంస్కృత ప్రాకృతము లందది చాల కాలము నుండి ప్రచారమున నున్నది. ద్విపద, ద్విపది, ద్విపదిక, ద్విపథగ, ద్విపదీ ఖండము, దోహా (ప్రాకృతము) యను వివిధనామములతో ఋగ్భేదమనియు, గీత ప్రబంధమనియు, మాత్రావృత్తమనియు నిట్లు బహు భంగులుగా శత పథ బ్రాహ్మణము, భరతనాట్య శాస్త్రము, బృహద్దేశి, జనాశ్రయి, మానసోల్లాసము, సంగీత చూడామణి, సంగీత రత్నాకరము, భావ ప్రకాశము, సంగీతసుధాకరము, విక్రమోర్వశీయము, కాదంబరి (పూర్వభాగము) రత్నావళి మొదలగు గ్రంథము లందుఁ బేర్కొన బడినది. కొన్నిట లక్షణము గూడ నిర్వచింపబడినది. జనాశ్రయ చ్ఛందస్సు, రత్నావళీ నాటకము మొదలగు గ్రంథములందు వరుసగా

62 చూ. డా. శ్రీపాద గోపాలకృష్ణమూర్తిగారి "దేశిసారస్వతవిభూతి" యను వ్యాసము — కిన్నెర, 1955 సంక్రాంతి సంచిక.

63. చూ. కోరాడవారి దేశి. పింగళివారి రంగనాథరామాయణ పీఠిక.

ద్విపదీ, ద్విపదీ ఖండములకు లక్ష్యములును గలవు. ఆలక్ష్యలక్షణము లతోఁ సరిపోల్చి చూడఁగా మనద్విపదకుఁ బూర్తిగా సరిపోయిన దొక్కటి లేదు. అసలా సంస్కృతగ్రంథము లందుఁ జెప్పఁబడిన లక్షణము లకే యన్నిటికి నొక యేకవాక్యత కుదురలేదు. కాఁగా నిఁక ద్విపద యనఁగా రెండేసి పాదముల కేకైక లక్షణ ప్రక్రియ గల ఛంద స్సను సామాన్యార్థమునే గ్రహింప నగును. గాని నామసామ్య మాత్రమునఁ దెనుఁగు ద్విపదకును సంస్కృత ప్రాకృతచ్ఛందములైన ద్విపదాదులకును జన్యజనక సంబంధము నూహింప రాదు. పండితులీనాఁడు పాల్కురికి సోమనాథుని వంటి విద్వత్కవి రచించిన బసవపురాణము, పండితారాధ్య చరిత్రములను రంగనాథరామాయణ ప్రభృతి ద్విపద కావ్యములను దేశి రచనలుగాఁ బరిగణించు చున్నారనఁగా ద్విపద దేశిచ్ఛందమను నుద్దేశముతోనే కదా.

యక్ష గానము లందుఁ దఱచు ప్రయుక్తము లగుచు వచ్చిన యేలాది గీత ప్రబంధ విశేషములు కొన్ని రగడ ద్విపద వికారములే. అం దనేక మచ్చమగు దేశి రచన లనియే పెద్దల తలంపు. (చూ. కోరాడవారి దేశి). అందుల కేలాదులు కొన్ని మతంగుని బృహద్దేశి యందు పేర్కొనఁబడుటయు నొక తార్కాణ. మఱికొన్ని బృహద్దేశీతరము లగు సంస్కృత సంగీతశాస్త్ర గ్రంథము లందుఁ జేర్కొనఁ బడియున్నను సంస్కృతకావ్యవాఙ్మయమున వాని ప్రయోగము గానరాదు. ఆ శాస్త్రకారులకు తమ తమ రాష్ట్రములందు సమకాలమునఁ బ్రచారమున నున్న సంగీతనాట్య ప్రబంధములను గ్రహించుట పరిపాటి. అట్టిచో వాని నెల్ల సంస్కృత గ్రంథఘటితములైనంత మాత్రమున మన మీనాఁడు మార్గ ప్రక్రియలుగా గ్రహించుట సమంజసము గాదు.

యక్షగానములలోఁ బద్యములు జాత్యుపజాతులే కాక సంస్కృత వృత్తములు, శ్లోకములు, చూర్ణికలు మొదలగునవి కొన్ని ప్రయుక్తము లైనవి. ఇవి యక్షగానము పై మార్గ ప్రక్రియా ప్రభావమునే సూచించును గాని సహజమైన దాని దేశికళ నాచ్ఛాదింప లేవు. వచనము విషయమున నది యొక భాష గుత్తకొన్నది కాదనియు, యక్షగానములలోఁ బ్రయుక్తము లగు సంధి వచనములును సంభాషణ వచనములును దెనుఁగుదనమును బట్టియిచ్చునవి యనియును వానిని వామనాది సంస్కృతాలంకారికులు పేర్కొనిన వృత్తగంధి చూర్ణోత్కలికాది గద్యభేదములుగా బరిగణింప వలసిన యవసరము లేదనియుఁ జెప్పవచ్చును.

మార్గచ్ఛందస్సు లనఁగా నక్షరచ్ఛందస్సు లెక్కువగా నిసర్గగణ ఘటితములు. దేశి చ్ఛందస్సు లెక్కువగా మాత్రాగణ ఘటితములు. దేశి రచనలలో గీతి ధర్మప్రకృష్టములైన సందర్భములలో ననఁగా గేయములను సాగదీసి పాడునప్పుడు దీర్ఘప్లుత కాక్వాదిసందర్భములలో మాత్రలకాలము పొడిగింపఁబడును. అటువంటిచోటులందు లఘువనఁగా నొకమాత్ర, గురువనఁగా రెండుమాత్రలు, ప్లుతమనఁగా మూఁడు నన్న సామాన్యసూత్రములను బట్టుకొని వ్రాతఁలో గురుప్లుతము లొకవిధముగనే సూచింపఁబడును గదా యని యా సూత్రమును బట్టి యీమాత్రల నిర్ణయము చేయఁబూనుటతగదు. అట్టి దేశిరచనలకుఁగూడ లాక్షణికులు సంస్కృత సంప్రదాయాను సారముగా లక్షణ ప్రక్రియ నేర్పరించుటకుఁ బూనుకొన్నారు. అవి తమ నిసర్గగణములకు లొంగక పోఁగా నప్పు డింద్రగణములు, చంద్రగణము లనుచుఁ జాలియుఁ జాలని కొలబద్దలు పట్టుకొన్నారు. దానికిఁ దగిన సమాధానము చెప్పినారు యక్షగానకవులు. ద్విపదాదులలోనే కాకుండ సంస్కృతచ్ఛందస్సులవిషయమునఁగూడ దమ ధోరణి కనుగుణమైన

తూగును నడకనుమాత్రమే చూచుకొనుచు వానికిఁగూడ మాత్రల ప్రయోగముచేసి వ్రైచినారు. ఒక్క ఉదాహరణ:— కోటపురి ధర్మాంగదచరిత్ర అను యక్షగానములోనిది "తంత్రముజేసి పాములకు తరుణులజేసుట ధర్మమందురా" అని యొక యుత్పలమాల పాదము. క్రీగీతగల దుత్పల మాల లక్షణము ప్రకారము భగణ ముండవలసిన స్థానముగదా. కాని యిక్కడ నలముపడినది. ఇట్టివి కోకొల్లలు. ఇఁక ద్విపదలసంగతి చెప్పనక్కఱలేదు. కాని— "వినవమ్మ నా మనవి విశదంబుగాను" అన్నది ఎల్లాయపురి ఉషాపరిణయ మను య. గా. లోని యొక ద్విపద పాదము. ద్విపదకు మూఁ డింద్ర గణములు నొక సూర్యగణము ననికదా లక్షణము. కాని పైపాదము లోని మొదటిగణ మింద్రగణమే కాని రెండవది కాదు. కాని రెండును బంచమాత్రాకములైనవే. తూగు సరిపోయినది. యక్షగాన కవికిఁ గావలసిన దదే. ఇదే దేశిరచనల విలక్షణత. ఆయాయి యుపపత్తులనుబట్టి యిట్టిదేశి ఛ్ఛందస్సుల కనేకమున కాకరమైన యక్షగానము దేశి సాహిత్య ప్రక్రియ యనుటలో విప్రతిపత్తి యుండరాదు.

ఇఁక రూపకప్రక్రియ దృష్ట్యా యక్షగానమెంతవఱకు దేశియో పరిశీలింపవలసియున్నది. కొందఱు పండితులు యక్షగానమునకు వీథి నాటకమని పర్యాయ వ్యవహారమున్నదికదా, వీథి దశరూపక ప్రభేదముగదా యని యక్షగానముయొక్క దేశిత్వమును శంకింపఁ జూతురు. కాని భరతుని నాట్యశాస్త్రమున వీథి యను సంస్కృత రూపకలక్షణ మిట్లు చెప్పఁబడినది:—

"వీథీ స్యాదేకాంకా తథైకహార్యా ద్విహార్యావా
అథ వోత్తమ మధ్యాభి ర్యుక్తా స్యాత్త్రిప్రకృతి స్త్రిసృభిః"
— బరోడా ప్రతి అధ్యా. 18 – శ్లో 212 – 213.

తద్వ్యాఖ్యాత యగు అభినవగుప్తుఁ డేకహార్య మనఁగా నాకాశ భాషితమనియు, ద్విహార్యమనఁగా నుక్తి ప్రత్యుక్తి వైచిత్రియనియు వివరించినాఁడు. అనఁగా వీధి యేకాంకము, నాకాశభాషితముగాని యుక్తిప్రత్యుక్తి వైచిత్రిగాని గలిగినదియు, నుత్తమ మధ్యమాధమ నాయకిమైయుండునని భరత మతము. (ఈ సందర్భమున నభినవగుప్తుఁడు వివరించిన కోహలమతము నిట్టిదే) దశరూపకమున (3-62) వీధి కైశికీ వృత్తి, భాణమువలె సంధ్యంగములు నుద్ఘాత్యకాది వీథ్యంగములును గలిగి, శృంగార రసము సూచ్యమై రసాంతరము స్పృశింపఁబడి ప్రస్తావనయుక్తమై యేకపాత్ర ప్రయోజితమగునది యని చెప్పఁబడినది. వీధులలోని మార్గపంక్తులవలెఁ దీర్చఁబడిన వీథ్యంగములుగలదియని నిర్వచించినాఁడు తద్వ్యాఖ్యాత ధనికుఁడు. కావ్యానుశాసనమున నేకహార్యద్విహార్యము లనునవి పాత్రసంఖ్యగా బరిగణింపఁబడినవి. నాట్య దర్పణమున వీధియందు సర్వవిధనాయకులును రసములు నుండవచ్చుననియు ముఖనిర్వహణ సంధులుండుననియు గలదు. భావ ప్రకాశమున వీథ్యంగములతోపాటు లాస్యాంగములు నిందు గ్రాహ్యము లనియున్నది. ప్రతాపరుద్రీయమున భాణమువలె సంధ్యంగములుండి, కైశికీవృత్తి, శృంగారపరిపూర్ణత, ఉద్ఘాత్యకాది వీథ్యంగములు గలిగియుండుట వీధీలక్షణముగాఁ జెప్పబడినది*. రత్నాపణకర్త పాత్రలొక్కటిగాని రెండుగానియుండి లాస్యాంగములు గలిగి సామాన్య లేక పరకీయయై కులపాలిక కానటువంటి నాయికను గలిగి యుండునని చెప్పెను. రసార్ణవ సుధాకరమునను నాయికవిషయ

* ఈ లక్షణమే తెలుఁగున చిత్రకవి పెద్దన లక్షణసారసంగ్రహమున ననూదితమైనది (III. 90). ప్రతాపరుద్రీయమున మొట్టమొదటగా వీధి కల్పితేతివృత్తము, ధీరోద్ధత నాయకము, శృంగార రససూచనామాత్ర సారము ననియుఁ జెప్పబడినది. బహుధా ప్రసిద్ధేతివృత్తము, నాయకరస వైవిధ్యమును గల యక్షగానమునకీ లక్షణ మసలు పట్టదు.

మిట్లే చెప్పఁబడినది. దర్పణకారుఁడు నాట్యశాస్త్ర లక్షణమును గ్రహించుచు శృంగారరసప్రాధాన్యమును, నఖిలార్థ ప్రకృతుల ముఖ నిర్వహణసంధుల పాటింపునుగూర్చి చెప్పెను.

ఇట్లు వివిధ నాట్యశాస్త్ర గ్రంథములందుఁ జేర్కొనఁబడిన వీధి లక్షణమునందలి ముఖ్యాంశములు : ఏకాంకము, సంధి సంధ్యంగములు, ప్రస్తావన, ఒకటి రెండు పాత్రలకు మాత్రమే ప్రమేయము, ఆకాశ భాషితాదులు, కులీన కాని నాయిక, శృంగారప్రాధాన్యము. ఇవి యక్షగానమున కెట్లు సరిపోవునో చూతము. ప్రాయికముగా యక్షగానములం దంకవిభాగ ముండదు. (ప్రాయికముగా సనుటచేఁ గొద్ది యర్వాచీన యక్షగానములందు గలదు గాని యది యక్షగాన పరిణామ చరిత్రలో నొక యంతరువు ననఁగా మధ్య వచ్చిన మార్గ నాటక ప్రభావమును మాత్రమ సూచించును. ప్రాచీన యక్షగానములం దంకవిభాగము గానరాదు.) అట్లని యవి యేకాంకిక లని తలఁపరాదు. అంక మాసన్ననాయకముగాని ప్రత్యక్ష నేతృచరితముగానినై, బిందు వ్యాప్తిపురస్సరము, నైక కదివస వృత్తము, బహుపాత్ర ప్రవేశాన్న ముగావలెనని మన యాలంకారికుల మతము. అట్టి నిష్కర్ష గల లక్షణము మన యక్షగానములకుఁ బట్టదు. యక్షగానేతి వృత్త ములలో నిబిడకథానిబంధనమే కానరాదు. ఒక దివసముననఁగా దొక జీవితకాలమున జరుగుకథ యంతయు రంగాంతర సూచన లేకుండ నొక్కచోటనే జరిగినట్లుండును. అర్థప్రకృతులకును గార్యావస్థలకును దగిన సమన్వయము గన్పింపదు. సంధి సంధ్యంగాదులు నందుఁ జక్కగాఁ బాదుకొని యుండవు. సంస్కృతనాటకము లందు వలె సూత్రధారుఁడు నటీ పారిపార్శ్వక విదూషకులతో జరుపు ప్రస్తుతోప లక్షణీయమైన దృశ్యప్రబంధ వస్తు తత్కర్తృ ప్రశంసాదికము ప్రాచీన

యక్షగానములం దెందును గానరాదు. ఒకటి రెండు పాత్రలకు మాత్రమే ప్రమేయము నాకాశ భాషితములును గలట్టి యక్షగాన మొక్కటియు లేదు. అన్నియుఁ బాత్రబాహుళ్యము గలవి. ఆకాశ భాషితములు లేవు కాని సంధి వచనములు గలవు. ఉక్తి ప్రత్యుక్తి వైచిత్ర్యముగల యక్షగానము లనేక మున్నవి కాని యది రూపక సామాన్య ధర్మము. నాయిక విషయమున యక్షగానమున నెట్టి నియమమును లేదు. అట్లే రసవిషయమునను. శృంగారప్రధానములైన యక్షగానము లనేకము గలవు; కానివియుఁ గొన్ని గలవు. ఏవిధముగఁ జూచినను యక్షగానమునకు వీధీలక్షణము పట్టకున్నది. అసలు యక్షగానములకు వీథినాటకములను పేరున్నదన్న నక్కడ వీథి యనఁగా దశరూపక ప్రభేదమని కాదర్థము. 'వీథులలో నాడుటచే వీనికి వీథినాటకము లని పేరువచ్చెను.'[64] ఇందులకు సమానార్థకములుగాఁ గన్నడ తమిళ దేశము లందుఁగూడ "బయలాట", "తెరుకూత్తు" అను పేరులు గల జానపదరూపకములున్నవి.[65] అదియుఁ గాక యీ వీథి శబ్దమును దశరూపక ప్రభేదముగనే పండితు లెవ్వరైనఁ బరిగణించినచో నాప్రక్క నాటకశబ్ద ముండుట యసమంజసమే యగును. కాలక్రమమున నాటక శబ్ద మర్థ విపరిణతి నొంది రూపక సామాన్య వాచియైనది. కాని యసలదియు వీథివలెనే దశవిధరూపకములలో నొకటిమాత్రమ. అట వీథి లక్షణము వేఱు, నాటక లక్షణము వేఱు. అట్టి భిన్నలక్షణములుగల యీ రెండింటిని బండితు లేనాఁడు నొక్కచో ముడిపెట్టరు. అది సామాన్యులే నాటక శబ్దము రూపక సామాన్యవాచియైన తరువాత వీథిలోనాడు రూపకమను నర్థమున వ్యవహరించుట కారంభించి

64. చూ. కీ. శే. జయంతి రామయ్య పంతులుగారి "ఆధునికాంధ్రవాఙ్మయ వికాసవైఖరి" అధ్యా. 2 — "యక్షగాననాటకములు"

65. Vide., Dr. V. Raghavan's paper on 'Yakshagana' — Ṭriveni, Vol. 7 — No. 2.

యుందురు*. ఇంతకు నీవ్యవహారము యక్షగానమున కిటీవలఁ గలిగినది. ప్రాచీనకాలమున గలిగిన ట్లాధారములు గన్పట్టవు. అయినను వీధిశబ్ద భ్రాంతినివారణార్థ మింతదూరము వ్రాయ వలసివచ్చినది. కాని యసలు దశరూపకములలో దేని పోలికయు యక్షగానమునెడఁ గానరాదు. కాలక్రమమునఁ బ్రహసనప్రాయములైన యక్షగాన రచన లొండు రెండు పుట్టకపోలేదు.• యక్షగాన చరిత్రలో వాని నపవాదములుగా గ్రహింపనగును.

యక్షగానమున కుపరూపకములతోఁ బోలికగలదని రాఘవన్‌గా రభిప్రాయపడినారు. యక్షగానము గేయ నృత్య విశిష్టమైనది. ఉపరూపకములకును గేయరూపకములనియు (చూ. కావ్యానుశాసనము) నృత్య ప్రకారములనియుఁ (చూ. భావప్రకాశము) బేళ్ళు గలవు. అనఁగా నారెంటికి నేదో సాధర్మ్యము గలదని తోఁచును. నాట్యదర్పణ భావప్రకాశాదులందు నిర్వచింపఁ బడిన కావ్య నర్తనకాద్యుప రూపకముల లక్షణములు (ద్విపద యుపయోగము, పదార్థాభినయము మొదలగునని) కొన్ని యక్షగానమునకుఁబట్టును. కాని ప్రత్యేకమే యొక యుపరూపక లక్షణమును బూర్తిగా నతివ్యా

*అయితే యిందుల కపవాదము గలదు. 1. మన క్రీడాభిరామము ప్రేమాభిరామ మను సంస్కృత నాటకమునకుఁ దెనుఁగుసేత యనియు, నది వీధియను దశరూపక ప్రభేదమనియుఁ దత్కృత్యవతరణికలోఁగలదు. గ్రంథాంత గద్యలో నది యేకాశ్వాస పరిమితమగు వీధినాటకమని పేర్కొనఁబడినది అప్పటికే నాటకశబ్దమునకు రూపక సామాన్యవాచక వ్యవహారము వచ్చియుండును. ఇది నాఁడు ప్రఖ్యాతమైనట్లును గ్రంథమునఁగలదు. ఇది గద్య పద్య సమన్వితమైనది మాత్రము. ప్రక్రియలో దీనికిని యక్షగానమునకును నెట్టిపోలికయుఁ గానరాదు. 2 'వీధియన్నాటకంబు' - లక్షణసారసంగ్రహము III 90. (దశరూపకలక్షణము)

• ఉదా :— తంజాపురాన్నదాన మహానాటకము.

_ప్తియు నవ్యాప్తియులేకుండ యక్షగానమునకుఁ బట్టదు. అనఁగా నారెంటికిఁగొంత సాధర్మ్యమే తప్ప సంబంధములేదని చెప్పవలెను.

మార్గరూపకము లొకలక్షణ నిష్కర్షకు లొంగునట్టివి. అట్టి నిష్కర్ష కనుగలము కానివి యక్షగానాది దేశిరూపకములు. వానికి సాదృశ్యముకంటె భేదమే యధికము. అట్టి ప్రాచీన మార్గరూపకములకును మధ్య యుగ జనసామాన్యాను రంజకరూపకములకును సంబంధమునూహించుట దుస్సాధ్యమని పండితుల తలంపు.[66] సంబంధమనఁగా నిట జన్యజనక సంబంధమని భావము. అయితే కాలక్రమమున యక్షగానముపై మార్గరూపక ప్రభావము పడకపోలేదు. మార్గరూపక ప్రభావమేకాదు. బహుధా మార్గసాహిత్య సంప్రదాయ విధేయమైన మన ప్రబంధము ప్రభావముగూడ బాగుగనే పడినది. (అది ముందు నిరూపింపఁబడును) అనఁగా యక్షగాన ముత్పత్తిలోఁ దేశియుఁ బరిణామమున మార్గియు నైన దనవచ్చును. అసలు చరిత్రను దఱచి చూచినచో సంగీతనాట్యకళా విషయములందును సాహిత్యమునందును నీమార్గదేశి విభేదము సమానాంతరముగనే వచ్చుచున్నదనిపించును. "ఆరెంటికి నొక్కొక యెడ కొంచెముగా అన్యోన్య గుణసంక్రమణముండిన నుండును గాని జన్యజనక సంబంధము బొత్తుగాలే" దని యభియుక్తుల యభిప్రాయము.[67]

2. హరికథ - యక్షగానము

యక్ష గాన మన్నను హరి కథ యన్నను నొక్కటే యనికొందఱు పండితు లభిప్రాయ పడుట గలదు. ఇప్పటికిఁ దెలియ వచ్చినంత

66. Vide., R. W. Frazer's Literary History of India, P. 270.
67. చూ. ఆచార్య శ్రీ పింగళి లక్ష్మీకాంతము గారి గౌతమ వ్యాసములు— "మన నాటకముల పూర్వ గాథ"

మట్టునకు శ్రీ బాగేపల్లి అనంతరామాచార్యులను వారా యభిప్రాయమును మొదట వ్యక్తమొనర్చిన వారుగాఁ గన్పట్టుచున్నారు. ఆయన రాయలసీమ అనంతపురమండలము హిందూపుర వాస్తవ్యులఁట. 19వ శతాబ్ది యుత్తరార్థమున నుండిన వారఁట. ఆప్రాంతము నందు హరికథోపన్యాసకులుగాఁ బ్రసిద్ధివడసిన వారఁట. వారు హరికథల నుపన్యసించుట కాక స్వయముగాఁ బలురచనలు గావించిరి. అందు గొన్ని:- 1. చంద్రహాస చరిత్రము. 2. కుచేలోపాఖ్యానము, 3. మూఁడున్నర వజ్రము, 4. అనసూయాచరిత్రము, 5. సావిత్రీ చరిత్రము, 6. సుభద్రా పరిణయము. 7. శశిరేఖా పరిణయము.[68] ఈ యేఁడింటను జివరి నాల్గును యక్షగానములుగాఁ బేర్కొనఁ బడినవి. కాని వానిలో నట్లు బేర్కొనఁ బడని వానిలోఁ గూడ రచనా ప్రక్రియ యొక్కఫక్కిగనే నడచినది. అన్నిటను తోహరాలు, హిందూస్తానీ మట్లును గలవు. ఇవియన్నియు నాఖ్యాన శైలీ ప్రకృష్టములు. ఈ తోహరాల యునికి మొదలగు లక్షణము లన్నియు నాంధ్రమున హరికథలను పేరఁ బ్రచారమున కెక్కిన రచనలలోనే యెక్కువగాఁ గన్పట్టును. అనంతరామాచార్యుల వారు తమ కృతుల నెక్కటిగా నాఖ్యానించుచుండెడి వారఁట. హరికథా ప్రయోగ లక్షణ మదేకదా. అనంత రామాచార్యుల వారి కృతులను హరికథ లనుటలో విప్రతిపత్తి యుండనక్కఱ లేదు. కాని వారే వానిని యక్షగానము లనియు వ్యవహరించి యున్నారు కదా. వారే కాదు వారికించుమించు సమకాలికులు (1864-

68. ఇవియన్నియు నముద్రితములు. వీని వ్రాఁత ప్రతులు శ్రీమాన్ రాళ్లపల్లి అనంత కృష్ణ శర్మ గారి కడ నున్నవి. వారే గ్రంథకర్తను గూర్చిన విషయమును నా యెఱుకకుఁ దెచ్చిరి. దయతో గ్రంథము లెల్లఁ జదువ నొసంగిరి. వారి కెంతయుఁ గృతజ్ఞుఁడను. ఇందలి శశిరేఖాపరిణయ రచనా కాలమును వ్యయ వైశాఖ శు. దశమి గురువారముగాఁ గవి పేర్కొనెను. అది క్రీ.శ. 13-5-1886 తేదీకి సరిపోవుచున్నది.

1945)నాంధ్ర దేశ హరికథోపన్యాసక చక్రవర్తులుగాఁ బ్రసిద్ధులు నైన శ్రీ మదజ్జాడాది భట్ల నారాయణ దాసు గారు తమ ప్రహ్లాద చరిత్ర + మను హరికథ యవతారికలో హరికథ యన్నను యక్షగాన మన్ననునొకటేయను నభిప్రాయముతో నొకపద్యము రచించిరి. అది:-

సీ. ఘన శంఖమో యనఁ గంఠంబు పూరించి
మేలుగా శ్రుతిలోన మేళవించి
నియమము తప్పక నయఘనంబులఁ బెక్కు-
రాగభేదంబుల రక్తి సల్పి
బంతు లెగిర్చిన పగిదిఁ గాలజ్ఞతన్
జాతి మూర్ఛన లొప్ప స్వరముఁ బాడి
చక్కని నృత్యమున్ సర్వ రసాను కూ
లంబుగ నభినయనంబుఁ జేసి

గీ. స్వకృత మృదు యక్షగాన ప్రబంధ సరణి
వివిధ దేశంబులం బిన్న పెద్దలు గల
బలు సభల హరి భక్తి నుపన్యసింప
లేని సంగీత కవితాభిమానమేల.

ఈ పద్యమునే హరికథ యను శీర్షిక క్రింద ఆంధ్రపత్రిక విరోధి కృత్సం వత్సరాది సంచికలోఁ గూడ (పుట 77) దాసు గారు ప్రకటించి యున్నారు. వారు తమ "అంబరీష చరిత్రము"* హరికథ యుపోద్ఘాతములో - "ఈ యంబరీషోపాఖ్యానము దొట్టి మఱికొన్ని యక్ష గానములను వ్రాసి యుంటిని —— నేఁ దెలిసిన మట్టు యక్షగానముల

+ మినర్వా ము. శా. ముద్రణ - విజయనగరము. 1899.
* సరస్వతీ బుక్ డిపో ప్రచురణ, బెజవాడ, 1929.

కుదాహరణముగ నిందుతోఁ బది వివరించినాఁడను'' అని తన రచించిన హరికథల నన్నిటిని యక్షగానము లనియే వ్యవహరించి నారు. పార్వతీ పరిణయ మను నొక హరికథను† రచించిన శ్రీ పసుమర్తి కృష్ణమూర్తి గారు తదాశ్వాసాంత గద్యలోఁ దమ కృతిని యక్ష గాన ప్రబంధమనియే పేర్కొనిరి. ఆయన దాసు గారి శిష్యులే. తమ కృతిని గురువుగారికే యంకితమిచ్చిరి. ఊలపల్లి గంగరాజ కవి రామజనన హరికథ ††కు ముఖ బంధ మగు ప్రశంసలో శ్రీ కాశీభట్ల సుబ్బయశాస్త్రిగారు దానిని యక్షగాన ప్రబంధ మనిరి. హరి కథ యని గ్రంథ కర్త పేర్కొనెను. భమిడిమర్రి రామమూర్తి గారి సతీ సక్కుబాయి హరికథ ‡ పీఠికలో శ్రీ కాకరపర్తి కృష్ణశాస్త్రిగా రిది యక్ష గాన మనుచు నా ప్రక్కనే (కుండలీ కరణములలో) హరికథ యని పేర్కొనిరి.

గ్రంథకర్త హరికథయనియే వక్కాణించెను. శ్రీభక్తవిజయ మను నింకొక హరికథ+ కూడ యక్షగాన ప్రబంధముగనే పేర్కొనఁ బడినది. తద్గ్రంథకర్తలు "శ్రీమత్సంపూర్ణ రామాయణ మహాభారత భాగవత శివపురాణాద్యనేక యక్షగాన ప్రబంధకర్తలును హరికథోప న్యాసకులునగు శ్రీ అయ్యగారి వీరభద్రరావుగారు." "యక్షగానాల శాఖకేచెందిన హరికథ'' లని శ్రీ కొత్తభావయ్యచౌదరిగా రొకచో* ననిరి.

† ప్రచురణ వివరములు దెలియవు. రాజమండ్రి గౌతమీ గ్రంథాలయమున దీని ప్రతులు గలవు.

†† శ్రీ పతి ప్రెస్ కాకినాడ 1936

‡ సరస్వతీ పవర్ ప్రెస్, ముద్రణ - రాజమండ్రి, 1943.

+ రాజమండ్రి గౌతమీగ్రంథాలయమున నొక ప్రతిగలదు.

* చూ. "యక్షగాన నాటకములు'' అను వారి వ్యాసము - ఆంధ్రమహిళ - ఆగష్టు, 1956. పుట 14.

ఇట్లు పలువురుపండితులు, సామాన్యులుగాదు ధీమాన్యులు నైనవారు, స్వయముగా హరికథా గ్రంథరచన గావించినవారును నభిప్రాయపడి రనఁగా నది కాదనలేము. వానిలో నేదో సాదృశ్యములేదనలేము. కాని రెండును బూర్తిగా వాని యుత్పత్తిపరిణామములనుబట్టి యభిన్నము లనలేము. జక్కులకథలు, జంగంకథలు, హరికథలు, బుఱ్ఱకథలు — ఇవియన్నియు గానరూపమునఁ గథాఖ్యానమే ప్రధానాశయముగాఁ బ్రారంభింపఁబడినవి. కావునఁ దత్ప్రవచనా ప్రక్రియలలోఁ గొంత సాదృశ్యము గోచరించినను వానివాని ప్రయోగఫక్కికలు వేఱు. ప్రయోజనములు వేఱు. వాని పుట్టువు పొలఁకువలే వేఱు వేఱు.

హరికథ వేదకాలముననే బీజరూపమున నున్నట్లును, నైతిహాసికయుగమునఁ గుశలవుల రామాయణగానము మొదలగు సందర్భములందు దాని స్వరూపము విస్తరించినట్లును గొందఱితలంపు.[69] కాని యేదోకథ చెప్పుట, అది విష్ణుకథయగుట యనునట్లు గాక మన మిూనాఁ డనుకొనుచున్న విశిష్టలక్షణములు గలదిగా హరికథ రూపొంది ప్రచారముగాంచుట మధ్య యుగమున మహారాష్ట్రమున. 17 వ శతాబ్ది పూర్వార్ధమున నుండిన ప్రసిద్ధ మహారాష్ట్ర భాగవతుఁడగు తుకారామ్ హరికథాకాలక్షేపములు చేయుచుండినట్టు తెలియుచున్నది.[70] హరికథ యనఁగా నది మహారాష్ట్రులది యని ప్రతీతి. అది మహారాష్ట్రమున "అభంగ్" అనియు, తమిళదేశమునఁ గాలక్షేపమనియు, నాంధ్రమున హరికథయనియు (హరికథాకాలక్షేప+ మనియు) వ్యావ

---

69 Vide., "Kalakshepam" By Sir M. S. Ramaswmi Aiyar,

70 చూ. "తుకారామ మాచీగాథా"— (నిర్ణయసాగర ముద్రణ, బొంబాయి, 1927) అభంగములు 4045 – 4049.

+ కాలక్షేపమనఁగా Pastime అని యర్థము.

హరింపఁ బడుచున్నది. దక్షిణదేశమునకు హరికథాకాలక్షేపము దిగి వచ్చుట 17 వ శతాబ్దిలో నటు కర్ణాటకము నిటు తంజాపురాంధ్ర నాయక రాజ్యమును మహారాష్ట్రుల కైవసమైన తరువాతనే యని తోఁచును. తంజావూరి నేలిన మహారాష్ట్రప్రభువు లంతకు ముందాంధ్ర నాయక రాజులు మిగుల నాదరించిన యక్షగానప్రక్రియ తమ హరికథా సంవాదిగా నుండుటచేతను, నంతకంటె మఱియొక మెట్టెక్కువగా రూపకప్రయోజనము గల్గియుండుటచేతను గాఁబోలు తామును దానిని నాయక రాజులకంటె నెక్కుడుగ నాదరించిరి. స్వయముగా నెన్నో యక్షగాన నాటకములను వెలయించిరి.+ కాని యాంధ్రమున వారై తమహరికథలను వెలయించిన జాడగానరాదు. కాని మహారాష్ట్రులకుఁ బుట్టినింటను బొరుగువారైన మధుర సౌరాష్ట్ర సభవారు పిదప కాలమునఁ దెనుఁగునఁ గొన్ని హరికథలను వెలయింపఁ జేసిరి.[71] తత్రాపి మనవారును కాలక్షేపార్థము రూపప్రదర్శనావకాశము లేనియెడ నేకపాత్రాభినయమునకైనఁ బనికివచ్చుననియో, అన్యగీత ప్రబంధచ్ఛందస్సుల[71] కాకృష్టులగుటచేతనో నాఁటినుండి హరికథా రచనకు దొరకొనియుందురు. అసలు యక్షగానము హరికథగాఁ జెప్పఁబడు సంప్రదాయమొకటి కన్నడదేశమునఁగలదఁట. అయితే అది ప్రాచీనమైన సంప్రదాయముగాదు. ఈవిషయమై

+ చూ. ఇందలి ద్వితీయభాగము — ద్వితీయప్రకరణము.

71. ప్రా. లి. పు. భాం, ఆర్ నం 1607, 1608 వీనిలో జోరాబ్యాక్, సోపంగి, లావణి, కేకావళి, ఖడ్గా, ఛంద్ మొ. సౌరాష్ట్ర మహారాష్ట్ర గీతప్రభేదములుగలవు ఆంధ్రదేశపు హరికథలందు జోరాలు, తోహరాలును దఱచు లావణి 19 వ శతాబ్ది కర్ణాటాంధ్ర యక్షగానములందును ప్రయుక్తమైనది

(ఈమధుర సౌరాష్ట్రసభ హరికథలు, వానిలోని ఛందస్సులనుగూర్చి ప్రత్యేకమొకవ్యాసము 2-5-55 త్రిలిఙ్గలోఁ బ్రకటించి యుంటిని)

శ్రీ ముట్నూరి సంగమేశముగారేమనుచున్నారో చూడుఁడు. "అసలు వేషరచనకూడా మానుకొని మద్దెల, జేగంట, హార్మోనియం శ్రుతి అనేవి సహాయంగా తీసుకొని ఒకాయన యక్షగానరచన గానంచేస్తూ ఉంటే, మరోనలుగురు వేర్వేరుపాత్రలను పంచి పుచ్చుకొని, ఖులాసాగా నాటకీయపద్ధతిలో సంభాషణలు నెరపడం అనే మర్యాదకూడ దక్షిణ కన్నడ ప్రాంతంలో పాతిక ముప్ఫైయేళ్ళనుండి బయల్దేరింది. దీనిని "తాళమద్దెల" అని పిలుస్తారు. ఇందులో ఆటగాని, అభినయంగాని, వేషంగాని ఏమీ లేవు. ఒకరుచెప్పే హరికథ నలుగురు పంచుకో చెప్పుతూన్నట్లుంటుంది"[72] ఈసంప్రదాయము యక్షగానముపై హరికథల ప్రభావమునుమాత్రమే సూచించును. ఏదెట్లయినను మనకు యక్షగానరచన ప్రాచీనము. హరికథారచన యాధునికము. నేఁటి హరిదాసులు హరికథలను యక్షగాన ప్రబంధములని పేర్కొనినట్లు, ప్రాచీన యక్షగాన కర్తలెవ్వరును యక్షగానమును నది వైష్ణవేతివృత్తమగుచో నౌపచారికముగ హరికథ యనుటతప్ప (ఆ యనుటయుఁ గ్వాచిత్కము) ప్రక్రియ పరముగా హరికథ యని వ్యవహరింపలేదు. లాక్షణికులుగూడ వస్తుచ్ఛందోవైవిధ్యము విశేషముగఁ బ్రదర్శించి యుండుటచే యక్షగానమున కొక నిష్కృష్టలక్షణము నేర్పరింపలేక పోయిరి. ప్రక్రియగా నా వదాలుతనమే మొదటఁ తాళప్రధానములైన రేకులతో ద్విపదలతోఁ గొలది గద్యపద్యములతోఁ బ్రాదుర్భవించిన యక్షగాన రచనము వివిధ దేశిపద కవితా ప్రభేదములను, కర్ణాటక సంగీతమునకుఁ బ్రచారము గలిగిన దినములలో నాయా రాగ ప్రభేదములను, దక్షిణ దేశమున కౌత్తరాహులతో సంపర్కము కలిగిన రోజులలో నాహిందూస్తానీ రాగములను మట్లను నిముడ్చు

72. మా. సంగమేశంగారి "బయలాట" అనువ్యాసము — ఆంధ్రప్రభ సచిత్ర వారపత్రిక, 4-1-1956, పుట 64.

కొను నట్లు చేసి, రానురాను యక్షగాన మనఁగా ఛందో వైవిధ్య విశిష్ట గేయ ప్రబంధ సామాన్య వాచియా యని యనిపించు నంతగాఁ బరిణమింపఁ జేసి నేఁటికి హరికథలకుఁ గూడఁ బర్యాయ వాచకముగా నిలిపినది.* అసలు హరికథ ప్రయోగ విషయమున యక్షగాన ప్రారంభదశను సూచించు నన వచ్చును. రచనా ప్రక్రియలో నీనాఁటి ధోరణిని బట్టి రెండింటను నెట్టి ఛందస్సుల నైనఁ బాటలనైన నెట్టి కథలనైన నెలకొల్పవచ్చు ననవచ్చును. ఈనాఁడు యక్ష గానము లెట్లు యక్షులచే (జక్కులచే) గానము చేయఁ బడుట లేదో యట్లే హరికథ లన్నియు విష్ణు కథలు గావు. శివకథలు చివరికి శివాజీ గాంధీజీ కథలును హరికథలపేర "చలామణి" యగు చున్నవి. అనఁగా నిఁకఁ బ్రక్రియ కేగాని యా పేరునకుఁ బ్రాముఖ్యము పోయినదన్న మాట. కడమ ఛందస్సులమాట యెటులున్నను గథాఖ్యానమునకు యక్షగానములలో ద్విపద, హరికథలలో డోరాలు, తోహరాలు సంప్రదాయ సిద్ధముగా వాడఁబడుచున్నవి. నారాయణదాస ప్రభృతుల రచనలలో డోరా తోహరాలకు బదులు మంజరియను రచనా విశేషము గన్పట్టును. అది మన మంజరీ ద్విపద కాదు. డోరా వంటిదే. హరికథలలో మన ద్విపదలు, కందార్థాదులును జేరినవి. 19 వ శతాబ్ది యుత్తరార్థము, తదుపరి యక్షగానములలో మాత్రము గొన్నిట డోరా తోహరాలును, మరికొన్నిట లావణి మొదలగు నన్యదేశ్య

* ఈ సందర్భమున గోదావరిమండల వాస్తవ్యులు, ప్రసిద్ధ హరికథోపన్యాసకులు, రచయితలునైన శ్రీ నల్లమిల్లి బసివిరెడ్డిగారి యభిప్రాయ మొకటి గమనింప దగియున్నది. చూ ద్వి. భా. పుట 246 (అది యాయన స్వయముగ నాతో సెలవిచ్చినమాట. వీ రటీవల తేది 8—12—59 న కీర్తిశేషులైరి.)

చ్ఛందస్సులును (సాధారణముగా హరికథలలో నుండునవి) చేరినవి.*

పై విషయములనుబట్టి హరికథ– యక్షగానములకుఁ గల సాదృశ్యము, సంబంధము నెట్టిదో గ్రహింపనగును. హరికథ నుండి యక్షగాన ముత్పత్తియైనదని యెవ్వరైనన్నచో నది ముధావాద మగును. అదియుఁగాక యీవాదము యక్షగాన నామోత్పత్తిని సమర్థింపదుగదా. ఇఁక యక్షగానమే హరికథగాఁ బరిణమించిన దను వారును గొందఱు గలరు.[73] కాని యిదియు నవిచారమూలక మగు నభిప్రాయమే. రెండిటి యుత్పత్తి వేర్వేఱనియు, రెండును గొంత సదృశ ప్రక్రియలగుటచే వానికిఁజారిత్రక కారణములవలన సాన్నిహిత్య మేర్పడఁగాఁ గొంతకుఁగొంత సంబంధమును నేర్పడెనని తలంపవలసియున్నది. *

3. కథకళి – యక్షగానము

దక్షిణ భారతమునఁ బ్రధానములైన యాంధ్రకర్ణాట తమిళ మళయాళ రాష్ట్రములు నాల్గింటిలో మొదటి మూఁడింటను యక్షగాన మొక దేశి రూపక ప్రక్రియగా విలసిల్లినది. కాని మళయాళమున

---

* చూ. ఇందలి ద్వితీయ భాగము, మొదటి ప్రకరణము – ఆంధ్ర దేశ య. గా. కవులు వరగంటి శేషగిరి వెంకటరమణదాసులు, గోపాల రామదాస కవి, తిమ్మరాజు లక్ష్మణరావుల, అనంతరామాచార్య నారాయణదాస ప్రభృతుల కృతుల విషయము.

73. (1) కవిత్వవేది ఆంధ్ర వాఙ్మయ చరిత్ర సంగ్రహము – (వావిళ్ళ ప్రతి – 1951) పుట 145. య. గా. లే తోలుబొమ్మలాటలుగా మారిన వనియు కవిత్వవేది యభిప్రాయము. చూ. పుట 246.

(2) Vide, Chap. 5 of 'Telugu Literature' By Prof. P. T. Raju. (P. E. N. Series No. 15.)

* య. గా. హరికథగూర్చి వేఱ యొక వ్యాసము ప్రకటించియుంటిని. చూ. ఆంధ్ర సాహిత్య పరిషత్పత్రిక,

దానికి ప్రశస్తి కలుగకుండుటకుఁ గారణము తత్సదృశమైన కథకళి యను గేయాత్మక నృత్యకళా విశిష్టమగు నొక రూపకప్రక్రియ కచటఁ ప్రచారమేర్పడుటయే. కథకళి మళయాళ రాష్ట్రపు గర్వకారణ మగు నొక జాతీయ రూపక ప్రక్రియగా వాసికెక్కినది. దానికిని యక్షగానమునకును గొంతపోలిక గలదు. అది కారణముగా నుత్పత్తిలో నీరెండును నేకబీజకములై యుండునను నభిప్రాయము కొందఱు పండితులకుఁ గల్గినది.

యక్షగాన వాఙ్మయ పరిశోధకులలో దొలితరము వారిలో నొకరగు ఆచార్య శ్రీ కోరాడ రామకృష్ణయ్యగారీ విషయమై యిట్లు సెలవిచ్చియున్నారు :— 74.

"This Veedhinataka in Telugu may be said to be only a counter part of the Malabar Kathakali, but with this difference, that while in the Telugu Veedhinataka the actors speak and take to singing the songs whose meaning they also seek to interpret by means of gestures – i.e., by Abhinaya, the Kathakali actors enact the whole story by means of mute abhinaya leaving speeches and songs entirely to the troupe behind them, who supply the musical and other accompaniments necessary for the successful enactment of the drama. The dress, the make up, the method of performance, and all other paraphernalia required for the enactment seems to point towards the identity of their origin, though there may be some minor differences due to later independent developments.'

74. Vide P. 19 of 'Telugu Literature outside the Telugu Country' By K. R. K. (Madras University Telugu Series No. 9 (1941) Chap· Yakshagana and Desi.'

మీఁది పఙ్క్తులలో శ్రీరామకృష్ణయ్యగారు కథకళి యక్షగానముల భేదసాదృశ్యములను చక్కగా విశదపఱచినారు. అయితే సాదృశ్యము వాని యుత్పత్తి సామ్యము వంక మొగ్గుచూపుచుండఁ బోలు ననియు, భేదము పరస్పర నిరపేక్షమగు వాని కాలాంతర పరిణామము కారణముగాఁ గలిగియుండ వచ్చుననియు ననియున్నారు. ఇది యొక యభిప్రాయముమాత్రము. ప్రబలవాదముగాదు. అయినను నిది ముందు ముందొక వాదముగాఁ బరిణమింపకుండుటకు దీని నిటఁ బరిశీలించుట కర్తవ్యము.

మన యక్షగానమునకును గథకళికిని గల సాదృశ్యము భరతఖండమున వివిధ రాష్ట్రములందు వెలసిన యాతరగతి దేశిరూపకము లన్నిటికి నించుమించుగా సరిపోవు నట్టిదే కాని విశేషముగాదు. కథకళిప్రత్యేకత మూకాభినయము. యక్షగాన ప్రాయములగు కన్నడదేశపు బయలాటలపై[75], మెలట్టూరు భాగవతమేళ నాటకములపైఁ[76] గథకళిప్రత్యేకతయొక్క ప్రభావము కొద్దిగానైనఁ గలదు (అందులకుఁ బ్రాదేశికముగా వానికున్న సన్నిహితత్వమే కారణము కావచ్చును. అదియు నిటీవలి పరిణామమే కావచ్చును.) కాని మన యక్షగానముపై దానిప్రభావ మే దశలోను (పాల్కురికి యక్ష నేపథ్యముల యాటపాటల ప్రస్తావనలోఁ గాని, క్రీడాభిరామ—జక్కుల పురంధ్రి గానాభినయ ప్రసంగమునఁ గాని) గానరాదు. ఇంతకును గథకళి యేమంత ప్రాచీనమైనదికాదు. మలయాళ పండితులే యా మాట నంగీకరించుచున్నారు.

---

75. చూ. శ్రీ ము. సంగమేశంగారి 'బయలాట' వ్యాసము — ఆంధ్రప్రభ సచిత్రవారపత్రిక, 4-1-56. పుట, 22-24.

76. చూ ఈ విషయమై నా వ్యాసము — భారతి, సెప్టెంబరు, 1955.

కధకళి గురించి:- శ్రీ కె. ఆర్. పిషరోటీ గారేమనుచున్నారో చూడుఁడు:-

'We shall not be far from the truth if we place this in the latter half of the 17th Century. . It is quite probable that this new variety must have been devised somewhere in the Sixth decade of the 17th Century '[77]

మరికొందరు

'The Raja of Kottarakkara (1575–1650 A. D.) was the first composer and originator of the Kathakali '[78] అని యనుచున్నారు. వీరి యభిప్రాయము గణించినను గధకళి చరిత్ర క్రీ. శ. 16వ శతాబ్ది దాఁటిమీఁదికిఁబోదు. కధకళి పుట్టుటకు ముందే యాంధ్రమున యక్షగాన రచనకూడ ఆరంభమై సాగుచుండినది.

అనఁగా యక్షగానమునకును గధకళికి నుత్పత్తిసామ్య మూహించుట సమంజసముగాదుకదా. అదియుఁగాక కధకళి యక్షగాన నామోత్పత్తిని సమర్థింపలేదుకదా; అయితే శ్రీ రామకృష్ణయ్యగారు యక్షగాన నామోత్పత్తి విషయమై చూపు పెట్టనివారుకారు. వారు తమ వ్యాసమున పండితారాధ్య చరిత్రమునందలి యక్ష వేషములతోడి యాటపాటల ప్రసక్తి, క్రీడాభిరామమునందలి జక్కుల పురంధ్రి పాట ప్రసక్తి యెత్తిచూపుచు వానిప్రాథమికానుబంధస్వరూపము నావిష్కరించుచు నా జక్కుల పురంధ్రి పాటయే జక్కులపాట యనియు నది

77, Vide 'South Indian Theatre' By K. R Pisharoti – Chap. IX of 'The Theatre of the Hindus' published by Susil Gupta Ltd., Calcutta—12. 1955.

78. Vide (a) 'The Music of the Nrtyanatakas of South India' – Thesis submitted by Srimathi K. Gomathi for the M. Litt of the Madras University. (b) 'The Language of Kathakkali' By Sri Premakumar Thamma, pp. 15.

యక్షగానమను సంస్కృత శబ్దమునకుఁ దెలిగింపు కావచ్చుననియు వ్రాయుచ్చినారు.

4. ఇతర విషయములు

యక్షగానమునకన్య దేశీయ రూపక ప్రక్రియలలోఁ గొన్నిటితోఁ గొంత కొంత సాదృశ్యము గలదు. ఉదాహరణమునకు :— మనయక్షగాన ప్రదర్శనములలోని హంగుదారుల వంతపాటకుల మేళమించు మించు ప్రాచీన గ్రీకునాటకములలోని "కోరస్" బృందగానముచేయు గాయకబృందమువంటిది. యక్షగానము గుఱించి వ్రాయుచు నొక రీ విషయము నిట్లు సూచించినారు గూడ * :—

> "Its technique may roughly be compared to the Greek drama in its simplicity of expression and the importance of the element of chorus in it."

కాని యీ సాదృశ్యవిషయమునకుఁ గలిసివచ్చునుగదా యని వెనుకటి (అలెగ్జాండరు చంద్రగుప్తమౌర్యులనాఁటి) గ్రీకు భారతీయ సంబంధబాంధవ్యముల చారిత్రక విషయనుగూడ బారుచేసి యెవ్వరైన యక్షగాన మా యవనరూపక కళనుండియే యావిర్భవించిన దనినచో ఆ యనుట ఫలితములేని ద్రావిడప్రాణాయామముపట్టుటయే యగును.

యక్షగానమువలె గానప్రాధాన్యము, హంగు, పౌరాణికేతివృత్తముల ప్రతిపత్తి, ప్రదర్శన నిరాడంబరత, జనసామాన్యానురంజకత్వము మొదలగు లక్షణములు గల వంగదేశపు యాత్ర [79] లకును,

* Vide "Yakshagana and other plays of Mysore" an article by Sri S. Srinivasachar, Published in The March of India Vol. IV – No. 6.

79. Vide. Chap. IV, item IV of "History of Bengali Language and Literature" by Sri Dinesh Chandra Sen.

యక్షగానములకును (పండితారాధ్య చరిత్రలోని శ్రీశైల క్షేత్రము నందలి శివరాత్రి వినోదములు పేర్కొనఁబడిన సందర్భమునుబట్టి) యాత్రాస్థలములే జన్మస్థానములై యుండునని యూహింపఁ గల్గినచో నది యొక సాదృశ్యమే యగును గాని యుత్పత్తి దశలోఁ గాని పరిణామమునఁగాని వానికి సంబంధముగల దనుటకు సత్యసన్నిహితమైన యుపపత్తి మాత్రము గాఁ జాలదు.

ఇట్లే యక్షగానముతో నితివృత్తమునందో, రచనా ప్రణాళిక యందో, ప్రదర్శన సంప్రదాయమునందో యంతంత మాత్రము సాదృశ్యము గల యన్యదేశీయ రూపక ప్రక్రియ లనేకము గలవు. దానికిఁ గారణమించు మించవి యన్నియు నొక్క పాదునుండి మొలిచిన వగుటయే కావచ్చును. ఒక్క పాదనఁగాఁ గృతక ప్రవృత్తికిఁ బ్రసక్తి లేని నిసర్గమధుర నిరాడంబర స్నిగ్ధజన ముగ్ధభావ ప్రకృతుల కాటపట్టయిన జనపదము. — ఒక్కొక్కచో యక్షగానమునకును దాని పరిణామ దశలలో నన్యప్రక్రియలతోఁ నాపాటి యీపాటి సంబంధము నేర్పడినదన్నచో నదియొక వింతగాదు. సదృశ ప్రక్రియలకుఁ బ్రాదేశికమైన సన్నిహితత్వ మేర్పడినచో సంబంధము నేర్పడుట సహజముగదా.

యక్షగానోత్పత్తి విషయమై పైనుదాహరింపఁబడినవాదములు సంబంధ సంవాదులు కొన్ని, సాదృశ్య సంవాదులు కొన్ని. కాని జక్కుల జాతిసంబంధ వాదమువలెఁ గడమవాదములు చక్కగాఁ బాదుకొనియుండలేదు. యక్షగాన నామోత్పత్తి నవి సమర్థింపలేవు.

ఇఁక యక్షగాన శబ్దార్థమును గూర్చి శ్రీ యమ్. గోవిందరావు గారు తమ వ్యాసమున [80] లడ్విగ్, గెల్డ్నర్ అను పాశ్చాత్య

80. Vide, Madras University Annals of Oriental Research Vol. X - Part II for his paper on the Yakshagana in Karnataka.

పండితు లిరువురు యక్షశబ్దమునకు "ఉత్సవము" (Festivity) అను నర్థము చెప్పినారనియు, నదికాని యంగీకార్యమగుచో యక్షగాన మనఁగా నొకయుత్సవ సమయమునఁజేయబడు సంగీతగోష్ఠియని చెప్ప వచ్చుననియు ననియున్నారు. యక్ష శబ్దమసలు ప్రత్యవసానార్థకమైన "జక్ష్" అను ధాతువువలన నేర్పడినట్లు తోఁచును. యక్షులు పుట్టఁగనే బ్రహ్మదేవునిఁ దినుటకు యత్నించిరనియు, నతఁడు "మామా జక్షత" యని వారినిఁ బ్రార్థించెననియు, వారే నాఁటినుండి యక్ష శబ్ద వ్యవహృతులైరనియు భాగవతము తృతీయ స్కంధమునఁ (20 అధ్యా. - 21 శ్లో.) గలదు. యక్షశబ్దార్థమేదైనను నది యక్ష జాత్యుత్పత్తిని సమర్థించునుగాని యక్షగానోత్పత్తిని సమర్థింపదు. దానికి యక్షశబ్దార్థముతోఁగాక గానప్రియులైన యక్షశబ్దవాచ్యుల తోనే యేదో సంబంధముండి యుండుననుట లెస్స. ఈనాఁడాధారము లుపలబ్ధములైన యంతలో నా యక్షశబ్దవాచ్యులు మన జక్కులును, గన్నడదేశపు జెక్కుల గాణాలునై యుండురని యూహించుటయు లెస్సయగును.

యక్షగానము

ప్రాచీనత — ప్రాథమికావస్థ

యక్షరాత్రి, బౌద్ధయక్షులు, జక్కిణి మొదలగు విషయముల తోడి సంబంధము నేదైన స్థిరపఱుపఁ గల్గినచో యక్షగాన చరిత్ర మతి చిరంతనమైనదని చెప్పవచ్చును. కాని యట్టిసంబంధమును స్థాపించు టకుఁదగిన యాధార సామగ్రీసౌలభ్యము కానరాని యీనాఁడది కడు కష్టసాధ్యము. ఆధారము లుపలబ్ధమానము లగుచున్నంతలో యక్ష గాన చరిత్ర మంతప్రాచీనమైనది కాదనియే చెప్పవలెను. కాని కన్నడ పండితులు కొందఱు తమ వాఙ్మయమున యక్షగానము కొంత ప్రాచీనమైనదనియే తలంచుచున్నారు :—

"Kannada Scholars are of the opinion that as early as the 9th Century A.D., this kind of composition could be traced. They suggest that "Chattana" "Nalpagarana" etc., mentioned in Kavirajamarga of Nripatunga (814-817 A.D.) are nothing but Yakshagana Works" [81] కాని కవి రాజమార్గమునఁ బేర్కొనఁ బడిన చత్తాణాదులకు లక్ష్యగ్రంధము లిపుడు కన్నడ వాఙ్మయమున లభించుటలేదు. "But unfortunately no composition of this kind has come down to us to verify their statements" అని యనియున్నారు గోవిందరావుగారు. అయితే కవిరాజమార్గమున వాని లక్షణ ముక్తమైనది. అది పరిశీలనార్హము.

> " కందము మమళిన వృత్తము
> మొందొందడె గొందు జాతి జాణెనె యె బెడం
> గొంది పరీళ మరె పేఱ
> ల్సుందర రూపిం బెదెండె గబ్బ మదక్కుం"
>
> కవిరాజమార్గము. 1-34.

> "కందళ్ళల వాగిరె
> సుందర వృత్తం గళక్కరం చవు పది మ
> త్తంగ్గీతకె తివదిగ
> ళందంబుత్తె సెయె పేళ్దా డదు చత్తాణం"
>
> — కవిరాజ మార్గము. 1 - 35.

అనఁగా నొకకందము, పిదప నొకవృత్తము చొప్పున రచించుచు నొక్కొకయెడ జాతుల ననుసంధించినచో నది 'బె ద ం డె' కబ్బ మగును. పలు కంద పద్యములతో నందమైన వృత్తములను, అక్కర, చవుపది, గీతిక, తివది (త్రిపది) మొదలగు వాని నందముగా నను

81. Ibid., Mr. M. Govindarao's Paper, P. P. 3-4.

సంధించినచో నది చత్తాణ చంద మగును. పై రెండింటను గంద పద్యము ప్రాధాన్యము, వృత్తముల ప్రతిపత్తి, అక్కరాది జాతుల యక్కఱ విశదమగును. కాని నేఁ డుపలబ్ధము లగు కన్నడ యక్షగానములను[82] పరిశీలించినచోఁ గందములు సందంపు వృత్తములును గలవు కాని అక్కరాది జాతులన్నియును లేవు. అక్కర లసలు లేవు. కడమువాని ప్రయోగ మతివిరళము. వానిలోఁ గవిరాజమార్గమునఁ జెప్పఁబడని రగడ వికారములగు తాళప్రధానములగు రేకులకును, ద్విపదలకే ప్రాధాన్యము. మఱియు వానిలో వచనములు, పదములు, అర్ధచంద్రికలు, షట్పదులు, ధవళశోభనములు మొదలగు రచనా విశేషములు గలవు. ఇవియుఁ గవిరాజ మార్గబెదండె చత్తాణకావ్య లక్షణములందుఁ జేర్కొనఁ బడలేదు. పైఁ జేర్కొనఁబడిన కన్నడ యక్షగాన లక్షణములే తెలుఁగు యక్షగానములందును గన్పట్టును. చూడఁగా నా బెదండె చత్తాణము లేవో సామాన్యములైన నిర్వచన పద్యకావ్యములై యుండుననిఁ దోఁచును గాని యక్షగానము లనిపింపవు.

ఇఁకఁ గవిరాజ మార్గమునఁ జేర్కొనఁ బడినఁ నాళ్ పగరణాల విషయము: నాళ్ - నాడు అనఁగా దేశము, పగరణ - ప్రకరణముఅనఁగా రూపకము. (అసలు ప్రకరణము ప్రసిద్ధ సంస్కృత దశరూపక ప్రభేదము. మాలతీ మాధవ మృచ్ఛకటికాదు లట్టివి. కాని యీ లక్షణ మిటఁ బ్రసక్తము కాలేదు. ప్రకరణశబ్ద మిట రూపక సామాన్యవాచిగాఁ బ్రయుక్తమైనట్లు తోఁచును.) అనఁగా దేశీయ మగు నొక రూపక విశేష మని యర్థము. ఇందుఁ గ్లిష్ట కల్పనాదులు దోషము లనియు, గ్రామ్యాశ్లీల భాషణములు హాస్యరస భాజనములు

---

82. చూ. — ప్రా. లి. పు. భాం., డి. నంబర్లు.: 413, 1168, 1169, 1175, 1178, 1181, 1183, 1185, 1186. 1200, 1204, 1210, 1212, 1220.

కాఁగలవు కాన నవి దోషము లనిపించుకొన వనియుఁ గవి రాజ మార్గమునఁ గలదు. (చూ. ఆ. 1 - ప. 66 - 68) ఈ లక్షణము యక్షగానముల కేగాదు సామాన్య జనామోదకము లగు దేశి రూపకముల కన్నిటికినిఁ దగి యున్నది. అవి యక్షగానములే యని నిష్కర్షతోఁ జెప్పవలనుపడదు. ఇట్లే నృపతుంగునకు సుమారొక శతాబ్ది (పై చిలుకు) యర్వాచీనుఁడగు నాగవర్మ రచించిన కన్నడ కావ్యావలోకనములోఁ బేర్కొనఁ బడిన "పాడుగబ్బ" లు, "బాజనగబ్బ" లు ననునవి గేయ కావ్యములు, గేయాభినయానుకూల దృశ్య ప్రబంధము లనియుఁ దెలియు చున్నది.[83] కాని యివియు యక్షగానము లని నిష్కర్షతోఁ జెప్పవలనుపడదు. అయితే యివి యన్నియుఁ గన్నడదేశమున సంగీత నాట్యకళల కాణాఁచుగల "పరపతి" నిఁ దెలియఁ జేయఁగలట్టివైనఁ గావచ్చును.

అసలు కన్నడమున యక్షగాన రచన మిగుల నర్వాచీనమైనది. ఆ విషయమును బలువురు కన్నడ పండితులే యంగీకరించి యున్నారు.[84] ప్రత్యేకముగ కన్నడ యక్షగాన వాఙ్మయముగుఱించి పరిశోధన చేయబూనిన శ్రీ ఎమ్. గోవిందరావుగారు దాని గురించి వ్రాయుచు "In a study of a good number of yakshagana works, I was not able to come accross a work earlier than the end of the 17th century" అని వక్కాణించియున్నారు.[+] తమిళమున యక్ష

83. చూ. కన్నడ కావ్యావలోకనము. సూత్ర. 245-249.

84. Vide., (1) A History of Kanarese Literature by Mr E. P. Rice, p. 100. (2) History of Kannada literature by Sri R. Narasimhacharya. p-25. (3) ' Turning points of Kannada literature", paper by Sri M. Mallappa Bhat - Ref: Madras University Annals of Oriental Research Vol. V - Part 2.

\+ " " Vol. X - Part 2.

గాన రచన మఱియు నర్వాచీనమైనది. తెనుఁగుననే ప్రాచీనతమమైనది. ఈ సందర్భమున డాక్టరు శ్రీ నేలటూరి వెంకటరమణయ్యగారి వాక్యములు స్మరింపఁదగినవి :— "తెలుగు యక్షగానములు ప్రాచీనతమములు. తమిళ కన్నడ యక్షగానము లాదేశములందాంధ్రుల వ్యాపన మతిశయించిన పిమ్మటనే రచింపఁబడెను"[85] అయితే తెనుఁగు యక్షగాన రచన మెంతో ప్రాచీనముగాదు. క్రీ. శ. 16వ శతాబ్దికి ముందునాఁటి యక్షగానరచన తెనుఁగునఁ గానరాదు. క్రీ. శ. 15 వ శతాబ్దికి ముందు యక్షగానరచన జరిగినట్లు తెలియవచ్చుటలేదు. కాని యక్షగాన మొకసాహిత్య ప్రక్రియగా నవతరించుటకుఁ బూర్వరంగముగాఁ గొంతచరిత్ర యుండకపోదు. 15వ శతాబ్ది పూర్వార్ధమున వెలసిన మనక్రీడాభిరామమున జక్కుల పురంధ్రుల పాటలును యక్షకన్యల యాటలును ప్రసక్తములైనవికదా. అసలు యక్షగానశబ్దమే యదియొక ప్రత్యేకమైన గానశైలియను నర్థమున నానాఁటి భీమ ఖండమునఁ బ్రయుక్తమైనదికదా[86]. పండితారాధ్య చరిత్రయందలి యక్షాది

85. చూ. వారి మధుర తంజావూరు నాయకరాజుల నాటి ఆంధ్ర వాఙ్మయ చరిత్ర, పుట 88.

86 ఆచార్య శ్రీ విస్సా అప్పారావుగారి "ఆంధ్రుల నాట్యకళ — కూచిపూడి కళావైభవము" అను వ్యాసమున (1954 సం. విజయవాడ శ్రీ కనకదుర్గా కళా సమితి తృతీయ వార్షికోత్సవ సంచికలోఁ బ్రచురితము) "కులోత్తుంగ చోళదేవుని శాసనములో నట్టువమేళములవారు యక్షగానముల నాడిరని యున్నది" అని వక్కాణించియున్నారు. చోళరాజులలో క్రీ. శ. 11-13 శతాబ్దుల నడుమ కులోత్తుంగ చోళదేవ నామధేయులు పలువురున్నారు. (చూ. వ్యాసములు – దక్షిణ హిందూదేశ శాసనములు) కాని యందెవరి శాసనమునను యక్షగాన శబ్దము కానవచ్చుటలేదు. చోళరాజుల శాసనములలో రెండిట (154 ఆఫ్ 1895, 120 ఆఫ్ 1925) 'అరియక్కూత్తు' ప్రసక్తిగలదు. దానినే శ్రీ అప్పారావుగారు యక్షగానమనుకొనిరేమో; ఇప్పటికి నే నెఱిఁగినంతలో యక్షగానశబ్దము గానవచ్చు గ్రంథములలో శ్రీనాథుని భీమఖండమే మొట్టమొదటఁగాఁ గనుపట్టుచున్నది.

నేపథ్యముల తోడి యాటపాటల ప్రసక్తిని బరిగణించినచో యక్షగానము చరిత్ర మింకొక శతాబ్ది వెనుకకుఁబోవును. కన్నడవాఙ్మయమునందలి "అగ్గళుని చంద్రప్రభా పురాణము", అభినవ పంపని మల్లినాథ పురాణములందలి "ఎక్కలగాణ" ల ప్రసక్తి నెత్తుకొన్నచో యక్షగానచరిత్ర క్రీ. శ. 12వ శతాబ్దిదాఁక నెగఁబ్రాకఁగలదు. అంతకు మించినదంతయు నుపాధి సమగ్రముగాని యూహాగానమే.

ఇఁక యక్షగానముయొక్క ప్రాథమిక స్థితి యెట్టిదో యించుక పరిశీలింతము. క్రీ. శ. 12వ శతాబ్దినాఁటి కన్నడ చంద్ర ప్రభా పురాణములో "వన విహారం చేస్తూన్న నాయకుఁడు మేళతాళాలతో నిమిత్తంలేకుండా దేశీయ గీతాన్నొకదానిని ఒక "ఎక్కలగాణ" యింపుగా పాడుతూ వుంటే విన్నాడని వర్ణించ బడింది"[87] దీనిని బట్టి మేళతాళములతో నిమిత్తములేని యెక్కల గాణల జాతీయ గీతాలాపము యక్ష గానోత్పత్తికిఁ బ్రాతి పదిక మైనదని తోఁచుచున్నది. ఆశతాబ్దిలోనే వెలసిన మల్లినాథపురాణములో "కమలామోదిమైన తుమ్మెద ఝుంకారం కమలాలయమైన లక్ష్మిని కీర్తిస్తూ పాడే "ఎక్కల" గానంతో పోల్చి వర్ణించబడింది"[88] అనఁగా నా యెక్కలగానము లేక యక్షగానము దేవతా స్తుత్యాత్మకమైనదని తెలియుచున్నది. శ్రీనాథుని భీమఖండమునందలి దక్షారామ ప్రశంస సందర్భమునఁగల "కీర్తింతు రెద్దాని కీర్తి గంధర్వులు, గాంధర్వమున యక్షగాన సరణి" అను వాక్యమును జూచినను నాఁడు యక్షగానము దైవస్తుత్యాత్మకమైన యొకప్రత్యేక గానశైలిగాఁ బరిఢవిల్లుచుండినదని స్ఫురింపఁజేయుచున్నది. మల్లినాథపురాణములోనే "యక్షాందోళన" మను నృత్యముగూడఁ బ్రసక్తమైనది. ఈయాం

87, 88. మా. శ్రీ సంగమేశంగారి వ్యాసము – భారతి, ఫిబ్రవరి, 1956.

దోళికా (ఆందోళన మన్నను ఆందోళికయన్నను నర్థమొక్కటే. చూ. - సూ. వా. ని.) నృత్యముగూర్చి శ్రీ ముట్నూరి సంగమేశం గారిట్లు వ్రాయుచున్నారు :-[89] "కన్నడ యక్షగానాల్లో నటి వేషాన్ని యక్షిణీ వేషమనీ, శ్రీవేషమనీ, మోహినీవేషమనీ పరి పరివిధాల పిలుస్తారు. ఈమె మొదటిసారి రంగస్థలానికి వచ్చినప్పుడు నడుమువరకు అట్టతో కట్టిన ఒకతొట్టెవంటి చౌకంలో నిల్చి నృత్త గతులు ప్రదర్శిస్తుంది. ఈ నృత్తాన్ని ఆందోళికా నృత్యమనీ, మంచె చప్పరనృత్యమనీ పిలుస్తారు." యక్షగానములలో యక్షిణీవేషము[90]తో నొక రాందోళికా నృత్యము నెఱపుట జూడ యక్ష గానమునకును యక్షాందోళనమునకు నేదో సంబంధ ముండియుండు ననిపించును. అనఁగా క్రీ. శ. 12 వ శతాబ్దినాఁటికే యక్షగానమునకు నృత్యకళా సాహచర్యమును గల్గిననన్నమాట. ఎక్కలగానము నీ యక్షాందోళనము ననునవి రెండును, ఆటతోడిదే పాట పాటతోడిదే యాట అనునట్లెవరో యక్షగాన వేషధారుల జాతీయ వృత్తివిద్యయొక్క కవలరూపులై యుండును. పాల్కురికి సోమనాథుని పండితారాధ్య చరిత్రలో యక్షాది నేపథ్యములతోపాటు పేర్కొనఁబడిన పాటయు, నాటయు, క్రీడాభిరామమునఁ బేర్కొనఁబడిన జక్కుల పురంధ్రి యక్ష కన్యల యాటయు నీవిషయమును సమర్థింపఁగలవు. పండితారాధ్య చరిత్ర వక్కాణలో యక్ష నేపథ్యసూచనయు, క్రీడాభిరామ జక్కుల పురంధ్రి పాటలోఁ బాటతో పా టుపకరణములు నామె గానముతోఁ గథాఖ్యానముచేసిన వైనము పేర్కొనబఁడుటయు, యక్షకన్యల నృత్యములో మతాశయ స్ఫురణమును విశేషములు.

---

89. చూ. శ్రీ సంగమేశంగారి వ్యాసము – భారతి, ఫిబ్రవరి, 1965.

90. ఈ యక్షిణి వేషము నృత్యమే జక్కిణియైయుండునా ?

యక్షగానముయొక్క ప్రాథమిక స్వరూపమా పేరే చాటుచున్నట్లు గానమైయుండుననుట నిర్వివాదము. అయితే పురాణచరిత్ర ప్రసిద్ధులైన యక్షజాతీయు లెవ్వరికిని గానకళా ప్రతిష్ఠ లున్నట్లు తగిన యాధారములు గానరానందున నెన్నఁడో యక్ష వేషధారణ మొక వృత్తిగా నవలంబించినవారని యూహింపఁ దగిన యెక్కల గాణాల, జక్కుల పురంధ్రుల గానకళాభిమానముచే యక్షగానోత్పత్తికి బీజాంకురప్రాయము లైనవనియు, నా గానము స్తుత్యాత్మకముగాఁ గథాఖ్యానోపయోగిగా నృత్యానుకూలముగా నుండెడి యొకప్రత్యేక శైలికిఁ జెందియుండుట యక్షగానముయొక్క ప్రాథమికావస్థయై యుండుననియుఁ జెప్పవచ్చును.

యక్షగానము

పరిణామ చరిత్ర

[ఈ ప్రకరణ మాంధ్ర యక్షగాన వాఙ్మయ మాధారముగా యక్షగాన పరిణామ చరిత్ర పరిశీలన కుద్దిష్టమైనది. ఈ గ్రంథము ద్వితీయ భాగమున యక్షగాన కవుల చరిత్రము కావ్య సమీక్షయుఁ బ్రాదేశిక విభాగానుసారముగను గాలక్రమానుసారముగను రచింపఁబడి యుండుటనుబట్టియు, గ్రంధ విస్తర భీతిచేతను నిపు డీప్రకరణమున యక్షగాన పరిణామ చరిత్ర సంగ్రహముగా సమీక్షింపఁబడుచున్నది. దాని వివిధదశల ప్రక్రియా పరిణతికిఁ బ్రతినిధులైన కొలది గ్రంథముల విశేషములుమాత్రమే యిందుఁ బ్రసక్తమగును. ఇందును స్పష్టతకొఱకు సౌలభ్యము నిమిత్తము ప్రాదేశిక విభాగ కాలక్రమానురోధమైన సమీక్షాపద్ధతియే పాటింపఁబడినది. ఈ ప్రకరణమునఁ బేర్కొనఁబడిన యక్షగాన కవి కావ్యముల కాలముల నిర్ణయములు, ప్రతి వివరములు మొ॥ విషయములకు ద్వితీయ భాగమును జూచునది. పరిశీలన సౌలభ్యముకొఱకు అకారాది క్రమ కవి నామ సూచిక తుది ననుబద్ధమైనది.]

ప్రస్తావన

యక్షగాన పరిణామ చరిత్ర మతిచిత్రమైనది. రచనలోఁ బ్రదర్శనలోఁ దరతరములనకును బరిణామమందుచు వచ్చినది. మొదట యాత్రాస్థలములు, కామేశ్వరీ వ్రత సంప్రదాయ పరాయణులైన కామందుల లోగిళ్లను, తదుపరి పల్లెపట్టుల రచ్చసావడి, పాడిగలిగిన రాచదేవిడీలును యక్షగానము ప్రదర్శనల కధిష్ఠానములైనవి. అది వివిధప్రదేశములకు విస్తరించుటవలన నాయాప్రాంతములందలి వివిధ శ్రవ్యదృశ్యాత్మకములైన సాహిత్య ప్రక్రియలతో ననుబంధము నెనుపొందించుకొన్నది. వివిధ గీతిచ్ఛందస్సులను దనలో నిముడ్చుకొన్నది. యక్షగాన రచన గ్రామకరణములు, బొమ్మలాట రైతులు మొదలగు జానపదకవుల గంటముల నుండి నగరములందు రాజస్థానముల నాశ్రయించిన పండిత కవుల పైడిగంటములకును బ్రాకినది

కవి రాజుల గంటములే కాదు రాజకవుల గంటములును యక్షగాన సరస్వతి కాశ్రయములైనవి. పలుకులముల పలుతరగతుల కవులకుఁ దద్రచనావకాశములు గలిగినట్లే జక్కులు, నెఱకులు, నేనాదులు, గొల్లలు, బ్రాహ్మణులు మొదలగు పలుతెగలవారికిఁ దత్ప్రదర్శనావకాశములు గలిగినవి. మొదట గానరూప కథాఖ్యానముగ గ్రామసీమలఁ బామరగాత్ర మాత్రోపజీవిగా నుండిన యక్షగానము నాఁడు నాఁటికి వాడవాడల నాడఁబడుచుండిన వీధి నాటకపు వాటమెఱిఁగి రాచనగరి మొగసాలల కెగఁబ్రాకి రంగభోగము నవధరించుటతో మార్గరూపక ప్రభావము నభిసరించి నాటకనామకరణము చేయించుకొన్నది. కోటలోని రాజుగారికిని పేటలోని ప్రజలకును సమానముగా నాదరపాత్రమైనది. తెలుఁగు భాషకుఁ బలుకుబడిగల పలుతావుల వెలసినది యక్షగానము. పలుతరగతుల ప్రజాజీవితోదంత విశేషములను బ్రతిబింబించుకొన్నది. పలువిధముల కథల కాశ్రయమైనది. పాఠ్య గేయ నాట్యాత్మకములైన పెక్కుప్రయోజనముల కిక్కువయై నిలిచినది. అదియొక సార్వజనీనమైన బహుముఖ ప్రయోజన సనాథమైన సాహిత్య ప్రక్రియగాఁ బరిణమించినది. ఈ పరిణామమంతయు నేఁడెనిమిది శతాబ్దుల చరిత్రగలది.

యక్షగానముయొక్క ప్రాచీనత యెంతయో, ప్రాథమిక స్థితి యెట్టిదో మీఁదఁ బరిశీలింపఁ బడినది. క్రీ. శ. 12వ శతాబ్దికి ముందుకాలము యక్షగాన చరిత్రలో నజ్ఞాత యుగము. అది యక్షవేషధారణము వృత్తిగా నవలంబించియుండుటచే నేర్పడియుండదగునని యూహింపఁదగిన ఎక్కలగాణల, జక్కులజాతుల ప్రాదుర్భావస్థితిగర్భితమైన కాలమైయుండునని యూహింపవచ్చును. అనఁగా వారిమూలమున వాసికెక్కియుండునని యూహింపఁదగిన యక్షగా

నము ప్రారంభ దశలోనే రూపారోపము గలదని చెప్పవలసివచ్చును. కాని యీ రూపారోప మీ జాతుల యుత్పత్తికేగాని యక్షగాన రూపక కళా పరిణతికి సద్యఃకారణమై యుండునని చెప్పలేము. ఆ యక్షరూపారోపము తోడి యాటపాటల ప్రసక్తి పాల్కురికి సోమనాథుని పండితారాధ్య చరిత్రలోఁ గలదనఁగా + నా సంప్రదాయము పదునాల్గవ శతాబ్ది దనుక వచ్చుచున్నట్లే చెప్పవచ్చును. కాని యందితివృత్తము మొదలగు విషయముల ప్రసక్తి కానరానందున నాఁటికది రూపక కళా సమగ్ర స్వరూపమును నిరూపించుకొన్నట్లు కాదు. సాహిత్య ప్రక్రియగానైన రూపొందినట్లుగానరాదు. అట్లే యైయుండినచో వీరశైవ మత ప్రవర్తకుఁడైన ద్విపద రగడోదాహరణాద్యనేక దేశి సాహిత్య ప్రక్రియల నతిప్రీతి నాదరించిన సోమన రగడద్విపదలకే ప్రాధాన్యము గల యక్షగానమునుగూడ నొక్కటైన రచించి దానినొక ప్రచార సాధనముగా వినియోగించుకొని యుండఁడా? అసలు 15-16 శతాబ్దులకుముందు నాఁట యక్షగాన మొక సాహిత్య ప్రక్రియగాఁ గాని రూపక ప్రక్రియగాఁగాని రూపొందినట్లాధారములు గానరావు. అయితే యంతకుముందు మన యాంధ్రులకు మార్గ నాటకములవంటి నాటకములు (క్రీడాభిరామం వినా) లేకపోవచ్చునుగాక కాని యక్షగానము వలె దేశిసరణికిఁజెందిన నాటకములు కొన్ని లేకపోలేదు. మనవలెనే పూర్వకాలమునఁ దమిళులు కన్నడిగలు మొదలగు మఱికొందఱికి మార్గనాటకములవంటి నాటకములు లేనట్లు తెలియవచ్చుట యబ్రము. కాని యాటవిక జాతులకే యాటపాటల యందాస్థయున్నట్లు తెలియుచుండ నాగరక జాతులకు నాటక కళాభిరుచియన్నది సహజముగదా. ఆ నాఁటి మన దేశినాటకములే వీధి నాటకములను పేరఁ బ్రసిద్ధికెక్కినవి. అట వీధిలో నాడఁబడు నాటకము

+ "ఆదట గంధర్వ యక్ష విద్యాధరాదులై పాడెడు నాడెడువారు"

లని యర్థము. (వీథి యనఁగా నిట దశరూపక ప్రభేదముగాదు. నాటక శబ్దమిట రూపక సామాన్య వాచి) ఇది కన్నడిగల "బయలాట", తమిళుల "తెరుకూత్తు" అను వానికి సమానార్థకమైనది. పాల్కురికి సోమనాథుని పండితారాధ్య చరిత్రలోనే[1] నాటకములు, బహురూపకములు, వెడ్డంగము, తోలుబొమ్మలాటలు మొదలగు రూపకప్రక్రియలనేకము పేర్కొనఁబడినవి. జవనికలు, పాత్రల యాహార్యకము, ప్రదర్శన ప్రరోచన, అభినయభంగులు, సంగీతపుహంగు మొదలగు నాటకపుతంతు వివరింపఁబడినది. త్రిపురవిజయము, కామదహనము, అర్ధనారీశ్వరము, అంధక గంధగజాసురవధము, దక్షాధ్వరధ్వంసము, క్షీరసాగరమథనము, సిరియాళ చరిత్ర[2] మొదలగు నాఁటి నాటకేతివృత్తములును బేర్కొనఁబడినవి. ఇందలి కథలు కొన్ని పిదపకాలమున యక్షగానవస్తువులైనవి. ఇవికాక క్రీడాభిరామమునఁ[3] బేర్కొనఁబడిన మాచల్దేవి చరిత నాటకము, విజయనగర ప్రభువు వీరనరసింహరాయల (క్రీ. శ. 1506-1509) కొలువులోఁ గూచిపూడి బ్రాహ్మణ భాగవతులు ప్రదర్శించినట్లు తెలియవచ్చిన[4] సంబెట గురవరాజు నాటకము, క్రీ. శ. 1514 నాఁటి కర్నూలు జిల్లా చెఱువు బెళగళ్ళు శిలాశాసనము[5] నందుఁ బేర్కొనఁబడిన తాయికొండ నాటకము మొదలగునవి

---

1. చూ. పర్వతి ప్రకరణము., పుటలు 432-462.
2. బసవపురాణము. ఆ. 4.
3. 181 వ పద్యము.
4- Local Records., Vol. 56, p p 66 onwards.
5. A. R. E. 558 of 1915.

ఈ రెండిటి విషయము నెత్తిచూపిన వారు డాక్టరు శ్రీ నేలటూరి వెంకటరమణయ్య గారు. చూ. వారి 'యక్షగానము - తంజావూరు' అను వ్యాసము ఆంధ్రపత్రిక ఖర సంవత్సరాది సంచిక.

యక్షగానములుగా నీ నాఁడు కొందఱు పరిశోధకులచే భావింపఁబడుచున్నవి కాని యట్లుభావించుటకుఁ దగిన యాధారమేమియు లేదు. అవి వీధి-తెరనాటకముల[6] కోవకుఁజెందినవి మాత్రమేయైయుండును.

పూర్వము బహుధా సంస్కృత సాహిత్య ప్రవణులైన మన కవులు సంస్కృతనాటకములవంటి నాటకములను దెనుగుఁన సృజింపరైరి సరికదా, ఆనాటకములనే నాటకములుగా నాంధ్రీకరింపలేదు. కొన్నిటిని బద్యప్రబంధములుగా మాత్రమే పరివర్తించిరి.[7] (క్రీడాభిరామ మొక్కటి యిందుల కపవాదము) ఆనాఁడు రాజాస్థానములందు సంస్కృత నాటకములు ప్రదర్శింపఁ బడుచుండెడి వనియు, జనస్థానములలో వీథినాటకములు, బహురూపములు మొదలగు తెరనాటకములును బ్రచారమందుండెననియు నూహింపవలసియున్నది. కాలక్రమమున వాని ప్రభావము యక్షగానముపైఁగూడ బడి యది యాకృష్టులైన శిష్టకవులు కొందఱు తద్రచన జేపట్టగనే రూపకకళ కొంత సంతరించుకొని యొక విశిష్టప్రక్రియగా రూపొంది రాజప్రజామోదములను సమపాళముగాఁ జూఱఁగొని వీథినాటకమనియుఁ బేరొంది దేశిసరణికిఁ జెందిన నాటకములకెల్లఁ బ్రతినిధిగా నిలిచినది. మనకు నాటకకృతులులేని లోటు తీర్చినది. దీనిప్రాభవము మూలముగనే మొన్న

---

6. తెఱనాటకముల ప్రసక్తి పండితారాధ్యచరిత్ర పర్వత ప్రకరణమునఁ గలదు. అవి జంగాలచేఁ బ్రదర్శింపఁ బడుచుండెనట్లు బై. వెంకటనాథుని పంచతంత్రమునను (4 – 240), అ. నారాయణ కవి హంసవింశతి (3 – 29) యందును గలదు. నాఁడు జంగాలు జక్కుల వలె గానాత్మకకథాఖ్యానములను జేసెడివారు. జంగం కథలు వారి పేరనే ప్రసిద్ధములైనవికదా.

7. ఒకఉదా. నందిమల్లయ్య, ఘంటసింగయల ప్రబోధ చంద్రోదయాంధ్రీకరణము.

మొన్నటి దనుకఁ గూడ మనకవులకు మార్గనాటకములవంటి నాటకములు రచింపవలసిన యావశ్యకత కన్పింపకపోయి యుండవచ్చును.

పాల్కురికి సోమనాథుని నాఁటికే యక్ష నేపథ్యములతోడి పాటగా నాటగా వెలిసియుండునని యూహింపఁ దగిన యక్షగానమున కాంధ్రమున నాప్రదర్శకులొక విశిష్టజాతిగా నేర్పడినపిదపఁ గొంత కాలమునకు యక్ష నేపథ్యములతోడి సంబంధము సడలి గానమునకే ప్రాధాన్యము హెచ్చి యుండును. పదునైదవ శతాబ్దిలో భీమ ఖండోదాహరణమును[8] బట్టి యది స్తోత్ర పారోప యోగి యైన యొక ప్రత్యేక గాన శైలి యనియు, క్రీడాభిరామోదాహరణమును[9] బట్టి యది జక్కుల పురంధ్రిచే నెక్కటిగా శ్రుతి లయాత్మక వాద్యోప కరణ సహితముగా, రాగ తాళ మాన స్థాయి గమక

8. "కీర్తింతు రిద్దాని కీర్తి గంధర్వులు
గాంధర్వమున యక్ష గాన సరణి" (భీ ఖ. 3 — 65.)

9. కోణాగ్ర సంఘృష్ట ఘుమ ఘుమ ధ్వని తార
కంఠస్వరంబుతో గారవింప
మసిబొట్టు బోనాన నసలు కొల్పిన కన్ను
కొడుపుచే దాటించు నెడప దడప
శ్రుతికి నుత్కర్షంబుఁ జూపంగ వలయు చోఁ
జెవి త్రాడు బిగియించు చేప గట్టి
గిలుక్కు గిలుక్కున మ్రోయు కింకిణీ గుచ్ఛంబు
తాళమానంబుతో మేళవింప
రాగమున నుండి లంఘించు రాగమునకు
నురుమ యూరుద్వయంబు పై నొత్తిగిల్లి
కామవల్లీ మహాలక్ష్మి కైటభారి
వలపు వాడుచు వచ్చె జక్కుల పురంధ్రి"

క్రీ. రా. 135.

నిహితముగాఁ గథాఖ్యాన పురస్సరముగాఁ బ్రయోగింపఁ బడు చుండెడిదనియు దెలియుచున్నది గదా. క్రీడాభిరామమున నా జక్కుల పురంధ్రి పాటతోపాటే అక్కల ('యక్ష కన్యల') యాటయు వర్ణితమై యుండుట (క్రీ. రా. 136 - 137) నా గానము నృత్యాను కూల మైనదనియుఁ దెలియ నగును. ఇంకను నానాఁటి దాని ప్రత్యే కత యెట్టిదనఁగా - క్రీ. శ. 1408 - 1503 సం. ల నడుమ నుండిన, సంకీర్తనా చార్యుఁడని ప్రఖ్యాతిగాంచిన తాళ్ళపాక అన్నమాచార్యుని పౌత్రుఁడైన చిన తిరుమలా చార్యుఁడు (1537 ప్రాంతము) సంకీర్తన లక్షణ మను సంస్కృత గ్రంథమును స్వపితామహాకృతమును స్వజనక వ్యాఖ్యాతమును (ఇది యలబ్ధము) దెనుఁగు జేయుచు[10] దరువులు, జక్కుల రేకు లేలలు, చందమామ పదములు మొదలగు వానిని మొదటఁ జేర్కొనుచుఁ బిదపఁ గొన్నిటి లక్షణములు నిర్వ చించి యక్షగాన పదములఁ గూర్చి యిట్లు వ్రాయుచ్చెను:—

"యక్షగాన పదంబులునవ్విధమున
సముచితానేకవిధ తాళ సంగతులను
నవరసాలం క్రియా సవర్ణంబు లగుచు
నలరు నని హరి కీర్తనా చార్యుఁ డనియె"

సం. ల. 66 వ పద్యము.

అతఁడు దరువులు నేలలు మొదలగు పదములకు లక్షణమును చెప్పి యుండెను. కాని వానితోపాటు మొదట జక్కుల రేకుల పేరెత్తు కొనియుఁ (చూ. 50 వ పద్యము) ప్రత్యేకముగా నా పేర లక్షణము చెప్పియుండ లేదు.

10. చూ. తాళ్ళపాకము కవి కుటుంబ కృతి సముచ్చయము - సం. 1 తిరుపతి దేవస్థానము ప్రచురణ. 1935. సైకవుల కాలములు, కృతి రచనఁ గూర్చినవివరములు నీ సంపుటమునుండి తెలియ నగును.

అందు చేతను యక్షగాన పదముల నేలాదులతో పాటు మొదటఁ జేర్కొనక పోయినను నేలాలక్షణము వెంట వాని లక్షణ మును జెప్పి యుండుటను జూడ జక్కుల రేకు లన్నను యక్షగాన పదము లన్నను నొక్కటే యని యూహింప వచ్చును. "యక్షగాన పదంబులు" అని బహు వచనము వాడఁ బడుటచే యక్షగానమనఁ గా నేదో యొక్క గీతిచ్ఛందో ఘటిత మైన దని కాక పలు విధము లైన పదములతోఁ గూడిన దని తెలియ నగును. అవి తాళ బహుళ ములును, నవరసాలంకృతములు నైన వని స్పష్టముగాఁ జెప్పఁబడినది. పై విషయములనుబట్టి 15 వ శతాబ్దిలో యక్ష గానము కథావలంబ నము, సముచితా నేక విధ తాళ సంగతములు, నవరసాలం క్రియా సవర్ణములు నగు పదములును గలిగి కావ్య రచనోపయుక్త స్వరూప మును కల్గి యున్న దని చెప్పనగును.

యక్షగాన రచన — ప్రారంభదశ

[illegible] రచనా ప్రక్రియనుబట్టి సాహిత్య మంతయు ముత్తెఱఁగులు- పద్యము, గద్యము, పదము లేక గేయము. ఆమూడింటి ప్రత్యేక ప్రయోగమువలనఁగాని సంకలనప్రయోగమువలనఁగాని బహువిధ సాహిత్యప్రక్రియలను సాధింపవచ్చును. తెలుఁగులోఁ బదునాఱవ శతాబ్ది చివరి దాఁక వెలసిన శిష్టవాఙ్మయ మెక్కువగాఁ బద్యగద్యో భయాత్మకమైన చంపూధోరణిలో సాగిన పురాణ ములు, ప్రబంధములు, పద్య కేవలముగా నడచిన శతకములే. కాని, యప్పటికే చాలకాలముగా నే పల్లె యెల్లలలోనో పలుకుచునున్న గేయసరస్వతి శిష్టకవులచే నుపేక్షింపఁ బడినది. అయినను నిష్ట పడిన శిష్టకవులే కొందఱు పదపద్యములకు నడిమివాటముగా నడచు

నట్టి ప్రక్రియ నొకదానిని స్వీకరించిరి. అదే ద్విపద. అట్లే యటుమార్గ పద్ధతికిఁ జెందిన కళికోత్కళికల రూపమున నవతరించిన పదకవితా ప్రభేదమగు రగడయుఁ గలిసి వచ్చిన "ఉదాహరణము" ను గూడ స్వీకరించిరి. ఆప్రక్రియ లన్నింటికి నేకవాక్యత సంఘటింపఁ గలట్టిది యక్షగానము. ఆరహస్యము గ్రహించియే కాఁబోలు కాలక్రమమున వైవిధ్యప్రవణులైన మనకవులు కొందఱు తద్రచన చేపట్టిరి.

మన కిప్పటికిఁ దెలిసి నంతలోఁ దెనుఁగున వెలసిన మొట్ట మొదటి యక్షగాన రచన క్రీ. శ. 15వ శతాబ్ది యుత్తరార్ధమున నుండిన ప్రోలుగంటి చెన్నశౌరి సౌభరి చరితమే. అది యైన నతఁడు రచించినట్లు తెలిసినదే[10] కాని గ్రంథము లభింపలేదు. అది జక్కుల కథ యని పేర్కొనఁ బడినది. అది తాళ్ళపాక చిన తిరుమలార్యుఁడు చెప్పిన యక్ష గాన లక్షణ మట్లు "నవరసాలంకృతముగ" నున్న దని పేర్కొనఁ బడుట గమనింపఁ దగినది. కవి దానిని జక్కుల కొఱకు వ్రాసెనో, జక్కుల వారి గాన రూప కథాఖ్యాన ఫక్కిక మూఁదలగా రచించి యుండుటచేత నా పేరు పెట్టియుండెనో, లేక యానాఁడు యక్ష గాన సామాన్యముగా జక్కుల కథయను పర్యాయ వ్యవహార మున్నదో తెలియదు. సౌభరి చరితము భాగవత విష్ణు పురాణము లందుఁ గలదు. కాని దానికి యక్ష

10. హరి భట్టు నారసింహ పురాణావతారికలోఁ దత్కృతి యగు ప్రోలుగంటి రంగ మంత్రి వంశ ప్రశంసలో నతనికి వరుసకుఁ బినతండ్రి యగు నీ చెన్న మంత్రి ప్రశంసయు వచ్చినది అంకితని కృతులు పేర్కొనఁ బడిన యొక సీసమున (పద్య. 33)

"సౌభరి చరితంబు జక్కుల కథ చెప్పె
లాలిత నవరసాలంకృతముగ"

అని యున్నది.

పాత్రలతోఁ గాని జక్కుల కుల దేవత యగు కామేశ్వరితోఁ గాని సంబంధము లేదు.[11] మన కీ నాఁడుపలబ్ధములగు యక్షగానము లన్నియు నట్టివ. చెన్నశౌరి కృతి యక్షగానమని యూహించుటయే సమంజస మగును. పదునైదవ శతాబ్దినాఁటి యక్షగాన రచన తీరెట్టిదో చూత మన్న నా కృతి యాకృతి మాసి పోయినది. క్రీ. శ. 1500 సం. ప్రాంతము నాఁటి యక్షగాన మని యూహింపఁ దగిన మఱియొక గ్రంథము పేరు వినఁబడుచున్నది. క్రీ. శ. 1500 ప్రాంతము వాఁడగు వెల్లంకి తాతంభట్టు తన కవి చింతామణి[12] యను లక్షణ గ్రంథమున భాషాలక్షణాధికారమున "లక్ష్మీకళ్యాణములోని రేకు" లను పేర "నీరజోదరురాణి నీలవేణికిని" అను నుదాహరణమిచ్చెను. రేకులను రచనా విశేషము యక్షగానములందు మాత్రమే కన్పట్టును. యక్షగానపదములకు జక్కుల రేకులను పేరున్నట్లు సంకీర్తన లక్షణము నుండి గ్రహింప నగును గదా. అయితే తాతంభట్టు నుదాహరణము ద్విపద పాదము కాని యది జంపె గతి గలది. ఆ ప్రక్కనున్న రేకను మాట కాదనరానిది. ఇది చిత్ర కవి పెద్దన యక్షగానము లందుండు నని చెప్పిన "జంపెరేకు" లక్షణమునకు సన్నిహితముగా నున్నది. (చూ. ప్రక్కపుట) పై లక్ష్మీకల్యాణము యక్షగానమై యుండునని తలంప నగును. కాని యాగ్రంథము గూడ లభింపలేదు. ఇది యత్కృతమను విషయముగూడఁ దెలిసినదికాదు. దీనినిబట్టి నాఁటి

11. ఒక దూరానీతమైన యూహ :— జక్కులు కామేశ్వరీ వ్రతసంప్రదాయ పరాయణులును, సంతాన కాంక్షులు నైన వారి యిండ్లఁ పేరంటములు సేయఁ బోవుదురని క్రీడాభిరామమున సూచింపఁ బడినది సౌభరి చరితము సంతాన కాంక్ష విషయమున కొక ప్రత్యేక ప్రత్తిపత్తిగలదని భాగవత విష్ణుపురాణములందుఁ గలదు. మఱి జక్కులు సంతాన కాంక్షుల యిండ్లలోఁ జెప్పుకథలలో నిదియు నొకటగునేమో;

12. తం. స. మ, కే. నం, 779–780.

యక్షగానములందు రేకనునది యొక రచనాంగమని యూహింప నగును. దాని స్వరూపమెట్టిదో యెఱుఁగుట కాంధ్రమున యక్షగాన లక్షణముగూర్చి చెప్పుటకుఁ గొంత ప్రయత్నము చేసినవారిలో మొదటివాఁడగు చిత్రకవి పెద్దన (16 వ శతాబ్ది పూర్వార్థము) రచించిన లక్షణ సార సంగ్రహమును బలుకరింపవలెను. అతఁడు నవ విధ రగడల లక్షణమును జెప్పి వెనువెంట యక్షగానముగూర్చి యిట్లెత్తుకొనినాఁడు :-

"వృషభగతి త్రిపుడరే కంఘ్రియుగ మగుఁ
దుద నేడు లఘువులు తొలఁగఁ జేయ,
జంపె రేకునకు లక్షణము ద్విరద గతి
యగుఁ గొన నొక లఘువందు మాన,
రచ్చ రేకగును దురగ వల్గనము గతి,
మఱి యేకతాళియౌ మధురగతిని,
అట తాళమున నూత్ర లంఘ్రి కిర్వది నాల్గు
నాల్గిట విరతి పద్మాలు గింట
నిలుచు నర్ధంపు నర్ధ చంద్రికలు దీన
యక్షగానాది కృతులలో నార్యులిడిన *
రగడ భేదంబు లివి యౌను రమ్యచర్య
యవిత నిజదాస సముదాయ! యాంజనేయ"

—ల. సా. సం. II - 141.

ఇందుఁ బేర్కొనఁబడిన త్రిపుటాదులు సంగీతప్రపంచమున సూళాది తాళములుగాఁ బ్రసిద్ధములు మఱి "త్రిపుట రేకు", "జంపె

*చిత్రకవి పెద్దన నాటికే యక్షగానము ఆర్యరచనగాఁ బరిగణింపఁబడిన దన్నమాట.

రేకు" అనఁగా నవి తత్తత్తాళ ప్రధానములగు గీతము లందేకైక లక్షణ సమన్వయముగల పాదములు లేక చరణములు లేక దళములను విభాగములవంటివైయుండును. అందలి యర్థము లర్ధచంద్రికలు. "యక్షగానాదికృతులలో నార్యులిడిన రగడభేదంబులివి" రగడభేద ములుకాని రచనావిశేషము లింకనెన్ని గలవో యా నాఁటి యక్షగాన ములందది యెఱుఁగరాదు.

క్రీ. శ. 1450—1550 సంవత్సరముల నడుమ యక్షగాన లక్ష్య లక్షణములిట్లు లాక్షణిక పరిగణనమున కెక్కిన వనఁగా నాప్రాంత మున యక్షగాన రచన కొంత సాగిన దనియే చెప్పవచ్చును.

మనకిపు డుపలబ్ధమైన యంతలోఁ గవి కాలము తెలిసినంతలో క్రీ. శ. 16 వ శతాబ్ది యుత్తరార్ధమున నుండిన కందుకూరి రుద్రకవి సుగ్రీవవిజయమను యక్షగానమే ప్రాచీనతమ మైనదిగాఁ బండితులెల్ల రిచేఁ బరిగణింపఁ బడుచున్నది. కాని చక్రపురి రాఘవాచార్యుఁడను నాతని కృతిగా నూహింపఁ దగిన విప్రనారాయణ చరిత్రమను యక్ష గానము రుద్రకవి కృతి కొక్కించుక పూర్వమైనదిగాఁ దోచును. ఇది 16 వ శ. నడుమ రచింపఁబడి యుండును.[13] రచనా ప్రణాళి కలో రెండింటను జక్కని సామ్యము గలదు.[14] రెండింటను త్రిపుట, జంపె మొదలగు తాళప్రధానములైన గేయ రచన లకును ద్విపదకును ప్రాధాన్యము; ఎడనెడ సంధి వచన ములని పేర్కొనఁ బడలేదు కాని, సంధి ప్రయోజనాత్మకము లగు చిన్న చిన్న వచనములు, ఏలలు, అర్ధ చంద్రికలు మొ॥, అతి

13. దీని కర్తృత్వ కర్తృకాల విచారణ మాగ్రంథము ద్వితీయభాగమునఁ జేసియుంటిని. చూ. ఆం. దే య. గా పుట 2—9

14. Ibid.,

విరళముగాఁ బద్యములును బ్రయుక్తము లైనవి.[15] ఈ ఛందస్సు లన్నియు నిది వఱకు లక్షణ గ్రంథముల కెక్కినవే. రెండును యక్ష గానములని గ్రంథ కర్తల చేఁ బేర్కొనఁ బడినవి. సుగ్రీవ విజయ రచన గూర్చి ప్రస్తావించుచు "రచనా విధానమును బట్టి చూడ నది యారంభ రచన గాదని చెప్ప వలసి యున్నది. పరిపూర్ణత నందక పోయినను సంప్రదాయము చక్కఁగ నేర్పడినది" అని డా. శ్రీ నేలటూరు వెంకట రమణయ్య గారు సెలవిచ్చినారు.[16]

ఆ యక్ష గానములా కవులచేఁ బ్రదర్శనోద్దిష్టము లైన వని చెప్పుట కాధారములు లేవు. కాని క్రీ. శ. 16 వ శతాబ్ది కన్నడ కవి యగు రత్నాకర వర్ణి రచించిన 'భరతేశ వైభవ' మను గ్రంథములో వెనుకపాటకుల తోడను, మేళతాళముల తోడను "ఎక్కడి గలు" నాట్యమాడినట్లు వర్ణింపఁ బడినది.[17] యక్ష గానము లట్లు ప్రదర్శింపఁ బడుట యానాఁటి పెద్దలును గొంత తెలిసిన విషయమే. ఆ యెక్కడి గల నాట్యము ప్రాయికముగా యక్ష గానమే కాఁద గును. సుగ్రీవ విజయమును జూచినచో నది ప్రదర్శన సౌలభ్యము గల రచన యని యే తోఁచును. పాత్రల సంభాషణములు వచనమున లేవన్న మాట గాని యం దాఖ్యాన శైలి కంటె సంవాద శైలికే ప్రాధాన్యము. సంభాషణ లెక్కువగా జంపె త్రిపుటాదులలో సాగినవి. నడుమ నక్క డక్కడ నున్న చిన్న చిన్న వచనములలోఁ గథాను సంధాన మే సూత్రధారుని వంటి ప్రదర్శన ప్రవర్తకుని వలననో

15. కాలము తేలని యక్ష గానముల ప్రాచీనత నూహించుటకు వీని రచనా ప్రక్రియా వివేచన తోడ్పడఁగలదు.

16. చూ. వారి "యక్ష గానము — తంజావూరు" అను వ్యాసము. ఆం. ప. ఖర సం. సం పుట 27.

17. భ. వై., ఆస్థాన సంధి 58 వ పద్యము.

కావింపఁ బడు నని యూహింప నగును. దీని శ్రవ్య దృశ్యోభయ ప్రయోజనముల గుఱించి కీ. శే. వేటూరి ప్రభాకర శాస్త్రి గారిట్లు సెలవిచ్చి యున్నారు. "ఈ రుద్ర కవి సుగ్రీవ విజయమును స్త్రీ వృద్ధ పామరాదులు పలువురు పాడు చుందురఁట; ఆయా పాత్రముల పాటలు తద్వేష ధారులు వచ్చి పాడునట్లును తక్కిన సంధి వచనాదులు ఒక్క రిద్దరు సూత్ర ధార ప్రాయులు పఠించు నట్లును ఈ సుగ్రీవ విజయము వీథి యాటగా నాడఁ బడు చుండెడిది"[18]. శ్రీ వెంకట రమణయ్య గారును "పదునాఱవ శతాబ్దమున రాయ సామ్రాజ్య ప్రజలకు నాటక ప్రదర్శనము లందభి రుచి హెచ్చెనని యప్పటి వాఙ్మయము వలనఁ దెలియ వచ్చు చున్నది. సుప్రసిద్ధులైన కవులు యక్ష గాన రచనకుఁ గడఁగిరి. కందుకూరు రుద్రకవి సుగ్రీవ విజయ మను చక్కని యక్ష గాన ప్రబంధమును రచించి యా యూర నెల కొని యుండు జనార్దన దేవుని కంకిత మిచ్చెను. ఆ దేవుని వసంతో త్సవ సమయమునం దా నాటకము ప్రథమమునఁ బ్రదర్శింపఁ బడి యుండెననుటకు సందియము లేదు." అని వక్కాణించి నారు[19]. అనఁగా పదునాఱవ శతాబ్ది నాటికి యక్ష గాన మాంధ్ర దేశమునఁ బండిత కవ్యుపజ్ఞమైన రచనగాఁ బరిణ విల్లుటయ నాటక రంగమున కెక్కి యుండు ననియుఁ గొంత నిబ్బరముగాఁ బలుక వచ్చును.

(క్రీ. శ. 17వ శతాబ్ది ప్రారంభమున మన యక్షగానము దక్షిణదేశమునకు ప్రస్థానము గావించినది తదుపరి తెలంగాణమును యక్షగాన సంగమైనది ఆ దక్షిణాంధ్ర తెలంగాణ యక్షగాన చరిత్రములు తరువాతి ప్రకరణములందు సమీక్షింపఁబడును. ఇపుడాంధ్రదేశ + యక్షగాన చరిత్రసమీక్షయే కొనసాగింపఁబడును.)

---

18. చూ. సుగ్రీవ విజయ పీఠిక. పుట 17.

19. చూ. వారి వ్యాసము ఆం. ప. ఖం సం సం పుట 21.

+ ఇట ఆంధ్రదేశమనఁగా రాయలసీమ + చాళుక్యసీమ, కళింగము (లేక ఉత్తర సర్కారులు) అని యుద్దిష్టము

ఆంధ్రప్రాంత యక్షగానములు

కందుకూరి రుద్రకవికిఁ బిదప సుమారొక శతాబ్దమునక నాంధ్ర దేశమున యక్షగాన రచన ఇంచు మించుగ నది సుగ్రీవవిజయమున్న మార్గముననే సాగుచువచ్చినది. అందందుఁ గొన్ని విశేషములుఁ బొడసూపక పోలేదు.

మనకుఁ గాలము తెలిసిన యక్షగానము లనేకముగలవు. అట్టి వానిలో సుగ్రీవ విజయ రచనా ప్రక్రియా సంవాదములుగా నున్న వానినిఁ గొంత ప్రాచీనము లని యెంచవచ్చును. దినవహి యహోబల కవి విరచిత మైన గరుడాచల విలాసము యక్షగాన మొకటి యున్నది. కీ. శే. పంచాగ్నుల ఆదినారాయణశాస్త్రిగారు “ఈ కాలమున మనకు లభించుచున్న యక్షగానములలోనెల్ల మిక్కిలి ప్రాచీనములైనవి గరుడాచలము, నీలాచలము ననునవియే ... ... గరుడాచల నీలాచల నాటకములకంటెఁ బ్రాచీనములైన యక్షగానములు తదితరములు లిప్పుడు గానరా”వనుచున్నారు.[20] కాని యందు నీలాచల విలాసమనునది యాశ్వాస విభాగాది విశేషములు గలది; అర్వాచీన రచనగాఁ దోఁచును. గరుడాచల విలాస మట్లు గాక సుగ్రీవ విజయరచనా ప్రక్రియా సంవాదిగా నున్నది. ఆదినారాయణశాస్త్రిగారు రుద్రకవి సుగ్రీవ విజయము నెఱిఁగియుండి యన్నమాటయే యది. కాని సుగ్రీవ విజయమే నేఁడుపలబ్ధములగు యక్షగానములలోఁ బ్రాచీనతమమైనదని పలువురు పండితుల యభిప్రాయము.[21] అది యథార్థము కావచ్చును కాకపోవచ్చును. కాని

---

20. చూ. వారి వ్యాసము. ఆం. ప. 12వ సం. సం. (1921).

21. చూ. శ్రీ ఖండవల్లి లక్ష్మీరంజనముగారి ఆంధ్ర సాహిత్య చరిత్ర సంగ్రహము పుట 211. శ్రీ కొరాడ రామకృష్ణయ్యగారి దేశి పుట 79. శ్రీ నేలటూరి వెంకట రమణయ్యగారి వ్యాసము. ఆం. ప. ఖర సం. సం. పుట 47.

రుద్రకవి కాలము రూఢిగాఁ దేలినది. ఈ గరుడాచల య. గా. కర్త యంతకంటెను బ్రాచీనుఁ డనుటకు దగిన యాధారమేమి యును గానరాదు. కాని యీ గరుడాచల యక్షగానమున కాంధ్ర దేశమున నెన్నోతరములఁ బడి వచ్చుచున్నట్లు తోఁచు ప్రదర్శన ప్రశస్తిఁ జూడ నది యెంతో ప్రాచీనమైనదిగనే యనిపించును. 16 వ శతాబ్ది యుత్తరార్ధమునందు బయల్వెడలినదని యూహింప నవకాశముగల క్రాంజ వెంకటాద్రి వాసంతికా పరిణయము, బాలపాపాంబ అక్క మహాదేవి చరిత్ర అను యక్షగానము లీ గరుడాచల విలాస సుగ్రీవ విజయ రచనలను బోలియున్నవి. అందు వాసంతికా పరిణయ మునందును గరుడాచల క్షేత్ర గాథయే యితివృత్తమగుట విశేషము. బాల పాపాంబ కృతిలో బసవేశ్వరుని సమకాలికయైన మహాశివ భక్తురాలగు అక్కమహాదేవి చరిత్రము వర్ణితమైనది. పదునాఱవ శతాబ్దినాఁటికే యక్షగాన రచనము కవయిత్రులనుగూడ నాకర్షించి యుండుట విశేషము. ఈనాఁటి కూహింపఁగల యంతలోఁ బాలపాబయే ప్రప్రథ మాంధ్ర యక్షగాన కవయిత్రిగాఁ గన్పించుచున్నది.

ఆపదునాఱవ శతాబ్ది యంత్యభాగమున వెలసిన యక్షగానముల కెల్లఁ దలమానికము ఉత్తర రామాయణ కావ్యరచనా విశ్రుతుఁ డును ప్రళయ కావేరి (పులికాట్) పట్టణమున రాజకీయోద్యోగియు నైన[22] కంకంటి పాపరాజ ప్రధాని రచించిన విష్ణుమాయా విలాసము.

22 ఇతఁడు క్రీ. శ. 1790 ప్రాంతమువాఁడని కీ. శ. కందుకూరి వీరేశ లింగము పంతులుగారి తీర్మానము. (చూ వారి ఆంధ్రకవులచరిత్ర) అందులకుఁ బ్రమాణముగానరాదు. ఈకవి క్రీ. శ. 1575—1632 సం ల నడుమనుండినవాఁడని సప్రమాణముగ నిరూపించి యుంటిని. (చూ. ఇందలి ద్వితీయభాగము, ఆం దే. య. గా కవులు పుట 12-17) నా నిరూపణము డా శ్రీ నేలటూరి వెంకటరమణయ్య గారిచే నామోదింపఁబడినది. (చూ. వి. మా. వి. య. గా. వావిళ్ళ ప్రతి వారికిపీఠిక, పుట 30—35.

ఇందును సుగ్రీవ విజయ రచనాప్రక్రియ సూత్రప్రాయముగనున్న దనియే చెప్పవచ్చును గాని యంతకంటె నదనముగా ఆది, మర్య, రచ్చ, లఘుశేఖరతాళ ప్రధానములగు గేయములు, కొన్ని రాగ ప్రాధాన్యముగల పదములు, సంస్కృతమున నొక చూర్ణికయు, రెండు శ్లోకములు, లయగ్రాహి, అష్టకము, నడలు, త్రిస్తబకము మొదలగు రచనా విశేషములుగలవు. ఇది ప్రదర్శనోపయోగియైన దనియే చెప్ప వచ్చును. పాపరాజు సమకాలికుఁడగు తేకుమళ్ళ రంగశాయి జానకీ పరిణయమను యక్షగానమును రచించియున్నట్లు తెలియుచున్నది మాత్రమ. క్రీ. శ. 1600 సం. ప్రాంతమున నెల్లూరు సమీపమున నుండిన దత్తాత్రేయ మఠమునకుఁ జెందిన పరమానందతీర్థయతి యను నతఁడు ముక్తికాంతా పరిణయమను నొక యక్షగాన ప్రాయమైన కృతిని రచించి దానిని "పదచాళిక" యని పేర్కొనియుండెను. పద చాళిక లేక పదకేళిక యనఁగా నొక పదమును బాడుచుఁ బదోద్దిష్ట మైన భావము నభినయ రూపమున నావిష్కరించుట. శబ్దరత్నాకర మునఁ బదచాళికకు "పెక్కణ" మను నృత్యవిశేషమని యర్థము చెప్పఁబడినది. పెక్కణము ప్రేంఖణ లేక ప్రేక్షణక శబ్దభవము. అది నృత్య విశేష మాత్రముగాక యుపరూపకములలో నొకటిగా సాహిత్యదర్పణ భావప్రకాశాదులందు నిర్వచింపఁబడినది. కాని దేని లక్షణమును ముక్తికాంతా పరిణయమునకుఁ బూర్తిగాఁ బట్టకున్నది. దీనిని గవి పాటలకు మాత్రమే యుద్దేశించియున్నాఁడు. కాని పద చాళియని పేర్కొనియుండుట వలన నేకపాత్రాభినయమునకైనఁబనికి వచ్చునని తోచును + ఇందు నాలుగైదుచోటులనొక పాటిపొడవైన ద్విపదలు గలవు కాని గ్రంథమంతయునొక దరువు నొకవచనము

+ "అభినయంబుల కొప్పు లరుదైన తీరుపుల్ వెలయఁగాఁ బదచాళి విధమొకర్తు" వినిపించె నని పాపరాజు ఉత్తర రామాయణమునఁ గలదు. ఇందు జక్కిణి, కొర వంజుల ప్రసక్తియుఁ గలదు. చూ. VI 139.

చొప్పున నడచుననిస్థూలముగాఁ జెప్పవచ్చును. ఇది యక్షగానప్రాయమైన రచనా ఫక్కికయే. సచ్చిదానంద పురాధీశ్వరుఁడు తనపుత్రియగు మోక్షకన్యకు స్వయంవరము జాటింపఁగా వివిధ మతాధిపతులు విచ్చేయుటయు, నొక్కొక్క రినొక్కొక్క నెపమున నొప్పరికించి మోక్షకాంత సద్గురుఁడే దైవమని నమ్మిన వేదాంతమతస్థుఁడగు వివేకజీవేశ్వరుని వరియించుటయు నిందలి విషయము. ఇందలి విషయము కొంత వట్టు సాంకేతికముగా సాగినను బెండ్లి వేడుకలు మొదలగు సాధారణ విషయములును సరసముగా సరళశైలిలో వర్ణితములైనవి. చూడఁగాఁ బరమానంద యతి మత ప్రచారము కొఱకానాఁడు ప్రచారము నందుండిన యక్షగానమును వినియోగించుకొనినట్లు తోఁచును.

పైని పేర్కొనఁబడిన కవులలో చెన్న శౌరి, అహోబలకవి, వెంకటాద్రి కవులది రాయలసీమ. రుద్రకవి, పాపరాజు, రంగశాయి, పరమానంద యతియు నెల్లూరు మండలము వారు. వారి కాలమునాఁటి కాంధ్ర దేశమున జన రంజక రూపక ప్రక్రియ లనేకము ప్రచారము నందుండిన వని తెలియచున్నది గదా. పాల్కురికి సోమనాథుఁడట్టి ప్రక్రియల ననేకమును బేర్కొని నాఁడు. అందు బహురూపములు, వీధి నాటకముల పలుకుబడి చాల కాలము వఱకు సాగుచుండినట్లానాఁటి వాఙ్మయము నుండి యెఱుఁగ వచ్చును. రెడ్డిరాజులు, విజయనగర రాయ సమ్రాట్టుల కాలమున నాంధ్ర దేశమున భరత గాంధర్వ విద్యలకు విశేష వ్యాప్తి కలిగినది.[23] వెనుకటి మన జన రంజక నాటకములలో సిరియాల చరితము, మాచల దేవి చరితము,

23. చూ. శ్రీ మల్లంపల్లి సోమశేఖరశర్మ గారి "మధ్య యుగాంధ్ర దేశము-సంగీత నాట్య కళాభివృద్ధి" అను వ్యాసము—ఆం. ప. చిత్రభాను సం సం., వారి History of Reddi Kingdoms, Part II, Chap. VII.

సంబెట గురవరాజు నాటకము, తాయికొండ నాటకము మొదలగు కొన్ని పేరులు వినఁబడుచున్నవి. ఆ నాటక ప్రదర్శకులలో దొర సముద్రపునటులు, తెరనాటకపు జంగాలు, కూచిపూడి బ్రాహ్మణభాగవతుల మేళమువారు మొదలగువారు ముఖ్యులు. ఆయా ప్రదర్శకులాడు నాయా నాటకములు జూచుటతో నొక క్రొత్త చైతన్య స్పర్శ కలిగి, మార్గసాహిత్య సంప్రదాయ ప్రవణులయ్యు మార్గరూపకములజోలికి మాత్రము పోక మడిగట్టుకొని కూర్చుండిన మన శిష్టకవులలోఁ గొందఱి మనముల నా జనరంజక రూపక రచనా సంకల్పము పొడ సూపి యుండవచ్చును. వారికి రూపక రచన విషయమునఁ గ్రీడాభి రామమునందువలెఁ బ్రాఁబడిన కేవల చంపూ పద్ధతి నచ్చకపోయి యుండవచ్చును. దేశీయ గేయరచనలపై మోజు ప్రబలియుండును. ప్రత్యేక గాన శైలికిఁ బేర్వడసిన జక్కులవారు క్రీ. శ. 14-15 శతాబ్దులనాఁటికే ప్రేమాభిరామ కథారంగమగు ఓరుగల్లునుండి క్రీడాభి రామకవి నివాసమగు వినుకొండవఱకు వ్యాపించి యుండినట్లు క్రీడాభి రామమునుండి యూహింపవచ్చును. తదుపరి వారు రాయలసీమ, నెల్లూరు మండలాది ప్రాంతములకును వ్యాపించియుందురు. వారి గానశైలియే మనకవుల నాకర్షించియుండును. ఇఁకఁ గథలకు మనకుఁ గొదవలేదు. రామాయణ భారత భాగవతాది కథా భాండాగారము లుండనే యున్నవి. ఎవరికిఁ దోచిన కథ నాకవులు గ్రహించి రచన కుపక్రమించి యుందురు. ఇదియంతయు నొక చక్కని యూహాగానము. కాని మన యక్షగాన రచనోత్పత్తి విచికిత్సా విషయమై యొక సమన్వయమును బ్రతిపాదింపఁగల యదిగాఁ దోఁచును.

అయితే పదునాఱవ శతాబ్దియందు వెలసిన యక్షగానము లన్నియును యథాతథముగాఁ బ్రదర్శనార్హము లని చెప్ప వలను

పడదు. అందెద్దియు నా కవులచే ప్రదర్శనోద్దిష్టమైనట్లు స్పష్టముగాఁ జెప్పఁబడలేదు. అవి నాఁడు ప్రదర్శితము లయ్యె ననుట కాధారము లంతకంటెను గానరావు. కాని మీఁదఁ బేర్కొనఁబడిన వానిలో సంవాదశైలీ ప్రాచుర్యము గలిగినవి యెక్కువ. ఆ సంవాదశైలి గీత ప్రచురమైనది. పాత్రల నడుమ సంభాషణలు "అనవుడు సుగ్రీవునితో రామచంద్రుం డేమనుచున్నాడు" — ఇత్యాది సంభాషణ పీఠికలు లేకుండఁ దిన్నగా సాగవు. అయినను నా సంవాదశైలీ ప్రచురము లైన యక్షగానము లైన నాఁడు ప్రదర్శింపఁ బడి యుండునని యూహింపవచ్చును. కాని యానాఁటి యక్షగాన ప్రదర్శనపుఁ దీరె ట్టిదో తెలియవచ్చుటలేదు. 16 వ శతాబ్ది పూర్వార్థమునందుండిన తాళ్ళపాక పెదతిరుమలాచార్యుని వైరాగ్య వచన మాలికా గీతా లలో నొకదాన [24] సాంగ భాషాంగ క్రియాంగాభిరమ్యమగు "బహురూప" ప్రదర్శన ప్రక్రియ స్వరూపము గొంత విశదమైనది. 16 వ శతాబ్ది యుత్తరార్థమున నుండిన పింగళి సూరనార్యుని ప్రభావతీ ప్రద్యుమ్నమున భద్ర నట ప్రదర్శన వ్యాజమున గంగావతార మను

24. చూ. తాళ్లపాకము కవి కుటుంబ కృతి సముచ్చయము. సం. 1. తిరుపతి దేవస్థాన ప్రచురణ, (1935) పుట 108-109. వై. వ. మా. గీ నం. 30. ఈ బహురూపమొకటి ప్రాచీనకాలమున నాంధ్రదేశమున విశేష ప్రచారమునందుండిన యొక విశిష్టదేశిరూపక ప్రక్రియ. మన వాఙ్మయమున దీని ప్రశంస తఱచు కన్పట్టును. ఇది పెదతిరుమలయ్య చెప్పినట్లు ఏకువ్విభాషనయాత్మకమైనదగుటయే కాదు; ఇందు తెరవాటిక మును గలదు (శృం. నైషధము. IV. 2), సూత్రధార ప్రసక్తియుఁ గలదు (పోతన భాగవతము X ౧ 305) దీనిగుఱించి మఱికొన్ని వివరములకు–చూ. 'బహురూపము' అను నా వ్యాసము (ఆంధ్ర సాహిత్య పరిషత్పత్రిక సం. 44–సం. 4).

నొక మార్గరూపకము ప్రదర్శన ప్రక్రియ వర్ణితమైనది.[25] వానిని బట్టి యానాఁడాంధ్రులు నేర్చిన నాట్యకళకుఁ జతుర్విధాభినయ, గీత వాద్య ప్రతిపత్తి చక్కఁగా నేర్పడియుండినట్లు విశదమగును. అది కొంత యానాఁటి మన వీధినాటక యక్షగాన ప్రదర్శనము లందును నవలంబింపఁబడి యుండునని యూహింపనగును. 16వ శతాబ్ది ప్రథమ పాదమున విద్యానగర వీరనరసింహ రాయల సముఖమునఁ గూచి పూడి భాగవతుల మేళము వేషములు వేసి కేళికపట్టినట్లును, నది వీధినాటక ప్రాయమైనదనియును దెలియనైనదిగదామీఁద. కాని దాని ప్రదర్శన ప్రక్రియ మాత్రము తేటపడలేదు. క్రీ. శ. 1530–1580 సం.ల నడుమ నుండిన రామరాజ భూషణుని వసుచరిత్రమున నాఁడాంధ్ర దేశమునఁ బ్రచారమునందుండిన తెర నాటకపు రీతులు కొన్ని భంగ్యంతరమున ననుసంధింపఁబడి యున్నవి :–

> "ఇతి సంధింపఁగ వేళయంచు వసురాజేంద్రుండు సీరంధ్రనీ
> రదవారప్రతి సీర వెల్వడిన తారా భర్త లీలన్ లతా
> చ్ఛద సంఛాదికఁ బాసి నిల్చె నెదుటన్ సారంగ రాగభ్రమ
> న్మద భృంగీరుతి వందిమాగధకథామాధుర్యముం దెల్పఁగన్"
>
> —వ. చ. ఆశ్వా 3–పద్య 45.

ఇది యక్షగానములందు రాజనాయకపాత్ర తెరవెడలివచ్చు సందర్భమునందలి :–

25. ప్రి. ప్రి. ఆశ్వా. 4. పద్య. 97–102. ఇందు ఏలా ప్రబంధ ప్రస క్తియుఁ గలదు. మార్గరూపకము లందిది యపూర్వము. సూరన తన చూచిన యక్ష గాన ప్రదర్శనములలో దాని మాధుర్యమును గుర్తించిన వాఁడగుట నట్లుటంకించి యుండెనేమో !

"రాజు వెడలె రవి తేజము లడరఁగ
కుడి యెడమల డాల్ కత్తులు మెఱయఁగ"

అను ప్రావేశిక ధ్రువార్థ సంవాదిగా నున్నది.+

"హరి దంభోరుహలోచనల్ గగన రంగాభోగ రంగత్తమో
భర నేపథ్యము నొయ్య నొయ్య సడలింపన్ రాత్రి శైలూషికిన్
వరుసన్ మౌక్తిక పట్టమున్, నిటలమున్, వక్త్రంబునుం దోఁచెనా
హరిణాంకాకృతి వొల్చె రేకయి, సగంబై, బింబమై తూర్పునన్"
— వ. చ. ఆశ్వా 4 – పద్య 17.

ఇది చంద్రోదయ క్రమ క్రమోన్మేష వర్ణన సందర్భము. గగన మను రంగ స్థలమున రాత్రి యను నర్తకి నాట్యము ప్రవర్తింపఁ జేయు నున్నది. దిక్కాంతలు మెల మెల్ల జీకు వాలు తెరలను సడలించు చుండిరి. వరుసగా నర్తకి యొక్క ముఖోపరి భాగమున నున్న ముత్యాల పట్టయు, నొసలు తదుపరి మొగ మంతయుఁ గాన వచ్చినవి - అను నట్లుగాఁ జంద్రుడు: మొదట రేఖా మాత్రముగాఁ బిదప సగము నా పైఁ బూర్ణబింబాకృతిని గనుపట్టె నని యర్థము. ఇది నాఁటి తెర నాటకములలో నాయికాపాత్ర (భామ వేషము) తెర వెడలు తీరునకు సూచన కావచ్చును. ఆ తెర తొలగించుతీరు ప్రక్కవాటుగాఁ గాక మీఁద నుండి క్రింది కగుట గమనింపఁ దగినది. (అట్లైననే కదా శైలూషి మౌక్తిక పట్టము, నిటలము, వక్త్రము నొకదాని తరువాత నొకటి తోఁచును). ఇది మన మెఱిఁగిన యక్ష

+ ప్రావేశిక ధ్రువను సారంగ రాగములోఁ బాడు సంప్రదాయమును గలదఁట. కొన్ని యం. గా. లలోఁ బాత్ర ప్రవేశపు దరువులకు సారంగరాగ ముదాహరింప బడినది. 'సంగీత కళారహస్యనిధి' యగు రామరాజ భూషణుఁడట సారంగ రాగ శబ్దమును సాభిప్రాయముగనే ప్రయోగించి యుండును.

గాన ప్రదర్శన సంప్రదాయమే. కూచిపూడి వారట్లే చేయుదురని పెద్దలెఱుఁగుదురు. (కథకళిలోను దెరను దొలఁగించు సంప్రదాయ మిదియే). వసు చరిత్రలో నింకను నచ్చటచ్చట నేలాది గీత ప్రబంధ ప్రసక్తియు, వాద్య ప్రసక్తియు వచ్చినది. ఆ యా సందర్భములను బట్టి నాఁటి యక్ష గాన ప్రదర్శన ఫక్కి కొంత కొంత యూహ కందఁ గలదు.

నాఁడు ప్రదర్శనోపయుక్తములుగాని యక్షగాన రచనలును గొన్ని బయల్వెడలకపోలేదు. (నాఁడే కాదు యక్షగాన రూపక ప్రయోజనము బాగుగా రూపొందిన పిదప కాలమునఁగూడ నొక వంక శ్రవ్యప్రయోజన మాత్రములైన య. గా. లును బయల్వెడలు చుండినవి) అనఁగా ప్రాథమికమైన యక్షగానశ్రవ్య ధర్మమునకుఁ గూడ నొక చెంపఁ బలుకుబడి చెల్లుచునే యుండినదన్న మాట.

ఆనాఁటి యక్షగానములలో నాఖ్యాన సంవాదశైలీ భేద మునుబట్టి శ్రవ్యదృశ్యప్రయోజనభేదమే కాని రచనా ప్రక్రియలో నంతభేదము లేదు. యక్షగాన రచనాస్వరూపవిరించనులగు మన ప్రాచీన యక్షగాన కవులకుఁ బ్రాఁబడిన చంపూపద్ధతివచ్చియుండదను కొంటిమి. అనఁగా కేవలచంపూపద్ధతియని యభిప్రాయము. అనేక యక్షగానములందు గద్యపద్యములు గలవు. కాని గద్యపద్యోభ యాత్మకమగు చంపూ కావ్యములలో ద్విపదాదు లుండవు. ద్విపద కావ్యములలో గద్యపద్యముల కసలు ప్రసక్తియుండదు. అట్టి గద్య పద్యములు, ద్విపదయు నేకత్ర యొక్క యక్షగానము సందేకనిపిం చును. అవికాక యసలుండనేయున్నవి దాని మూలప్రకృతులగు "రేకులు" (అనఁగాఁ దాళప్రధానములు, రగడ వికారములునైన గేయరచనలు) తదర్థచంద్రికలు, తక్కిన ఏలాది గీతప్రబంధచయము.

స్థూలముగాఁ జూచినచో రేకులు, ద్విపద, గద్యపద్యములు, కతిపయ గీత ప్రబంధములును యక్షగాన సామాన్యములైన ప్రధానరచనాంగములని చెప్పవచ్చును. పదునాఱవ శతాబ్దికృతులం దన్నిట (పరమానందయ్య పదచాళి యిందుల కొక్కింత యపవాదము) నీరచనాంగములు గలవు. కాని కాలక్రమమునఁ గవుల యభిరుచి స్వభావ విభేదములనుబట్టి య. గా. రచనా ప్రక్రియమాఱుచునువచ్చినది. రేకులు పిదప కాలమున దరువులనియు, బదములనియు వ్యవహరింపఁ బడినవి. దాని రగడ ప్రకృతియుఁ దాళప్రాధాన్యమునుదగ్గి రాగ ప్రాధాన్యము హెచ్చినది. (కంకంటిపాపరాజు విష్ణుమాయా విలాసమునఁ గొన్ని పదములకు రాగము లుదాహరింపఁబడినవి. సుగ్రీవ విజయమునను గొన్ని ప్రతులలో మాత్రము కొన్ని చోట్ల రాగవ్యపదేశము గన్పట్టును. క్రీడాభిరామమున జక్కులపురంధ్రి రాగమునుండి రాగమునకు లంఘించెనని చెప్పఁబడుట చూడ జక్కులరేకులకుఁ జాల కాలమునుండి రాగములతోడి సంబంధముండినట్లు తోఁచును. కాని ప్రాచీన యక్షగాన రచనలలోని రేకులందెల్లఁ దాళమునకే ప్రాధాన్యము. వానిగతి లయప్రకృష్టమైనది.) తొలుత సంధి వచనముల రూపమున నుండిన యక్షగానగద్య పాత్రల సంభాషణములకును, వర్ణనలకును వినియుక్తమైనది. సంస్కృతగద్య ప్రభేదమగు చూర్ణికకును య. గా. లందుఁ బ్రసక్తి కల్గినది. పద్యములతోపాటు సం. శ్లోకములును య. గా. లందుఁ జేరినవి.

ఇఁక గీత ప్రబంధములవిషయము — లక్షణ దీపిక[26] యను నొక ప్రాచీనలక్షణ గ్రంథము నందు చతుర్విధ కవితా రీతుల పరిగణన ప్రకరణమున :—

---

26. ప్రా. లి. పు. భాం., డి నం. 1329.

"యక్షగానంబునన్ వెలయు పదంబులు దరువులు
నేలలు, ధవళంబులు, మంగళ హారతులు, శోభనంబులు
నుయ్యాల జోలలు జక్కుల రేకు పదంబులు చందమామ
సుద్దులు అష్టకంబులు ఏకపద ద్విపద త్రిపద చతుష్పద
షట్పదాష్టపదులు నివియాదిగా గల్గు నన్నియు లయ
ప్రమాణంబుల నొప్పి మృదు మధుర వచన రచనల ప్రసి
ద్ధంబైన యవి మధుర కవిత్వంబులు"

అని యున్నది. ఈనాడు మనకుపలబ్ధములై కాలము తేలిన 16 శ. య. గా. లలోఁ దఱచు గన్పట్టు మధురకవితా రీతులు (రేకులు, ద్విపదలు గాక) - అర్ధ చంద్రికలు, ఏలలు, ధవళ శోభన ములు. సకృత్తుగా-జోలలు, సువ్వాలలు, ఆరతి పాటలు, అష్టక ములు, త్రిభంగులు, త్రిస్తబకలు, నడలు మొదలగునవియుఁ గన్ప ట్టును. ఇందుఁ గొన్నిటి పేళ్లు మాత్ర మానాఁటికి వెలసిన యక్ష గానేతర కావ్య జాలము నందును, గొన్నిటి లక్షణము సంకీర్తన లక్ష ణము, లక్షణ సార సంగ్రహాది లక్షణ గ్రంథము లందును ప్రసక్తము లైనవి. అనఁగా నానాఁడు మన దేశము నందీ గీత ప్రబంధముల కెంత ప్రచార మేర్పడి యుండెనో, మధుర కవితా ముగ్ధ హృదయు లగు నాఁటి యక్షగాన కవులు వీని యెడల నెంత మోజు పడిరో, వీని వలన యక్షగాన స్వరూప మెంత విస్తృతి చెందినదో విశదము కాఁగ లదు. ఆర్వాచీన యుగము లందు దాని స్వరూప మింకను బహు ముఖములుగా విస్తృత మైనది. అది యెట్టిదో పరిశీలింతము.

16 శ. నాటికే యక్షగానము పండితకవుల గంటములకును, లాక్షణికుల పరిగణమునకును, ప్రదర్శనములకు నెక్కినది కదా, క్రీ. శ. 1600 ప్రాంతముల నది యటు తంజావూరికి వ్యాపించినది.

ఇటు - ఆంధ్రప్రాంతమునను యక్షగాన రచనయుఁ బ్రదర్శనయు జక్కగనే సాగుచుండినవని యూహింప నగును. కాని పదునేడవ శతాబ్దివని యూదిపలుకఁ దగిన య. గా. కృతులెక్కువ లభించుట లేదు. కాలము తేలని గ్రంథజాలము చాల యున్నదనఁగా నం దేవి యా శతాబ్దివో తేల్చి చెప్పుట కష్టము. 17 శ. య. గా. లించుమించు 16 శ. వానివలెనే యుండియుండు ననుకొనుట తక్క నేఁడంతకంటె గత్యంతరము కన్పింపదు.

17 వ శతాబ్ది మధ్యమున నుండిన సుప్రసిద్ధాంధ్ర లాక్షణికుఁ డైన కానూకురి అప్పకవి యక్షగాన లక్షణమును జెప్పి యుండు టొక విశేషము. కాని యతఁడు చెప్పినాఁడన్న దే విశేషము గాని చెప్పిన దానిలో విశేషములేదు. అది ముందునాఁటి చిత్రకవి పెద్దన పెట్టిన యొరవడిని బడివచ్చినదే.[27] పెద్దనకు సరిగా నొకశతాబ్ది తరువాతివాఁ డప్పకవి. కాని యతఁడట్లు పెద్దన చెప్పిన లక్షణమునే పునశ్చరణ

27. "తుద నేడు లఘువులు తొలఁగించి చదివినఁ
త్రిపుటకు వృషభ గతి పద యుగము
లలిఁ గషపల నొక్క లఘువు మానిన జంపె
మను ద్విరద గతి సమ పద యుగము.
గురుతగు రచ్చరేకుఁ దురగ వల్గ నా
హ్వాయ, మేకతాళి యా మధుర గతికి, (యతి?)
నంప్రమి కిర్వది నాలు గట తాళమున మాత్ర
లోలి విశ్రాంతి పద్మాలు గింటఁ,
దెలియ నర్ధంబు నర్ధ చంద్రికలు వీన
యక్షగాన ప్రబంధంబు లతుక వచ్చు
రగడ భేదంబు లివి యండ్రు రసఁ గ వీండ్రు
లలిత నిజ సేవక స్తోమ యబ్ధిధామ."
— అప్పకవీయము 4 - 303,

చేసినాఁడనఁగా నాశతాబ్ది శతాబ్ది యంత కాలమునను యక్షగాన రచనలలో "రేకుల" ప్రాధాన్యము సాగుచునే యుండిన దనుట స్పష్టము. అప్పకవి "అంబికావాద" మను నొకయక్షగానము గూడ రచించెనఁట (చూ. అ. క. పీఠిక - 85 వ పద్యము). కాని యాలాక్షణిక కవి లక్ష్యలక్షణ సమన్వయముచేసి చూతమన్న నదినేఁ డలబ్ధము. కాని యీ సందర్భమువలన నప్పకవివంటి లాక్షణికుని దృష్టి నంత యాకర్షించిన దనఁగా యక్షగాన మానాఁడెంత యున్నత స్థితిలో నుండినదియు నూహింపనగును.

17 వ శతాబ్ది యందుండిన మఱి యిఱువురు లాక్షణికులు యక్షగానమును బేర్కొనిరి. వారు గణపవరపు వేంకటకవి, పొత్తపి వెంకట రమణ కవి యనువారు.[28] అందు గ. వేం. కవి లక్షణ శిరో మణి ప్రథమోల్లాసమున యక్షగాన లక్షణ మిట్లు చెప్పఁబడినది :-

"........యక్షగానంబునకును
పద్య గద్యంబులు బహువిధ తాళముల్
రేకులు గూర్ప వర్తిల్లు"

అనఁగా వేంకటకవి పూర్వ లాక్షణికులకంటె, యక్షగానమున రేకులే గాక పద్య గద్యములు నుండునని యొకమాట మాత్ర మెక్కువ చెప్పినట్లయినది. పొ. వేం. ర. కవి లక్షణ శిరోమణిలో యక్షగానము లక్షణము స్పష్టపడలేదు. యక్షగాన పదములు "సంగీత తాళ నిర్ణయమ్ము" గలవని మాత్రము తెలియనగును.

---

28. వీరు 17 వ శ వారనుటకు చూ ఆం. సా. ప. పు. భాం., 3 భాగ - పుట 9. ఇరువురి లక్షణ గ్రంథములును లక్షణ శిరోమణి నామకములే. అందు గ. వేం. కవి ల. శి. ప్రతి — ఆం. సా. ప. నం. 31 (ఎ)

పొ. వేం. రం. కవి ల. శి. ప్రతి — ఆం. సా. ప., నం. 1297, ప్రా. లి. పు. భాం., ఆర్, నం. 1257.

(ఆర్. 1257-పుట 117)., ఆం. సా. ప. సం. 1297 ప్రతిలో గ్రంథావతారికలో నొకపద్యము గలదు :-

"శతకము యక్షగానములు చాటువులున్ రచియింపలేక కా
మిత... మేరలే... మిక్కిలి ప్రొక్కుక యింటనింటనే
శతకము యక్షగానములు చాటువు లోపిన మోపులాదిగా
కృతులవిమూలదాఁపఁగమరిన్ గృతులే యెవరిచ్చమెచ్చెదర్"

ఇందు గ్రంథకర్త తాను శతక యక్షగానాది లఘుకృతులకును లక్షణమేర్పఱచు సంకల్పము గలవాఁడై లక్ష్యములు సేకరించుటకై యింటింటికిఁబోయి మిక్కిలి ప్రొక్కులతో నాయా గృహస్థుల నర్థించినట్లును వారు మోపులకొలఁది యట్టి గ్రంథము లింట మూల్గుచున్నను నీయక దాపఱికము చేయుచుండుటను సూచించినట్లు తోఁచును.

పై విషయములనుబట్టి పదునేడవ శతాబ్ది యందు య. గా. రచన బాగుగా సాగుచుండినట్లును, యక్షగాన మనిన లాక్షణికులకు నాస్థ కలిగినట్లును నెంచనగును. ఆ శతాబ్దియందే యుత్తరార్థమున నాంధ్ర దేశమున యక్షగానమున కొక గొప్ప ప్రక్రియానుబంధ మేర్పడినది. అది కూచిపూడివారి కలాపము. కూచిపూడి భాగవతు[29]

---

29. వారు భగవద్భక్తులై యుండుటను, భగవత్సంబంధులు, లేక శ్రీమద్భాగవత పురాణ గృహీతములైన కథలను ప్రదర్శించుచుండుటను వారికి భాగవతులను వ్యవహార మేర్పడియుండును. కాని వారు వీర నరసింహ రాయల యొద్ద ప్రదర్శించిన సంబెటగురవ రాజు నాటకము భగవత్సంబంధి కాదు కదా. అట్లే మొదట భగవత్సంబంధు లగు వీధి నాటకములకు, యక్ష గానములకును సార్థక వాచకములైన వీధి భాగవతములు, ఆట భాగవతములు, భాగవతములు ననునవి తదుపరి సామాన్య వాచకములుగాఁ బరిణమించినవి ప్రదర్శకుల విషయము నంతియ. కాని కలాపమును జేపట్టుటతో కూచిపూడి భాగవతులు సార్థకనాములైరి.

లప్పటికి సుమారు నూటడెబ్బదేండ్లకుఁ బూర్వమే ప్రసిద్ధులనియు, వారు మేళములుగా నేర్పడి దేశసంచారములు సేయుచు వీధి నాటకములను బ్రదర్శించు చుండినట్లును దెలియుచున్నది. (ఈ విషయము పూర్వోక్తము). ఆ కూచిపూడి భాగవతుల కులపతులలో సుప్రసిద్ధుఁడు సిద్ధేంద్ర యోగి. ఇతఁడే భామకలాప సృష్టి ప్రతిష్ఠా మహితుఁడు. తన నాయకత్వమున గోల్కొండనవాబు (క్రీ.శ. 1672-1685) తానాషా యెదుట నొక భాగవత ప్రదర్శనమిచ్చి యతనిని మెప్పించి యతనిచేఁ దమ మేళమువారికిఁ గూచిపూడి యగ్రహారము దానశాసనము వేయించినవాఁడు. [30]

ఈతని భామకలాపముయొక్క ప్రదర్శనప్రక్రియ విశిష్టమైనదైనను రచనాప్రక్రియ యక్షగాన ప్రాయమైనదే. య. గా. రచనా ముఖ్యాంగములగు దరువులు, ద్విపదలు, గద్యపద్యములే యిందలి ముఖ్యాంగములును. ఆనాఁడు ప్రచారమున నుండిన యక్షగానములే యతని భామకలాప రచన కుద్బోధకములై యుండును. కాని ప్రదర్శన ప్రక్రియలోనది సామాన్య యక్షగానాదులవలెఁగాక భరత విద్యావిధి నిబద్ధమైనది. నృత్యప్రధానమైనది. నృత్యకళానుకూలముగా రసైక రమ్యముగాఁ బ్రదర్శించుటకుఁ దగినట్లు సంగ్రహమైన పాత్రసామగ్రి గలది. ఆత్మాశ్రయఫక్కికమైనది.

భామ కలాపమునందలి యితివృత్తము ప్రసిద్ధమగు పారిజాత కథ. సత్యా రుక్మిణుల సవతి కయ్యము ఘట్టమొకటె యిందలి కండ

---

30. ఇతనిగురించి, కలాపమును గురించి వివరములకు చూ. (1) ఈ గ్రంథము ద్వితీయ భాగము — ఆం. దే. య. గా. కవి చరిత్ర ప్రకరణము — పుట 30 – 35.

(2) "The KALAPAM" a Paper By the Present Writer, Published in TRIVENI, Silver Jubilee Number, 1955.

పట్టు. ఇందలి "మాధవి" యను సఖిపాత్ర యొకటి యా కులపతి యపూర్వసృష్టి. అర్వాచీన యక్షగానములపై భామకలాపము ప్రభావము బాగుగాఁ బడినది. సిద్ధేంద్రుని తరువాత దానికి మానస పుత్రికలుగా భామకలాప కృతులనేకము వెలయుట కాక యీ "బాణీ" లోఁ బారిజాత కథేతి వృత్తములగు యక్షగానములును గోకొల్లలుగా వెలసినవి. వానియందును "మాధవి" పాత్ర యిరవుకొన్నది; సవతి కయ్యము ఘట్టము ప్రాచుర్యము వహించినది. భా. క. నందువలెఁ బాత్రల తెర ప్రసంగములు, స్వీయోదంత నివేదనము మొదలగు విశేషములును గొన్ని యక్షగానములందుఁ బ్రవేశించినది. సవతుల సందర్భ సాదృశ్యము సాకుగా య. గా. లందు శివపారిజాతములును, శివకేశవ పారిజాతములును దత్సదృశములును వెలసినవి. భామకలాపము ప్రాదుర్భవముతో, భరత విద్యాధురంధరులగు కూచిపూడి భాగవతులు తెలుగునేల నాల్గు చెఱగులఁ దిరుగుటతో నాంధ్ర దేశ యక్షగాన ప్రదర్శనములందు నూత్నశక మారంభమైనదని తలంపనగును. అంతవఱకుఁ దఱచు తక్కువజాతి ప్రదర్శకుల తైతక్కలతో నలసగతిఁ బయనించుచుండిన యక్షగానము భామకలాపము భరతము పట్టినది. (అనఁగా నందలి భరత పద్ధతిననుసరించి పురోగమించినదని చెప్పనగును.) ఆంధ్ర దేశమున క్రొత్తగాఁ గొన్ని య. గా. మేళములు మొలకెత్తి కూచిపూడికత్తు నెవరి యోపినకొలఁది వా రనుకరించి యుందురు.

సిద్ధేంద్ర యోగి భామ కలాపమే కాక గొల్ల కలాపము గూడ రచించె నందురు. గొల్ల కలాపము రెండు రకములుగా నున్నది. ఒక రకమున గొల్లభామ వేదాంతోపన్యాసము చేయుట, వేఱొక దానిలో గొల్లభామ సముద్ర మథన కథా కథనము, సుంకర కొండఁ డామెతో

చేయి ముట్టు సరసమునకు దిగుట యను నవి ప్రధాన విషయములు. మొదటి తరగతికిఁ జెందినది సిద్ధేంద్రుని రచన కావచ్చును. కాని రెండవ తరగతికే వ్యాప్తి హెచ్చు. ఈ గొల్ల కలాపము రచనయు య. గా. ప్రక్రియకు భిన్నము కాదు.

18 వ శతాబ్ది నాఁటి యక్ష గాన చరిత్రలో నీ క్రింది విశేష ములు గమనింపఁ దగును :-

(కడమ వివరములకు ద్వితీయ భాగమును జూచునది)

రాజ ప్రోత్సాహమునఁ గొన్ని య. గా. కృతులు వెలసినవి. ఉదా :- వఝ్ఝల నరసింహ కవి దుష్యంత చరిత్రము, అకలంక శ్రీకృష్ణమార్యుని కృష్ణవిలాసము, నారాయణ కవి సుందరకాండము, నరకూరు నారాయణ కవి పారిజాత నాటకము.

యక్షగానము నాట్య పద్ధతికి గేయ పద్ధతికిఁ గూడ నుప యోగపడు చుండెడిది. ఉదా :- దళవాయి తిమ్మప్ప ప్రసన్న వేంక టేశ్వర విలాసమునఁ జాల దరువుల కడ ముందుగా నొక రాగము నొక తాళమును బేర్కొనఁ బడి పిదప "నాట్యపద్ధతికి" అని మఱి యొక రాగ తాళముల జంట పేర్కొనఁ బడినది. గోగులపాటి కూర్మనాథకవి మృత్యుంజయ విలాసము "నాటక గేయ ప్రబంధ" మని పేర్కొనఁ బడినది. (అట్లు పేర్కొనఁబడినవి 19 శ. లోఁ గొన్ని గలవు. వానిపై మృ. వి. ప్రభావమును జూపట్టును)

కొన్ని య.గా. ల పరముగా నాటకశబ్దము వినవచ్చుచున్నది. ఉదా :- వఝ్ఝల నరసింహ కవి దుష్యంత చరిత్రము నొకప్రతి విలేఖ కుఁడు శకుంతలా నాటక మని పేర్కొనెను. కూర్మ నాథ కవియు, నరకూరు నారాయణ కవియు స్వయముగా నా శబ్దమును వాడి

యుండిరి. నరుకూరు కవికృతి "ఆటభాగవత" మనియుఁ బేర్కొనఁ బడినది. దీనిపై భామకలాపము ప్రభావము బాగుగాఁ గలదు. అర్వాచీన పారిజాత య. గా. లపై దీని ప్రభావమును బడినది.

కొన్నిటఁ బాత్రలను సూత్రధారుఁడు పృచ్ఛించుట గలదు. ఉదా :- నరసింహ కవి దుష్యంత చరిత్రము, నక్కలపాటి సంజీవ కవి ఎఱుకల కథ. దుష్యంత చరిత్రలోఁ దెర ప్రసక్తియుఁ గలదు. ఇందును నరుకూరు కవి కృతి యందును బాత్రలు స్వీయోదంతమును సభ వారికి నివేదించుట, హాస్య గాని వాలకమును గలవు. కొన్నిట ప్రబంధ ప్రభావము బాగుగాఁ బడినది ఉదా :- కూర్మనాథ నరుకూరు నారాయణ కవుల కృతులు మొ॥. తమిళ దేశపు "ఉలా" ప్రబంధపుఁ బోకడయు, తంజావూరు య. గా. నాటక ఫక్కియు దళవాయి తిమ్మప్ప కృతియందుఁ గన్పట్టును. (చూ. ద్వి. భా. - పుటలు 41 - 43 ; 257). మృత్యుంజయ విలాసమున నాశ్వాస విభాగ మొక విశేషము.

ఈ శతాబ్ది నడుమనే యొక రాయలసీమ బొమ్మలాటవారి కుటుంబమునకుఁ జెందిన య. గా. రచన యొకటి బయల్వెడలినది. అది బొమ్మలాట సాంబయ్య కిరాతార్జునీయము (ద్వి. భా. పుట 46-49). రచన రుద్రకవి సుగ్రీవ విజయము ఫక్కి నున్నది.

ఈ శతాబ్ది చిట్టచివర వెలసియుండునని యూహింపఁదగిన పురిజాల లక్ష్మీనారాయణకవి "పారిజాత యక్షగాన ప్రబంధము"న నొక ముఖ్యవిశేషము గలదు. అది ప్రబంధముద్ర, భామ కలాపము "బాణీ"యును గలది. ఆమాట యటుండ, నిం దాట భాగవతము లందుఁ బురుష నటులు స్త్రీ వేషములను ధరించుటగూర్చి సత్యభామకు సఖిపాత్రకు నడుమ నొకచర్చ జరిగినది. అది యనుచితమని

సఖి వాదము. హరి జగన్మోహిన్యవతారాది వృత్తాంతము లుదాహరించి సత్యభామ దానినిఁ బ్రత్యాఖ్యానము సేయును. ఈ సందర్భమున గవి యుద్దేశము పురుషులు స్త్రీ పాత్రధారణము చేయవచ్చుననియే. కాని తగినసందర్భము లేకున్నను నతఁడా విషయము నెత్తుకొని యల్లేల సమర్థింపవలసివచ్చినది యని ప్రశ్న. అనఁగా స్త్రీ పాత్రలను స్త్రీలే నిర్వహించుట యుక్తమను వాదము క్రొత్తగాఁ గవి సమకాలికులలో బయలుదేఱినదో, లేక యక్కడక్కడ వీధిభాగవతములలో, దొలుత స్త్రీ పాత్రలు స్త్రీలే నిర్వహించుచుండ నీ కవి నాఁటికిఁ బురుషులు నందులకుఁ బూనుకొనుచుండఁగా నచ్చటచ్చట నాక్షేపణ బయలుదేరినదో! ముందునాఁటి య. గా. లలో స్త్రీ పాత్రలు స్త్రీలే నిర్వహించుచుండిరనుటకు దగిన యాధారములు లేవు. కాని క్రీ. శ. 1514 నాఁటి చెఱువు బెళగల్లు శాసనమునందు "తాయికొండ నాటకము"న నట్టువ తిమ్మయ్య కొమార్తె "పాత్రి" గ నటించినట్లు పేర్కొనఁబడినది. ఈయొక్కవిషయమునుబట్టి నిర్ణయములు చేయఁదగదు. కొందఱు భాగోతుల బుచ్చిగాఁడును, పెండెల నాగియు, గంగియుఁ బేర్కొనఁబడిన చాటుపద్యమొకటి శ్రీనాథకృతమనియు, పెండెల నాగియు గంగియు భాగోతుల బుచ్చిగాని మేళములోనివారై యుందురనియు నూహింతురు. కాని మొదటిసంగతి యా పద్యము 18 వ శతాబ్దినుండిన తురగా రామకవిది గాని శ్రీనాథునిది కాదు. రెండవసంగతి భాగోతుల బుచ్చిగానికి పెండెల నాగితోఁగాని గంగితోగాని యెట్టిసంబంధము నాపద్యమున సూచింపఁబడలేదు. మూఁడవది బుచ్చిగాఁడే యేదో యొక్కటే కొదువగాని యాఁడువేషమునకుమాత్రము జక్కఁగా గుదిరియుండువాఁడనియు నందు సూచింపఁబడినది.[31] 18 వ శతాబ్దివాఁడే యగు కూచిమంచి జగ్గకవి చంద్ర

31. చూ. వేటూరి వారి క్రీడాభి రామ పీఠిక, పుట 68 – 69.

రేఖా విలాపమునందుఁ బలుతడవలు "భాగవతుల" (నటుల) ప్రశంస వచ్చినది. అందొకచో (1-85) నున్న, "ఆడు భాగవతుని జాడ గడ్డము మూతి, నున్నగా గొరిగించుకొన్న వాఁడు" అను మాటను బట్టి నాఁడు పురుషులు స్త్రీ వేషములు వేయుచుండెడివారని తెలియుచున్నది. కాని 19 వ శతాబ్ది యందు వీథినాటకములందు స్త్రీలును బాల్గొనినట్లు కొన్ని యాధారములు గలవు. (ముందు చెప్పఁబడును). అట్లు స్త్రీలు పాల్గొనుట లక్ష్మీనారాయణ కవి కాలమున నప్పుడే యింకను మొదలై యుండును. ల. నా. కవి కది యిష్టము కాకపోవుటచేత నట్టి చర్చకుఁ దన కృతిలోఁ బసక్తి గల్పించి యుండును.

18 శ. య. గా. లలో రచనలోఁ బ్రాచీన రీతులతోపాటు కొన్నికొన్నిటఁ గ్రొంగ్రొత్త విశేషములును గొన్ని చేరినవి. ఉదా:- దరువులలో సంకీర్తన లక్షణము (నిముషకవి రామయ్య జలక్రీడా విలాసము ఇది ప్రదర్శనోద్దిష్టమై యుండదు), హిందుస్తానీ రాగతాళ ప్రాచుర్యము, శారదపద్యము (అకలంక); రగడ, దండకము, చూర్ణిక, శ్లోకములు, గౌరీకల్యాణము (గోకులపాటి); రాగ యుక్తములగు ద్విపదలు, కన్నడభాషలో దరువులు (తిమ్మప్ప); కందార్థములు, గీతార్థములు (నరుకూరు).

18 శ. య. గా. చరిత్రలో నించు మించాంధ్ర దేశమునఁ గల ముఖ్యమండలముల కన్నిటికినిఁ దగిన ప్రాతినిధ్యము గలదు. పూర్వ శతాబ్దులకంటె బరిణతి యధికముగాఁ గనుపట్టినది.

19 వ శతాబ్ది ఆంధ్ర దేశయక్షగాన చరిత్రలోఁ జిత్ర చిత్ర నైక నైకవిధ పరిణామములకాలవాలమైన కాలము. వివిధప్రాంతము లందు యక్షగానములు కోకొల్లలుగా వెలసినవి. అందధిక భాగము

నాటకనామము నవధరించినవి. ప్రదర్శకుల మేళము లనేకము వెల సినవి. రంగస్థలమున యక్షగాన మొకవింత శృంగారంగుతో రాణించినది.

ఆనాఁటి దాని పరిణామ చరిత్రలోఁ బ్రధానములైన యంత స్తులు బహువిధప్రక్రియానుబంధములు. ఆంధ్ర దేశమున యక్షగానము నకు నాటకనామము 18 శ. నుండి కన్పట్టును. అది వీధి నాటకముల తోడి యనుబంధమువలన వచ్చియుండును. ఆ యనుబంధ మెపుడో గాఢముగా నేర్పడి పోయినది. ఇఁక నీ 19 శ. నఁ గ్రొత్తగా నేర్పడిన యనుబంధములు కొరవంజి, బొమ్మలాట, ఏకాంతసేవ, హరికథ, జంగం కథ, మార్గనాటకము, ఆధునిక నాటకము మొ॥ వానితోడివి.

కొరవంజి - యక్షగానము

కొరవంజి యక్షగాన సంబంధము చరిత్ర పూర్వోక్తము (చూ. పుట 31—47). కొరవంజి రచనా ప్రక్రియా ప్రాణభూతమగు ఎఱుక ఘట్ట మాంధ్ర దేశ య. గా. లలో మొట్టమొదటగా 18 శ. లోఁ గన్పట్టినది. (చూ. నక్కలపాటి సంజీవకవి ఎఱుకలకథ, కూర్మ నాథకవి మృత్యుంజయ విలాసము). కాని యీయాంధ్రసీమయందు కొరవంజి పేరితో య. గా. రచన వెలయుటన్నది 19శ. పూ. భా. నందే మొదలైనది. ఉదా 1. సన్నిధిరాజు జగన్నాథకవి ఎఱుకల కురవంజి, 2. జలదాళ నంజప్ప జ్ఞాన-కురవంజి రెండును య. గా. లనియుఁ బేర్కొ-నఁబడనవి. రెండును వేదాంత విషయ ప్రధానము లగుట గమనింపఁ దగినది. కురవంజులుగాఁ బేర్కొ-నబడకపోయినను నాఁడనేక-తెనుఁగు దేశ య. గా. లందెఱుకత పాత్రకుఁ బ్రసక్తికలదు. (చూ. తరిగొండ వెంగమాంబ శివనాటకాదులు, శివలెంక మల్లనా రాధ్యుని వీరభద్రవిజయము మొ॥.)

బొమ్మలాట - యక్షగానము

బొమ్మలాటకు యక్షగానమునకునుగల సంబంధము, చరిత్రము గూడఁ బూర్వోక్తము. (చూ. పుట 47 - 58). మనుష్యులచే నాడఁబడుటకే కాక బొమ్మలాట ప్రయోగమునకును గవులచే నుద్దిష్టములైనట్లు స్పష్టపడిన య. గా. రచనలీ శతాబ్ది నడుమ నుండియే కానవచ్చుచున్నవి. ఉదా :— 1. మరింగంటి భట్టరు రామానుజాచార్యుల శ్రీరామ నాటకము. 2. చతుర్వేదుల వెంకట నరసింహయ్యగారి ద్రౌపదీవస్త్రాపహరణాదులు. 3. కోట వెంకటప్పయ్య శాస్త్రి బాణాసురనాటకము మొ..

ఏకాంత సేవ - యక్షగానము +

ఏకాంత సేవా ప్రబంధము లను పేర నొక "తరహా" యక్షగాన ప్రాయ రచన లీ శతాబ్దమునఁ గన్పించును. అందు కొన్ని య. గా. లనియుఁ బేర్కొనఁ బడినవి. ఏకాంత సేవయనఁగా నిత్యార్చన సాగు దేవాయతనము లలో ముఖ్యముగా భోగ నిలయము లగు వైష్ణవాలయములో రాత్రి గుడి తలుపులు మూయుటకు ముం దర్చకులు యథా విధి నుప చరించి అమ్మవారి, సామివారి యుత్సవ విగ్రహములను బానుపుపైఁ బవళింపు చేసి, గుడిచేటులు లాలి పాటలు పాడి ద్వారపాలన నిమిత్త మష్ట దిక్పాలకులకు 'బహు పరాకులు' చెప్పి వెడలి పోఁగా నిఁక నమ్మవారు స్వామివారికిఁ జేయు నదిగా నూహింపఁ దగిన పర్యంక సపర్య. మధుర భక్తి ముదితాత్ములగు కవివతంసులు కొందఱా సన్నివేశమును గ్రహించి దానికిఁ బూర్వరంగముగా నింత కథాంగము (భామ కలాపము "బాణీ" లో) కల్పించి నాయకుని వివిధోపచారములకు వివిధ గీత ప్రభేదములను

+ ఈ విషయమై వివరములకు చూ. నా వ్యాసము – కృష్ణాపత్రిక 30-4-55.

ప్రయోగించి ఏకాంత సేవామకుటముతో ననేక గేయ ప్రబంధములను వెలయించిరి. అవి యక్ష గానముల వలె సంగీత సాహిత్యముల కాలవాలములు; ఎట్టి రచనా విశేషము నైన నిట్టే యిముడ్చుకొనఁ గలట్టివి. ఈ జాతి కృతి రచన యంత ప్రాచీన మైనదిగాఁ దోఁపదు. 19 శ. ప్రాంతము ననే యక్షగాన మొరవడిగా బయ ల్వెడలినట్లు తోఁచును. అందు కొన్ని యక్షగానము లని యా కవుల చేతనే వ్యవహృతము లైనవి. నాటక నామకరణము చేయించు కొన్నవియుఁ గొన్ని లేకపోలేదు. ఉదా :- 1. మామిళ్లపల్లి వేంకటాచల కవి ఏకాంతసేవా నాటకము. (కవి చేతనే య. గా. అనియుఁ బేర్కొనఁబడినది.) 2. అక్కెనప్రగడ హరి దాసు "శ్రీరామ నిత్యోత్సవ యక్షగానము." 3. కుందుర్తి ఆది నారాయణ శర్మ "ఏకాంతసేవా కథానామకంబగుయక్ష గానము"

హరికథ - యక్షగానము

హరికథకు యక్షగానమునకుఁగల యనుబంధముగూర్చి ముందే చెప్పఁబడినది. (చూ. పుట 74 - 82). ఆంధ్రదేశమున హరికథలు వెలయుటయు, నందుఁ గొన్ని య. గా. లని వ్యవహరింపఁ బడుటయు నీ 19 శ. ఉత్తరార్థము నుండియే కాననగును. ఉదా :- 1. బాగేపల్లి అనంత రామాచార్యుల శశిరేఖా పరిణయాదులు, 2. ఆదిభట్ల నారాయణదాసు ప్రహ్లాదచరిత్రాదులు, 3. కోకా వెంకటరామానుజులు నాయుఁడు గజేంద్రాళ్వారు చరిత్ర మొ॥.

జంగము కథ - యక్షగానము

19 శ. ఉ. భా. న యక్షగానములకు, జంగము కథలకు నొక విధమైన చిన్న సంబంధమేర్పడినది. అసలు య. గా.లకు జంగం కథ

లకు నొకసామ్యమును గలదు. జంగముకథలు గానరూపకథాఖ్యానమున కుద్దిష్టములు. యక్షగానములు కాలక్రమమున రంగప్రదర్శనల కెక్కినవి కాని వాని ప్రాథమికస్థితి గానప్రధాన కథాఖ్యాన పద్ధతియే గదా. జంగము లొకప్పుడు తెరనాటకము లాడుటలోఁ బ్రసిద్ధులే కాని జంగముకథ లనఁబడునవి హరికథ, బుఱ్ఱకథలవలె గానరూప కథాఖ్యానకములు మాత్రమ. [32] ఇందును య. గా. లందువలె దరువులు గద్యపద్యములు నుండును గాని ద్విపద, ఏలపదాది దేశి రచన లుండవు. ఇందు బ్రధానముగ విహితముగఁ బ్రచురముగ నుండునది రగడ; కథాఖ్యాన తంతు వాయమగు ప్రధాన రచనాంగమదే. ప్రాచీన య. గా. లందలి రేకులు రగడ వికారములే గాని య. గా. లందు రగడ యథాతథముగాఁ బ్రయోగింపఁబడిన సందర్భము లతి సకృత్తు. జంగము కథలు 19 శ. కి ముందు వెలసిన జాడ గానరాదు. వానిప్రాదుర్భవమునకు జక్కులకథలే (య. గా. లే) కారణములైనవేమో! 19 శ. తురీయపాదమున జంగము కథా రచయితలుగాఁ బేర్వడసిన గాయకవాడ పెద్దన, ధేనువకొండ వెంకయ్య వరుసగా నలచరిత్ర, విరాట పర్వములను జంగము కథలుగను, యక్షగానములు

---

32. చూ. పుసులూరి వేంకటసుబ్బరాయకవి ద్రౌపదీ వస్త్రాపహరణము. (గౌరీ ముద్రాక్షరశాల, నూజవీడు, 1915. ప్రచురణకర్త్రి పుసులూరి రామమ్మ. కవి భార్య)

"దరువులు, రగడలు, వచన గద్య పద్యముల సహితముగను ధర శివజంగము వారికి నిరతము ధర్మ జీవనముగ చేయగ బూనితి, జంగము లీ కథ చేకొని వర్ణించి శ్రీయుతముగ బల్ కంచు గుమ్మెటల్ చితారయు బూని సరస మైన సంగీత సత్కళా సంగతు లొప్పగను స్థిరముగ తాళ ప్రస్తారంబుల జేసి చెప్పనటుల" అని కవి వక్కణ.

గను రచించి యుండుట విశేషము. జంగము కథలే యక్షగానములుగాఁ గొందరిచేఁ భ్రమింపఁ బడుట యింకొక విశేషము.[33]

ప్రబంధము - యక్షగానము

ఆంధ్రప్రబంధ ప్రక్రియ 16 వ శ. పూర్వార్ధమునకే సమగ్రిమ నందినది. ఆ శతాబ్ది ముఖాంగణముననే రంగవల్లికలు దీర్చినది మన యక్షగానము. ఒకవంక యక్షగానము పలుకుబడి సాగుచుండిన యా దినములలో వెలసిన ప్రబంధములు కొన్ని (వసుచరిత్రాదులు) నాటకరీతుల వైపు వాటములు ప్రదర్శించినవి. కొన్ని యక్షగానములలో నప్పటికిఁ బ్రబంధ ముద్ర పడలేదు. రుద్రకవి ప్రభృతులు తమ కృతులను యక్షగాన ప్రబంధములనియుఁ పేర్కొనియున్నను నట ప్రబంధ శబ్దమును గావ్య సామాన్యవాచిగా మాత్రమే గ్రహింప నగును. విష్ణుమాయావిలాసాదులు య. గా. ప్రబంధములని పేర్కొనఁ బడకపోయినను నచట నచటఁ దద్రచనలోఁ బ్రబంధ ధోరణి కొద్దిగా నైనను బొడసూపకపోలేదు. 17 శ. ఉ. భా. న వెలసిన భామ కలాపముపై ముందునాఁటి ముక్కుతిమ్మనగారి పారిజాతాపహరణ ప్రబంధ ప్రభావ మగుపించినది. పిదప కాలమున భామకలాపము

33. చూ. (1) తుళ్లూరి మాధవరాయకవి సారంగధరకథ ప్రా. లి. పు. భాం., ఆర్. నం 691. కేటలాగు కర్తలచే యక్షగాన మని పేర్కొనఁ బడినది. (ప్రా. లి. పు. భాం., త్రైవార్షిక గ్రంథ వివరణిక, – పుట 1729). (2) పుసులూరి సుబ్బరాయకవి "యక్ష ప్రశ్నలు" – మదరాసు సుబ్రహ్మణ్యవిలాస ము. శా., 1915. ప్రచురణకర్తలచే యక్షగానమని వ్యవహృతము. (3) 1900 ప్రాంతమున ధనకుధరం రామానుజాచార్యుల వారిచే రచింపఁబడిన బిల్హణీయము వారి చేతనే య. గా. గాఁ బేర్కొనఁబడి యుండుట మఱియు విశేషము. అట్లు కవిచే య. గా. గా వ్యవహృతమైనది గాన దీని చరిత్ర మిందు చేర్చుట యైనది. (చూ. ద్వి. భా., పుట 210-11).

“ ఖాణీ ”తో వెలసిన పారిజాత యక్షగానములపై దాని ప్రభావ మింకను నధికము. 18 శ.న య. గా. లపైఁ ప్రబంధము ప్రభావ మధికతరముగనే కన్పట్టును. 18 శ. చివర సూరన ప్రభావతీ ప్రద్యుమ్నము గోపాలుని సింగయచే య. గా. గాఁ బరివర్తింపఁబడినది. ఆనాఁటి మృత్యుంజయ విలాసమునందు రచనాప్రౌఢిలోఁ గధా ప్రణాళికలో నాశ్వాస విభాగములో వర్ణనా ప్రాచుర్యములో శబ్దార్థాలంకార స్వారస్యములలో, శృంగార ప్రాధాన్యములోఁ ప్రబంధ ముద్ర ప్రస్ఫుటముగాఁ గానవచ్చును. 19 శ.న నట్టి య. గా. రచన లధికముగా వెలసినవి. ఉదా :- శివలెంక మల్లనారాధ్యుని వీరభద్ర విజయము, వారణాసి అచ్యుతరామకవి దరువూరి అప్పలాచార్యులు నను జంట కవుల లక్ష్మీనారాయణ విలాసము మొ॥. ఈ రెండును మృత్యుంజయ విలాసమునకు మానస పుత్రికలు - ప్రాచీన రచనారీతి (తాళప్రధానములైన దరువులు) గలిగి, ఆశ్వాసవిభాగము గలిగి, ఆఖ్యానశైలీ ప్రచురమై కేవలము శ్రవ్యధోరణి నున్న య.గా.లును 19 శ.న వెలసినవి. ఉదా :- కాట్రంబాక కేశవాచార్యుల రామానుజ విజయము, పతివ్రతా మాహాత్మ్యము. 19 శ. తురీయపాదమున వెలసిన రఘునాయకం రామానుజ సూరి కన్యకా విజయ య.గా. 8 అశ్వాసములు గలది శ్రవ్యధోరణి నున్నది. య. గా. రచనలోఁ ప్రదర్శనలో నాటకపు వాట మధికమగుచుండిన 19 శ. ననే యిట్టి రచనలు వెలయుట జూడ యక్షగానము ప్రాథమిక తత్త్వమును నొకవంకఁ గొంత సంరక్షింపఁబడుచునే యుండినదని చెప్పవచ్చును. ఇట్లు య. గా. లు శ్రవ్య ప్రబంధధోరణి నుండుట మాత్రమేకాక పూర్వ ప్రబంధములు య.గా.లుగాఁ బరివర్తితములైన సందర్భములు గలవు. 19 శ.న ఉదా :- 1. వసు చరిత్ర - కొందమగుండ్ల శేషాచార్యుల వసురాజ విలాసము. 2. భాస్కరాచార్యుని కన్యకా పురాణము -

రామానుజ సూరి కన్యకావిజయము. 3. కందుకూరు రుద్రకవి నిరంకుశోపాఖ్యానము - పురాణం పిచ్చయ్యగారి కపటవేశ్యానాటకము. 4. కళాపూర్ణోదయము - కందాళ్ళ రామాచార్యుని బెతుదూరు క. పూ. నాటకము (3,4-20 శ.) ప్రారంభదశకుఁ జెందినవి.

నాటకము - యక్షగానము

యక్షగానమునకుఁ బర్యాయముగా నాటకశబ్దము 19 శ. న నెక్కువగా వినవచ్చినది. నాటకగేయప్రబంధమనియు, నాటకమనియు వ్యవహరింపఁబడుచు వచ్చినదియక్షగానము. అట నాటకశబ్దము రూపక సామాన్యవాచియేయైనను, అది య. గా. నకు వీథినాటకము సాహచర్యమున సంక్రమించి యుండునని యూహింపఁదగియున్నను యక్షగానముపై మార్గనాటకప్రభావము, తత్రాపి ఆధునిక నాటకప్రభావమును గూడఁ జూడఁ గలము. య. గా. న సూత్రధార ప్రసక్తి సుమారొక శతాబ్దికి ముందే వఝల నరసింహకవి దుష్యంత చరిత్రాదులందున్నను నది మార్గనాటక ప్రభావ మనలేము. ఏలయన య. గా. లలో సూత్రధారుఁడు ప్రదర్శన మధ్యమునఁ గూడఁ బాత్రలను బలుకరించుటయుఁ (అది దుష్యంత చరిత్ర య. గా. న విశదమైనది) గథాను సంధానము సేయుటయుఁ గాననగును. మార్గరూపకములలోఁ బ్రస్తావనతో సరి సూత్రధారుని వాలకము. మఱి కనుపింపఁడు నడుమ. య. గా. లలోవలె నతఁడు పాత్రలను బలుకరింపఁడు సరికదా పరిచయమైనఁ జేయఁడు. 19 శ. న సూత్రధారప్రసక్తిగల య. గా. లనేకము వెలసినవి. ఉదా:- 1. శీర్నాదు వెంకటరాయకవి లేపాక్షి శివ నాటకము (19 శ. పూ. భా.) 2. మరింగంటి భట్టరు రామానుజాచార్యుని శ్రీరామనాటకము (19 శ. నడుమ) 3. బోడిచర్ల సుబ్బకవి ఖిట్టేమరి రామాయణము, 4. దూపాటి శేషాచార్యుల శాకుంతల

నాటకము, 5. కేసిరాజు వెంకటసుబ్బరాయకవి రామదాసు నాటకము, 6. త్వరకవి రామకృష్ణయ్యగారి వీరభద్రవిజయము. (3-6-19 శ., ఉ. భా.) 7. కాకరపర్తి నృసింహకవి సంగీత సారంగధర నాటకము (20. శ.) మొ... ఇందు 1 లో సూత్రధారుఁ డెఱుకల సానినిఁ బలుకరించును. 2 లో సూత్రధారి గ్రంథ ప్రస్తావన నడుపును. 3 లో సూత్రధారి మంత్రసానిని బలుకరించినాఁడు. 4 లో సూత్రధార ప్రవర్తితమైన ప్రస్తావన గలదు. అందీ నాటక ప్రయోగమును గూర్చిన తౌర్యత్రిక రూపారోపవిషయ ప్రసక్తియున్నది. 5 లో గ్రంథాంతమున ననుబంధముగా గ్రంథకర్తచే రచింపఁబడిన నాందీ ప్రస్తావనలుగలవు. 6. లో గ్రంథారంభమున సూత్రధారుఁడు కథోపోద్ఘాతము నుపన్యసించుట మాత్రము కాననగును. 7 లో నాందియు, సూత్రధార విదూషకులచేఁ బ్రవర్తితమైన ప్రస్తావనయుఁ గలవు. ఇట్లీ నాందీప్రస్తావనలకుఁ బ్రసక్తిగల య.గా. లను జూచినచో య.గా. పై నూర్గరూపక ప్రభావము పడినదని చెప్పకతప్పదు.

ఇఁక నాధునిక రంగస్థల నాటకము[34]తో యక్షగానమునకుఁ గల యనుబంధము విచారణీయము. కొందఱు విమర్శకులు "నేటి నాటకములకు మాతృకలైనవే నాటి యక్షగానములు" అని యనుచున్నారు.[35] కాని యిది ముధావాదము. యథార్థముగఁ గొన్ని యక్షగానములే యాధునిక రంగస్థల ప్రభావ పరామృష్టము

34. Well developed and regular Modern Stage - drama.

35. (a) గొఱ్ఱెపాటి వెంకటసుబ్బయ్యగారి "మనజానపద వాఙ్మయ సమీక్ష" అను వ్యాసము. ఆంధ్రప్రభ-ఆంధ్ర రాష్ట్రావతరణ ప్రత్యేక సంచిక, తేదీ. 1-10-53, పుట 7.

(b) 'Yakshagana is the precursor of the Modern Drama in Telugu' - Telugu Literature (P. E. N. Series by P. T. Raju.)

లైనవని చెప్ప వలసియున్నది. ఈ రంగస్థల నాటకరచన యన్నది యాంధ్రమున మిక్కిలి యాధునికము. 19 శ. ఉత్తరార్ధమున ధార్వాడ నాటకకాలకంపెనీ వారు తెలుఁగు మాగాణముపై "డేరా" వేయుటతో నిటు కీ. శే. కందుకూరి వీరేశలింగముపంతులు గారు నటు రాయల సీమలో కీ. శే. ఆంధ్రనాటకపితామహుఁడు ధర్మవరం కృష్ణమాచార్యులు గారు మొదలైన పండితులు కలములు సవరించుటతో నవతరించిన దాంధ్ర రంగస్థల నాటకము. సంస్కృత, పాశ్చాత్య నాటకముల కనువాదములును, ఆ ఉభయ ప్రక్రియా సమన్వితములగు స్వతంత్ర నాటకములును వెలసినవి మొదట. ఆ కాలమున రచింపఁబడిన యక్షగానములపై వాని ప్రభావ మెట్టిదో పరిశీలింతము. పూర్వోక్తమైన కేసిరాజు వెంకటసుబ్బారాయ కవిగారి రామదాసు నాటక మిందులకుఁ బ్రబలోదాహరణము. (వివరములకు చూ. - ద్వి. భా., ఆ పుట. 177 - 179). ఇం దిది మొదట 1888సం. న "యక్షగానముగా" రచింపఁ బడినట్లును బిదప 1899లో కవియే "ఇప్పటి నాటకముల వలె" అనఁగా ధార్వాడ కంపెనీ నాటక ప్రదర్శనములను జూచి మన కవులానాఁడు రచించు చుండిన నాటకముల వలె రచింపఁ బూనినట్లును కవిగారి పుత్రులగు శ్రీ కేసిరాజు సత్యనారాయణ గారు 1927లో (రాజమండ్రి రాజన్ ప్రెస్సులో) ముద్రితమైన యీ నాటకము పీఠికలో వ్రాసియున్నారు. మఱియు వారు "ఈ గ్రంథమూలమగు చిత్తుప్రతి యందు అంకరంగ విభజనముగాని పాత్రల ప్రవేశ నిష్క్రమణ సూచనలు గాని లేవ" వని యన్నారు. నేఁటి ముద్రిత ప్రతినిఁజూడ నిందు నాటకారంభమున కట్టియం (చోపుదారు) వచ్చి తానిషా రాకను సూచించుట, పాత్రలు తెరలోనుండియే ద్విపదలో స్వీయచరిత్ర చెప్పుకొనుట, వెంటనే పాత్రప్రవేశ సూచకమగు నొకదరువు, కటికవాఁడు

పాత్రను బలుకరించుట, ఎఱుకతపాత్ర యునికి మొ॥ విషయములు చూడ నది యంతయు నచ్చముగా యక్షగానపు "బాణీ" యనిపించును. కాని వాక్యోవాక్య పద్ధతిని వచనమునఁ బాత్రల సంభాషణలు అంక విభాగము అంకములు మఱల ననేక రంగములుగ విభక్తములగుట మొ॥ విషయములుండుట జూడ నిది యాధునిక నాటక ప్రభావమని తెలియ నగును. 20 శ. ప్రథమపాదమున కాకరపర్తి నృసింహకవి విరచితమైన సంగీతసారంగధర "నాటకము యక్షగాన శృంగాటకమ్ము" అని కవిచే పేర్కొనఁ బడినది. ఇందును అంకరంగ విభాగము, సంధివచనములు లేకుండ ముఖాముఖిగా సరళశైలిలో వచన ప్రచురముగాఁ బాత్రల సంభాషణలు, స్వగతములు, నేపథ్య ప్రసంగములు, పాత్రలు సూటిగాఁ బ్రవేశించు పద్ధతి మొ॥ ఆధునిక నాటక ప్రభావమును సూచించు విషయములు గలవు. కవి యక్కడక్కడఁ బ్రసిద్ధరాగ తాళములలో దరువులను బ్రవేశ పెట్టుటచేఁ గాఁబోలు పర్యాయమున దానిని యక్షగానమనియు వ్యవహరించినాఁడు. ఆ "యక్షగాన శృంగాటక" మనుమాట సార్థకము. ఇందును రామదాసు నాటక మందును నాందీప్రస్తావనలు మార్గప్రక్రియకుఁ జెందినవే యైనను, అంకము లనేకరంగములుగా విభాగింపఁ బడుటన్నది మాత్రము పాశ్చాత్య నాటక సంప్రదాయము. ఆధునిక నాటకములందు రెండు ప్రక్రియలును సమన్వయింపఁబడినవి. వాని ప్రభావము య. గా. లందును గనఁ బడుట విశేషము. ఈ వివరణమును బట్టి "నేటి నాటకములకు మాతృకలైనవే నాటి యక్షగానము" లనుట పొసఁగదనుట తెల్లము. యక్షగాన మాధునిక నాటకమునకుఁ బ్రాథమికస్వరూపమే యైయుండు నెడల నట్టి నాటకములకు విశేష ప్రచారముగల యీ దినములలో య. గా. రచన యంతరించి యుండవలసినది. కాని యీ 20 శ. యందును సన్నగిల్లి పోయినను సాగుచునే వచ్చినది య. గా. రచన.

ఇంత వ్రాసియు 19 శ. నాటి యక్షగాన పరిణామమును బూర్తిగాఁ జెప్పినట్లుకాదు. ఆనాఁటి దాని పరిణతి బహుముఖమైనది. ఐనను నందందుఁగల విశేషములుకొన్ని స్థాలీపులాకముగా స్పృశింపఁ బడును.

ఈ 19 శ. న :- భామకలాపము "బాణీ" ని రచింపఁబడిన య. గా. లు శ్రీనివాసకవి పారిజాతము, శేషము రంగాచార్యుల రతి మన్మథ విలాసము, శివకేశవ పారిజాతము మొదలగునవి. ఇందు శి. కే. పారిజాతము ప్రయోజన ద్వైవిధ్యము నేకత్ర సాధించినది. (చూ. ద్వి. భా. పు. 92-94).

పాడుటకు నాడుటకుఁ గూడ నుద్దిష్టములైన య. గా.లు శ్రీనివాసకవి పారిజాతము (ఇది నాటకమని పేర్కొనఁ బడినది), భారతి రామరాజు గొల్లకథ మొ॥. అందు రెండవదాని డి. నం. 1873 ప్రతి ముఖపత్రమున "ఆట భాగవతమందు గొల్లకథ – ఆట తాళం సారంగ రాగం వల్లనే యీ గొల్లకలాపం యావత్తు వినకరి చేస్తున్నారు. కొందరు ప్రత్యేక రాగములు పాడుతా "రని యున్నది. నిశ్శంక ఎంబారయ్యగారి ప్రహ్లాద విజయ య. గా. "బాలికల కత్యంతోపయుక్తమగునట్లు" రచింపఁబడినదఁట. అనఁగా నిది పాడుటకు మాత్రమె యుద్దిష్టమైనదిగాఁ దోఁచును. ఇట్టివే శ్రీరాజా మృత్యుంజయ నిశ్శంక బహద్దరుగారి "దశావతార లఘునాటక రూపక యక్షగానము", పులహరి ఫిరోజికవి "సాత్రాజితీ నాటకం బను యక్షగానంబు"ను. ఇవి నాటకములని పేర్కొనఁబడియు శ్రవ్య ధోరణి నుండుట గమనింపఁదగినది. ఆశ్వాస విభాగముగల్గియు, గేయ ప్రబంధమని పేర్కొనఁబడియు "తగిన వేషంబులన్ ధరియించి సభల సొగసుగాఁ దెలుప" నుద్దిష్టమైనది పోడూరి వేంకటరాజు

సుకుమారీ పరిణయము. ఇందలి యాశ్వాస విభాగ మంక సంకాశమైనది.

విపుల కథాత్మకములై ప్రదర్శనోద్దిష్టములైన య. గా.లు కొన్నికొన్ని రాత్రుల ప్రదర్శనమునకుఁగాను విభాగింపఁబడినవి. ఉదా:- శీర్నాడు వెంకటరాయకవి లేపాక్షి రామాయణము - "మూఁడు రాత్రుల కథ" 2. కొండూరి సీతారామ కవి సావిత్రీ నాటకము - మూఁడు రాత్రుల కథ. 3. మోక్షగుండము సుబ్బకవి సీతాకల్యాణము - రెండు రాత్రుల కథ. 4. యమ్మనూరి వెంకట సుబ్బకవి విరాటపర్వము, ద్రౌపదీ కల్యాణము - రెండురాత్రుల కథలు. 5. పీసె సుబ్బరాజు, గాజుల పెంట్లూరి శేషగిరిరాజుల (1900 ప్రాంతము) సంత వేలూరు కుశలవనాటకము "ఆరు రాత్రుళ్ళ నాటకమునకు బొమ్మలాటకును ఉపయోగముగా" రచింపఁబడినది.

పాత్రల "తెరద్విపదలు" (అనఁగాఁ బాత్రలు ప్రవేశించుటకు ముందు ప్రదర్శకముఖ్యునిచేఁ బ్రచ్ఛింపఁ బడి తెరలో నుండియే స్వీయోదంతము సభవారి కెఱుకపడఁ జెప్పు ద్విపదలు) "తెర బయలు దేరే దరువులు" (ప్రావేశికధ్రువలు) ను జాల యక్షగానము లందుఁ గన్పట్టును. ఉదా:- శేషము రంగాచార్యుల రతిమన్మథ విలాసము, పోడూరి వెంకటరాజు సుకుమారీ పరిణయము, వేదాల తిరునారాయణాచార్యుల శకుంతలా, ప్రహ్లాదనాటకములు, మొ॥ వానిలోని పాత్రప్రవేశపు దరువులు సర్వసాధారణముగ హాంగుదారులవలనఁ బఠింపఁబడును. కొన్నిటఁ బాత్రముఖముగను బ్రవర్తిత మగుట కాన నగును. ఉదా:- గుండు అద్వైతబ్రహ్మశాస్త్రి సత్యభామా పరిణయము. ఈ "తెర" ద్విపదల దరువుల పద్ధతి ప్రాచీన

య. గా. లందుఁ గన్పట్టదు. భామకలాపము బయల్వెడలిన నాఁ నుండి కన్పట్టుచు 19 శ. నఁ బ్రాచుర్యము వహించినది.

సంధివచనములవలె సంధిద్విపదలు,సంధిదరువులునుగల య.గా లును గలవు. ఉదా:- కుసుచేటి సుబ్బరాయకవి గౌరీ శంకర విలాసము అద్వైత బ్రహ్మశాస్త్రి స. భా. పరిణయము మొదలగు 19 శ ఉ. భా., య. గా. లలో వచన ఘటితములైన సంభాషణలు ప్రాచు ర్యమువహించినవి. ఉదా:- కొదముగుండ్ల శేషాచార్యుల పురూరవ శ్చక్రవర్తి విలాసము. కే. ప. జియ్యరయ్య నలనాటకము, కొండయ్య మైరావణచరిత్ర, కెళ్ళ కుప్పయ నలచరిత్ర మొ॥. కాని వీనిలోనొ వంక సంధివచనములును గలవు. సంధి వచన విరహితముగాఁ బాత్రల సంవాద వచనములు మాత్రమే కలిగినవియుఁ గొన్ని గలవు - సంగీత సారంగధర మొ॥.

కొన్ని య. గా. లందు కట్టికముపాత్ర (తంజావూరు యక్ష గానములలోఁ దఱచు గనుపట్టు చోపుదారుపాత్ర) కన్పట్టును. ఉదా:- వేదాల తిరునారాయణాచార్యుల య. గా.లు మొ॥ కొన్నిట వాఁడు హిందీలోఁ బ్రసంగించుట కానవగును. ఉదా:- జియ్యరయ్య నల నాటకము మొ॥ నాఁడే కొన్నిట హాస్యప్రసంగములును నెఱపును కాని కొన్నిట వేఱే విదూషక ప్రాయుడైన హాస్యగాని పాత్రయుఁగన్పట్టును. ఉదా:- బుక్కపట్టణం శఠగోపసూరి, కొన్నిట గ్రంథారంభమున గణపతి సరస్వతుల స్తుతులవెంట నాపాత్రలును రంగముపైఁ బ్రవేశించి నటులను దీవించుటయు, హాస్యగానితోఁ బ్రసంగించుటయుఁ గాన నగును. ఉదా:- బోడిచర్ల సుబ్బకవి రామాయణము, నగళ్ళపాటి సుబ్బదాస యామినీ పూర్ణచంద్రోదయము మొ॥. (ఈసంప్రదాయము కొన్ని తంజావూరు య. గా. లందును గానవగును.)

నూత్నేతి వృత్తములు గల యక్షగానాలును కొన్ని వెలసినవి. ఉదా:– 1. శేషము రంగా చార్యుని భావనారాయణ విలాసము (పొన్నూరు క్షేత్రమాహాత్మ్య గాథ) 2. కే. వెం. సుబ్బారాయ కవి రామ దాసు చరిత్రము 3. కశిమూల వీప్పూరి ఆచారి పోతులూరి వీర బ్రహ్మమునాటకము.

19 శ. య. గా. రచనలోఁ జిరప్రసిద్ధ దేశీయ మధురకవితా రీతుల ప్రాచుర్యము క్రమముగాఁ దగ్గుచు వచ్చినది. అర్ధపద్యములు (మొదట సగము పద్యము, పిదప సగము దరువు పోకడయుఁ గలవి) మాత్రము పలు రకములు (కంద గీత సీస ద్విపద వృత్తార్ధములు) ప్రాచుర్యము వహించినవి. దరువులలో హిందూస్తానీ బాణీరాగ తాళముల కధిక ప్రాచుర్యము గల్గినది. దరువుల చివర కవి తత్కృతీశ్వర నామాంకిత ముద్రలకును బ్రాచుర్యము గల్గినది.

19 శ., పూ. భా. న కంటె ఉ. భా. న య. గా. లెక్కువగా వెలసినవి. పూ. భా. య. గా. లలో నంతో యింతో పండితో పజ్ఞము లెక్కువ. ఉ. భా. న పండితులును సామాన్యులు నైన వారి కృతు లెక్కువ. అందుచే వానిలో లక్షణచ్యుతి బహుళముగాఁ జూపట్టును. కొన్నిటఁ గేవల వ్యావహారిక భాషయే ప్రయుక్త మైనది. ఉ. భా. య. గా. లలోఁ బరిణామ పరిణాహ మధికము. నాటకీయ తయు నాంధ్ర జాతీయ జీవనప్రతి బింబనము నధికము.

19 శ. నాఁటి య. గా. లలో య. గా. సామాన్య ప్రక్రియ కపవాద ప్రాయ మైన ప్రక్రియ గలవి. + మృత్యుంజయ నిశ్శంక బహద్దరు, రఘు నాయకం రామానుజ సూరి. ధనకుధరం రామానుజా

+ Irregular or exceptional types.

చార్యులు, కాకరపర్తి నృసింహాకవి మొదలగు వారి కృతులు. (పేళ్ళు పూర్వోక్తములు.)

19. శ., పండితులైన య. గా. కవులు కొందఱు శివలెంక మల్లనారాధ్యులు, తరిగొండ వెంగమాంబ, చెళ్లపిళ్ల నరసకవి, మరింగంటి భట్టరు రామానుజసూరి, వేల్పూరి వెంకట కవి, పోడూరి వెంకటరాజు, నాదెళ్ళ పురుషోత్తము, మృత్యుంజయ నిశ్శంక బహద్దరు, త్వరకవి రామ కృష్ణయ్య, పురాణం పిచ్చయ మొదలగు వారు.

19. శ. బహు యక్ష గాన గ్రంథ కర్తలైన వారు కొందఱు:- తరిగొండ వెంగమాంబ, శీర్నాడు వెంకట రాయ కవి (లేపాక్షి నాటకాలు), యమ్మనూరి వెంకట సుబ్బకవి (వేములపల్లె నాటకాలు), యాదవదాసు, ఎఱనూరి నరసింహ కవి, త్వరకవి రామ కృష్ణయ, పురాణం పిచ్చయ మొదలగు వారు.

19 - 20 శ. య. గా. మేళములు కొన్ని :- లేపాక్షి, వేముల పల్లె తాడిపత్రి మేళములు (రాయల సీమ), పడకండ్ల స్వామి రాయ కవి, త్వరకవి రామ కృష్ణయగారి మేళములు (నెల్లూరు మండలము), ఘట్టు దేశపు వారి మేళము, భాగవతుల రంగయ్య గారి మేళము మొ॥. ఇందు పడ కండ్ల వారి మేళమున స్త్రీలును బాల్గొని నట్లు స్వామి రాయ కవి లక్షణా పరిణయ య. గా. నుండి తెలియు చున్నది. (చూ. ద్వి భా., పుట 180 - 81)

ఈ 20 వ శతాబ్ది యందును రంగస్థల నాటకములు, సినిమాల విజృంభణమునఁ బ్రజాభి రుచులు మారి యక్ష గాన ప్రదర్శన ప్రతిష్ఠ లడుగంటినవి కాని గ్రంథ రచన సన్నగిలినను సాగుచునే వచ్చినది. 1947 లో మాడ అప్పలస్వామి అను నతఁడు రామదాసు

నాటకమను " యక్షగానము " ను రచించి యుండెను. (చూ. ద్వి. భా. పుట 243; పుటలు 244 - 46 కూడ జూడుడు). 1950 ప్రాంతమునఁ బళ్ళాటిలోఁ గొండఋ య. గా. కవు లుండినట్లు తెలియు చున్నది. (చూ. ద్వి. భా. పుట 247). అయితే యెట్టిటో యిప్పటి మట్టునకు య. గా. రచన కొంత సాగినది కాని యిఁకపై సాగఁగల సూచనలు కన్పించుట లేదు.

20 శ. య. గా. ల గురించి యిది వఱకే ప్రసక్తాను ప్రసక్తముగఁ గొంత వచ్చినది. 20 శ. య. గా. రచన చాల వఱకు 19 శ. య. గా. పద్ధతినే పోలి యున్నది. 20 శ. య. గా. లందును ప్రాఁత పద్ధతి య. గా. లు గలవు. ఉదా :- ముడుంబై అలమేల్మంగ తాయారమ్మ సుల్తానీ కల్యాణము, భామ కలాపము, గొల్ల కలాపములును గలవు. (చూ. ద్వి. భా. పుట 216 - 17, 236). బొమ్మలాటకుఁ గూడఁ బనికివచ్చు నట్టి య. గా. గలదు. ఉదా :- సంతవేలూరు కుశలవ నాటకము. (చూ.ద్వి. భా. పుట 239). " మూడు రాత్రుల కథ" గా విభక్తమైన య. గా. గలదు. ఉదా :- కొండముది బంగారయ్య వృత్రాసుర మహారాజు నాటకము (ద్వి. భా. పు 228). యక్షగానము లని పేర్కొనఁ బడిన వారి కథలును గలవు. ఉదా :- నందివాడ జగన్నాథకవి, పసుమర్తి కృష్ణమూర్తి, నల్లమిల్లి బసివిరెడ్డి మొదలగు వారి కృతులు. (చూ. ద్వి. భా. పుటలు 135,209,244). ఆధునిక నాటక ప్రభావము స్పష్టపడిన య.గా.లును గలవు. ఉదా :- మండూరి సుబ్బరాయకవి సత్యభామా కల్యాణము - " యక్షగాన కంపెని డ్రామా " (చూ. ద్వి. భా., పుట 223), బళ్ళ రామరాజు శ్రీకృష్ణ లీలలు (చూ. ద్వి భా., పుట 242). నూత్నేతివృత్తములు గల య. గా. లును వెలసినవి. ఉదా :- గైనేడి వెంకటస్వామి ఏసునాథ కథామృతము, గోనుగుంట వీరబ్రహ్మము శివరామనాటకము,

శ్రీరాజా వేంకటాద్ర్యప్పారావు బహద్దర్ (ఉయ్యూరు జమీందారులు) వారి కాకతి రుద్రాంబకథ. య.గా. ప్రక్రియ కపవాదప్రాయమైనదొకటి కలదు. 1871-1951 సం.ల నడుమ నుండిన పురాణం పిచ్చయగా రనేక య. గా. ప్రాయ రచనలు చేసియుండిరి. ఆయన తన కృతులను య.గా. లనియు, నాటకములనియు, య. గా. నాటకము లనియు వ్యవహరించెను. అందు నాటకమని పేర్కొనఁబడినను "అర్జున చరిత్ర" మనునది యొక అపవాదప్రాయరచన. అది ఆఖ్యానశైలీ ప్రచురమైనది. అందు హరికథలందువలె డ్రోరాలు, జంగం కథ లందువలె రగడలును గలవు. "ఈ గ్రంథము జంగములు, దాసరులు మొదలగువారు గుమ్మెటలు వాయించుచు వేషములతో నాడుచు గ్రామములలోఁ గథను జెప్పి సంపాదనచేసి జీవించుట కనువుగా నుండునట్లు వ్రాయఁబడిన"దఁట. (చూ. ద్వి. భా. పుట 215).

ఇట్లాంధ్రదేశమున నది పుట్టినప్పటినుండి యిప్పటివఱకుఁగల యక్షగాన చరిత్రను సమీక్షించినచో నది యెత్తని యవతారము లేదనిపించును. ఇతరమైన యే సంగీత ప్రక్రియ విషయమునఁగాని యే సాహిత్య ప్రక్రియ విషయమునఁ గాని యింతటి పరిణతి యసాధారణము. అందులకు య.గా. ప్రక్రియయొక్క విశాలత్వము, బహుముఖ ప్రయోజనావకాశములే కారణములు. ఐనను యక్షగాన మొక దృశ్య ప్రక్రియగాఁ బరిణతమై ప్రచారమున నున్ననాఁడును దాని ప్రాక్తనమైన శ్రవ్యధర్మముగూడ నిరుగుపొరుగుగాఁ బొడసూపుచు వచ్చియుండుట విశేషము.

ఆంధ్రదేశమునుండియే యక్షగాన మటు తంజాపురాది దక్షిణ ప్రాంతములకును నిటు తెలంగాణమునకును విస్తరించినది. ఆయా ప్రాంతములందు దాని పరిణతి కొంత విలక్షణముగా సాగినది. అందు చేత నా విషయము లిందుఁ బ్రత్యేక ప్రకరణములైనవి.

దక్షిణాంధ్ర యక్షగానము

ఒకనాఁడు విజయనగరధ్వజముక్రింద విఱ్ఱవీఁగిన ఆంధ్రసామ్రాజ్య రమ తమిళనాడు నడిబొడ్డునకుఁ దరలిపోవలసి వచ్చినది. క్రీ. శ. 1550 ప్రాంతమున తంజాపుర మధురా మండలములలో రాయసమ్రాట్టుల సామంతులగు నాయకరాజుల యాజమాన్యమున ఆంధ్రప్రభుత నెలకొన్నది. క్రీ. శ. 1565 లో జరిగిన "రక్కసతంగిడి" యుద్ధానంతర దుష్ఫలితము కారణముగా, రాయసంస్థానము నాశ్రయించుకొనియుండిన కవులు, పండితులు, కళాకారులును దక్షిణ దేశమునకు వలసలుదీసి, ఆంధ్రనాయక రాజాస్థానముల నాశ్రయింపఁ జొచ్చిరి. నిలుకడ కలిగిన కొలఁదికాలమున కక్కడను గ్రమక్రమముగా నాంధ్ర సాహిత్య విహంగము రెక్కలల్లార్చినది. యక్షగాన కళాలక్ష్మి గజ్జె కట్టినది. సమ్రాట్టులనాటి వైభవము సామంతుల నాశ్రయించి సను నినుమడించినదే కాని తగ్గలేదు.

ఆంధ్రవాఙ్మయ చరిత్రమున దక్షిణాంధ్రయుగము కాల పరిమితిని బట్టి సుదీర్ఘము, కవితాపరిణతిని బట్టి కడు విలక్షణము నైనది. వాఙ్మయ ప్రక్రియా వైవిధ్యము, కళావాహుల కవితాకేళి, రసిక శేఖరులైన రాజకవుల పరంపర, శృంగార రసాధిదేవతా రంగస్థలములు, లలితకళా ఫలభూములునగు వారి యాస్థానములు నా యుగ విశిష్టతలు. అట్టి దాక్షిణాత్యాంధ్ర సాహిత్యవాహినీ తీరమునందుఁ దీర్థభూతము లైన ఘట్టములు తంజాపూరు, మధుర, మైసూరు, పుదుక్కోట మొదలగు సంస్థానములు. అందు తంజాపూరి దొక

+ దక్షిణాంధ్ర యక్షగానముగూర్చి సక్రమ పరిశోధన ప్రారంభించిన గౌరవము డా॥ శ్రీ నేలటూరి వెంకటరమణయ్యగారిది. చూ. "దా. ఆం. య. గా., తంజావూరు" అను వ్యాసము — ఆం. ప. [illegible] సం. సంచిక.

ప్రత్యేకత. ఆయుగ విశిష్టత లన్నియు దాని నాశ్రయించినవి. ఆయా సంస్థానములన్నిట యక్షగానము వెలసిన జాడ కన్పట్టుచున్నను "తన్మహనీయస్థితి మూలమై" నిలిచినది తంజావూరు.

తంజావూరు నాయక రాజులు—యక్షగానము

తంజావూరఁ బ్రవేశము కల్గినంతనే యక్షగానమునకు రాచ ప్రాపు కల్గినది. తద్రచనకు రాజహస్తావలంబనమే లభించినది. తంజావూరు నాయకరాజుల కోవకు నాయకమణియు వాఙ్మయవిషయమున దక్షిణాంధ్ర యుగమున కుదయార్కుఁడునైన రఘునాథ రాయలు (రాజ్యకాలము క్రీ. శ. 1600—1631) విజయ విలాసాది మహాప్రబంధ ములకుఁ గృతిభర్త యగుటయ కాక స్వయముగాఁ బ్రౌఢకృతు లనే కమురచించినవాఁడు. అతనికృతులలో శ్రీరుక్మిణీకృష్ణవివాహాదు లొకటి రెండు యక్షగానములు నుండినట్లు తెలియవచ్చుట విశేషము. కాని నేఁడవి లభించుటలేదు. రఘునాథుఁడు సంగీత నాట్యవిద్యా విశారదుఁ డనియు నతని కొలువున నాటకశాలలు గలవనియు, నందుఁ దఱచు గీతాభినయ ప్రయోగము లగు చుండుననియు నతని యాస్థాన కవయిత్రి రామభద్రాంబ రచించిన రఘునాథాభ్యుదయము+ వలనఁ దెలియుచున్నది. (చూ. సర్గలు 11-12). అతఁడు "ప్రాంచితయక్షగాన సత్పదాద్య పర్వ ద్విపద ప్రపంచన" మును "పరీక్షించు" చుండు వాఁడనియు నందు గలదు. (11 వ సర్గ—27 శ్లో). అనఁగా 16శ. ప్రథమ పాదముననే య. గా. నకు రాజాదరము బాగుగాఁ గలిగినట్లే.

తదుపరి రఘునాథుని పుత్త్రుఁడైన విజయరాఘవ నాయకుని రాజ్యకాలము (1633—1673) యక్షగాన చరిత్రలోనొక స్వర్ణయుగమే

+ సంస్కృత గ్రంథము. మదరాసు విశ్వవిద్యాలయముచేఁ బ్రచురితము.

మైనది. అతఁ డతిమాత్ర గీతిసాహితీప్రీతి గలవాఁడు. నాట్యవిద్యా విదగ్ధుఁడు. తన యభిరుచుల కెల్లఁ దగినది యక్షగాన ప్రక్రియ యొక్కటే యని గుర్తించినాడు. తద్రచన కాస్థాన కవులను (ఒకకవయిత్రినిగూడ) మిగులఁ బ్రోత్సహించినాఁడు. తాను స్వయముగా ననేక యక్షగానములను రచించినాఁడు. వానినిఁ దన కొలువు నట్టువ మేళముల వారిచే దఱచు ప్రయోగింపఁజేసి వినోదించెడివాఁడు. య. గా. రచనలోఁ బ్రయోగములోఁ గ్రొంగ్రొత్తమార్పు లవధరించి య. గా. చరిత్రలో నొక నవశక చతురాననుఁడై నిలిచినాఁడు. అతని య. గా. కృతులలో నేఁడు మనకు లభించునవి యైదుమాత్రమ. 1. కాళీయమర్దనము 2. రఘునాథాభ్యుదయము, 3. విప్రనారాయణ చరిత్రము 4 పూతనాహరణము, 5. ప్రహ్లాద చరిత్రము నను నవి. ఇందు 1, 4, 5 ప్రసిద్ధ పౌరాణికేతి వృత్తములు. 3 వది ప్రసిద్ధుఁడగు తొండరడిప్పొడి యాళ్వారు చరిత్రము. అయితే ప్రాచీనమగు దానిని సమకాలికముగాఁ జిత్రించుట విశేషము. రెండవది విజయరాఘవుని తండ్రియగు రఘునాథుని చరిత్రమేయగుట విశేషము. ఇందు రఘునాథుని సభావైభవము, దినచర్య, చిత్రరేఖ యను కాంతతో నతని శృంగార సల్లాపమును విషయములు.

ప్రహ్లాద చరిత్రమునఁ దప్పఁ బ్రతి గ్రంథారంభమునను "భోజ కన్యా ముఖాం భోజ రాజ మరాళ" ఇత్యాది యగు నిష్టదేవతాస్తుతి పరమగు సీసమొకటి గలదు. తదుపరి రఘునాథ నాయకాభ్యుదయ ద్విపద కావ్య ప్రారంభమునందలి "శ్రీ రాజగోపాల చిరకీర్తిజాల", "కలశాంబు నిధి కన్య కల్యాణ ధన్య" అను ద్విపదలు పూతనాహరణమునఁ దక్కఁ గడమ యన్నిటనున్నవి. సామాన్యముగాఁ బ్రతి

కృతియందు నిష్టదేవతాస్తుతికిఁ బిదప నొక వచనమున విజయ రాఘవ సంబుద్ధులు కొన్ని, యా వెనుకనే "స్వామివారు హావణించిన గ్రంథనామము నటన పటిమ గనుపించ వినుపించేము విన నవధరించుండ"యని రూపక ప్రరోచన కనిపించును. ఇది ప్రదర్శకులచేఁ బఠింపఁబడుట కుద్దేశింపఁబడినట్లు తోఁచును. ఇదియే "కైవార"మని రఘునాథాభ్యుదయ విప్రనారాయణ చరిత్రములందుఁ బేర్కొనఁబడినది. ఇది మార్గరూపకములందుఁ గల నాందీ ప్రస్తావనలకొక్కింత యొనవచ్చు ననవచ్చును. తొలినాఁటి తెలుఁగు య. గా. లగు సుగ్రీవ విజయ విష్ణుమాయా విలాసాదులం దిష్టదేవతా స్తుతి వెంట నర్ధచంద్రికలతోనో యొక జంపెలోనో షష్ఠ్యంతములు నా వెంట "అభ్యుదయ పరంపరాభివృద్ధిగా నాయొనర్పంబూనిన........ యక్షగానంబునకుం గథాక్రమం బెట్టిదనిన"అని యుండును. షష్ఠ్యంత సంప్రదాయము తొలుత కన్నడిగలది. మన వాఙ్మయమునఁ దొలుదొల్తగా నిది నన్నెచోడుని కుమార సంభవమునఁ గన్పట్టును. (నన్నయగారి భారతమున లేదు) పిదప నాంధ్ర కవు లందరు ముఖ్యముగాఁ బ్రబంధకవు లా సంప్రదాయమును గ్రహించిరి. య. గా. కవియగు విజయరాఘవున కది నచ్చక దాని స్థానమున రూపకోచితమైన కైవారమును బ్రవేశపెట్టినాఁడు. విజయరాఘవుని ప్రతికృత్యంతమును గవిప్రశంసాత్మకమగు నొక వచనము, మూఁడింట నొక శుభాశంసనమును గలవు. అదే "భరతవాక్యము" గాఁ బూతనాహరణమునఁ బేర్కొనఁబడినది. ఆ కైవారము, భరత వాక్యము నను వానినిఁ గొంత మార్గ సంప్రదాయానుసారము కవి యుద్దేశ పురస్సరముగనే వ్రాసియుండును. కొన్నిటి ప్రతులలో నా మాటలు లోపించి యుండవచ్చును. కా. మ., పూ. హా., ప్ర. చ. - మూఁడును నాటక చాటుకావ్యములని కవ్యుక్తిగాఁ జెప్పఁబడినవి. రఘునాథాభ్యు

దయము ప్రబంధమనియుఁ బేర్కొనఁబడినది. ఇందులకుఁ దగినట్లు నాయిక విరహావేదన, చెలికత్తెల శిశిరోపచారములు, రతిరాజ పూజ, చంద్రాద్యుపాలంభములు, చిలుక రాయబారము మొదలగు ప్రబంధ ప్రక్రియ చొప్పింపఁబడినది. అంతియకాక నాయకుఁడు సపరివారముగా స్వారి వెడలఁగాఁ బౌరకాంతలతనిఁ జూచుటయు నందొకతె మోహ పరవశ యగుటయుఁ దదుపరి నాయకునకు నామె రాయబారము, సమాగమము మొదలగు విషయములు నిది ఉలా ప్రబంధపుఁ బోకడ కలిగియున్నది.[37] తొంబదిమూఁడు విధములగు తమిళ ప్రబంధములలో "ఉలా" యొకటి.[38] తంజావూరు ప్రభువగు విజయ రాఘవుఁడా తమిళ ప్రబంధ ప్రక్రియను గ్రహించుటలో వింతలేదు.

రచనాప్రక్రియను బట్టి యతని కృతులను సమీక్షించినచో నొక క్రమపరిణతి కనిపించును. అతని కృతు లంతకంతకు గేయధర్మ మును దగ్గించుకొని రూపకకళ నెక్కువ సంతరించుకొన్నవి. కొన్నిటఁ గథాను సంధాయకములగు సంధి వచనములు, కవి వచనములను పేర సంధి ప్రయోజనోద్దిష్టములే యైన పద్యములును గలవు కాని కొన్నిట వీని యక్కఱ లేకుండగనే పాత్రలు ముఖాముఖి సంభాషిం చుట గలదు. ఆసంభాషణలు వచన ప్రచురముగాఁ బాత్రోచిత భాషలో సాగియుండుట గమనింపఁ దగినది. (వి. నా. చ., పూ. మా., ప్ర. చ.). విజయ రాఘవుఁడు రావించిన యక్షగానములలో నిది యొకటి దొడ్డది. య. గా. ప్రయోగ యోగ్యతను ద్విగుణీకృత మొనర్చినట్టిది. అతఁడు కొన్నిట గ్రంథ మధ్యమున రంగప్రయోగ సూచనలును జేసియుండుట మఱియొక గొప్పవిశేషము.

---

37. ఇది మొదట గుర్తించినవారు శ్రీమల్లంపల్లి సోమశేఖరశర్మగారు. చూ. వారి రఘునాథాభ్యుదయ పీఠిక.

38. "ఉలా" లక్షణము వైద్యనాథదేశికుని "ఇలక్కణవిళక్క పాట్టియల్" అను తమిళ లక్షణ గ్రంథమునఁ గలదు. సూత్ర — 97 - 102.

లికములు నగు విషయము లితి వృత్తము లగుట య. గా. చరిత్రలో మిక్కిలి యపూర్వము. అందు సమకాలిక జాతీయ జీవిత విశేషములకు విశేష ప్రసక్తి గల్గుట మిక్కిలి యపురూపము. ప్రదర్శన వేళ విసుగు జనింప కుండ వానికి జనరంజకత్వము సాధించుటకో యన హాస్య చతురాస్యులగు నా కవు లాంధ్ర వాఙ్మయమున నెందును నిదివఱకు లేనంత హాస్యము నీ య. గా. లలోఁ బ్రవేశపెట్టిరి. వాని రచనలోఁ దాళ ప్రధాన దేశీయ మధురకవితా రచనలకుఁ బ్రాచుర్యము తగ్గినది. ఆ నాఁడు దక్షిణదేశమంతట నతివేల ప్రచారము గాంచు చుండిన కర్ణాటక సంగీత పద్ధతి మూఁదలగా దరువులును, పదములును వెలసినవి. ఆ కవుల శృంగార పదరచనకు క్షేత్రయ పదములే యొజ్జబంతులైనవి. వారు శృంగార పదములనే కాక గొల్లపదాలు, చెంచుపదాలు, కొరవంజి దరువులు, సాంగత్య పదము, లక్ష్మీ కల్యాణము మొదలగు రచనా విశేషములను గూడఁ దమ య. గా. లందుఁ జొప్పించిరి. విజయరాఘవాస్థానమున యక్షగానము ప్రవర్తితమైన భంగి యెట్టిదో తదాస్థానియగు చెంగల్వ కాళకవి తన రాజగోపాల విలాసావతారికలో నిట్లు వాక్రుచ్చి యున్నాఁడు :

" యక్షగానంబు రావణహస్త ముఖుకు
దండె మీటులు చెంగులు తాళములును
జోల సువ్వాల ధవళంబు లేల లమర
కొందఱతివలు వినిపించి రందముగను "

—రా. గో. వి. 1-24.

అనఁగా నది కతిపయ గాయనీజన ప్రవర్తితమగు సంగీత గోష్ఠి భంగి నుండెడిదని తెలియనగును. కాని విజయరాఘవాదుల కృతులను జూచినచో నవి సర్వోపభోగ్యమైన దేశి సరణికిఁజెందిన

రము + నను వానిలో విజయ రాఘవ నాయకుని వివాహ శృంగార విహారాదికములే యితి వృత్తము లగుట విశేషము. ఈ మూఁడింట నెఱుకలసాని వాలకము, గద్దె ఘట్టములు నుండుటయు విశేషములే. అవే యించుక పిదపకాలమున తంజావూరిలోనే కొరవంజి పేర వెలసిన య. గా. ప్రాయ రచన కవతారికా ప్రాయము లైనట్టివి. మ. దా. వి. నాటకమున తమిళ కన్నడ ప్రాకృత భాషా ప్రసంగములు విశేషములు. పురుషోత్తమ దీక్షితుఁడను మఱియొక ఆస్థాన కవి రచించిన తంజాపురాన్న దాన నాటకము సాంఘికేతి వృత్త మగుట విశేషములలో విశేషము. నాఁటి నాయక రాజుల సత్రమున కతిథియై వచ్చిన వెఱ్ఱిబాగుల బాపఁ డొకఁడు నట్టువకత్తెలతో వెట్టి శృంగార ప్రసంగములు నెఱపుట యిందలి యితివృత్తము. ఇంతటి వచన ప్రచురమైన య. గా. రచన మఱిలేదు. పాత్రోచిత భాషలో సూటియగు సంభాషణలతోఁ జక్కని నాటకపు వాటముతో సాగిన రచనమిది. విజయరాఘవుని పుత్రుఁడగు మన్నారు దేవుఁడు గూడ హేమాబ్జ నాయికా (లక్ష్మీదేవీ) స్వయంవర మను నొక చక్కని నాటకము రచించినాఁడు. ఇది పై నాటకముల ఫక్కి నడచినదే. దీనితో విజయ రాఘవ పాత్రకుఁ బ్రసక్తి గల య. గా. లు నాలుగు. అవి యతని యెదుటఁ బ్రదర్శితము లగు చుండినట్లు తెల్లము. మఱి యాతని పాత్ర నెవ్వ రేవిధముగ నభినయించెడి వారో! అది యెట్లతనికిఁ బ్రియము గొల్పినదో! ఇట్లు చారిత్రకములు, తాత్కా

+ ఇందలి నాయిక నాయని వారి 'బైటి నాటక శాల పడుచు'. రాచ నగరి లోఁగిటను నాటకశాలలుగలవు. కాని బైటి నాటకశాల పడుచులతోఁగూడ నతఁడు మధుర బాంధవ్యములు నిర్వహించి యా విషయమును బాహాటముగా నిట్టి చాటు కృతులలోఁ జాటించుకొనినాఁడనిన నాయని వారి నాటక కళాభి రుచి యదెంతటిదో మఱి! ఇది 'నాటకచాటుకావ్య' మని కవిచేఁ బేర్కొనఁబడినది.

లికములు నగు విషయము లితి వృత్తము లగుట య. గా. చరిత్రలో మిక్కిలి యపూర్వము. అందు సమకాలిక జాతీయ జీవిత విశేషము లకు విశేష ప్రసక్తి గల్గుట మిక్కిలి యపురూపము. ప్రదర్శన వేళ విసుగు జనింప కుండ వానికి జనరంజకత్వము సాధించుటకో యన హాస్య చతురాస్యులగు నా కవు లాంధ్ర వాఙ్మయమున నెందును నిదివఱకు లేనంత హాస్యము నీ య. గా. లలోఁ బ్రవేశపెట్టిరి. వాని రచ నలోఁ దాళ ప్రధాన దేశీయ మధురకవితా రచనలకుఁ బ్రాచుర్యము తగ్గినది. ఆ నాఁడు దక్షిణదేశమంతట నతివేల ప్రచారము గాంచు చుండిన కర్ణాటక సంగీత పద్ధతి మూఁదలగా దరువులును, పదములును వెలసినవి. ఆ కవుల శృంగార పదరచనకు క్షేత్రయ పదములే యొజ్జబంతులైనవి. వారు శృంగార పదములనే కాక గొల్లపదాలు, చెంచుపదాలు, కొరవంజి దరువులు, సాంగత్య పదము, లక్ష్మీన్న కల్యాణము మొదలగు రచనా విశేషములను గూడఁ దమ య. గా. లందుఁ జొప్పించిరి. విజయరాఘవాస్థానమున యక్ష గానము ప్రవర్తితమైన భంగి యెట్టిదో తదాస్థానియగు చెంగల్వ కాళకవి తన రాజగోపాల విలాసావతారికలో నిట్లు వాక్రుచ్చి యున్నాఁడు :

" యక్షగానంబు రావణహస్త ముడుకు
దండె మీటులు చెంగులు తాళములును
జోల సువ్వాల ధవళంబు లేల లమర
కొంద ఱతివలు వినిపించి రందముగను "

—రా. గో. వి. 1-24.

అనఁగా నది కతిపయ గాయనీజన ప్రవర్తితమగు సంగీత గోష్ఠి భంగి నుండెడిదని తెలియనగును. కాని విజయరాఘవాదుల కృతులను జూచినచో నవి సర్వోపభోగ్యమైన దేశి సరణికిఁజెందిన

రూపక ప్రక్రియాడంబరము గల్గియున్నవని విశదమగును. అన్నియు నాటకములని పేర్కొనఁబడినవి. కొన్ని మహానాటకములనియుఁ బేర్కొనఁబడినవి. (వి. రా. క., తం. పు. దా.) అది వట్టి మాట వరుస. చాటుకావ్యములుగాఁ బరిగణింపఁబడినవి.+ కాని యందొక్కటియు మచ్చునకైన, మాటవరుసకైన యక్షగానమని పేర్కొనఁబడలేదు. వానిధోరణి జూడ నానాఁటు యక్షగానము, వీధినాటకము నేకమైపోయినట్లు తోఁచును. వాని కలయిక విజయరాఘవుని చేతి మీఁదుగనే జరిగినదా యనియుఁ దోఁపకపోదు. నాఁటినుండి దక్షిణ దేశమున య. గా. కంటె నాటక శబ్దమునకే ప్రచార మధికమైనది.

17 శ. నడుమ నాయక రాజాశ్రయమునఁ గాక, దక్షిణద్వారక (మన్నారుగుడి — తంజావూరు మండలము) క్షేత్రస్వామి కంకితముగా నొక య. గా. ప్రాయరచన వెలసినది. అది చల్ల సూరయకవి వివేక విజయమనునది. ఇది కృష్ణమిశ్రుని ప్రబోధచంద్రోదయమున కొక మానసపుత్రిక. సూరయ తనకృతిని 'నాటకముగ, కూటనాటకాకలన' రచించితి నని యున్నాఁడు.

తంజావూరు మహారాష్ట్రులు - యక్షగానము

క్రీ. శ. 1673 ప్రాంతమున తంజావూరిలో ఆంధ్ర నాయక రాజ్య మస్తమించినది. తదుపరి మహారాష్ట్ర ప్రభుత నెలకొన్నది.

+ ఈ పరిగణన సమంజసమైనదిగనే తోఁచును. శతకోదాహరణములను, గద్య, రగడ, ద్విపద, మంజరీ, దండకములవలెనే చాటుప్రబంధములుగ పరిగణించినారు మన లాక్షణికులు. (అనంతుని ఛందము III. 62, కావ్యాలంకార చూడామణి. IV. 40, లక్షణసారసంగ్రహము II. 128-140, అప్పకవీయము I. 30) యక్షగానమునందు శతకాదులందువలె పద్యములు, ఉదాహరణమునందలి కళికోత్కళికలవలె రగడ విశ్రుతులగు రేకులు గద్యము, ద్విపద, మంజరి, దండకము మొదలగువాని కన్నిటికిని ప్రసక్తి గలదు గదా!

ఆ మహారాష్ట్ర ప్రభువులును ప్రియంపడి నాయకరాజులవలెనే మన భాషా వాఙ్మయముల నాదరించుట చరిత్రలో నొక యపూర్వసన్నివేశము.[39] వారు యక్షగానము నెడనే యెక్కువ మక్కువ గల వారగుట యింకొక విశేషము. వారు య. గా. కవుల నాదరించుటయ కాదు స్వయముగ ననేక య. గా. ప్రాయరచనలు ప్రచరించిరి. అట్టి వారిలో ప్రాతః స్మరణీయుఁడు శహాజీ. రసికతలో, లలిత కళాలాలసలో, యక్షగాన లోలతలో నొక్కమాటలోఁ జెప్పవలెననినఁ దనివితీరని విజయరాఘవుఁడు మఱలఁ దనువెత్తెనా యని యనిపించునట్టి వాఁడు. అతని రాజ్యకాలము (1684-1712) గూడ య. గా. చరిత్రలో నొకముఖ్యమైన యధ్యాయము.

శహాజీపేరఁ దదంకితములుగాఁ గాక తదుపజ్ఞములుగా నిఱువది య. గా. ప్రాయ రచనలు కన్పట్టుచున్నవి. అందుఁ బదునాఱు నాటకములుగను, నాలుగు ప్రబంధములుగను గ్రంథకర్తచేఁ బేర్కొనఁ బడినవి. నాటకము లన్నియు "ఉదార వేష భాషాభూషితము" లని పేర్కొనఁ బడినవి. అవి సంవాదశైలీక వచన ప్రచురములుగను, ప్రబంధములు [40] నృత్యానుకూల గీతిబంధప్రకృష్టములుగను నున్నవి. అవి యన్నియు నాఁడు ప్రదర్శింపఁబడినట్లే వానిలోఁగల సూత్రధార వచనములును, కొన్ని ప్రయోగసూచనలును విశదమొనర్చుచున్నవి.

ఆ గ్రంథములు సాధారణముగా జయేత్యాది యగు నొక "తోడియం" దరువుతోఁ బ్రారంభ మగును. స్తుత్యాదికము పిదప

39 (వివరములకు) చూ. శ్రీ మల్లంపల్లి సోమశేఖరశర్మగారి "తంజావూరి మహారాష్ట్ర భూపతులు — ఆంధ్ర సాహిత్యము" అను వ్యాసము — భారతి., డిసెంబరు, 1953 జనవరి '54.

40. ప్రత్యేకముగా నీ ప్రబంధములఁ గూర్చిన సోదాహరణమైన విపులరణకు చూ. "శహాజీ ప్రబంధములు" అను నా వ్యాసము — భారతి జూలై, 1956.

నొక సూత్రధార వచనమున గ్రంథనామ, కర్తృనామ నిర్దేశము నాపై నొక ద్విపదలోఁ గథాసంగ్రహము చెప్పఁబడుటయుఁ గలవు. కథా సంగ్రహ ద్విపద ప్రబంధములందు మాత్రము గానరాదు. ముందే వినాయకస్తుతి యున్నను గథాసంగ్రహద్విపదకుఁ బిదప నతని యాగమన ప్రసక్తియుండును. అనఁగాఁ బ్రదర్శనవేళ నొకబాలుఁ డెవఁడో వినాయక నేపథ్యముతో రంగమునఁ బ్రవేశపెట్టఁబడి ప్రదర్శన ప్రవర్తకులైన భాగవతులపూజ నందుకొని పోవుచుండు టాచారమై యుండును. ఆపిమ్మట "ఆస్థాన సంతోషి" యగు కటికవాని వాల కము ప్రవేశ ప్రసంగము లుండును. అంతటఁ గథారంభము. గ్రంథాంతమున సాధారణముగా నొక ద్విపదలోఁగాని గద్యలోఁ గాని కృతి సమర్పణ ముండును. ఇది యీతని కృతుల సామాన్య స్వరూపము. శహాజీ కృతులందు వస్తువైవిధ్య మనల్పము. ఒండు రెండు తక్క + నన్నియుఁ బౌరాణికేతి వృత్తములు. కాని సమకాలిక విషయ స్పర్శతో నాతఁడు తీర్చిన తీర్పు క్రొంజవి గలది. చతుర శృంగార హాస్యప్రసంగము లందు కొల్లలు. కాని వానిలో ననౌచిత్య మధికము. అన్నియుఁ బ్రదర్శనోద్దిష్టములును దత్సెలభ్యము గల వియు నైనను యథాతథముగఁ బ్రదర్శనయోగ్యములు గావు. అందుల కందలి యనౌచిత్యమే కారణము. అదియుఁగాక "నవ్యనాటక" మని పేరొకొనఁ బడిన యతని "జలక్రీడల" లో మొలబోడి యాడు వారిత్రప్రసంగములున్న ఘట్టము నాతఁడెట్లు ప్రదర్శింప నెంచెనో దురూహము.

+ అతని "సతీదాన శూరము" న నొక శ్రోత్రియ బ్రాహ్మణుడొక మాదిగ మగనాలిపై మరులు కొని ప్రేలాపించుట ప్రధాన విషయము. తక్కినవి సీత, ద్రౌపది మొ. వారి కళ్యాణ కథలు, తాదృశ ప్రసిద్ధ కథలును—

యక్షగాన చరిత్రలో శహాజీ కృతులఁగూర్చి యెన్నదగిన విశేషములు:- అవతారికలోని కథా సంగ్రహ ద్విపద, వినాయక పాత్రప్రవేశము, "ఆస్థాన సంతోషి" యను కటికమువాని నొక సాంప్రదాయిక హాస్యపాత్రగా రూపొందించుట, గ్రంథమున నడుగడుగునను పాత్రప్రవేశ సూచకములును కథానుసంధాయకములునగు సూత్రధార ప్రసంగములు, నెడ నెడఁ బ్రదర్శన ప్రవర్తకులైన భాగవతులు పాత్రలను బలుకరించుట మొదలగునవి. అతని ప్రబంధ రచనయు నొక గొప్ప విశేషమే. అందు త్యాగ వినోదచిత్ర ప్రబంధనాటకమను నది యైదంకములుగా విభాగింపఁబడినది. తంజావూరు (య. గా.) నాటకములలో అంకవిభాగము గనుపట్టుట యిదే మొదలు. ఇది యచ్చముగా మార్గరూపకానుకరణము. ఇంకను నందందుఁ గల యవతారికల తీరుగూడ మార్గనాటక నాందీ ప్రస్తావన సందర్భములను దలఁపించును కాని యీ యనుకరణము విజయరాఘవుని కాలమునకే వచ్చినది. తంజావూరు (య. గా.) నాటకములలో సూత్రధార ప్రసక్తికి శహాజీ కృతులే మొదటివి. కాని వీనిలో మార్గనాటక పద్ధతికి విరుద్ధముగా సూత్రధారుఁడు గ్రంథమధ్యమునఁ బ్రసంగించుట కానవచ్చును. శహాజీ కృతులలో నచట ప్రచురముగా నాఁటి తంజాపురాంధ్రభాషా వ్యవహార శైలిలో, పాత్రల సంభాషణలు చకచకఁ సాగి నాటకమున వెల్లివిరిసినవి (త్యాగ వినోదచిత్ర ప్రబంధమునఁ గేవల సంస్కృతము, మరాటీ భాషయుఁ బ్రచురముగా వాడబడుట విశేషము) నాయకరాజుల నాఁటి య. గా. నాటకములే మహారాష్ట్రులకు మార్గదర్శకములైనను వారు క్రొంగ్రొత్త మార్పులను గూడఁ దెచ్చిపెట్టినారు. అందులకు శహాజీ కృతులే మొదటి నిదర్శనములు.

శహాజీ ఆస్థానమును వాసుదేవ కవి, నివర్తి శేషాచలపతి, బాలకవి సుబ్బన, దర్భా గిరిరాజు మొదలగు ఆంధ్రకవు లలంకరించి యుండిరి. ఈ కవులందఱును శహాజీ ప్రోత్సాహమున య. గా. ప్రాయ రచనలు గావించినవారే. వారి కృతులలో విజయ రాఘవాస్థానకవి కృతులవలె నాశ్రయదాత యగు రాజుగారి శృంగార విహారాదిక కథా ప్రధానములైనవే యెక్కువ. అందందు విజయ రాఘవాదులు ప్రవేశపెట్టిన "ఉలా" ప్రబంధ పద్ధతియుఁ బాటింపఁబడినది. రచనా ప్రక్రియలో వానికిని శహాజీ కృతులకును జక్కని సామ్యము గలదు. రెండు మూఁడిటఁ గల విశేషములు మాత్ర మిట నుంటకింపఁబడును. శహరాజాస్థానమున వెలసిన య. గా. ప్రాయ రచన లన్నింటిలో గిరిరాజ కవి కృతమైన శాహేంద్ర చరిత్ర మొక్కటి మాత్రము యక్షగాన మని కవిచేఁ బేర్కొనఁబడినది. తంజావూరిలో ముందటితరములనుండియే యేతాదృగ్రచనలకు యక్షగానమను వ్యవహారము పోయి చాటుకావ్యములు నాటకములు నను వ్యవహారము స్థిరపడియుండ గిరిరాజు మఱల పూర్వ వ్యవహారమును స్మరించి యుండుట గమనింపఁదగినది. అందులకుఁ దగినట్లుగా గిరిరాజు పూర్వ యక్షగానములవలెనే తన యీ కృతిని తాళ ప్రధానము లగు దరువుల నిండుదనముతో నిర్మించియుంచుట విశేషము. (ఇందు 'ఉలా' ప్రబంధపు ఎత్తుగడయు నున్నది). ఇతని కృతులలో విశిష్టమైన దింకొకటి రాజమోహనకొరవంజి. ఇది యక్షగానప్రాయమైన రచనయే. కొరవంజి* యనఁగా నెఱుకత-తత్పాత్రవిశిష్టమైనదీ రచన. కొరవంజి పాత్రకుఁ బ్రసక్తిగల యక్షగాన ప్రాయ రచనలువిజయ రాఘవుని తరముననే బయల్వెడలినవి కాని యా పాత్రకుఁ బ్రాము

* కొరవంజి చరిత్ర పూర్వోక్తము. చూ. యక్షగానోత్పత్తి విచార ప్రకరణము — పుటలు 31 — 47.

ఖ్యముగలిగి ప్రత్యేకముగా నా పేరిఁతో వ్యవహరింపఁబడిన వానిలో నీ రాజమోహాన కొరవంజియే మొదటిదిగాఁ దోచును. కొరవంజులలోఁ బ్రాయికముగా విప్రలబ్ధ యైన నాయిక కామె ప్రియసమాగమము గూర్చి కొరవంజి సోదె చెప్పుట ప్రధాన విషయముగా నుండును. అందు కొరవంజి వేషభాషలు, కులాచారములు, కొరవంజి తిరిగిన దేశములు, కొలిచిన దేవతలు మొదలగు విషయములు వర్ణితములగును. గిరిరాజు కొరవంజి యీ లక్షణము లన్నియుఁ గలిగి యున్నది. + బాలకవి సుబ్బన పంచకన్యా పరిణయమున "ప్రసంగి" (ప్రదర్శన వేళ సంధి వచనములు, వర్ణనాత్మక ద్విపదలు పఠించు వాఁడు) కేతి నాయని (కటికము)తోఁ దాను "దశావతారా లాడే భాగవతుఁడ" ననును. కన్నడమున యక్షగానమునకు "దశావతారద-ఆట" అనియుఁ బేరు [41] అది మొదట విష్ణువు యొక్క దశావతార కథ లితివృత్తముగాఁ గల య. గా. లకుఁ బేరై (ప్రాచుర్యము వలన) క్రమ క్రమముగా య. గా. సామాన్యవాచియు నైనట్లు తోఁచును. (అనఁగా కన్నడమున నప్పటికిఁ గొన్ని య. గా. లు వెలసినజాడ తోఁచును శహాజీ ఆస్థానముననే తమిళమునఁగూడ గొన్ని య.గా. లు వెలసినవి. [42] శహాజీ యనుజుఁడగు శరభోజి రాజ్యకాలమున (1712 - 28) నతఁడు నాయకుఁడుగా గిరిరాజు రచించిన లీలావతీ కల్యాణ మొక్కటే కానవచ్చుచున్నది. తదుపరి తంజాపుర ప్రభువైన

+ ఆ కాలమునను బిదప కాలమునను తమిళ కన్నడాది వివిధ భాషలలో నిట్టి కొరవంజు లనేకము వెలసినవి. అందుఁ గొన్ని వేదాంత విషయికములు, దేవతలు కొరవంజులైనవి యక్షగానములని పేర్కొనఁ బడినవియుఁ గలవు.

41. "Yakshagana In Karnataka"-Madras University A. O. R. VOL. X - Part II.

42. "Maratha Rajas of Tanjore" By K. R. Subrahmanyan., P. 29 - 30.

తుళజరాజు (1728-36) స్వయముగ శివకామ సుందరీ పరిణయము, రాజరంజన విద్యా విలాసము నను రెండు య. గా. నాటకములను రచించెను. రెండిట నాంది, సూత్రధార పారిపార్శ్వకులచేఁ బ్రవర్తిత మైన ప్రస్తావన, వసంతర్తు కీర్తనమునుగలవు. సూచ్యార్థసూచనగాఁ బాత్రలను బ్రవేశపెట్టుటయుఁ గలదు. ఇది యంతయు నచ్చముగా మార్గ రూపక ప్రక్రియానుకరణము. శహాజీ కృతులందువలె నడుమను సూత్రధార వచనములు, భాగవతులు పాత్రలను బల్కరించుటయుఁ గలదు. కాని అంక విభాగాది విశేషములు లేవు. ఇతని రాజ రంజన విద్యా విలాసము సాంకేతిక వివేచన గల తాత్త్విక విషయ మితివృత్తముగాఁ గలది. (చల్ల సూరయ వివేకవిజయమును వలె దీనినిగూడ ప్రబోధచంద్రోదయమున కొక మానసపుత్రికగా గ్రహింపవచ్చును). 1736-37 సం. లలో తంజావూరు నేలిన రెండవ ఏకోజీ రచించిన విఘ్నేశ్వర పరిణయమున నాంది, పారిపార్శ్వకుఁడు లేని ప్రస్తావనయుఁ దఱచు సూత్రధార వచనములును గలవు. రెండవ తుళజరాజు (1765-87) చే సన్మానితుఁడైన ఆలూరి కుప్పనార్యుడు పార్థసారథి విజయ మను పేర భాగవత దశమస్కంధము నంతటిని "యక్షగాన ప్రబంధ" రూపమున రచించెను. మన యక్షగానము లం దింతటి బృహ ద్గ్రంథము మఱి లేదు. ఇది ఆఖ్యాన వర్ణనాత్మక శైలీ ప్రచురముగా రచింపఁ బడినది. ఇది కేవల శ్రవ్యకావ్యమే. దీనినిబట్టి య. గా. రూపక ప్రతిష్ఠ స్థిరపడిన కాలమునందును బ్రదర్శనోద్దిష్టములుగాని య. గా. లును బయల్వెడలిన వని చెప్పవలెను. కుప్పనార్యుడీ కృతి రచనా కాలమునాఁటికి తంజాపురాస్థానమును బ్రవేశింపలేదేమో యనిపించును. 1787-98సం. నడుమనుండిన అమరసింహ భూపతి కంకితముగా మాతృభూతకవి రచించిన పారిజాతాపహరణ నాటక మైదంకములుగా విభాగింపఁబడి

నది. అందంతమాత్రమే మార్గనాటకానుకరణము. తక్కినదంతయు యక్షగానపు "బాణీ" యే. ఇందు తమిళ కన్నడ మహారాష్ట్రభాషా ప్రసంగము లుండుట విశేషము. తంజావూరి మహారాష్ట్ర ప్రభువులలోఁ జిట్టచివరి వాఁడగు శివాజీ (1833—55) కొలువున వెంకటకృష్ణాజెట్టి యను కవి శివపారిజాతమను నొక య. గా. రచన చేసియుండెను. శివాజీయే స్వయముగా అన్నపూర్ణా పరిణయమను నొక య. గా. నాటకమును రచించినాఁడు. దక్షిణాంధ్ర యక్షగాన రచనాప్రక్రియ పరిణామచరిత్రలో నిది తుది యంతస్తును సూచించును. ఇందు నాంది, సూత్రధార పారిపార్శ్వక ప్రవర్తితమైన ప్రస్తావన, వసంత ప్రసక్తి, అంక విభాగము (ద్విధా), చివర భరతవాక్యప్రాయమైన రంగనాథ కవీశ్వరుని (శివాజీ ఆస్థానకవి కాఁబోలు) యాశీర్వాదమును గలవు. ఈవిషయములు ముందునాఁటి తంజావూరు నాటకములలోకంటె నిందెక్కువగా మార్గనాటక ప్రభావమును బ్రస్ఫుట మొనర్చుచున్నవి. కాని తక్కిన తంజావూరి నాటకముల వలెనే యిందును సూత్రధార ప్రసంగములు గ్రంథ మధ్యమునఁ గన్పట్టును. ఇది మాత్రము మార్గ నాటకసంప్రదాయముకాదు. అందును నీగ్రంథమంతయు సూత్రధారుని ప్రలాపము వలెనున్నది కాని నాట్యకళాకలాప మిందంతగాలేదు. అయి నను నిది ప్రదర్శనోద్దిష్టమైనదే. ఏలన "రంగభూమియందు నటింపఁ జేస్తున్నాము" అని దీని యెత్తుగడ. ఇందును గ్రంథాదిని విఘ్నేశ్వర పాత్ర 'ప్రత్యేకంబుగా' ప్రవేశపెట్టఁబడినది. గ్రంథాంతమున నీ 'నాటకం వేషాల నావనీసు' (పట్టిక) యున్నది. "నగరిలో ఉండే భాగవత మేళం సబనీసు (నాయకుఁడు?) దగ్గర" ఈగ్రంథమూలప్రతి యుండినది. ఆ "నావనీసు" లో నిందువచ్చు పాత్రలు, ఆనాఁడది ప్రదర్శింపఁ బడినప్పు డాయాపాత్రలు ధరించిన వారి పేళ్ళును గలవు. ఈ గ్రంథప్రతి "జయ" సం. నను, నావనీసు మన్మథ - ఆవణినెలయందును దయా

రైనవి. అవి శివాజీ రాజ్యకాలమున 1834-35 సం. అగుచున్నవి. అనఁగా నిది 1835 లోఁ బ్రదర్శింపఁబడియుండె ననుట నిశ్చయము. అంతేకాక యామహారాష్ట్రప్రభువు లాంధ్రయక్షగాన కవులనేకాక భాగవత మేళములనుగూడఁ బోషించుచుండిరనియు, నాఁడు తంజావూరు రాజప్రజానురంజక నాటక ప్రదర్శనములతో నిత్యకల్యాణము పచ్చతోరణమునై విరాజిల్లుచుండెడిదనియుఁ దెలియనగును.

ఆ మహారాష్ట్ర ప్రభువుల కాలమున తంజావూరు మండలమున రాజాశ్రయము నపేక్షింపని పండిత కవులును కొందఱు య. గా. ప్రాయ రచనలు గొన్ని చేసియుండిరి. ఉదా :-(1) క్రీ. శ. 1700 ప్రాంతమున మెలట్టూరులో నుండిన శ్రీ నారాయణ తీర్థులు రచించిన పారిజాతాపహరణము. శహాజీప్రభృతుల కృతులందువలె నిందు కటికవాని పాత్రకుఁ బసక్తి గలదు. ఇది ప్రదర్శింపఁ బడినట్లును వినికిడి. సుప్రసిద్ధమైన శ్రీకృష్ణలీలా తరంగిణివంటి గేయ ప్రబంధమును సంస్కృతమున రచించిన తీర్థపాదునివంటి శిష్టుఁ డిట్టి యక్షగాన ప్రాయరచన చేసియుండుట విశేషమే. అసలు " దేశ్యమైన యక్షగానాలను కొంత అనుకరించి నారాయణతీర్థులు కృష్ణలీలా తరంగిణి నిర్మించి " నాఁడని శ్రీ ఉమాకాంత విద్యాశేఖరు లనియున్నారు.[43] (2) మెరట్టూరు వెంకట రామశాస్త్రి (1800 ప్రాంతము) ప్రహ్లాదచరిత్ర, ఉషాపరిణయము మొ..... వీనిని మెలట్టూరు భాగవత మేళనాటకము లందురు. ఇటీవల పండితులచే నృత్యనాటకము లనియు వ్యవహృతము లగుచున్నవి. గ్రంథరచనా ప్రకియ శహాజీ ప్రభృతుల కృతిప్రక్రియనే చాలవఱకుఁ బోలియున్నది. కాని ప్రదర్శన ప్రక్రియలో కూచిపూడి భాగవతుల ప్రదర్శనముల వలె

43. చూ. వారి పల్నాటి వీరచరిత్ర ద్వితీయ భూమిక — పుట 38.

నృత్యప్రధానములై విశిష్ట శిష్టసంప్రదాయ పటిష్ఠములై యుండును. మలయాళ దేశపు కథకళిఫక్కీయు నిందుఁ గొంతగలదు. (ఈవిషయము స్థలాంతరమునఁ బ్రసక్తము). ఇందుఁ గొన్ని యీనాఁడును తంజావూరు చుట్టుపట్ల మెలట్టూరు, శూలమంగళము, ఊత్తుక్కాడు మొదలగు నగ్రహారములలో దేవాలయ ప్రాంగణములలో బ్రాహ్మణ భాగవతులచే సంప్రదాయ బద్ధముగా నేఁటేటఁ బ్రదర్శింపఁ బడుచున్నవి. (3) క్రీ. శ. 1759 - 1847 నడుమ తిరువయ్యూర నుండిన ప్రసిద్ధ వాగ్గేయకారుఁ డగు త్యాగరాజస్వామి నౌకాచరిత్రము ప్రహ్లాద భక్తి విజయము, సీతారామ విజయమునను య. గా. ప్రాయ రచనలు చేసి యుండెను. ఇందు మొదటిది ప్రదర్శన సౌలభ్యము లేనిది. రెండవది నాటకమని పేర్కొనఁబడి, యైదంకములుగా విభాగింపఁబడి మహారాష్ట్రుల తెలుఁగు నాటకము లందలి మార్గఫక్కిఁగలిగి ప్రదర్శనోద్దిష్టమైనట్లు గన్పట్టుచున్నను దాని కథావిష్కరణము తీరు విలక్షణమై ప్రదర్శనలో రక్తికట్టునదిగాలేదు. మూఁడవది మాత్రము ప్రదర్శన కెక్కినట్లు వినుకలి.

ఇతర ప్రాంతముల యక్షగానములు

17 శ., ఉ. భా. నుండి కన్నడ విషయమునను గొన్ని తెలుఁగు యక్షగానములు వెలయుట విశేషము. 1658 - 78 నడుమ మైసూరు మండలమున శివసముద్ర ప్రాంతమున కేలిక యైన పెదకెంప రాయఁడు (రెండవ హిరియ కెంప గౌడ) గంగా గౌరీ విలాసమను య. గా. ను రచించెను. 1672 - 1704 నడుమ మైసూరి యొడయఁడగు చిక దేవ రాయని కంకితముగా, నతఁడే కథానాయకుఁడుగా చిక దేవ రాయవిలాస మను యక్షగానము వెలసినది. అది "ఉలా"

ప్రబంధ ప్రక్రియ గలిగి విజయరాఘవాకింతములైన తంజావూరి య. గా. ఫక్కిని దలఁపించు చున్నది. చికదేవరాయల తనయుఁడును, తదుపరి మైసూరి పరిపాలకుఁడు నగు కంఠీరవ నరసరాజు (1704 - 13) రసికతలోఁ గళాకుశలతలో శహాజీ విజయరాఘవుల కోవకుఁ జెందునట్టి వాఁడు. తెలుఁగు కన్నడ తమిళ ప్రాకృత భాషలలో "కొరవంజి" దృశ్య కావ్య రచనము గావించిన తొలితరము కవులలో నొకఁడుగా నెంచఁ దగినవాఁడు. తెనుఁగున నొక కొరవంజి కాక మఱి యేఁడు య. గా. ప్రాయరచనలు గావించియున్నాఁడు. అందాఱు 'విలాస' శబ్దాంతములు. అందు వసంతోత్సవ విలాసము, విభక్తికాంతావిలాసము నను వానిలో నటీ సూత్రధారుల పూర్వరంగ ప్రస్తావనలు, అష్టదిక్పాలక విలాసమునుదానఁ బాత్రల ప్రవేశ సూచనలు, యవనికాంతర నిర్గమన ప్రసక్తియుఁ గలవు. అన్నియుఁ బ్రదర్శనోద్దిష్టములే యనిపించును. కాని యన్నియు "పదచాళిక"+ ల వంటివి. స్త్రీప్రాయములు, కైశికీ వృత్తి పేశలములు. అన్నిటను రాజ ప్రశంసలు, నాట్య సంగీత శృంగార ప్రసంగములే ప్రధాన విషయములు గాని యెందును నొక విస్తృతమైన కథ గాని, విశిష్టమైన సన్నివేశముగాని లేవు. అవి నాఁడు కంఠీరవరాయ సముఖమున నగరి నట్టువకత్తెలచేఁ బ్రయోగింపఁ బడినట్లు తోఁచును. ఆ యూహకుపాధి గలదు. నగరి బిరుదుపాత్రల ప్రసక్తిగలదు. కొన్ని యేకపాత్ర ప్రయోజన భాజనములుగాఁ గన్పట్టును. (ఉదా :- నాట్య

+ "అభినయంబుల కొప్పు లరుదైన తీరువుల్
వెలయఁగా "పదచాళి" పధ మొక్కట్ల ..."
— కంకంటి పాపరాజు ఉత్తర రామాయణము — VI. 139.

విద్యా విలాసము). ఇవి రచనలో య. గా. ప్రాయములైనవే కాని ప్రదర్శనలోఁ ఒకచాలికా ప్రాయము లనుటయే లెస్స.

మధురలో 1706-1732 నడుమ విజయరంగ చొక్కనాథ నాయకుని "సభార్హ్యముగా" "నర్తనయోగ్యము" గా వెలసిన చొక్క యక్షగానము. అది తిరుమలకవి తిల్లగోవిందరాజ నాటకము లేక చిత్రకూటమహాత్మ్య మనునది. ఇది చిదంబర స్థల పురాణగాథ యితివృత్తముగాఁ గలది. ఇది నాల్గుదినముల "సంవిధానము" గా వింగడింపఁబడినది. చతుర్దిన ప్రదర్శనోద్దిష్టమా యని పించును గాని గ్రంథ పరిమాణ మల్పము. ప్రదర్శన కొక్క రాత్రి చాలు. ఆవిభాగము కథాకాలమునకే కాని ప్రదర్శన కాలమునకు సంబంధించినదైనట్లు తోఁపదు. ఆ సంవిధానవిభాగము నంక సంకాశమైనదిగా గ్రహించుట లెస్స. ఇందు వచనమునఁ బాత్రల సంభాషణలును, ఇది "స్వామివాక్యం" ఇత్యాదిగాఁ దత్సూచనలును గలవు. సంధివచనములు ప్రసంగము లనుపేర వ్యవహరింపఁ బడినవి. కథా సంవిధాన చతుర్ధావిభాగము., క్షిప్తవృత్తము, కైశికీ వృత్తి, స్త్రీ ప్రాయత్వము గలిగి యుండుటను దీన నాటికాలక్షణము (సంస్కృతము చూ. సాహిత్యదర్పణము) గొంత పట్టిన దనవచ్చును. అది "వగ కోపులవైపు లమర...ఇంచు బోణులు నటియించు" నట్టిదని కవియుప తారికలోఁ గైవారమునఁ జెప్పియున్నాడు.

1712 సం. ప్రాంతమున సేలమండలమున అన్నదానము వెంకటాంబ యను కవయిత్రి రామాయణ బాలకాండమును యక్షగానముగా రచించినది. అది స్త్రీలు పాడుకొనుటకు మాత్రమే యుద్దేశింపఁ బడినట్టిది. 1767-70 ప్రాంతమున మైసూరు మండల మందలి శృంగేరి మఠమునకుఁ జెందిన య. గా. కృతి యొక్కటి కానవచ్చు

చున్నది. అది పిన్న బయలాచార్యుని గుడుగూచి చరిత్ర. 1769-89సం. నడుమ పుదుక్కోట కోటిరాయ రఘునాధ తాండమాన్ ఆస్థానమున నొక యక్షగానము వెలసినది. అది నుదురుపాటి వెంకన పార్వతీ కల్యాణము. ఇది ప్రదర్శనకెక్కినదని తెలియవచ్చుచున్నది. ఈపై మూఁడిటను రచన ఆంధ్ర దేశ య. గా. ప్రక్రియకు సన్నిహితముగా నున్నది. 19 శతాబ్ది నడుమఁగూడ దక్షిణ దేశమునఁ దెనుఁగు య. గా. రచన సాగుచు వచ్చినది. ఉదా:- 1. ఎల్లయకవి (సేలము. 1845 ప్రాంతము) చంద్రతారా విలాసము - ఆనాఁటి ఆంధ్ర దేశ య. గా. ఫక్కినున్నది రచన 2. మారుపెద్ది చెంగల్వారాయశాస్త్రి (చెంగల్పట్టు 1866 ప్రాంతము) సుందరేశ్వర విలాసము—ఆనాఁటి ఆంధ్ర దేశ య. గా, ధోరణియే యెక్కువ. 3. చల్ల నారాయణకవి(చెంగల్పట్టు—19శ. పూ. భా. కావచ్చు) పారిజాతము—భామకలాపము, ప్రబంధఫక్కికలు గలది. 4. నెడాదూరు వెంకటాచార్యుఁడు (తిరుచునాపల్లి—19శ., ఉ. భా. కావచ్చు) సమగ్ర రామనాటకము — పురాణ గోష్ఠికిఁ దగి యున్నది. (వివరములకు ద్వి. భా. చూడఁదగును).

ప ర్యా లో క న ము

స్థూలముగాఁ జూచినచో యక్షగాన పరిణామ చరిత్రలో దక్షిణాంధ్ర యుగమునఁ బొడకట్టు విశేషములు :-

యక్షగానము వీథినాటకముతో నేకమై, నాటక నామకరణము చేయించుకొని, మార్గనాటక ప్రభావము నభిసరించి క్రమపరిణతమై, సూటిగా వచన ప్రచురముగానున్న పాత్రల సంభాషణలతో, రంగ ప్రయోగ సూచనలతో నాటకీయత వెల్లివిరిసి యొక సమగ్ర రూపక ప్రక్రియగాఁ బరిఢవిల్లినది. (ఈయుగమునఁ గేవల శ్రవ్యధోరణిలో

సాగిన వొండు రెండు లేకపోలేదు. అవి అపవాదములు) రాజకవి లేఖినీ ముఖోదీరితమన్నై రాజసభారంగ పురస్కారము గాంచినది. తాత్కాలికములగు రాజసంబంధేతి వృత్తములకు నాశ్రయ మైనది. అయ్యు సమకాలిక జాతీయజీవన ప్రతిబింబన మనేకథా సవదరించినది, సాహిత్యము లోకవృత్తప్రదర్శకమను నాభాణకమునకు సాక్షిభూత ముగా నిల్చినది. శృంగారహాస్యరసములను వెల్లిగొల్పినది. "ఆస్థాన సంతోషి" (Court-foll) అని క్రొత్తగా నొకహాస్య పాత్రను సాంప్ర దాయికముగా రూపొందించినది. క్రొత్తగా తమిళ "ఉలా" ప్రబంధపుఁ బోకడను, "కొరవంజి" దృశ్య రచనను మన వాఙ్మయము నకుఁ బరిచయము చేసినది. అందందు తమిళ కన్నడ ప్రాకృత మహారాష్ట్రాది పరభాషాపరిచయమును బ్రాసంగికముగాఁ బ్రదర్శించి నది. సంస్కృత కేవలములగు శ్లోకములు చూర్ణికలతోఁ గూడ రాణించినది. భాషాప్రయోగమునఁ బాత్రోచితముగా దక్షిణదేశపుఁ దెనుఁగువాడుక నుడికారపు దీరు ప్రకటించినది. ప్రసిద్ధకర్ణాటక రాగ తాళములలో దరువులు, పదములు, ద్విపదలు, జాత్యుపజాతి వృత్త ములు, సంధివచనములు, సంభాషణ వచనములును బ్రాయికముగా నానాఁటి యక్షగానము లన్నిటికిని సమానమే. అందు ప్రాచీనాంధ్ర యక్షగానము లందు మిగులఁ బ్రాముఖ్యము వహించిన రేకులకు నూటికిఁ దొంబదిపాళ్ళును, తదితర దేశీయ మధురకవితారీతులకు నూఁటి కేఁబదిపాళ్ళును వాడుకతగ్గినది. 1800 ప్రాంతమునుండి అర్ధపద్యము లకుఁ (కందార్ధములు, సీస, గీత ద్విపద, వృత్తార్ధములకు) గ్రమ క్రమ ముగాఁ బ్రాచుర్యము హెచ్చినది. అందందు మంజరి, (మంజరి ద్విపద కాదు), వెండిరేకు, వెన్నెల పదము, మయూరగతి రగడ, ప్రాసవచ నము మొదలగు రచనా విశేషములును బొడసూపక పోలేదు,

దక్షిణాంధ్రయుగమున యక్షగాన మతివేగ మధికపరిణతి నంది విస్మయావహమైన విస్తృతిఁబొంది సర్వోపభోగ్యమైన నాట్యసంగీత సాహిత్య సమాహార కళాస్వరూపముగా విరాజిల్లినది. కాని యట దాని మార్పులన్నిటఁ గ్రమోన్మిషితమైవచ్చిన ప్రధానమైన మార్పు మార్గనాటక ప్రభావముగదా. అందుచే యక్షగాన ముత్పత్తిలో దేశియైనను బరిణామమున మార్గియైనదని చెప్పవలసి యున్నది. *

---

* ఇఁకఁ జివరగా నొకమాట. ఈ దక్షిణాంధ్రవాఙ్మయమునకుఁ జెందిన రంగాజమ్మ మన్నారుదాస విలాస నాటకము ముఖపత్రముపై 'పాకృతనాటకము - యక్షిగానము' అని యున్నది. అందు ప్రాకృతభాషాప్రసంగములున్నవి (తమిళ కన్నడ ప్రసంగములతోపాటు) కాని గ్రంథము ప్రధానముగా తెలుఁగుది. పోనీ ప్రాకృతభాషానాటకపు బాణీలోఁగాని నడచినదా యనుకొందమన్నఁ బ్రత్యేకముగాఁ బ్రాకృతమున నాటకములున్న జాడ గానరాదు. ఆ గ్రంథము పీఠికలో కీ. శే. జయంతి రామయ్యపంతులుగా రిట్లు వ్రాసియున్నారు :

'సర్ఫోజీ సరస్వతీ మహాలులో 'ప్రాకృత తెలుఁగు లిపి నాటకాలు' అను శీర్షికక్రింద 247 గ్రంథము లుదాహరింపఁబడినవి. (అన్నియు నిపుడుపలబ్ధములగుట లేదు) వీనిలోఁ బెక్కులు తెలుఁగునాటకములే. ... రఘునాథాభ్యుదయము, విజయరాఘవచంద్రికా విహారము, విజయరాఘవ కళ్యాణము మొ॥ ... సంస్కృత నాటకములఁబోలిన పద్యగద్యాత్మకాంధ్రనాటకము లిటీవల వెలసినవి కాని పూర్వము తెలుఁగు నాటకము లన్నియు యక్షగానరూపములుగానే యున్నవి. ఈదేశమందుఁ బూర్వకాలమునఁ బ్రదర్శింపఁబడుచుండిన పారిజాతాపహరణ నాటకము, ప్రహ్లాదనాటకము మొదలైన వీథినాటకములిట్టివే. తంజావూరి నాటకములు గూడ నీ రీతివే.'

తెలంగాణము

యక్షగానము

క్రీ. శ. 18వ శతాబ్ది ఉత్తరభాగమునుండి తెలంగాణమునందు యక్షగానరచన సాగుచుండినట్లు తెలియుచున్నది. 1780 ప్రాంతమున వెలసిన శేషాచలకవి ధర్మపురి రామాయణము, రాపాక శ్రీరామకవి అధ్యాత్మరామాయణమును ఇప్పటికిఁ దెలిసినంతలో తెలంగాణమున మొదటి య. గా. లు. అందు ధర్మపురి రామాయణమాంధ్రదేశముననను విశేష ప్రసిద్ధిగాంచినది. ఇందు షట్కాండలును గలవు. రచన యెక్కువగా శ్రవ్యధోరణిని సాగినది. కాని యిది ప్రదర్శనల కెక్కినట్లు వినికిడి. అయితే యథాతథముగా ప్రదర్శింపఁ బడినట్లు గానరాదు. ఆంధ్రదేశరామాయణ వీథినాటక ప్రదర్శనములం దిందలి దరువులు తఱచు గ్రహింపఁబడుట కద్దు. 1800 సం. ప్రాంతమున వెలసిన వీరశైవ యక్షగానములలోక రెండు లభించుచున్నవి. అవి కానూరి వీరభద్రకవి బసవమహిమామృత విలాసము, చెల్వూరు సన్యాసికవి బసవకల్యాణము ననునవి. రెండును గొంత ప్రదర్శనోచితములుగనే తోఁచును.

19 శ. పూర్వభాగమునఁ గొలది యక్షగానములు వెలసినట్లు తెలియుచున్నది. కాని గ్రంథములు లభించుటలేదు. ఉ. భా. న య. గా. కవులకుఁ గొంత ప్రోత్సాహము లభించినది. అప్పటి య. గా. లు బాగుగాఁ బ్రదర్శన కెక్కినట్లును తెలియుచున్నది. ఆత్మకూరు సంస్థానాధీశుఁడు ముక్కర సీతారామ భూపాలున (1851–1905) కాశ్రితుఁడైౖ రామదాసకవి తారాశశాంకము, భీమసేన విలాసము నను య. గా. లను రచించినాఁడు. రెండిట "సభాకైవారము" సూత్ర

ధారుఁడు పాత్రలను బలుకరించుటయుఁ గలవు. ఆకాలమున వెలసిన తిరునగరు పాపకవి కృతియందును నవి కలవు. జడచర్ల దేశపాండ్యా పట్వారీల ప్రోత్సాహమున గోవర్ధనం వెంకట నరసింహాచార్యులను నాయన అజామిళోపాఖ్యానము నాంధ్రదేశ య. గా. ఫక్కి రచించెను. ఆయన యొక గొల్లకలాపమును గూడ రచించియుండెను. తెలిసినంతలో తెలంగాణమున వెలసిన గొల్లకలాప మది యొక్కటియే. అల్లే మచ్చునకొక్క కురవంజియు వెలసినది. అది రూష్థానుపేట రత్నమ్మగారి శివకురవంజి. ఆనాఁటి య. గా. లలోఁ బాత్రలు తెరలోపల జదువు దరువులు, తెరవెడలు దరువులు (ప్రావేశిక ధ్రువలు) పాత్రలను హాస్యగాఁడో దౌవారికుఁడో పృచ్ఛించుట పాత్రలు స్వవిషయమును జెప్పుట, సంధివచనములు, వచనములోఁ బాత్రల సంభాషణలు, రంగప్రయోగ సూచనలు మొదలగు విషయములు తఱచు చూపట్టును. ఉదా:– 1. తాడిపర్తి లక్ష్మణదాసుని ప్రహ్లాద నాటకము, 2. శేషభట్టరు కృష్ణమాచార్యుని రంభా నలకూబర విలాసము, 3. గడ్డం రామదాసుని విప్రనారాయణ చరిత్రము ప్రభావతీ విలాసము, కాళీయమర్దనము, 4. గవురహరాజు లక్ష్మీపతి రాయుని నలచక్రవర్తి చరిత్రము మొదలగునవి. కొన్ని య. గా. లలో రంభోర్వశుల నృత్యప్రసంగముతో గ్రంథారంభమగుట యొక విశేషము. ఉదా:– 1. పండరి విఠల రాయకవి గజగౌరీవ్రతము శ్రీరామ విజయము, 2. గ. లక్ష్మీపతి రాయుని నలచక్రవర్తి చరిత్రము, 3. లక్ష్మణకవి (మన్నె వారి కొండాపురము ప్రభువుల కొలువులో రాయభట్టు) మాంధాతచరిత్ర మొ॥ కొన్నిట "ఆస్థాన సంతోషి" పాత్ర గన్పట్టును. ఉదా:– గిపండ్ల రాజలింగకవి హరిశ్చంద్ర చరిత్రము మొ॥ కొన్నిటఁ బాత్రల సంభాషణ వచనములు "ముచ్చట" లను పేర వ్యవహరింపఁబడినవి. ఉదా:– శే. కృష్ణమా

చార్యుని రంభా నలకూబర విలాసము, తిరునగరి వెంటదాసు కపిల దేవహూతి చరిత్రము. ఇట్లు 19 శ. ఉత్తర భాగమున తెలంగాణమున యక్షగానము ప్రదర్శనోద్దిష్టమై తదనుగుణ రచనాసుష్ఠువై ఆధునిక యుగోన్ముఖముగా నతి త్వరితగతిని బురోగమించినది.

20 వ శతాబ్దిలో తెలంగాణమున యక్షగానముల సంఖ్య శతాధికమైనది. ఒక్క తెలంగాణములోనే యీ నాఁటికిని యక్షగానము సజీవమై నిలిచియున్నది. రచనతోపాటు ప్రదర్శనములును జోరుగా సాగినవి; సాగుచున్నవి. ఈ శతాబ్దమున తెలంగాణము యక్షగానము పలుపోకలు పోయినది. వింతవింత మార్పులు సంతరించుకొన్నది.

ఈశతాబ్ది తెలంగాణ యక్షగాన కవులలో శ్రీ చెర్విరాల భాగయ గారిని (జీవత్కవి) జెప్ప మఱి యొకరిని చెప్పవలెను. ఈయన 34 (అక్షరముల ముప్పదినాల్గు) య. గా. లను రచించెను. ఆంధ్రమున నిన్ని య. గా. లను రచించినకవి మఱియొకఁడింతకుఁ బుట్టలేదు. వారి యక్షగానములు లెక్కకెక్కువ యగుటయే కాక వస్తుతత్త్వములో రచనా ప్రక్రియలో నతిమాత్ర వైవిధ్యమును బ్రదర్శించినవి. బహు ఫక్కికమగు నేఁటి తెలంగాణ యక్షగాన వాఙ్మయమంతటికిని దగినప్రాతినిధ్యము వహింపఁగలదు వీరికృతి సముచ్చయము. వీరి య. గా. కృతిసముచ్చయమును సమీక్షించుట నేఁటి తెలంగాణా యక్షగాన తత్త్వమును సమీక్షించుటయే యగును.

భాగయ్యగారు తమకృతుల నించుమించన్నిటిని యక్షగానములని వ్యవహరించినారు. కొన్నిట (ఉదా :- బభ్రువాహన చరిత్ర) భాగవతము, యక్షగానము, నాటకము అను పదములను బర్యాయ

వాచకములుగా ననఁగా సమానార్థకములుగా వాడినారు. అన్నియు నాటకీయతా ప్రకృష్టములు, కవిచేఁ బ్రదర్శనోద్దిష్టములు నైనవి. ఇందుఁ గొన్నిట గ్రంథారంభమున "గణపతి సరస్వతుల వేషము రాకడ", రంభోర్వశులరాకయుఁ గలవు. బహుకృతి సామాన్యముగాఁ బృచ్ఛకుని వాలకము (ఒక్కొకదాని యందు ద్వారకుఁడు, సేవకుఁడు, ప్రధాని, సూత్రధారుఁడు.— అని వివిధములుగా వ్యవహృతుఁడు) గన్పట్టును. పాత్రలు స్వీయోదంతములు చెప్పుటయుఁ గృతికర్తృ భర్తృ (ఒక్కొకచో గ్రంథ ప్రచురణ కర్తృ) ప్రశంసాత్మకముగాఁ బ్రవర్తితమైన ప్రస్తావనయుఁ గలవు. ఆప్రస్తావన తఱచు ప్రధాని, హాస్యగాఁడునను నిరువుర నడుమ హిందీభాషలో జరుగును. ఒకప్పుడు ద్రౌపది మొదలగు నాటకపాత్రల చేతనే ప్రవర్తితమగుట విశేషము. అతని "కృష్ణ గారడి" నాటకమున మార్గనాటకములందు వలె నాంది, నాంద్యంత మున నటీసూత్రధారులచే సలక్షణమైన ప్రస్తావనయుఁ గలవు.

భాగయగారి కృతులలో వస్తువైవిధ్య మొకటి గమనింపఁదగినది. ప్రసిద్ధహరాణి కేతివృత్తములేగాక అల్లిరాణి కథ, నాగార్జునచరిత్రము (వీనిమూలములు వరుసగా - విచిత్రభారతము, మహాలింగపురాణము) మొదలగు అప్రసిద్ధ గాథలును గలవు. కృష్ణగారడి, మాయా సుభద్ర మొదలగు గ్రంథములందు పౌరాణికగాథలే కవిస్వకపోల కల్పనలతోఁ జిత్రయులైన మార్పులందినవి. ఇవికాక ఆరె మరాటీలు, కాంభోజరాజు కథ, బాలనాగమ్మ కథ మొదలుగ పదరూపమునఁ బ్రచారముననున్న జానపద గాథలును గ్రహింపఁ బడినవి. ఆంధ్ర జాతీయవీరగాథలలో నొకటియు, గాథకా దచ్చపుఁ జరిత్రమైనట్టియు బొబ్బిలియుద్ధము వృత్తాంతము నితివృత్తముగాఁ గ్రహింపఁబడుట

విశేషము. (పెద బొబ్బిలిరాజుకథ యనుపేర నొక పదము ప్రచారములో నున్నది. దానినిబట్టి రచింపఁబడినదిది. క్రీ. శ. 1757 లో జరిగినది చరిత్ర ప్రసిద్ధమగు బొబ్బిలియుద్ధము). భాగయగారి కాంతామతి, భద్రసేన విలాసము మొదలగునవి కాశీమజిలీ, పంద్రెండు రాజులకథల "బాణీ" ని నడచిన కట్టుకథలు. అందుకొన్ని కవి స్వకపోల కల్పితములే కావచ్చును. ఈకథలు వివిధరసముల కాకరములు. అట్లేయందు పాత్రవైవిధ్యమును దఱచు. రాజమహిషీ మంత్రి పాత్రలెక్కువ. ఎఱుకలసాని, దొమ్మరిసాని, చాకలి, జాలరి, కోమటి, దొంగ మొదలగు వివిధ కులవృత్తులకు సంబంధించిన పాత్రలును గలవు. రాజపాత్రాదుల చిత్రణమునఁ దగిన సహజత్వము నుదాత్తతయుఁ గొఱవడినను నీచపాత్రలే నిసర్గ మనోజ్ఞముగాఁ జిత్రింపఁబడినవి. ఆయాపాత్రల సంభాషణలలోని తెలంగాణా తెలుఁగు వ్యవహారము నుడికారము గమనింపఁ దగినది.

ఈ కృతులన్నిట సామాన్యముగాఁ గనిపించు రచనా విశేషములు :- తాళప్రధానములైన దరువులు, ద్విపదలు, పద్యములు, వచనములు, కొన్నిట కందార్థములు, ఏలలు, తోహరాలు మొ॥. దరువులలోఁ బాత్రలు తెరవెడలు దరువులు గలవు. సంధివచనములే కాక సూటిగాఁ బాత్రల సంవాదాత్మకములైన వచనములును సమృద్ధిగా నున్నవి. కొన్నిగ్రంథాంతములందు కవిగద్య గలదు. రచన సామాన్యులైన సామాజికుల నుద్దేశింపఁబడి సాగినది కావునమిక్కిలిసరళముగా నున్నది. ఇటీవలి తెలంగాణా యక్షగానముల రచనాధోరణి యంతయు నిట్టిదే. అల్పసంస్కారులైన కవులచేతిలోఁ బడి య. గా. రచనాప్రౌఢి యంతకంతకు దిగజాఱిపోయినది. కాని యది సామాన్య జనానురంజకప్రదర్శనోద్దిష్టమై యుండుటఁ గొంత క్షంతవ్యము.

ఇంక నిటీవలి తెలంగాణా య.గా. లలో నేదోయొకవిశేషము గలవి కొన్నిమాత్రమిటఁ బేర్కొనఁబడుచున్నవి. మహమ్మదు అబ్దుల్లాయను నొక మహమ్మదీయకవి (చె. భాగయ్యగారి శిష్యుఁడు) హనుమద్రామ సంగ్రామమను నొక య. గా. ను రచించి యుండుటొక విశేషము. ఈతరమున అంబేద రాజవీరప్పయను నతఁడొక బహు యక్షగాన కర్త. అతని మల్లనచరిత్ర మొక జానపదగాథ యితివృత్త ముగాఁ గలది. పట్లోరి వీరప్పయను నొక యాధునికకవి మన్మథసంహా రము, క్రోథాపురిరైతువిజయము నను రెండుగ్రంథములను రచించుచు నందు మొదటిదానిని యక్షగాన మనియు, వీథిభాగవత మనియుఁ బేర్కొనెను. రెండవ దానిని వీథినాటకమని పేర్కొనెను. రెండవ దానిలో గ్రంథనామమే సూచించుచున్నట్లితివృత్త మత్యంతాధునిక మైనది. క్రోథాపురిరైతగు కోటారెడ్డి కుటుంబము నొకజమీందారు, నొక షాహుకారును దుదముట్టింప యత్నించి తుదకు వారే గతించి రైతుకే విజయములభించిన కథ యది. ఇది యొక విధముగా నాధునిక సామ్యవాద ప్రభావ ఫలితమనవచ్చును. ఇది వీథినాటక మని పేర్కొనఁబడినను, నిందు నటీసూత్రధారుల ప్రస్తావనయు, అంక రంగ విభాగము నుండుటయు విశేషము. ఇది సంస్కృత, పాశ్చాత్య నాటక సరణి. ఇతని రెండుగ్రంథములందును బాత్రలు ప్రవేశించు నపుడు స్వవిషయమును జెప్పుకొనుటయు, సంధివచనములు, ముద్ర లతో దరువులు, కందార్థములు మొదలగునవి కలవు. ఇది యక్ష గాన సరళి. ఇట్లేయక్షగాన ప్రక్రియ రవంతకలిగి ప్రాచ్య పాశ్చాత్య ప్రాచీనాధునాతన రంగస్థల వీథినాటకప్రక్రియ లను నుభయకూలముల నొరసి వఱదలై పాఱు త్రివేణివలె నొక విచిత్రరూపక ప్రక్రియ నేఁడు నాటకనామమున తెలంగాణా జనపదములలో “ చలామణీ ” యగు చున్నది. ఉదా :- 1. కథలాపురం గంగాధరకవి చిరుతొండ

నాటకము, శివకుమార నాటకము, 2. రాజక్క పేట మౌనధారి నాటకము, 3. వేముగంటి శ్రీనివాసకవి సత్యహరిశ్చంద్ర, 4. గాజుల స్వామిదాసు స్వరోచ్యుపాఖ్యానము. 5. ఈరబత్తిని నరసింహులు మదన విజయము, 6. బూర్గుపల్లి సోదరకవుల రచనలు (చూ. ఇందలి తెలంగాణా య. గా. కవులు – నం. 32 - 33). ఈ కలగాపులగపుఁ బ్రక్రియలో యక్షగానప్రఃబొలునెన్నుట కష్టము, ఎన్నవలసినపనియు లేదనిపించును. అయితే యిదియంతయు యక్షగానము తెలంగాణమునఁ బ్రవేశించిన యనతికాలములోనె నెంత పరిణతి నందినదియు సూచింపఁ గలదు. యక్షగానమువంటి ప్రక్రియ పరిణతి కంతకంటెఁ బరమావధి మఱి యుండఁబోదు.

తెలంగాణాయక్షగానము లందెక్కువపాలు ప్రదర్శనోపయోగి. వానినిఁ బ్రదర్శించుట కూరూరఁ గొన్ని మేళములును వెలసినట్లు తెలియుచున్నది. ఇటీవలివానిలోఁ బ్రసిద్ధమైనది 'చిరుతల' నాట్య మండలి యొకటి.

యక్షగాన ప్రయోగము

యక్షగాన రచనాప్రక్రియ పరిణామచరిత్రనుగూర్చిన ముందటి ప్రకరణమునఁ బ్రసక్తాను ప్రసక్తముగ యక్షగాన ప్రయోగమును గూర్చియుఁ గొన్ని విశేషములు తెలుపఁబడినవి. ప్రయోగ సూచనలు, ప్రయోగానుకూల ప్రక్రియయుఁగల కొన్ని య. గా.ల యుదంత ముదాహరింపఁ బడినది. ఈవిషయమై ద్వితీయభాగమున నేయే గ్రంథములందేయే విశేషములుగలవో తగుసూచన చేయఁబడినది. యక్షగానము మన దేశినాటకకోశమంతటికిని బ్రాతినిధ్యము వహించిన విశిష్ట ప్రక్రియ కావున దాని ప్రయోగపక్కకనుగూర్చి ప్రత్యేకముగ నీప్రకరణమునకుఁ బ్రసక్తి గల్గినది.

యక్షగాన ప్రయోగము యొక్క ప్రాథమిక స్వరూపము గాన రూప కథాఖ్యానమను విషయము పూర్వోక్తము. ఆ పద్ధతి యొకవంక నప్పటప్పట సాగుచు నేవచ్చినదని యూహింపనవకాశముగలదు. ఇందుల కుపబలకముగా తంజావూరు విజయరాఘవనాయకాస్థాన కవియైన చెంగల్వకాళకవి తన రాజగోపాలవిలాసమున యక్షగానము నంగనా ప్రవర్తితమగు సంగీతగోష్ఠిగా సూచించినవైనము, కన్నడ దేశమున నీనాఁడు యక్షగానము "తాళమద్దల" యను పేరితో హరికథవలె నాఖ్యానింపఁ బడుటయుఁ గల దను విషయము, మన హరిదాసులును దమ హరికథలను యక్షగానములని పేర్కొనిన విషయమును బూర్వోక్తములే. అదియొక పద కేళికగాఁ బ్రదర్శింపఁ బడుచుండినదనుట కాధారములును (పరమానందయతి, కంఠీరవ రాజుల రచనలు) బొమ్మలాటకు వెనుకపాటగా నుపయోగింపఁ బడుచుండిన (ఇందులకు 19 శతాబ్ది యక్షగానముల గుఱించియే తగిన యాధారము

గలదు) దను విషయమును బూర్వోక్తమే. అది యెప్పటినుండి యెట్లోకరూపక ప్రక్రియగాఁ బరిణమించినది? వివిధదశలలో వివిధ ప్రదేశములలో దాని ప్రయోగము తీరెట్టిది యనువిషయము గొంత పూర్వోక్తమైయును ప్రత్యేకముగ నేతత్ప్రకరణోచితముగ విపులీకృతమై యిటఁ బునశ్చరణ మొనర్పఁబడుచున్నది.

ఆంధ్ర దేశము

క్రీ. శ. 16 వ శతాబ్దినుండి యాంధ్రదేశమున యక్షగాన రచన మెక్కువగా సాగుచుండినది. అప్పటికే దోరసముద్రపు నటులు, కూచిపూడి భాగవతులు, జంగాలు మొదలగువారు వివిధములగు వీధి నాటకములు, తెరనాటకములు నూరూరఁ బ్రదర్శించుటలోఁ బ్రసిద్ధులై యుండిరి. అట్లు దేశినాటకకళకు విశేషప్రచారముగల్గిన యా దినములలో వెలసిన యక్షగానములందును నాటకోచితమైన రచన సాగినది. అందుల కానాఁటి సుగ్రీవ విజయాదులే తార్కాణలు. సుగ్రీవవిజయ మానాఁడు ప్రదర్శితమై యుండుననియే డా. శ్రీ నేలటూరు వెంకట రమణయ్యగారు మొదలగు పండితుల తలంపు. "ఆయా పాత్రముల పాటల తత్తద్వేషధారులువచ్చి పాడునట్లును తక్కిన సంధివచనాదులు ఒక్కరిద్దఱు సూత్రధారప్రాయులు పఠించునట్లును నీసుగ్రీవ విజయము వీధియాటగా నాడఁబడుచుండెడి" దని శ్రీ. శే. వేటూరివారి వక్కాణ.

17 వ శతాబ్ది ఉ. భా. న ఆంధ్ర దేశమున యక్షగానమునకు కూచిపూడివారి కలాపముతో సంపర్కము కల్గినది. ఆకలాప మాత్మాశ్రయ ఫక్కికము, నృత్యప్రధానమునగు నొక యుపరూపక ప్రాయమైన దృశ్యప్రక్రియ*. నాఁటినుండి యట్టిప్రక్రియతో యక్ష

* Lyrical and operatic type of play.

గానములు ననేకము వెలసినవి. పారిజాతములను పేర వెలసిన వందు లకుఁ బరమోదాహరణములు.

18 వ శతాబ్దియందాంధ్ర దేశ యక్షగానములు కొన్నిటిపై మార్గనాటక ప్రభావము గొంతపొడసూపినది. అది 19 వ శ., ఉ. భా. నఁ జిక్కఁబడినది. అది యట్లు చిక్కఁబడనున్న కాలముననే దానిపై నాధునిక రంగస్థల నాటక ప్రభావముగూడఁ బడి యక్షగాన మందు నాటకీయత యినుమడించినది.

ఆంధ్ర దేశమున యక్షగాన రంగ విషయముగఁ జెప్పఁదగినయభివృద్ధి కన్పట్టదు. అప్పటికప్పు డేయూరి మొగినో యే కోవెల మొగిలివాకిటనో, యే సంపన్నగృహస్థు నింటిముంగిటనో తాటాతూటముగా నిర్మింపఁబడిన కమ్మలపందిరిక్రింద గళ్ళాపుజల్లిన కటిక నేలయే దాని రంగస్థలము. కేవల మారుబయటఁగాక పందిరిక్రిందఁ బదర్శింపబడుటయే దాని యభివృద్ధి. దాని చుట్టును జూపున కందుమేర నంతయుఁ బ్రేక్షకాగారమే. అటు నిటు చెరియొకరిచేత బట్టుకొనఁబడు నొక తెల్లని గుడ్డయే తెర. తెర కిటు నిటు దివిటీలు పట్టబడును. తెర వెనుక హంగుదారులు శ్రుతి, మద్దెల, తాళపుఁజిప్పలవారును, వంతపాటకులు నుందురు. తెర ముందొకఁ డతఁడే సూత్రధారుడై ప్రదర్శనారంభమునందు ప్రార్థనాదికము ప్రచరించుట, కథాసందర్భము వివరించుట, పాత్రప్రవేశము సూచించుట, పాత్రలను బృచ్ఛించుట, పాత్రలకు వంతపాటకులకు పాటల మొదటి ముక్కలందించుట, పాత్రల యభినయమున కనుకూలముగఁ దాళము వేయుట, నడుమ సంధివచనములను, వస్తుగత వర్ణనాత్మక ద్విపదలను జదువుట మొదలగు పనులొనర్చును. ఒక్కొకపుడు, హాస్యగాడని యొకఁడు వేఱ యుండి హాస్యప్రసంగములు నెఱపుటతోపాటు సూత్రధారునికి

సహాయకులుగా నుండును. వంతపాటకులు పాత్రలతో పాటు పాడుదురు. భామకలాపము "బాణీ" కి ప్రచారముగల్గిననాటినుండి యక్షగాన సాధారణముగాఁ బాత్రలు తెరలోనుండియే తమ యుదంతము దామే (ప్రదర్శక ప్రముఖుని పృచ్ఛలపై) చెప్పుకొని (ఈపద్ధతి సామాన్య జనుల బోధశాలితకనుగుణముగాఁ గల్పితమై యుండును.) గుగ్గిలము ప్రోక్షణతో భగ్గుమను దివిటీల వెలుఁగు చూపఱ కనులు మిఱుమిట్లు గొల్పఁగా, సూత్రధారుని వెంట -వంతపాటకు లందుకొను ద్రుతగతి ప్రావేశికధ్రువతో, హంగుదారుల తాళమృదంగాదుల హడావుడితో, తమ కాలిగజ్జెల గలగలలతో బయల్వెడలి యాయా మేళము సంప్రదాయమునుబట్టి సభానమస్కారసూచకముగా సాభినయముగా నమ్రశిరస్కతయో, కరముకుళనమో, పుష్పాంజలి సమర్పణమో కావించి కథా ప్రవర్తనలోఁ బాల్గొనుట పరిపాటి. కూచిపూడివారి భామ వేష మొకింతకుఁగాని తెరబయల్పడదు. ఆసందర్భమున జడవర్ణన మొకటి మిగుల విశిష్టమైనది. అది యొక ప్రబంధమే. — "వేణీ ప్రబంధము". భామ వేషగాఁడట్లు తెరపై జడనైచుట భరతమునందుఁ దనకు సాటివారు లేరని పందెము చఱచుటయఁట! యక్షగానములలోఁ దెర ప్రక్కవాటుగాఁ గాక పైనుండి క్రిందువాటముగాఁ దొలఁగింపఁబడును. తెర తొలఁగునంత హంగుదారులును రంగముపైఁ బాత్రల పార్శ్వముల నుందురు. సాధారణముగా యక్షగాన ప్రదర్శనలలోఁ బాత్రనిష్క్రమణము మాత్రము ప్రత్యేకముగా సూచింపఁబడదు. తన ప్రయోజన భాగ (Portion) మైపోవునంత నా పాత్ర వెనుకకు జరిగి వంత పాటకుల నడుమ నిలబడును. అట్టిచో నా పాత్రలు వంతలో బాల్గొనుటయుఁగద్దు. ప్రదర్శన సుమారు జాము రాత్రికిఁ బ్రారంభమై తెల్లవారలు సాగును. తెల్లవారుసరికెల్లో ప్రదర్శనము తెమల్చుకొని మంగళముపాడి మేళమువారా వాలక

ములతోనే యూరి పెద్దల యింటింటి కేగి వారిలోగిళ్ళ మఱల నేదో పదాభినయము పట్టి యథోచిత సత్కారములంది పోవుదురు. ఆంధ్ర దేశయక్షగాన ప్రదర్శన కివి సామాన్య లక్షణములు. ఒక్కొకచో నాయాప్రదేశములందలి ప్రదర్శకుల కౌశలమును బట్టియు నవకాశము లను బట్టియు, సభిరుచి భేదమును బట్టియుఁ గొన్ని కొన్ని విశేష ములు, విపర్యాసములు నుండవచ్చును.

ఇక్కడ నాంధ్రదేశ య. గా. ప్రదర్శనములందలి స్త్రీపాత్ర నిర్వహణముగూర్చి యొకమాట చెప్పవలసి యున్నది. 16 శ. మొదట తప్పిదారి యొక్క తాయికొండనాటకమున మాత్రము స్త్రీపాత్ర నొక స్త్రీయే నిర్వహించినట్లు తెలియుచున్నది. కాని, 18 శ. చివరి దనుక స్త్రీపాత్రలను బురుషులే నిర్వహించుచుండినట్లు తెలియనగును. ఆ తాయికొండనాటక మైనను యక్షగానమని యూహింప నవకాశము గానరాదు. అది యొక వీథినాటకమై యుండును. పోని, నాఁటి వీథి నాటకములందైనను నన్నిట స్త్రీలు పాల్గొనుచుండిరా యనఁగా నట్లు గాదు. ఆనాఁడే కూచిపూడి భాగవతులు వీర నరసింహ రాయల యెదుటఁ బ్రదర్శించిన నాటకములలో పురుషుఁడే స్త్రీ పాత్ర ధరించి నట్లు స్పష్టముగాఁ గలదు. వారు గరితల కభినయవిద్య గఱపుదురు కాని గణికల నైనను దమ నాటకములలోఁ బాల్గొననీయరు - అది కూచిపూడి భాగవతుల ముఖ్య సమయములలో నొకటి. వారి "భామవేషగాఁడు" అను మాట యొకటి తెనుఁగు దేశమునఁ దఱచు వినిపించు చుండును. భామవేష మనఁగా భామాశిరోమణి యైన సత్యభామవేషము. ఆవేషమే పురుషులచే నిర్వహింపఁ బడి నప్పుడు కడమ స్త్రీవేషములమాట తడవం బనిలేదు. యక్షగానోప స్థితికి జక్కుల పురంధ్రుల యాటపాటలే కారణములైనను యక్ష

గాంచము కూచిపూడి భాగవతులు మొదలగు వీథినాటక ప్రదర్శకుల దృష్టి నాకర్షించి యొకరూపక ప్రక్రియగాఁ బరిణమించి నంతట దానికి స్త్రీలజాతి తోడనే సంబంధము పోయినట్లు తోఁచును. కూచిపూడివారి యాలంబము గల్గినంతట వారి యాచారముద్ర దానిపై హత్తుకొని యదియే తదితర ప్రదర్శకులకు నాదర్శప్రాయ మగుచు వచ్చినది కొంతకాలము. 18 శ. నడుమ కూచిమంచి జగ్గకవి చంద్రరేఖా విలాపమున "ఆడుభాగవతుని జాడ గడ్డము మూతి నున్నగా గొరిగించుకొన్న వాఁడు" అని యన్నమాటను బట్టియు, నా కాలముననే తురగా రామకవి యొక చాటువులో భాగోతుల బుచ్చి గాడిని స్త్రీపాత్రధారిగాఁ బేర్కొనుటనుబట్టియు నప్పటికిఁ బురుషులే స్త్రీపాత్ర ధారణము సేయుచుండినట్లు తెలియనగుచు. కాని 18 - 19 శతాబ్దుల సంధికాలమున వెలసినట్లూహింపఁదగిన పురిజాల లక్ష్మీ నారాయణకవి పారిజాత య. గా. న సఖిపాత్ర భాగవతములందుఁ బురుషులు స్త్రీవేష ధారణము సేయుటుచితము గాదని వాదించుటయు సత్యభామ ప్రత్యాఖ్యానము చేయుటయుఁ జూడ నాకవి కాలమున నక్కడక్కడ స్త్రీలును య. గా. ప్రదర్శనములందుఁ బాల్గొనుటకుఁ బూనుచుండిరనియో లేక స్త్రీపాత్రలు స్త్రీలే నిర్వహించు టుచిత మను వాదము బయలుదేరియుండు ననియో యూహింపనగును. 19 శ. నుండి యటనట స్త్రీలును ప్రదర్శనములలోఁ బాల్గొను చుండి రనుటకుఁ దగిన యాధారములు గన్పట్టుచున్నవి. విశాఖపట్టణము జిల్లా వృత్తాంత సంగ్రహము (పుట 130) లో "జనరంజక నాటకములు స్త్రీలు పురుషులు వేషములు వేసుకుని వినిక చేసెడివారు" అని యున్నది. 19 శ. ఉ. భా. న నెల్లూరు మండలము ఆత్మకూరు తాలూకా పడకండ్ల గ్రామకరణమగు పడకండ్ల స్వామిరాయకవి నట మేళములను రప్పించి నెలల తరబడి వారికి వాసగ్రాసములు గల్పించి, గణియములు

వస్త్రములు ప్రదర్శన శిక్షణయునిచ్చి తన రచించిన లక్షణా పరిణయాది యక్షగానములను బ్రదర్శింపఁ జేసెడి వాఁడనియు నామేళములో 'గోనుదిన్నె బుగ్గసాని' యను నామె కవి యాజ్ఞపై నాయికవేషము గట్టినట్లును బుగ్గసాని (లక్షణ) మాటగా నాలక్షణా పరిణయ గ్రంథమునందే యున్నది. ఇట్టి సందర్భములనుబట్టి రానురాను యక్షగాన ప్రదర్శనములందుఁ గొన్నికొన్ని చోటుల వారికినిఁ బాల్గొనుట కవకాశము గల్గినదని చెప్పనగును.

ఇఁక నీ యక్షగాన ప్రదర్శన ప్రక్రియ యందలి మౌలికమైన తత్త్వముయొక్క లక్షణము లెట్టివనఁగా :-

1. ఇందు రూపారోపము (పాత్రానుకూల వేషధారణము) గలదు. కావున నిది రూపకసమాఖ్యకుఁ దగియున్నది. ("రూపారోపాద్రూపకమ్").

2. ఇందు రసాశ్రయమైన యితివృత్తము, చతుర్విధాభినయ (ఆంగిక వాచికాహార్య సాత్త్విక) విశిష్టమైన యవస్థానుకృతియు గలవు కావున నిది నాట్యోపేతమైనది – ("అవస్థానుకృతి ర్నాట్యమ్", "చతుర్ధాభినయోపేతం నాట్యముక్తం మనీషిభిః" "నాట్యం రసాశ్రయమ్")

3. ఈ యక్షగాన నాట్యము నృత్తనృత్యానుప్రాణిత మైనదని యెఱిఁగిన పెద్దలెల్లరు చెప్పుదురు [44] ('నృత్తం తాళ లయాశ్రయమ్, భావాశ్రయం నృత్యమ్") *

44 ఆచార్య శ్రీ పింగళి లక్ష్మీకాంతము గారి "గౌతమ వ్యాసములు" నుండి – 'మన నాటకముల పూర్వగాథ' అను వ్యాసము.

* మీఁది కుండలీకరణములలోని ఆభాణకములు దశరూపకము, సంగీత దర్పణములనుండి గ్రహింపబడినవి.

ఇట్లు నృత్త నృత్య నాట్యాత్మకమైన యక్షగానమ్ముపై నిటీవలి కాలమున మార్గరూపకము, ఆధునిక రంగస్థల నాటకముల ప్రభావము పడినను దాని ప్రాక్తనమైన ప్రదర్శన ఫక్కికయొక్క వ్యక్తిత్వము, వంత కంటెం బ్రాక్తనమైన దాని జీవలక్షణమగు గానకళా ప్రాముఖ్యమును సంరక్షింపఁ బడుచునే వచ్చినవి. నాటక నామ వ్యవహృతమైనను నీ యిరువదవ శతాబ్ది యందును యక్షగాన శబ్దము విస్మృతము గాలేదు. మార్గాధునిక నాటకములుయక్ష గానము వలె నృత్త నృత్య గాన ప్రధానములు గావు. నృత్తనృత్య ప్రాధాన్య సాదృశ్యము కారణముగా మన పండితులు కొందఱు యక్షగానము పాశ్చాత్య దేశము లందలి "ఓపెరా" వంటిదని యభిప్రాయ పడియున్నారు.[45] కాని ఓపెరాలు గానకేవలములైనవి. యక్షగానములు గాన ప్రధానములే కాని, గాన కేవలములు గావు. అందు నేయ ప్రయోజనమునకే కాక సాధారణ పఠనోద్దిష్టములైన గద్య పద్యములు నుండును. అది కాక యక్షగానములందుఁ బ్రయుక్తమగు నృత్తనృత్యముల తీరు వేఱు. అది కూచిపూడి భాగవతుల వంటి శిష్టుల చేతిలో నిబిడతర శాస్త్ర ప్రక్రియానికషాయితమైనది, విశిష్ట సంప్రదాయ చోదిత మైనదియును.

అసలు యక్షగాన నాట్యము భరతశాస్త్ర సంప్రదాయానుసారము నృత్తనృత్యాను ప్రాణిత మగుటకు, యక్షగానము వీథినాటకము నేకమగుటకును గూచిపూడి భాగవతులే కారకులై యుందురేమోయని కూడ ననిపించును. యక్షగానము రూపకప్రకియగా

45. చూ. కీ. శే. జయంతి రామయ్యపంతులు గారి ఆధుని కాంధ్ర - వాఙ్మయ వికాస శైఖరి — ద్వితీయాధ్యాయము ; కీ. శే. పానుగంటి వారి సాక్షి సం. 1 — అధ్యా. 18 ; Prof. P. Sambamoorthy's introduction to Nowka Charitra (Tyagaraja's Composition).

రూపొందిన నాఁటి కాంధ్రదేశమున కూచిపూడి భాగవతులు భరత విద్యాధురంధరులుగా విశేష ప్రసిద్ధి గాంచినారు. దేశాటనము సేయుచు నాటకప్రదర్శనము లిచ్చుట వారివృత్తి. వారు రాజ సన్మానములు గూడఁ గాంచినవారు (ఈవిషయము పూర్వోక్తము). ఏ సుముహూర్తముననో యక్షగానము వారి దృష్టి నాకర్షించి యుండును. తోడనే వారు తమ వీధినాటక ప్రదర్శనానుభవమును, భరత విద్యా విదగ్ధతను బట్టి దాని నొక విశిష్ట రూపకప్రక్రియగాఁ దీర్చి దిద్దుటకుఁ గృషిచేసి యుందురు. ఈయూహ కుపాధి సిద్ధేంద్రయోగి భామ కలాపము సృష్టి. అది కాక యక్షగానములు ప్రదర్శించుట యందును వారు ప్రసిద్ధులు. వారు ప్రదర్శించువానిలోఁ బ్రసిద్ధములైనవి ప్రహ్లాద, ఉషాపరిణయము, శశిరేఖా పరిణయము, రామనాటకము, హరిశ్చంద్ర, నలచరిత్రములు మొదలగునవి. అందు కొన్ని నాటకము లని వ్యవహరింపఁబడినను నవి యక్షగాన ప్రాయములైనవే. సాధారణముగా వారి ప్రదర్శనము లన్నియు నందుఁ బ్రత్యేకముగా వారి భామకలాపమును భరత విద్యానవద్య ప్రమాణ పటిష్ఠములైనవను సంగతి యాంధ్రలోకమంతయు నెఱింగినదే. వారి భామకలాప మేకాగ్రముగా నెనిమిది రాత్రుల ప్రదర్శన కుద్దిష్టమైన దఁట. కూచిపూ వారి ప్రదర్శనము లన్నిట దీనికెక్కువ ప్రచారము. దీని "బాణీ" ని బట్టి యాంధ్రదేశమున వివిధప్రదేశములలో నెన్నో భామ కలాపములు వెలసినవి. ఆ "బాణీ"తో యక్షగానములు ననేకము వెలసినవి. అయితే ఆదిని యక్షగాన రచనా ప్రక్రియయే భామకలాపమునకు మూఁదల. అనఁగా సిద్ధేంద్రునికి (17 శ. మధ్య కాలము) ముందే కూచిపూడివారు యక్షగాన ప్రదర్శనకుఁ బూనుకొని యుందురను నూహకుఁ గొంత యవకాశము గలదు. (అప్పటికే యక్షగాన రచన బాగుగా సాగుచుండినది కదా. 16 శ. ఆరంభమునకే వారు నాట్య కళా ప్రచారకులుగాఁ బ్రసిద్ధులుగదా) రంగ విషయముననుు, హంగు

విషయమునను గూచిపూడివారి ప్రత్యేకత యంత లేకపోయినను బహువిధాభరణములు, కిరీటములు, గణియములు, కరాళములు (Masks నృసింహాది పాత్రలకు) గల వారి "సరంజాము" దొడ్డది. వారి ప్రదర్శన ప్రక్రియ సరేసరి. ఆంధ్రదేశ వివిధప్రాంత యక్షగాన ప్రదర్శకులకు వారి ప్రదర్శనపద్ధతులే యాదర్శప్రాయములైనను ఏనాదులు, గొల్లలు మొదలగు తక్కువతరగతి ప్రదర్శకులు బయలుదేఱుటవలనఁ గూచిపూడికత్తు నంగలి లగువుబిగువులు వారి యెడ నంతకానరావు. కూచిపూడిభాగవతులు మేళములుగా నూరూర బర్యటించుచుండుటవలన నాయా యూళ్ళలోను గొన్ని మేళములు మొలిచినవి. వెనుకటి కూచిపూడిమేళములలోఁ బ్రసిద్ధములైనవి: సిద్ధేంద్రయోగి మేళము, భాగవతుల దశరథరామయ్యగారి మేళము. 18 శ. న భాగోతులబుచ్చిగాని మేళము, 19 శ. న రాయలసీమలో లేపాక్షి, వేములపల్లి, తాడిపత్రి మేళములు, 19 - 20 శ. ల సంధికాలమున నెల్లూరుమండలమున పడకండ్ల స్వామిరాయకవి, త్వారకవి రామకృష్ణయగారల మేళములు, విశాఖమండలమున నరసింగపల్లి కళ్ళేపల్లి కందాళ చిందబరకవి మేళములు, పల్నాటిసీమ మేళములు మున్నగునవి కొన్ని ప్రసిద్ధికెక్కినవి. కాని యొకనాఁ డాంధ్రుల నాట్యకళా ప్రతిష్ఠల కధిష్ఠానమైన కూచిపూడిలోనే యీ నాఁడా భాగవతులకు గతులులేకుండఁ బోయినవనఁగా నిఁకఁ గడమయెడల యక్షగాన ప్రదర్శన మేస్థితిలో నున్నదో తడవంబనిలేదు.

ఈ ప్రకరణ రచన కాధారములు:— 1. కొన్ని యీ ప్రకరణమున నధోజ్ఞాపికలలోను, గొన్ని ముందటి ప్రకరణములలోను, చేర్కొనఁబడినవి. 2. వివిధ యక్షగాన గ్రంథములందలి సూచనలు (పూర్వ ప్రకరణోక్తము) 3 నా యక్షగాన ప్రయోగ దర్శనానుభవము. 4. శ్రీ విశ్వనాథ సత్యనారాయణగారి ఏకవీరయందలి భామకలాప ప్రసక్తి. వేయి పడగలు — ప్రహ్లాద నాటక ప్రదర్శన వర్ణనోదంతము 5. శ్రీ ఊన్నవ లక్ష్మీనారాయణగారి మాలపల్లి — ప్రహ్లాద నాటక ప్రదర్శన వర్ణనోదంతము. 6. శ్రీ దివాకర్ల రామమూర్తిగారి "కూచిపూడి భాగవతులు" అను వ్యాసము — (వ్యాసమాల యను సంపుటములోనిది.)

దక్షిణదేశము

17 వ శతాబ్ది ప్రథమ పాదముననే తంజావూరిలో యక్షగానమునకు రాజాశ్రయము లభించి రంగభోగము విస్తరిల్లినది. రఘునాథ విజయ రాఘవనాయకుల కాలమున నగరి పెత్తనముక్రింద నాటకశాలలు వెలసినజాడ దోఁచుచున్నది. ఆరాజులు స్వయముగ యక్షగాన రచన గావించిరి. విజయరాఘవాస్థానమున దానికింకను ప్రోత్సాహముగల్గి యది వీధినాటకము వైఖరితో రంగమున కెక్కినది. విజయరాఘవుని పూతనాహరణము, ప్రహ్లాద చరిత్ర మొదలగు కృతులలో రంగప్రయోగసూచన లనేకము గలవు. (అవి ముందటి ప్రకరణమున నుదాహృతములు). ప్రహ్లాద చరిత్రమున "నాటకశాల" "విదూషక" ప్రశంసలు గలవు. ఇది (ఫలానా) "పాత్రవాక్య" మని కలదు. చివర నింపలి పాత్రవివరములును గలవు. దీనినిబట్టి నాఁడు యక్షగానము రంగమున కెక్కె ననుట విస్పష్టము. కాని యా రంగరచన తీరెట్టిదియో తేటపడలేదు. భరత విద్యాధురంధరులైన నాయకరాజుల నగరి నాటకశాల లందైన రంగరచన భరతశాస్త్రోక్తముగ జరిగియుండునని యూహింపనగును. తదుపరి మహారాష్ట్రప్రభువులకాలమున తంజావూరిలో యక్షగానముపై మార్గనాటక ప్రభావముగూడ బాగుగాఁ బడియుండుటచే (ఈ విషయము పూర్వోక్తము) నాఁడును యక్షగాన రంగము రాజాస్థానమునందైన శాస్త్రోక్తముగనే తీర్పఁబడి యుండుననుకొన వచ్చును. కాని యా మహారాష్ట్రుల నాటక గ్రంథములలో సూత్రధారుఁడు, భాగవతులను బాత్రలను బలుకరించినట్లుండుట చూడ నా ప్రదర్శనతీరు కొంతవఱ కాంధ్ర యక్షగానములను బోలిన దనియుఁ జెప్పనగును. అందు గణపతి సరస్వతుల స్తుతులతోపాటు

పాత్ర ప్రవేశములును జెప్పఁబడి యుండుట మహారాష్ట్ర దేశపు "లలిత" నాటకఫక్కి. + చివరి మహారాష్ట్ర ప్రభువగు శివాజీ కొలువున భాగవతమేళము లుండినట్లు స్పష్టముగాఁ దెలిసినది. (పూర్వోక్తము) ఆయా యాధారములవలన నాఁడు నాయక మహారాష్ట్రరాజాస్థానము లందు నాటకశాలలు, భాగవతమేళములు విలసిల్లినట్లును, భరతవిద్యా ప్రియంభావుకులగు నాప్రభువుల ప్రోత్సాహమున యక్షగాన రంగరచన, ప్రదర్శనభంగి గొంతయైన భరతశాస్త్రవిధానం బాదిగాఁ దీర్పఁబడి యుండుననియు నూహింపనగును.

17 – 18 శతాబ్దులలో తంజాపూరిలోను, మధుర మైసూరు రాజాస్థానములందును యక్షగానప్రదర్శనలలో స్త్రీలును బాల్గొనుచుండిరి సల్లాధారములు గన్పట్టుచున్నవి. తంజాపూరి రఘునాథుఁడు "రంగ స్థలంబు రామాలంకృతంబుఁ జేసె"నాఁడు. (చూ. విజయవిలాసము అవతారిక). విజయరాఘవాస్థానమున యక్షగానమును గొందఱతివలు వినిపించుచుండెడి వారని చెంగల్వ కాళకవి చెప్పినాఁడు. (చూ. రాజగోపాలవిలాసము – అవతారిక) వినిపించుట యనగా సంగీత గోష్ఠి యనియే కాక ప్రదర్శించుటయనియు నూహించుటకు ప్రకాశము గలదు. విజయరాఘవాదుల యక్షగాననాటక ప్రరోచన సర్వసాధారణముగ "పరాంకుస్వామివారు హావణించిన... నాటకంబు నటనపటిమ గనుపించ వినిపించేము విన నవధరించుండ" అని యుండును. అందుచే కాళకవి వక్కాణలో నటనపటిమ గతార్థమైనదనియే భావింపనగును.

+ "లలిత" మహారాష్ట్రదేశపు జనరంజక రూపక ప్రక్రియలలో నొకటి. అరిది దశావతార కథలకుఁ బ్రసక్తి గలదఁట. దానిపై తంజాపూరి నాటక ప్రభావము పడినదఁట. (కన్నడమున య. గా. నకు 'దశావతారద – ఆట' అనియు వ్యవహారము గలదనువిషయము పూర్వోక్తము.) Vide. Marathi Encyclopadia, 1925., Vol. 16 – N. 46.

అదియుఁగాక విజయరాఘవనాయకమైన విజయరాఘవచంద్రికా విహార మున నాయనివారి "పైటినాటకశాల పడుచు" నాయికయైనదనఁగా నిఁక నొక నట్టువకత్తె యూ వాలకము వేసి నాటకమునఁ బాల్గొనుట కభ్యంతరముండునా నాయనివారి కొలువులో! మైసూరి కంఠీరవ నరసరాజు కొలువునను దదుపజ్ఞములగు యక్షగానప్రాయ రచనలు పదకేళికలవలె నట్టువరాండ్రచేఁ బ్రవర్తింపఁబడియుండునను నూహకుఁ గల సామంజస్య మిదివఱకే పరిశీలింపఁబడినది. మధుర విజయరంగ చొక్కనాథ "సభా వ్యర్థముగా" వెలసిన తిరుమల కవి తిల్లగోవిందరాజ నాటకమును "ఉదుటు వగగోపులనై పు లమర......ఇంచు బోగములు వహించు" వారని యందే కలదు. ఇయూ యాధారములను బట్టి నాఁటి దక్షిణదేశ రాజాస్థానములందు యక్షగాన ప్రదర్శనలలో స్త్రీలును బాల్గొనుచుండిరని చెప్పవచ్చును. ఇది 17 – 18 శతాబ్దుల ముచ్చట. కాని 19 శ. పూ. భా. న తంజావూరు శివాజీ నగరి భాగవతమేళము "సబనీసు" దగ్గరనుండిన శివాజీ అన్న పూర్ణాపరిణయ నాటకము "వేషాలనావసీసు"ను (తం. స. మ. నం. 622) గాని తం. స. మ. కే. సం. 799 "నాటకపాత్రలు" అను పట్టికలను గాని పరిశీలించినచో నొక్క యపవాదమైన లేకుండ నన్ని స్త్రీపాత్రల యెదుటను బురుషనామములే కన్పట్టును. అనఁగా నానాఁడు పురుషులే స్త్రీపాత్రలను ధరించు చుండిరనుట స్పష్టము. దీనికిఁ గారణము 18 శ. చివర తంజావూరికి మిక్కిలి సమీపముననున్న మెలట్టూరున వెలసిన భాగవతమేళ నాటకముల సంప్రదాయము కావచ్చును. అవి నాఁటి తంజావూరు రాజాస్థాన నాటకములవలె య. గా. ప్రాయము లైనవే యయ్యు నొక గొప్ప విశిష్టసంప్రదాయ పటిష్ఠమైన ప్రక్రియ గలట్టివి. (ఇటఁ బ్రత్యేకముగా నాని యుదంతము గొంత వివరింప వలసి యున్నది.)

మెలట్టూరు

భాగవత మేళ నాటకములు

మెలట్టూరు భాగవతులకుఁ గులపతియైన వెంకట రామశాస్త్రి గుఱించియు, నతని కృతులఁ గుఱించియు స్థలాంతరమునఁ జెప్పనైనది. + ఆ కృతుల రచనాప్రక్రియ నాఁటి యక్షగాన సామాన్యమైనదని నిరూపింపఁ బడినది. ఇఁక ప్రదర్శన ప్రక్రియ - సంప్రదాయముల గుఱించి :-

ఇవి నృత్య ప్రధానములగుటచే నృత్య నాటకములనియు, భాగవతులైన నట బృందముచేఁ ప్రదర్శితము లగును గావున భా. మే. నా. లనియు వ్యవహరింపఁ బడుచున్నవి. కూచిపూడివారివలెనే భాగవతు లందఱును బ్రాహ్మణులే. ఈ నాటకములు మెలట్టూరు పురాధిష్ఠాన దైవతమగు వరదరాజ పెరుమాళ్ళ దేవాయతన బహిః ప్రాంగణమున నొకపెద్ద పందిరిలో - వైశాఖమున వసంతోత్సవ కాలమున నృసింహ జయంతినాఁడు ప్రహ్లాద నాటకముతోఁ బ్రారంభింపఁబడి (కూచిపూడివారికిని ప్రహ్లాద నాటకమన్న మంచిపట్టు) వరుసగా నైదాఱు రాత్రులు నడుమ నొకనాఁటి విరామముతో సాగును.

మెలట్టూరువారి వేషధారణలో వర్ణ వైశిష్ట్యము (Colour-Values) పాటింపఁ బడును. రాజవేషములు తంజావూరి రాజుల కనుకరణగా నుండును. రాక్షస వినాయక నృసింహ బ్రహ్మాది వేషములకుఁ గరాళము లుపయోగింతురు. (కూచిపూడివారును గరాళము

+ ద్వి భా, పుట 335—39. చూ. ఈ మెలట్టూరు భా. మే. నా. ల గుఱించి నా వ్యాసము భారతి. సెప్టెంబరు, 1955.

లుపయోగింతురు.) వారి ముఖ్యమైన జంత్రపుహంగు మృదంగము తిత్తి, ముఖవీణ, సూత్రధారునిచేతి తాళముచిప్పలు.

నాటకము రాత్రి సుమారు పది గంటల కారంభింతురు. "నట్టువాంగం" (హంగు) జరుపు భాగవతు లిద్దరు, ముగ్గురుపాట గాండ్రు, జంతగాండ్రు, గ్రాంధికుఁడు లేక ప్రసంగి (అనఁగా సంధివచనాదులు చదివెడు వాఁడు) — వీరు హంగుదారులు. సర్వసిద్ధమై జంత్రగాండ్రు సరే యనఁగానే భాగవతులు పుండరీక ధ్యానశ్లోకములు పఠింతురు. ఆవెంటనే తై తైమను కొనుచు కోణంగి రంగమునకు వచ్చును. గ్రంథములోఁ జెప్పఁబడకపోయినను వానిరాక యొక యాచారము. సూత్రధారిచేఁ బృచ్ఛితుఁడై వసంతోత్సవకార్యక్రమము జరిపించుటకై సభవారి నెచ్చరింప వచ్చితిననును. వాలకము (హనుమంతునివలె) హాస్యగానివలె నున్నను సతఁడొక మహాభక్తునిక్రింద లెక్క. అటు పిమ్మట భాగవతులు "తోడై మంగళము" (తాళ్ళపాక చిన్నన్న కీర్తన పంచకము. ఇది తంజావూరు మహారాష్ట్రులనాఁటి య. గా. లందును గొన్నిటి ప్రతుల మొదటఁ గన్పట్టును.) అందు కొందరు ప్రతి కీర్తనకును ముందు జతి తరువాత శబ్దము, కౌస్తుభము (మాతు ప్రధానమైన శబ్దజతి వంటిది) పఠింపబడును. ఇక్కడ కిది యంతయు "మేళం కట్టుడల్" అనఁగాఁ బూర్వరంగ నిర్వహణ.

తదుపరి గ్రాంధికుఁడువచ్చి "ఆదిద్విపద" అనఁగా గథాసంగ్రహకవి విషయక ద్విపద (శహాజి ప్రభృతుల కృతులలో దీని యునికి తఱచు) నొక రాగమాలికలోఁ బఠించి, యొక వచనమున వినాయకపాత్ర ప్రవేశ సూచనచేసి యొక జతి చెప్పును. భాగవతులు ప్రావేశికీ ధ్రువను బఠింతురు. తదనుగుణముగా నృత్యము చేయుచు గణపతి వేషము వేసికొని యొక బాలుడు వచ్చును. రంగముపైఁ గొంతసేపు

కూర్చుండి "పండారకుమకుక్కళులు" (పూజారులు) రాఁగా వారిచే పూజలందుకొని నృత్యము సేయుచు నిష్క్రమించును. (ఈ వినాయక పాత్ర ప్రవేశపక్కి శహాజీ ప్రభృతుల కృతిసామాన్యమైన విషయమే). అంతటఁ బ్రసంగి జతియుక్తముగా నొకవచనము పఠించి కటికము వాని ప్రవేశము సూచించును. వాఁడు భాగవతుల దరువున కనుగుణముగ నృత్యము సేయుచుఁ బ్రవేశించును. (సభవారికి రాజుగారి రాక నెచ్చరింపవచ్చువాఁడితఁడు. మార్కండేయ చరిత్రలో మాత్రము రాజ పాత్రకుఁ బ్రసక్తిలేదని కాబోలు వీని వాలకము కనిపింపదు. అందులో కురవంజి పాత్ర విశేషము) కటికము భాగవతులచేఁ బృచ్ఛితుఁడై తనవచ్చిన పని తెలిపి వెడలిపోవును. (శహాజీ ప్రభృతుల కృతులలో వీఁడొక సాంప్రదాయికపాత్ర.) తరువాత కథాపాత్రలు యథాసంప్రదాయ క్రమముగా సూచన వర్ణనలైన వెంటనే ధ్రువానుగుణ నృత్యముతోఁ బ్రవేశించి నాటకప్రవర్తనలోఁ బాల్గొనును. నాయికాపాత్ర ప్రవేశ విషయమున మాత్ర మొక విశేషముండును. ప్రావేశిక ధ్రువతోఁ బ్రవేశించిన నాయికాపాత్రధారి తన నర్తన కళా ప్రావీణ్యము ప్రదర్శింపవలెనుండు. (కూచిపూడి ప్రదర్శనములందు నంతే.) అందులకొక "అల్లారిప్పు" (శుద్ధ నృత్తము అలరింపు?), "మెయ్" (తారస్థాయి షడ్జస్వరము, ఆది తాళములో తాళ జతి ప్రధానమైన సంగీత ప్రక్రియ), తిల్లాన, శౌక్కవర్ణము అభినయించి తీర్మానముచేయవలెను. నాటకమున సామాన్యముగాఁ బ్రతిపాత్రకును భరతపద్ధతి (అభినయము) కరతాలామలకముగావలె. అందును కూచిపూడి భామవేషానికివలె నిందు నాయికాపాత్రధారి కెంతో యభ్యాసముండవలెను. ఈనాటకములో స్త్రీ పాత్రలు పురుషులచేతనే నిర్వహింపబడును. ఇది నియమము. (కూచిపూడివారు గూడ "తూ చా" తప్పకుండ నీ నియమము బాటింతురు.)

ప్రసంగి గ్రంథములోని సంధి వచనములనే కాదు వర్ణనాత్మకములైన ద్విపదలనుగూడఁ జదువును. సంవాదాత్మకములైన ద్విపదలు, పద్యములు మాత్రమే పాత్రధారులచేఁ బఠింపఁబడును. ఇవి నృత్య ప్రధానములైన నాటకములు గావునఁ బాత్రధారి ప్రతి దరువునకును నృత్యము పచరింప వలెను. అట్టిచో నా దరువులు కూడ వారే పఠించుట కష్టమైన పని. అందుచే నాటకమునందలి పాటలన్నియును బాత్రలవికూడ సూత్రధారుఁడే యెత్తుకొని హంగుదారులకు ముందుముక్కలందిచ్చి తాను జవరఁ దీర్మానము సేయును. వారి వంతల కనుగుణముగ నభినయము మాత్రమే పాత్రధారులు చేయవలసినది. ఈపట్టునమాత్ర మిది కథకళి ఫక్కి. (కథకళి కేవలమాంగికాభినయ ప్రధానమైనది. అందు వాచికము పూర్తిగాఁ బరిహరింపఁ బడును. తమిళ దేశమునకు సన్నిహితమైన మలయాళ దేశమున కథకళి కళా సారస్వత ప్రతిష్ఠ పరాకాష్ఠనందుటకుఁ గారణభూతుడైన త్రయిమ్మణ తంపి మేఁట్టూరు వెంకటరామ శాస్త్రి సమకాలికుఁడే.) ప్రసంగి పాత్రలనెప్పుడును బల్కరింపఁడు. సూత్రధారుఁడే ప్రతిపాత్రను బ్రవేశింపఁగనే తదుదంతముఁగూర్చి పృచ్ఛించును. అప్పుడప్పు డతఁడు కథను వ్యాఖ్యానించుటయుఁ గూడ నుండును.

ఈ నాటకములందు వధాదు లప్రదృశ్యములన్న భరత సంప్రదాయములు పాటింపఁ బడును. హిరణ్యకశిపుఁడు నరసింహునితో (నృసింహ పాత్రధారి యాదినమంతయు నుపవసించును. ఇదియుఁ గూచిపూడివారి యాచారమే) వాదించి యతఁడు తన్ను పట్టవచ్చుసరికిఁ దెరలోనికిఁ బారిపోవును. అక్కడితో నా నాటక మైపోయినట్లే. నాటకము పూర్తియగుసరికి భళ్ళునఁ దెల్లవారును. భాగవతులు భూపాలరాగముతో నొక కీర్తన యెత్తుకొని గర్భాలయములోని

స్వామికిఁ బ్రదక్షిణ దీపారాధనము లొనర్చి పురవీథులలోనికి మేళముగాఁ బోయి యింటింటికడ యథోచితముగా సత్కరింపఁ బడుదురు.

పై లక్షణములను బరిశీలించినచో మెలట్టూరు భా. మే. నా. లలోఁ బ్రదర్శన సంప్రదాయమునఁ గూచిపూడివారి పోలికయుఁ బ్రదర్శన ప్రవర్తనలో (రచనా ప్రక్రియలోఁ గూడ) శహాజీ నాటకముల పోలికయు నెక్కువగా నున్నట్లు తోఁచును. కూచిపూడి భాగవతులు దేశదిమ్మరులు కాని మెలట్టూరు భాగవతు లూరువిడిచి తమ నాటకములను ప్రదర్శింపరు. కాని వెంకటరామశాస్త్రి నాటకములను మెలట్టూరు చుట్టుపట్లనున్న శూలమంగళము, ఊత్తుక్కాడు, శాలియ మంగళము, నల్లూరు, తేవప్పెరుమాళ్ నల్లూరు మొదలగు గ్రామములలోని బ్రాహ్మణ మేళములవారు గూడఁ బ్రదర్శించుటకుఁ బూనుకొనిరి. అందు శూలమంగళమువారు తమ ప్రదర్శనలలో కొఱవన్, కొఱత్తి (ఎఱుకఁడు, ఎఱుకత), కరకం (గ్రామదేవత ఘటము ధరించువాఁడు), కుడుమూడుప్పండి (శకునపక్షి), కప్పల్, గంజిన్ (తురకవేషపు హాస్యగాండ్రు) మొదలగు పాత్రలను గొన్నిటిని జనరంజనార్థము సాంప్రదాయికముగా రూపొందించిరి. ఊత్తుక్కాడులో వెం. రా. శాస్త్రి నాటకములకు ముందు రాధాకృష్ణవిలాసము, పార్వతీ పరిణయము, భామకలాపము, గొల్లకలాపము అనునవి యాడుచుండెడివారఁట. నల్లూరు భాగవతుల నాట్యవిద్యకుఁ బ్రమాణ గ్రంథములు అభినయ దర్పణము, భావప్రకాశనము, రసమంజరి అని తెలియవచ్చినది. ఈ నాఁడేటేట భా. మే. నా. ప్రదర్శనములు సాగుచున్న దొక్క మెలట్టూరులో మాత్రమే.

ఆయా విశేషములనుబట్టి చూచిన దేశదిమ్మరులగు కూచిపూడి భాగవతు లెప్పుడైనఁ దమ తెలుఁగు ప్రభువులగు నాయక రాజుల

కాలముననైన తంజాపురాది ప్రాంతముల సంచారము గావించిరా యనిపించును ; తెలుఁగు యక్షగానము దక్షిణదేశమునఁ బ్రవేశించి యెట్టివాలకము లెత్తినదో తేటపడును.

ఈ ప్రకరణ రచన కాధారములు :—

1. శూలమంగళము భాగవతోత్తములు శ్రీ యమ్. స్వామినాథ భాగవతార్, బి. ఏ. (మదరాసు), శ్రీ ఆర్. కల్యాణ రామయ్యర్, బి. ఏ., (మదరాసు) గారలు దయచేసిన విలువగల విపులమైన భోగట్టా, గ్రంథములు.

2. An article on the Subject by Dr. V. Raghavan–Journal of the Indian Society of Oriental Art– Coomara Swamy Commemoration Volume.

3. "The Music of the Nrtya Natakas Of South India" By Srimati K Gomati (Thesis Submitted For M. Litt. of the Madras University)

తె లం గా ణ ము

తెలియవచ్చినంతలో తెలంగాణమున యక్షగానమునకు 18 శ. ఉత్తరార్ధముననే ప్రవేశము గల్గియున్నను దాని కచటఁ బ్రదర్శన ప్రచారము గల్గుట 19 శ. ఉత్తరార్ధము నుండియే. 19 శ., ఉ. భా. నను నీశతాబ్ది యందును నచట యక్షగానములు కుప్పలు తిప్పలుగా వెలసినవి. ఇంచుమించవియన్నియుఁ బ్రదర్శనోద్దిష్టములే యని యందలి పాత్ర ప్రావేశిక ధ్రువలు, తెరద్విపదలు, "వెడలె నరసింహా దేవుఁడు - పెడబొబ్బలిడుచు" అను దరువు "అంగున వుండేవారు (హంగుదారులు) చదువ వలసినది" (తాడిపర్తి లక్ష్మణదాసు ప్రహ్లాద నాటకము లోనిది) - ఇత్యాది రంగప్రయోగ సూచనలును నిరూపించు చున్నవి. 19 శ., ఉ. భా. నాఁటివి మార్గాధునిక రంగస్థల నాట్యకఫక్కి నెక్కువగా సాగినవి. ఈ నాఁటికిని యక్షగాన రచన, ప్రదర్శన తెలంగాణమున సజీవముగానిల్చియున్నది.

అయితే అది వీధి మార్గాభినిక నాటకముల కలగాపులగపు ఫక్కిగా నున్నది. పూర్వము తెలంగాణములో వెలసిన మేళములగురించి యంతగాఁ దెలియవచ్చుటలేదు. డాక్టరు నేలటూరి వెంకట రమణయ్యగారొక మేళము గురించి యిట్లు తెలిపియున్నారు. [64]

"గోల్కొండ తానీషా మంత్రులైన యక్కన మాదనల* కొలువున నొక భాగవతమేళముండెనని మధుర మంగా పుంశ్చలీ విలాసమునఁ జెప్పఁబడియున్నది. కూచిపూడి భాగవత మేళమును బోలిన యక్కన మాదనలమేళము దేశాటనముజేయుచు నచట నచట నాటకప్రదర్శనముల గావించెడిదనియు నానెగొంది రాచ నగరిలో నాటకము నాడినపుడు మేళగాండ్రలో జూపరి (రూపరి?) యైన స్త్రీ వేషధారి యువకునిగాంచి యా రాజు సోదరి వలచి వానితో సాంగత్యము నెఱపెననియు నందొక యైతిహ్యాము గలదు." (గోల్కొండ తానీషా కొలువునఁ గూచిపూడి సిద్ధేంద్ర యోగి మేళము సన్మానింపఁబడినసంగతి గడచిన ప్రకరణమునఁ దెలుపఁ బడినది. అట్టిమేళమున కొకదాని కక్కన మాదనల ప్రాపు గలిగిన దేమో!) అది యక్షగాన మేళమే యైయుండునెడల తెలంగాణమున యక్షగానమునకుఁ జాలకాలముక్రిందటనే ప్రవేశముగల్గి యుండెనని చెప్పనగును. తెలంగాణములో నిటీవల వెలసిన మేళములలో చిరుతల నాట్యమండలి యొకటి కొంతపేర్వడసినది. ఏదోయొక విధముగ నటు మెలట్టూరునంమువలె నిటు తెలంగాణమునను దేనుఁగు యక్షగాన మూపిరి నిలుపోపి యుండుటయే విశేషము.

---

46. చూ. వారి వ్యాసము — ఆం. ప. ఖర సం. సం.

* వీరు 17 వ శ. ఉత్తరార్థమున నుండినవారు.

యక్షగాన సాంప్రదాయిక పాత్రలు

రూపక ప్రవర్తనకుఁ బ్రాణస్థానము పాత్ర.
పాత్రయనఁగా రసపాకమున కాధారముగదా!

ఇఁక బహుయక్షగాన సామాన్యముగా రూపొందిన సాంప్రదాయిక పాత్రలను గూర్చి కొంచెము చెప్పవలసి యున్నది. ప్రాయికముగాఁ బ్రతిదేశ జానపద రూపకము లందును నెవ్వియో కొన్ని సాంప్రదాయిక పాత్రలుండును. ఇతివృత్త మేదియైనను నా పాత్రలన్ని కథల తోడను బొత్తుకుదురు నట్లుండును. ఆ సాంప్రదాయిక పాత్రల తత్త్వముఁ బరిశీలించినచో, నందుఁ జాలవఱకు హాస్యరస ప్రసక్తి కొఱకు నుద్దేశింపఁ బడినట్లుండును. రుచులలో నుప్పెట్టిదియో రసము లందు హాస్యమట్టిది. అది సర్వజన మనఃపర్వమైనది. విద్వత్పారిషదుల కుద్దేశింపఁబడిన సంస్కృత నాటకములలోనే విదూషకునిపాత్ర గతానుగతికముగఁ గన్పించును. అట్టితఱి నారంభించినపు మొదలు తెల్లవారువఱకును జాగరము జేయించు మన జానపద ప్రదర్శనము లందు మధ్యకాలములోఁ బ్రేక్షకులు కుశలప్రసంగముఁ జేసికొనుటకుఁ గొంత విశ్రాంతికాల మవసరము. అందులకే యీపాత్రలు సృష్టింపఁ బడినవి. ఆపాత్రల వినోదప్రసార మభినవ నాగరికులకు వెగటుగఁ దోఁపవచ్చును. కాని మనయక్షగానముల విషయమెత్తుకొనినచో నయ్యవి యీనాఁడు మనకెంత మోటుగఁ గన్పించినను నొకనాఁడు కోటలోని రాజులకును బేటలోని ప్రజలకును సమానమైన కాలక్షేపముగఁ బరిఢవిల్లినవి. గ్రంథరచనఁ గావించిన వారియందు గ్రామకరణములే కాక పండిత గ్రామణులును రాజకవులును గూడనుండిరి. మఱియొక మాట. ఆ ప్రదర్శనముల ప్రేక్షక సమాజమం దెక్కువ

పాలు ప్రజాసామాన్యము. వారికిఁ గావలసినది విజ్ఞానమే యైనను వారధికముగ నాకాంక్షించునది వినోదమే. తరములు గడచినను వారి వినోద కాంక్షయందును, గడమ యభిరుచుల యందును, అసలు వారి జీవిత ప్రవృత్తులందే వైజ్ఞానికమైన పరిణామ మొకపట్టున రాదు. నాగరికులవలె వారు 'గతి రసికులు' గారు ('జానపదులకంటె నాగరులు వివేకులు' గదా!). కాఁబట్టియే తరములు గడచినను వారి యభిరుచులం దేదియో సమీచీనమైన సమానత్వము గోచరించును. వారి యూహాపోహములును నాశయములు నాదర్శములును సమయ బద్ధములు. అందువలననే వారభిలషించు ప్రదర్శనములలోఁ గొన్ని పాత్రలలో గూడ సాంప్రదాయికత్వము పాదుకొన్నది. ఆ పాత్రలు ప్రజాదరమును జూరఁగొని ప్రచారమునకు వచ్చినవి. అప్పటి రూపకకర్త లది గ్రహించి, సంప్రదాయవిధేయులై తా మేకథ నారంభించినను నాపాత్రల కెటులనో ప్రసక్తిఁ గల్పించుచు వచ్చిరి. తోలు బొమ్మల యాటలో బంగారక్క, జుట్టు పోలిగాఁడు, గంధోళిగాఁడు, చోడిగాఁడు, అల్లాటప్పయ్య మొదలగు వారు మొదట నిట్లు బయలు దేరినవారే. అటులనే యక్షగానము లందును దద్రూపాంతరములైన కలాపములు, కొరవంజులు మొదలగువాని యందును గొన్ని పాత్రలు హాస్యరస ప్రసిద్ధములై సాంప్రదాయికముగ రూపొందినవి. ఈపాత్రల హాస్యప్రవృత్తియందు సామాన్య జీవిత స్పర్శ యుండును. తత్పాత్రోచితమగు నాఁటి వ్యావహారికపు నుడికారము వాటము గూడఁ దెలియును. ఒక్కొక్కపాత్రను మెతుకు పట్టి చూతము :

1. మాదవి :- ఈతని పాత్ర కూచిపూడి కులపతుల యపూర్వ సృష్టి. ఈతఁడు పాత్ర యనినచోఁ బాత్రకాఁడు. కాఁడనినచోఁ బ్రతి

భామా కలాపమందును విధిగా బ్రత్యక్షమగును. గొల్లకలాపములలోఁ గ్వాచిత్కముగఁగన్పించును. కాని సత్యా కృష్ణ సంబంధులగు పారిజాతాది కథాసందర్భము లితివృత్తముగాఁగల చాల యక్షగానములలోఁ గూడఁ దఱచుగనే కన్పించును. మాధవి సూత్రధారునివలెఁ గథానుసంధానము సేయును. విదూషకునివలె హాస్య ప్రసంగములు వినిపించును. పాత్రలను బ్రేక్షకులకుఁ బరిచయము చేయును. స్వయముగాఁ బలుకరించును. ఈతఁడచ్చుమచ్చు సింహళదేశపు నృత్య రూపకము "కోలం నాటిమా" లోని "తోరాతరు కథాకారయ"[47] వంటి వాఁడు. బర్మాదేశపు వీథినాటకము "నిభట్ కిన్" లోని "లూ-బయట్"[48] వంటి వాఁడు. యథార్థమున కితఁడు కథాగత పాత్ర కాఁడు. అట్లని కేవలము వెనుకనుండి హంగుచేయు నక్కబత్తుఁడును గాఁడు. కథకుఁ గలిసివచ్చు పాత్ర. నాయికా నాయకు లిద్దఱికిని శృంగార సహాయకుఁడుగ వ్యవహరించును. వారిద్దఱికి మధ్య దౌత్యము గూడ నడపును. వారిని వెటకారముసేయుటకు "లైసెన్సు" ను గూడ సంపాదించిన వాఁడు. చెంగల్వరాయ పారిజాతాది యక్షగాన కృతులలో వారి ప్రసంగాలకు "పేరడీ" లు గూడఁ జేసినాఁడు. మాధవి వేషము వేయువాఁడు మగవాఁడే. ఆప్రదర్శక ముఖ్యుడెవఁడో వేయును. ఆవేషమున కొక నిర్దిష్టమైన యాహార్యక మేమియు లేదు. పైమీఁదఁ గండువా యుండినఁ జాలును. మామూలు పంచెకట్టు తోడఁ బ్రదర్శనలోనికి దిగిపోవచ్చును. నాయకునిఁ బలుకరించినపుడు మగధీరుని వలెనే కండువాను సవరించును. నాయికను బల్కరించు

---

47. Vide., Dr. Manmohan Ghosh's Paper On the Sinhalese Dances, Published in 'The Indo Asian Culture, Vol. I – NO. 2.

48 Vide., 'Burmese Drama' By Dr. Maung Htın Aung.

సరికి ఆ కంఠువానే పమిటగ సవరించి సిగ్గుపడుచున్నట్లు బుగ్గమీఁద వ్రేలును, నడుముప్రక్కఁ గేలును బెట్టుకొని నడకయందును మాటలోఁ గూడ 'ఆడారి' వాటము దెచ్చిపెట్టుకొనును. ఒయ్యార మొలుకఁ బోయును. అతఁడక్కలలో అక్క, బావలలో బావ. మాధవికే మాధవుఁడని కూడఁ బర్యాయ వ్యవహారమున్నది. మాధవ మాధవీ నామధేయములు కృష్ణునికి నాతని సతులకును మాత్రమే వర్తించును. కాని యీ భామాకలాపపు 'సీసరు బుడ్డికిఁ' గూడ నాపేళ్ళనే పెట్టిరనిన నేదియో విశేషముండవలెను. అప్పుడప్పుడుఁ గలాపములో నాయికా నాయకులకుఁ బరస్పరముగాని, మఱెవరితో నైనఁగాని మాటలాడుట కవకాశము గాని యౌచిత్యముగాని లేని సందర్భము లుండును. కాని, పాత్రలు తమ మనస్స్వరూపమును ప్రేక్షకుల యెదుటఁ బెట్టవలెను. అందులకు "స్వగతము" నాశ్రయింపవలెను. అసలే కలాప మాత్మాశ్రయఫక్కిక మయిన రూపకము. అందునను నీ స్వగతము లుండినచోఁ బ్రేక్షకులకు విసువు హెచ్చ వచ్చును. అదియుఁ గాక కొందఱు స్వగతము లసహజమైన వందురు గదా. బహుశః ఆ స్వగతములఁ బరిహరించుటకే మాధవి పాత్ర ప్రకల్పితమైనదని యూహింప వచ్చును. ఎందువలన నన్నచో నొక మాధవుఁ డింకొక మాధవుని తోడను నొక మాధవి యింకొక మాధవితోడను మాటాడుట యనునది చాల విచిత్రముగనే కన్పించును. కాని, యట్లు మాటాడి రనినఁ బాత్రలు తమలోఁ దాము మాటాడి కొనినటులనే లెక్కయగును. కలాప ధర్మమునకుఁ గలిసివచ్చును. దాని యాత్మాశ్రయపు ఫక్కికి లోపముండదు. విసుగుఁ బుట్టింపక నాటకము చక్కగ నడచి పోవును. అందులకే కలాపములో మాధవి కథాగతమైన పాత్ర కాక పోయినను గథకుఁ గలిసివచ్చు పాత్ర యనుట.

2. సుంకరి కొండడు :— గొల్లకలాపములలోఁ జూడవలెను వీని వాలకము. అన్నింటిలో వాని పేరు కొండడే. వీఁడు గుజరాతీ 'భావై'లో "రంగాల్లో"[49] వంటి వాఁడు. లాలా కన్నయ యను నాయన రచించిన "సుంకరి కొండని వేషము కథ" యను యక్షగాన నాటకములో వాని వాలకము మిక్కిలి వర్ణింపఁ బడినది.

గడితపు చల్వ చల్లడము పైనబిగించి
తగ వాణ మెఱయఁగా దట్టి జుట్టి
చిక్కటి బిరుదుగా బిగియు చుంగురు గుంటి
చౌకాయ చిక్కుల నంటఁ దొడగి
జరికుసుంబారంగు శాలు పాగామీఁద
రవగల్కు కల్కి తురాయిఁ జెక్కి
గుభ గుభాళించు సౌరభము గుల్కెడి మేన
కమ్మి దుప్పటివేటుగా నమర్చి
కత్తి ఝుళిపించి వర కరాగ్రమున నుంచి
వాడి కొనగోళ్ల మీసంబు దీడి దీడి
దుండగీడౌచు సుంకరి కొండ డదుగో
వచ్చెఁగాఁబోలు వినవమ్మ వారిజాక్షి.

వాని రాక పోకలు చెడ విసురుగా నుండును. ఏలపాట బాడుకొనుచు హేలగ వచ్చును. పచ్చి చల్లనమ్ము గొల్లభామను సుంకము గాని తత్పరిహారయముగఁ జుంబనము గాని యిమ్మనును.

ఆమె తప్పించుకొనుటకుఁ బ్రయత్నించును. ఇక నిద్దఱికిని వాగ్వివాదము. ఆ వాదము చాలసరదాగా నుండును. కాని మోటుగ నుండును. గొల్లభామ తన గయ్యాళియత్తగారినిఁ బిలచెదను జూచు

49. Vide., Sir R K. Yajnik's the Theatre of the People.

కొమ్మని బెదరించును అబ్బోవాఁడసాధ్యుఁడు—"గుత్త లోఁగడను మీ యత్తమా" కనును. చివరకుఁ జేయిముట్టు సరసమునకుఁ గూడ దిగును. కొన్ని గొల్లకలాపములలో నా యత్తగారు రంగము మీఁదికి వచ్చి సుంకరిని గద్దించి కోడలు పిల్లను దీసికొని పోవును. ఇన్ని డాబులు కొట్టిన సుంకరియు నామె రాగానే ఉడాయించును. కొన్నిటి యం దత్త రాకుండఁగనే సుంకరియే గొల్లభామను సరసముగనో బలాత్కారముగనో లాగుకొని పోవును. గొల్లభామలు గూడ నత్తచాటున వెచ్చించుకొనుటకు సుంకపు డబ్బులు కలిసి వచ్చునని యో, నిజముగ గుతూహలము పుట్టియో సుంకరి సరసమునకు నామోదించుటయుఁ గలదు. దీనినిఁ బట్టి నాఁటి సుంకరి గొల్లభామల యల్లరి చిల్లర ప్రవర్తన విశదమగును. గొల్ల కలాపమున కంతరార్థము మఱియొకటి గలదు. సుంకరి కృష్ణునిపాత్రకొక సంకేతము. గొల్లభామ గొల్లభామయే. అందువలన గొల్లకలాపము గోపికా కృష్ణుల ప్రణయ తత్త్వప్రతిపాదకమగుచున్నది. ఈయూహ కుపబలకముగా శ్రీనివాస దాసు రచించిన రంగపురి పారిజాతమను నొక యముద్రిత యక్షగానమందును లాలా కన్నయ గ్రంథమందును శ్రీకృష్ణుఁడే సుంకరివేషము ధరించినట్లు స్పష్టముగఁ గలదు.

౬. కటికము :— కటిక, కట్టియము, కటీకీడు, కోలకేతఁడు, కేతినాయుఁడు, ఆస్థాన సంతోషి, సంతోషుఁడు, బాగుదారు, చోపుదారు, బరాబరి యని వీనికిఁ జాలఁబేళ్ళున్నవి. యక్షగానములందు రాజప్రసక్తివచ్చు కథలెక్కువ. కటికము రాజోద్యోగి. రాజకథాప్రసక్తిగల యక్షగానములందెల్ల వీని యవతారము విధిగానుండును. రాజనినఁ గేవలము రాజే కానక్కఱలేదు. ఇంద్రుఁడును, శివుడును మొదలైన వారుగూడఁ గావచ్చును. రాజపాత్రకుఁ బ్రసక్తిలేని యక్షగానములలోఁ గూడ నక్కడక్కడ వీనియవతారము కన్పించును.

వాని పేళ్ళను బట్టి వాని పనులు విశదమగును. వాఁడు రాజగారి వాకిలి కావలివాఁడు — వేత్రహస్తుఁడు. రాజగారి రాకను సభవారికిఁ దెలియఁ జేయును. రాజుగారిముందు నడచుచుఁ ద్రోవకడ్డును దొలగించును. రాజుగారువచ్చి గద్దె నెక్కఁగనే కైవారములు, హెచ్చరికలును బరాకులును బల్కును. వీని పేళ్ళన్నిటిలో నెక్కువ యాకర్షించునది "ఆస్థాన సంతోషి" ('కోర్టుఫూల్') యనునది. కేవలము సంతోషుడను పేరును "బఫూన్" అను మాటకు సమానార్థకముగ గ్రహింపవచ్చును. దక్షిణాంధ్ర యక్షగానములలో వీనిపాత్ర బాగుగ రూపుగట్టినది. తరువాతఁ దరువాత నుత్తరాంధ్ర కృతులలోఁ గూడ వీని యునికి తఱచుగనే కన్పించును. అసలు వాఁడు తంజావూరు నాయకరాజుల, మహారాష్ట్ర భూపతుల కొలువులోఁ జాలఁ బ్రాముఖ్యము వహించిన "రాచతైనాతీ". వానిదొక వెట్టిగొల్లని వాలకము. ఆరాజులు హాస్య చతురాస్యులు. వానికి మిక్కిలి చనవునిచ్చిరి. వాఁడు తన సహజవికృతాకార చేష్టాభాషణాదుల వలనఁ గొంత నత్తియో చెవుడో నటించి కొంత హాస్యమును బ్రదర్శించెడివాఁడు. ఆ తంజావూరి రాజకవులుఁ దదాస్థానాశ్రితులైన తక్కినకవులును దమ యక్షగాన కృతులలోఁ గటికముపాత్రను ముచ్చటదీరఁ జిత్రించుకొనినారు. శహాజీ యక్షగానములలో వీనిపాత్ర యింకను విశిష్టముగాఁ జిత్రింపబడ్డది. అందు శివ సంబంధులగు కృతులలోఁ గుండోదర, కుంభోదర, చండికేశ్వరాది ప్రమథ శ్రేష్ఠులును మామూలు కటికీండ్రవలెనే వ్యవహరించిరి. కటికమునకు వికటాంగుఁడనుపేరుగూడఁ బెట్టినాఁడు శహాజీ. వానివాలకము:-

దరువు. పట్టె నామమూను బెట్టి, బారికోల కేలపట్టి
దట్టిపైని దుప్పటి గట్టిగాఁ గట్టి
జుట్టునిండా పూలుసుట్టి మిట్టాపండ్ల నెగఁబెట్టి
యట్టా హాసముతో వికటాంగుఁడు వచ్చెన్.

చాల గ్రంథములందుఁ గటికము రాకతోఁ గథారంభ మగును. వాఁడు భాగవతులతో హాస్య ప్రసంగము లాడుటయుఁ గొన్ని గ్రంథములలోఁ గలదు. గ్రంథములో వాని హాస్యమున కెక్కువ యవకాశమిచ్చు పట్టు రాజదర్శనార్థుల రాక. వచ్చినవారినెల్ల నెకసక్కెము చేయుట వానిపని.

4. సింగి, సింగఁడు :- చెంచులు, యెఱుకలు, కొరవలు నను గొండజాతులకుఁ జెందిన దంపతులు వీరు. తాము చెంచు హాజోబని, అనఁగా గరుడాద్రి నారసింహుని వారసులమని వారి విశ్వాసము. అందులకనియే యాపేర్లు. సింగనివృత్తి వేఁట, సింగికి సోదె + వృత్తి. సింగఁ డడవి కోనలఁ దిరిగి వేళ్ళు వెల్లంకుల సంపాదనము గూడఁ జేయును. సింగి దేశదిమ్మరియై సోదెతోఁ బాటుగ నావేళ్ళను వెల్లంకులను నమ్మును. వారి వేషభాషలందును గులాచారము లందును సగ మాటవికత్వమును సగము దేశదిమ్మరితనమును గన్పించును. చెంగల్వరాయ పారిజాత మను యక్షగానములోని యెఱుకల కథ వలన సింగి పచ్చలు గూడఁ బొడువఁగలదనియు, శకునములు సాముద్రికము గూడఁ జెప్పఁగలదనియుఁ దెలియుచున్నది. సన్నిధిరాజు జగ్గకవి జ్ఞాన - యెఱుకల కురవంజి మొదలయిన గ్రంథములలోఁ గూచిపూడి గొల్లకలాపములో గొల్లభామవలె వేదాంతోపన్యాసములు గూడఁ జేయును. సింగనికిఁ జోడిగాఁడనియుఁ బేరు. ఆ పదము ప్రియుఁడను నర్థమునఁ గోవెల రామదాసు ప్రణయ కలహకలాపము, కూర్మనాథకవి మృత్యుంజయ విలాసము మున్నగు యక్షగానములలో వాడఁబడినది. దాని సక్రమస్వరూపము "క్రోడెగాఁడ" యి యుండు

+ దీనికే ఎఱుక, గద్దె (సవ్య — రాగవకుసలో సాగఁదీసిన వచనమే), కురి (ఆరవము — తెలుగు గురి!) అనియు నామాంతరములు.

నని యూహ. సింగికి ఎఱుక, కొరవజాతుల స్త్రీయను నర్థములో నెఱుకత, కొరవంజియనియుఁ గూడఁ బేళ్ళున్నవి. మొదటగా ఆమూఁడును సమానార్థములుగ గిరిరాజ కవిరాజ మోహన కొరవంజి యందు వాడఁబడినవి. చాల యక్షగానములలో సింగి, సింగని ప్రసంగము వచ్చును, కాని సింగిపాత్రకున్న ప్రసిద్ధి సింగనికి లేదు. ఆమె పాత్రకుఁ బ్రాధాన్యముగల కొన్ని గ్రంథముల కామె పేరే పెట్టఁబడినది. అవియే కొరవంజులు.

యక్షగానములకుఁ గొరవంజులకు పేరిలోనేకాని ప్రక్రియలో భేదములేదు. (ఈవిషయమంతయుఁ బూర్వోక్తము). కొరవంజులలో నెఱుకత పాత్ర తప్పక యుండును. యక్షగానములలో యాదృచ్ఛికము. అంతియే. కొరవంజులలో నేమి యక్షగానములలోనేమి సర్వసాధారణముగ నెఱుకతపాత్ర ప్రవేశించు సందర్భము కథానాయిక తాను వలచినవానినిఁ గూర్చిన తలపోఁతలో నుండును. ఆతనిపొందు కుదురునా కుదురదా యని యనుమానపడుచుండును. అప్పుడువచ్చు నెఱుకత; వచ్చి తమ కులాచారము లుగ్గడించి, తన దేశాటన విశేషములు వివరించి, యెఱుకదేవతల పేరు లేకరువుపెట్టి సోదె మొదలిడును. ఆదైవముల పరంపరలో నెవరిపేరు తప్పినను దప్పవచ్చుఁగాని కొల్లాపురి లక్ష్మిపేరు తప్పదు. ఆమె వారి కులదేవత. "కొల్లాపురమ్మను గొలుతుము మేము, ఎల్లవారికి నది యిలువేలుపమ్మ" యని యెఱుకత యనును. ఆమె సోదె యంతమగు సరికి సింగఁడామెను వెదకికొనుచు వచ్చును. వాఁడామెసోదె చెప్పి సంపాదించిన సొమ్ములు నవియుఁ జూచి మఱియొకఁడెవఁడో యిచ్చి యుండునని యనుమానపడును. ఆమె సమాధానముఁ జెప్పికొన వలసి వచ్చును. అక్కడ వారి సంవాదము. ఆ ఘట్టమంతయు హాస్యరసోత్తరముగ నడచును. కొన్ని కొన్ని గ్రంథములలో లక్ష్మి

నారాయణాది దేవతలుగూడ సింగి, సింగని నేపథ్యమును స్వీకరించి నట్లు దెలియుచున్నది. ఉదాహరణమునకుఁ దరిగొండ వెంకమాంబ - శివ విలాస యక్షగానము మొదలయినవి.

5. మంత్రసాని:- శ్రీకృష్ణ, ప్రహ్లాద, మార్కండేయ, ధర్మాంగదాది బాలపాత్రల జననాదికమునకుఁ బ్రాధాన్యము గల గాథలను గ్రహించిన యక్షగాన గ్రంథకర్తలు కొందఱు మంత్రసాని పాత్రను బాగుగఁ జిత్రించినారు. ఒక్కయుదాహరణ: - పాలుట్ల లక్ష్మణకవి ధర్మాంగద నాటకములో దాసీ జనము రాణిగారికిఁ బ్రసవసమయమైనదని మంత్రసానిని రమ్మందురు. దాని కెక్కడలేని బెట్టుసరియు నప్పుడే వచ్చిపడును. దాని సమయమప్పుడే గదా! "అమావాస్య నాఁడు అట్లు పెడితిరే! పున్నమనాఁడు బూరెలు పెడితిరే!" అని యుల్లెత్తిపాడుచుట కారంభించును.

6. ఇతరములు:- ఇఁక సంతంతమాత్రము తలచుగ వచ్చు నప్రధాన హాస్య పాత్రలు కొన్నియున్నవి. పురోహితులు, ముత్తైదువలు మొదలగువారు. వారిప్రసంగములు రంగాజమ్మ మన్నారుదాసవిలాసాదులలోఁగమ్మగ వర్ణింపఁబడినవి. కొన్ని యక్షగానములలో హాస్యగాఁడని ప్రత్యేకముగ నొకపాత్ర కన్పించును. వాఁడు మాధవి, కటికముల వలె వ్యవహరించును. తంజావూరి యక్షగానములలో విఘ్నేశ్వరుని స్తుతిమాత్రమే కాక విఘ్నేశ్వరుఁ డొకపాత్రగ, నాతని రాకగూడ సంప్రదాయ నిబద్ధముగ ముచ్చటింప బడినది. ఉత్తరాంధ్ర యక్షగాన కృతులలోఁ గొన్నిటియందు గంధర్వస్త్రీల రాకయని గ్రంథారంభము ననే కథకు సందర్భశుద్ధి లేకపోయినను రంభోర్వశ్యాదుల రాకలును వారి గానాభినయముల ప్రసక్తియుఁ జెప్పఁబడుటకలదు. సత్యభామా రుక్మిణులు, గంగాగౌరులు, జెంచులక్ష్మి - ఆదిలక్ష్ములును, మోహినీ సంధ్యావళులు మొదలగు నాయికల జంటలువచ్చు యక్షగానములలో

సవతికయ్య మొకటి గతానుగతికముగ వచ్చుచున్న జనరంజకమగు విషయమైనది. భామకలాపములలో దానికొక ప్రత్యేకత గలదు.

తంజావూరు సరస్వతీ మహాలు నందముద్రిత గ్రంథసంచయములో 'నాటకపాత్రలు' అను నొక గ్రంథమున్నది. అందు నాఁడు ప్రదర్శనమున కెక్కిన రామాపండితాదుల నాటకము లిరువది మూఁడింటిలో వచ్చు వివిధపాత్రల, తత్పాత్రధారుల పేళ్ళు మాత్రము పట్టికలుగ నుదాహరింపబడినవి. అందు భిన్న భిన్నేతివృత్తములుగల గ్రంథములలో సామాన్యముగఁ గన్పించు పాత్రలు కొన్నియున్నవి. అవి విఘ్నేశ్వరుఁడు, ప్రమథ గణములు, మణియము, కురుక్కళు, పరిచారకుఁడు, బికాజినాయఁడు, మహాస్వారులు, సుఖిణి, బురద వేషము, కైకాదినీవేషము, జోసి మొదలగునవి. పై పాత్రలలోఁ గొన్నింటి స్వరూప మీనాఁడు మనయూహ కందదు. మనకు దొరకిన యీనాఁటి యక్షగానములలోనైనఁ గన్పించునాయనిన మచ్చునకైనను గన్పింపవు. అందు మొదటి నాలుగైదు పాత్రలు నాటక పూర్వరంగ ప్రవర్తన కుపయోగపడునవి. అందు మణియము, కురుక్కళు నరవపదములు. మణియ మనిన మఠ దేవాయతనాద్యధికారి; కురుక్కళనినఁ బూజారి లేక పురోహితుఁడు నని యర్థము. వారిద్దఱు నాయిరువది మూఁడు నాటకములలోఁ గన్పింతురు. బికాజి నాయకుఁడు తొమ్మిది నాటకములలోఁ గన్పించును. బికాజి శబ్దమున కర్థము తెలలేదు గాని కటికమువంటి పాత్ర యయియుండునేమో యని తోఁచును.[50]

---

50. బికనీరు రాజ్యస్థాపకుని పేరు "బికాజి" యనియు, నతని జీవిత గాథ రాజస్థాన నృత్యరూపకమగు "భావై" యితి వృత్తములలో నొకటి యనియుఁ దెలియుచున్నది — Vide, Sangeet Natak Akadami Bulletin (Of the Govt. Of India) No. 2. Oct, 1954.

యక్షగానములు ప్రధానముగఁ బ్రజా సామాన్యపు వినోదమున కుద్దిష్టమైనవి. అందుచే వానిలోని సాంప్రదాయిక పాత్రలు గూడ హాస్య రసాశ్రయములుగ నుండును. ఒక్కొకప్పుడా పాత్రలు చేయు పరిహాస మెదుటి పాత్రల పాత్రతాపాత్రతలను గూడ లెక్కింపదు. అది శోచనీయమైన విషయమే. అంతమాత్రముచే మనమా కావ్యరాశి నంతను నిరసింపఁ గూడదు. అందునను సాహిత్య జిజ్ఞాసువులు దెలిసికొనఁ దగిన విశేషము లా సాంప్రదాయిక పాత్రల ద్వారముననే వెలువడునవి యనేక మున్నవి.

ఇట్లు వివిధ ప్రదేశములలో వెలసిన యక్షగానము లందిన్ని పాత్రలు సాంప్రదాయికముగా రూపొందిన పట్టగా యక్షగాన ప్రయోగమునకెంత ప్రచార ముండెడిదో, అదియెంత జనరంజకమై యుండెడిదో తేటతెల్లము కాఁగలదు.

సింహావలోకనము

యక్షగాన పరిణామ చరిత్ర ప్రకరణమున నుపోద్ఘాతముగా యక్షగానోత్పత్తి పరిణామ స్వరూపమునుగూర్చి సింహావ లోకనము సేయుట యైనది. ఇపుడీ ప్రకరణమున యక్షగానములందలి తరగతులు, యక్షగాన లక్షణ వైశిష్ట్యములను గూర్చిన సింహావలోకనము చేయఁబడు చున్నది.

యక్షగానము తరగతులు

యక్షగానములను వాని ప్రయోజన ప్రాధాన్యమును బట్టి త్రిధా విభజింపవచ్చును. :-

1. శ్రవ్యములు. 2. దృశ్యములు. 3. ఉభయప్రయోజనాత్మకములు.

శ్రవ్యములు మఱల ద్వివిధము :-

1. ప్రబంధములవలెఁ గేవల పఠనమునకు మాత్రము పనికి వచ్చునట్టివి. ఉదా :- లక్ష్మీనారాయణ విలాసము, కన్యకా విజయము, అన్నదానము వెంకటాంబ యక్షగాన రామాయణము, నిశ్చింత ఎంబారయ్య ప్రహ్లాద విజయము మొదలగునవి.

2. హరికథలవలె జంగం కథలవలె, లేక పురాణ గోష్ఠికిఁ దగినట్లు కథాఖ్యానమునకుఁ బనికివచ్చు నట్టివి. ఉదా :- బాగేపల్లి అనంతరామాచార్యులు, ధనుఃధరం రామానుజాచార్యులు, నెడాదూరు వెంకటాచార్యులు మొ .. వారి కృతులు.

దృశ్యములను గూడ 1. వీధి నాటకము, 2. బొమ్మలాట, 3. మార్గ నాటకము, 4. ఆధునిక నాటకముల ఫక్కికలనుబట్టి చతుర్ధా విభాగింప నగును. వరుసగా నొక్కొకదానికి ఉదా :- 1. తంజావూరు విజయ రాఘువాస్థాన కవుల కృతులు మొ॥. 2. కోట

వెంకటప్పయ బాణాసుర నాటకము మొ॥. 3. తుక్కోజీ, శివాజీ ప్రభృతుల కృతులు. కూచిపూడివారి కలాపము, మెలట్టూరు భాగవతమేళ నాటకములు నృత్య ప్రధానములగుట వాని యందుప రూపక ధర్మమును గర్భితమై యున్నదనవచ్చును. తంజావురాన్నదాన నాటకాదులు కొద్ది దశరూపక ప్రభేదమగు ప్రహసన తత్త్వమును గొంత కలిగియున్నవి. 4. కేశిరాజు వెంకట సుబ్బయ గారి రామదాసు నాటకము మొ॥. ఇవికాక వీధి, మార్గ, ఆధునిక రంగస్థల నాటకముల పోకడలు మూఁడునుగల కలగలుపు ప్రక్రియ గలవియుఁ గొన్నిగలవు. ఉదా :- పట్లోరి వీరప్ప క్రోధాపురిరైతు విజయము.

ఇఁక ఉభయ ప్రయోజనాత్మకముల కనఁగాఁ బాడుటకు నాడుటకు నుద్దేశింపఁ బడిన వానికి, ఉదా :- శ్రీనివాస కవి పారిజాతము, భారతి రామరాజు గొల్లకలాపము, గోగులపాటి మృత్యుంజయ విలాసము మొదలగునవి.

ఇఁక యక్షగానమును వివిధ ప్రక్రియాంతరములతో దానికిఁ గల యాంతరంగికానుబంధముల యంతరువులనుబట్టి కొన్ని తరగతులుగా విభజింప వచ్చును.

1. వీధినాటకము, 2. బొమ్మలాట, 3. మార్గనాటకము, 4. ఆధునిక రంగస్థల నాటకము....

ఈనాల్గిటితోఁగల యనుబంధమునుబట్టి యేర్పడు తరగతులు మీఁద సోదాహరణముగాఁ జూపఁ బడినవి. మిగిలినవి :-

5. కలాపముతో – ఉదా :- పారిజాతములు, పురిజాల లక్ష్మీనారాయణకవి పారిజాతము, శేషము రంగాచార్యుల శివకేశవ పారిజాతము మొ॥.

6. ప్రబంధముతో – ఉదా :- మృత్యుంజయ విలాసము మొ॥.

7. ఉలాప్రబంధముతో – ఉదా :- రఘునాథాభ్యుదయము మొ॥.

8. కొరవంజితో – ఉదా :- రాజమోహన కొరవంజి మొ॥.

9. ఏకాంతసేవతో – ఉదా :- మా. వెంకటాచలమయ్య ఏకాంతసేవ మొ॥.

10. పల్లకి సేవా ప్రబంధముతో – ఉదా :- శహాజీ శంకర విష్ణు పల్లకిసేవా ప్రబంధములు.

11. హరికథతో – ఉదా :- బాగేపల్లి అనంత రామాచార్యులు, ఆదిభట్ట నారాయణ దాసాదుల కృతులు మొ॥.

12. జంగం కథతో – ఉదా :– ధనకుధరం రామానుజాచార్యుల బిల్హణీయము.

ఇఁక నితివృత్త వైవిధ్యమునుబట్టి యేర్పడిఁపఁ దగిన తరగతులు కొన్నిగలవు.

1. (అ) పౌరాణికములు :– రామాయణ భారత భాగవతాదుల నుండి గృహీతములైన కథలు గలవి. ఉదా :– (రామాయణ) సుగ్రీవవిజయము; (భారత) దుష్యంత చరిత్రము, సౌభరి చరితము (భాగవతము – విష్ణుపురాణము) మొ॥.

(ఆ) స్థలపురాణములు లేక క్షేత్రమాహాత్మ్యములు :– ఉదా :– చిత్రకూట (చిదంబర) మాహాత్మ్యము, గరుడాచల నీలాచల విలాసములు, భావనారాయణ (పొన్నూరు) విలాసము మొ॥.

2. (అ) చారిత్రకములు :– ఉదా .– కాకతి రుద్రాంబకథ. (ఉయ్యూరు శ్రీరాజా వేంకటాద్రయప్పారావు బహద్దరువారిది). రఘునాథాభ్యుదయము (తంజావూరు విజయరాఘవనాయకకృతము) పెదబొబ్బిలి చరిత్ర (చెర్విరాల భాగయ కృతము) మొ॥.

(వెనుకటి సూచద్దేవి నాటక మిట్టిదే).

(ఆ) మహాపురుషుల చరిత్రలు :— ఉదా :— విప్రనారాయణ (తొండరడిప్పొడి) తిరుమంగై యాళ్వారుల చరిత్రలు, అక్కమహాదేవి, ఆండాళు చరిత్రలు, బసవేశ్వర భద్రాచలరామదాస పుండరీక పోతులూరి వీరబ్రహ్మస్వామి శివరామయోగి కొల్లాపురి మల్లనల చరిత్రలు, పసునాథ కథామృతము మొ॥.

3. తాత్కాలికేతి వృత్తములు .— ఉదా :—విజయరాఘవ కల్యాణ చంద్రికా విహారములు, మన్నారు దాసవిలాసము, శాహరాజ కల్యాణ విలాసాదులు — ఇవి యన్నియు తంజావూరికిఁ జెందినవి. ఇవి మన నాటకీయ చారిత్రకములనిపింపవచ్చును, గాని యీ కృతుల రచనా కాలమునాఁటి కా యితివృత్తములా కవులకు సమకాలికములే.

(వెనుకటి రాజ కళింగగంగు నాటకము, వీర నరసింహ రాయల కడ కూచిపూడి భాగవతులు ప్రదర్శించిన సంబెట గురవరాజు నాటకము తాత్కాలికేతి వృత్తాలే.)

4. సాంఘికేతి వృత్తములు:- ఉదా:- తంజాపురాన్నదాన నాటకము 'నాఁడు తంజావూరి సత్రములో "తడియా" వేయుచుండెడి సోమరిపోతు తిండిపోతు బాపనయ్యలు కొందఱు సత్రముకడ తైతక్కలాడి డబ్బులు దండుకొన వచ్చిన నట్టువరాండ్రతో విరస ప్రసంగము లాడుట యిందలి ప్రధానేతి వృత్తము, అట్టివారిని బరిహాసించుటయే దీని పరమార్థము గావునఁ బరమార్థమున దీనిని సాంఘికేతివృత్త మనవచ్చును.) క్రోధాపురి రైతువిజయము మొదలగునవి నిస్సందేహముగా సాంఘికేతివృత్తములు.

5 జానపదగాథలు — జన పదములఁ బదరూపమునఁ బ్రచారమున నున్న కథ లితివృత్తములైన యక్షగానములును గలవు. ఇట్టి

తెలంగాణను వానిలో నెక్కువ. ఉదా :- చెర్విరాల భాగయగారి ఆరెమరాటీలచరిత్ర, బాలనాగమ్మచరిత్ర, కాంభోజరాజు చరిత్ర మొ॥.

6. కల్యాణకథలు :- కన్నడ యక్షగానములందు "కళగవు" ల (కలహము ?) (యుద్ధములు - యుద్ధ కథలు) వలె మన య. గా. లందు కల్యాణ కథలెక్కువ. ఉదా :- శహాజీ, ద్రౌపదీ, శాంతా, సీతా కల్యాణాదులు.

7. తత్త్వ విషయికములు :- ఉదా : ముక్తికాంతా పరిణయము, వివేక విజయము, రాజరంజన విద్యా విలాసము మొ॥ సర్వ సాధారణముగ నిట్టివానిలోఁ బ్రబోధ చంద్రోదయమునందువలె నొక సాంకేతిక వివేచన యుండును. ఇట్టివి ప్రదర్శనము లందెట్లు రక్తికట్టునోమఱి !

8. ఇతరములు :- ఇంకను విలాసము - చరిత్ర - విజయము - అను పేళ్ళతో వ్యవహరింపఁబడు రకములు కొన్నిగలవు. తెలంగాణా య. గా. లలోఁ జిత్ర విచిత్రములైన యితివృత్తములు గలవికొన్ని యున్నవి. ఉదా :- కనకతార, కాంతామతి, భద్రసేన విలాసము, అల్లీరాణి చరిత్రము, కృష్ణగారడి, మాయాసుభద్ర, మాధవ చరితము మొ॥ (చూ. చెర్విరాల భాగయ కృతులు). ఇందుఁ గొన్నిటికథలు "కాశీ మజిలీకథ"కుఁ జెందునట్టివి. కొన్ని పురాణ గాథా పరివర్తనములు, కొన్ని కవిస్వకపోలకల్పితములు. రస ప్రాధాన్యము, రచనాంగ ప్రాధాన్యము మొదలగు విషయములను బట్టియుఁ గొన్ని రకముల వింగడింపు చేయవచ్చును. (మన య. గా. లందు శృంగార హాస్యములకుఁ బ్రాముఖ్య మధికము). కాని యక్షగాన ప్రక్రియా తత్త్వము యొక్క వైవిధ్యమును జూపుటకుఁ బై వింగడింపు చాలును.

యక్షగాన లక్షణము

ఉపరి నిరూపితమైన రీతిగా నితివృత్త విషయమున, రచనా ప్రక్రియలలో, ప్రయోజనములో బహుముఖమైన వైవిధ్యమును బ్రదర్శించిన యక్షగానపు లక్షణమునకు నేర్పరించుట మిక్కిలి కష్టము. చిత్రకవి పెద్దన, కాకునూరి అప్పకవి మొదలగు లాక్షణికులు చెప్పిన లక్షణ మపర్యాప్తమైనది. కాని యచటఁ బ్రత్యేకముగ, సమగ్రముగ యక్షగాన లక్షణము చెప్పుట వారి పూనికగాదు. రగడ లక్షణమును, రగడ ప్రభేద పరిగణనమును వారి లక్ష్యములు. నాఁటి యక్షగానములలోఁ బ్రచారము నందుండిన జంపె రేకులు మొదలగు తాళ ప్రధాన రచనలు రగడ వికృతులని వారు గుర్తించిరి. అందేరేకు, లేక తాళమే రగడ తెరంగతికిఁ జెందునో యా విషయమును గూడ నౌపచారికముగఁ బేర్కొనుటయే వారి యాశయమై యుండు ననిపించును. అంతియేకాని అప్పకవియంతటి లాక్షణికుఁడు, యక్షగాన లక్ష్యకర్తయునైనవాఁడు, సుగ్రీవ విజయాద్యనేక సుష్ఠు ప్రక్రియాత్మక యక్షగానములు వెలసిన వెనుకఁ బుట్టినవాఁడు, తన ముందునాఁటి యాంధ్ర వాఙ్మయము నవలోడన చేసినవాఁడు, యక్షగానమందు రేకన్నదే యేకైక రచనాప్రక్రియ యని యెంచి యుండుటచేతనే యనికాని లేక చేతఁగాక పూర్వుఁడగు చిత్రకవి పెద్దన చెప్పిన లక్షణము నటు పునశ్చరణ చేసినాఁడనిగాని యనరాదు. (వారు చెప్పిన యా యక్షగానపు రేకుల లక్షణము పూర్వోక్తము). ఈ విషయమునే మఱియొక విధముగఁ జెప్పవచ్చును. ఆ నాఁటికే చంపూదాహరణ ద్విపదాద్యనేక కావ్య రచనాంగములు గలిగి పాఠ్య గేయ నాట్యాదిక వివిధ ప్రయోజన సనాథమైన విపులప్రక్రియగా బహుముఖ పరిణతి నున్ముఖముగా సాగిపోవుచున్న యక్షగానమున కొక నిష్కర్షతో లక్షణము చెప్పుట యసమంజసమని వారు తలఁచి

యుండిన నుండవచ్చును. లేదా, ఆ యిరువురి కాలమునను యక్ష గానమునఁ బ్రధాన రచనాంగము రేకై యుండుటవలన (కడమ యంగములగు ద్విపదాదుల లక్షణము నెట్లును వేఱ చెప్పనే చెప్పిరి) దానినిగూర్చి మాత్రమట్లు ప్రత్యేకముగాఁ జెప్పియుందురు.

అంత రచనా ప్రయోజన ద్వైవిధ్యముగల యక్షగానమున కొక నిష్కర్షతో లక్షణ నిర్వచనము సేయఁ బూనుటన్నది యేనాఁడైనను గష్టసాధ్యమైన పనియే. ఎట్లు చెప్పినను నది యపర్యాప్తమే కావచ్చును. కాని యక్షగాన మొకస్థితికివచ్చి క్రమ క్రమముగా, త్వరితగతి నంతరించుచున్న యీ నాఁడు దాని లక్షణ ప్రక్రియను నిర్వచింప వలసి వచ్చినచో వెనుకటి దాని బహుముఖమైన పరిణామ చరిత్రను, విపుల లక్ష్యకోశపేశలమైన సామాన్య స్వరూపమును దృష్టిలో నుంచుకొని మఱి నిర్వచింప వలెను.

సాహిత్య ప్రక్రియా పరముగా, స్థూలముగా యక్షగానము నీనాడిట్లు నిర్వచింప వచ్చును.

యక్షగానము సం దితి వృత్తమెట్టిదైనఁ గావచ్చును. రచనా ప్రక్రియ శ్రవ్యము గాని, దృశ్యముగాని కావచ్చును. ఏప్రక్రియ యందైన గీతి ధర్మము విహితము. అందు రాగతాళములలో నొకదానికిఁ గాని రెండింటికిఁ గాని తగు ప్రాధాన్యముగల రచనా విశేషములు (రేకు, దరువు, పదము, కీర్తన మొ.) ద్విపద (మంజరియును), పద్యములు (జాత్యుపజాతి వృత్తములు, అర్థపద్యములు, సం. శ్లోకములును), వచనము (సంధిప్రయోజనాత్మకముగాని సంవాదాత్మకముగాని, వర్ణనాత్మకమైనను గాఁదగును. చూర్ణికలు, విన్నపములు మొ॥) గద్యప్రభేదములు) నుండదగును. ఏలాది గీత ప్రబంధ విశేషముల ప్రయోగ మైచ్ఛికము.

యక్షగానము వైశిష్ట్యము

మన సాహిత్య ప్రక్రియ లన్నిట యక్షగాన మంతటి విశిష్టత గల ప్రక్రియ మఱిలేదు. దాని యోగ్యతల నీక్రింది విధముగఁ బరిగణింపవచ్చును.

1. అది సర్వోపభోగ్యమైన సమాహార కళాస్వరూపము:

అనఁగా మన పూర్వ మార్గవాఙ్మయ మంతయుఁ బండితోపజ్ఞమైనది. దేశివాఙ్మయమెక్కువగాఁ బామరోపజ్ఞమైనది. ఆ మార్గ దేశి పండిత పామర వాఙ్మయప్రక్రియలకుఁ దత్త్వములకును సామరస్యము సాధించినది యక్షగానము. ఆ పండితు లెక్కువగా బ్రాహ్మణులు, నాగరికులు, రాజాస్థానాశ్రితులు; దేశికవు లెక్కువమంది యబ్రాహ్మణులు, జానపదులు, రాజాశ్రయము నపేక్షింపనివారు. యక్షగాన మన్నికులముల యన్నితరగతుల కవులకుఁ బ్రదర్శకులకు నాశ్రయ మిచ్చి కోటలోని రాజుగారికిని పేటలోని ప్రజలకును సమానముగా నాదరపాత్రమైనది. మన పండితవాఙ్మయము నూటికిఁ తొంబది తొమ్మిదిపాళ్ళు పాఠ్యప్రయోజ నాత్మకమైనది మాత్రమే. యక్షగానము పాఠ్య గేయ నాట్యాదిక బహుప్రయోజనముల కేక వాక్యత సంఘటించి మన తెనుఁగుజాతియొక్క చిరంతనమైన గానకళాభిరుచికి నాట్య కళాభి మానమునకును నిదానముగా నిల్చినది.

2. వివిధ ప్రక్రియాను బంధము:

ఈవిషయ ముపరి విపులముగా నిరూపితమైనది. ప్రబంధము, కలాపము, ఉలాప్రబంధము, కొరవంజి, వీధినాటకము, మార్గనాటకము బొమ్మలాట, జంగముకథ, హరికథ, ఆధునిక రంగస్థల నాటకము మొదలగు వివిధ ప్రయోజనాత్మకములై బయల్వెడలిన ప్రక్రియ

లతో యక్షగానమునకుఁగల సంబంధము సమగ్రముగా మన వాఙ్మయ పరిణామ చరిత్రను సమీక్షించుట కుపకరించును. ఇట్లిన్నిటితో సంబంధముగల సాహిత్య ప్రక్రియలు మిక్కిలి యరుదు.

3. బహువిధపద కవితా ప్రభేద సమీకరణ :—

యక్షగానము సాధించిన ప్రజనములలో నతిప్రధానములైనవాని లో నిది యొకటి. పాల్కురికి సోమనాథుఁడు మనప్రాచీన దేశీయపదవాఙ్మయరీతులను గొన్నిటిని పేర్కొనియున్నాఁడు - తుమ్మెద పదములు, ప్రభాతపదములు, వెన్నెల పదములు, వాలేశు పదములు, నివాళి పదములు మొ॥. అందులో జాలపదములు నేఁడు నామమాత్రావశిష్టములైనవి. అతని తరువాతఁ గొన్ని వెలసినవి. అవికూడ లక్షణమునకంత లొంగుబాటుకాని గుణము కలిగియుండుటవలన, మార్గసాహిత్య ప్రవణులు ప్రక్రియాసౌలభ్యపరాయణులునైన మన లాక్షణికుల యుపేక్ష వలనను నీపాటికి నశింపవలసినదే కాని యెట్టి రచనా విశేషమునైనఁ దనలో నిముడ్చుకొనఁగల యక్షగానము ధర్మమా యని కొన్నికొన్ని సంరక్షింపఁబడుచు వచ్చినవి. అట్టివానిలో ముఖ్యములు :— ఏలలు, ధవళ శోభనములు, జోలలు, సువ్వాలలు, అల్లోనేరేళ్ళు, అనువులు, త్రిభంగులు, త్రిస్తబకలు, వెన్నెలపదము మొ॥. + ఆంధ్రజాతీయసంగీత వాఙ్మయ చరిత్ర రచనకుఁ గొలమానము యక్షగానము.

4 వస్తు వైవిధ్యము :— యక్షగానేతి వృత్తములలోఁ బౌరాణికములు స్థలపురాణగాథలు, చారిత్రకములు, తాత్కాలికములు, సాంఘికములు, జానపదగాథలు, కల్యాణకథలు, తత్త్వవిషయక

+ తంజావూరి య. గా. పదముల లతి విశిష్టమైనవి. వానిఁ గురించి చూ. అనుబంధము (2) (నా "తంజావూరు పద వాఙ్మయము" అను వ్యాసము — సంస్కృతి., జూలై, ఆగష్టు, 1956.)

ములు మొదలగు పలు తరగతులకుఁ జెందిన వెన్నియోఁగలవు. ఇంతటి వస్తువైవిధ్యమును ప్రదర్శించినది మన పూర్వవాఙ్మయ ప్రక్రియలలో మఱి కానరాదు.

౫. రస విషయిక వైశిష్ట్యము :-

మన పూర్వ ప్రబంధము లెక్కువగా శృంగార ప్రధానములు. యక్షగానములో శృంగార ప్రధానము లనేకము గలవు. దక్షిణాంధ్ర యక్షగానములు చాల మట్టున కట్టివే. ఆంధ్రదేశ య. గా. లందును విష్ణుమాయా విలాసము, విప్రనారాయణ చరిత్రము, మృత్యుంజయ విలాసాదు లెన్నియో యట్టివి కలవు. యక్షగానములందు వీర కరుణాది రసములకును విశేష ప్రసక్తిగలదు. అందులకు సుగ్రీవ విజయాదులే తార్కాణము. వస్తువైవిధ్యము విశేషముగాఁగల యక్షగానము నైక రసాశ్రయమగుటలో వింతలేదు. అయితే హాస్యరస విషయమున యక్షగానమున కొక ప్రత్యేకత గలదు. హాస్యము సర్వజన మనఃపర్వమైనది. మన ప్రబంధములలో, అసలు యక్షగానము వినా పూర్వవాఙ్మయ మంతట నారస ప్రసక్తి యతి విరళము. యక్షగానము తత్ప్రయోజనములలో జనరంజకత్వ మొకటి ప్రధానమైన దగుటచే సింగి, సింగఁడు, కటికము, సుంకరి కొండఁడు మొదలైన తన సాంప్రదాయిక పాత్రల ద్వారమున హాస్యమును బహుభంగులుగాఁ బ్రదర్శించుచు వచ్చినది. ప్రాయికముగా యక్షగానము లందంతో యింతో హాస్యరస స్పర్శ లేనిది యుండదన వచ్చును. హాస్య ప్రధానములైన య. గా. లలో తంజావూరి వానిదొక ప్రత్యేకత.

6. ఛందో వైవిధ్యము :-

యక్షగానము లందనేక దేశి గీత ప్రభేదములతోపాటు గద్య పద్యములు, ద్విపద, రగడ వికృతులగు రేకులు మొదలగు బహు

విధచ్ఛందస్సులకును దగిన ప్రసక్తి యుండుటచే నందు మన పూర్వ వాఙ్మయ ప్రక్రియలగు చంపూ ప్రబంధ ద్విపదోదాహరణ శతకాదుల యొక్క ఛందః ఫక్కికలన్నియు నిమిడిపోయిన వనవచ్చును. తదుపరి ఆధునిక యుగోన్ముఖముగా వికసించుచున్న యక్షగాన ప్రక్రియలో హరికథలు మొదలగువాని యందలి తోహరాలు, డోరాలు, మంజరి, లావణి మొదలగు ఛందస్సులును నూత్నముగా వచ్చి చేరినవి. ఏనాటికైన నాంధ్ర ఛ్ఛందస్సంహితా సర్వస్వము తయారగు నవకాశమే తటస్థించినచో దాని కపురూపమైన సామగ్రిని జాల సరఫరా చేయఁగలదు యక్షగానము.

7. భాషా వైవిధ్యము :-

తెనుఁగున యక్షగానములు సాగర తీరాంధ్ర మండలములు (ఒరిస్సా సరిహద్దులలోఁగూడ ఉదా :- రాయఘుడ భామకలాపము), రాయలసీమ, తెలంగాణము, దక్షిణదేశమున తంజావూరు, మధుర, మైసూరు, పుదుక్కోట, తిరుచునాపల్లి, సేలము, చెంగల్పట్టు మదరాసు, మొదలగు వివిధ ప్రదేశములలో నెక్కడెక్కడ తెలుఁగు భాష వ్యవహరింపఁ బడినదో యక్కడెల్ల వెలసినవి. ఇది యొక భాషా వాఙ్మయ చరిత్రలో మిగుల నపూర్వమైన విషయము. అట్లు వివిధ ప్రాంతములలో వివిధ కాలములలో వివిధ కులముల వారిచే వ్యవహరింపఁబడిన భాషాఫక్కికల కాకరము లగుటచే నాయా యక్ష గానములందు మన కోశముల కెక్కని పదజాలము, ప్రయోగ విశేషములు, జాతీయములు మున్నగు విశేషము లెన్నెన్నియో కలవు. అందుచే భాషావిషయికమైన పరిశోధనలోఁ గూడ యక్షగానము

తన వైశిష్ట్యమును నిరూపించుకొనఁగలదు.+ ఈ బహుళాంధ్రోక్తిమయ ప్రపంచమున మన వాఙ్మయ ప్రక్రియ లన్నిట యక్షగానమునదే ప్రధాన స్థానము.

8. లోకవృత్త ప్రదర్శనము :-

ఈ విషయమును దలస్పర్శముగాఁ బరామర్శించి సోదాహరణముగా నావిష్కరింపవలె నన్నచో నది యొక ప్రత్యేక గ్రంథమునకు సామగ్రి యగును. (అది యాంధ్రుల సమగ్ర సాంఘిక చరిత్ర రచనకు దోహదము కాఁగలదు) అందుచే నత్యంత ముఖ్య విషయములు మాత్ర మిట స్థాలీ పులాకముగా స్పృశింపఁ బడును.

ప్రజా సాహిత్య మనఁ బడు దాని కంతటికిని బ్రతినిధి వంటిది యక్షగానము. సాహిత్యమును బ్రజా సన్నిహితము చేసి ప్రజా హృదయమును సాహిత్యములోఁ బ్రతిబింబింపఁ జేసిన ప్రక్రియ యది. రాజాస్థానములలో విద్వత్కవులు వెలయించిన వాఙ్మయములోఁ బాండిత్య ప్రకర్షకును గవితా చమత్కృతికిని గల ప్రాధాన్యము లోకవృత్త చిత్రణకు లేక పోయినది. అక్కడక్కడఁ గొన్ని ప్రబంధములలో లోకము పోకడ కొంత కనఁబడినను నది యసమగ్రముగా నొక్కొక్కపుడు కృతకముగను గూడ నుండును. య. గా. ల కెక్కువగా గ్రామసీమలే పుట్టినిండ్లును, రంగభూములునైనవి. యక్ష గాన కవులును బ్రదర్శకులు నెక్కువ మంది రాజసన్మానము లపేక్షింపని సామాన్యులే; అశేష ప్రజానీకము యొక్క విశేషామోద వినోదములే వారి పరమ లక్ష్యములు. ఎన్నియో యక్షగానములలో నితి వృత్తములు పౌరాణికములే యైనను గొన్ని యక్షగానములు పండితోప

+ విలక్షణము లగు తంజావూరి య. గా. ప్రయోగ విశేషములఁగూర్చి కొంత విషయము ఆంధ్రపత్రిక సారస్వతానుబంధము ద్వారా ప్రకటించియుంటిని. కాలక్రమమున నవకాశము చొప్పునఁ గడమవిశేషములను వెలువరింపఁ గలను.

జ్ఞములే యైనను గొన్ని రాజాస్థాన రంగభోగములే పొందినను వాని భాషలో, భావములలో, నా గేయచ్ఛందస్సుల తీరు తీయములలో నా యా పాత్రల చిత్రణలో, సన్నివేశముల సంఘటనములోఁ బ్రజాహృదయము, లోకము పోకడయుఁ బ్రతి ఫలించును. ఆ ప్రతిబింబనము నిరాడంబరముగ నిసర్గమధురముగా నుండును. యక్షగానములు దృశ్య ప్రయోజనాత్మకములు గూడ నగుట చేత నందలి లోక చిత్రణ సన్నివేశములు వాస్తవికతకు సన్నిహితముగా నుండును. కొన్ని యక్షగానములలో సన్నివేశములు మాత్రమే కాదు కథావస్తువులే పూర్తిగా లోక సిద్ధము లైన సందర్భములును గలవు.

మన యక్షగానములలో లోకవృత్తము నధికముగాఁ బ్రదర్శించినవి తంజావూరి యక్షగానములు. వానిలోఁ దాత్కాలిక విషయములు నితివృత్తము లైనవి. (ఉదా:- విజయ రాఘవాస్థానకృతులు. పౌరాణికేతి వృత్తములకుఁ గూడఁ దాత్కాలికవిషయ స్పర్శ తఱచు కన్పించును. (ఉదా :- శాహరాజాస్థానకృతులు). అవి రాజాస్థానాశ్రితులైన విద్వత్కవుల చేతనే రచింపఁబడినను, స్వయముగా రాజకవుల చేతనే రచింపఁబడినను వానిలోఁ గోటవాకిలి కడనున్న కోలకేతని మొదలు కోటలోపలి రాజు గారివఱకుఁ గల పలు తరగతుల రాజోద్యోగుల వేషభాషలు, ఆయా రాజుల యాచార వ్యవహారములు, ఆహారవిహారములు, నగరిముస్తీదు, కొలువు సింగారము, ఆస్థాన విద్వాంసుల యద్వాతద్వాలు, ఏషాగాధలు, వివాహాది సందర్భములోఁ బురోహితుల సంభావనల తగవులు, ముత్తైదువల ముచ్చటలు మొదలైన విషయములు గలవు. ఆంధ్ర దేశ తెలంగాణముల యక్షగానము లందును నిటీవలి వానిలో లోక వాసన లెక్కువగా స్ఫురించినవి. ఆ యా యక్షగానములలో సవతుల కయ్యములు, సుంకరుల యాగడములు, మంత్రసాని దెప్పిళ్ళు -

ఇవి కాక గొల్లలు, ఎఱుకలు, జెట్లు, పంబవారు, పెరికీలు మొదలగు జాతుల చరిత్ర, వారి వాలకములు, మాటల తీరు, వృత్తులు, ఆశయములు విశ్వాసములు మొదలగు విషయము లెన్నియో వారి వారి కట్టు బొట్టులలోఁ గూడఁ దేటపడఁ గలవు. ఇంత విపులముగా లోకరీతి ప్రదర్శన ప్రయోజనమును యక్షగానము సాధింపఁ గలిగినట్లు మన పూర్వసాహిత్య శాఖలో మఱి యొద్దియు సాధింపలేక పోయినది. లోకవృత్త ప్రదర్శన ప్రయోజనాత్మికతనే యుత్తమ సాహిత్య జీవ లక్షణముగాఁ బరిగణించు చున్నారీనాఁడు దేశ దేశాల సాహిత్యశాస్త్రవేత్తలైన పెద్ద పెద్ద పండితులు. రచనా ప్రౌఢిని బట్టి యక్షగానము లన్నిటి నుత్తమ సారస్వత శ్రేణిగా జమకట్ట సమకట్టుట సాహసము కాని లోకవృత్త ప్రదర్శనాది ప్రయోజనముల దృష్టి నైనచో యక్షగాన వాఙ్మయము యొక్క విశిష్టత కాదనరానిది.

9. దేశినాటక కళా ప్రాతినిధ్యము :—

స్థూలముగాఁ జూచినచో దేశి వాఙ్మయ మంతయు మధుర కవితాశాఖకుఁ జెందిన గీత ప్రబంధముల ప్రాచుర్యము గలది కావున నట్టి గీత ప్రబంధముల కెన్నిటికో యక్షగాన మాకరమగుటచేత యక్షగానమును దేశి వాఙ్మయ కోశమంతటికినిఁ బ్రతినిధి యనఁ జెల్లును. కాని యక్షగాన మనఁగా నీనాఁడు గానప్రక్రియగాఁ గాక రూపక ప్రక్రియగాఁ బరిగణింపఁ బడుచున్నది. అయితే యక్షగానమునకు ముందే దేశమున వీధి నాటకములు ప్రచారము నందుండినను, అది యా వీధినాటకములతో నేకమై నాటకప్రక్రియగా రూపొంది, నాటక శబ్ద వాచ్యమునై, మధ్యలో మార్గనాటక ప్రభావము సోకినను దన వ్యక్తిత్వమును గోల్పోక, కలాపము, కొరవంజి మొదలగునవి దేశీయ దృశ్య రచనలుగా రూపొందుటకై తన ప్రక్రియాసత్త్వమును దానము

చేసి బొమ్మలాటలకును వాటనైన వంతపాటగాఁ బరిఢవిల్లియుండుటఁ జేసి, దానిని దేశిసరణికిఁ జెందిన నాట్యకళా ప్రపంచమునకుఁ గూడ దగిన ప్రతినిధి యనుటలో విప్రతిపత్తియుండరాదు.

10. విశిష్టతలలో విశిష్టత :-

ఆంధ్ర కర్ణాటక తమిళ తుళు* భాష లన్నిటను యక్షగానములు వెలసినవి. యక్షగానము గాత్ర మాత్రోపజీవి యగు నొక ప్రత్యేక గాన శైలిగా నెన్నడో కన్నడదేశమునందే ప్రాదుర్భవించి యుండిన నుండవచ్చును, గాని యక్షగాన రచనకు మన యాంధ్రమున నున్నంత ప్రాచీనతాస్థితి కడమయెడలఁ గానరాదు. ఆంధ్రులు 17 వ శతాబ్దిలోఁ దమిళ కన్నడ సీమలకు విస్తరించి యుండిన కాలముననే, తంజాపురాంధ్ర నాయక రాజుల యాస్థానములో యక్షగానరచన జగసాగి రంగభోగము పొందుచుండిన కాలముననే క్రమక్రమముగా కన్నడాది భాషాకవులును గొంద రాకృష్టులై యక్షగాన రచన కుపక్రమించి యుందురు. మన వాఙ్మయ ప్రక్రియలన్నియు నొక్క యక్షగానము వినా తదితర భాషా (సంస్కృతాంగ్లాదులు) వాఙ్మయములనుండియే గ్రహింపబడినట్లు చెప్పుకొనవలసియున్నది. (ఉదాహరణ ప్రక్రియ గూడ నిందుల కపవాదమగునేమో !) అందుచే యక్షగానము ప్రక్రియగాఁ బురాణేతిహాస శతక ప్రబంధాదులవలెఁ గాక మన వాఙ్మయములో స్వతంత్రమైన మన తెనుఁగుదన ముట్టిపడు, మనవాఙ్మయ వ్యక్తిత్వమును బట్టి యిచ్చునట్టి ప్రక్రియయనియు, నీయొక్క సాహిత్య ప్రక్రియ విషయముననైన దెనుఁగువారు మఱియొకరి కనుకార్యులు కాఁగలిగిన ప్రతిష్ఠఁ డక్కఁ గొందురనియుఁ జెప్పఁదగియున్నది. ఇంత

* తుళు భాషా యక్షగానమున కుదాహరణ మిదివఱకుఁ జేర్పఁగానఁ లేదు. అందు వెలసినవి కొద్ది. "పంచవటి" మొదలగు య. గా. పేరు కొద్ది వినిపించుచున్నవి.

యేల! తెనుఁగు యక్షగానము తమిళనాడు నడిబొడ్డగు తంజాపూరిలో మహారాష్ట్రప్రభువుల లేఖినులపైఁ గూడ నాట్యముచేసిన దనగా దాని ఘనత యెట్టిదో యిట్టే యూహింపవచ్చును.

ఉపసంహృతి

యక్షగాన మనునది ప్రౌఢ వాఙ్మయ శాఖ కాదనియు, నది యేదో యొక పామర వాఙ్మయ ప్రక్రియ యనియు నొక యపోహ కొందఱు పండితులలో నుండుటకద్దు. పండిత కవులెందఱో యక్షగాన రచన చేపట్టిరను విషయము, యక్షగానము పండిత పామర వాఙ్మయములకు సామరస్యము ఘటించినదను విషయమును బూర్వోక్తములు. అసలు ప్రౌఢియన్నది రచన నాశ్రయించి యుండును గాని ప్రక్రియను బట్టికాదు. యక్షగానములందు పండితోపజ్ఞములందు ప్రౌఢి సమృద్ధిగా గలదు. ప్రౌఢవాఙ్మయ మనఁబడు ప్రబంధములందు పేలవము లైనవి లేకపోలేదు. పండితోపజ్ఞములైన యక్షగానములందును నవి జన సామాన్యాను రంజనమునకుద్దేశింపఁ బడినవి కాఁబట్టి ప్రబంధము లందలి శబ్దాశ్రయమైన ప్రౌఢి యంతగాఁ గానరాక పోవచ్చును గాని వానిలో భావాశ్రయమైన ప్రౌఢికి లోటులేదు.

అదియుఁగాక వందలకు వందలుగా వెలసిన మన యక్షగానముల కర్తలందఱును విదగ్ధులైన విద్వత్కవులు కారు గాని యక్షగాన రచనమన్న సంగీత నాట్యాది బహుళ కళా పరిజ్ఞానము లేనిదే కేవలము సాహిత్య పౌరోహిత్యము మాత్రమే చేసికొను కవిపాత్రులకే కాదు – ఉద్దండ పండితులగు మహాకవులకును గలము జరుగని పని.

యావదాంధ్ర వాఙ్మయముననను బహుముఖ వైవిధ్యమును, వైశిష్ట్యమును గలిగి విశాల సాహిత్యశాఖగావిలసిల్లిన ప్రక్రియ యక్షగాన మొక్కటియే.

అనుబంధము

1

యక్షగాన ప్రధాన రచనాంగములు

ఛందస్సు

యక్షగాన ప్రధాన రచనాంగములు రేకులు, దరువులు, ద్విపద పద్యము, గద్యము, పదము తత్తత్ప్రభేదములు దేశిసరణికిఁ జెందిన బహువిధపద కవితాగీత ప్రబంధరీతులు. ఆయా రచనాంగ ప్రభేదముల ఛందస్సంగీత ప్రక్రియగూర్చి లక్ష్యలక్షణ సమన్వయ పురస్సరముగా సవివరమైన విచారణ మొనర్చుట యనఁగా నదియొక ప్రత్యేక పరిశోధనకు విషయము ; ప్రత్యేకమొక బృహద్గ్రంథమునకు సామగ్రి. ఇపుడిచట నందు ముఖ్యములైన వానివిషయము (గంధవిస్తరభీతి నతి సంగ్రహముగా) సమీక్షింపఁబడును.

1. రేకు — రగడ

'ఆయాయి రగడ భేదములు రేకులు పెక్కులమరు'—లక్షణసార సంగ్రహము (III. 102)

ఆదినుండి యనేకాంధ్ర యక్షగానములం దతి ప్రచురముగాఁ గనుపట్టుచున్న జంపె త్రిపుటాది తాళ లయాశ్రయములగు రచనములను మన లాక్షణికులు రేకు లనియు నవి వివిధ రగడ వికృతు+

+ ఇవి వైతాళీయ జాతులనియు. (అనఁగా దేశీయగీత ప్రబంధములనియర్థము) రగడయొక చాటుప్రబంధ మనియు మన లాక్షణికమతము. (చూ. కావ్యాలంకార చూడామణి (IV.40) ; లక్షణసార సంగ్రహము II.128-140, అప్పకవీయము I. 30, IV. 290. అప్పకవి మతమున రగడయే కాదు గద్య, ద్విపద, మంజరి, దండకము మొ॥ కూడ చాటు ప్రబంధములే,

లనియు గుర్తించిరి. (చూ. చిత్రకవి పెద్దన లక్షణసార సంగ్రహము 2-141. అప్పకవీయము 4-303. వారు చెప్పిన లక్షణము పూర్వోక్తము) ఇవియే ప్రాచీన కాలమునఁ బ్రసిద్ధములై యుండిన జక్కుల రేకులై యుండవచ్చును. (జక్కుల రేకులు తాళ్ళపాకవారి సంకీర్తన లక్షణమునను, లక్షణదీపిక యందును బేర్కొనఁబడినవి. యక్షగానోత్పత్తికి జక్కుల జాతికిని సంబంధము నూహించుట సమంజసముగాఁ దోఁచుచున్నందున గాన కళాప్రావీణ్య విశ్రుతలగు నా జక్కుల పురంధ్రుల పాటలనఁదగు నాజక్కుల రేకులే [1] ప్రాచీన యక్షగానము రూపురేకలు తీర్చి దిద్దిన గానరీతులై యుండునని యూహింపనగును.) ఈ రేకుల మూలప్రకృతి యగు రగడ ప్రాచీన కన్నడ లాక్షణికుఁడగు నాగవర్మ (క్రీ. శ. 12వ శతాబ్ది) పేర్కొనిన "రఘటా బంధ" మే కావచ్చును.

> "గణ నియమ విపర్యాసదొ
> ళెణె వడె దొళ్పెసదు మాత్ర సమనాగి, గుణా
> గ్రణియ మత దింద తాళద
> గణనె గొడం బట్టుదదువ రఘటా బంధం"

ఛందోంబుధి 3 — 222

అనఁగా గణ నియమ విపర్యాసమున్నను సమసంఖ్యగల మాత్రలతోఁ దాళబద్ధమై యుండున దని యర్థము. ఇది మన రగడ లక్షణమునకు సరిపోవును. [2] కన్నడ వాఙ్మయమున రగడ చాల కాలమునుండి ప్రచారమున నుండినదని తెలియుచున్నది. తెలుఁగున

---

1. రేకు లనఁగా పాటలు లేక పదములని గ్రహింపనగును. మన లాక్షణికుల వక్కాణను బట్టి పాట లందలి పాదము, చరణము, ఖళము అనునట్లొక పంక్తి వాచకముగా నెంచ వచ్చును.

2. సంగీత రత్నాకరమునఁ రాహడీ, యను పేర నొక ప్రబంధ ముదాహరింపఁ బడినది. (4—295) కాని యది బహుపాదములు గల వీర రసాత్మకమైన సంగ్రామ రచిత స్తుతి యని మాత్రము పేర్కొనఁ బడినది. దీని లక్షణ మపర్యాప్తము.

నిది 11వశతాబ్దినుండి కొంతవాడుకలోనుండినట్లు రాజరాజు కోరుమిల్లి శాసనము వలన గుర్తింపనగును. పాలకురికి సోమనాథాది కవులు ప్రత్యేకముగను, ఉదాహరణముల నడుమను, శ్రీనాథాదులు చంపువుల నడుమను రచించుచు వచ్చిరి.[3] రగడ మనలాక్షణిక పరిగణనమున కెక్కుటకు క్రీ.శ. 1400 ప్రాంతమున నుండిన విన్నకోట పెద్దన కావ్యాలంకార చూడామణియే (4-40) మొదలు. కాని యందలి లక్షణ మపర్యాప్తము. నవవిధములైన రగడ ప్రభేదములను బ్రప్రథమముగాఁ బరిగణించి లక్ష్యపూర్వకముగా లక్షణనిర్వచనము చేసినవాఁడు క్రీ.శ. 15 వ శతాబ్ది పూర్వార్ధమున నుండిన అనంతామాత్యుఁడు. (చూ. ఛందో దర్పణము 3. 53–61) అనఁగా నప్పు డప్పుడే యాంధ్ర దేశమున జక్కుల రేకులు ప్రచారము పొందుచుఁ బండితుల చెవులకు నెక్కుఁ జొచ్చినవని చెప్పనగును. (ఆంధ్రవాఙ్మయమునఁ బ్రప్రథమముగా యక్షగాన ప్రశంస వచ్చిన భీమఖండము, జక్కుల పురంధ్రి పాటకుఁ బ్రసక్తి గల్గిన క్రీడాభిరామము నాకాలము నాటివే.)

అనంతాదులు చెప్పిన నవవిధ రగడల గతి లక్షణము లెట్టి వనఁగా :-

1. హయ ప్రచారమను దానికి - 4 సూర్య గణములు.
2. తురగ వల్గనమునకు - 8 సూ. గ. లు (హ. ప్ర. కు రెట్టింపు)
3. విజయ మంగళమునకు - 16 సూ. గ. లు. (తు. వ.-నకు రెట్టింపు)
4. ద్విరదగతి - నగ, నలల, భల, సల, త, ర గణములలో నేవో నాలుగు.

3. విపులమైన రగడ చరిత్రకు శ్రీ కోండ రామకృష్ణయ్య గారి దేశి, శ్రీ ని. వెంకటరావుగారి ఉదాహరణ వాఙ్మయ చరిత్ర చూడఁదగును.

5. జయభద్ర - ద్విరద గతికి రెట్టింపు.

6. మధురగతి - గగ, భ, స, సల, గణములలో నేవో నాలుగు.

7. హరిగతి - మధురగతికి రెట్టింపు.

8. హరిణాగతి - గగ, భ, స, నల గణములలో నేవో రెండు సూర్య గణ పూర్వకములుగా నుండును.

9. వృషభగతి - హరిణ గతికి రెట్టింపు.

అనంతున కర్వాచీనులైన లాక్షణికులు రగడలఁ గూర్చి చెప్పిన వారెల్లనీ తొమ్మిది విధములనుగూర్చి మాత్రమే చెప్పిరి. అనంతుని లక్షణమునే పునశ్చరణ చేసినారు. కాని తంజావూరి మహారాష్ట్ర ప్రభువగు శహాజీ విష్ణుపల్లకి సేవాప్రబంధమున "మయూర గతిరగడ" యను నొక క్రొత్తపేరు వినవచ్చినది.

అందలి ఉదాహరణము :-

"మారమణి వల్లవ కుమారమణి మోదం
బూరఁ గరుణింపను మయూరగతితో నే
తేర మది నిన్ననిటు దీర్ఘమగు దండెన్
భారముగ రాజిలెడు పల్లకియు వచ్చెన్"

కడపల నొక్కమాత్ర (లఘువు) తక్కువైనది కాని కడమ యంతయు ద్విరద గతియే. అసలీ రగడలన్నిటిఁ బ్రధానములైనవి నాలుగే గతులు - పైనుదాహరింపఁబడిన వానిలో 1, 2, 3 ఒక్క గతి తరగతికే చెందినవి. అట్లే 4-5 ఒక్కటే తరగతి. 6-7 ఒక తరగతి. 8-9 ఒక తరగతి. ఇట్లే చిత్రకవి పెద్దనాదులు యక్షగానపు రేకులందు నాల్గువిధములైన రగడగతులనే చెప్పి యున్నను నవవిధములు నందు గతార్థము లగుచున్నవి.

ఇంక ప్రకృతము వారు చెప్పిన లక్షణమునకు లక్ష్యసమన్వయ ప్రయత్నము :—

1. త్రిపుట రేకు :– వృషభగతి 2 పాదములు – 7 లఘువులు

ఉదా :- రుద్రయ సుగ్రీవ విజయము నుండి.

" లలితగాత్రుడు శుభచరిత్రుడు దళిత శత్రుడు సుజనమిత్రుడు
నలిన నేత్రుడు కందుకూరి జనార్దనుండు "

వృషభగతి పాదమున నేడేసి లఘువుల దళములు నాల్గుండును. రెండు పాదములందెనిమిది. అందేడు లఘువులను దొలగింపగా నట్టి దళము లేడగును. మీంది యుదాహరణమున జివరనొక్క లఘువు తక్కువైనది కాని (అది పాటలో సద్దుకొని పోవును) లక్షణము సరిపోయినది. అందున్న సప్తలఘుక దళము లేడే. " తకిటకిటతక - తకిటకిటతక "– ఇట్టివి మఱి రెండావృత్తులు, చివర 'తక్కత కిట' - ఇది త్రిపుట యొదుపు. (వృషభగతి కనుగలములైన రచనాంతరములు గలవు. అవి స్థలాంతరమున బ్రసక్తములు).

2. జంపె రేకు :– ద్విరదగతి 2 పాదములు – 1 లఘువు (చివర)

ఉదా :- ఓబయ గరుడాచలము నుండి.

" సురరాజ సన్నుతికి సురుచిరాధర మతికి
కరుణా రసోన్నతికి గరుడాద్రి పతికిన్ "

లక్షణము సరిపోయినది. ఇందు పంచమాత్రాక దళములేడు కలవు. ఎనిమిదవ దాన నొక్క లఘువు తక్కువ. 'కిటతకిట - కిటతకిట... తకిటా' అని జంపె యొదుపు.

3. రచ్చ రేకు :- తురగవల్గనము గతి.

ఉదా :- అక్కయ కృష్ణవిలాసమునుండి.

" పికిలి పువ్వు లెడల సెడల బెనచినట్టి పూలదండ
లొక యొయార మమర నొప్పు కొప్పుజుట్టి "

ఈ యుదాహరణమునఁ దురగవల్గనము గతి గలదు. కాని యీ అక్కయ కృత్యంతరమే యగు భీమసేనవిజయమునందు గల రచ్చరేకులలో వృషభగతి విశేషము. ఉదా :-

" ఏమ్మతింపక రేపు మాపని జాగుసేసే తావుగాదిది
కొమ్మ దయనిటు చూడునిను నే నమ్మినాడన్ "

కంకంటి పాపరాజు విష్ణుమాయా విలాసమునందలి రచ్చరేకులు నిక్లే వృషభ గతితోనే నడచినవి. (చూ. వావిళ్ళ ప్రచురణ. పుట 17. 36) అందు తురగ వల్గనగతి కనుగలములైన రచనాంతరములును గలవు. (అవి స్థలాంతరమునఁ బ్రసక్తములు)

4. ఏకతాళి :- మధురగతి.

ఉదా :- సుగ్రీవ విజయము నుండి.

" ముక్కులు చెక్కులు మూపులు వీపుల్
ప్రక్కలు పిక్కలు బరులును దరులున్ "

లక్షణము సరిపోయినది. ఒక్కొక దళము చతుర్మాత్రాకము. "తరికిట - తరికిట" యను నొాకుపుగలది. (ఏకతాళ శుద్ధసూడ జాతి గీతప్రబంధముగ సంగీతదర్పణమునఁ జెప్పఁ బడినది. చూ. 4-శ్లో 417)

5. <u>అటతాళము</u> :- పాదమునకు 24 మాత్రలు.

ఉదా :- సుగ్రీవ విజయమునుండి

"చంపజాలక విడిచిపెట్టిన సరకు గొనక, వీడొక
తెంపుగల మగవాని వలెనే తిరిగి వచ్చెన్"

లక్షణము మొదటి పాదమునకు మాత్రమే సరిపోవు చున్నది. ఒక్కొకచో మొదటిపాదమున మాత్రాధిక్యమును జూపట్టుచున్నది. అందులకును సు. వి. మే తార్కాణ.

ఉదా -"నిన్న నీచే భంగ పడి చెడి నేడు వచ్చునే పోరికిన్, దిరిగియు
పన్నతనమున నొక్క బలియుని ప్రాపులేక"

ముఖ్యములైన రగడ గతి ప్రభేదము లెల్లను త్రిపుటాదుల యెడ గతార్థములైనవి. అందుచే అట తాళమునకు మాత్రా సంఖ్య మాత్రము సూచింపఁ బడినది పెద్దన చేతను, అప్పకవి చేతను. కాని దీనికిని యొక గతి కలదు. కస్తూరి రంగ కవి హరిగతి కట తాళమును బేర్కొనెను. (చూ. ఆనంద రంగ రాట్ఛందము) కాని యట తాళమున నడుమఁ దేలి పోయినను నెత్తుగడ నుండి చివరంటనున్న గతి హరిణ గతి లేక వృషభ గతి కాని హరి గతి మాత్రము గాదు. ఒక్కొక చో అట తాళమునకుఁ దురగ వల్గన గతియుఁ జూపట్టెడు. వెంకటాద్రి సుభద్రా వివాహమున "అటతాళం - తెగమానం" (?) :-

"నెలత మోముసాటిరాక నీళ్ళలోన కమలములును
నిలువలేక సిగ్గుచేత తలలు వంచె నందురూ"

అట తాళమును గూడ రేకు లనుట కద్దు. గోపాలుని సింగయ ప్రభావతీ ప్రద్యుమ్నమున "అటతాళ రేకులు" ఉదాహరింపఁ బడినవి. అందు లక్షణమున విశేషము లేదు.

మన లాక్షణికు లుదాహరించిన యీ యైదు రకములును గాక రేకు లింక ననేక విధములైనవి యక్షగానములలోఁ బ్రయుక్తములై

నవి. అయితే, యించుమించు ప్రతిరేకు నేదోయొక రగడ గతికి సన్నిహితముగా నుండును. కొన్నిట గతి భేదము పేర్కొనఁబడక రగడ లుదాహరింపఁ బడినవట్లే కొన్నిటఁ దరగతి పేరఁ గాక యుత్త రేకులే యుదాహరింపఁ బడినవి. అవియుఁ బ్రాయికముగా నవవిధ గతులలో నేదోయొక దానికిఁ జెందును. అట్టివి కాక ప్రత్యేకముగా నొక పేరఁ బేర్కొనఁ బడినవియు లాక్షణికులు పేర్కొననివియు నగు వానిలో ముఖ్యములు గొన్ని .—

1. ఆదితాళ రేకులు :- ఉదా :- సింగయ ప్రభావతీ ప్రద్యుమ్నమునుండి -

" బిగికౌగిట నతి బిగియగ నొత్తిన
నొగిలిన బిగి చన్నులు వగమీరన్, "

ఇది యచ్చముగా మధురగతి.

2. మటిమె రేకులు .- ఉదా :- చిన కపోతయ్య వీరచోడవ్వ చరిత్రనుండి.

" కట్టపొతళ దుప్పటమ్మ పెట్టుకొనగ చిలువసొమ్మ
పుట్టు తిరిపె మడుగు నెమ్మి తిట్టవలదు వెనుక మమ్మ "

ఇందలి గతి తురగవల్గనము. (పెద్దన, అప్పకవి తురగవల్గనము రచ్చరేకు గతిగాఁ జెప్పిరి). ఇట్టిదే "మట్టె" యనుపేరఁ గొన్ని యక్షగానములందుఁ గన్పట్టు చున్నది.

ఉదా :— విష్ణుమాయా విలాసమునుండి

" జాలుకొప్పు చూచి యొకఁడు జంకెనలకు బ్రమసియొకడు
ఓరచూపు జూచి యొకడు తారతీరు జూచి యొకడు"

"మట్టె" మఠ్య లేక మర్య శబ్దభవమై యుండును. మఠ్య సూళాది సప్త తాళములలో నొకటి.

3. నడరేకులు :- ఉదా :- ప్రభావతీ ప్రద్యుమ్నము నుండి

"సరులో తావుల గురులో స్త్రీలను
మరులు కొలుపు మచ్చరులో జాణ"

ఇందు మధుర గతి స్పష్టపడినది. ఉత్త "నడలు" అనుపేర నొక రచనా విశేషము గలదు. ఉదా:-

(అ) " అనిలజ చని యాతని దోడ్కొని ర
మ్మని నను ఇనుజుడు విని యిట్లనియెన్ "

— బలభద్రదాసి కపోతవాక్యము.

(ఆ) " హరునిన్ సురనది ధరునిన్ విష సం
హరునిన్ భీమ శంకరుని గొలుతున్. "

— వీర చోడవ్వ చరిత్ర.

(ఇ) " గట్టు రహి గను పట్టు దీని చను
కట్టు గనఁ దమి పుట్టుఁబో. "

— విష్ణు మాయా విలాసము.

ఇందు (అ)లో నెక్కువగా, (ఆ) లోఁ గొంతవఱకు మధుర గతి స్పష్టపడినది. (ఇ) లో మాత్రము ద్విరద గతి కన్పట్టుచున్నది. "మధ్యమనడలు" అను నింకొక రచనా విశేషము గలదు. అందును ద్విరద గతి కన్పట్టుచున్నది.

ఉదా :- కపోతవాక్యము నుండి

"సూర్యుఁడే సుగ్రీవు సురలెల్లఁ గపులైరి
ఆ రాఘవుఁడు విష్ణుఁ డఖరేశ వినవె. "

4. వెండిరేకు :- ఉదా :- గిరిరాజు లీలావతీ కల్యాణము నుండి!

పాయక మ్రొక్కెదనమ్మా – పూల – పాన్పున వసియించవమ్మా
బోయివచ్చిన సుద్దికొమ్మా – మాకు – పొందుగ తెలుపుమో యమ్మా.

ఇందొక తూగు గలదు కాని రగడ గతి నేర్పఱించుట కష్టము.

5. కుఱుచరేకు : ఉదా :— కపోతవాక్యము నుండి?

"మందారములు మంచి చందనంబుల మీద
నందడిగ బారు గురవింద తీగెలునూ''

ఇందు ద్విరద గతి స్పష్టపడినది.

6. పాళిరేకులు : ఉదా :—నిమ్మనాథుని గురునంబి చరిత్రనుండి—

" తాళములు మద్దెలలు థక్కి-యుఁ
దాంబురల్ వా యింపఁగా " ॥ ౧ ॥
తాళమాన మొకింత దప్పక
వాలుగంటి నటింపఁగా " ॥ ౨ ॥

గతి స్ఫురణను బట్టి యీ పాళిరేకులందు మూఁడు హరిణ గతి దళములు, మీఁద నొక ద్విరద గతి దళమును బాద లక్షణమని చెప్ప నగును. కాని గ్రంథాంతరము లందీ పాళిరేకులు విలక్షణముగాఁ గన్పట్టు చున్నవి.

ఉదా :— వీర చోడవ్వ చరిత్రనుండి—

"అప్పరో నీ విపుడంపిన పులగము
ఒప్పకొనియె భావ కోలా లా.
కురిసె పువ్వుల వానలూ, యింపుగ
మెరసె దేవ దుందుభులూ."

7. (అ) బొళిరేకులు :- (ఆ) బౌళరచ్చలు :-

ఉదా :— వీర చోడవ్వ చరిత్రనుండి.

(అ) '' భావా మెరిగి భీమ భావాకు పులగము
వేవేగ నిమ్ము వివాదమేటికె ''

(అ) తేజాముతో కన్నపు తేజినెక్కి జనులు
పూజా శాయాగ దిరుగు జే జే కు జే జే.

పాటలో మాత్రాకాలము హెచ్చింపు వలనఁ దూగేర్పడు వీనికి లక్షణ నిర్దేశము చేయుట కష్టము.

8. <u>ముఖారిరేకులు</u> :- ముఖారి యొక్క ప్రసిద్ధరాగ ప్రభేదము. రేకులు తాళ ప్రధానము లైనవి. ఇట్లొకరాగము పేరితోఁ గలిసి రేకులు బుక్కమ సాంబయ్య బల్లాణ రాజు చరిత్రము నందొకచో మాత్రము కన్పట్టుచున్నవి.

ఉదా :-

"వస్తూ వాహనా భరణములు వన్నెగ బాణడి దుప్పల్లు
విస్తారా భణతినొసగరా । బల్లాణరాయ
హస్తి భూషాణు కర్పితము గాను ॥"

ఇది "ఏల" వలెఁ గన్పట్టుచున్నది.

....

"అర్ధరేకులు" లేక "అర్ధచంద్రికలు"

చిత్రకవి పెద్దన, అప్పకవి త్రిపుట, జంపె మొదలగు రేకులందు సగము పరిమితి గలవి అర్ధచంద్రిక[4] లని సూచించిరి. ఇట 'చంద్రిక' యనఁగా రేకు — అనఁగా చంద్రరేఖ (రేకు 'రేఖా' శబ్దభవము కావచ్చును.) అని యర్థము చెప్పవలెను. ఉదాహరణ కావ్యము లందు రగడ భేదము లగు కళికోత్కళిక లెట్టివో యక్షగానము లందీ రేకులు నర్ధచంద్రికలు నట్టివి. అనేక యక్షగానము లం దర్ధచంద్రికలను పేరే కన్పట్టును. కాని

4. ఇది తాళ్లపాకవారి సంకీర్తన లక్షణము 53 వ పద్యమునఁ జెప్పఁబడిన అర్ధచంద్ర పదము గాదు. దాని లక్షణము దీనికి నప్పదు.

కొన్నిట [5] "అర్ధరేకులు" అను పేరును గన్పట్టుచున్నది. మన యక్షగానము లందు రేకు లెంత ప్రాచీనములో అర్ధచంద్రికలు నంత ప్రాచీనములే. చక్రపురి రాఘవాచార్యుని విప్రనారాయణ చరిత్రము, రుద్రకవి సుగ్రీవ విజయము పాపరాజు విష్ణుమాయా విలాసము మొదలగు ననేక యక్షగానము లందర్ధ చంద్రికలు గలవు. (వి. నా. చ., సు. వి. లం దర్ధచంద్రికలలోనే షష్ఠ్యంతములు చెప్పఁ బడినవి). ప్రాయికముగా, రేకు లెన్నిగతుల నుండునో అర్ధచంద్రికలు నన్ని గతుల నుండును. సుగ్రీవ విజయమున ఏకతాళి జంపె, త్రిపుటలలో అ. చం. లు గలవు. (చూ. కపిలేశ్వర పురము ప్రచురణ. పుటలు 2, 14, 17). ఒక్కొకచో నర్ధచంద్రికలకు రాగములు కూడఁ జేర్కొనఁ బడినవి.

ఉదా :-పోలుగంటి వెంకట కృష్ణయ్య శారద కొరవంజి నుండి:-

"పన్నీట జలకంబు బాగుగా నాడెన్
సరిగంచు చీర చుంగులు దీర్చి కట్టెఁ" మొ.

5. లక్షణా కల్యాణము (ఆం. ప మం. ప్రతి).

ఒక గమనిక :— నాగవర్మ ఛందోంబుధి యందు (III. 254–56) రఘటాబంధ ప్రభేదములుగఁ జెప్పిన మందానిల లలితోత్సాహ లక్షణము లచ్చుమచ్చు వరుసగా మన మధుర, ద్విరద, తురగవల్గన గతుల రగడలకు సరిపోవుచున్నవి. అందే (V. 310) చెప్పబడిన ఛందోవతంస లక్షణము మధుర గతియే. ఇఁక ఛందోంబుధి యందు రగడ ప్రభేదములుగాఁ జెప్పఁబడక పోయినను దద్వికారము లనఁదగు షట్పదీప్రభేదములు గతి సన్నిహితత్వమును బట్టి శరషట్పది పరివర్ధినీ షట్పదులు మన మధురగతికిని, కుసుమషట్పది వార్ధికషట్పదులు ద్విరదగతికిని, భోగషట్పది హయప్రచార గతికిని, భామినీషట్పది హరిణ గతికిని దీటుగా నున్నవి. ఆయా రచనాప్రక్రియల ప్రచార ప్రాచీనతకు సూచకముగా నీ విషయ మిట నుటంకింపఁబడినది.

తాళములు

కన్నడ లాక్షణికుఁడగు కవి జిహ్వాబంధకారుఁడు ఏక త్రిపుటాదులను దాళములుగా "రఘుటా" భేదములుగాఁ బరిగణించి నాఁడు. మన కస్తూరి రంగ కవియుఁ దన యానందరంగ రాట్ఛంద ముఁన నవవిధ రగడలకుఁ దాళములను బరిగణించుచు జంపె త్రిపు టాదులను దాళములుగాఁ బేర్కొనినాఁడు. అతని పరిగణన :-

(1) హరిగతి :- ఆటతాళము (కాని హరిగతి మధురగతికి రెట్టింపు. మధురగతి కేకతాళము చిత్రకవి పెద్దనాదులు చెప్పిరి. అది కుదిరినది. హరిగతికి నేకతాళమే కుదురును).

(2) హయ ప్రచార తురగ వల్గన విజయ మంగళములు - రూపకతాళము. (రచ్చరేకునకుఁ దురగవల్గన గతిఁ జెప్పిరి పూర్వ లాక్షణికులు)

(3) మధురగతి - ఏకతాళము.

(4) ద్విరదగతి, విజయ భద్ర - జంపెతాళము.

(5) హరిణగతి, వృషభగతి - త్రిపుట తాళము.

(3, 4, 5 ల విషయము పూర్వలాక్షణికోక్తికి సరిపడి యున్నది.)

ఈ జంపె త్రిపుటాదులు మన యక్షగానములందుఁ గొన్నిట జంపె త్రిపుటలని మాత్రము, కొన్నిట జంపె రేకులు, త్రిపుటరేకులు ననియుఁ గొన్నిట జంపెతాళము, త్రిపుటతాళము ననియుఁ బేర్కొనఁ బడినవి. అనఁగా రేకులనఁగా దాళ ప్రధానములును రగడ వికృతులునైన గేయరచన లను సిద్ధాంత మేర్పడు చున్నది.

అసలీ జంపె, త్రిపుట, అట, ఏక, రూపక తాళములును, ధ్రువ మఠ్య తాళములును గలిసి సూళాది సప్తతాళములుగా సంగీత ప్రపంచమునఁ బ్రసిద్ధములు.

" ధ్రువో మఠ్యోరూపకశ్చ ఝంపతాళ తృతీయకొ
అడ్డతాళ శ్చైక తాళీసూడ తాళా భవన్త్యమీ "

— చతుర దామోదరుని సంగీత దర్పణము.

వాని లక్షణములు సంగీత దర్పణాది సంగీత శాస్త్ర గ్రంధములందలి తాళాధ్యాయమునుండి యెఱుఁగ నగును

(ఝంప = జంపె; తృతీయః = త్రిపుట; అడ్డః = అట లేక ఆట)
మన యక్షగానములందు వీని ప్రాచుర్య క్రమమిట్లుండును :-

జంపె, త్రిపుట, అట, ఏక, రూపక, మఠ్య, ధ్రువ.

ఇందు మొదటి నాల్గింటికి నుదాహరణములు మీఁదఁ జూపఁ బడినవి. కడమ వాని కుదాహరణములు :-

1. ధ్రు వ తా ళ ము.

" కొలుకో లెన్నయని కుందరదన లారా
చాల నాడుదము రారే శాహేంద్రు ముందఱ "

2. మ ఠ్య తా ళ ము.

" వరన సద్గుణుఁడూ శాహ భూ వరుఁడూ
అరయ మెచ్చునతడూ ఆడుద మిపుడూ"

3. రూ ప క తా ళ ము.

" కోలు కోలె యనుచు నాడి కొమ్మలార నేను శహభూ
పాలు చేత బిరుదు లందెద బాగు మీఱను "

— గిరిరాజ కవి వాద జయము నుండి.

జంపెవిషయమున నొక రెండు విశేషములు గలవు.

1. కుఱుచ జంపె :— మొదటి పాదము రెండు జంపె దళములు, మీఁద నాఁలు మాత్రలు ; రెండవ పాదమున రెండు జంపె దళములు, మీఁద రెండు మూఁడు మాత్రలులును గలిగి రెండేసి పాదములకుఁ బ్రాసవిహితమై యుండు నది.

ఉదా :- గరుడాచలము నుండి

" ఎవరి పడుచవె నీవు కొమ్మ, నాతో
వివరింపవే ముద్దుగుమ్మ "

2. ఎఱుకల జంపె :- అక్కజము ! దీనిగతి జంపె లక్షణమగు ద్విరద గతికాదు. రచ్చరేకున వలెఁ దురగ వల్గన గతి గన్పట్టుచున్నది. రెండేసి పాదములకుఁ బ్రాసవిహితము

ఉదా :- గురునంబి చరిత్రనుండి

" యత్న పెట్టినారుచూడు పాపకర్ములెల్ల రాజ
రత్నమా పరామరించు రమణ మా మొరాలకించు "

ఈ సప్త తాళములు గాక యితరము లనేకము య. గా. లందు వాఁడ బడినవి. అం దాదితాళము ముఖ్యమైనది. అదియుదాహృతపూర్వము. మిగిలిన వానిలో విశిష్టము లొకమూఁడు మాత్ర మిట నుదాహరింపఁ బడును.

1. లఘుశేఖరము :— ఇది నారదుని సంగీత మకరందము నందును (నృత్యాధ్యాయము, తాళ లక్షణ ప్రకరణము – శ్లో. 61)

పార్శ్వ దేవుని సంగీతసమయ సారము నందును (7-57) తాళప్రభేదముగాఁ జేర్కొనఁ బడినది. అందు "ఏ కే న స వి రా మే ణ లఘునా లఘు శేఖరః" అని దీని లక్షణము. ఇది పాపరాజు విష్ణుమాయా విలాసము, (4 సాములు) అక్కయ కృష్ణవిలాసము మొ... కొలఁది య. గా. లందుఁ బ్రయుక్తమైనది.

ఉదా:- వి. మా. వి. నుండి

"నన్ను ధిక్కరించినాడు నారదుండు నాతి రీతి
నున్న నిన్ను గన్న బ్రమసి నన్ను నిన్ను మఱతు ననుచు"

ఇందలి తురగ వల్గన గతి గమనింపఁ దగినది. (కృ. వి. డిటో)

2. రచ్చతాళము :— "రచ్చతాలే లఘుః ప్రోక్తో దవిరామః ప్రకీర్తితః" అని సంగీత దర్పణము. కాని మన లక్ష్యములు కొంత విలక్షణముగా నున్నవి :-

"కొలిచి రంబుజ సంభవాదులు, తెలివి మీఱిన బ్రహ్మవాదులు
బలహరాది సుధారసాదులు, భక్తి యుక్తులు వెలయ సాదులు"

విష్ణుమాయా విలాసము.

"మువ్వలు గదలకుండ, ముచ్చువలె వచ్చి దండ
పవ్వళించియే ముండ, పాలు త్రాగు పొట్టనిండా"

— అక్కయ కృష్ణవిలాసము.

మొదటి దానిలో వృషభగతి స్పష్టపడినది. రెండవ దానఁగూడ నొక గతి కలదు గాని మొదటి దానికంటె విలక్షణముగానున్నది.

3. చిత్రతాళము :— సంగీత దర్పణమున దీని లక్షణము :-

"అణుద్రుతో భవేద్యత్ర చిత్ర తాళః ప్రకీర్తితః
ద్రుతే త్వేకతాలీ స్యాత్ కథితా భరతాదిభిః"

ఈ చిత్రతాళమున కొక్క లక్ష్యము గన్పట్టు చున్నది.

"చిత్రవన్నెల పట్టు కోక లతి
చిత్రముగా గట్టి నొప్పుగాను
దంఢి వెలయు ధళ ధళ మని డాకాల
పెండెము బెట్టెను బిరుదుల బొగడన్"

— విశ్వేశ్వరుని ధర్మపురి మహాత్మ్యము.

ఇందుఁ గొలఁదివడిన గతిసమత గానకాలమున నణు ద్రుతివలనఁ జూడవచ్చును.

<u>గమనిక</u> :- శహాజీ త్యాగ వినోద చిత్ర ప్రబంధమునఁ బ్రదర్శితమైన తాళ వైవిధ్య వైచిత్రి యింతింత గాదు. అందు బసవ శంకరము, హానుమత్కుంభము మొదలగు దేశితాళ విశేషములును గలవు. సంగీతజ్ఞులకా గ్రంథము ప్రత్యేకము పరిశీలనార్హము.

---

2 దరువు

సీ. మా.

...... యక్షగానంబునకును
పద్య గద్యంబులు బహువిధ తాళముల్
రేకులు గూర్పవర్తిల్లు ; నాట
కమున కట్టుల పద్య గద్యముల్ దరువులు
విరచింప వింతగా పరిఢవిల్లు ''

ఇది 17 శతాబ్ది నడుమ నుండిన గణపవరపు వేంకటకవి లక్షణ శిరోమణి (ఆం. సా. ప., నం. 31 ఎ) ప్రథమోల్లాస మందలి వక్కాణ. దీనినిబట్టి యక్షగానములు వేఱనియు నాటకములు వేఱనియు రెంటను పద్యగద్యములు సమానములైనను య. గా. లందు రేకులును నాటకములందు దరువులును విశేషము లనియు ననఁగాఁ రేకులును దరువులును వేఱనియు నేర్పడుచున్నది. అట నాటకము లనగాఁ బూర్వము మనకుఁ దెనుఁగున మార్గ నాలకముల వంటి నాటకములులేవు కావున వేంకట కవి యుద్దేశించినవి వీధి నాటకములు గావచ్చును. వీధి నాటకము యక్షగానముల పుట్టువు పోలఁకువలు వేఱు వేఱు కాని కాలక్రమమున యక్షగాన మొక రూపక ప్రక్రియగాఁ బరిణత మగుసరికి రెండు నేకమైపోయి యుండవచ్చునను నూహ కవకాశము గలదని మీఁదఁ జెప్పబడినది. నాటకములని పేర్కొనఁబడినవానిలో యక్షగానలక్షణములు, యక్షగానములని వ్యవహరింపఁబడినవానిలో వీధి నాటక లక్షణములును — ఇట్లు అన్యోన్య గుణ సంక్రమణము గల గ్రంథజాలమెంతయో గలదు. (అట్టి య. గా. నాటక గ్రంథజాలమంతయు నీ గ్రంథము ద్వితీయభాగమున సమీక్షింపఁ బడినది) అట్లే "దరువులు" గల యక్షగానము లనేకము గలవు. రేకులగు జంపె, త్రిపుటాదులు గలిగి నాటకము లని వ్యవహరింపఁ బడిన గ్రంథము లెన్నియో

కలవు. ఆ జంపె త్రిపుటాదు లనేక య. గా. నాటకములందు దరువు లనియే పేర్కొనఁబడినవి. (మా. ద్వి. భా.) కొన్నిట పట్టి "దరువులు" గా మాత్రమే పేర్కొనఁ బడిన వానియందును జంపె త్రిపుటాది తాళ గతులను స్పష్టముగా గుర్తింపవచ్చును. తరువాతఁ దరువాత దరువులు రాగ తాళోభయ ప్రధానములుగను రూపొందినవి. అసలు రేకనునది ఛందో నిర్దేశముగల లాక్షణిక నామము. దరువు సంస్కృత నాటకములందలి ధ్రువ వలె ప్రయోజన వ్యవహారనామము. అందుచే దరువు రచనలో రేకైనఁ గావచ్చును లేక తత్త్ప్రయోగ సందర్భములకుఁ బనికివచ్చు నెట్టి గేయ రచనయైనఁ గావచ్చును.

దరువు ధ్రువా శబ్దభవమని పండితుల తలంపు. సంస్కృత నాటకములందు ధ్రువాగానమునకుఁ బ్రసక్తి కలదు. భరతుని నాట్య శాస్త్రమున ద్వాత్రింశాధ్యాయమున ధ్రువా విధానముగూర్చి ప్రత్యేకముగాఁ జెప్పఁ బడినది. అందు ధ్రువాగానము ప్రవేశాక్షేప నిష్క్రామ ప్రాసాదికాంతరములని పంచవిధములుగాఁ జెప్పఁబడినది. సంగీత సమయసారమున ధ్రువ ఏకాదశ విధములుగాఁ జెప్పబడినది. కాని నాట్య దర్పణ, భావ ప్రకాశ, వసంతరాజీయాద్యనేక గ్రంథములందు భరత మతమే పునశ్చరణ చేయఁ బడినది. నాట్యదర్పణమున ధ్రువా లక్షణమునకు లక్ష్యపురస్సరమైన చక్కని వివరణయు, సమన్వయమును గలవు. ఆ యా లక్ష్యలక్షణములను జూచినచోఁ బరిణత ప్రక్రియలగు మార్గరూపకములందు ధ్రువా ప్రయోజనమునకొక సాంకేతిక ప్రతిపత్తి యున్నట్లు తోఁచును. మన యక్షగానపు దరువులయెడ నట్టి సాంకేతిక ప్రతిపత్తి యంత కానరాదు. భరతాదులు చెప్పిన ప్రావేశిక్యాది పంచవిధ ధ్రువలలోఁ బ్రావేశిక ధ్రువకు మాత్రమే మన యక్షగానములందు విశేష ప్రసక్తిగలదు. భామ

కలాపాదులందు నర్వాచీన య. గా. లందును బాత్రలు తెర బయ ల్వెడలు సందర్భము లందున్న దరువు లీ కోవకుఁ జెందును. కాని యట పాత్రప్రవేశ సందర్భములందు గల దరువులను బ్రావేశిక ధ్రువ లనుకొనుట తప్ప నందాసాంకేతిక ప్రతిపత్తి చక్కఁగాఁ బాదు కొనియుండ లేదు.

ఉదా :-

"ప్రవిశతః పాత్రస్య రసభావ ప్రకృత్యవస్థాదికం ప్రవేశ శబ్దేనోచ్యతే, తదనుసారేణ శ్లేష-సమాసోక్త్యా దలంకృతం యద్రూపకం గీయతే సాప్రవేశః ప్రయోజన మస్యా ఇతీ కణీ ప్రావేశికీ"

— నాట్యదర్పణము.

ఇందుల కుదాహరణ అనర్ఘరాఘవమున స్వాశ్రమ రక్షణార్థము రామాకర్షణార్థ మరుదెంచిన విశ్వామిత్రుని ఆదిత్యోదయ వర్ణనావ్యాజ ప్రవేశ సందర్భము. ఇంత "పకడ్ బంద్" గా నుండదు మన దరువు లక్షణము. వసంత రాజీయ* లక్షణము మాత్రము కొంత సరిపడునట్లున్నది.

ఉదా :-

"సూచనే పాత్ర భేదానం తత్ప్ర భావార్థ సూచనీ
యా గీతిః సాధ్రువా తుల్య సంవిధాన విశేషణే,
ప్రవేశ సూచకా దౌతు ధ్రువా ప్రావేశికీ మతా."

ఇట్టి సామాన్య లక్షణము మన య. గా. లందలి పాత్ర ప్రవేశపు దరువులకు సరిపోవును.

* ఇది యిపు డుపలబ్ధము గాదు. నాదెండ్ల గోపమంత్రి ప్రబోధ చంద్రోదయ వ్యాఖ్యానమున నీ వ. రా. నందలి ధ్రువా లక్షణ మాహరింపఁ బడినది.

14–15 శతాబ్దుల నుండి మన వాఙ్మయమున ధ్రువా ప్రశంస వినఁబడు చున్నది. భీమఖండమున ప్రావేశిక ధ్రువాగాన ప్రసక్తి గలదు. సింహాసన ద్వాత్రింశికలో ధ్రువా ప్రబంధము పేర్కొనఁ బడినది. తాళ్ళపాక వారి సంకీర్తన లక్షణమున "దరువు" పేర్కొనఁ బడినది. 16శ. చివరినుండి య. గా. లలో "దరువు" కన్పట్టును. పోను పోను, య. గా. లలో "దరువు" నకే పలుకు బడి హెచ్చినది. మార్గ రూపకములందు వలెఁ బంచప్రకార సాంకేతిక ప్రతిపత్తి లేక పోవచ్చును గాని మన యక్షగానము లందు దరు వనేక ప్రయోజన ముల కుపయుక్త మైనది - పాత్రవర్ణన, ప్రవేశము, స్వీయోదంత కథనము, పాత్రాంతరములతో సంవాదము, ప్రకృతి వర్ణన, సన్నివేశ వర్ణన, కథానుసంధానము మొ ... ఇవి బహుయక్షగాన సామాన్యములైనవి. విశేషములు గొన్ని మచ్చుముక్క లుదాహరింపఁ బడును.

1. కొ ర వం జి ద రు వు లు :– ఈ పేర విజయ రాఘవ చంద్రికా విహార విజయ రాఘవ కళ్యాణాదు లందు కొరవంజి వేషభాషలు వర్ణితములైన దరువులు గలవు.

ఉదా :- మాళవి - తివడి (త్రిపుట)

" జింకపొక్కిటి యసట దీఱిన ।
చిన్ని తిలకము మించగా
సంకుకడెములు నూరు వజ్రపు ।
సంది దండలు మెఱయఁగా వచ్చెనెఱుకత వచ్చె॥ "
ఆరజముగా నెరిక వోసిన
సొరిదిచీర చెఱంగులు
' '
పాదముల రాడగా ॥వచ్చె॥

గుబ్బచన్నుల మీద జేర్చిన
గోపకెంపుల పేరులు
గబ్బిగా గురిగింజ పూసల
కంట సరులై మించగా ॥వచ్చె॥

2. జక్కిణి దరువు :—జక్కిణి యొక నృత్య విశేషముగా బృహద్దేశీత్యాది గ్రంథములందుఁ జెప్పబడినది. తదుపయుక్తమైన గీత ప్రబంధ విశేషమే యీ జక్కిణి దరువు.

ఉదా : తిరుమలకవి చిత్రకూట మాహాత్మ్యమునుండి :-

ధన్యాసి - ఆది

సకల నటన విభేద చమత్కార ప్రకార
ప్రకటన కరణి సమరథు
నటనుతు మేటి ఖోజాణురే
నటన సురధాణురే
సుఝనమ్మణు కొణురే॥

3. గుజరాతి వగవింత కోపు దరువు :—ఇదియుఁ జిత్రకూట మాహాత్మ్యము నందలిదే. ఇదియు నభినయోపయోగి యైనదే రెండింటి యందును భాషాంతర ప్రయోగము గమనింపఁ దగినది.

ఉదా .— అసావేరి - ఝంపె

ద్వారకాధిపు నటన పరవిణుతు మిరే
తుమెచచారు పదపదుమ భంజనవరు సామిరే ధోరురే
భక్తమందారురే మేరునగ ధీరురే॥

4. కోలాట దరువు :- ఆడు పిల్లలచే దండలాసక క్రీడావసరము లందు పాడఁబడుట కుద్దిష్టములైనవి. అడుగునకుఁ దగిన నుడుగు కోలు కోలను నార్భటము, కైశికీ వృత్తియుఁ దీని ప్రత్యేకతలు. గిరిరాజు కవి వాదజయ మందలి కోలాట దరువు లుదాహృత పూర్వములు.

5. కోలాటవర్ణము :- ఇదియు నొక విశేషమైన దరువే. కోలాటకు దీనికిని సంబంధములేదు. కోలాటదరువునకును దీనికినిపోలిక తక్కువ. దానిగతి వేఱు, దీనిగతి వేఱు. ఇందు 'కోలు కోలు' అను నార్భటములేదు. మఱి దీని కాపేరెట్లు వచ్చినదో!

ఉదా : ఆలూరి కుప్పనార్యుని పార్థసారథి విజయము నుండి :—

రాగం - భైరవి

తొడరి గోవులకు దూడలను విడువకనూ
విడివడిన లేగలను బడిబడి కట్టకనూ॥
కాచిన యట్టి పాలకడవలు డించకనూ
కాచక నిడినపాలు కాచుటకు తోచకనూ॥
వెలయు శ్రీగోపాలుని వేణుగాన మాలించి
వెలువడిరి గోపికలు వింత వింత వైపుమించి॥

6. వృత్తదరువు :— ఎత్తుగడ వృత్తమై సగములో దరువు ధోరణికిఁ దిగిన నది వృత్తదరువు. (ఇదే వృత్తార్థమనియుఁ గొన్నిట వ్యవహరింపఁబడినది. 18 శ. కి ముందిట్టివి కన్పట్టుటలేదు.)

ఉదా : ఎల్లయ చంద్రతారా విలాసమునుండి :—

తోడి రాగము

వృ. " సుందరమైన రూపమును జూచి మనంబున నాస చేతుగా
నందమునొంది తార హరిణాంకుని ప్రక్కను నిల్చియేమిరా

ద. దంధాన సేయగ నేను మారుని 'బారి
తొందర కోర్వగలేను
డెందము కుందగ చిందర జెందుచు
కందువ లరయుచు సందునఁ బొందగు....దం."

7. టప్పా దరువు :- భీమసింగి కవిరాజు రాజారాణీ విలాసము నందును, వెంకటకృష్ణాజెట్టి శివపారిజాతము నందును గలవు. (రా. రా. వి. న టుమ్రీలును గలవు. టప్పాలు టుమ్రీలును మరాటీ గీత విశేషములు) వీని రచనయందు విశేషము కానరాదు.

ఉదా :— శి. పా. నుండి :-

"ఇందుధరు నిందు దేవే చంద్రవదనా
ఇందుముఖి శ్రీపార్వతీ మందరుని.....ఇందు"

గమనిక : దరువులలో శహాజీ రచించిన దరువులకొక ప్రత్యేకత గలదు. అందుచే నవి ప్రత్యేకము ప్రసక్తములు. చూ. అనుబంధము(3).

3 ద్వి ప ద.

రేకులు, దరువుల తరువాత యక్షగానమునం బ్రధానమైనది ద్విపద. ప్రాయికముగా ద్విపదలేని యక్షగానమే లేదన వచ్చును. అది యక్షగానములో నెన్ని యవతారము లెత్తినదో చెప్పనలవి కాదు. ద్విపద దేశిచ్ఛంద మనియే యనేకాంధ్ర విద్వాంసుల విశ్వాసము. కాని సంస్కృత ప్రాకృతము లందది చాల కాలము నుండి ప్రచారమున నుండినట్లు తెలియుచున్నది. వైదిక వాఙ్మయములో ద్విపదా గాయత్రీ, ద్విపదా జగతీ, ద్విపదా శత బృహతీ, ద్విపదాత్రిష్టుప్, ద్విపదా విరాట్ అను ఛందస్సులు గానవచ్చుచున్నవి. ద్విపద, ద్విపది, ద్విపదిక, ద్విపథగ ద్విపదీ ఖండము. దోహా (ప్రాకృతము) మొదలగు వివిధ నామములతో నొక ఋగ్భేదమనియు, గీత ప్రబంధమనియు, మాత్రా వృత్తమనియు నిట్లు బహు భంగులుగా వివిధ గ్రంథము లందు దాని ప్రశక్తి కాన నగుచున్నది. ఆ ప్రసక్తి యెట్టిదో అది మన ద్విపదకు సరిపడునో లేదో చూతము:-

1. వా చ స్ప త్య ని ఘ ం టు వు:–

ద్విపదికా - ద్విపదీ ; స్వార్థే 'క' ప్రాస్వః గీతి భేదే. "శుద్ధా ద్విపదికా గీతిర్జంభ లేత్యభి ధీయతే" భరతః. ద్విపదికయా దిశోవలోక్య నిః శ్వస్య సాస్రమ్" — విక్రమోర్వశీయమ్.

ద్వి ప దీ ·— ఋగ్భిన్నే. (1) ద్విపద యుక్త గీతి భేదే. (2) మాత్రా వృత్తా భేదేచ. "ఆదౌ షట్కలమేతత్ తదను పంచ చతుష్కలమ్, గుర్వంతం ద్విపదీభవ తీహ వింశత్యష్టకలం దలమ్"

"గాయత్ర్యస్యేక పదీ ద్విపదీ చతుష్పద్య పదసి నహి పద్యసే"
— శతపథ బ్రాహ్మణము 14,8, 1510.

2. శబ్దస్తోమమహానిధి :—

ద్విపదా :— స్త్రీ. ద్వౌ పాదావ స్యాః— పాదస్యాన్తలోపః టాప్ – భత్వాత్పదా దేశః. ఋగ్వి శేషే ఛందో భేదే జీప్—ద్విపదీ.

3. శబ్దార్థచింతామణి :—

ద్విపదా — స్త్రీ. ఋగ్విశేషే. ద్వౌ పాదావస్యాః సంఖ్యాసపూర్వస్యేతి పాదస్యాన్తలోపః - టాబృచీతి టాప్ — పాదః పత్.

ద్విపదీ — స్త్రీ. మాత్రా వృత్తాంతరే. "ఆదౌ షట్కల మేతత్ .... "

4. భరతనాట్యశాస్త్రము :-

విక్రమోర్వశీయమున ద్విపదిక పేర్కొనఁబడినది కాని యందు లక్ష్యములేదు. తద్వ్యాఖ్యాత భరత ప్రోక్తముగా ద్విపదిక లక్షణము నిట్లుటంకించెను. :—

"శుద్ధాఖణ్డాచ మాత్రాచ సంపూర్ణేతి చతుర్విధా
ద్విపదీ కరణాఖ్యేన తాలేన పరిగీయతే
పాదేభః పంచ భాగోక్తై జౌ స్తః షష్ఠ ద్వితీయ కౌ
చతుర్భి రీదృశైః పాదైః శుద్ధా ద్విపది కోచ్యతే.
అర్ధాంతేన్యే స్వరా నాహుః ఖండాస్యా చ్ఛుద్ధ యార్థయా
షష్ఠైనైకేవ గురుణా మాత్రా ద్విపది కా మతా,
జ్ఞేయా శుద్ధైవ సంపూర్ణా గురుణాంతేధికేనతు."

ఇది భరతమునఁ గన్పట్టుట లేదు. ఇదే యథాతథముగ సంగీత రత్నాకరమునఁ గలదు. (అధ్యా. 4 శ్లో. 214-217) కాని ద్విపదిక జంభలా నామక మగు నొక గీతి భేదముగా భరతుఁడు చెప్పినట్లు వాచస్పత్యమునఁ గలదు కదా. విక్రమోర్వశీయమునఁ

జతుర్థాంకమున ద్విపదికకు లక్ష్యము లేదుకాని జంభలిక యను నొక గీతమునకు లక్ష్యము గలదు.

ఉదా :— (పాకృతము) :—

" సహ అరి — దుఖ్ఖాలిద్ధ అం
సరవర — అమ్మి సిణిద్ధ అం
అరవిల — వాహ — జలోల్ల అం
తమ్మ ఇ హంసీ - జు అలఅం"

దీనిపై రంగనాధుని వ్యాఖ్యానము :—

"జంభలికా గీతి విశేషః తథా చాహ భరతః ఉద్గ్రిహాది సకృద్వైకైక ఖండోద్విశక లోధవా. యత్రధ్రువో ద్విర్వాభోగో (?) ధ్రువేముక్తిః స జంభకః. — ఇతి, "ఏతస్యైవనామ జంభలికేతి మతంగ మతమ్. ధ్రువే ముక్తి రహితా పూర్వోక్తలక్షణ లక్షితా నేతి శ్రీమద్భట్టసోమేశ్వర చరణాః"

(ఈ జంభలికయే ద్విపదిక రూపాంతరమగు జంభలయగునా ?)

5. మతంగుని బృహద్దేశి :-

"యాస్మాత్ కరణ తాలేన ద్విపదీ వృత్త సంగతా
సా భవేత్ ద్విపదీ నామ ప్రోక్తా వస్తు విచక్షణైః
ఆద్యం పాద ద్వయం యత్రస్యా దను ప్రాస వర్జితం
అనుప్రాస స్తృతీయేపి చతుర్థేవాథ గీయతే."

6. జనాశ్రయి :- అధ్యా. 5. సూత్ర. 54 - 58

సూ, " గణాస్త్రయో భంగ ద్విపదీ" - 54

వృత్తి. త్రయోగణాః ప్రతిపాదం భవన్తి చేత్
భంగ ద్విపదీ నామ భవతి, గణాధికార వర్త

మానే పునర్గణ గ్రహణం చతుర్లఘూనాంచ
సర్వేషాం గణానా మభేదేన గ్రహణార్థమ్.
ఇతరథాహి చతుర్లఘూనా మేవ గ్రహణం స్యాత్.

సూ. "చత్వారం పంచషట్ సప్తవా" — 55.

వృత్తి తస్యా ఏవ భంగ ద్విపద్యా న కేవలం త్రయ
ఏవ గణా భవన్తి చత్వారో వా పంచవా
షడ్వా సప్తవా భవన్తి.

సూ. "భాంతేవా" — 56.

వృత్తి. తస్యా భంగ ద్విపద్యా ప్రతి పాదం గురురన్తేభవతి వా న వా.

సూ. "త్రింశద్గా పరమా" — 57.

వృత్తి. త్రింశల్లఘవో యస్యా భంగ ద్విపద్యాః
సా భవతి త్రింశర్గా పరమాధికా భంగ ద్విపదీ.

తతః సర్వాభ్యో భంగద్విపదీభ్యో యా పరమా సా
త్రింశద్గా భవతి తదధికా నాస్తి"

సూ. "ద్విపదీ గీతికా పరా" — 58.

వృత్తి సైవ భంగ ద్విపదీ ద్విపదీత్యు చ్యతే గీతికా
పరా భవతి చేత్.

ఉదాహరణమ్ :— (ఒక్కొ-క పాదము మాత్రము)

"క్షీణమంబు వా పీమ పరిత్సుచ సాంప్రతం
రక్ష్యమాణం బహు ధన మిహ భాగ్య విపర్యయే"?
"కరుణాకర నిష్కరుణేన వాయునా
రిపు వారణ దాన గంధినా."

7. రత్నావళి :— ఇందు ప్రథమాంకమున ద్విపదీ ఖండమున
ప్రాకృతమున నొక లక్ష్యము గలదు. అందుండి ఉదా :—

" కుసుమా ఉహ పి అదూ అఓ
మ ఉలా ఇద బహు చూ అ ఓ
సిధిలి అ మాణగ్గ హణఓ
వా అ ఇ దా హిణ పవణఓ. "

(భావప్రకాశమున 'కావ్య' మను నుపరూపకము 'సభగ్న' తాళ ద్విపదీ ఖండ మాత్రా పరిష్కృత" మ్మనియు, "కల్పవల్లి" యను నుపరూపకము "ద్విపదీ ఖండ గేయాఢ్య" యనియుఁ గలదు. బాణ భట్టు కాదంబరి పూర్వభాగమునఁ 'ద్విపది' యొక పాఠ్యవిశేషముగాఁ జేర్కొనఁబడినది).

8. <u>మానసోల్లాసము</u> :-

" త్రయోగణా గుర్వాంతే ప్రథమేథ తృతీయకే
ద్వితీయేచ తురీయేచ ద్వౌ గణా ద్వౌగురూ తథా
జగణో నాత్ర కర్తవ్యో భాగాంతే యమకం భవేత్
ఇతి ద్విపదగం నామా తస్యోదాహృతి రుచ్యతే
గాతవ్యః స్వరసంయుక్త స్తాలేన పరివర్జితః
ప్రబంధో ద్విపదాభిఖ్యో గీతి విద్యా విశారదైః
షట్కలో గణ అద్యస్య తతః పంచ చతుష్కలా
అంతే గురు ర్ద్వితీయే జః షష్ఠేచ ద్విపదీ తు సా
పాదద్వయాంతే కర్తవ్యః స్వరన్యాసో యథోచితః
ఏనకేనాపి తాలేన గాతవ్యా ద్విపదీ బుధైః "

9. <u>సంగీత చూడామణి</u> :-

" సంస్కృతే యే ద్విపదగాః ప్రాకృతే దోహ కాశ్చతే
అభీష్టమాత్ర తాళః స్యా దాభోగో అన్య పదైః కృతః
స్వరైర్న్యాసో విధాతవ్య తాళమాన ద్వయేన వా. "

10. <u>సంగీతరత్నాకరము</u> : విక్రమోర్వశీయ వ్యాఖ్యాత భరతముని ప్రోక్తమైనదిగాఁ జేర్కొనిన ద్విపదీ లక్షణము యథాతథ

ముగా నిందున్నదే. అదికాక "ద్విపథ ప్రబంధ" మనున దొకటి మాత్రాభేదమునుబట్టి బహుభంగులైనదిగా, నిదే ప్రాకృతమున 'దోహా' యనియుఁ బేర్కొనబడినది. (ఈ 'దోహా' కు నాలుగు పాదములు; 1, 3, పాదములకు పదుమూఁడును, 2, 4 పాదములకు పదునొకండును మాత్రలుండును. చూ. కోల్ బ్రూక్. పుట 413).

సం. ర. వ్యాఖ్యాన (కళానిధి) కర్తయగు కల్లినాథుడు "ద్విపథం దోధక మితి పర్యాయశబ్దౌ, తేన దోధకలక్షణమేవ ద్విపద లక్షణం వేదితవ్యమ్. దోధక లక్షణంతు భా భగా గితి" యని వక్కాణించినాఁడు.

11 సంగీత సుదాకరము:

> " కరణాఖ్యేన తాలేన గాతవ్యో గమకాంతరే
> అబోగోన్య పదైః కార్యో న్యాన స్తాలా ద్విమానతః
> ద్విపదీచ భవవే దేవమ్ ".

12. కన్నడ ఛందోబుధి :- ఇందు ద్విపద దువయి, దువవిగ, దువది మొ॥ పేరులతోఁ బేర్కొనఁబడినది. (IV. 293-95). అందుఁ దత్పాదమునకు 28 లేక 26 మాత్రలుండునని చెప్పఁబడినది.

13. కవి జనాశ్రయము :-

> " ఇంద్ర గణములు మూఁ డినగణం బొకటి
> చంద్రాస్య ద్విపదకుఁ జనుఁ జెప్ప రేచ "

ఈలక్షణమే ఆంధ్రలాక్షిణికు లందఱిచేతను బునశ్చరణచేయఁబడినది. మనద్విపదకు యతిప్రాస నియతి గలదు. మంజరీ ద్విపదకు గణని యతి యుంతే కాని ప్రాస నియతి మాత్రములేదు. (విన్నకోట పెద్దన కావ్యాలంకార చూడామణిలో ద్విపద "ద్విపది" యని

పేర్కొనబడుట విశేషము) మన ద్విపద మాత్రాచ్ఛందో గీతప్రబంధ వైఖరులు గలిగియున్నది. (ఇంద్ర చంద్ర సూర్యగణాదులు నిసర్గగణములుగావు. మాత్రాచ్ఛందస్సులను గొలుచుటకుఁ బ్రక్రియా సౌలభ్య పరాయణులైన లాక్షణికులు పట్టుకొనిన కృతకములైన కొలబద్దలు. "ద్విపద ప్రబంధమున" పల్నాటి వీరకథ పాడఁబడెడిదని క్రీడాభిరామమున 15వ పద్యమునఁ గలదు. ద్విపదకు ద్విగుణమగు తరువోజ దంపుళ్ళపాటయని కావ్యాలంకార చూడామణియందు 8-50. చెప్పఁబడినది. యక్షగానములందుఁ బ్రయుక్తములైన లక్ష్మీకల్యాణాది గీతములు ద్విపద వికారములు) కాని మీఁద వివిధ సంస్కృత గ్రంథములనుండి యన్ని లక్షణములెందుల కెత్తిచూపబడిన వనఁగా నందేదియు యథాతథముగ మన ద్విపద లక్షణమున కెన కాదని చూపుటకే. "ఆదౌషట్కల...ఇత్యాదిలక్షణమున ముఖ్యముగా గమనింప దగినది 'గుర్వంతం ద్విపదీ భవతి" అను నది. మన ద్విపద లఘ్వంతము. ద్విపదికగా ననుమానింపఁ దగిన జంభలికా గీతి లక్షణమును బరిశీలించిన నది పాద పాదమునకుఁ బదుమూఁడేసి మాత్రలు గలదని(రత్నావళి లక్ష్యవిషయము నిట్టిదే) తెల్లమగును. మన ద్విపద పాదము పరిమితి యథమ పక్షము పదునైదు మాత్రలు. బృహద్దేశీత్యాదులందు ద్విపద కరణ తాలముతోఁ బాడఁ బడునని కలదు. ('తాలే కరణ ఇత్యాఖ్యే జ్ఞేయం బిందు చతుష్టయమ్" అని నారదుని సంగీత మకరంద లక్షణము). ఇట్లు మన ద్విపను కరణతాళముతోఁ బాడు సంప్రదాయ ప్రసక్తి మన యాంధ్రమునం దెచ్చటను గానరాదు. ఇఁక జనాశ్రయి లక్ష్యములనుజూచినచో నందు పాద పాదమునకు ముప్పది పై చిలుకుగా నున్నవి మాత్రలు ; మన ద్విపద పాద మాత్రావధి పదు నెనిమిది. మానసోల్లాసాదు లందలి 1-3 పాదము లందు మూఁడు గణనొకములు గురువు , 2–4 పాదములందు రెండు గణ

ములు రెండు గురువులు అను ద్విపదగ లక్షణము 1—2 పాదముల కొక్కటే లక్షణము గలిగి లఘ్వంతమగు మన ద్విపదకు సప్పదు. సంగీత రత్నాకరమున పాదమున కొక భగణము (6 మాత్రలు గలది), 5 భగణములు, అంత మందు గురువు నడుమ 2 వ, 6 వ గణములు జగణములునై యిట్టి పాదములు నాల్గుండిన నదిశుద్ధ ద్విపదిక యనియు, నిందలి మొదటి రెండు పాదములు నియత లక్షణములై పిదప రెండు ననియత లక్షణములుగ నున్నచో నది ఖండ ద్విపద యనియు, ప్రతి పాదమునను షష్ఠగణ స్థానమున నొక్క గురువును మాత్రమే ప్రయోగించినచో నది మాత్రా ద్విపదిక యనియు, శుద్ధ ద్విపదికయొక్క ప్రతి పాదాంతము నందు నొక్కొక గురువును జేర్చినచో నది సంపూర్ణ ద్విపద యగు ననియుఁ జెప్పఁబడినది. ఇట్లొక్కొక పాదమున నిన్ని గణములకు నందు జగణమునకును బ్రసక్తి, అంత మందు గురువునకుఁ బ్రసక్తి మన ద్విపదయెడలఁ గానరావు. సంగీత రత్నాకరము నందలి ద్విపథకమే దోధక మనియు దానికి 3 భగణ ములు 2 గురువులు లక్షణ మనియు కల్లినాథుఁడు చెప్పినాఁడు. ఈ దోధకమునే త్రిష్టుప్ఛందో వృత్తముగాఁ బరిగణించి యున్నారు మన లాక్షణికులు అపర్యాప్తమైనను దోధక లక్షణము మన ద్విపదకు సన్నిహితముగానున్నది. అందలి చివరి గురువును లఘువు చేసినచో నది ద్విపద పాద మగును. అయితే దోధకమున భగణప్రయోగము విహితము. ద్విపదయం దైచ్ఛికము. రెండేసి పాదములకు లక్షణ సామ్యము గల దెల్ల ద్విపదయను సామాన్యార్థమున నివి యన్నియు ద్విపదలే కాని మన ద్విపద లక్షణము తదితరముల కంటె విలక్షణమైనదనియే, అది దేశిచ్ఛంద మనియే చెప్పనగును. ద్విపదను జాతిచ్ఛందముగాఁ బరిగణించినారు మన లాక్షణికులు. ఇటీవలఁ గొందఱు పండితులు మన ద్విపద దేశిచ్ఛందస్సు కాదని యభిప్రాయ

పడి ద్విపద నొక ప్రధాన రచనాంగముగాఁ గల యక్షగానము దేశి త్వమును శంకించిరి. కావున దానిగుఱించి యింతదూరము వ్రాయ వలసి వచ్చినది.

మన యక్షగానము లందు ద్విపదకు విశేష ప్రసక్తి గలదు. బహు యక్షగానము లందు గ్రంథాంతమున కవిగద్యకు బదులు ద్విపదయే యుక్తమైనది. అందు కృతి సమర్పణము కవి విషయము నుండును. కొన్నిట గ్రంథారంభమునఁ గథా సంగ్రహాది విషయ కథనము కొఱకు నుపయుక్తమైనది. ద్విపద గ్రంథము నడుమఁ బలు తావులఁ గథా కథనము, వర్ణన, పాత్ర ప్రవేశము (సంధి ద్విపద - పాత్రప్రశంస, తెర ద్విపద - పాత్రస్వీయోదంతోద్ఘాటనము), పాత్రల సంభాషణ మొదలగు ననేక సందర్భము లందుఁ బ్రయుక్తమైనది. అది కాక ద్విపద రూపాంతరము లెన్నియో యక్షగానము లందుఁ బ్రయుక్తము లైనవి. అందు :–

1. <u>మంజరి</u> :– ఇందు ప్రాసనియతి లేక పోవుట మాత్రమే దీనికి ద్విపదతోఁగల భేదము. ఇది కాక మంజరి పేరనే యింకొక రచనా విశేషము య. గా. లం దతివిరళముగాఁ బ్రయుక్తమైనది.

ఉదా :– గిరిరాజు లీలావతీ కల్యాణమునుండి

" ఈ రీతిగ ధరణీశుఁడు వెడలిన
సారి వార్త తమ చారులచే విని
వెఱచియు వెఱవని విధమున విమతులు
గురిగల తమ తమ కులగతు లెన్నుచు "

ఇందలి యేకతాళి నడక గమనింపఁ దగినది. ఇది కాక మఱియొక విధమైన మంజరి 19 శ. ఉ. భా. నుండి బయల్వెడలిన య. గా.లలో (య. గా. లని వ్యవహరింపఁబడిన హరికథలలో) ప్రయుక్తమైనది.

ఉదా :- శ్రీ మదజ్జాడాది భట్టనారాయణదాసుగారి ప్రహ్లాద చరిత్రమునుండి -

ధన్యాసి రాగము

" అని చండామార్కులను గురువులకు — నప్పగించె నవ్వాలున్
కనక కశిపుండు సుమూర్తంబున — గంజాక్ష భక్తి లోలున్ "

ఇందు పాదమునకు 16 + 12 మాత్రలు. యతి స్థానము 17 వ మాత్రా స్థానము. ప్రాస, అంత్యప్రాసలు విహితములు. ఒకొ్కకచోఁ బ్రాస యతియుఁ గన్పట్టును.

2. సువ్వాల ద్విపద :- సువ్వి సువ్వాల యనునవి దంపుళ్ళ పాటలుగాఁ బ్రసిద్ధములు. అనేకయక్షగానములందుఁ బ్రయుక్తములు. సువ్వాల లక్షణసార సంగ్రహమున (3-102) పేర్కొనబడినది. అప్పకవీయమున సువాలకొక లక్ష్యముగలదు (4-403) కాని "సువ్వాల ద్విపద" యనుపేరు చిత్రముగా నున్నది. ఆపేరిట నొకరచనా విశేషము యక్షగానములందుఁ జూపట్టుచున్నది.

ఉదా : - కుండినపుర కురవంజినుండి

" గూని వీపు గొగ్గి పండ్లు కొంగ మెడయు గొప్పనడుము
దోనె కడుపు దొప్ప చెవులు దోమ కన్నులు "

ఇందలి తురగవల్గన గతి గమనింపఁ దగినది. (గుజ్జము చిన కపోతయ్య రచించిన దారుకావన క్రీడ సువాల- ప్రా. లి. పు. భా., నం. 1887 అచ్చముగా నిట్టిదే) * సువాల ద్విపద యనుటలో గమనింపఁదగిన విషయ మొకటి యున్నది. ద్విపదకు ద్విగుణ మగు తగువోజ

* "సువాలధాతువు" అను పేర ప్రా. లి పు భాం డి నం. 1855 కురవంజిలో నున్న రచనయు నిట్టిదే.

దంపుళ్ళ పాటగాఁ గావ్యాలంకార చూడామణిలో (8-50) చెప్పఁబడినది.

"తలకొని తగఁ బ్రాలు దంచెడి చోటఁ
దరుణులచే సొంపు దనరుఁ దర్వోజ"

(య. గా. లందు సు. ద్వి. కే గాని తరువోజకుఁ బ్రసక్తి లేదు)
అప్ప కవీయము నందలి సువాల

"అక్షర హరి వికచాంబు రుహాక్షా
యక్షప సఖనుత యదుకులదక్షా. సువ్వీ సువ్వాలే"

అని మీఁది సువాల ద్విపదవలెఁ గాక "మామూలు" మనద్విపదయే గుర్వంతమైన నెట్లుండునో యట్లే యున్నది. అయితే మ రగతి మాత్ర మీ పాటింపఁబడినది. అది రోకటి పోటు మోదుపులో నొక వేగమును సూచించు నట్టిది. "సువ్వీ సువ్వాలే" యను నది చివర నొక యూఁత పదము, పల్లవి వంటిది.

3. గౌరీకల్యాణము :- ఇది ఆడువారి పెండ్లి వేడుక పాటగాఁ బ్రాచీనకాలము నుండియుఁ దెనుఁగు నాట మిగులఁ బ్రసిద్ధమైనది. (జక్కన విక్రమార్క చరిత 4-130, 179, అనంతుని భోజరాజీయము 4-87, కాకమాని మూర్తి పాంచాలీ పరిణయము 4-22, మల్లన రాజశేఖర చరిత్రము లందు దీని ప్రసక్తిగలదు) కొన్ని యక్షగానము లందుఁ బ్రయుక్తమైనది. ఇది ద్విపద వికారముగా భాసిల్లును.

ఉదా :- మాతృభూతన పారిజాతాపహరణము నుండి

"శ్రీ రుక్మిణీ లోల చిర సుగుణజాల
కారుణ్య మయశీల కల్యాణ చేల —"
(గౌరీ కల్యాణమే వైభోగమే).

(అప్పకవీయమున "పెండ్లి పాట" యను పేరఁ బొదాం తమున "గౌరీకల్యాణ వైభవమే" అన్న యూఁత పలుకుతో నొక లక్ష్యమున్నది. అది యచ్చముగాఁ బూర్వోక్తమైన సువాలపాదమే. ఊఁత మాట మాత్రము మారినది.)

4. లక్ష్మీకల్యాణము :— ఇదియు గౌరీకల్యాణము వంటి యొక పెండ్లివేడుక పాట. (వెంకటనాథుని పంచతంత్రమున, 4—360, పేర్కొనఁ బడినది.) కతిపయ యక్షగానము లందుఁ బ్రయుక్తమైనది. ఇదియు నచ్చముగా ద్విపద మచ్చే.

ఉదా :- హేమాబ్జ నాయికా స్వయంవరము నుండి

" శృంగార మమరంగ చెలువ మన్నారు
చెంగమ్మ పెండ్లికి చెలులార రారె
నిత్య కల్యాణంబు పచ్చ తోరణము
హెచ్చైన కదలి రాజింట నే ప్రొద్దు "

ఇందూఁత పదము లేదు. మృత్యుంజయ విలాసమున గౌరీ లక్ష్మీ కల్యాణముల యూఁత పదములు రెంఁడును గ్రహింపఁ బడినది.

ఉదా :-

" శ్రీ మహా లక్ష్మిని శ్రీ విష్ణుఁ బోలి
తామర తంపరై తగిరి దంపతులు ॥
గౌరీ కల్యాణమే వైభావ్యమే
లక్ష్మీ కల్యాణమే సౌభాగ్యమే. "

తాతం భట్టు చింతామణి యను లక్షణ గ్రంథమున (తం. స. మ. కే. నం. 779) "లక్ష్మీ కళ్యాణము నందలి రేకులు" అని "నీర జోదరు రాణి నీలవేణికిని" అని ద్విపద పాదము లుదాహరింపఁ బడి

నది. ఆ లక్ష్మీ కల్యాణమొక యక్షగాన గ్రంథము కావచ్చును. కాని యందలి రేకు లనునని ద్విపదపాదముల వలె నుండుట యిట గమనింప దగినది. 'ఆయాయి రగడ భేదము రేకులు పెక్కులమరు" నని యన్నాఁడు గదా లక్షణ సార సంగ్రహ కర్త (3—102). అనఁగా నొక్క యెడ ద్విపదకు రగడకుఁ గూడ బాంధవ మేర్పడిన దన్నమాట.

5. ద్విపదార్ధము:— ఈ పేరిటి రచనలో మొదటి సగము ద్విపద, పిదప సగము దరువునై యుండును. కందార్ధములు, గీతార్ధములు మొదలగు నిట్టి రచనా విశేషములు 18—19 శతాబ్దులనుండి వ్యాప్తిలోనికి వచ్చినవి. యక్షగానముల కెక్కినవి.

ఉదా :- వందిపాటి మిత్రవిందా పరిణయము నుండి.

" భామరో నీమాట బహుచిత్ర మమ్మ
కోమలా కారుఁడౌ కృష్ణుండు నీకు
మామ పుత్రుండను మాట యే కాని
ఆ మహా మహుని నీవు
చూడలేదెట్టు లతివా మోహించినావూ
తామరా సాక్షి నీకూ తగునే యీ వట్టిభ్రమలు. ..."

గమనిక :— ఇవికాక యింకను ద్విపద వికారము లైన దేశి రచనా రీతు లెన్నియో గలవు - నివాళిపదము, జాళపదము మొదలైనవి.

4. పద్యము

మన చంపూ కావ్యాదులలో నుపయుక్తము లైన వివిధ జాత్యుపజాతి వృత్తము లించు మించన్నియు (అక్కరలు, తరువోజాదులు, కొన్ని తక్క) యక్ష గానము లందుఁ బ్రయుక్తములైన వని చెప్పవచ్చును. అంద నేకము ప్రసిద్ధములు, మనఛందో లక్షణ గ్రంథము లందుక్తము లైనవి. వాని లక్షణము లిటఁ బునశ్చరణ చేయవలసిన పనిలేదు. కతి పయ విశేషములు మాత్రము తెలుపఁ బడును.

లయగ్రాహి మొ... వాని యందు జంపెగతి, మత్తకోకిలాదు లందు త్రిపుట గతి, ఉత్సాహాదు లందు రచ్చరేకు నడక, మాలినీత్యాదులందు ఏకతాళి యొడుపును గుర్తింపఁ దగినవి. ఇవి పద్యములుగాఁ బరిగణింపఁ బడుచున్నవి. కాని ప్రాయికముగా వీనిని రగడ వికృత లనఁ దగును.

ఇఁకఁ బద్యవిశేషములొక మూఁడు :-

<u>1. కపోతకవృత్తము</u> :- కూరపాటి అమరలింగామాత్యుని పార్వతీ కల్యాణమున నొక లక్ష్యము గలదు.

> " హిమగిరి కన్య మహేశ్వరు గూర్పన్
> సుమ విశిఖంబుల సొంపుగ నేయన్ " మొ .

ఇది జగతీ చ్ఛందము నందలి తోవక లేక తామరస వృత్తముగా మన లాక్షణికులచే నుదాహరింపఁబడినది. (చూ. అనంతుని ఛందము2-46)

<u>2. శారదపద్యము</u> :- ఈ పేరిటఁ గతి పయ యక్షగానము లందొక రచనా విశేషము గన్పట్టు చున్నది. ఇది పేరికే పద్యము

కాని దరువు ధోరణి నున్నది. ఒక్కొక్కచో దీనికి రాగ తాళ ములు గూడ నుదాహరింప బడుట విశేషము.

ఉదా :- అకలంక శ్రీకృష్ణమార్యుని కృష్ణవిలాసము నుండి :-

ఆదితాళము — కన్నడ రాగము.

" అనుచు వసుదేవు మోము గనుఁ గొనుచు
నను కరుణ జూడవే యనుచు
యిఁక నేవగింప వలదనుచు
నీ దాసుఁడ నమఁ గను మనుచు
కను గొలఁకుల కడఁ గారెడు నశ్రులు
తన కొంగ గోటను తరి తరి జిమ్మెన్ ".

దీని కొక విధముగా లక్షణ నిర్వచనము చేయవచ్చును. మూఁడు నాలుగు మాత్రల పరిమితిగల యొక (క్రియా) పదముతో నారంభించి యంతే పరిమితిగల యట్టి (క్రియా) పదముల నంత్యప్రాసోపయుక్తము లగు వానినిఁ గొన్నిటిని గ్రహించి పదేసి మాత్రల పాదములపై నొక్కొక దానిని నిలిపి యట్టి పాదములు కొన్నియైన వెనుక సమాపక క్రియాంత మగు మధుర గతి రగడ పాదము లొక రెండు ఘటింపవలయును.

3. <u>కల్యాణవృత్తము</u> :- శ, న, స, గణములు గలది. పురిజాల లక్ష్మీనారాయణ పారిజాతము నందుఁ బ్రయుక్తమైనది.

ఉదా :-

శ్రీ వార్జిజ భవ భవన । ద్దేవేంద్ర వినుత పదరా
జీవ త్రిజగదవనదీ । క్షా వేంకట రమణ హరీ,

4 తురంగప్రయాతము :- ఈ పేరితోడి పద్య మొకటి కొన్ని తడవలు కొడమగుండ్ల శేషాచార్యుల ఘరూరవ శ్చక్రవర్తి విలాస నాటకమునఁ బ్రయుక్తమైనది.

ఉదా :-

కామశత సహస్రసుప్ర — కాశమాన విగ్రహా !
సామజాది పావన ప్ర — చార లసదనుగ్రహా !

పాదపాదమునకు నేడు సూర్యగణములు మీఁద నొక గురువు. పంచమ గణాద్యక్షరము యతిస్థానము, ప్రాసనియమమును గలది - ఇది కేవలము ప్రసిద్ధ జాతి చ్ఛందః ప్రభేదమైన 'ఉత్సాహ' యేగాని మఱియొండుగాదు. అయితే యిందలి తురగవల్గన గతి జూచి శేషాచార్యులు కోరి మోజుపడి యా పేరు పెట్టుకొని యుందురు.

అర్ధపద్యములు

కందార్ధములు, సీసార్ధములు, గీతార్ధములు, వృత్తార్ధములు, ద్విపదార్ధములు - అను పేరఁ గొన్ని రచనా విశేషములు 18-19 శతాబ్దులనుండి యక్షగానములం దెడనెడఁ గన్పట్టుచున్నవి. 19 శ.,ఉ.భా. నుండి వీని ప్రాచుర్య మధికమైనది. ఇవి యన్నియుఁ దొలి సగము పద్యము మలి సగము దరువుగను గన్పట్టుచున్నవి. వీనికి రాగ తాళములు పేర్కొనఁ బడుటయుఁ గలదు. వీనికి కందాలంకారము సీసాలంకారము నను పేళ్లును గొన్నిట (ఉ॥ లక్ష్మీనారాయణ విలాసము) గన్పట్టును. వీని కిటీవల అర్ధపద్యములను వ్యవహారము గల్గినది. ఇందు వృత్తార్ధ ద్విపదార్ధము లుదాహృతపూర్వములు. కడమ వాని కొక్కొక్క యుదాహరణము :-

1. కందార్థము :- ఉదా :-లక్ష్మీనారాయణ విలాసమునుండి:

జయంత సేన - ఆట

సురలు ధరా సురులు ధరా
ధరులు ధరావరులు నాత్మ తరుణీ యుతులై
సురనదిని మునిఁగి పంక్తుల
నిర వందగ నంత కాంత
లింపల రార
కెంపు చెక్కడపుఁ దో - రంపు పళ్ళెముల వ
డ్డింప సాగిరి మే లంపు నేర్పు మాట ॥లింపల రార॥

ఈ " జయంత సేన " (ప్రసిద్ధమైన తంజాపుర రఘునాథ రాయ పరి కల్పితమైన మేళాయే యగునా ?)

2. సీసార్థము :— ఉదా:— తరిగొండ వెంగమాంబ శివ విలాసమునుండి :

" వినవే మందాకిని వేమాఱు నాతోను
ఎనసిన మాట లింకేల నీకు
వనజాక్షి నీ వింత వగలు జేసినఁగాని
మనసు నీపైలేదు మత్స్యకంఠి

గొన కాని భ్రమ రాంబ కోపము జేసిని
నను నీవు పిల్వ రాకువే । మందాకిని
నను నీవు పిల్వ రాకువే । నాతోడ నీవు
చనవు మాటాడ రాకువె "

3. గీతార్థము :- ఉదా :-శ్రీరాజా మృత్యుంజయ నిశ్శంక బహద్దరువారి దశావతార య. గా. నుండి :—

" కాంచనాక్షుఁ డిపుడు కడు పరాక్రమమున
పుడమి నెల్లఁ జాప పోల్కి జుట్టి

పోవు ననెడి వార్తఁ బొల్పగ విని మేము
వాని నిపుడు చూపి వసుధ నేలఁ గను —

వచ్చితి మిపుడు వాసి మీరగను
మోహన మైన వరహావ తారమును
సాహస మొప్పగ సంతోషమున దాల్చి ॥వసుధ॥

(ఇది యిందు గీతాలంకార మని పేర్కొనఁబడినది. కురుమద్దాలి వేంకటాచలకవి భాగవత దశమస్కంధ మను గేయ కావ్యమున కందార్థాదులు కందార్థ గీతార్థ ద్విపదార్థ చంద్రికలని పేర్కొనఁబడినవి).

యక్షగానము లందలి పద్య రచనలో సర్వ సాధారణముగ గర్భబంధాది చిత్రకవిత్వపు గసరత్తు లుండవు. కాని యత్యంత విరళముగనైన నసలు లేక పోలేదు. తిరువెంగళామాత్యుని నీలాచల విలాసమున చతుర్విధ కందము, గర్భితచంపకమాల, చతుర్విధకందగర్భిత మణిగణ నికరము, మత్తేభ కందగర్భిత సీసమును గలవు. పురాణము పిచ్చయగారి మైరావణ నాటకమున కంద గీతగర్భిత చంపకమాల, పుష్పగుచ్ఛ బంధము, పద భ్రమకమును గలవు. అనేక యక్షగానము లందు సంస్కృతశ్లోకములును గలవు.

యక్షగానము లందలి గర్భబంధకవితా వైచిత్రి కుదాహరణముగాఁ గొద్ది సందర్భము లేరి చూపింతును :

1. చతుర్విధకందము :- నీలాచలవిలాసము లోనిది—

నందాత్మజాత, సుజనా
నందా, ఖగరాజగమన, నతదేవగణా
కుందాభరదన, వరద, ము
కుందా, అగణిత చరిత్ర, గురుతర సుగుణా !

కందము యొక్క చాతుర్విధ్యములో నిది యొక తెఱఁగు. కడమ మూఁడు భంగులను లాక్షణిక సంప్రదాయము ప్రకారము* ప్రస్తరించి చూఁపుదును :

గర్భద్వితీయ కందము :

ఖగరాజ గమన నతదే
వగణా కుందాభరదన వరద ముకుందా
అగణిత చరిత్ర గురుతర
సుగుణా నందాత్మజాత సుజనా నందా !

గర్భతృతీయ కందము :

కుందాభరదన వరద ము
కుందా అగణిత చరిత్ర గురుతర సుగుణా
నందాత్మజాత సుజనా
నందా ఖగరాజ గమన నతదేవ గణా !

గర్భచతుర్థ కందము :

అగణిత చరిత్ర గురుతర
సుగుణా నందాత్మజాత సుజనానందా
ఖగరాజగమన నతదే
వగణా కుందాభరదన వరద ముకుందా !

2. కందగీత గర్భిత చంపకమాల : పురాణం పిచ్చయగారి మైరావణ నాటకము నుండి

సురముని సేవితా వరద సోమనిభానన పంకజాక్ష మం
దరధర శ్రీకరా వికటదానవ ఖండన విక్రమార్క శ్రీ
హరికనకాంబరా ఫణిశయాన నరార్చిత పాద, పద్మ నా
భ రణ జయావహా సుజన పాలన శౌరి యశోవిశాలకా !

* 'రెండవ చరణంబునకున్ । రెండవ గణమాదిగాఁగ నిర్మించినచోఁ బ్ర
దండిఁ జతుర్విధ కందము' — అప్పకవీయము IV. 412.

గర్భ కందము :

ముని సేవితా వరద సో
మనిభానన పంకజాక్ష మందర ధర శ్రీ
కనకాంబరా ఫణిశయా
న నరార్చిత పాద పద్మనాభ రణజయా !

గర్భగీతము :

వరద సోమ నిభానన పంకజాక్ష
వికట దానవ ఖండన విక్రమార్క
ఫణిశయాన నరార్చిత పాదపద్మ
సుజన పాలన శౌరి యశోవిశాల !

3. పదభ్రమకము : పై మైరావణ నాటకమునుండియే —

మారా నుతతను రామా
ధీరా సారధికలోక థిరసారాధీ
వీరా రతతర రావీ
దారా పారద సుఖీ సుదర పారాదా !

ఇందలి విశేషమే పాదమునకా పాదమున అనులోమ విలోమ గతుల రెంటను వర్ణక్రమ మొక్కటే యగుట.

4. రథబంధము :— అప్పకవీయమునఁ బదునొకండు బంధములు సోదాహరణముగాఁ జేర్కొనఁ బడినవి. కాని యందు దీని ప్రసక్తిగానరాదు. ఇదియొక విశేషబంధము. ఇందుల కొక యుదాహరణము కొండూరి సీతారామకవి రచించిన (మజ్జినగర) సావిత్రీ నాటకమునఁ గలదు. అది —

మ. పురభేదీ మది నీపదంబు లనిశంబున్ నమ్మియున్నాఁడఁ గిం
కరుపోల్కిం దగ నేలు సత్కరుణచేఁ గాదన్న మత్పాలనం
బు రస న్నెమ్మిగఁ జేయువార లెవరో పుణ్యా భవాబ్జాగ్ని భా
స్కరనేత్రా గిరిజా కళత్ర ప్రమథేశాద్రీశ్వరా శంకరా !

5. శైలబంధము :— ఇదియు అప్పకవీయమునఁ జేర్కొనఁబడని బంధ విశేషమే. దీనికిని బూర్వోక్త సావిత్రీనాటకము నందే యొక ఉదాహరణము గలదు. అది —

చ. సతత విలాస తత్త్వగుణసార సురాసుర మిత్ర జిష్ణుశం
స తత కృపాకటాక్ష శుకసన్మునిలక్ష్య స్మరారి భోగి హా
ర తపనచంద్ర భాస్కరిత వరాంబక దేవ నదీధరార్థిర
క్ష తరుణ నిత్యబుద్ధ సురసన్నుత గోపతివాహ శంకరా !

(ఈ బంధములు రెండును బ్రసిద్ధములు గావు. వీని నెట్లు ప్రస్తరించవలయునో నాకుఁ దెలియదు. అభిజ్ఞుల పరిశీలనార్థ ముదాహరించితిని. నా యెఱిగి నంతలో రథబంధమునకు మాత్ర 'మొక లక్ష్యాంతరము గణపవరపు వేంకటకవి ప్రబంధరాజ వేంకటేశ్వరవిజయ విలాసమునఁ గలదు. శైలబంధము పేరే నా కశ్రుత పూర్వము.)

5. వచనము లేక గద్య

యక్షగానములందు వచనము సంధిప్రయోజనాత్మకముగను, పాత్రల సంభాషణములందును, వర్ణన సందర్భములందును గూడఁ బ్రయుక్తమైనది. కొన్ని య. గా. గ్రంథాంతములందు కవి గద్యలు గలవు. తంజావూరు యక్షగానము లందుఁ గొన్నిట గ్రంథాంతగద్య కవి విషయికము, కృతిపతి శుభాశంసన పురస్సరమునై "భరతవాక్య" మనుపేర నున్నది.

యక్షగానములందుఁ బ్రయుక్తములైన గద్య ప్రభేదములలో విశిష్టములైన వాని నీక్రిందివిధముగఁ బరిగణింప నగును.

1. <u>చూర్ణిక</u> :- చూర్ణమను దానినొక గద్య ప్రభేదముగా వామనాది సంస్కృతాలంకారికులు పరిగణించిరి. "అనావిద్ధ లలిత పదం చూర్ణ" మ్మని యతని కావ్యాలంకార సూత్ర వృత్తి. సంగీత రత్నాకర మందు గద్య మొక ప్రబంధముగాఁ బరిగణింపబడినది. అందు "గద్యం నిగద్యతే ఛంధో హీనం పదకదంబక" మ్మనియు,

"చూర్ణం శాంతే రసే పీతం గాతవ్యం బ్రహ్మదైవతమ్
వైదర్భీ రీతి సంపన్నం సాత్త్వతీం వృత్తి మాశ్రితమ్"

అని చెప్పఁ బడినది. (IV.–185 – 186). ఈ చూర్ణ శబ్దము యొక్క రూపాంతరమే చూర్ణిక. అనేక యక్షగానము లందు చూర్ణికకుఁ బ్రసక్తి గలదు కాని యించు మించన్నిట నది సంస్కృత కేవలముగ నున్నది.

ఉదా :– రంగాజమ్మ మన్నారు దాస విలాసనాటకము నుండి :

" అయంకిల సకల మహీపాల మకుటోప లాలిత చరణ కమల
యుగళో వీప్సేవ విశ్వంభరస్య ....
విజయ సారథి భాగధేయో విజయ రాఘవ నామధేయో
రాజాఒయ మధివసతి రాజధానీమ్. "

ఇది స్తోత్ర ప్రాయముగ నున్నది. సంస్కృత విభక్త్యంతముగఁ గూడ నున్నది. ఇంకను విశేషము విజయ రాఘవుఁడు తన విప్రనారాయణ చరిత్రమునఁ జక్కికలోఁ బాత్రల ముఖాముఖి సంభాషణమును ప్రవేశ పెట్టినాఁడు.

ఉదా :-

విప్ర :– హే తరుణి కిమే తదత్రాగమనం ? కిమా వాసస్థానం ?
కిం భవదీయం నామధేయం ? .... తావకీనం కథయ
వృత్తాంత మఖిలమ్,

దేవదేవిః :- అకర్ణయ మౌని జనవరేణ్య......... "

(ఇట్లే మన్నారు దాస విలాసనాటకాదులందు వివాహ సంకల్పాదిక సందర్భములందును సంస్కృతవచనములు ప్రయుక్తములైనవి. తంజావూరు య. గా. నాటకములలోఁ దమిళ కర్ణాట మహారాష్ట్ర భాషలందును బాత్ర ప్రసంగ వచనములుగలవు)

2. <u>కైవారము</u> :- తంజావూరు విజయరాఘవాస్థాన యక్షగానములలోఁ దఱచుగా నిది నాందీప్రాయమైన గ్రంథప్రారంభపద్యమైనంతనే రూపక ప్రరోచన సూచనగాఁ ప్రయుక్తమగును. ఇది ప్రాయికముగా సంస్కృత సమాసప్రచురము, సంబుద్ధ్యంతమునై, రెండేసి సంబుద్ధుల కంత్యప్రాసము గలిగిన యొక స్తోత్రపాఠ ప్రాయమైనరచన.

ఉదా :- విజయ రాఘవ కల్యాణము నుండి :—

"పరాకు స్వామి, శ్రీరాజ గోపాల సేవా ధురీణ,
సీమంతినీ మోహన పంచ బాణ, ... విజయ రాఘవ
మహీపాల, విజయ లక్ష్మి విశాల, పరాకు, దత్తావధానుం
డవై చిత్తగింపుము"

సంగీత రత్నాకరమున గద్యప్రబంధము వెంట "కైవాడ" మొక ప్రబంధముగాఁ బేర్కొనఁబడినది. (4-200) అందిది ధ్రువోద్గ్రాహములు గలదిగాఁ జెప్పఁబడినది. శ్రీనాథుఁడు భీమఖండమున గంధర్వులు "కైవార పదానుసార కమనీయముగా ప్రావేశికధ్రువాగానావళులం బరిఢవించి" రని చెప్పియున్నాఁడు. అసలిది రాజుల నుద్దేశించి వందమాగధులు పఠించు రాజవంశ బిరుద ప్రశంసాత్మకమైన గద్యవిశేషముగాఁ బ్రసిద్ధము.

3. వి న్న ప ము :— ఇదియొక గద్య ప్రభేదముగాఁ బ్రసిద్ధమైన తాళ్ళపాక కవులకాలము నుండియుఁ బరిగణింపఁబడుచు వచ్చుచున్నది. (చూ. తా. పెద తిరుమలయ్య వైరాగ్య వచన మాలికా గీతములు) ఆద్యంతము లందు సంబుద్ధులతో నడుమ నొక భక్తుఁడు భగవంతుని గూర్చికాని భృత్యుఁడు స్వామి గురించికాని చేయు విన్నపము విషయముగా నొక విధమైన యొదుపుతో, తూగుతో నడచు నట్టిది. విజయ రాఘవుని యక్షగానములలో దీని కెక్కువ ప్రసక్తి కలదు.

ఉదా :- అతని కాళీయ మర్దనము నుండి :—

"రుక్మిణీ ప్రాణ వల్లభా" ద్రౌపద్యభిమాన రక్షక,
.... నీదయ మా యందుంచి మమ్ము రక్షింపవే
సహజ గుణ సంపన్న సంపంగి మన్న"

4. <u>ముచ్చట</u> — ఇదియు నొక విధమగు తూగు గల గద్య శేషము. 19-20 శతాబ్దుల నాఁటి యనేక యక్షగానము లందుఁ బ్రయుక్తమైనది. ఇది ప్రాయికముగాఁ బాత్రముఖమునఁ బ్రవర్తితమై "దేవా మహానుభావా" ఇత్యాదిగా సంబుద్ధ్యంతమై అంత్య ప్రాస విశిష్టమై యుండును. గుడిపాటి రామదాసకవి కాళిందీవిలాసాదు లందలి ముచ్చటలు శబ్దాలంకార ప్రచురములు.

5. <u>కొరవంజి గద్దె</u> :- ఎఱుకత చెప్పు సోదెనే గద్దెయనియు నందురు. అనఁగా నది సోదె చెప్పునపుడొక కూనరాగపు టొడుపుతోఁ జదువు గద్యయే.

ఉదా :- మన్నారు దాస విలాస నాటకము నుండి :

"యెరుఖాదు గెరు ఖాదు గెరు ఖాదుగె దుండి,
నీవు తలంశిన తలంపు నీవు తలంశిన తలంపు
నిజముగా సెప్పేనే నిజముగా సెప్పేనే
... ...
అమ్మాయమ్మ అమ్మా యమ్మ శెయిసూపు శెయిసూపు
శెయిసూపవే దుండి, దనము గల శెయ్యే,
దానము గల శెయ్యే, బంగారు శెయ్యే, బాగ్గెముల
శెయ్యే దుండి . ... కండ్లంటే తోడు, కడుపంటె
కొడుకు, కంటంటే మగండు వొండె రెండే వొండు."

6. <u>ప్రాసవచనము</u> :- నెడాదూరు వేంకటాచార్యకవి రచించిన సమగ్ర రామనాటకము సగము గ్రంథమీ ప్రాసవచనములతోనే నడచినది. ఈ వచనమునందు పాదనియతియుఁ బ్రాసనియతియుఁ గన్పట్టుచున్నవి. చరణములు గణబద్ధములుగావు. కాని మాత్రల పరిమితి సుమారులో సరిపోవుచుండును. మాత్రలు ఒక్కొక చరణమున 30 నుండి 40 వఱకు నుండవచ్చును. ఒక్కొకచరణము రమా

రమి నడిమికి రెండు దళములుగా విరుగును. అట యతి పాటింపఁ బడును. అంత్యప్రాస నియమములేదు. పౌరాణిక పారధోరణికి సన్నిహితముగా నున్నది దీని వరుస.

ఉదా:—

శ్రీవాసున్ శ్రీకరుని నిర్జరాది — సేవ్యుని సదానందుఁడైన వాని
శ్రీవారిజాసనుని గన్నవాని — శ్రితజన యశస్కరుని వాసుదేవున్
శ్రీవాసవానుజుని మునులకెల్లఁ — జింతిత మనోరథము లొసఁగువాని
శ్రీవారిజేక్షణుని వెంకటాద్రి — శేఖరుని గొల్చెదను క్షేమమంద॥

(ఇఁక భామ కలాపము మొదలగు వానియందు ముచ్చటల వలెనే పాత్రముఖతః ప్రవర్తితములైన వచనములు కొన్ని 'కందువ' లను పేరఁ గానవచ్చుచున్నవి. అయితే ఆపేరు విషయ పురస్కృతమైనదే కాని యొక విశిష్టప్రక్రియ గాదు. ముచ్చట, విన్నపము మొదలగు నామములును విషయ పురస్కృతములే యైనను అందలి రచనలొనొక యొదుపు, నొక తూఁగును గలవు.)

6. పదము

భరతుని నాట్యశాస్త్రమున పద లక్షణమిట్లు నిర్వచింపఁబడినది. (32.25-27) :–

" గాంధర్వం యన్మ యా ప్రోక్తం స్వర తాళ పదాత్మకమ్
పదం తస్య భవేద్వస్తు స్వరతాళాను భావకమ్
యత్కించి దక్షర కృతం తత్సర్వం పద సంజ్ఞితమ్
నిబద్ధం చానిబద్ధంచ తత్పదం ద్వివిధం స్మృతమ్
అతాళంచ సతాళంచ ద్వి ప్రకారంచ తద్భవేత్
సతాళంచ ధ్రువార్థేషు నిబద్ధం తచ్చ వై స్మృతమ్. "

మన యక్షగాన పదము లిందుఁ జెప్పఁబడిన లక్షణముల కించుమించులో లక్ష్య భూతములు కాఁగలవు. పాల్కురికి సోమనాథుఁడు పండితారాధ్య చరిత్రమున సమకాలిక పదవిశేషములను గొన్నిటిని బరిగణించినాఁడు. అవి తుమ్మెద పదములు, ప్రభాతపదములు (మేలు కొలుపు పాటలు కావచ్చును.), శంకర పదములు, వెన్నెల పదములు మొదలగునవి ఇందుకొన్ని యిప్పు డుత్సన్నప్రాయములైనవి. కొన్నిటి స్వరూపమును మాత్రము యక్షగానము సంరక్షించుచు వచ్చినది. సోమనాథుఁడు పేర్కొనని పదములును గొన్ని మన యక్షగానములందుఁ గలవు. అందు ముఖ్యములు గొన్నియిట నుదాహరింపఁ బడును.

1. తుమ్మెద పదము :–ఇందులకుఁ బ్రాచీనలక్ష్యములు యక్షగానములలోనేకాక వ్యస్తముగను నిపుడుపలబ్ధములగుచున్నవి.(చూ. తిరుపతి వేంకటేశ్వర ప్రాచ్యగ్రంథ ప్రచురణ నం. 11-తాళ్ల పాకము

కృతులు 4 వ సంపుటము. అన్నమాచార్యుల శృంగార సంకీర్తన 9 వది, 32 వది. ఏగంటి వచనాలలోను తు. ప., లు గలవు.

యక్షగానముల నుండి యొక యుదాహరణము :–

" చెట్టు పెట్టి పాయె తుమ్మెదా
చెట్టు పూలు కాయ కాచె తుమ్మెదా
కాచె వారు లేరు తుమ్మెదా
నన్ను కాకు కాయకల నెల్ల తుమ్మెదా ...
ఇంటి లోని పోరు తుమ్మెదా
నను యిలు వెళ్ళ నీరు తుమ్మెదా , "

– రుక్మాంగదము (ప్రా.లి. పు. భా. ఆర్. నం. 20

తుమ్మెద పదములలోఁ ప్రాయికముగాఁ బ్రియవ్యపదేశము, శృంగార రస స్ఫూర్తియు నుండును. (కవితాజగత్తున భృంగాపదేశ విషయవ ప్రసిద్ధముగదా. చూ. భాగవతము దశమస్కంధము – భ్రమర గీతల

2. <u>వెన్నెలపదము</u> :- ఉదా :– నివర్తి శేషాచలపతి శాహ రాజ విలాసము నుండి .

" బాల మేలు మే లీ వెళ
బాళి చాల మేలు దూలె వెన్నెలారో
కొప్పున నున్న పూవులు
గుప్పునను రాలె నేమె వెన్నెలారో
కప్పురపు సురటితో
నిప్పులు చాలినట్లయ్యె నే వెన్నెలారో "

ఇది ప్రాయికముగా నాయిక విరహావస్థను సూచించునది.

3. <u>చందమామపదము</u> :– తాళ్ళపాకము వారి "సంకీర్తన లక్షణము" న దీని లక్షణ మిట్లు గలదు (పద్య 64) :–

" దుస్తర విప్రలంభమున దూతిక తోడ మొఱంగి చంద్రవి
న్యస్త భర స్వభావమున నాయకుఁ డేనియుఁ గాంతయేనియున్
విస్తర పాద పాదముల వేడుకఁ జందురుఁ బేరుకొన్నచో
బ్రస్తుతి కెక్కెఁ దత్పదము భాసురమై ద్విచతుష్పదా కృతిన్ "

ఇందులకుఁ దగిన లక్ష్యము – లక్షణా కల్యాణమునుండి (ఆం. ప. మం ప్రతి – నంబరు, కవి పేరునులేవు) : -

చందమామ పదం — ఏకతాళం

వందనాము సేతు నీకు చందమామా మాతో
మందె మేలముతో రాకు చందమామా
ఇందుముఖుల నేచకూ చందమామా వట్టి
నిందలకు లోనుగాకు చందమామా ! మొ॥

4. నివాళి పదము:– ఇది ద్విపద వికారమైన రచనయే.

ఉదా :– (1.) గురు సిద్ధలింగము శ్రీగిరి కురవంజి నుండి :–

'' నివ్వాళి శశిధరా నిర్మల గాత్ర
నివ్వాళి శుభనేత్ర నీకు నివ్వాళి ''

(2.) వె. పెద్దామాత్యుని భద్రకాళీ కల్యాణము నుండి :–

" జలజ సౌరభ గాత్ర సరస కైలాస
నిలయ శ్రీ వీరేశ నీకు నివ్వాళి "

5. సమపదము :– ఉదా :- తిరుమలకవి చిత్రకూట మాహాత్మ్యము నుండి :–

సైంధవి రాగము

" చెన్నలరు పూవు దోటల నను వొందు
చిత్రకూట మహాటవి యందు

తిన్నదమున గౌరి తా నవతరించి
నెలకొన్నది గరిమ గన్నది ''

కడమ పాదములునిట్లే సమతగలిగి యంత్యప్రాసవిశిష్టములై యున్నవి.

6. చౌ ప ద ము .— (చతుష్పద * చతుః - పద - చవుపద= చౌపద ము).

ఉదా :- బలభద్రదాసి కపోత వాక్యమునుండి :—

'' అడవిలో రఘురాము సతి నీ వపహరించి తెచ్చితి
ఒడలితో నిన్నుండ నియ్యడు ఒప్పగించవె దేవిని. ''

ఇందలి త్రిపుట గతి గమనింపఁ దగును. (ఇది ఛందో దర్పణము అప్పకవీయము మొదలగు మన లక్షణ గ్రంథము లందలి చౌపద, వితాళ చౌపద, కర్ణాట చతుష్పదల లక్షణములకు సరిపడలేదు. సంగీతరత్నాకరమున చతుష్పదీ ప్రబంధ లక్షణము గలదు - IV.270-271).

7. జా ళ ప ద ము :- ఉదా:— కపోత వాక్యము నుండి :—

" గజరాజవరద ఓ భుజగేంద్ర శయన
గజముఖాశ్రిత శేష త్రిజగ వందితుడ ''

ఇది అప్పకవీయము నందలి కర్ణాట చతుష్పద లక్షణమునకు('పంచ లఘు గణంబులు మూఁడు రవియు ......ప్రాసంబు దాఁక రెంటి పయి నగు విశ్రమమున ''.........అ. క. 4-286) సరిపోయినది. ఇందు ప్రాస యతి విశేషము. ఇందును ద్విపద సామ్యము గమనింప దగును.

8. <u>సారంగపదము</u>:-లింగమూర్తికవి శివపారిజాతమునుండి:-

"గంగాధరా సత్కృపాపాంగా జితకంధిత
రంగా (?) ఉత్తరేశ్వర లింగా
అంగజ భస్మీపాంగ – హస్తధృత సారంగ
దాక్షాయణి కామాంగ భూలతాంగ (?)
సంగర విజిత మతంగ భాసురోత్తుంగ
చర్మకలితాంగ శివశివ గంగాధర ॥

('సారంగ' పేరనొక సంగీత రాగవిశేషమునుగలదు)

9. <u>షట్పది</u>:- ఇది కర్ణాట వాఙ్మయమున మిక్కిలి ప్రచారము నందినది. మనయక్షగానము లందతి విరళము దీని ప్రయోగము. * కన్నడ దేశమునకు సన్నిహితముగా నున్న హిందూపురమందుండిన బాగేపల్లి అనంత రామాచార్యులవారి కృతులందు మాత్రమెక్కువగా నుపయుక్తమైనది.

ఉదా:- వారి సావిత్రీ చరిత్రము నుండి:-

"అశ్వపతి యని తొల్లి మద్రమహీశ్వరుఁడు తనరారు నిస్తుల
శాశ్వతైశ్వర్యాదులను హరిదశ్వ తేజుండు (1)
నశ్వరము గానీక వంశ మవశ్యముగ సంతతిన్ బడయన్
నిశ్చయము గావించె దృఢముగ విశ్వ విదితుండు" (2)

---

*కన్నడ యక్షగానములందు దీనికి ప్రాచుర్య మెక్కువ; ద్విపదకుఁదక్కువ. మనకుఁ గేవల ద్విపద కావ్యము లున్నట్టే వారికిఁ షట్పదీకేవలములగు కావ్యములు గలవు.

ఇది మన తెనుఁగు షట్పది లక్షణమునకు సరిపడలేదు.* ఇందు సప్త మాత్రాకములైన దళము లేడు విరుగుచున్నవి. మీఁద నొక లఘువు. రెండేసి దళముల పైఁ బ్రాసయతి గుర్తింపనగును. ఇది కన్నడ భామినిషట్పది, హరిణగతి రగడ, త్రిపుట తాళముల గతులకు సన్నిహితముగా నున్నది. (సంగీత రత్నాకరమున షట్పదీ ప్రబంధ లక్షణము గలదు. IV 272 - 273).

10. __పాళిపదం__ :- ఉదా :- ఎంబారయ్య కురవంజి నుండి .-

"మనసున మనవాళ్ళ మౌనమున దలచవె
ఎనయ గురుడు నీ కిపుడు వచ్చెనె"

ఇందు మొదటి పాదమున 9 మాత్రల దళములు రెండు. రెండవ పాదమున 8 మాత్రల దళములు రెండు.

11. __గొబ్బిపదము__ .- గొబ్బి గోపీ శబ్ద భవ మనియు గొబ్బి నృత్యము గోపికల రాసక్రీడ వంటి దనియుఁ గొందఱు పండితుల తలంపు. అది ఉత్తర హిందూ దేశమున రాజస్థానాది ప్రదేశములలోఁ బ్రచారమున నున్న గర్బనృత్యము వంటిదనియు గర్బశబ్దభవమే గొబ్బి యనియుఁ గొందఱి తలంపు. ఆ రెండిట నేదైనను నది స్త్రీ ప్రాయమైన మండలాకార నృత్యమే. తదనుకూలమైన గీత ప్రబంధ విశేషమే గొబ్బి పదము. ఈ గొబ్బి పదములు క్రీ. శ. 15 శ. నాఁటికే ఆంధ్ర దేశమునఁ బ్రచారమున నుండిన వనుటకు తాళ్లపాక అన్నమా

* చూ. కావ్యాలంకార చూడామణి VIII 58
ఛందోదర్పణము III. 46, లక్షణసారసంగ్రహము II. 124,
అప్పకవీయము IV 289 (ప్రాసతోఁ మూఁడేసి విఱుపులుగల పాదములు రెండు పాదమునకు 6 ఇంద్రగణములు, 1 చంద్రగణము)

చార్యులు రచించిన గొబ్బి పదమే తార్కాణ. (చూ. తిరుపతి దేవస్థాన ప్రచురణ - తాళ్లపాక వారి కృతులు నం. 3 - పుట 327) యక్షగానము లందును దీనికి దగు ప్రసక్తి గలదు.

(ఇది గొబ్బిపాట యనియు వ్యవహృతమైనది)

ఉదా :- కుప్పనార్యుని పార్థసారథి విజయము నుండి :-

శ్రీగోపాల' శ్రీ రంజిల్లగ నిన్ను
 కోరి కొల్చు వారము శ్రీ గోపాలా,
శ్రీ గోపాలా, యీ రీతి చలము జేసిన
 నింక నోర్వ నేరము శ్రీ గోపాలా'

అన్నిట నీ పద మిదే తీరునలేదు.

12, <u>ఏల పదము</u> :- యక్షగానము లందిది విశేషము ప్రసక్తము. మంచి పరపతిగల పదము. ఇది యాలపదమనియు నేలపాట యనియుఁ బేర్కొనఁబడినది.* బృహ్యద్దేశి, సంగీత సమయ సారము, సంగీత రత్నాకరము, సంగీతదర్పణము మొదలగు వానిలో నిది శుద్ధ సూడజాతికిఁ జెందిన అష్టవిధ ప్రబంధములందు నొకటియనియు, నది చతుర్విధ మనియుఁ జెప్పబడినది. కేదారభట్టు వృత్తరత్నాకరమునఁ దృతీయాధ్యాయమున సమవృత్తప్రకరణమున అతి శక్వరీచ్ఛందమున ఏల యొకవృత్తముగాఁ బరిగణింపఁబడినది. అందు "సజనానయాశర దశక విరతిరేలా" యని దీని లక్షణము. ఆ యేల సంగతమోకాని గీత ప్రబంధమైన ఏలయే ప్రసిద్ధమైనది. కన్నడ లాక్షణికుఁడగు నాగ

* ఏల హేలా శబ్ద భవమని కొందఱు పండితుల తలంపు ఇది హేలగానెట్లు వలసిన నట్లు రాగతాళములు సాగదీయుచుఁ బాడుకొనుటకనువైనది గొల్లకలాపము లందలి సుంకరి కొండని ఏల లిట్టివే. అవి గొల్ల గోవాళ్ళ హేలా రసికత్వమునకు గుర్తులు.

వర్మ "ఏళ" ను కర్ణాట జాతిగాఁ బరిగణించినాఁడు. ఆంధ్రవాఙ్మయమునను ఏలా ప్రశంస చాలకాలము నుండియుఁ దఱచుగనే వినఁబడుచున్నది. పాల్కురికి సోమనాథుఁడు బసవపురాణము నేలలు పెట్టిపాడుదురని చెప్పినాఁడు. కావ్యాలంకార చూడామణి, వేంకటనాథుని పంచతంత్రము, మల్లన రాజశేఖర చరిత్రము, పాంచాలీ పరిణయము, వసుచరిత్రము, ప్రభావతీ ప్రద్యుమ్నము మొదలగు ననేక ప్రాచీనాంధ్ర గ్రంథములందేలా ప్రశంసగలదు. తాళ్ళపాకవారి సంకీర్తన లక్షణమున ఏలా లక్షణ నిర్వచన ప్రయత్నము కొంతజరిగినది.

" నాయకాహ్వాన పూర్వమై నయము గలిగి
మ్లేచ్ఛ పరిభాషఁ దగి రాగ మిళిత మైన
యేల పాట పదంబు నా నిలఁ దెలంగు
మహిత నాయక సంబుద్ధి మధ్యమగుచు "

(65 వ పద్యము)

ప్రభావతీ ప్రద్యుమ్నమున "నానా తాళములు యథోక్త స్ఫూర్తిఁ బరగు నేలాది ప్రబంధ చయము" అని చెప్పఁ బడినది. మఱియు నందది మార్గరూపకమునఁ బ్రయోగింపఁబడినట్లు చెప్పఁబడుట విశేషము. (చూ. ప్ర. ప్ర. ఆ 4. 97 - 102). సంస్కృత సంగీత లక్షణ గ్రంథము లందు ఏలా లక్షణ మత్యంత విపులముగాఁ జెప్పఁబడియుండుటచే గ్రంథవిస్తర భీతి నది యిట నుటంకింపఁ బడుటలేదు. *అపర్యాప్తమైనను తాళ్ళపాకవారి లక్షణము మన య. గా. ఏలకు సరిపోవును. (య. గా. ఏలలు - అధిక భాగము నాయక సంబుద్ధి మధ్యములే కాని యొక్కొకచో సంబుద్ధిరహితములును లేక

---

* ఆకర సూచనలు :- (1) సంగీత సమయసారము 4. 130-135; (2) సం. రత్నాకరము 4.33-132. (3) సం. దర్పణము - ప్రబంధాధ్యాయము శ్లో. 379 - 393

పోలేదు. బసవ పురాణము నేలలు పెట్టి పాడుదురని సోమన చెప్పినాఁడనఁగా నట ఏలలనఁగా ఏ శివపరములైన సంబుద్ధులో యైయుండు నని తోఁచును).

ఉదా :- రుద్రకవి సుగ్రీవ విజయము నుండి :—

"భాను వంశా మూన బుట్టి
దానవాకా మీని గొట్టి
పూని మఖము నిర్వహింపావా ఓరామచంద్ర
మౌని వరులు సన్నుతింపాగా"

ఏల పాటలోనిది యంతయు నొక్క సమగ్రమైన దళము. కడమ దళములు నిట్లే యుండును. ఇందు త్రిపుట తాళగతి గోచరించు చున్నది.

2. పాపరాజు విష్ణుమాయావిలాసము నుండి :—

"మల్లె విరుల జోడు తొడిగి
నల్లా చెఱకు విల్లుబట్టి
మొల్ల తూపు లుల్లా సిల్లగ ఓ పంచ బాణ
చెల్లా ఘనుల నెల్లా నే చేవూ"

ఇందు సంగీతపు సాగదీత లేనిచో హయ ప్రచార రగడ గతి గల దన వచ్చును. కాని యసలు సామాన్య గీత ప్రబంధముల మాత్రా కాలము నిశ్చయించుటయే కష్టము, అందును హేలగా నాయా సందర్భములకుఁ దగిన యొయుపుతోఁ బాడఁ బడు ఏలల మాత్రాకాలము నిశ్చయించుట చాల కష్టము. ఒక్కొకచో ఏలలకుఁ దాళములును బేర్కొనఁ బడినవి. అందు అటతాళమునకుఁ బ్రాచుర్యము. (చూ. గుడిపాటి రామదాసకవి కాళిందీ విలాసము).

అ ను బం ధ ము

2

తంజాపూరు పద వాఙ్మయము

వి జ య రా ఘ వా స్థా న ము

ఆంధ్ర వాఙ్మయ చరిత్రలో దక్షిణాంధ్రయుగము, తచ్చరిత్రలో తంజాపురాంధ్రనాయకరాజ పరిపాలనకాలము మహోజ్జ్వల ఘట్టములు గదా! ఆ నాయకరాజులలో గీతి సాహితీప్రియుఁడు, జాతివార్తా చమత్కార చతురుఁడు, రసికశేఖరుడైన రాజకవియు నగు రఘునాథుని పుత్రుడు విజయ రాఘవుని రాజ్యకాలము (క్రీ. శ. 1633 - 1673) రసిక భోజ్యమగు సాహిత్య సంతర్పణములకు కల్యాణవేళ. అతని ఆస్థానము పదకవితకు పట్టుకొమ్మ. యక్షగానమున కాటపట్టు. అది ఆంధ్రపద కవితా తీర్థంకరుడగు క్షేత్రయార్యుని గాత్రమునుండి గంధర్వలోక మవతరించిన చోటు. క్షేత్రయార్యునవతారముతో మన పద వాఙ్మయచరిత్రలో నవ్యయుగోదయ మైనది. ఆనాడు పదమన్న గ్రామసీమల పామర గాత్ర మాత్రోప జీవియగు ఏదో వట్టిగాలి పోక పాటకాదు. పండితోపజ్ఞమై, రసభావ నిర్భరమై ఆలంకారిక మర్యాదా సనాథమైన కవిత్వస్థాయి స్వాయత్తమై, రాచవారి కొలువుకూటముల ఆటవెలదుల అభినయోపయోగియై పరిఢవిల్లినది. క్షేత్రయ అనేక రాజాస్థానములందు సన్మానము లందుచు విజయరాఘవు నాస్థానమునకును విచ్చేసినాడు. ఆ ప్రభు నామాంకిత ముద్రలతో రసగుంఫితము

లగు మధుర పదము లనేక మతనికి కానుక వెట్టినాడు.[1] రాజునకు తగిన నజరాణా! క్షేత్రయార్యుని పదకవితామార్గము రసికజన మనోరథ ఘంటాపథ మైనదని గ్రహించినాడు విజయరాఘవుడు. వెంటనే అట్టి పదకవితా రచన కాస్థాన కవులను ప్రోత్సహించినాడు. తాను గంటమెత్తి పదకవితావిద్యలో నొక మహోన్నత పట్ట భద్రుడై నిలిచినాడు.

ఆనాటి యక్షగానములు రకరకముల పదముల కాకరము లైనవి. విజయరాఘవాస్థానములో యక్షగానములును పదములవలె పాడబడుచుండెడివని అతని మూర్ధాస్థానకవి చెంగల్వ కాళయ తన రాజగోపాల విలాసప్రబంధమున[2] సూచించినాడు. (I—24). విజయ రాఘవున కించుకముందునాటి పరమానందతీర్థ యతి తనముక్తికాంతా పరిణయమును[3] యక్షగాన ప్రాయరచనను "పదచాళిక" (పదకేళిక) యని పేర్కొని యుండుట చూడ యక్షగాన ప్రయోగమునకు పదాభినయ సాదృశ్యమును గలదని తోచును. విజయరాఘవాదుల అభినయ ప్రయోజనాశయాత్మకమైన పద కవితాభిమానమే కొంతవట్టు తంజావూరున యక్షగాన ప్రతిష్ఠకాలంబన మైనది యక్షగానములు పదములు నానాడు నగరి నాటకశాల నట్టువ మేళములచే రాజసభా రంగమున అభినయ ప్రదర్శనల కెక్కి రాణించినవి. నాడు విజయ రాఘవు నెదుట పదకేళిక పట్టని నట్టువపాప తంజావూర నరుదు.

---

1. చూ 'క్షేత్రయ్యపదములు' అనుగ్రంథము, ఆంధ్ర గానకళాపరిషత్తు ప్రచురణ — రాజమండ్రి, 1950 విజయరాఘవముద్రాంకితములిందు పండ్రెండు పదము లుదాహరింప బడినవి

2 తంజావూరు సరస్వతీమహాలు ప్రచురణ, 1951

3 ,, ,, , కేటలాగు నం. 557—58

అతని యాస్థానమున పద కేళికలకు రూపవతి[4] యను నామెది పెట్టినపేరు. మరియు పలువిధములగు పదాభినయ పద్ధతులలో నొక్కొక్క పద్ధతి యందు ప్రత్యేక నైపుణికి ప్రసిద్ధి వహించిన నట్టువరాండ్రా యాస్థానమున నెందరో గలరు.[5] బహువిధ పదాభినయ ప్రతిష్ఠల నా కొలువు కూటమున కోటికి పడగెత్తినది విజయనగర సమ్రాడ్వీర వేంకటరాయ దత్త బిరుద విరాజిత 'విజయరాఘవ విలాస'[6] భవన రాజ విభ్రాజిత కీర్తిపతాక చంద్రరేఖ. నాడట గజ్జె కట్టినదో లేదో కాని గంటము పట్టి 'శృంగార రసతరంగిత పదకవిత్వ మహనీయ మతిస్ఫూర్తియై' 'విజయరాఘవ మహీపాల విరచిత కనకాభిషేక' యై విరాజిల్లినది రంగాజమ్మ[8]. విజయరాఘవు డుత్త పదకర్తయు, పదాభినయ వినోదియు మాత్రమే కాఁడు పదకవితా తదభినయ కళాప్రవీణలగు శృంగారవతులతో గాంధర్వ విధుల మధుర బాంధవ్యములు నిర్వహించినవాడు. అతని రసికత్వము అభినివేశము నట్టివి. ఆతనికి రాణివాసము వారి మీదకంటె ఈ నాగవాసము వారి మీదనే అనురాగము హెచ్చు. అట్లే అతనికి పద్యగద్యములపై కంటె పదకవితలు, యక్షగానముల పైనే వల్లమాలిన మోజు. విజయరాఘవ విలాసమున వెలసిన వాఙ్మయమున ముక్కాలు మువ్వీసము మధుర కవితాశాఖకు చెందినదే. నాఁడా విజయరాఘవ విలాసమున 'శారదాధ్వజ' మెగిరినది. 'సాహిత్యరాయ పెండారము' ఘల్లుమన్నది.'

4. 5 6. 7 — ఆయా విషయముల ప్రశంస రాజగోపాలవిలాసము, విజయరాఘవుని ద్విపద కావ్యము రఘునాథ నాయకాభ్యుదయము (తం॥స॥మ॥ ప్రచురణందు 1951) ఈ రెంటను గలదు.

8. రంగాజమ్మ మన్నారు దాస విలాసనాటకము – ఆంధ్రసాహి పరిష త్ప్రకాశితము, కాకినాడ. 1926

9. ఈరెండింటి ప్రశంసయు రాజగోపాల విలాసమునను, రంగాజమ్మ మన్నారుదాస విలాస ప్రబంధము (తం. స. మ. కే నం. 213–14) నందును గలదు.

విజయరాఘవుడు గోపికాగీతలు, భ్రమరగీతలు, రగడ, చౌపదములు, సాంగత్య పదములు ఏలలు విడిపదములు, దరువులు, సంకీర్తనములు అధ్యాత్మలు మొదలగు కేవల గేయప్రబంధములును-వాల్విచి, గుజ్జరి, విల్వేడు, దండలాస్యము, కందుకక్రీడ, అల్లిక, కొరవంజి, శుభలీల, గుజరాతిదేశిచౌపదము, జక్కిణి, దురుపదము, మదన పదదూత్యము, జోగి పదచాళి, శారదాసామ్రాజ్యము, చిందు, సవతి మచ్చరము, నాట్యకదంబము మొదలగు నాట్యబంధముల కనుకూలములగు గీత ప్రభేద విశేషములును రచించి యుండినట్లతని ప్రహ్లాద చరిత్ర[10] యక్షగాన గ్రంథావతారికవలన దెలియుచున్నది. కాని అవి యెవ్వియు అతని యాస్థాన కవులు రచించిన పదములును విడిగా గానవచ్చుటలేదు. నేటికి వారి పదకవితాభిమానమునకు నిదానముగా నిలిచినవి వారి యక్షగాన రచనలే.

ఈ యక్షగానములలో ప్రహ్లాదచరిత్ర పట్టికలోనున్న పదప్రభేదములన్నియు లేవు. ఇందు ముఖ్యముగానున్నవి శృంగారపదములు, గొల్లపదాలు, చెంచుపదాలు, కొరవంజి దరువులు, సాంగత్యపదము, ఏలపదము మొ. లక్ష్మీకల్యాణము, ధవళశోభనములు, సువ్వాలలు మొ. ఆడంగుల వేడుకపాటలు. ముఖ్యములైన కతిపయ పదముల మచ్చులిట నుదాహరింపబడును.

1. శృంగారపదములు

విజయరాఘవుని నాట వీనికే ప్రాధాన్యము. ఆయక్షగానములలో వీనికే ప్రాచుర్యము. ముఖ్యముగా నీపదములు రెండుతరగతులు:

౧. పంతువగ పదములు – ప్రాయికముగా విప్రలబ్ధ యగు నాయిక

10. తం. స. మ. కే. సం. 541

నాయకుని స్మరించుచు చెలికత్తెతో తన విరహాపుసొద వెళ్ళబోసికొనుట (భాగకలాపమునందు మాధవితో సత్యవలె) యిందలి విషయమై యుండును. ప్రాయికముగా నిట్టి పదములు పంతువరాళి కాంభోజి మొదలగు రాగములలో నుండును. ఈ పంతువగ పదాలకు తగిన వంత వాద్యము నాగస్వరమని విజయ రాఘవకల్యాణమున సూచింప బడినది. ఇట్టి పంతువగపదము లా యక్షగానము లన్నిట సమృద్ధిగ నున్నవి. ౨. పదకేళిక కుపయుక్తము లగునవి — నాయకు నెదుట నతని నుద్దేశించి అతనిప్రీతి నావాహాన సేయుచు అభినయింప దగినవి. ఈపద కేళికల ప్రసక్తి ప్రహ్లాదచరిత్ర, రఘునాథాభ్యుదయము, విప్రనారాయణ చరిత్ర, విజయరాఘవ కల్యాణము, హేమాబ్జనాయికా స్వయంవరము లందుగలదు. ఈపద కేళికకు తొలిపలుకుగా హేమాబ్జ నాయికా స్వయంవరమున నొక కుసుమాంజలి శ్లోకము, విజయరాఘవకల్యాణమున నొక సల్లాము దరువును ఉదహరింపబడినవి.

విజయరాఘవుని నాఁటి యీా పంతువగ పదములకు, పద కేళికలకు అసలా శృంగార పదసామ స్త్యమునకు క్షేత్రయ్యాపదములే యొజ్జబంతు లనవచ్చును. కాని యివి యన్నియు రాజపరములు క్షేత్రయ పదములలో రాజపరములు కొన్నియున్నను అధికభాగము మధుర భక్తి ప్రచురములు. విజయరాఘవాదుల పదములలో ఆ మధురభక్తి ప్రతిపత్తి దిగజారిపోయి అందలి 'జావళి' శృంగార ప్రతిపత్తిమాత్రమే మిగిలినది.

క్షేత్రయ పదము:

విజయ రాఘువాదుల పద కవితారచనకు క్షేత్రయ పదములే యొజ్జబంతు లనుటకు, పోలికలమాట యటుండ, విజయరాఘవుని

'పట్టంపుకవి' (Poet Laureate) యైన కామరసు వెంకటపతి సోమయాజి తన విజయరాఘవ చంద్రికావిహారమున, విజయరాఘవునిపై క్షేత్రయ చెప్పిన పదమొకటి[11] గ్రహించి యుండుటయే ప్రబల తార్కాణము. అది :-

ఎఱుకల కాంబోది - ఆది

" సుదిన మాయెనే యీ ప్రొద్దు సుదిన మాయనే । యీ
మదనావతారుని సేవ మనకు గల్గెగా ॥
ప్రొద్దుట నిల్వు టద్దము పొడగన్న ఫలము । యితని
ముద్దుమోము సూడఁగలె ముద్దుల గుమ్మా ॥
ఈ ప్రొద్దు పూర్ణకుంభము లెదురైన ఫలము । యీ
భూపాలకుంజరుని నే బొడగంటినమ్మ ॥
ద్విజరాజుల సేవించిన దివ్యశకునము చేత
విజయరాఘవ శౌరిని వీధిలోగంటి ॥ "

కామరుసు పదము :

వెంకటపతి సోమయాజియు స్వతఃసిద్ధముగా చేవగల పదరచన చేయగలవాడు.

ఉదా : సందర్భము — విజయరాఘవుడు చంద్రికావిహారియై రాగా అతని జూచి మరులుగొన్న యొక అత్తింటి కోడలు చెలికత్తెతో నన్నది —

కాంబోది - రూపకము

" వేడుకైనను జూడగూడదు వింతవారిని నా
తోడికోడలు నన్ను తొంగి చూడనియ్యదు

11. ఆంధ్రగాన కళాపరిషత్ప్రకాశితమైన 'క్షేత్రయ్యపదములు' అను గ్రంథమున విజయరాఘవ ముద్రక్రింద 11 వ పదముగా నిది ప్రకటితమై యున్నది. దాని రాగతాళము లందు కాంభోజి త్రిపుటలుగా నుదాహరింపబడియున్నవి.

పాడితప్పి మగడు మిగుల వగచాటును యీ
మేడమీదికి వచ్చెనంటె మెదలనియ్యడు ॥౧॥

వంచన జేసి యితని జూడవచ్చె నంటేను
పొంచియుండు మఱది యిరుగు పొరుగు పంచల
పంచశరుని మించిన యీ పట్టభద్రుని
వించుక సేపు చూడగూడ దేమిసేతును ॥౨॥

అత్తచేతపోరు మిగుల నధికమాయెను
కత్తిమీద సాము నాకు కదలరాదుగా
బత్తితో విజయరాఘవ పార్థివేంద్రుని నేడు
క్రొత్తగా జూచిన చూపు కోటి సేయదా ॥౩॥

విజయరాఘవ పదము :

ఆంధ్ర పదకవులలో క్షేత్రయ్యను చెప్పి మరియొకరిని చెప్ప వలెను. కాని పదకవితా రచనలో అతనితో పోటీచేయగల 'తాహత గలవాడు విజయరాఘవుడు. అతని రఘునాథాభ్యుదయ విప్రనార యణ చరిత్రములలో ననేక శృంగార పదములు గలవు. ఆ గ్రం ములు ముద్రితములు. అముద్రితమగు తంజాపురాన్న దాన నాటకమ నందు తత్కర్త పురుషోత్తమ దీక్షితుడు తమ 'ఏలినవారు (విజయ రాఘవుడు) ఆనతిచ్చిన పదాలలో ఒక పదం' గ్రహించి యుండుట అది మాత్ర మిచట నుదాహరింప బడుచున్నది.

" అయిదు వరాలిచ్చితి అది యేమిరా యని యడిగితే
అయిదువరాలవు గావా యని అతివ చతురులు బలికేను ॥౧॥

మాట నేర్పులవాడు గదా మన్నారు దేవుడు
బోటిరో యేమని పొగడుదు నేను ॥౨॥

సరిపెన లిచ్చితివి యెంతసరసుడ వంటేను
సరిపెన లియ్యనా యని సకియ కందువ లాడెనే ॥౩॥

ఏలరా నన్నింత యేతురా యంటేను
ఏలరా నన్ననేది యింతి నీ నైజ మనెనె ॥౪॥

రంగాజమ్మ పదము :

విమల గాంధర్వ విద్యా వెన్నతో బెట్టిన దీమెకు. ఆమె మన్నారు దాస విలాస నాటకము నుండి యొక పదము :

కాంభోజి – ఆట

'' చెలువుగా నేడు నాకలలోన వచ్చిన
చెలువు డేదే చెలియ చెలువు డేదే ॥౧॥

ముద్దుపెట్టగ వాడు వద్దుపొమ్మంటినో
సుద్దుల దేలించి సొక్కింప నైతినో ॥౨॥

మొలకచన్నుల మీద నెలవంక లుంచితే
వలదు పొమ్మంటినో లేక వాదు సేసితినో ॥౩॥

నీవి యంటగ తాళ నిలువరా యంటినో
యావగ దలచగ నౌను గాదంటినో ॥౪॥

పురుషోత్తమ దీక్షితుని పదము :

పై నుదాహరించిన పదములన్నియు నించు మించు పంతువగ పదముల వంటివే. ఈక్రిందిది పద కేళిక (తంజాపురాన్న దాన నాటకమునుండి) –

ఘంటారవము – ఆది

పంతమేల రారా వింతదానఁ గారా
రంతు సేయ మేరా విజయరాఘవ మ్రొక్కేరా॥

దక్కితి దయ మీరనే, సొక్కితి విడెమీర నీ
పక్క జాయ లేరా నన్ను బాళిని చేకోరా॥

నిన్నె మదిని కోరియున్నారా ఓరోరి
కన్నుల విల్తుని బారి ఘన మాయె యీసారి॥
ఏరా నన్నుచాల ఏలరా యీవేళ, రతుల నేలరా యీవేళ
రారాపు సేయ మేరా విజయరాఘువ భూపాల॥

2. గొల్ల పదాలు

గొల్లజాతికి సాహిత్యవిద్యకు చుక్కెదురని యొక నానుడి గలదు గాని సంగీతవిద్యయెడ వారతి సుముఖులు. పిల్లనగ్రోవి గొల్ల జాతి గానకళా ప్రతిష్ఠ కొక ప్రాచీన చిహ్నము. సుద్దు గొల్లలు పద విద్యకు పద్దులు. కృష్ణలీలలు, కాటమరాజు కథానులాపములు వారి గుత్తపాటలు.[12] గొల్లకలాపములలోని సుంకరి కొండని ఏల పదాలు గొల్లగోవాళ్ళ హేలారసికత్వమునకు గుర్తులు.

ఆనాడు నాయకరాజుల నగరి మొగసాల కావలివారు గొల్లలు. వారి వాలకములు ప్రసంగములు చిత్రమైనవి. వాని కాకృష్టులై హాస్య చతురాస్యులగు నా యాస్థానకవులు కొందరు చాటుకావ్యములుగా పరిగణించి హావణించిన తమ యక్షగాన నాటకములందా గొల్లల వేషభాషలను జొప్పించిరి. రంగాజమ్మ కృతియందు గొల్లల హాస్య ప్రసంగములు గలవు గాని గొల్లపదము లొక్క విజయరాఘవుని పూతనాహరణము నందే కన్పట్టుచున్నవి. సందర్భము: నందగోపు నా దేశముపై గొల్లలు పూతనకళేబరము నీడ్చిపుచ్చుటకు వత్తురు. అప్పుడు వారి పదాల సందడి:—

౧. భూపాల — రూపకము

"ఓటి కిన్నెర మీటు కొంటు గొల్లలారో — ఆ
యేటి సాయెనె నేటిమాపు గొల్లలారో॥

12. మా. హంసవింశతి II 87-89.

తందనాలు పాడుకొంట మనము రాగా — అ
మందలో నొక్క సద్దురేగె గొల్లలారో॥
నందయ్య పిలిచెనట గొల్లలారో — మన
మందరము బోదము రారో గొల్లలారో॥
బూసి సూసి కేకవేసి గొల్లలారో — వాడు
గోసి విడగ దూసె గదర గొల్లలారో॥

౨. సౌరాష్ట్ర – రూపము*

రెండు రెండు యిప్పగింజలే తుమ్మగిలో
రెండువేల మా యావుల మందలే తుమ్మగిలో

*　　*　　*

కుడుములు పిండికూర వెన్నెలాహే
　　కూకుండి తినగదే వెన్నెలాహే
నల్లేరు దురదంట వెన్నెలాహే
　　నమల వెరచునె మాగంగ వెన్నెలాహే

3. మ్రొక్కుబడి పదాలు

'సాక బెట్టి నీకు మ్రొక్కేమేకవీర — మమ్మ
సాకి సంతరించవమ్మ ఏకవీర ॥పల్లవి॥

*　　*　　*

ఏట్లో పాతెడి ఎఱ్ఱని గంగ
పాలలో నుండేటి పచ్చని గంగ
ఎట్లో మా యెఱ్ఱన్న యెచ్చరించంగ
పాతెడి గంగ వచ్చి పవ్వళించంగ
చల్లని తల్లి మీకు జాతరలు సేసేమమ్మా
నల్లావుల పాలు పొంగళ్ళు పెట్టేమమ్మా
గొల్లల కెల్లను కొలము దేవరవై
యెల్లమ్మ యెల్లమ్మ యేలుకోవమ్మ॥

*　　*　　*

* ఇవి 'ఊళ' బెట్టి పాడిన పాటలట

అ (ఎ) క్కలమ్మకు నేడు మొక్కు చెల్లింతాము
వక్కలాకులు వేగ వండరా (?) వోరి॥

* * *

మఱ్ఱిమాని కింద నున్న మాతంగి రావె
ఎఱ్ఱిమ్మ చెరువు చేయించేనుగాని॥

చింతమాని కిందనున్న సివసత్తిరావె
సంతబైటనున్న ఓ సాంబవీ రావె॥

బత్తితో తిరువళిక యెత్తేను నీకు
బుత్తిముత్తు లియ్యవమ్మ పోలేరమ్మ॥

సత్తెము గల్గిన తల్లి సమకూర్పుమేలు
పత్తిచేని బైటనున్న ముత్తేలమ్మ నీవు॥

పళ్ళెందు నేతదీపము పెట్టేను నీకు
సిళ్ళాడె నమ్మ ఓకొల్లూరి గంగ॥

౮. 'రామాయణ బాపుతాలు సదుచ్చుకొన్న' ప్రబుద్ధు డొకడు పాడిన పదం.

" నల్లని దేవర నామము సాతిన
బళ్ళారాయుడు బసవయ్య కొడుకు ॥౧॥

నారదమయ సుప్పనాతిని పెండ్లాడి
బారతకత సెప్పె బైరదేవరకు ॥౨॥

రంబకు పుట్టెను రాభణుం డనగాను
కుంభకర్ణుని పెద్దకొడుకు గాదటరా ॥౩॥

అతికాయు డంగదుం డల ధర్మరాజుతో
అతివక్రై పోరాడి రది వింతగాదా ॥౪॥

మనకు వరాలిచ్చే మైలారు దేవర
అనుమంతు దేవర కల్లుండు గాడా ॥౫॥

౫. సివమాడు గొల్లని పదం

" ఓంకారము । ఓకాటమరాజా
కరకరపొద్దు పొడిచి కారెండలుగాసి
బిరాన్న బీరెంత బిరుదు గొట్టంగ వన్నెలాహే ॥
తూర్పున మీ యావులు తుంగలు మేసి
పడమట మా యావులు పచ్చికలుమేసి వన్నెలాహే ॥

3. చెంచుపదాలు

కోనేటి దీక్షితచంద్రుని, విజయరాఘవకళ్యాణమున విజయరాఘవుని మృగయా విహారమై, చెంచులు కలుకుట్లు వండి కాౖటేని కారగింపుచేసి విందు వినోదములు జరుపుకొన్న సందర్భమునందలివి :—

౧. కాటమరాజు పదం. కాంబోది—ఆట.

కుంబములో పుట్టినట్టి । కుంభకర్ణుని కొడకవై
కుంబమాల్లా దింటివిగదరా । ఓ కాటమరాజ !
కూరనార వెతకవుగా ॥

అంబారి కసాగసాన । అంబుధి దాటువేళ
పంబలు వాయింపుచును । ఓ కాటమరాజ !
కంబళి నాచుకొంటివిగా ॥

సుప్పనాతి ముక్కుపోయి । నొప్పిచేత మూలుగంగా
ఇప్పపూల దండవేసి । ఓ కాటమరాజ !
అప్పుడే కూడితివి గదరా ॥

౨. కంబమురాయ పదం: మంగళకైశిక—ఆది.

' సరిగె పాఱ కేలబూని । వెలుగుమీది తొండవలెను
ఎలుగురాజుమీద నెక్కి । ఓ కంబమురాయ ।
జలదారి దాటితివౌరా ॥

మంచము నెత్తిబెట్టుక । కంచము వాయించుకొంట
మంచుకొండమీద నెక్కి । ఓ కంబమురాయ ।
చెంచెలి కూర తెచ్చితివిగా ॥

3. పోలేరమ్మ పదం : ఘంటారవ—ఆది.

" బూరుగమాను గని । బూచియని వెరచుకొని
బొబ్బరింతువుగదమ్మ పోలేరమ్మ ॥

వాలుచన్ను లల్లాడంగా । నాలుక వెళ్ళబెట్టుక
ఊళ బెట్టుదువు గదమ్మ పోలేరమ్మ ॥

౪. కూనలమ్మ పదం ; పున్నాగ—ఆది.

' కుండనిండ కొండగోగు కూరవండి
కూకుండి తిందువమ్మ కూనలమ్మ ॥

కోతికూన చంకబెట్టి కోలయెక్కి
కొక్కరింతువు గదమ్మ కూనలమ్మ ॥

కూటికుండ దెఱచివేసి గునిసి యాడుచు
కుక్కల దోలుదువమ్మ కూనలమ్మ ॥

౫. దరమరాజు పదాలు ; (అ) కాంబోది—ఆట.

' ఉడుముల బట్టితెచ్చి । నడుములకు త్రాడుగుచ్చి
కొడవలి చేతికిచ్చి । ఓ దరమరాజ !
అడవులలో నాడితివిగా ॥

బొద్దికూర సద్దిగొంచు మద్దెల నెత్తిబెట్టుక
మద్దిమాని మీదనెక్కి । ఓ దరమరాజ !
ఎద్దులను మేపుదువుగా ॥

(ఆ) ఘంటారవం—ఆది.

' ఉప్పులేని పలిదిగంజి ఓ ధర్మరాజా
ఊదుక తాగుదువయ్య ,,
ఉట్టిమీది కెగరబోయి ,,
కాలు వూనమాయెగద ,,

వొట్టిమాని మీదనున్న ఓ ధర్మరాజా
పూగి పూగి యాడుమయ్య ..
పుల్లంటి పిట్టవలె ..
పులికి దులికి యాడుమయ్య ..
పూసరవెల్లివలె ..
తల పూచి పూచి ..

ఇట్టి పదములలో కాటమరాజు పదము, కంబమురాయ పదము, ధర్మరాజు పదము (౨౨)— ఈమొదలగునవి ఏలపదములని గుర్తింప నగును. (ఏల విషయము పూర్వోక్తము).

4. సాంగత్య పదము

విజయరాఘవుని కాలమున సాంగత్యపదములు రచింపబడినట్లు తెలియు చున్నది గాని నేడు మనకు దొరకిన హేమాబ్జనాయికా స్వయంవర యక్షగానము మాత్రమే యుదాహరణకు నిల్చియున్నది. ఈ రెండు పదములు ప్రత్యేకముగ పరిశీలింపదగినవి. (ఇదియును కన్నడ సాంగత్యమును పోలియున్నది సాధారణముగ రూపక తాళమున పాడబడును)

సాంగత్యము కాంభోజి - ఆట.

చెలువైన శ్రీవత్స చిహ్నంబు ఉరముపై
గలిగి రాజిల్లు నా మనుప్రియుడు చెలియ ?

బాల మీసు రూపముంటాని యా నలువసు
తొలుబల్కు పొసగిన తీర యెంతటిమ్మా ! ॥మొ॥

ఇట్టివాని నింకను రాఘవాదుల యక్షగానములందింకను ధవళ శోభనములు, సువ్వాలలు మొదలగు పాటలు తరచుగా గలవు గాని అవి ఆంధ్ర దేశ యక్షగానములందును ప్రచుర ప్రచారము గాంచినవే. వాని విషయమున తంజావూరి కవుల ప్రత్యేకత యేమియులేదు. విపుల ముగా వర్ణించుట కిట నవకాశములేదు. కాని పైనుదాహరించిన పద

ములలోనే ఆ కవుల ప్రత్యేకత తేటపడగలదు. అట్టి పదము లాంధ్ర దేశయక్షగానములం దరుదు ఆ కవులు శృంగార రస పిపాసువులును క్షేత్రయ మార్గానుయాయులు నయ్యు క్షేత్రయవలె శృంగార పద రచనామాత్ర సంతుష్టులుగాక పదరచనయొక్క బహుముఖ ప్రయోజకత్వమును బాగుగా గుర్తించినారు. ఆ గొల్లపదములు, చెంచుపదములు, కొరవంజి దరువులు నెంతో అపురూపమైనవి. రాజ కవియు నట్టి రచనలకు కోరి సమంజసమగు నొక సందర్భము గల్పించుకొని పూనియుండుట ప్రశంసనీయము, తంజావూరివాఙ్మయము తాత్కాలిక సామాన్య ప్రజాజీవనమునకు నద్దము పట్టిన దనుట కితర సందర్భములనేకముతోపా టివియు తార్కాణలు. ఇంకను పురవర్ణనాది సందర్భములకును పదము నుపయోగించిరి. రాను రాను పదము దరువునకును, గీత ప్రబంధ సామాన్యమునకును బర్యాయ వాచకమైనది.

క్షేత్రయ శృంగారపద కవితోద్యమము విజయ రాఘవాదులతో నాగిపోలేదు. నాయక రాజుల తరువాత తంజావూరు పరిపాలకులగు మహారాష్ట్రులకాల మునను కొనసాగినది. క్రీ. శ. 1624 – 1712 సం॥ ల నడుమ తంజావూరు నేలిన శహాజీ, అతని ఆస్థానకవియగు దర్భా గిరిరాజు ఆరితేరిన పదకవులు. వారి సమకాలికుడు, మధుర విజయరంగ చొక్కనాథుని మంత్రిపుంగవుడును, శశాంకవిజయ కృతి భర్తయు నగు వంగల సీనయామాత్యుడు ప్రసిద్ధపదకర్త. ఆంధ్రమున రసవత్పద యక్షగాన కర్తయగు మైసూరి కంఠీరవరాజువారి సమకాలికుడే. వారి తరువాత శరభోజి, తుక్కోజి. చిట్టచివరి శివాజీ (క్రీ. శ. 1833 - 1855) వఱకు తంజావూరిలో తెలుగున పదకవితా రచన ధారాళముగా సాగినది. శివాజీ ఆస్థానమునందలి ఆంధ్ర పద

కవులలో ప్రసిద్ధుడు నరహాప్పయ్య.[13] ఆ 'నరహాప్పయ్యతో గూడి వడిగాగ్రముల పాడి వన్నెలలరుచుండు' వాడట శివాజీ.[14] ఆ గిరిరాజానుల పదముల సంపుటములు కొన్ని తంజావూరు సరస్వతీ మహాలులో గలవు. ఆ మహారాష్ట్ర ప్రభువుల కాలమున నచట కొన్ని నీతిపదములను వెలసియుండుట విశేషము. అసలు పదకవితారచనలో క్షేత్రయ విజయరాఘవ ఆదాస్థానకవులకు మార్గదర్శకుడైన నట్లే వారు శహాజీ గిరిరాజాదులకు మార్గదర్శకులైరి. కాని నేడు తంజావూరిలో వారివి కొన్ని యక్షగానములే గాని పదసంపుటములు కానరాకుండుట శోచనీయము.

13. మా. శివాజీ అన్నపూర్ణాపరిణయము తం. స. మ. క్రీ. నం. 499.
14. మా. శివాజీ సీసములు. తం. స. మ. కే నం. 811.

అనుబంధము
3

శహాజీ దరువులు

తంజావూరు మహారాష్ట్ర ప్రభువు శహాజీ యక్షగాన ప్రబంధము లందలి దరువులు మిక్కిలి అపురూపమైనవి. అందతని సంగీతసాహిత్య నాట్య విద్యా వైదుష్య వైభవము విశదమగును. యక్షగాన రచనా పరిణామ ప్రక్రియాప్రాగల్భ్యము తేటపడును. ఆ దరువుల విశేషములు కొన్ని మచ్చునకు మాత్ర మిందుదాహరింపబడుచున్నవి. ఇందనేకము మన యక్షగానములం దితరత్ర కానరావు.

1 సలాము దరువు: పంచరత్న ప్రబంధమునుండి —

భైరవి — అట

కర్పూర ధవళాంగ । కందర్ప దర్పభంగ
సర్పభూషణ । ధృతగంగ । సదయ త్యాగరాజ ఉత్తుంగ ।
నిసగారి గమాప । ధధపమ
గరి గమ పమ । పధ నిధ ధప
పధనిసరి సనిరి సన ధప
సానిధధ పమ ధాపా మగారి సరిస ।
సల్లాము సల్లామురే ॥
తకధిమికిట ఝుంతరి తక్కిట కిటతక మొ॥

2 ప్రబంధ దరువు: పంచరత్న ప్రబంధమునుండి

బిలహరి — ఆది

ఇందు కళాధర । సుందర వదన పు
రందర వందిత చరణారె ।
కుందరదన యర । వింద నయన కర
నందిత శాహేంద్ర నందరూప త్యాగేశ ।

యెలితాం యెల్లాంత । దేవాది దేవ
యెలితాం యెల్లాంత ॥
తాం తరతర । యెల్లిల్లాం । తధ్ధిమి తధ్ధితక ధరికిట తక
ధింగుణాం న తక । తళాంగు తకధిమి తక్కిణాం ।
తకకిణాం । కిటతక । తకధళాంగు ।
దివ్యను శివభక్తా । యెలితాం యెల్లాంత ॥

ఈ సగుణే [illegible] [illegible] అనెడి త్యాగవినోద చిత్ర ప్రబంధములోని [illegible] నిరూపణగా ఉదాహరింపబడినది.

3. పదాభినయము నిరూపు: సంచరత్న ప్రబంధము నుండి —

సావేరి - ఆది

దేవదేవిల నృత్యము । గావు మహేశ ।
నాముని బొలిగాన్న పామిని నీవా । దారు
రావన జనులను గాముల నివా ॥

4. సమ్యాపసప్యసముపద లీలా నిరుపు: త్యాగ వినోద చిత్ర ప్రబంధము నుండి —

దేశిప్రి - ఆది

నా గ ధిటిది (?) తగున । మగువకు లోను పగుము
కనరు తీరు తీరునని । వెనరు పోను పోరునని
మెలత మీర మీ తలపు । కలయ చూసుమా యలర
చేడియ రాడు రాయడిచే । పోడిమిగాని గామిడిపో
వాడే శాహిశా దేవా । నా దేవ రాపదేరా ॥

ఇం దనులోమ విలోమ గతులు గలిగిన శబ్దక్రమ మొకటి యగుట గమనింపదగును.

5. క్రమసప్తస్వర వర్ణార్థ లీలాదరువు:— త్యా. వి. చి. ప్ర. నుండి —

ఆట తాళము

సరిగామా పధ — నీ వింక పైడిక (?)
తరుణు లెవ్వరు — దాని సరిగారీ
అలినీల వేణులు — అబ్జనిభాస్యలు
కలకంఠులు — దాని సరిగారీ
జలజ దళాక్షులు — సరస బింబోష్ఠులు
మెలత లెవ్వరు — దాని సరిగారీ ॥

ఇది యొక్కటే దరువు తోడి, కల్యాణి, ఖాబి, శంకరాభరణము రాగములు నాల్గింటను ప్రవర్తింపఁ జేయఁ దగినదిగాఁ జేర్కొనఁ బడినది.

6. మోహరం: పంచరత్న ప్రబంధము నుండి —

తత్తక్కారం । ఝుకఝుక । తత్తతత్త తాం దత్తత్తా
తోధికితాం తందందాం । తాంగత్తోకిట తకధరికిట
తందంధి తాంద్ధితక్కి । తోంధోం గత్తోం
ధిక్కితక్క । తోంతక తకధికి తందతాం ॥

తీరుమానం :—తందక । తకతక । తందక తకతక
తందక । తకతక । ధళాంగుతోం ॥
ధిందికి । ధికిధికి । ధింధికి ధికిధికి
ధింధికి ధికిధికి । ధీంగణతోం ॥

....

తకధళాంగు తకధళాంగు । తధింగిణతోం ॥

7. గణపతి కవుత్తం: పం. ర. ప్రబంధము నుండి —

ధీత్తత్తై । ధీత్తత్తై । తత్తాదిద్ధితోవంతా ।
ధక్కిట దిక్కిట్టతక్క । ధిరుగుడుతాం తోంగ
ధీందత్త ధీందత్త । ధీంధధీం దత్తక్క

తధిమి ధిమిత తక్క । ధిరుగుడుతాం తోంగ
తాతాధిత్తా ధిక్కిట । తకధిక్కిత్తాందత్త
ధక్కిట కిటతక । ధిక్కిట కిటతక
తోంగుడ కిటతక । నంగిడ కిడతక
కరిముఖ హరసుర । వరకమలజ నుత
వరపాశాంకుశ యుత । చరణం తేశరణం
తక్కిట ధిమికిట తోం । తకతోం
తధిక్కిట తక ధిమి కిట్టతోం ॥సతతం॥

8. నెలకట్టు: పం. ర. ప్రబంధము నుండి –

తెయి తెయిం దత్త । తాహత్త తెయి తెయిం
దత్తతత్త । తెయి తెయిం దత్త తాహత్త
తెయి తెయిం । దత్తతత్త తద్దిందత్తా ధిందత్తా
ధిందత్తా । తతతధి । తతతధి । తకధిం దత్తా
ధిందత్తా । ధిందత్తా । తతతధి తతతధి
తధింగిణతోం ॥

9. సొల్లుకట్టు: పం. ర. ప్రబంధము నుండి –

తాంధి తద్దిమి తకఝుం గణక ఝుగ
తత్తోంగుడు । తకతోంగుడు ధిఖికిడు
తాంధి తాంధితక ధణం త్తకిణ ఝుక
తతోంగ తకధోంగ । తోంతోంగ
తకితక ఝుకణకఝు ॥

10. త్రికాలస్వరం: పం. ర. ప్రబంధము నుండి –

సారిగ గారిస । రీగప పామ్మగ । గపధస సానీధ ।
రీసరీస ధాపమగ । పధసా నిధ పధని ।
పధధప మగరిగ । సరిగ పామాంగ
పధనిధ ధాపమా గరిరిస । యెలిలాం యెలాంలే
తాహంగ తక ఝుణుతాం । కిటతరి తక ఝుణుతాం ॥

11. వర్ణ త్రికాల సొల్లు : పం. ర. ప్రబంధము నుండి —

ధిమి ధిమి కిట । తక ఝుణుత తకిట
కిటతరి కిటత ధిమిత తక ఝుణు
ఝుణుత ధణ తకతక । కిణ తకధిమి
తక ధికి తక । తోంగు తక దధింగిణతోం ॥
యెలిలాం యెల్లాం ॥

12 జతి : పం. ర. ప్రబంధమునుండి —

తాంధిధి తాం తాం । దిద్ది తాం దాం
దిద్ది తాం దాం తక
తోం తోం తోం గతోం తోంగు ॥

13. స్వర జతి : త్యా. వి. చి. ప్రబంధము నుండి —

గగరీ స్సరి నిరి సాన్నిధ । ధ .. నిరీస్ససాస
పమా మాగా । మాగ గరిస । గమప పామ
ధప మగరిస । పామామ్మాగా మాగ గారిస
ధధనిధాధ । పమ పమామ । గరిమ గరిస
పామామ్మాగా . గరిస ॥
నాయక భువన విధాయక అచ్యుత
సాయక భువన విధాయక త్యాగేశ ॥

14. స్వర సొల్లు జతి : త్యా. వి. చి. ప్రబంధము నుండి —

తద్దిన్నాం కిడతక । తాంధిత్తక్కిడ తక
ఝెంతారిత్త గణంగితాం ధిత్త ..
తద్ధళాంగు తక ధరికుడు
తకతోంగుడు తక । తధిగిణధోం ॥

15. వర్ణ సొల్లు జతి : పం. ర. ప్రబంధము నుండి —

తాంతక తకధినాం
తద్ధిన్నాం త్తక ధిత్త
ధినానాం ధిత్తానాం ధిరుగుడు తక
ధీంధిమిత తక ధళాంగుతోం ॥

16. పంచఘాతము: త్యా. వి. చి. ప్రబంధము నుండి —

సావదవ్వాహో అ। సావధనరాహహో
జనాహో । కాళదుష్టదానిదాక । కర పసరూన ।
జపతో కాళహర చింతా సాద
కమనీయధర్మ ఆచర ॥

మీఁదఁ జేర్కొనఁబడినవానిలో 'జతి' యను పదము సంస్కృత సంగీత శాస్త్రకర్తలు ప్రయోగించిన 'యతి' శబ్ద వికృతి యనుకొందును. 'యతి' యన్నది సంగీత శాస్త్రకర్తలచే వాద్యాధ్యాయమున నొక వాద్య ప్రబంధముగాఁ జేర్కొనఁ బడినది. సంగీత రత్నాకరమున (VI. 152-153) నది - కూటవర్ణవిరచితము (కూటవర్ణములనఁగా పటహాది వాద్య సాధారణ వర్ణములు అని చతుర కల్లినాథుని కళానిధి వ్యాఖ్య), అత్యంత కోమలము ('బంధకాఠిన్య వర్జితము' అని వ్యాఖ్య), ఏకరూపాక్షరము (అనఁగా 'ఉపక్రాంత వర్ణానుసారేణైవ సమాపితః' అని వ్యాఖ్య), తాళచ్ఛందోభివ్యంజనోజ్జ్వలము, బహువిరామ సంయుతము నైన వాద్యఖండముగాఁ జేర్కొనఁ బడినది.

మీఁది 'గణపతి కవుత్తం' అనునది సంగీతశాస్త్రము లందొక వాద్య ప్రబంధముగాఁ జేర్కొనఁ బడిన 'కవితమ్' అనుదానికి దగ్గరి చుట్ట మను కొందును. సంగీత రత్నాకరమున (VI. 172) తల్లక్షణ మిట్లున్నది :—

"ఇత్యుద్గ్రాహ ధ్రువౌ కృత్వా స్వోద్గ్రాహాంత్యదలేఽథవా।
స్వోద్గ్రాహే యత్రముక్తి స్తత్కవితం కవయో విదుః"

'పంచఘాత' మనున దొక తాళ విశేషమో లేక తాళ ప్రబంధ విశేషమో యనుకొందును. తల్లక్షణము :

'గద్వయం లత్రయం జ్ఞేయం నిశ్శబ్దం లత్రయం తతః
పంచ ఘాతస్స విజ్ఞేయః ప్రసిద్ధ స్తాల వేదినామ్'

'జీవద్వయం భవేద్యత్ర నగణ్ణశ్చ విరామవాన్
ఇతివా పంచఘాతః స్యాల్లఘు త్రితయ సంయుతః' *

— సంగీత దర్పణము.

ఇఁక మోహారం, నెలకట్లు మొదలైనవి ప్రసిద్ధ సంస్కృ
సంగీత శాస్త్రగ్రంథము లందుదాహరింపఁబడలేదు కాని యవిం
వాద్యప్రబంధములు, తాళ ప్రబంధములు అను వాని కోవకుఁ జెం
నట్టివిగాఁ దోఁచును.

సంగీత శాస్త్రీక దృష్టితోఁ బరిశీలించినచో శాహరా
సాహిత్యమందు, అసలు యక్షగాన వాఙ్మయ మంతట నపురూపవ
లైన విశేషము లనేకము గోచరించును. యక్షగాన మొక సంగీ
ప్రక్రియా నిక్షేపము. అందలి విశేషము లన్నిటిని వివరించి లాక్షణి
ముగ వ్యాఖ్యానించుటకు నాకు శక్తి చాలదు. అది ప్రత్యేక మొ
పరిశోధన వ్యాసంగమునకు విషయము. అభిజ్ఞుల పరిశీలనార్థ మీయస
బంధములఁ గొన్నిటి నూరక ఉదాహరించితి నంతే. అక్కడక్కఁ
నా యోపిన కొలఁది కొంత కొంత వివరించుటకుఁ బ్రయత్నము
చేసితిని దోసఁగులు సోసఁగిన - హసింతురు గాక పురోభాగులు
మన్నింతురు గాక మహాభాగులు.

---

* వాసుదేవకవి పార్వతీపరిణయమున 'పంచఘాతమఠ్య' ఉదాహరింపఁ
బడినది. అది మఠ్యతాళప్రభేద్యమగునా ?

అనుబంధము

4

వివిధ గేయ రచనలు

పై అనుబంధముల పట్టికలోనికి రాని పలురకముల యక్షగాన పదములు పాటలు నీ యనుబంధమునఁ బ్రసక్తము లగుచున్నవి. అందు కొన్ని సంగీతోచిత ప్రస్తారయతినిబద్ధత గలవి. మఱికొన్ని పద్యము పోలె యంతగా ఛందోనిబద్ధత గలవి. కొన్ని కేవలము సంవర్ణనము, అందుఁ బ్రసక్తమగు విషయమును బురస్కరించుకొని పెట్టఁబడిన పేరులు గలవి. ఇందుఁ జాలభాగము దేశిరచనలు. అందు రగడ వికారములు గొన్ని. ద్విపద వికారములు గొన్ని. ఇట్టి దేశి సంగీతగీతములును అతి ప్రాచీనకాలమునుండియుఁ బ్రసిద్ధివహించి యున్నవి. బృహద్దేశి, సంగీతరత్నాకరాది ప్రాచీన సంస్కృత సంగీతశాస్త్రగ్రంథములందును ప్రబంధాధ్యాయ పరిగణన కెక్కినవి కొన్ని. యక్షగాన ప్రయోగమునుబట్టియే కాక పాల్కురికి సోమనాథు డేకరువు పెట్టిన పట్టికను బట్టియు, లక్షణదీపిక, సంకీర్తన లక్షణము, అప్పకవీయము మొదలగు లక్షణగ్రంథములందును మన కావ్యములందును గల ప్రసక్తిని బట్టియు, తాళ్ళపాకవారి పదవాఙ్మయము, త్యాగరాజు ఉత్సవసంప్రదాయ కీర్తనలు, జానపద వాఙ్మయము మూ॥ వానియందలి లక్ష్యకోశమును బట్టియు నిందలి కొన్ని గీత ప్రబంధములకుఁ బ్రాచీన కాలమునుండియుఁ దెనుఁగున గల ప్రచారము తేటతెల్లము కాఁగలదు. కాలక్రమమునఁ గొన్ని క్రొత్తలు పొడసూపకపోలేదు. అర్వాచీన యుగములఁ బరిణామ

పథములఁ బ్రయాణించు యక్షగానము వానిం గొన్నిటిని గ్రహించుచునేవచ్చినది.

ప్రకృత మీ యనుబంధమునఁ బ్రసక్తములైన గీత ప్రబంధములన్నిటికిని సిద్ధముగా లక్షణ మేర్పరింపఁబడియుండలేదు. సహజముగా గీత ధర్మము గలవి కావున పాడఁబడు సమయమున రాగము సాగదీతవలన వీనియందలి గురులఘువ్యవస్థ మాఱవచ్చును. బహులక్ష్య పరిశీలనముజేసి వీలైన సూచనలు మాత్రము నా చేతనైనంత చేసెదను. ఇవి నిష్కృష్ట లక్షణములని భావింపరాదు. సూచనలు మాత్రమ. అభిజ్ఞుల పరిశీలనార్థము మన యక్షగానములందే సాటి సంగీత సంబంధి సామగ్రి యున్నదో యెత్తిచూపుటకే యీ ప్రయత్నము. అప్పకవి లాలి, గౌరీకల్యాణము, ధవళము, సువ్వాల, అర్ధచంద్రికలకు లక్ష్యములు మాత్రము చూపించెను. లక్షణము నిరూపింపలేదు. అతఁడు నొక యక్షగాన రచన చేసినవాఁడు. లక్ష్యకర్త, లాక్షణికుఁడునైయుండియు నట్లు కతిపయ గేయప్రబంధముల కూరక లక్ష్యములు మాత్రమ చూపించె ననఁగా వానికి లక్షణ మేర్పరించుటలోఁగల సాధకబాధకము లతని కధిగతార్థములన్నమాట.

వరుసగా నొక్కొక్క గీతి రీతిని స్థాలీపులాక పరిశీలనముచేసి చూతము :—

1. <u>అధ్యాత్మలు</u> :- విజయరాఘవుని ప్రహ్లాద చరిత్ర అవతారికలో నతని రచనలు పేర్కొనబడిన యొక సీసమాలికలో ఏలలు, విడి పదాలు, సంకీర్తనలు మొదలగు వానితో పాటిదియు నొక గేయ విశేషముగ నుటంకింపఁబడినది. ఆతనిదగు లక్ష్య మొక్కటియు లభ్యముగాలేదు. యక్షగానములందు దీని ప్రయోగము క్వాచిత్కము. తెలంగాణము ప్రాంతమునకుఁ జెందిన మట్టెవాడ భీమేశున కంకితమైన

శివరాత్రిమాహాత్మ్య మను యక్షగానమున నిది పలుతావులఁ బ్రయుక్త మైనది.

ఉదా:- ౧. ప్రవిమల ప్రమథుల - పాలిటి పెన్నిధి శివునిరాత్రి, సకల
దివిజ చకోరత - తికిని సుధానిధి శివుని రాత్రి ।పల్లవి।
కాయిక దోషాంధ-కార పంక్తికిరవి శివునిరాత్రి, ని
ర్మాయిక జనవన - రాజీమందారము శివునిరాత్రి ॥

. ఈరీతి తర్కించి - యేగె మిథిలాపుర
ద్వార బాహ్యోపవన - ధాత్రికిని యందున్॥

మొదటిదానిలో చతుర్మాత్రాక గణప్రాచుర్యముతో నేకతాళగతి స్ఫురించును. రెండవది పంచమాత్రగణాక మగు జంపెరేకు. ఇట్లు దీని గమన మన్నితావుల నొక్కతీరుగ లేదు. రెండేసిపాదము లకుఁ బ్రాస నియతి గలదు. సజాతీయ వర్ణావృత్తితోఁ బ్రతిపాద మును రెండు దళములుగా విరుగును. దీనికి పల్లవి చరణ విభాగమున్న జాడ దోఁచును. సర్వసాధారణముగ రేకులో, దరువులో లేని యక్షగాన ముండదు. ఈ శి. రా. మా. న వానిపేరు కానరాదు. వాని స్థానము నాక్రమించుకొన్న వీ యధ్యాత్మలే. దీనిని రేకునకు దరువు నకు నుద్దియగు పదరచనా విశేష మనవచ్చును.

2. <u>అనువులు</u> :- కొద్ది యక్షగానములం దతి విరళముగాఁ గను పట్టును. ఒకొక్కదానియం దొక్కొక్క తీరుగా నున్నది దీని గతి.

ఉదా :- ౧. రూఢిమీర మహాగణంబులు గూడిచూడా, నాట్యము
లాడువాడు బుధోత్తములు గొని యాడువాడూ ॥
— వీరచోడవ్వచరిత్ర

౨. పతిలేని ధాత్రి యుడుపతిలేని రాత్రియును
మతిలేని మంత్రియును శ్రుతిలేని తరత్రి॥
— బలభద్రదాసి కపోతవాక్యము

౩ పుర జనులందరు దను జూడంగ ముదము బొంది
అరుణ కిరణు డుదయమయ్యెడు నటకుమున్నె ॥

— భీమసేన విజయము

ఉదా :— ౧ లో త్రిపుట గతి, ౨ లో జంపెగతియుఁ గలవు. మూఁడవదాన గతి స్పష్టపడ లేదు. (ఇది కొన్నిట 'హనుపు' లనియుఁ బేర్కొనఁబడినది).

3. అప్పగింత పాట :— ఇదియొక ప్రత్యేక రచనా ప్రక్రియ గలదికాదు. కళ్యాణ కథలందు తలిదండ్రులు వియ్యాలవారికిఁ దమ కన్యనప్పగించు సందర్భమును బురస్కరించుకొని పుట్టినది మాత్రమ.

ఉదా :— బాలామణి మిగుల గోల
బుద్ధులేవేళ నేర్పుడీ భామ చాల
ఈడు బాలికలగూడు, బొమ్మల
జోడు పట్టి తానాడు

— జానకీపరిణయము

4. అలక పాట :— ఇదియు అప్పగింత పాటవలె సందర్భ పురస్కృతమైనదే కాని యొక ప్రత్యేక ప్రక్రియ గలదికాదు.

ఉదా :— "ధర్మస్వరూపమై ధరణి పోషించు
ధర్మరక్షక నీకు తగదు లేవయ్యా ॥

మొన్న సంగయ్యవిఁ చెన్నుగాబట్టి
వన్నెలింగముగట్టె వరుడ రావయ్యా ॥

— బసవమహిమామృతవిలాసము

ఇందు జంపెగతి స్పష్టముగనున్నది. రెండేసి పాదములకు ప్రాస నియమము, పాదపాదమున పదిమాత్రలపై యతియుఁ జూపట్టు చున్నవి. కాని అలకపాటలన్నియు నియతముగ నిట్లే యుండవు.

5. అల్లో నేరేళ్లు:- ఈమాటకు రాజజంబూఫలము, నమస్కారము, పెండ్లిపాట విశేషము, ఒకానొక పాట అని వివిధార్థములు గలవు. (చూ. సూర్యరాయాంధ్ర నిఘంటువు.) ఇదియొక గీత ప్రబంధ విశేషమనుట యుక్తము. పెక్కు యక్షగానములందు దీని ప్రయుక్తమైనది. 'అల్లోనేరేడల్లో' అను మాట యీపాట కొక పల్లవి వంటిది. ప్రతి చరణాంతమునను యీ పల్లవి ఆవృత్తమగుచుండును. అనేక యక్షగానములందు నీని చరణము లచ్చము నలవిరేకులే. (చూ. ఏలయతరి కదిరీపతి భూపాలుని జానకీ పరిణయము, చౌడరి రామదాసు రుక్మిణీ పరిణయము, మామిళ్లపల్లి వెంకటాచలమయ్య పరిణయాదులు మొదలగునవి.

ఉదా:- ఒక చరణము

శ్రీరామ విభవంబు చెలువంద గాంచి
ధారుణికి పుత్రియై తగ నుద్భవించి
దూరిమితో జనకునకు కూతురనుపించి
కోరికతో దశరథుని కోడలనుపించి। అల్లోనేరేడల్లో॥
జానకీ పరిణయము సౌభాగ్యమాయె॥

— జానకీ పరిణయము

ఈ పాటకొక సంప్రదాయ సందర్భమును గలదు. ఇదియొక పెండ్లిపాట. 16 శ. ప్రబంధము లందును పెండ్లిపాటగా దీని ప్రసక్తి కనుపట్టును (చూ. కకుత్స్థవిజయము 4.3; పాంచాలీ పరిణయము 4.10) కల్యాణ కథాత్మకములగు యక్షగానములందు ముత్తైదువల సువ్విపాటకుఁ బిదప నిది కన్పట్టును. పై జానకీ పరిణయ రుక్మిణీ పరిణయము లిందులకును దార్కాణలే. అనఁగా సుంకులు దంచుట సువ్విపాటకును, సుంకులు చెరుగుట అల్లోనేరేళ్ళకును సందర్భము

లన్నమాట. గణపవరపు వేంకట కవి యీ విషయమును స్పష్టముగాఁ జెప్పినాడు :—

పల్లవ పాణులు కొందఱు
పళ్ళెరములఁ బూని రవల బంగరు గాజుల్
ఘల్లురన సుంకు జెరిగిరి
యల్లోనేరేడటంచు నయ్యిందిరకున్

—ప్రబంధరాజ వేంకటేశ్వర విజయవిలాసము 571.

అయితే మామిళ్ళపల్లి వెంకటాచలమయ్య తన ఏకాంతసేవ యక్షగానమున దీనిని 'కొట్టణాం పసుపు విసిరే పాట' గాఁ బేర్కొని యుదాహరించినాఁడు.

శ్రీకేశవం సదాశ్రితకల్పభూజం
నారాయణం సదానారదస్తుత్యం ||అల్లొనేరేడల్లో|
శ్రీలక్ష్మిపరిణయము చెలువందమాయె||

ఇదియు జానకీపరిణయము దానివలెనే జంపెగతి గలది. మాత్రల పరిమితియు నంతే (5×3+3 లేక 4). అందు 'సుంకులు చెరిగే పాట' వేఱే యుదాహరింపఁబడినది. కొన్ని యక్షగానములందు అల్లొనేరేళ్ళకు రాగనామము లుదాహరింపఁబడినవి. పణిహారం ఎంబారయ్య కురవంజిలో దానికి నాదనామక్రియ పేర్కొనఁబడినది.

6. (అ) <u>అష్టకము</u> :- ఇది కొలఁది యక్షగానములందుఁ దఱచు నాయిక విరహవేదనాధిక సందర్భములందుఁ బ్రయుక్తము. నాలుగు పాదములు నాల్గురెళ్ళెనిమిది దళములును గలది. ఆ దళములను బట్టియే ఆ పేరు. ప్రతిపాదము నచ్చముగా నొక త్రిపుట రేకు. అనఁగా ఏడేసి మాత్రలదళములు మూఁడింటిపై నొక యైదుమాత్రలు గలది. సరిగా మత్తకోకిల మాత్రసంఖ్యలో సరిపోవునది. దానివలెనే వృషభ

గతి గలది. నాలుగు పాదములకును ఆద్యప్రాసయు, నంత్యప్రాస యును జూపట్టును. ప్రతిపాదమున పదునాల్గుమాత్రలపై అనఁగా ద్వితీయదళము ప్రథమాక్షరము యతిస్థానము.

ఉదా :— కదియ వచ్చిన మేనికాకను
  గ్రమ్మిపూఁబొద వాడఁగా
కొదమ తుమ్మెద లూర్పుసెగలని
  గూడ కూడని పాడఁగా
పదరు మదనుని తూపులాయము
  పట్ల పలుమరు గాడఁగా
ముదిత ముందఱి కరిగె శంభుఁడు
  మొనసి ముచ్చట లాడఁగా ॥

— విష్ణుమాయా విలాసము

ప్రసన్న వేంకటేశ్వర విలాసాదు లందును అష్టక మచ్చముగా నిదే మచ్చునఁ గలదు.

(ఆ) చౌపద్యష్టకము: ఈ పేరుతో ఉపాధ్యాయుల మృత్యుంజయకవి వామనచరిత్రమున నొక రచన గలదు. అది అష్టకములో సగము పరిమితి గలది. అనగా నష్టకములోని నాలుగు దళములు దీనికొక ప్రమాణాంశయగును. అందులకే చతుష్పది — చవుపది — చౌపది + అష్టకమైనదిది. అష్టకములోని రెండవదళమున కంటె దీని రెండవ దళమున రెండుమాత్ర లెక్కువ. అంత్యప్రాస నియతముగఁ గానరాదు. అంతే భేదము.

ఉదా :— వరకుతూహల సత్వరుండును
  వర్ణ్యవిమల యశస్కరుండును
పరమదృఢతర సుమనస్కుఁడురుతర
  భద్రనియతుఁడు నంధుఁడూ ॥

7. అష్టపది:— అనఁగా నెనిమిది పదములు గలది అని యర్థము. అష్టకము నిదియు సమానార్థకములే. కాని లక్షణ గ్రంథములందు వేఱువేఱఁ బేర్కొనఁ బడినవి. (చూ. లక్షణ దీపిక డి. 1329) జయదేవుని గీత గోవిందముతో దీనికిఁ బ్రతిష్ఠ వచ్చినది * యక్షగానము లందటనటఁ బ్రయుక్తమైనది. చూర్ణికవలెఁ దఱచు సంస్కృత ఘటితముగానే కన్పట్టుచున్నది.

ఉదా : త్వామనిశం ప్రేమయుతం భృశ
మామనుతే హృఁబాలా
తామురరీకురు కామవశాభిహతా
మిహ శాహనృపాలా ॥
లలిత ఫలకతల చిత్రిత మపితవ
కృత విలాస కలాపం
కలయతి దిశి దిశిహంత యథాత్మని
లలిత మనోహర రూపం॥ త్వామనిశమ్॥

అష్టకము నందు వలెనే ప్రాస పాటింపబడినదికాని యతి మాత్రము తెలుఁగునందువలె సజాతీయ వర్ణావృత్తి కాక సంస్కృత సంప్రదాయానుసారము విచ్ఛేద సంజ్ఞగాఁ బాటింపఁబడినది. పై అష్టకమునందు వలెఁగాక యిందు మధురగతి కన్పట్టుచున్నది. అష్టపదులందు మధురగతికే ప్రాముఖ్యముగాని యది యొక నియమముగాదు. మొదట ఏ గతిభేదము గ్రహింపఁబడిన నదియే సాంతము పాటింపఁబడవలె ననుటయే దీని నియమము.

* ' ఘనత మీరంగ జయదేవ కవివరేణ్యుఁ, డంద మైనట్టి గీతగోవింద మందు నంచితాష్టపదులు వల్కినట్ల పదము, పరగు నెనిమిది పదములు పల్లవియును' అనియు "ధర నెనిమిది పాదంబులఁ, బరగిన పదమదియు శరభపాద పదం' బనియు దీనినొక పదవిశేషముగాఁ బరిగణించినాఁడు తాళ్ళపాక చినతిరుమలయ్య (చూ. సంకీర్తన లక్షణము 46—48)

"యక్షగానాష్ట పదాష్ట పదులు నాలుగు విధమ్ములు నొక్కొ కకటి పెక్కువిధమ్ములై' యష్టకమ్ముల పదంబులు నష్టపదులును వివిధరీతుల నానా ముఖంబుల విహరించు" నని యనియున్నాఁడు పొత్తపి వెంకటరమణ కవి. (లక్షణశిరోమణి - తృతీయాశ్వాసము ఆర్. 1257 పుట117)

8. ఇంగ్లీషు మెట్టు :- కేశవ పట్టణం జియ్యరయ్య నలనాటక మున నిదియొక దరువుగాఁ బేర్కొనఁబడినది.

ఉదా : అభిషేకించిరి మోదముగన్
అవనీధవునకు నతివేడ్కన్
శుభలగ్నంబున మునులు వశిష్ఠులు
సూరులు మిత్రులు నిష్టులునూ॥

ఇందు విశేషములేదు. ఇట్టివి తెలుఁగు మెట్టులే గలవుబోలెడు. మధుర గతిలో సాగు చౌపద్యష్టకము వంటిదిది. మూఁడవపాదమున మాత్ర మొక రెండు మాత్ర లెక్కువైనవి.

9. ఊంజల్ :- ఇదియొక ఊయలపాట ఊంజల్ తమిళ శబ్దము. ఉయ్యాల అని యర్థము. 'లాలి' యన్నదియు ఉయ్యాల పాటయే, జోల ఉయ్యాలపాటగఁగూడ నున్నదిగాని వానిగతియే వేఱు, దీని గతి వేఱు. చిన్నపిల్లలను నిద్రబుచ్చుటయు దేవాయతన కల్యాణోత్సవములును వాని సందర్భములు. ఇది పార్థసారథి విజయము, ఆండాళు చరిత్రములందు కల్యాణ సందర్భమున వధూవరులను సఖు లుయ్యాలలూచిన సందర్భమునఁ బ్రయుక్తము. ఆండాళ్ చరిత్రమున ఊంజల్ పాట వెంటఁగలదొక లాలి పాట. ఇట్లు వివాహవేళ వధూ వరుల నుయ్యాలలూచు నాచారము తమిళ మళయాలాది రాష్ట్రము

లలో నీనాఁటికి నున్నదని విందుము. పై రెండు యక్షగానము చెన్నపురమున రచింపఁ బడినవి.

ఉదా :- ఆండాళ్ చరిత్రమునుండి

శ్రీవిల్లిపుత్తూరు వుంజల్‌తొట్టి
చతుర్వేదంగళుం శంగల్‌పూట్టి
ఆరుశాస్త్రంగళుం తూణ్గల్‌నాట్టి
అండాళు (రంగ) మన్నారు ఆడిరూంజల్॥

ఇందొక్కొక్క దళమునకు మాత్రలు 5+5+7; పా. సా. 5+5+6. ఇందుగమనింపదగినవి జంపెగతి, పంచమాత్రాక గణత్ర్యము. జంపె గతికి సన్నిహితమైనది తాళ్ళపాక అన్నమయ్యల వారి కీర్తనలలో నొక ఉయ్యాలపాట గలదు. (సంXI 216) అందలి పాదము లచ్చపు జంపెరేకులు. త్యాగరాజస ఉత్సవ సంప్రదాయకీర్తనలలో (ఆది అండ్ కో ప్రచురణ 408వ నున్న ఉయ్యాలపాటకు ఝంపతాళమే పేర్కొనఁ బడినది.

10. ఓ డ ం :- 'శ్రీరామపుత్రి' యను మారుపేరిట నొక యిత్రి వ్రాసిన సీమంతినీ చరిత్రము అను య. గా. న మాత్రత మొలత్యము దొరికినది. ఈపేరతి విచిత్రముగ నున్నది. ఇతరత్ర క కేవల మశ్రుత పూర్వము.

ఉదా చూడ చూడా చేదుకాయే - సీమంతీ
నేడు పెండ్లీ కూతురాయే
మూడు భువనాల్ కీర్తినిండే - దుఃఖంబూ
వీడి తనదూ విభునిగూడే
బంగారు తట్టతో మంగళారతులు
శృంగారముగనిచ్చి యంగనలు అపుడు ॥

ఇందు మొదట నాలుగు పాదములందును త్రిపుటగతియు, చివరి రెండుపాదములందును జంపెగతియుఁగలవు. 1-3పాదములందు మాత్రాక్రమము 7+7+6 ;2-4 పాదములందు 7+7; 5-6 పాదములందు 5^3+3. నాలుగేసి పాదములు ప్రాసైకఘటితములు.

11. కీర్తన :- కొన్నియక్షగానములందు రేకులో, పదములో, దరువులో ఉండవలసినచోట కీర్తనలపేరిట గేయరచనలు గన్పట్టుచున్నవి. రేకులు రగడ వికృతులు. ఒకవిధమైన ఛందోనిబద్ధత గలవి. పదములందును ఒకపాటి ఛందోనిబద్ధతగలవి కొన్నియున్నను అట్లు లేనివే యెక్కువ. ఛందోనిబద్ధత లేక రాగతాళ ధారాళములగు పదములు, దరువులు కీర్తనలు నొకపాదునుండి ప్రాకినతీగలే. యక్షగానపదములు, దరువుల గుఱించి 1వ యనుబంధమునఁ గొంత చెప్పుటయైనది. పోలిక లిరుగుపొరుగుగాఁగల యీమూఁటి యనుబంధము గుఱించి యిట మఱికొంత వివరింతును.

పరగున్ వృత్తము జాతియంతయుఁ జతుష్పాద ద్విపాదాకృతిన్
వరసంకీర్తనముల్ తదాకృతులనే వర్తించుమానంబుతో
దరువుల్ జక్కులరేకులేలలును నిద్దంబైన గొబ్బిళ్ళు భా
సురవాక్యంబులు జందమామ పదముల్ శోభిల్లు నందంబులై॥

(సం. ల. 50)

పై పద్యమునఁ జెప్పఁబడినట్లు స్థూలముగాఁ జూచినచో నివి యన్నియుఁ బ్రాక్తనమైన దేశీపద సంప్రదాయము నుండి బయల్వెడలినవియే కాలక్రమమునఁ బరిణామముబొంది వైవిధ్యము నవధరించినవి.

అని చెప్పనగును. వీని యన్నింటికిని మూలము 'దేశైళ'—వివిధాభరణములందలి యేకైకమూలపదార్థమగు బంగారమువంటిదది. *

అర్జున భరతమ్మునను ఇట్లే చెప్పఁబడినదఁట —

'కర్ణాటలాట గౌడాంధ్ర ద్రవిళానాంతు భాషితం
ఏళాసప్త విధాజ్ఞేయా, ప్రోక్తామర్యాది తాళతః'

'ఏళలనంగా పదములనిన్ని, మూఁడు చరణములకు ఖండికాత్రయం అనే పేరుగలదనిన్ని పల్లవి, ఉపపల్లవి అనిన్ని, ఇవి మాత్రసమకనిబద్ధములైన హాగణాదులతోఁ గూర్చవలెననిన్ని, సూళాదుల కనుగుణ్యముగ నుండవలెననిన్ని, మఱియు నివి 'సంగీత తాళ నిర్ణయమ్ముల గీతనష్టి నితపుష్ట మాత్రాధిక్యమాత్ర లోపమ్ములఁబొందుచుండు' ననియు పౌత్త్రపి లక్షణ శిరోమణియందుఁ జెప్పఁబడినది.

'యక్షగాన పదంబులు' చాలవఱకు 'సముచితానేకవిధ తాళ సంగతుల నలరునవియు (సంకీర్తన లక్షణము), 'లయ ప్రమాణంబుల నొప్పు' నట్టివియు (లక్షణదీపిక) నైనను నందుఁగొన్ని యొకపాటి ఛందోనిబద్ధతగలవి. ఇటువంటివి వృత్త్తపదములనియు, 'యతులుం ప్రాసములుం బదంబులును మాత్రానీకముల్ తాళసంగతులుం' గల్గిన పదములు నిబంధనామపదంబు లనియు వ్యవహరింపఁబడినవి (చూ. సంకీర్తన లక్షణము— 30-34). రేకులు తాళనిబద్ధతతోపాటు ఛందోనిబద్ధతయుఁగలవి కావునఁ గొంత యీకోవకుఁ జెందునని చెప్పనగును. విష్ణుమాయా విలాసాది యక్షగానములందున్న నీలాంబరి, ఘంటారవ,

* "కర్ణాట ద్రవిళాంధ్రలాట విల సద్గౌడాది భాషాస్థితిం గర్ణాపూర్ణ సుధా సమానరుచులం గల్గించు దేశైలదా, స్వర్ణంబాభరణత్వమొందు కరణిన్ సంగీత శాస్త్రంబులన్, వర్ణింపందగు నానుజాతియుతయై వర్తించుఁబ్రత్యేకమై?(సం.ల.28.)

ఆహిరి, రేవగుప్తి ఇత్యాదిగా రాగనిర్దేశముగల పదములు ఏల పదము, తుమ్మెదపదము, వెన్నెలపదము. చందమామ పదము మొదలగు దేశిపద రచనలును నిర్దిష్టఛందః ప్రక్రియకు లొంగునట్టివి కావు. ఇట్టివే దరువులును. దరువు గుఱించి ప్రత్యేకమొక యభిప్రాయము వ్యక్తమైనది సంకీర్తన లక్షణమున:

'మహిమ మీఱంగ ద్రుతమధ్య మానములను
జిత్రవర్ణంబుఁ దాళంబుఁ జెన్నుమీఱ
మునుపఁబాడిన పదవాక్యముల బొసంగి
ధరణి ద్విచతుష్పదాకృతి దరువు చెలఁగు (63)

మఱియు దరువు ఒక ముక్తక రచన వంటి దనియు, పదము కులకము వంటిదనియు అర్ధచంద్రకపదాదులతోపాటు దరువుగూడ 'పాదయుగళముగ బహు జన సంప్రయుక్తిఁబరగు' ననియు నందుఁజెప్పఁబడినది. (51). కీర్తనములు లేక సంకీర్తనములు నీకోవకుఁజెందునవియే. అందు భగవన్నామ గుణాదికము కీర్తింపఁబడుటచే యౌగికముగ వానికీ పేరుకల్గిన దనవచ్చును. సంకీర్తనలక్షణకర్త 'సంకీర్తన నామక పదసంప్రదాయంబెట్టిదనిన' అని పదలక్షణప్రసక్తికి ఆకరములను సంగీత-రత్నాకర, చంద్రికా, చూడామణి, సుధాకరము లను గ్రంథములను చేర్కొని' తానె యన్నిటికిని మూలమైన భరతమందుఁ బంచదశాధ్యాయమంగా విమల వృత్తచూర్ణనిబంధక వివిధనామ భవ్యలక్షణములకు నాస్పదంబు పదము" అని వక్కాణించెను. దీనిని బట్టి సంకీర్తనమనఁగా పదవాచకపర్యాయ మనియు నాసంప్రదాయ మతిప్రాచీనమనియు విశదమగును. తెనుఁగుగడ్డలో మనకీ నిక్షేపము తాళ్ళపాక వారి లోఁగిట దొరకినది. తాళ్ళపాక అన్నమాచార్యుఁడు (15శ.) పదకవితా పితామహుఁడు, సంకీర్తనాచార్యుఁడు, 'లక్షణములు పదకవితారక్షణములు' నైన బహువిధ సంకీర్తనములకుఁ గర్త. అతఁడు

పదసారస్వత లక్ష్యప్రపంచ విరించనుడే కాదు లక్షణప్రవక్తయును. కాని యతఁడు సంస్కృతమునఁ జెప్పిన ఆ లక్షణగ్రంధము నేఁగు లభింపదు. దానికాయన పుత్రుఁడు పెదతిరుమలయ్యంగారు వ్రాసిన వ్యాఖ్యానమును నేఁడు లభింపదు. ఈయన పుత్రుఁడు చినతిరుమలయ్య 'తద్వ్యాఖ్యానుసారంబునన్' వ్రాసిన సంకీర్తన లక్షణము, ఆ అన్నమాచార్యాదుల సంకీర్తనములును నేఁడుపలబ్ధములు. లక్షణ శిరోమణి యందుఁజెప్పఁబడినట్లు ఉపపల్లవి (అను పల్లవి) లేదన్నమాట గాని తాళ్ళపాకవారి సంకీర్తనములు సరిగా పల్లవి, ఖండికాత్రయమును గలిగిన రచనలే. క్షేత్రయ పదములలో అనుపల్లవియొకటి అధికము. త్యాగరాజు కృతులలోఁగూడ నీ సంప్రదాయము బాగుగనే పాటింపఁబడినది గాని కొన్నిట చరణాధిక్యమును జూపట్టుచున్నది. త్యాగయ్యకర్వాచీనములైన యక్షగానములందే కొన్నిటఁ (పాతూరి తిరుపతి సుందరకాండము, మామిళ్ళపల్లి—ఏకాంతసేవ, మైనంపాటి బాలగోపాలవిలాసము, గజేంద్రాళ్వారుచరిత్రము మొ॥) గన్పట్టుచున్నవి కీర్తనలు. యక్షగానములందలి కీర్తనలన్నియు భగవత్పరములు గావు. దరువులవలెనే బహు విషయాత్మకములు. లక్ష్యమునకు చూడు—క్రింద 37, 39వ అంశములు.

12, <u>కోతియాట</u> <u>పదము</u> :- చౌదరి రామదాసు రుక్మిణీ విలాస యక్షగానమున సింగడు కోతి నాడించు సందర్భమున నొక పదముగలదు. తిమ్మారాయుని తైతక్కలకుఁ దగినట్లు లయాత్మకముగా నుండుటయే దీని లక్షణము.

ఉదా : అట తాళము

ధిమ్మెత్తరా తిమ్మ ధిమ్మెత్తరా
ధిమ్మెత్త ధింధిమ్మి ధిమ్మెత్తరా
ధిమ్మెత్తరా సీతమ్మగారికి ఉంగరము

యిచ్చిననాటి యిమ్మేదిరా తిమ్మ ధిమ్మెత్తరా
తగ బాల్యమున పూర్వనగము మీదికి నీ
వెగసినట్టి మంచి లఘువేదిరా తిమ్మ॥

13. గ జ ల్ :- గజల్, డోరా, తోహారా మొదలగునవి కొన్ని పార్సీమట్లు 19వ. శ. ఉత్తరార్ధమునఁ దెనుఁగు దేశమున ధార్వాడ నాటక సమాజము వారి నాటకములకుఁ బ్రచారమేర్పడిన కాలమున మన హరికథలందును, యక్షగానము లందును జేరినవి.

ఉదా : బాగేపల్లివారి కుచేలోపాఖ్యానము నుండి

ఎన్ని దినంబులు జీవించిన నరు
    డీల్గుట సత్యంబు
ఎన్నో విధముల ధనమార్జించుట
    తేలా నిత్యంబు॥

ఈ గజల్ తఱచు ఆది తాళ విశిష్టముగఁ గన్పట్టుచున్నది. ఇందు పాదమునకు నాలుగు మాత్రల దళము లైదు, మీఁద ఆఱుమాత్రల దొకటి. నాలుగు దళములపై యతి. రెండేసి పాదములకుఁ బ్రాస విహితము.

14, గొ బ్బి ళ్లు :- ఇది 1వ అనుబంధమున నుదాహరింపఁ బడిన గొబ్బిపదము కంటెను విలక్షణమైనది. ఇందూఁతపదము విశేషము. గతియందును విలక్షణతగలదు. గొబ్బిళ్ళనఁగా ఒక ఆడుపిల్లల పండుగ (సంక్రాంతి) వేడుక, క్రీడావిశేషము, పాట, నమస్కారభేదము. (చూ. సూ. రా. నిఘంటువు). పండుగలు వేడుకలకును, వేడుకలు క్రీడలకును, ఆటలు పాటలకును దారితీయుట పరిపాటి అట్టిదే యిది. ఇది తాళ్ళపాకవారి సంకీర్తన లక్షణమున నిబంధపదముగాఁ బరిగణింపఁబడినది. అర్ధచంద్రక పదము, ఏలపదము, చందమామపదము మొదలగు

వానితోపాటు 'పాద యుగళముగ బహుజన సంప్రయుక్తిఁబరగి చెప్పఁబడినది (సం. ల. 50-51).

ఉదా: 1. గణపతిరెడ్డి గోపాల విలాసమునుండి

గొబ్బియాళో కొమ్మలార
రారెమరుని గుమ్మలార
ఇంతులార రారెమరుని
బంతులార రారె గొబ్బియాళో॥

2. చూడమ్మ రుక్మిణీ కల్యాణము నుండి

ఆనందభైరవి — ఆది

అందముగా కృష్ణుని సుందర పదముల
ముందున నిలిపి వందన మొనరించి
చిందుచు గొబ్బియాడరే॥పల్లవి॥
చెలులందరు గూడి గొబ్బియాడరే॥ఉప॥

15. చెండ్లాట పాటః-ఇదియొక పెండ్లి వేడుకపాట. ము వలు వధూవరులచే పూలచెండ్లాడించు ముచ్చటకు సంబంధించి ద్దని రచన కొక నియతి యుండదు. కాని కొన్ని య.గా. లంద లుపయోగింపఁబడుట విశేషము.

ఉదా: వేలాకొలఁది స్త్రీలూగూడి
బాలా రుక్మిణి నెదుటా నునిచి
నీలవేణులు పాటాబాడాగా - శ్రీకృష్ణమూర్తి
పూలచెండ్ల నాడేవేడూక॥

తిమ్మరాజు లక్ష్మణరావు రుక్మిణీ కల్యాణము

16. జాతిస్వరమట్టు :- గజేంద్రాళ్వారుని చరిత్రమున నొక్కటి గలదు. అందిది మంగళగీతముగాఁ గన్పట్టుచున్నది.

రూపక తాళము

రామచంద్ర మంగళం - రాఘవేంద్ర మంగళం
కామజనక కౌస్తుభధర - కంజనేత్ర మంగళం ॥౧॥
అగణితముగ నీదుఖగతు - రగమునకును మంగళం
నిగమాగోచరా నీకు - నిత్యశుభ మంగళం ॥౨॥

17. జావళి :- ఇదియొక రకమైన శృంగారపదము. నాయిక విరహము, నాయకాహ్వానము సర్వసాధారణముగ నిందలి విషయములు. లోగడ రాచవారి కొలువు కూటములందు, కామందుల లోగిళ్ల వివాహ సందర్భములందు మేజువాణీల (భోగముమేళముల) లోను నట్టువపాపలచే నభినయపూర్వకముగఁ బ్రయోగింపఁ బడుచుండెడిది. ఆంధ్రనాయకరాజ మహారాష్ట్ర ప్రభువుల ఆస్థానములందుఁ బ్రవర్తిల్లుచుండిన పదకేళిక పంతువగ పదాలట్టివే. మైసూరి కంఠీరవరాజు పదములు నట్టివే. జావళులందుఁ గొన్ని భగవత్పరములును గలవు. (గరిమెళ్ల వేంకటేశ్వర దశావతార జావళీలు మొ॥) క్షేత్రయపదములందుఁ గొన్ని యీకోవ కొజ్జబంతులనఁ దగినవి కలవు. అయితే వానియందును విప్రలంభశృంగారము, ప్రియావాహనము, అభినయోపయోగిత్వము నను వాని ప్రధానధర్మములు పాటింపబడుచునే వచ్చినవి. ఇవి విడిగా విశేషప్రచారము గాంచినవి. యక్షగానములందును గొన్ని ప్రవేశించినవి. తెలుఁగువారి వాడుకలో 'జావళి' యన్న పేరుమాత్ర మిటీవలిదిగాఁ దోఁచును (తత్ప్రయోగ స్థాన సూచకముగ చవికె, కొలువు కూటము, అను నర్థముగల చావడి యను మాట దీనికి మూలమగునేమో విచారింప వలసియున్నది.)

చందన మహారాజు చరిత్ర మను దాన జావళీలు చాలగలవు.

ఉదా : జంఝూటి - రూపకము

ఉదా : సమయ మిదిగొ సరసమునకు రారా
రారా, అతిధీరా, ఘనమారా, సుఖమీరా ॥స॥

18. జోల :- ఇది తెనుఁగు దేశమునఁ జిరప్రసిద్ధమైన పాట. ఇది ఊయెల పాటయును గనుక సంస్కృత 'డోలా' శబ్ద భవమని యొక అభిప్రాయము. (హిందీ తద్భవము, ఝూలా). జో అను ఊఁత మాటకు బహువచన రూపమని మఱియొక అభిప్రాయము. 'లాలి' వలె నిది కేవల మూయెల పాటయే కానక్కఱలేదు. ఎక్కడపరున్న పిల్లలనైనను నిద్రపుచ్చు నపుడు పాడఁబడున దగుటయే దీని లక్షణము. జోకొట్టుటకు నిదురపోయని వీపు తట్టుట యని యర్థము. (హిందీలో 'సో' అనఁగా నిదురపో అని యర్థము). ఈ జోలపాటలు ప్రాచీన కాలమునుండియుఁ దఱచుగనే య. గా. లందును బ్రయోగింపఁబడుచు వచ్చినవి.

గణపతిరెడ్డి గోపాల విలాసమునుండి :-

జోల బాడెదమిపుడు సుందరాంగులమూ
జోలలకు నిదురపో సొంపుచూచెదము ॥జోజో॥
శ్రీమహాలక్ష్మితో చెలఁగి తిరిగేవూ
మామందలో నాదగా మరిగి తిరిగేవూ ॥జోజో॥

జోలపాట సర్వసాధారణముగ జంపెగతితో నడచు నట్టిది. దానికి తగినట్లే పై పాటలో పాదమున కైదు మాత్రల గణములు మూఁడు, మీఁద మూఁడులేక నాలుగు మాత్రల దళ మొకటియు నున్నవి.

19 డి ం డి మ ము -డిండిమ మనఁగా 'రాయడి గిడి గిడి' యను నొకవాద్య విశేషము. ఆ వాద్యసంబంధమునఁ బ్రవర్తిత మగు వాద్య ప్రబంధముగాఁబోలీపదము – వేంకటపతి కాళీయమర్దన మను య.గా.న. నిది ద్విపారము ప్రయుక్తము. దీనమధురగతి చూపట్టెడు.

ఉదా :- సందర్భము - కృష్ణుని తాండవము

గజ్జెలు మువ్వలు ఘల్లున మ్రోయఁగ
చిందులు తొక్కెను చిన్నికృష్ణుఁడు
తాధిత్తా ధిత్తత్తా ధిత్తా
ధిత్త ధిత్తా ధిత్తతధిమిత్తక్కిటll

రంగాజమ్మ మన్నారు దాస విలాసనాటకమున (పుట 29) నిది భిన్నరీతిగా నుదాహరింపఁ బడినది :

'కాంచివల్ల ద్వలగ్నకం । ప్రాంచదుచ్చస్తన ద్వయం
కాచిదంబుజ లోచనా రఘు । నాథనందన నాథతేత్వామ్'

ఇందు పూర్వార్ధమునఁ బాదమునకు 13 మాత్రలు, ఉత్తరార్ధమున 14. ఒక విషమ వృత్తమువలె నున్నది

20. డో రా :- ఇదియొక పార్శీచుట్టు 19–20శ. హరికథలందుఁ దఱచుగను, య. గా. లందు విరళముగను కథాఖ్యాన సందర్భము లందుఁ గన్పట్టుచున్నది. (కథాఖ్యానమునకు యక్షగానములందు ద్విపద , జంగంకథలలో రగడఁ హరికథలలో నీ డోరాలు నుపయుక్త ము లగుట పరిపాటి. ద్రుతగతి దీని స్వభావము.

ఉదా :- గజేంద్రుళ్వారుని చరిత్ర నుండి

అయిందిరయును నతి విస్మితయై
యరుగు చుండె వెనుక
తోయజాక్షి తన మనమున నేమియుఁ
దోఁచకుండె గనుక ll

ఇందు మధురగతి తోఁచుచున్నది. (మాత్రలు $8^2 + 3^3$). యతి ప్రాగన్పట్టుచున్నవి.

పురాణం పిచ్చయగారి కపటవేశ్యానాటకమున 'డోరా మట్టు' అను నొక విశేషనామము గన్పట్టుచున్నది. ఆ మట్లన్ని నాది తాళమున నున్నవి. వానిలోను మధురగతియే తోఁచుచున ($8^2 + 4 + 5$)

ఉదా · వినవేతల్లీ యీ రమ్యాంగుని విషయము తెల్పెదను
వనజ భవాన్వయ వార్ధిసుధాకరు డనఘుం డీఘనుఁడు ॥

గోవాలరామదాసకవి సీతాస్వయంవరమున 'డొహరా దరువు' మఱియొక వింతపేరు వినిపించినది. ఇందును మధురగతి గోచరిం చున్నది. ($8^3 + 4$)

ఉదా : నాద నామక్రియ – ఆది

జగతిలోన మిధిలాపురము నను
జనక నృపాలుండనఁగా
సొగసుమీఱ రాజ్యంచేలుచునూ
సుఖముండును వినఁగా ॥

21 తంగం :- (తంగప్పాట్టు): ఇదియొక తమిళగీత ప్రః విశేషము. భగవత్స్తుతి పరమగుట దీని సంప్రదాయము. 1900 ప్రాపు య. గా. లందుఁగొన్నిటఁ గన్పట్టును.

ఉదా :- కుసుచేటి సుబ్బరాయకవి గౌరీశంకర విలాసము నుండి

ఫాలసులోచన – పావ విమోచన
పాలించి నన్నేలరా - మరుకేళి
లాలించి తేలించరా ॥

అన్నిట నించుమించుగా దీనిచరణము లిట్లే గలవు. చరణమునఁగల మూఁడుదళములందును మాత్రలు 4^4, 5+7+5, 5+7 గా నున్నవి. కొన్నిటఁ బ్రాస పాటింపబడినది. కొన్నిట లేదు.

22. తందనపదము :- 'తందనాన' అని కాని 'తందానతాన' అని కాని యూఁతపదము ప్రతిపాదాంతమున ఆవృత్తమగు పదవిశేషము. ఇది సంగీతములో గానాంగ విశేషమైన తానశబ్ద సంబంధియై యుండును. 'తందానతాన' అను మాటకు 'a Sound used in beating time in music' అని యర్థము నిర్వచించిన దొక కన్నడ నిఘంటువు. ఈ తందన పదములు ప్రాచీనకాలమునను దెలుఁగు నాట ప్రచారమున నుండినట్లు వేంకటనాథుని పంచతంత్రము, కళాపూర్ణోదయము, భోజసుతాపరిణయము, దశావతారచరిత్ర మొదలగు మన కావ్యములందలి తత్ప్రసక్తిని బట్టి యూహింపనగును.

శహాజీ జలక్రీడలు అను యక్షగానమున మాత్రము దీని కొక్క లక్ష్యము గన్పట్టుచున్నది :-

'గంతా దోచుకు పోయెనె తందనానా। కృష్ణు
డెంతా మోసము చేసెనె తందనానా ॥౧॥
వక్కా లాకుల తిత్తిపోయె తందనానా ॥మొలను
జెక్కిన పొగచుట్ట పోయె తందనానా॥౨॥

23. తరంగము :- శ్రీ నారాయణ తీర్థులవారి శ్రీకృష్ణ లీలాతరంగిణి ప్రాదుర్భావముతో సంస్కృతఘటితమైన సంకీర్తనల

కిదియొక పేరైనది. తీర్థపాదుఁడు తెనుఁగున రచించిన పారిజాతాపహరణ యక్షగానమున అతని శ్రీ. లీ. తరంగిణిలోనివే యొకమూఁడు తరంగములు ప్రయుక్తములైనవి. తదుపరి 1919 ప్రాంతమున శేషాంబ నందిపాటి మిత్రవిందాపరిణయ మను మఱియొకదాన మాత్ర మీతరంగములు గన్పట్టుచున్నవి. ఇందలి తరంగములు తాళజతులవలె నుండుట విశేషము.

ఉదా. ఝుణు ఝుణుతాం ఝుణు జలరుహ నేత్రా
దధగిణతాం ఝుణు దానవ జైత్రా
ధిన్నాకిట్తక తాం ఝుణు త్రిభువన స్తోత్రా
తెయి తెయితాం ఝుణు దేవకి పుత్రా
సురాధిపులచే దురాన గూలిన
సురాసురు లెల్లను ధరాతలంబున
నరాధిపతులై సరంగబుట్టిన

ఇందు మధురగతి (ఏకతాళిగతి) గమనింపఁ దగినది.

24. <u>తలంబుపాట</u> :- ఇదియొక పెండ్లివేడుక పాట. వధూవరులకు మంగళస్నానములు చేయించునపుడు పాడఁబడునది. కళ్యాణ కథలు గల చాల య. గా. లందు గలదు. ఇది కొన్నిట 'తలంటు శోభనపుఁ బాట' యనియుఁ జెప్పఁబడినది.

ఉదా :— మామిళ్ళపల్లి వెంకటాచలమయ్యా ఏకాంతసేవ నుండి-

శ్రీసీతారామునకూ । శ్రితజన మందారునకూ
కౌశికమఖపాలునకూ । కనకాంబర ధారునకూ
శోభనమే । శోభనమే।

చాల య. గా. లందిట్లే దీని పాదమున కాఱేసి మాత్రల దళములు నాలుగు, నడుమ విరామము, రెండేసి పాదములకుఁ బ్రాసయుఁ జూపట్టుచున్నవి.

25. తలుపుదగ్గరిపాట:- ప్రణయకలహము వశమున నెడ పడిన నాయికా నాయకుల పునస్సమాగమ సందర్భ పురస్కారముగా నాయికా నాయక సంవాద పురస్సరముగాఁ బుట్టిన దీపాట. కతిపయ య. గా. లందుఁ బ్రయుక్తము.

ఉదా:- సౌరాష్ట్ర - ఆది

అలిమేల్మంగామణినే వచ్చితి
నలఁచు వాకలిదీయవె
చెలువుడ నీవగలెల్లను దెలిసెను
నిలువక నటుపోవోయీ
నక్రముజంపి గజేంద్రుని గాచిన
చక్రధరుడనే భామా
చక్రధరుడవైతే ఘటముల ని
ర్వక్రత జేయగ పోవోయి

ఇట్లే యీపాట సాధారణముగ పాదమునకుఁ జతుర్మాత్రాకదళము లేడుగలిగి, నాలుగు దళములపై యతియు, రెండేసి పాదములకుఁ బ్రాసము మధురగతియుఁ గలిగియుండును

26. తిలానతరగతి:- ఇది యొకదాక్షిణాత్య గీత ప్రబంధ విశేషము (బుచ్చర్ కన్నడాంగ్ల నిఘంటువున ‘a variety of song’ అని పేర్కొనఁబడినది). నృత్యానుకూలమైన ప్రయోగముగలది. ఇట్టి దొక్కటి బాగేపల్లివారి కుచేలోపాఖ్యానమునఁ గాన వచ్చినది.

ఉదా:- ఆదితాళము

మరచితో విప్రాగ్ర గణ్య ||పల్లవి||
ధరణిసురా విరాగివర ||అను||
సమిధలకై గురుసతి మము నంపగ
విమలమతిన్ విపులగతిఁ జనుట ||చర|| మరచితో

27. తేవారము :–ఇదియొక దైవస్తవ పరమైన దాక్షిణాత్య పద్యప్రబంధవిశేషము. మాత్రాఛందోఘటితము. (ఇందలి 'తేవ' సం॥ దేవశబ్దమునకు తమిళ తద్భవ మనుకొందును) 19-20 శ. సంధి కాలపు య. గా. లందెక్కువగాఁ బ్రయుక్తమైనది.

ఉదా: గుండు అద్వైతబ్రహ్మశాస్త్రి సత్యభామా పరిణయము నుండి:

సరస యోగీశ్వరేశా । సన్నుతామర రమేశా
వరకృపాదృష్టిజూపి । వంతయంతయును బాపి
అరసి నా దరికి డాసీ । యనుజు గానంగజేసీ
నరహరీ చిత్స్వభావా । నన్నుగానంగ రావా ॥

నాల్గుపాదములు–పంద్రెండు మాత్రల దళములు పాదమునకు రెండు, రెండవ దళము ప్రథమాక్షరము యతిస్థానము. రెండు దళములకు నంత్యప్రాస, నాల్గుపాదములకును సామాన్యప్రాసయు విహితములు. ఈ యతిప్రాస నియమము లన్నిట సమానమేకాని కొన్ని య. గా. తేవారములం దొకటి రెండుమాత్రల లాఘవము చూపట్టుచున్నది. (చూ. వేదాల తిరునారాయణాచార్యుల శకుంతలానాటకము) కొన్నిట తేవారము లచ్చముగా మాలినీ వృత్తములే (చూ. సత్యనారాయణ కథాసుధాలహరి).

28. తొహరా :– ఇది పైనుదాహరింపఁబడిన 'డోరా' కే మఱి యొక పేరేమో యని తోఁచుచున్నది. ఇంచుమించులో ఆ లక్షణమే సరిపడును. గతి యచ్చముగా ఆ గతియే. 19 – 20 శ. య.గా. లందు గన్పట్టును.

ఉదా:– సత్యనారాయణ కథా సుధాలహరి నుండి –

ఎక్కడి యతివేమెఱుఁగవు సరసము
నేమిటి కడిగెదు నీవు
ముక్కు మూసికొని మునివై యుండక
ముచ్చటలకుఁ దొయ్యేవు.

29. త్రి భ ం గు లు :- 16 వ శతాబ్ది చివరినుండి యక్షగానములలో వీని ప్రాచుర్యము గన్పట్టు చున్నది. త్రిభంగి కవి జనాశ్రయము, కావ్యాలంకార చూడామణి, ఛందోదర్పణము, లక్షణ సార సంగ్రహము, అప్పకవీయము మొ॥ లక్షణ గ్రంథములందు 'ఉద్ధుర మాలావృత్తము' లందొకటిగాఁ బరిగణింపఁ బడినది. అందు తల్లక్షణము - ప్రతి పాదమున న-న-న-న-న-న-స-స-భ-మ-స-గ అను గణములు అనగా 34 అక్షరములు (42 మాత్రలు); పూర్వార్ధమున రెండుచోట్ల (10, 18వ అక్షరములు) ప్రాసయతి; ఉత్తరార్ధమున మూఁడు చోట్ల (25, 29, 34 అక్షరస్థానములు) అంత్యప్రాస. త్రిభంగి యొక గీతప్రబంధముగా - బృహద్దేశి (ప్రబంధాధ్యాయము శ్లో. 417) సంగీత రత్నాకరము (IV.272-73) సంగీత దర్పణము (IV.463 - 64) లందును; ఒక తాళవిశేషముగా — సంగీతమకరందము (నృత్యాధ్యాయ తాళప్రకరణము - శ్లో. 44), సంగీతదర్పణము (తాళాధ్యాయము) లందును; ఒక తాళప్రబంధముగా - సంగీతమకరందము (నృత్యాధ్యాయ తృతీయపాదము - శ్లో. 6) నందును బేరొ్కనఁబడినది. కాని యీ లక్షణము లెవ్వియు య. గా. త్రిభంగులకుఁ బూర్తిగాఁ బట్టవు. వీని భంగి వేఱుగా నున్నది.

ఉదా: 1. జానకీపరిణయము నుండి

మీరకా చెంత జేరకా సీతఁ గోరకా
వెళ్ళిరో లాలా ॥౧॥
ఎగ్గునా నునుసిగ్గు నా మది తగ్గు నా
దాటిరో లాలా ॥౨॥

2. బల్లాణ రాజచరిత్రనుండి

మేడలూ పసిడి గోడలూ రంగు వాడలూ
పుణ్యచేడెలూ ॥౧॥
మేటులూ భటకిరీటులూ వీణెపాటలూ
రచ్చ చోటులూ ॥౨॥

చాల యక్షగానములందు త్రిభంగు లిట్లేయున్నవి. పాదా
గ్రహింపఁబడిన యొక మూఁడక్షరముల మాటకు రెండు మూ
మాత్రల యెడముతో మఱి రెండు మూఁడు ద్విప్రాసావృత్తులు గలి
చుట వీని లక్షముగాఁదోఁచును. మన లక్షణగ్రంథములందలి త్రిభ
మాత్రాక్షర గణ నియమము దీనికిఁ బట్టదు. అయితే దానివ
యీ త్రిభంగులును పాదసంఖ్యానియమము లేనివి, మంజుల తా
వాలములు, అధికవర్ణ విశాలములు, అంత్యప్రాస త్రిభంగికము
నైనవి. లయగ్రాహి, లయవిభాతి, లయహారీ త్యాదులతో పా
పరిగణింపఁబడిన ఆ త్రిభంగివలెనే యివియు లయ విశిష్టము
ఈ త్రిభంగులందు జంపె తాళగతి ప్రచురముగాఁ గన్పట్టుచున్న
(గణపతిరెడ్డి గోపాలవిలాసమున త్రిపుట తాళగతి గల త్రిభం
లున్నవి). సం. మకరందమునఁ జెప్పినట్లు వీని నొకవిధమైన త
ప్రబంధము లనవచ్చును. కొన్ని య. గా. లందు వీనికి రాగత
నిర్దేశమును గలదు. (చూ. వాసంతికా పరిణయము - రేవగుప్తి
జంపె).

30. త్రిస్తబకము : త్రిభంగుల వంటి రచనావిశేషమే యి
య. గా. లందు విరళప్రచారము గలది.

ఉదా : విష్ణుమాయా విలాసము నుండి

వింటిని యేల లొంటిని బాలఁ
గంటినివేళ నోలాల ||౧||
వెన్నెల తోడ పొన్నల నీడ
సన్నల గూడ నోలాల ||౨||

దీనఁ బ్రతిపాదము ఆద్యంత ప్రాసములు మూఁడుదళముల స్తబకము. (చివరనున్న 'ఓలాల' యన్న దొకయూఁతపదము). ఇట్టి మూఁడు స్తబకముల సమాహారమే త్రిస్తబకము.

భీమసేన విజయ మందలి త్రిస్తబకము దీనికంటె విలక్షణముగా నున్నది :—

సిరిమెరసిన రూపు । విరి దొరసిన చూపు
కెంపు మీరిన మోవి । పెంపు మీరినదేవిఁ
బ్రేమతోఁ గొలుతుఁ ||

దీన ఆద్యంత ప్రాసనియమము పాటింపఁబడినది కాని పై వానికంటె విలక్షణమైన గతి గలది. పాదమునకు రెండే స్తబకము లగుపించుచున్నవి. కాక 'సిరి-మెరసిన-రూపు' — ఇట్లే దళమున కా దళమునే గ్రహించినచో నందలి పదములు మూఁడును బిమ్మటి దళములోఁ గల పదములు మూఁటితోఁ బ్రాసాధర్మ్యము వహించియున్నవి కనుక అట్టి మూఁడు పదముల దళమునే యిందు త్రిస్తబక మనవలెను.

బృహద్దేశి త్రిభంగి లక్షణము దీనికిఁ గొంచె మన్వయించెడునట్లు తోఁచును—

"పదైః స్వరైస్తథాపాదైర్వృత్తత్రయ పదేన చ
తాలత్రయ విమిశ్రేణ త్రిభంగి రభిధీయతే"

31. దండెయాడింపుపాట: ఇది యొకవాద్య ప్రబంధము వంటిది. తాళ మృదంగవాద్య పురస్సరముగాఁ బూర్వము వివాహాది సందర్భములందుఁ బ్రవర్తిల్లుచుండినట్టిది.

ఉదా: కానూరి వీరభద్రకవి బసవ మహిమామృత విలాసము నుండి

'బసవేశా భవనాశా అసదృశా అఖిలేశా
తరితికిటతోన్ త .... రా
ధికిట ధికిటతోన్ త్రిపుర విదారా॥

32. దిండి: వింతపేరు గల యీ రచనావిశేషము పసుమర్తి కృష్ణమూర్తిగారి పార్వతీపరిణయమున మాత్రము నాల్గు తడవలు ప్రయుక్తమైనది.

ఉదా. అని తల యూఁచిన యా బ్రహ్మచారిఁ
విని గిరిసుత తన సకియచెంతఁ జేరెన్
కనుసన్నచే నాపెను దలఁపఁ గోరెన్
తన మనసు నపహరించినట్టి చోరున్

ఇది మాత్రాఛందోఘటితమైన యొకవృత్తమువలె నున్నది. పాదమునకు 18 మాత్రలు (ప్రథమపాదమున నొకటి తక్కువైన దిందు). నాల్గుపాదములకు నాద్యంత్య ప్రాసములు విహితమైనట్లున్నది.

33. ధవళము: ఇదియొక మంగళగీతము. ప్రాచీనకాలము నుండియు బహుయక్షగానములందుఁ బ్రయుక్తమగుచు వచ్చినది. 16 శ. నుండి మన ప్రబంధము లందును దీని ప్రసక్తి గన్పట్టును చాల యక్షగానము లందిది —

(1) గ్రంథాంతమున ముత్తైదువలు హారతులు పట్టు సందర్భమునఁ గన్పట్టును. (చూ. అగస్త్యరాజు రామన సీతాకళ్యాణము).

దీని నొక హారతిపాట యనవచ్చును. 'అత్తరి నయిదువ లారతు లెత్తుచు ధవళములు పాడ' అని బిల్హణీయము 3.210. కొన్నిట దీని తరువాత మంగళ హారతి పాటలు వేఱ యున్నవి. (చూ. విష్ణు మాయావిలాసము). (2) తఱచు శోభనగీత పురస్సరముగాఁ గన్పట్టును. (ధవళశోభనముల నెడబాయని జంట కొక సామెతగాఁ బేర్కొనవచ్చును). (3) సర్వసాధారణముగ స్తోత్రపాఠ ప్రచురము జయశబ్దాది సంబుద్ధిగుచ్ఛము నై యుండును. దీని నొక కైవార గీత మనవచ్చును. (చూ — వి. మా. వి.) అయితే కిరాతార్జునీయము, శారద కురవంజి కట్టణములందు ధవళము జయశబ్దాది కాదు. రెండవ దాన నది కథాకథనమునకును నుపయుక్తమగుట విశేషము) (4) మధురగతి ప్రకృష్టమైనది. సాధారణముగాఁ బాదమునకు నాలుగు మాత్రల దళములు మూఁడేసి యుండును. రెండేసి పాదముల కంత్యప్రాస కన్పట్టుచున్నది. అప్పకవీయమున ధవళమున కొక లక్ష్యము గలదు (IV. 402) అం దిది జయశబ్దాదిగా లేదు. చతుర్మాత్రాకదళములు పాదమున కాఱుచొప్పునఁగలవు కాని మధురగతి స్ఫుటముగా నున్నది.

గౌరీకల్యాణమునకు శంకరాభరణమునఁ బాడఁబడు సంప్రదాయ మున్నట్లు ధవళమునకు భైరవి, పాడి రాగములందుఁ బాడఁబడు సంప్రదాయమున్నది:

> 'జోడుగఁ గూడి ప్రోడగమి చొక్కపడన్ ధవళంబు భైరవిన్
> బాడిని పాడి రిద్దఱు జపా కుసు మాధర లా ధరాధి నా
> థోడు కళత్ర నేత్రయుగళోత్పలముల్ వికసిల్ల వల్లకీ
> గౌడవరాళి వైరి కలకంఠ గళోద్య దనర్గ ళధ్వనిన్'

—కాకమాని మూర్తి పాంచాలీ పరిణయము (4.10).

పాంచాలీ పరిణయమున గౌరీకల్యాణమునకంటె ధవళము విశిష్టమైనదనియు సూచింపఁబడినది —

'గౌరికల్యాణమున కేమి కంతుఁగన్న
తల్లి ధవళంబు పాడరాదా లతాంగి' (1.22)

సంగీత రత్నాకరమున ధవళమొక గీతప్రబంధ విశేషముగాఁ బరిగణింపఁబడినది. (IV. 298-302): —

'త్రివిధో ధవలః కీర్తిర్విజయో విక్రమ స్తథా
చతుర్భిశ్చరణైః షడ్భిరష్టభిశ్చ క్రమాదసౌ॥

* * *

ఆశీర్భిర్ధవలో గేయో ధవలాది పదాన్వితః
యదృచ్ఛయా వాధవలో గేయో లోకప్రసిద్ధితః' ॥

అనఁగా ధవళము కీర్తి, విజయ, విక్రమము లని త్రివిధము. అవి వరుసగా 4, 6, 8 పాదములుగలవి. వీనియందు మాత్రా నియమము వివిధముగానున్నది. ఈ పాద నియతి మన య. గా. ధవళములకుఁబట్టదు. అందెనిమిది కంటె నెక్కుడు పాదములనియు నున్నవి. సం. ర. ధవళము ధవళాది పదాన్వితమైన ఆశీర్వాద గేయము. మన ధవళమొక వైవార గేయము. మంగళగీతము. అయితే యిది 'యదృచ్ఛయా' - అనఁగా 'ఉక్తగణ నియమరాహిత్యము' తో (కళానిధివ్యాఖ్య), 'లోక ప్రసిద్ధితః' - అనఁగా 'వర్తమాన లక్ష్యాను సారము' పాడఁబడు నని యందే చెప్పఁబడినదిగదా.

మన యక్షగానములందుఁ దఱచుగా దాని స్వరూప మిట్లుండును:

' జయ జయ దురిత విదూరా
జయజయ చిత్తవిహారా
జయజయ దరమృదుహాసా
జయజయ దనుజ నిరాశా '

— ఓబయ గరుడాచలము.

(ధవళశబ్దమునకు కర్పూరవిశేషమనియు నర్థము. కర్పూరము తెల్లనిది. ఆరాత్రికముఖ్యద్రవ్యము. అందులకే హారతిపాటకును ఆ పేరు వచ్చియుండును).

34. నలుగుపాట : ఇదియొక పెండ్లి వేడుక పాట. దీని రచనకొక నియతి యుండదు. చెండ్లాటకు ఏలలు, తలంటునకు శోభనములు నుపయోగింపఁబడినట్లే దీనికి ధవళములు నుపయోగింపఁబడుట కద్దు. (చూ. నందిపాటి మిత్రవిందా పరిణయము). ఇట్టి పాటలు సాధారణముగా ఆపనిపాటల కనుగుణమైన గతిస్ఫురణ గలిగియుండును. దీన ఆదితాళానుకూల గతి తఱచు కన్పట్టును.

ఉదా : అన్నపూర్ణాపరిణయమునుండి —

'నలుగిడ పిలిచేరె నవమోహనాంగి
చెలువ యన్నపూర్ణ చేరిరావమ్మ'

(త్యాగయ్యగారి ఉ. సం. కీర్తనలలోనున్న మూఁడు నలుగుపాటలకును ఆదితాళమే యుదాహరింపఁబడినది).

35. నోటు : ఇది యొక పార్శీమట్టో, హిందుస్తానీ రాగవిశేషమో అయియుండును. దీని నడక చక్కగాసాగునది. ఒక్క బాగేపల్లి అనంతరామాచార్యులవారి కృతులందే తఱచు గన్పట్టును.

ఉదా: వారి సుభద్రాపరిణయము నుండి—

'జయశేష శైలవాస భక్తసంఘ రక్షక
భయకారి బహుళదుష్టదనుజ సంఘ శిక్షక'

పాదపాదమునకు మాత్రలు 5+6+6+4.

రెండేసి పాదములకుఁ బ్రాస నియతము.

36. బంతులాటపాట: ఆండాళు చరిత్రమున —

'చెండ్లాడిరి శ్రీ కోదెయు రంగడు కూడుకొని
కండ్లాసైగలు సేయుచును
మరి కలికియు కులుకుచు బలుకుచునూ
బాజీ బంతులు జారగ పయ్యెద
వీడగ, నడు మసియాడగనూ'

అను చెండ్లాట పాట వెనువెంట వేఱుగా

' బంతులాడేరు చూడరే వింత చామంతి
బంతు లాడేరు చూడరే॥
బంతు లాడేరు మీరి అరవిరి పాన్పుజేరి
కంతు జనకులంత కోదెనాయకిఁ గూడి॥

అను బంతులాట పాట గలదు. ఇట చెండ్లాటయన్నను బంతులాట యన్నను నొకటే కాని రెండిట గతి భేదము మాత్రము గన్పట్టు చున్నది.

37. <u>మంగళము</u>:- మంగళము, హారతి, ఆరతి, ఆరాత్రికము, నివాళి, ధవళము మొదలగు బహువిధ నామములతో, బహుగతులతో నీరాజన ప్రయోజన పురస్సరమైన యీ గీతము బహుయక్షగానములందుఁ బ్రయుక్తమైనది. సామాన్యముగా షష్ఠ్యంతముగను, పాదాద్యంతముల మంగళశబ్ద పురస్సరముగను నుండును. సంగీత

రత్నాకరమునను గీతప్రబంధములో నిది పేర్కొనఁబడినది (IV.303). ఇది సాధారణముగ గ్రంథాంతములందుఁ గన్పట్టును. కొన్ని దక్షిణాంధ్ర యక్షగానములలో ముఖ్యముగా శహాజీ ప్రభృతుల కృతులలోఁ గొన్నిట గ్రంథాదియందును 'తోడియలేక తొడై మంగళం' అనుపేరఁ గొన్ని చక్కని కీర్తనలు కానవచ్చుచున్నవి. అవి తాళ్ళపాకమువారి కీర్తనలే. (కొన్ని యక్షగానములందు నడుమను తాళ్ళపాకవారి కీర్తనల ప్రసక్తి వచ్చినది). వానికీనాఁటికిని దక్షిణదేశమున మంచి ప్రచారము గలదు. దక్షిణ దేశమున హరికథా కాలక్షేపములు, భాగవతమేళ నాటకములు, భజన కూటములు వానితోడనే ప్రారంభమగు సంప్రదాయ మేనాఁటినుండియో నేఁటికిని సాగివచ్చుచున్నది. తోడియ/తొడై మంగళం– అనఁగా తొలి మంగళమని యర్థమైయుండును. (గ్రంథాంతమున వేఱే మఱియొక మంగళ ముండునుగదా). అది యైదు కీర్తనల సంపుటి. వాని పల్లవి రేకులు :—

(1) నాట – జంపె : జయ జానకీ రమణ
జయ విభీషణ శరణ

(2) ఆరభి–మిశ్రచాపు: శరణు శరణు సురేంద్ర సన్నుత
శరణు శ్రీసతి వల్లభ

(3) మధ్యమావతి – ఆది : నారాయణ తే నమో నమో
నారద సన్నుత నమో నమో
మురహర నగధర ముకుంద మాధవ
గరుడ గమన పంకజనాభా

(4) సావేరి – రూపకం : దేవేశ గణారాధిత దివ్యాంబుజ పాదా
శ్రీ వేంకటగిరి నాయక శ్రీగా హెచ్చరికా

(5) పంతువరాళి–ఆది : మాధవ భవతు తే మంగళం
మధుమురహర తే మంగళం

(ఇవి తాళ్ళపాక చిన్నన్నగారి రచనలైనట్టు నాకు శూలమంగళం భాగవతులు సెలవిచ్చినారు. ఇందుఁగొన్ని తిరుపతి దేవస్థానమువారు ప్రచురించిన తాళ్ళపాక సంకీర్తన సంపుటములందుఁ గొన్నిటఁగన్పట్టుచున్నవి).

38. మేలుకొలుపు: ఇదియొక వైతాళిక గీతము. చిరప్రసిద్ధమైనది. య. గా. లందుఁ దఱచుగనే కన్పట్టును. తఱచు దేశాక్షి, మలహారి, దేవగాంధారి, భైరవి, బౌళి, సౌరాష్ట్ర మొ॥ ఉదయరాగములలో నుండును. భూపాలరాగము తోడి దాని యను బంధము కడు ప్రసిద్ధము.

ఉదా: ఆండాళు చరిత్ర నుండి –

జాము ప్రొద్దున లేచి భామలను మేల్కొలుపుకొనుచు
నీలవర్ణుని ద్వారమునను నిలిచి లేపిరిగా
కృష్ణ మేలుకోరె॥

39. రాసప్రబంధము :- 'రాసము... నాట్యకథా ప్రబంధనోల్లాసము, బంధచిత్రిత విలాసము... మండలీకృత విభాసిత తాళలయానుసంధవిన్యాసము' అని శ్రీ గోపాలకృష్ణ విలాసమున రామాయణము వేంకటనరసింహాకవి వక్కాణ. భాగవత దశమ స్కంధమున "శంఖపద్మవజ్రకందుక చతుర్ముఖ చక్రవాళ చతుర్భద్ర సౌభద్రనాగనంద్యావర్తకుండలీకరణ కురళీబంధ ప్రముఖంబులు" రాసక్రీడాబంధములుగాఁ జెప్పఁబడినవి. (ఇందు చక్రవాళ చతుర్భద్రములు కావ్యభేదములుగను మన లాక్షణికులచేఁ బరిగణింపఁ బడినవి. చూ. కావ్యాలంకార చూడామణి (IV.34-39) అట్టి రాసబంధముల నృత్యప్రక్రియ కనుకూలములగు గీత ప్రబంధములే రాసప్రబంధములు. ఒక విధమైన రాసక ప్రబంధ లక్షణము సంగీత రత్నాకరమునఁ గలదు. (IV 352-355)

'అంగనా మంగనా మంతరే మాధవో
మాధవం మాధవం చాంతరేణాంగనా
ఇత్థమా కల్పితే మండలే మధ్యగ
స్సంజగౌ వేణునా దేవకీనందనః'

అని రాసమండల స్వరూపము ప్రసిద్ధము. దీనిగూర్చి కానుకొలను వెంకట దాసు అనుకవి తన "శ్రీకృష్ణనాటక యక్షగాన మహాప్రబంధ రాస క్రీడా విలాసము"నం దిట్లు వ్రాక్రుచ్చెను :-

'ఎందరో సుందరు లందరి కందరు
నందతనయులై పొందుగ నిలిచియు
నందివేణువుల మధురాధరముల
యందుఁ జేర్చి యిం పొందఁ బాడ

కమలకర్ణికా కారంబునఁ జిత్రముగ మండలత్రయ మధ్యగుఁడై" హరి నాట్యము సల్పెననుచు నొకచక్కని రాసప్రబంధము రచించెను. అది:—

జంఝూటి — ఆది

అనంద మానందము హరి రాసవిలాస
మానంద మానందము ॥పల్లవి॥
నానా గానాభినయ నాట్యమండల
తానమాన స్వరతాళాంచితము
బ్రహ్మానంద॥ అనుపల్లవి॥
సప్తస్వర ప్రస్తార విస్తారము
సప్తతాళగతిసార ముదారము॥౧॥
సమధికైక పాద సమపాదముఖ్య నా
ట్య మహోదంచిత మత్యద్భుతము ॥౨॥
అననాక్షిహస్తా [illegible]
మానము నిరుపమాన తానమానము ॥౩॥
సకల ఖానభళ్చర ప్రసక్తము
ప్రకట సూర్యేందు సుపర్వమండల యుక్తము ॥౪॥
కానుకొలను వేంకటదాస మానస
స్థానభాసమాన సవిశేషము ॥౫॥

40. లఘువులు :- లఘుప్రచురమై పాదమునకు నాలుగేసి మాత్రల దళములు నాలుగు గలిగి, తొమ్మిదవ మాత్రాస్థానము యతిస్థానమై, రెండేసి పాదములకు ప్రాసనియతి గలిగి, మధుర గతితో ఏక తాళి రేకులవలె నడచు రచనావిశేషము. ఇట్టివి కూరపాటి అమరలింగామాత్యుని పార్వతీకల్యాణమునఁ జాలగలవు. అందు వానికి పూరి, బేగడ, ఎరుకలకాంబోది, సౌరాష్ట్ర, కాంబోది నీలాంబరి మొ॥ రాగములును బేర్కొనఁబడినవి.

> ఉదా : పశుపతి యనియెడు పశ్చిమ గిరిపై
> కుశరుహ శర రవి క్రుంకెను నేడూ॥

ఇట్టి రచనావిశేషమే యించుక మార్పుతో విశ్వేశ్వరుని ధర్మపురి మాహాత్మ్యమున 'సమలఘువు' లని పేర్కొనఁబడినది. పై పార్వతీ కళ్యాణమునందే సమపాదములు మాత్రమ గుర్వంతమై కడమ యెడల సర్వత్ర లఘుప్రకృష్టమైన రచనావిశేషము సర్వలఘువు లని పేర్కొనఁబడినది.

> ఉదా : కలికిని జిగి బిగి పలుకుల మధువులు
> జిలికెడు చిలుకల కొలికిని దలఁతుఁ॥

41. లాలిపాట :— ఇది యొక ఊయెల పాట. సర్వసాధారణముగ ఊంజల్, జోల పాటలవలె జంపెగతి గలదగుట గమనింపఁదగినది. (మాత్రలు$5^3 + 3$ లేక 4) అప్పకవీయోదాహరణముమాత్రము ఏక తాళిగతి గలది. ఇందావృత్తమగు 'లాలి' యను ఊఁతపదము 'లాలన' శబ్దసంబంధి యగునేమొ! ఈపాట ప్రతిజాతియందును బిడ్డపుట్టుక, భావపుట్టుక, అసలు పాట పుట్టుక యెంతప్రాచీనములో అంతప్రాచీనము. బహుయక్షగానములందుఁ బ్రయుక్తమైనది.

ఉదా :- అగస్త్యరాజు రామన సీతాకల్యాణము నుండి —

లాలి బంగరుబొమ్మ లాలి మా యమ్మా
లాలి ముద్దుల గుమ్మ లాలి సీతమ్మా॥

42. లావణి : ఇది కన్నడ మహారాష్ట్రాది భాషాసంబంధియగు నొక పదచ్ఛందము. హిందీ హిందుస్తానీ భాషల సంపర్కమున నిది కన్నడమునఁ బరిణామము బొందినదని డాక్టరు డి. ఎస్. కర్కిగారి కన్నడ ఛందో వికాసమునఁ గలదు (పుట 252). 19శ. నుండి కొలఁది తెలుగు యక్షగానము లందును ప్రవేశించినది. దీని స్వరూప మిద మిత్థమని నిర్ణయించుట మిగుల దుర్ఘటముగా నున్నది ఒక్కొకచో నొక్కొక తీరుగా నున్నది దీనిగతి. అభిజ్ఞుల పరిశీలనార్థము కొన్ని మచ్చుల నేరి చూపింతును :-

(1) 'జయజయ చారు వికాసిత సదమల వదనా
వదనాంబుజాత సురాహిత హరణధురీణా!
ధురీణాఘు ప్రపీడిత జనపాలన కంకణధారా

— తిమ్మరాజు లక్ష్మణరావు రుక్మిణీ కల్యాణము.

ఇం దిది యొక చూర్ణికవలెఁ గన్పట్టుచున్నది. వందిమాగధులు శ్రీకృష్ణుని స్తుతించుట సందర్భము.

(2) కాంభోజి – అది

కొంకణ దేశాధీశుని విలు చే
కొమ్మని జనకుం డనఁగా
కొంకక కడుపున సంకట మనుచును
బొంకి యతఁడు బొమ్మనెనే॥

— గోపాల రామదాసకవి సీతాస్వయంవరము

ఇందిది పాదమున కేడు చతుర్మాత్రాకగణములు కలిగి మధుర గతిరగడ మరి ముప్పాతిక దూరము గుర్వంతముగా నరసాగినట్లున్నది. పంచమ గణాద్యక్షరము యతిస్థానము. ప్రాసయతియు గ్రాహ్యము.

(3) ఆదితాళము

పరిపంథి రాజుల నెల్లన్
పరిమార్ప నంతట వెళ్ళెన్ ॥పల్లవి॥
భండన పండిత భటసమూహములు
చండవెగ బహుకాండ నివహములు

— బాగేపల్లి వారి చంద్రహాస చరిత్ర

ఇందు లావణి రాగవిశేషముగఁ జేర్కొనఁబడినది.

ఈలక్ష్యములు మూఁడిట నొకగతి స్ఫురణగలదు గాని వీనికొక సామాన్యసూత్రము నేర్పరించుట దుస్సాధము. నే నెఱిఁగినంతలో ఇతరత్ర దీని ప్రసక్తివచ్చిన సందర్భములు : (1) మదరాసు ప్రా. లి. పు. భాం. నందు మధుర సౌరాష్ట్రసభ వారికిఁ జెందిన కుచేల, రుక్మాంగద, తామ్రధ్వజ చరిత్రములు, ద్రౌపదీ వస్త్రాపహరణము అను హరికథా కల్పములగు రచనల ప్రతులు గలవు (ఆర్. నం. 1602 & 1608). అవి యన్నియుఁ దెలుగుఁ కృతులు. కాని వానియందు డోరా, బ్యాక్, సొపంగి, ఖడ్గా, ఛంద్, కేకావళి మున్నగు విజాతీయ రచనావిశేషములతో పాటు లావణియును గలదు.

ఉదా : స్యందనవారణ తురగ పంక్తిభి
స్తులితార్ణవ ఘోషం
చందనాంబు పరిషేచన విగళిత
సకల ఘర్మదోషం॥

దీన నొక నియతి కన్పట్టుచున్నది. పాదమునకు మాత్రలు 8^2+6+4. రెండేసి పాదములకుఁ బ్రాస, అంత్యప్రాసయు విహితములు. యతి నియతి లేదు. చక్కని గతి చాలు దీర్చినట్లున్నది. (2) 'కన్నడ ఛందోవికాస' (పుట 245-46) యందుదాహరింపఁబడిన శ్రీరంగ పట్టణాద లావణి పాదము 9^3+5, వీరభద్రన లావణి పాదము 8 హ గణములు+4 లేక 6 మాత్రలును గలిగియున్నవి.

43. వర్ణము: వర్ణమను నొక గీత ప్రబంధము వర్ణతాళ త్రైవిధ్యముతో కర్ణాటభాషచే బిరుదోపనిబద్ధమగునది కలదని సంగీతరత్నాకరమునఁ (IV. 182) జెప్పఁబడినది.

రంగాజమ్మ రచించిన మన్నారుదాస విలాస నాటకమున (పుట 29) దాని స్వరూపమిట్లున్నది:-

లలిత స్వభావ! కలిత ప్రభావ!
రిపుభంగ కృతిచంగ! రణరంగ భీమ!
దిన ప్రదాన ప్రదాన ప్రధావిప్రహర్షణోజ్జ్వలా!
విజయ రాఘవ ధరాపురందరా!

ఇం దిది సంస్కృతభాషయే, కర్ణాటముగాదు కాని వర్ణతాళ తాళ త్రైవిధ్యము గలదియు, బిరుదోపనిబద్ధమునై యున్నది.

44. విరాళిపదము.- ఒక్క బలభద్రదాసి కృతము- కపోత వాక్య మను యక్షగానము ప్రా.లి.పు.భాం. డి. నం. 1844 ప్రతియం దీపేర నీ క్రింది రచన కన్పట్టుచున్నది:

సంతోషము శ్రీహరి దలఁపఁగ
బంతము లాడుచుఁ బిచరించి
కంతుజనకుఁడగు కర్పూర నిలయుని
వింతగఁ బాడుఁడి యేలలు॥

ఇంచుమించిట్టి రచనా విశేషమే యీ కపోతవాక్యమునందే తం.స.మ. కే. సం. 474/75 ప్రతియందు 'వర్ణము' అనుపేర నిట్లుదాహరింపఁబడినది :

కుచ్చిన ముత్యము కుందెన లోపల
నచ్చుగ కుంకము లమరించి
పచ్చలు తాపిన పసిడిరోకండ్లను
మెచ్చుగ దంచెదరో లాల ॥

ఇది వట్టి యేకతాళి రేకు. ఇందెక్కడో క్రమ మించుక తప్పినను సాధారణముగా విషమ పాదములందు 4×4, సమపాదములందు 4 + 4 + 5 మాత్రలు నుండును. నాల్గుపాదములకు నొకటే ప్రాస.

45. <u>శబ్దజతి</u>: ఇది యొక తాళప్రబంధము వంటిది. లయ ప్రక్రియాప్రకృష్టమైనది. య. గా. లందటనటఁ గన్పట్టును.

ఉదా : భారతుల శ్రీరంగ కవి శ్రీకృష్ణలీలల నుండి —

తధణ ధణకిట్తక తధణ ధణతా
కుధరధర హరి మధుమదాపహ
ప్రధనశూరా నిధువన ప్రియ
మధురవేణు నినాద మోహన
బుధజనావన తధణ ధణతా
తీరుగా పులిగోరు పతకము
మీరి యురమున జేరి యాడగ
సారెకును నాభీరకాంతల
జీరి క్రీడల గేరుచున్
తధణధణతా తక్కిణాంతక
చొక్కమగు చేర్చుక్క మొగమునఁ
జుక్కరీతి వెలుంగఁజెవిపై
జెక్కు చీకటి ద్రొక్కుఁ గల్వల
చక్కి పెంపెన లాడఁగా॥

ఇందు త్రిపుట తాళగతి గలదు. జతియన్నది 'యతి' శబ్ద వికృతి కావచ్చును. యతి తాళదశప్రాణములలో నొకటి; సంగీత రత్నాకరమున నొక వాద్య ప్రబంధముగాఁ బేర్కొనఁబడినది. జతి యనఁగా నొక గీత భేదమనియు, నాట్య-గాన యోగ్య శబ్దసంతతి యనియు సూ. రా. నిఘంటువు. శ్రుతి లయలు గాన ప్రధానాంగములు. శ్రుతి విశిష్టమైనది స్వరజతి, లయ విశిష్టమైనది శబ్దజతియుఁగావచ్చును.

స్వరజతి 3వ అనుబంధమున నుదాహృతము.

46. శోభనము: దాని పేరే చెప్పుచున్నట్లిది యొక శోభన గీతము. తఱచు వివాహ సందర్భములందు మంగళహారతుల వేళను, మంగళస్నానాదిక సమయములను దీనికి వినియోగము. చిరప్రసిద్ధము, బహుయక్షగానములందుఁ బ్రయుక్తము నైనది. తఱచు ధవళము తోడి జంటపాటవలెఁ గన్పట్టును. ఇది యాడువారి వేడుక పాట. కాని విష్ణుమాయావిలాసమున 'తాళధ్వనితో వేమఱు నటియింపుచు వీణాముని నారదుఁడు శోభనము వినిపించెన్' అని యున్నది. ఇది సాధారణముగా షష్ఠ్యంతము. చివర 'శోభనమే' అనున దూఁతపదముగా వచ్చుచుండును. దీని రచనా ప్రక్రియ కొక నియతి లేదు. గతి వైవిధ్యము బహుళము.

ఉదా :- వెంగమాంబ శివవిలాసము నుండి

గిరికార్ముకముగ నొనరించి
ఉరగము నారిగ బిగియించి
ఒనరఁగ శ్రీహరి యనుబాణము దొడిగి
పురములు గెలిచిన పుణ్యులకు
శోభనమే ॥శోభనమే॥

47. సంగీత మకరందము :- ఏకోజీ విఘ్నేశ్వర కల్యాణ మొకట దానఁ గన్పట్టు చున్నదిది :-

వీడెవ్వడే యో యమ్మా
జోడు గూడ రమ్మనె నమ్మా ||౧||
సరసముగ మాటాడీనమ్మా
సరసుడు వీడెవ్వడో యమ్మా ||౨||
చన్నులంట వచ్చీనమ్మా
చక్కెరమోవి యిమ్మనె నమ్మా ||౩||

చరణమునకు 27-30 మాత్రలు గన్పట్టుచున్నవి. మాత్రల యంతర మెట్లున్నను నొక గతిస్ఫురణము గలదు.

48. <u>సువ్వి - సువ్వాల</u> : ఇదియొక దంపుళ్ళపాట. చిరప్రసిద్ధమైనది. బహుయక్షగానములందు వివాహ సందర్భములందుఁ బ్రయుక్తమైనది. దీనికి సువ్వలాలి, సువ్వాల, సుంకులపాట, కొట్నములు (కొట్టడము-కొట్టణము-కొట్నము) పాట యనియు నామాంతరములు గలవు. ఇది సువ్వాల ద్విపద, సువ్వాలధాతువు అను పేర్లతోఁ గూడఁ గొన్ని యక్షగానములందుఁ గన్పట్టుచున్నది. (వీని విషయము 1వ అనుబంధమునఁ గొంత ప్రసక్తమైనది). సువ్వి - 'a chorus used by women at marriages when pounding rice' అని కన్నడ నిఘంటువు లందును జేర్కొనఁబడినది. సువ్వి యన్నది ధ్వన్యనుకరణ శబ్దము, నూఁతపదమును గావచ్చును. రోకటి పోటున కెన్ని యొడుపులుండునో యీ పాట కన్నిగతు లుండును అందు తురగవల్గన గతికి ప్రాచుర్యమధికము.

కొన్ని యక్షగానములందు 'సుంకులు దంచేపాట' సువ్విగను, 'సుంకులు చెరిగేపాట' సువ్వాలగను గన్పట్టుచున్నది. (సుంకులు చెరిగేపాట అల్లోనేరేడుగను బరిగణింపఁ బడినది. చూ. మీఁద).

ఉదా:- 1 అ 'సుంకులు దంచే పాట':

సువ్విగోపాల బాల ! సువ్విసద్భక్తి పాల
సువ్విభాసుర కపోల ! సువ్వలాలి||

ఆ 'సువ్వాలపాట': శంకరాభరణ-ఏక :

వారిజ సన్నిభలోచనా । భక్త
వత్సల పాపవిమోచనా
కారుణ్య సాగర ఖగరాజ వాహన
మారజనక సుకుమార శరీరా ||సువ్వాలే||

— నందిపాటి మిత్రవింద

2. 'సుంకులు చెరిగేపాట':

శ్రీరఘువీరు పెండ్లట - మన
 సీతను ఇస్తామన్నారట
గారవంబుతోడ గరితలెల్లఁగూడి
 కోరికతో పెండ్లికొడుకును జాయరె ||సువ్వాలె||
సీతాను యిటు బిలుపించరె — పెండ్లి
కూతురికి శృంగారించరె
చాతురీ మెరయాగ సతిపతు లిద్దరిని
ప్రీతితో నొకచోట ప్రియభక్తి నుంచారె |సువ్వాలె||

— మామిళ్లపల్లి ఏకాంత సేవ

(తాళ్లపాక అన్నమయ్యగారి సువ్విపాటల గతులు — చూ. సం. III. పుట 282-287-వీనికంటె మిగుల విలక్షణముగా నున్నవి. వానికి కేదారగౌళ, భూపాల రాగములును జేర్పఁబడినవి.)

49. హెచ్చరిక: ఇదియొక సాఖశాయనిక గీతము. ఇందు పాదాంతమున హెచ్చరిక యన్నదొక యూఁత పదముగా వచ్చును కొలఁది యక్షగానములందు ముఖ్యముగా ఏకాంత సేవ - పల్లకి సేవ ప్రబంధము లందును బ్రయుక్తము.

ఉదా: నుదురుపాటి వెంకనార్యుని పార్వతీ కల్యాణమునుండి -

సావేరి - రూపకము

శ్రీ మాధవ నుతవైభవ శివ చిన్మయరూపా
చామీకర ధరణీధర చాపా హెచ్చరికా ॥౧॥

సరసీరుహ సంభవముఖ సురపూజితపాదా
పురదానవ వరదాహాంభోదా హెచ్చరికా ॥౨॥

హిమభూవర తనయాముఖ హేమాంబుజ భృంగా
రమణీయ తరామ్నాయతురంగా హెచ్చరికా ॥౩॥

తాళ్ళపాకవారి 'తోడియం' గీతసముచ్చయమున నొక హెచ్చరికయు సారంగపాణి పదములం (పుట 97, దొక హెచ్చరికయుఁ గలవు. ఆ రెం డును, ఈ వెంకనార్యునిదియును మూఁడును సావేరిరాగ రూపకతాళ ములందే యుండుట విశేషము. మూఁడింటను చక్కని గతిస్ఫురణ గలదు. మూఁడిటను దళమునకు మాత్రలు $6^3 + 4$. రెండేసి దళము లకుఁ బ్రాస విహితము. ప్రతిదళమున 12 మాత్రలకుఁ బైని యతి. ప్రాసయతియు గ్రాహ్యము.

సారంగపాణిదే మఱియొక హెచ్చరికయు (పుట 96), త్యాగయ్య ఉత్సవసంప్రదాయ కీర్తన లందలి దొక హెచ్చరికయు జంపెతాళమున నున్నవి. వానిలో దళమునకు $5^3 + 3$ చొప్పునఁగలవు మాత్రలు.

ఏకాంతసేవా ప్రబంధములందు హెచ్చరికలు వచన ఘటితములుగను గూడ నున్నవి. (చూ. ప్రా. లి. పు. భాం. డి. నం. 1842 &1898). అవి చక్కఁగా నొక సన్నని రాగవరుసతో దేవదాసీ జనముచే పఠింపబడుట సంప్రదాయము.

*　　　　*　　　　*

సంవాద పదములు

ఇవి పదప్రక్రియను బట్టి ప్రత్యేకత గలవి కావు. సందర్భమునుబట్టి బహు ప్రత్యేకత గలవి. బహుయక్షగాన సామాన్యముగా ముఖ్యముగా యక్షగాన ప్రత్యేకశాఖలగు భామ కలాపము, గొల్ల కలాపము, కొఱవంజి అనువానియందు జనరంజక సాంప్రదాయిక పాత్రలచేఁ బ్రవర్తితములగుచు తరముల తరబడి ఆంధ్రజన సామాన్యము నాబాలగోపాలము నుల్లాసవారాశి నోలలాడించుచుఁ బ్రచుర ప్రచారము పొందినట్టివి. వీనియందొక విధమైన మోటుదనము, మోటుదనముతో పాటొక హాస్యపువాటము, ఒకవిధమైన వెటకారము, వెటకారముతో పాటొక చమత్కారమును గలవు. అవి యానాటి జనులకు వినోదపువిందులు గూర్చినట్టివి.

1. <u>సవతికయ్యము</u> :— తొలుదొల్త పారిజాతకథేతివృత్తములగు యక్షగానములందును, భామకలాపములందును, తత్రాపి తత్సదృశముగా సత్యారుక్మిణులవలె గంగా పార్వతులు మొదలగు సవతి జంటలు గల అనేక యక్షగానము లందును వారి సవతి మచ్చరము సందర్భముగా నొక సంవాదపదము (అది నిజముగా వివాద పదమే) గన్పట్టును.

సత్య : మంచిది కానీవె రుక్మిణీ
రుక్మిణి : వేలు వంచాలేవె సత్యభామినీ

...

సత్య : చిన్నదాన నని చూచితివో
ఎన్నడు నా చెయ్యెరుగవులే
నిన్ను గుద్దితే నీకై పలచిన
వాని గుండెలే యదరవలెన్

ముద్దరాలనని చూచితివో
పద్దుగ నాచెయ్యెరుగవులే
హద్దుగ గుద్దితె వానికి నీకును
చద్దికి వేడికి చాలవలెన్.

రుక్మిణి : సాదురాలనని చూచితివో
నకియరొ నాచెయ్యెరుగవులే
చరుపు చరిచితే వానికి నీకూ
పరుపు పానుపై యుండవలెన్.

అధమురాల నని చూచితివో
అదపులు ఎన్నడు నెరుగవులే
అదపులు చేసితె నీవును వాడును
అద్దుమీరక యుండవలెన్.

కళాపూర్ణోదయములో (3-195,96) నీ సవతి కయ్యపుఁ బట్టు రంభా మాయారంభల వివాద వ్యాజమున రమణీయముగాఁ జిత్రింపఁబడినది. ఈ విషయముగూర్చి కీ. శే. వేటూరి ప్రభాకరశాస్త్రి గారు తమ సుగ్రీవ విజయపీఠికలో నిట్లు వ్రాకుచ్చి యున్నారు: "ఈ భాగవత కథలలో పారిజాత హరణకథ హృద్యతర మగుటచే దానికిఁ బ్రచార మెక్కువయ్యెను. అది హృద్యతరమగుట కందలి సవతుల కయ్యపుఁబట్టు ప్రధానకారణము. దీనినిఁబట్టి యక్షగాన సామాన్యమునకుఁ బారిజాతము లనియుఁ బేరయ్యెను. ఏ యక్షగానముఁ బ్రదర్శించినను అందు సవతుల కయ్యపు బట్టునకుఁ బ్రసక్తి గల్పించుటయో లేక పారిజాతమునందలి తత్కథాఖండమునే స్వతంత్రముగాఁ బ్రదర్శిం

చుటయో పిదప నేర్పడెను. (భామకలాపము స్థితి యిట్టి పరిణామ ఫలితమే కావచ్చును). ఈ సవతుల కయ్యపు కథపట్టు హృద్యతర మగుటచే ప్రబంధకవులను గూడ నిది వలపించెను". ఈ కథపట్టును ప్రదర్శించునపుడు పాత్రధారులపట్లఁ బాటతోపాటు గొంత ఆంగికాభి నయ మావశ్యకమగును. కావుననే విజయరాఘవుడు తన ప్రహ్లాదచరి త్రమున 'సవతిమచ్చరము' నొక నాట్యప్రభేదముగఁ బరిగణించెను.

2. <u>సుంకరి కొండయ్య</u> - <u>గొల్లభామ</u> : గొల్లకలాపమున తఱచు వీరి సంవాదము గాన నగును. అది కొన్నిట సరసము, కొన్నిట విరసము గను నుండును. అందు సరసపు సందర్భము నే గ్రహింతము.

కొండయ : అర్ధరాత్రి వేళా నేను । రుద్రవీణె దీసూకోని
ప్రొద్దుబోక నిన్నేపాడాగా । ఓహో గొల్లదానా!
భల్లు భల్లున తెల్లవారెనే॥

గొల్లభామ · కీలుకట్లా తేరుమీదా । కిన్నెరాలు మీటేజాణ
కన్నులెత్తి నన్ను జూడవా । ఓనా హొయలుకాడ!
కిన్నెరాకు కాయ లంపేనూ॥

కొండయ : కన్నె రాతిరి వస్తా వనుచు । పట్టిమంచం బరుచుకు కూకుంటె
రాతిరి నీవు రాకపోతివె । ఓగొల్లభామా!
రాతిరే శివరాతి రాయెనూ॥

గొల్లభామ : కన్నెరావీ చెట్టుకిందా । సన్నసూదులు దంచాగా
సన్నజేసీ సున్నమడిగేవు । ఓవన్నెకాడా!
సన్న లెరుగా । చిన్నదానార॥

కొండయ : ద్దు మాముదాలూ గోనె । యెద్దుమీదవేసుకోని
కానరాని గట్ల లోనికి । ఓగొల్లదాన!
కాపురము శాయబోదామా॥

గొల్లభామ : కట్లకట్లా కడవగొంచూ। మెట్లబావికి నీళ్లకు బోతే
మెట్టుజారి నూతబడితినిరా । ఓవో వన్నెకాడా!
రెట్టబట్టి లేవదియ్యారా॥

గుబ్బలుండే తీరుజూచి । గుటకాలే మింగేవురా
గుండెగలా జాణవైతే । ఓవో వన్నెకాడా !
గుబ్బ పట్టీ దెబ్బ తియ్యీరా ॥

నన్నాలు సైగాలు చేసి । సన్నాపు నవ్వులు నవ్వి
క్రొన్నెలా మోము దీర్చుకా । ఓ నా హొయలుకాడా !
నన్ను సుంకము గొనగ వస్తీవా॥

ఇం దీ సంవాద మంతయు ఏలలలో సాగుట గమనింపఁదగినది.

౩. <u>సింగి – సింగడు</u> : ఎఱుకత పాత్రకుఁ బ్రత్యేకత గల యక్షగానములలో కొఱవంజులలో సింగి యెఱుక జెప్పి జాలము సేయగా సింగ డాలము సేయుచు నామె నన్వేషింప వచ్చును. ఆమె సంపాదించిన సొమ్ములు చూచి యామె ననుమానించును. ఇక నిద్దరికి వివాద సంవాదములు :

సింగి : అడా యిన్నెడ యింగేవాడా సింగా
గుడిసా విడిచీ యేలా వస్తివిరా వెఱ్ఱిసింగా !
సింగడు : గుడిసాలోకి ఎలుక వచ్చె కలికి సింగి నేను
జడిసి నీతో చెప్పవస్తి జాణసింగి !

*　　*　　*

సింగడు : కొంగ గువ్వ చెవుడుకాకి జంగుపిల్లి పూరెడు రంగుమీర దెచ్చి
పెడితె దొంగనసుకులా
సింగి ! దొంగనసుకులా ?
సింగి : ఇగురబోండ్ల కెఱుక దొడ్డనగరులందు జెప్పితెస్తె
తగరు వలెను మెక్కినీవు పొగరు కొంటివా
సింగా ! పొగరు కొంటివా ॥

అనుబంధము 5

యక్షగాన శబ్దజాలము

యక్షగానముల భాషాస్వభావమును గూర్చిన ప్రసక్తిమీఁద వచ్చినది. యక్షగానములం దిప్పటివఱకు మన నిఘంటువుల కెక్కని అపురూపమైన శబ్దజాల మెంతో నిక్షిప్తమైయున్నది. అందు నిఘంటువుల కెక్కినను మన ప్రబంధ వాఙ్మయమున తగిన ప్రచార మేర్పడనిది కొంతయు, నిఘంటుమాత్ర శరణ్యమైనది కొంతయును, యక్షగాన ప్రయోగమున అర్థాంతరమును సూచించునది కొంతయును గలదు. పలువిధముల విశిష్టమైన యక్షగాన పదజాలము గొంతె వర్గీకృతమై యీ దిగువ నుదాహరింపఁబడుచున్నది :—

1. విశేష శబ్దములు

ఈ శీర్షిక క్రిందివి మాత్రము చాలవఱకు శబ్దరత్నాకరము, సూ. రా. నిఘంటువు, శబ్దార్థచంద్రికలందు లేనివే. కొద్దిపాటియున్నను అర్థభేదమున్నది.

ఆయిత్తారాలు. ఆదివారాలు (మన్నారు దాస విలాసము)

ఉభయతోపట్టు. ఉభయతోముఖియైన (ఈనుచున్న) గోవునుదానమూ (ఇది మంచిదానమఁట) పట్టు (మ.దా వి.)

ఊరతణీ. (కన్నడ-ఊరటణి)సత్కారము (లేపాక్షిశివనాటకము)

ఊరాటం. ఉర్రూతాడు (సరస్వతీ కల్యాణము)

కడలాలిదోషము. వైధవ్య దోషము (వీరభద్రకవి సీమంతినీచరిత్రము)

కాలనీళ్ళు. దిష్టితీసిన పసుపునీళ్ళు వెం॥ (వెంకటాంబరామాయణము)

కీచంటిబిడ్డ. తల్లి ...నాల కెడపడి చిక్కుపోయిన బిడ్డ (గంగాపార్వతీ సంవాదము)

కూకుండు. (గ్రామ్యము) కూర్చుండు (చెంగల్వరాయని ఎఱుకల కథ)

కూత్తు. (తమిళ-కూత్తు) నాట్యము (తంజా పురాన్న దాననాటకము)

కేరి. ఉనికిపట్టు (విజయ రాఘవ చంద్రికావిహారము)

గంత. (బొంత-శ. ర.) వక్కలాకులత్తిత్తి (శహాజీ జలక్రీడలు)

గవిణేరు. గవర్నరు(పురిజాల పారిజాతము)

గాచారము. గ్రహచారము (శచీ పురందరము)

గాణబయకారు. వాగ్గేయ కారుడు (మ. దా వి.)

గుడుగుడుపవాడు. శకునపక్షిగాడు. (వెం. కృ. శెట్టి శివపారిజాతము)

ఘడియారం. రూపాం. గడియారము (మ. దా. వి.)

జన్నెవారము. ఆదివారము. (పోట్ల దుర్తి గొల్లకలాపము)

డీడిక్కిసలాడు. డీకొట్టుట (అకలంక కృష్ణమార్యుని కృష్ణవిలాసము)

తారా. దీపావళి సంభారవిశేషము. (చిత్రాంగదవిలాసము)

తిరువళిక. దేవునికిఁ బెట్టిన దీపము (విజయరాఘవుని పూతనాహరణము

దిట్టత. గట్టితనము (వెంకటదాస ధర్మాంగద)

దినశుద్ధి. పంచాంగమునుబట్టి సదసద్దిన నిర్ణయము (తంజాపుర—)

దివాళి. దీపావళి (మ.దా.వి.)

దుగ్ధ. కౌతుకతీవ్రత (త్యాగయ ప్రహ్లాద)

దొరాదొరలు. పెద్దపెద్ద ప్రభువుల (లీలావతీకల్యాణము)

నటముటుకాండ్లు. నటులు (శచీపు రందరము.

నుడుగు. పాట. (హేమాబ్జనాయికా—

నోష్ఠ. నోసట (నృసింహరాజుల పా—

పంగుని. (త) ఫాల్గుణము (మ.దా.వి.

పంతువగ. విరహ వేదన (రతికల్యాణము)

పదిలత. భద్రత (వెంకటదాస ధర్మాంగద)

పాలించు. ఇచ్చు (హేమాబ్జ)

పుట్టముంగి. పుట్టువునుండి మూఁగయైనవాఁడు (అకలంక—)

పేరడి. అప్రతిష్ఠ (మ.దా.వి.)

పోలుకాఁడు. పొల్లుగాఁడు. (సాంబయ్య కిరాతార్జునీయము)

ప్రసంగము. స్తోత్రము (భక్తవత్సల విలాసము)

ప్రసంగి. య. గా. ప్రదర్శకులలో నొకఁడు. పాత్రలఁ బలుకరించు వాఁడు (పంచకన్యాపరిణయము)

బసవశంకరము. 1. గొల్లవారిబిరుదు, ఆభరణవిశేషము (అత్రేయపురి గొల్ల కలాపము). 2. ఒక దేశితాళ విశేషము (త్యాగవినోదప్రబంధము)

భాండీరి. ప్రాకృతభాషావిశేషము

'కాంభోజీ మాగధీగాఢీ
మాహారాష్ట్రీ కళింగజా
గైర్వాణీ మిశ్రితాభాషా
భాండీరీతి ప్రకీర్తితా'
(విజయరాఘవ కల్యాణము)

యా(ం)పరాలు. పాటు (శివకామ సుందరీపరిణయము)

లఘువు. దూకు (చౌదరి రామదాసు రుక్మిణీ—)

లజ్జమాని. ఆడుగురి (మిట్టమరి రామాయణం)

వంతము. వంటకము (పద్మినీపరిణయము వైదికపరిభాష)

వచ్చుము. రూపాం. ఒచ్చెము (యతి ఘటితముగ—నృసింహరాజు ఉషా—)

శానా. రూపాం. చాల (కణ్వచరిత్ర)

వాపిరితనము. (వాఁపు+ఇరి) ఆబ (రామలింగదాసు శ్రీనివాస విలాసము)

వాయదకాండ్లు. వాద్యగాండ్రు (పురజాల పారిజాతము)

విందాళము. ఒడి (వి. రా. ప్రహ్లాద)

వైపు. బాగు (అన్నపూర్ణాపరిణయం)

వైయాసి.త. వైశాఖము (అన్నపూర్ణా)

శేఖరించు. జరిపించు (మ.దా వి.)

సంకచక్కిలాలు. శంఖచక్రాలు (వి. రా. పూతనాహరణము—గొల్లలభాష)

సనకటించు. వివికిడిచేయు (వి. రా. కల్యాణము — గ్రామ్యము)

సరుసుకొను. సరుదుకొను, పంచుకొను (హేమాబ్జ)

సిల్లాడు. ఉత్సవమాడు (వి. రా. పూతన—)

సీసకలేఖిని. పెనసలు(లక్ష్మీనారాయణ విలాసము)

సుడియడు. బాలుడు (వి.రా. ప్రహ్లాద)

సుడి సుద్దములు. అంగసాముద్రికమున సుడులకు సంబంధించిన సూత్రక్తములు (చెంగల్వరాయని ఎఱుకల కథ)

సుడుపడు. కుజ్జుడు(మ.దా.వి.)

సొల్లు త. వచింపు (శ్రీగిరి కురవంజి)

సోలుదాదులు. రూపాం. సోలరు. సిపాయిలు (పురిజాల పారిజాతము)

హావణించు. రచించు (రఘునాథ నాయకాభ్యుదయము)

..

2. వైరి పదములు

అతిపగ. (వెంగమాంబ శివవిలాసము)

అతిముద్దు. (సత్యభామ కథ)

అత్యంతపంతము. (శివవిలాసము)

అనేకజడలు. (మంజువాణిభామకలాపము)

ఇష్టవేలుపు. (లక్షణా కల్యాణము)

ఉన్నతచప్పరంబులు. (శివవిలాసము)

కుసుమబంతి. (శివవిలాసము)

గర్భచిన్నెలు. (బాలెంతకథ)

దాసవెట్టి. దాసునియందలి అనురక్తి. (త్యాగయ ప్రహ్లాద)

దినరోజులు. అనుదినము? (వి రా. చం వి)

దినసరులు. దినచర్యను గూర్చిన వ్రాతలు. (కిరాతార్జునీయము)

ధీరమల్లారు. ధీరశ్రేష్ఠుడు (మ.దా.వి)

నానాచూపులవాడు. (శివవిలాసము)

నానాహైరాణి. బెడద (సిరిపెగడ సుబ్బరాయని సారంగధర)

నిత్యకొలువు. (ప్రతిదిన సాధారణమైన సభ (శచీపురందరము)

పుడమిజ. సీత (తుమ్మపూడి రామాయణం)

పుడమీశ్వరుడు. (వీరభద్రకవి సీమంగొతినీ చరిత్ర)

పుణ్యాచేడెలు. పుణ్యస్త్రీలు (సాంబయ్య ఒల్లాణరాజ చరిత్ర)

ప్రౌఢచేడియ. (వి రా చం వి)

బసవ దాసోహములు. బసవని భక్తులు (బసవ మహిమామృత విలాసము)

బహుతప్పులు. (రంగపురిపారిజాతం)

బహుమేలు. (త్యాగయ ప్రహ్లాద)

బాలతోడవు. (లక్షణాకల్యాణము)

బ్రహ్మకాయ. గొప్పవాడు, నిపుణుడు (శహాజీ గంగాపార్వతి సంవాదము)

మహా మహావారు. గొప్పగొప్పవారు (భక్తాంఘ్రిరేణు విలాసము)

మాణిక్యపేరులు. మణిహారములు (వాయలూరి పారిజాతం)

మూర్ఖపగ (మంగులూరి ప్రహ్లాద)

యావన్మంది. అందఱును (మహాభారతి విలాసము)

రసపిచ్చి. (వల్లయపురి ఉషాపరిణయము

రామకోణంగి. శకునపక్షిగాడు (సరస్వతీకల్యాణము)

రావణారంకు. పెద్దఅంకు (లక్ష్మణ ప్రాణరక్షణము)

లోకతరబడి. లోకాచార ము(ముగ్ధ సంగయ్య కథ)

వాగ్దిట్ట. పదవాక్య ప్రమాణజ్ఞుడు (మైనంపాటి బాలగోపాలవిలాసము)

వీర మద్దెల. గొప్పమల (ప్రభావతీ ప్రద్యుమ్నము)

పీరముద్దియ. ఆభరణ విశేషము (నక్కల పాటి సంజీవకవి ఎఱుకలకథ)

శైలపట్టి. పార్వతి (శివవిలాసము)

సత్రమరులు. సత్రమునందు మరులు (తంజాపురాన్న దాననాటకము)

హంవీరతామెలుతు. రక్షాబంధ విశేషము-జోదులు, వస్త్రాదులు ధరించునట్టిది (హేమాబ్జ)

3. అన్య దేశ్య ము లు

కచ్చేరి. కొలువు (లక్ష్మణ మూర్ఛ)

కబర్ దార్. జాగ్రత్త అను హెచ్చరిక (చెంగల్వరాయని గొల్లకథ)

కమ్చీ. కశ (సుకుమారీ పరిణయం)

కవరు. భమిడిపాటి అప్పకవి భామ కలాపము)

కాగజము. కాగితము (మాతృభూపన పారిజాతం)

కితాబు. హక్కు, బిరుదు (కో. తిరువెంగడదాసు తిరుమంగయాళ్వారు చరిత్ర)

కురిచీ. కుర్చీ. (లక్ష్మీ నారాయణవిలాసము)

కూనీ. ఖూనీ హత్య (అకలంక-కృష్ణ విలాసము)

ఖడేరావు. 'ఆగు' అన్నట్టి హెచ్చరిక (సుకుమారీ)

ఖర్చు. (ల నా వి,)

ఖామూష్. నిశ్శబ్ద మనునట్టి హెచ్చరిక (రామదాసు నాటకము)

గలీబు. (మంజువాణీ వారి భా. క)

గులోబు. గ్లోబు (,, ,)

గ్లోబు. (అన్నపూర్ణా)

చెలాయించు. (సుకుమారీ)

జమాయించు. (,,)

జరువురు. (జరూర్) తొందఱ (ల. నా వి)

జూటుతనము. (ఝూటా) మోసము (వి రా. పురాతన)

జొకాయించు. (సుకుమారి)

ఝరీ. (రాజరంజన విద్యావిలాసము)

డేరా. గుడారము (సుకుమ్మారి)

తమాము. పూర్తిగా (తి వెం. దా. తిరుమంగ)

తమాసా. (అకలంక – కృ. వి.)

తహశీలు. (ఆకెళ్ల అప్పయ్య గొల్ల కలాపము)

తివాసీ. (మంజువాణి భా క.)

తోడా. బిరుదు పెండెము (అన్నపూర్ణా)

దస్కతు. సంతకము (ల. నా. వి.)

దాఖలు. (భ అ. భా. క)

దావా. (ల నా వి.)

దిలాసా. (అకలంక–కృ. వి)

దివాణం. రాచనగరు (శచీపురందరము)

దేరీజ. డేరా (తం. స.మ. 473)

ధగిడీ. 'ముండ' వంటి తిట్టు (పోటదుర్తి గొల్లకలాపము)

నావనీసు. పట్టిక (అన్నపూర్ణా)

నిద్దా. మేలైన (మా. భూ. పారిజాతం)

పంకా. (మం. వా. భా. క)

పాందాన్. తాంబూల కరండము (ల. నా. వి)

ఫిరంగి. (అంబా వివాహము కొఱవంజి)

పూరా. పూరిగా (,, ,,)

ఫౌజు. పటాలము (,, ,,)

బంకు. సందుకావలి (రా.రం.వి.వి.)

బంగు. చోష్యవిశేషము-మత్తుపదార్థము (శాంతాకల్యాణము)

బందుబస్తు. బలిమి (మృత్యుంజయ)

బడాయి. (అకలంక-)

బనాయించు. (సుకుమారి)

బేజారు. భయము, గాభరా (భ. అ. -భా.క.)

భరాయించు. భరించు(అంబావివాహ)

భేటి. సముఖము, దర్శనము, సమావేశము (శాహమహారాజకల్యాణము)

మద్దత్తు. (ల.నా.వి.)

మస్తి. 'సరే' వంటి అవ్యయము (రామపట్టాభిషేకము)

మిలిటరీ. (అంబా)

ముస్తాదు. అలంకరించుకొనుట, సిమగుట (ల. నా. వి)

ముస్తీపుచేయు. సిద్ధముచేయు (శపురందరము)

ముస్తీదు. ముస్తాబు, సన్నాహః (హేమాబ్జ)

మొఖమల్. (మం.వా.—భా.క.)

రకము. (సింగన పారిజాతము)

రాదారి. (భ. అ.—భా క.)

రైలు. (భ.అ.—భా.క)

లవండరు. (మం.వా.—భా.క.)

లష్కరు, దండు (సుంకరి కొండవేషముకథ)

లాంతరు. (ల నా.వి.)

లెటరు. (భ అ.—భా.క)

వస్తాదు. (సుకుమారి)

శమ్యా. సెమ్మె, దీపపు ప్రమిద. (మ.వా. భా.క.)

శాయి. సిరా (మా. భూ. పారిజాత.

శిఖాచేయు. ముద్రవేయు (వి. చవి. వి.)

శిభంది. రూపాం. సిబ్బంది. బలగః (లక్ష్మీపతిరాయడు నలచక్రవర్తి చరి

షోకు. (రామదాసు నాటకము)

సముదాయించు. బుజ్జగించు (శ్రీరంగ కవి శ్రీకృష్ణ జలక్రీడలు)

సలాము. (సుకుమారి)

సీలు. (భ.అ.–భా.క)

సీసా. (మం.వా.—భా.క)

సుమారు. (భ అ.—భా.క)

సైలెను. (రామదాసు నాటకము)

స్తానాయించు. అమర్చు (సుకుమారీ)

హాజీలు సేయు. హాజరు పెట్టు, ఆయత్త పఱచు (గంగా పార్వతీ సంవాదం)

హురుముత్తుగా. పెద్దగా, గొప్పగా (వి. రా. ప్రహ్లాద)

హేజీబు. మనవి (లీలావతీ కల్యాణం)

...

4. జాతీయములు

అజగజాంతరము. (వి రా.చం వి.)

అమ్మలక్కలు. (వి.రా.చం.వి)

ఇలయీనినట్లు. (కిరాతార్జునీయము)

ఇల్లు బంగారాయెను. (అకలంక – కృ వి.)

ఉలపసలపలు. కానుకలు (కిరాతి విలాసం)

ఏనుగుపాడి. ఉదారవితరణము (లీలావతీ కళ్యాణము)

ఏషాగాధలు. సరిపడని మాటలు, అనవసర ప్రసంగములు, వ్యర్థప్రలాపములు (మ. దా. వి.) హేమాబ్జ)

ఒకరిపట్ల పదుంద్రుడు. (వి రా. – విప్ర నారాయణ చరిత్ర)

ఒత్తూ ధావళ్ళవంటి. స్థూలమైన (కృష్ణవేషకథ)

ఓహారి సాహిరి. (అకలంక – కృష్ణ విలాసము)

కంచంత కాపురము. పెద్దసంసారము (రాజరంజన విద్యావిలాసము)

కన్నడ సేయు. చులకన చేయు, కించపరచు (పార్థసారథి విజయము)

కాయ జవాబు. కలిసిరానివార్త (ఓబయ గరుడాచల విలాసము). ఒకపని సవ్యముగా జరిగినట్లా లేనట్లా అనుటకు పండా? కాయా? అని అడుగుట వ్యవహార పరిపాటి.

కూసరకాసర చేయు. ఉపేక్ష సేయు, అసడ్డచేయు (భక్తాంఘ్రిరేణు విలాసము)

కొడుకులకోట. బహుపుత్ర సంపన్న భాగ్యశాలిని (మృత్యుంజయ)

గాలివార్త. (రా రం వి వి)

గుత్తకొను. సొంతము చేసికొను (జాంబవతీ విలాసము)

చందమామ గుక్కిళ్ళు. అందరాని ఫలము (వి రా చం. వి)

చారాచారెడు. విశాలమైన కన్నులు మొ॥ కృష్ణవేషకథ)

చుట్టాల సురభి. బంధుహితుఁడు (మృత్యుంజయు)

చెంపశుద్ధి. చపేట ప్రదానము (హేమాబ్జ)

తరకట బురకట. అబద్ధము (చెం.రా. ఎలుకలకథ)

తాపచుట్టఱికము. ఇచ్చి పుచ్చుకొను సంబంధము (అత్రేయపురి గొ. క.)

త్రవ్వితలకెత్తు. ఉద్ధరించు (భక్తాంఘ్రి రేణు విలాసము)

సంగనాచి. (నక్కజాంగారు) నేరము చేసియు నేరనిదానివలె నటించునది. (గంగాపార్వతీ సంవాదము)

పలుకు బంగారము. (అకలంక-కృ.వి)

పిలువని పేరంటము. (భవానీశంకర విలాసము)

పుర్రచెయ్యి. ఎడమచేయి – అపసవ్యమైనది (బసవ మహిమా)

పోతుపేరంటాలి పొలుపు. మగనాని ఆడువాలకము (భీమసేనవిజయం)

పొద్దు గూకులు. ప్రొద్దుగ్రుంకువఱకు (త్యాగయ ప్రహ్లాద)

బంగారు కొండ. అమూల్య వస్తువు. ప్రియతముడు (అకలంక-కృ.వి.)

బభ్రాజిమానం. అసమర్థుఁడు (ధర్మపురి మాహాత్మ్యము)

బారాబారెడు. పొడవైన (కురులు మొ॥ కృ. వే కథ.)

బ్రహ్మకాయ. శ్రేష్ఠుడు, నిపుణుడు (గంగా పార్వతీ సంవాదము)

బ్రహ్మిష్ఠో బ్రహ్మ కొడుకు. శ్రేష్ఠుఁడు (మ. దా. వి.)

మదన శుంఠ. శృంగార పరిజ్ఞాన విహీనుఁడు (భక్తాంఘ్రి-)

మహా మహావారు. (గొప్పగొప్ప వారు (భక్తాంఘ్రి)

మొగము వాచు. బ్రాతి పడుట (అకలంక-కృ. వి.)

యద్వాతద్వాలు. పెడసరపు మాటలు, పొందుపొసఁగని మాటలు, లజ్జాగుజ్జాలు (వి.రా.ప్రహ్లాద, హేమాబ్జ)

రావణసన్యాసి. కపట సన్యాసి (వి. రా. విప్రనారాయణ చరిత్ర)

రావణాలంకు. పెద్ద లేక ప్రసిద్ధమైన అంకుతనము. (లక్ష్మణ ప్రాణరక్షణము)

లంకించుకొను. దొరకపుచ్చుకొను లోఁగొను (హేమాబ్జ)

వజ్రశుంఠ. గండ మూర్ఖుఁడు (వి. రా. ప్రహ్లాద, హేమాబ్జ)

వలపు వక్కాణకమ్మ. ప్రణయలేఖ (వి. రా. చం. వి.)

వలరాచసివము. మాన్మథోన్మాదము (మ. దా. వి.)

వార్తలాడు. చమత్కారముగా సంభాషించు (వి రా. విప్ర నా. చ.) కైవారము సేయు (చిత్రకూట)

సంత మెఱుగు. బజారు పోకు, ఆడంబరము (బాలక్రీడావిహారం)

సరిమానము. ఏమాత్రపు హెచ్చు తగ్గులు లేక సమానముగా నుండుట (త్యాగయ ప్రహ్లాద)

...

5. ధాన్యముల పేర్లు

ఇప్పసరులు, కర్పూర భోగాలు, కుసుమసరాలు, గంగాజలాలు, గౌరీశకుంకుమలు, చామపువ్వులు, చిరుత సంబాపువ్వులు, నల్లగాగిరెక్కలు, నాగ సరులు, పాలబుడమలు, బంగారు తీగెలు, బలువు గుత్తులు, మదన సరులు, ముకుందభోగాలు, ముత్యసరులు, మేటివంకెలు, రత్నసరులు, రాజనాలు (ఇప్పపువ్వు, జీలకఱ్ఱ, మంచి పునుగు, మేలికొండ, సన్నజలుగు మొ॥ ఇందలి రకములు) రామబాణములు, రామభోగులు, రాయ సరులు, సీతా భోగాలు.

6. భక్ష్య విశేషములు

అంబలి, అట్లు, అతిరసాలు, అప్పడాలు, అప్పములు, ఆనబాలు, ఆవడ, ఇడ్డెన, ఉక్కెర, ఉల్లెడ పోళీలు, ఊరగాయలు, రుఊబిండ్లు, కక్కరాలు, కజ్జకాయలు, కజ్జాయము, కఱకుట్లు, గరిజకాయలు, గసగసాలకజ్జకాయలు, గారెలు, గురుగులు, చంద్రకాంతలు, చక్కిలాలు, చక్కెరకుండ్లు, చల్లగారెలు, చిట్టిబూరెలు, చిత్రాన్నము, జిలోబి, తిమ్మనము, తిరువిసములు, దధ్యోదనము, దోసెలు, నీరుగ, పరమాన్నము, పాయసము, పులగము, పుళియోగిర (పులిహోర), పూరీలు, పూర్ణకుడుములు, పూర్ణాచిపోళి, పేణీలు, పొంగలి, భరుగులు, (వరుగులు ?), మండెగలు (పూత రేకులు?), లడ్డు, వగవగలు, వడలు, వెన్నప్పములు, సంకటి, సిగరణాలు, సిగిరెలు, సుకియలు, సేవాలపాయసము, సొంటి మజ్జిగ, సొజ్జెబూరెలు.

7. ఉడుపులు

అంగీ, అరచట్ట, కబాయి, కాసె, కుత్తినీ, కుళ్లాయి, కోక, గొంగడి, చల్లడము, చీర, (గంగ సాగరపుచీర, గోరంచు, చెంగావి, పగడపట్టు, పట్టుమళ్ళ, బుటేదారు, బురుసా, మాయపట్టు, మొ॥ కొన్ని చీరల రకాలు) చోగ, తడుపు, తాప్తా, దట్టి, దుప్పటి, ధోవతి, పచ్చడము, పాగ, పావడ, పైఠిణీ, రవిక.

. . .

8. ఆభరణములు

అందెలు, ఉంగరములు, ఉజ్యములు, ఉత్తరజందెము, ఉత్తరిగె, ఒంట్లు, ఒడ్డాణము (రూపాం. ఒడ్డియాణము, ఒడ్యాణము, ఒడ్డేణము, వడ్డాణము), కంకణములు, కంటసరి, కంటె, కంఠమాలిక, కడియాలు, (ఇంద్రాణీ కడియాలు, దండకడియాలు, మేరువు కడియాలు మొ॥), కమ్మలు (పంజుల కమ్మలు) కింకిణులు, కుండలములు, కుతికంటు, కొప్పుబిళ్ళ, గజ్జెలు, గాజులు (ఉదిరి గాజులు), గొడసరాలు, చంద్రవంక, చంద్రహారము, చిటికెనబొద్దులు, చిలుకతాళి, చుక్కలపేరు (తారహారము), చెంపకళ్ళీలు, చెంపసరాలు, చెరుపు, చీకట్లు చేయము, చేసరులు, చౌకట్లు (గండచౌకట్లు), జంపులు, జడబిళ్ళ, జుబికీలు (జుమకాలు, జుమికెలు), జోమాల దండ, తాయెతులు (పత్తికాయ తాయెతులు, హంవీర తాయెతులు), తాళిబిళ్ళ, తురాయి, దర్భముళ్ళు (అంగుళీయకవిశేషము), నత్తు, నాగసరము, నేవళము, పదకము, పల్లేరుపువ్వులు, పాపిడిబిందెలు, పంపిణీలు, పిల్లాండ్లు (రూపాం. పిల్లేళ్ళు, పిల్లాణియల్. త.), పెండెము (గండపెండెము, బిరుదుపెండెము), పోగులు, పోచీలు, బటువులు, బణ్ణసరము (వర్ణసరము,) బవిరెలు, బాజుబందులు, బావిల్లు (బావిలీలు), బాసికము, బాహుపురులు, బుగడలు (బొగడలు), బులాకీ, బేసరి, బొబ్బిలికాయలు,

భుజకీర్తులు, ముంగఱ (ముక్కఱ), మురుగు(మువ్వు)ముంగాముర ములు(ముంగాముఱారి), మెట్టెలు (గిలుకు మెట్టెలు), మొగపుల తీగె, మొగలి రేకు, మొలనూలు, రాకడి (రాగిడి,) రాకడికుచ్చులు, రావిరేక, రేబణిబిళ్ళ, వంకీలు, వీరముద్దియలు, సంది దండలు, సందిబొందులు, సరిగె, సరిపెణ (పులిగోరు సరిపెణ), సరిఫేషు, సవరపుకుప్పె, సురమాయి జల్లులు, సూర్యచంద్రులు.

9. క్రీడలు

అచ్చనగండ్లు, అమ్మానె, అల్లో నేరళ్లు, ఇట్టిక (ఒప్పులకుప్ప వంటిది - నుదురుపాటి వెంకన పార్వతీ కల్యాణము), కోలాట గుజగుజ రేకులు, గెంజిపాడి, గొబ్బి, చెండ్లాట, దంతెయాట, దాగుడు మూతలు, పందాట (బంతియాట), పగడసాల, పొల్లంజి, బొమ్మల పెండ్లి, వామన గుంటలు (ఓమన గుంటలు), సయ్యాట, సొగటా లాట.

10. నృత్యములు

అల్లిక, కందుకక్రీడ, కొరము-కొర వంజి, గుజరాతి - గుజ్జరి, చిందు, చౌపదము, జక్కిణి - ప్రబంధ జక్కిణి, జగ్గు, జోగి-జోగిణి-జోగి ణీపంతు, దండలాసకము (కోలా టము), దురుపద కేళిక, దేశి, నాట్యకదంబము, పదచాళి (పదకేళిక), పేరణి (పేరడి),మదన బలదూత్యము, మైసిరి, వాల్వెచి, విల్వేడు, శారదా సామ్రాజ్యము, శుభలీల, సవతిమచ్చరము.

11. వాద్యములు

అమృతకుండలి, అమ్మిజంబులు ఆరబ్బీ, ఉడుకు, కర్ణాలు, కాహళ, కిన్నెర, చక్రవాద్యము, చితారు, జోళ్లు, డవిణ, ఢక్క, తంబుర, తప్పెట, తాళము, తాషామార్పా, తిత్తి, తుడుము, దండె, ధర్మదార,

నరగ, నౌబత్తు, పంబ, పటహము, పణవము, పిడిగండ్లు, బూరగాళె, భేరి, మల్హారు, మృదంగము, మురజము,రవిచంద్రవాద్యములు, రావణహస్తము, రుద్రవీణె, వీణ, వీరణాలు, వీరదాళ్లు, వీరమద్దెల, శంఖము, సుర్ణాలు, స్వరమండలము, హుడుక్క (ఉడుకు), హెగ్గాళె.

...

12. ఆయుధములు

అమ్ములు, అరిగెలు, ఈటె, ఉంటవిల్లు, కత్తి (పట్టాకత్తి, బాణాకత్తి, విచ్చుకత్తి, సానకత్తి), కటారి, కేడెము, కైజారు, చిల్లకోల, చివగడ, తుపాకి, దుమ్ములు దోదుమ్ములు, నేజ, లకోరి, విల్లు (తడవిల్లు, సెలవిల్లు మొ॥) సింగాణి.

...

13. జంతువుల పేర్లు

వేటకుక్కలు: కాక్రేడు, చొచ్చిన వచ్చు, పందేల పసిడి, పచ్చిమిరియము, మిత్తిగామిడి ముచ్చులగొంగ, మొకమాయ, వేటమాణిక్యము, సింగాడి, సురగాలి.

ఆవులు: కంచి పెరుందేవి, కావేరి, గోదావరి, చందమామ, నాంచారు, బంగరుకొండ, భాగీరథి, మాతంగి.

గుఱ్ఱములు: మూలభైరవుడు, రాయరంపము, వాయువేగుడు.

...

14. రాజకీయోద్యోగులు

అన్నగారు (కొజ్జా. రాణివాసపు కావలి), అమరనాయకులు, అవసరమువారు (సమయనివేదకులు), ఆస్థానసంతోషి (విదూషకుడు), కటికము,(కట్టియం, కటికవాడు, కేతినాయడు, కోలకేతడు, చోపుదారు, బాగుదారు), కణకం (గణికుడు), కరణము, కావలుకారు, కైజీతమువారు, కొత్వాలు, చపురాసి, జమాదారు, జవాను, తలవరులు, దఫేదారు, (డఫేదారు), దివాను, దుబాసి (ద్విభాషి), దేశపాండ్యా, దేశముఖు, నవాబు (నబాబు),

పండారు (భాండారి), పటవారి, ఫశేలులు, పాదుశాహి (పాదుశా, పాదుషా, పాచ్ఛాఫు) పాలెగాడు, పేష్కారు, బంట్రోతు, బరాబరి, బొక్కసము వారు, మణియగాడు, (దేవాయతనాద్యధికారి), మహల్దారు (భవన రక్షకుడు), రాయసమువారు (వ్రాయసము వారు - లేఖకులు), రాణువ వారు, వజీరు, సబనీసు (గణకుడు), సవారు (రౌతు), సిపాయి, సుబేదారు, హాసము వారు (రాజ సన్నిధినుండే సిబ్బంది) హెగ్గడి.

...

అనుబంధము
6
యక్షగానములలోని సామెతలు

సామెత లనగా తరతరముల నొక జాతి జనసామాన్యము జిహ్వాంచలముల నాడు నిరాడంబర భావనిర్ఝర కవితాజీవిత కలమంత్రములు. అల్పాక్షరముల ననల్పార్థరచన, భావవైశద్యము, సందర్భఘటితిస్ఫూర్తి, అందమైన పదాల పొందిక వీనిసొత్తు. ఏజాతి భాషలో చక్కని సామెతల సంపత్తి యెక్కువగా నుండునో ఆజాతి సాహితీ సౌమనస్యమున కది యొక కొండగుర్తు. తెనుఁగు భాషలో సామెతలు కోకొల్లలు. ఈసంపత్తి విషయమున నన్యభాషల ననేకము నతిశయించునట్టి దాంధ్రభాష. మన జాతీయ సాహిత్యప్రక్రియయైన యక్షగానము మనకెన్నో సామెతల నామెత లిచ్చినది. మన పండితమాత్రుల గీర్వాణ ప్రచండ వాఙ్మయమున సామెత లనేకము కృతకరూపము బొందినవి. వాని నిసర్గ మనోహర స్వరూపమును చక్కఁగా సంరక్షించినది యక్షగానము. వానియందలి కవితాత్మను, అలంకార చమత్కార చారుతను గూర్చి యెంతయినను వ్రాయవచ్చును గాని ప్రకృత మవకాశము చాలమి కతిపయ యక్షగానములందలి సామెతలు కొన్ని మచ్చునకు మాత్ర మిట నుదాహరింపఁ బడుచున్నవి :

అంగడిమీద కన్నులు అత్తనెత్తి చేతులు

(గంగాపార్వతీ సంవాదము)

అంతనాడు లేదు ఇంతనాడు లేదు సంతనాడు దిగింది ముంతంత గూద.

(లక్ష్మణకవి ధర్మాంగద)

అచ్చుబొడిచి నిన్నాబో తనవలె

(అకలంక - కృష్ణవిలాసము)

ఉసురు గలిగితె ఉప్పమ్ముక బ్రతుకవచ్చు.

(హేమాబ్జనాయికా స్వయంవరము)

కలలందు నరుకులాడినఁ గలవే గాయములు మేలుకాంచిన వెనుకన్.

(భవానీశంకర విలాసము)

కలిబోసిన వెనుక ఉట్లవంక జూడనేల.

(గంగా పార్వతీ సంవాదము)

కానుగ వాసాలు గదోయి కతాలు సాహేబంటే పుచ్చిన దాకా వుండవా బురాను సాహే బన్నట్లు.

(కపిలదేవహూతి సంవాదము)

చావుకేడిచి చాటుకు బోతే మృత్యుదేవత ముందర గూర్చున్నట్లు.

(క. దే. సంవాదము)

తన్నుదా దెలిసిన తత్వ మేల

(ప్రహ్లాదభక్తివిజయం)

తుపాకి కడుపున ఫిరంగి పుట్టినట్లు

(శేషాచార్యుల శకుంతల)

తీరు తీరు గుడ్డలు గట్టుక తిరుణాలకు బోతే ఊరికొక గుడ్డ ఊసి పోయినట్లు.

(క. దే. సంవాదము)

దాసరి తప్పు దండముతో సరి.

(భవానీ శంకర విలాసము)

నక్కనారాయణుం డెక్కడనో లోకనారాయణుం డక్కడనే.

(భక్తాంఘ్రి రేణువిలాసము)

నిజము నిదానముమీద తెలియును.

(భవానీశంకరవిలాసము)

నిన్న గుప్పయు నే డాళ్ళు.

(లక్ష్మణా కల్యాణము)

పట్లు పట్లమీద బావ పిలిస్తే మరిచి మామపక్క పండినట్లు.

(క. దే. సంవాదము)

పసుకాట యిచ్చేది పసలేదు చొచ్చేది మూరె డన్నట్లు.

(శచీపురందరము)

పాటిమీది దేవరకు కూటిమీదనే కోరిక.

(శేషాచార్యుల శకుంతల)

పొంకాల పోతిరెడ్డికి ముప్పైఫమూడుదొడ్లు మూడెడ్లన్నట్లు.

(క. దే. సంవాదము)

పొడువులకు రోకలి మింగితే పొన్ను ముడ్డి నిరికినట్లు.

(క. దే. సంవాదము)

ప్రసాదానికి బలిష్టం పనికి నీ అదృష్ట మన్నట్లు.

(క. దే సంవాదము)

మంచమెక్కిన మీద మర్యాద లేల.

(కిరాతార్జునీయము)

మింగ మెతుకు లేదు గాని మీసాలకు సంపెంగనూనె.

(క. దే సంవాదము)

మూల పెరుమాళ్ళు ముష్టెత్తుకుంటే ఉత్సవపెరుమాళ్ళు దధ్యోదన మడిగినట్లు.

(క. దే. సంవాదము)

యత్ర జంగం తత్రభిక్షమన్నట్లు.

(భక్తాంఘ్రి రేణువిలాసము)

రాట్నం వచ్చె బండి తియ్యరా అన్నట్లు.

(సర్వాంగ సుందరీవిలాసము)

లంజా ముంజా ముదిరితే కొంటగాదు.

(భక్తాంఘ్రి)

వంకాయలు మ్రుచ్చిలించిన వానిబుద్ధి టెంకాయలకైనవచ్చు.

(అకలంక - కృష్ణవిలాసము)

సద్దన్నపు మీాది వెన్న చందురు డవునే.

(ప్రహ్లాదభక్తివిజయము)

సన్నికలు కడగరా సయిదల్లి అంటే కడిగినట్టే నాకినా ఖుదా తోడన్నట్టు.

(క. దే. సంవాదము)

సాటి యారాలు సరిగె బెట్టుకుంటే తోటి యారాలు ఉరిబెట్టుకున్నట్లు.

(క. దే. సంవాదము)

సిగ్గు బోవువేళ చీర లబ్బినరీతి.

(ప్రహ్లాద భక్తవిజయము)

ఆంధ్ర యక్షగాన వాఙ్మయ చరిత్ర

ద్వితీయ భాగము

యక్షగాన

కవులు – కావ్యములు

రచన

డాక్టర్ యస్వీ జోగారావు

ద్వితీయ భాగము

యక్షగాన కవులు – కావ్యములు

1. ప్రోలుగంటి చెన్నశౌరి

సౌభరి చరితము :

ఇతఁడే యిప్పటికి మనకుఁదెలిసినంతలోఁ బ్రప్రథమాంధ్ర యక్ష గాన కర్త. హరిభట్టు రచించిన యుత్తర నారసింహ పురాణము (ఆం. సా. ప. చేఁ బ్రచురితము) కృత్యాది యందుఁ గృతిపతి యగు ప్రోలుగంటి రంగనమంత్రి వంశవర్ణననుండి యీతనిచరిత్ర మెఱుఁగ నైనది. ఈతఁ డార్వేల నియోగి. ఆశ్వలాయన సూత్రుఁడు. వాసిష్ఠ గోత్రుఁడు. ప్రౌఢరాయలయొద్ద దండనాయకుఁడైన తిప్పన యీతని ప్రపితామహుఁడు. దేవమాంబా నాగశౌరు లీతని తలిదండ్రులు. ప్రోలుగంటిపుర మితని కాపురము. కాలము క్రీ. శ. 15 వ శతాబ్ది యుత్తరార్ధము.* ఆనారసింహ పురాణావతారికలోని ౩౨ వ పద్యమున (సీసము) నీతఁ డష్టభాషా కవియనియు, ద్విపదనారసింహ పురాణము, బాల భారతాంధ్ర వచనకావ్యము, సౌభరి చరితంబు జక్కులకథయు నీతని కృతులనియు, నితఁడు సరసింగరాయలనుండి యగ్రహారాదికము గ్రహించినాఁ డనియు, నితని భార్య పేరు కొండమ యనియుఁ గలదు. ఇతని గ్రంథము లెవ్వియు నేఁడు గానరావు. ఆతని సౌభరి చరితము "జక్కుల కథ" యనఁగా నదే యక్షగానము (ఆ. సౌభరి యొక మహర్షి. అతని చరిత్రము భాగవత విష్ణు పురాణములందుఁ గలదు) ఆ గ్రంథ మలబ్ధము. ఆనాఁటి యక్షగానము స్వరూప స్వభావాదులు తెలిసి కొనుట కవకాశము లేకుండఁబోయినది.

* చూ. ఆంధ్రకవి తరంగిణి 6 వ సంపుటము, పుట 73, 74.

2. చక్రపురి రాఘవాచార్యుఁడు

విప్రనారాయణ చరిత్ర:

ఇప్పటిదనుక నుపలబ్ధమైనంతలో మన యక్షగానములలో గందుకూరి రుద్రకవి సుగ్రీవ విజయమే ప్రాచీనతమ మైనదిగాఁ బరిగ ణింపఁబడుచు వచ్చుచున్నది. కాని దాని కొక్కింతుక పూర్వమే రచింపఁబడి యుండునను నూహ కెడమిచ్చు గ్రంథ మొకటి లభించినది. అదే మదరాసు ప్రాచ్యలిఖిత పుస్తక భాండాగారమున డి. సం. 1939 యగు విప్రనారాయణ చరిత్ర. ఈ గ్రంథము తాటియాకుది. ప్రాఁతది. శైథిల్య గ్రంథపాతములు గలవు. గ్రంథారంభమున నొకటవ, మూఁడవ యాకులు పోయినవి. చివర నొకటి రెండాకులు పోయి యుండును. గ్రంథకర్త పేరిందు గానరాదు. కాని యీ గ్రంథమునకుఁ గర్త చక్రపురి రాఘవాచార్యుఁడని యీక్రింది యుపపత్తులవలన గ్రహింప నగును.

1. చక్రపురి రాఘవాచార్యుని రచనలని రూఢిగాఁ దెలియ వచ్చిన "నలచరిత్ర" (సి. పి. బ్రౌనుచే, వావిళ్ళ వారిచే వెస్టువార్డు వారిచేఁ బ్రకటితమైనది), "విష్ణుభక్త చరిత్రము" (ప్రా. లి. పు. భాం. డి. సం. 1182) అను రెండు ద్విపదకావ్యములు రెండును ఘటికా చల నారసింహస్వామి కంకితములని చెప్పఁబడినవి. ఇదియు ఘటికాద్రి నారసింహునకే కృతియైనట్లు స్పష్టముగాఁ గలదు. ఆ దేవర పేర షష్ఠ్యంతములును రచింపఁబడిన విందు. ఇదియు ద్విపద ప్రచుర మైన కృతి.

2. నలచరిత్ర విష్ణుభక్త చరిత్రములం దీ గ్రంథ ప్రశంస లేదు. కాని వానిలోఁ గవి తన పితామహుని గురువుగా వాధూల గోత్ర

పవిత్రుఁడగు కందాళదొడ్డ యాచార్యుని గూర్చి చేసిన ప్రశంస యీ విప్రనారాయణ చరిత్రము నందును, గ్రంథాద్యంతములందు రెండుచోట్లను గలదు.

3. నల విప్రనారాయణ చరిత్రలు రెండింటను గ్రంథాంతమున దొడ్డ యాచార్యుల ప్రశంసగల ద్విపద పంక్తు లొక్కతీరుగా నున్నవి.

(వి. నా. చరిత్రమునఁ గొనఁబడినది)

"అనుచు వాధూల గోత్రాబ్ధి చంద్రుండు
చిరకీర్తిమంతుఁ డాశ్రిత హితోదయుఁడు
కరుణాపయోనిధి కందాళ దొడ్డ
యాచార్యులకు శిష్యుఁడై నట్టి వైష్ణ
వాచార తత్పరుఁ డతిదయా పరుఁడు"

— నలచరిత్ర

"అలరవాధూల గోత్రాబ్ధి చంద్రుండు
చిరకీర్తివెలసి యాశ్రిత హితోదయుఁడు
కరుణాపయోనిధి కందాళ దొడ్డ
యాచార్యులకు శిష్యుఁడై నట్టి వైష్ణ
వాచార తత్ప ... ."

— విప్రనారాయణ చరిత్ర.

4. మఱియొక విషయము:— గ్రంథస్థ నిదర్శనము - బల వత్తరమైనది. ఏకకర్తృకములగు కృతులయం దేకొంశముననో కొంత రచనాసామ్య ముండుట సహజము పై రెండు గ్రంథములనుండి యట్టి సామ్యమునుబట్టి యిచ్చు కొన్ని పంక్తులేర్చి చూపబడును.

నలచరిత్ర - పూర్వభాగము సందర్భము దమయంతీ స్వయం వరపుంగైసేత :—

> “ తీరుగా మృగనాభి తిలకంబు దీర్చి
> కోరి జవ్వాదితోఁ గూర్చిన మంచి
> హరి చందనము మేన నందంద బూసి
> కరమున వజ్రాల కడియముల్ బెట్టి
> నీలంపు ముంగర నీటుగాఁబెట్టి
> లాలితంబుగను బిళ్లలనూ లమర్చి ”

విప్రనారాయణ చరిత్ర - సంద్దర్భము దేవదేవి సింగారము (మా. ప్రా. లి. పు. భాం. ప్రతి అయిదవయాకు మొదటిప్రక్క) :—

> “ తీరుగా మృగనాభి తిలకంబు దీర్చి
> కోరి జవ్వాదితోఁ గూర్చిన మంచి
> అగలు గంధము మేన నలంది సొంపొంద
> మొగపులతీగె యిమ్ముల ధరియించి
> నీలంపు ముంగర నీటుగఁబెట్టి
> లాలితంబుగను బిళ్లల నూ లమర్చి
> కరముల వజ్రాల కడియముల్ బెట్టి ”

పై సందర్భములందుఁ బోలిక స్పష్టము. కాఁగా నలచరిత్ర కర్తయగు చక్రపురి రాఘవాచార్యుఁడే యీ విప్రనారాయణ చరిత్ర కును గర్తయని గ్రహింపనగును.

నలచరిత్ర విష్ణుభక్త చరిత్రములనుండి చక్రపురి రాఘవా చార్యుఁడు కందాళ దొడ్డయాచార్యుని శిష్యుఁడైన చక్రపురి దొడ్డ యాచార్యుని పౌత్రుడనియు, నితనికి రంగన యను పెదతండ్రి గలఁ

డనియుఁ దెలియవచ్చినది. రాఘవాచార్యుఁడు విష్ణుభక్త చరిత్రావతారికలోఁ గందాళ దొడ్డయాచార్యునిఁ దన 'కులగురుం' డని ప్రశంసించి యుండెను. తన విప్రనారాయణ చరిత్ర గ్రంథారంభమునఁ గందాళ దొడ్డయాచార్యు నిట్లు సన్నుతించినాఁడు :—

> " ఎనసి డెబ్బదినాల్గు సింహా - సనుల నందఱ వన్నె గాంచిన
> యభినుతుండగు దొడ్డయార్యుల వినుతి సేతున్.
> హెచ్చియుండిన పరమతంబుల నెల్ల ద్రుంచి ప్రఖ్యాతివడసిన
> సచ్చరిత్రుఁడు దొడ్డయార్యుల సన్నుతింతున్ "

దీనినిబట్టియు నతని కృతులు మూఁడింటను నీ దొడ్డయాచార్యుని ప్రశంస యుండుటను బట్టియు రాఘవాచార్యుని తాతయే కాక రాఘవాచార్యుఁడును గందాళ దొడ్డయాచార్యుని సమకాలికుఁడును, శిష్యుఁడునై యుండెనని యూహింపఁదగియున్నది. (తాత బ్రదికి యుండఁగా గ్రంథరచన చేసిన మనుమలు లేకపోలేదు. అదిగాక తాత గారి గురువు తాతకంటె వయసునఁ బెద్ద కానక్కఱలేదు.

ఈ దొడ్డయాచార్యుని ప్రశంసయే కవికాల నిర్ణయమునకుఁ దోడ్పడుచున్నది. కవి తన కృతి త్రితయమును ఘటికాచాల నరసింహ స్వామి కంకితముచేసియుండుట, మూఁడిట దొడ్డయాచార్యుని స్తుతించి యుండుటయుఁజూడ నీ దొడ్డయగారు ఘటికాచల మఠాచార్యుఁడై యుండునని తోఁచుచున్నది. ఘటికాచల మఠాచార్యులలో దొడ్డయాచార్య నామధేయు లిద్దఱు ముగ్గు రుండినట్లు కొన్ని శాసనాధారముల వలనఁ దెలియుచున్నది. రాఘవాచార్యుని విష్ణుభక్త చరిత్రావతారికలో నీదొడ్డయాచార్యుఁ డప్పళాచార్య సుతుఁడని పేర్కొనఁబడి యున్నది. ఆ యిరువురి పితాపుత్రసంబంధమును నిరూపించు నాధారములు లభించుటలేదు. కాని యిరువురిపేళ్లు నొక్కచోఁ గలిసి కట్టుగాఁ

గన్పట్టు శాసనమొక్కటి కలదు. అది తిరుపతి తిరుమల దేవస్థ
శాసన సంపుటములలో నైదవదానిలో 115 వ పుటలో నుదహరిం
బడినది. దాని నం. 47 ఎ. శాసన కాలము క్రీ. శ. 3-7-1545. ఈ
తాళ్ళపాక తిరుమలయ్యంగారి వనభోజనోత్సవవితరణకు సంబంధించిన
ఇందు స్వామిప్రసాద గృహీతలుగా ననేక వైష్ణవాచార్యులతో పా
కందాడై అప్పలాచార్యులు, దొడ్డయ్యంగారులును పేర్కొనఁబడి
ఆ పుటలోనే శాసనాంగ్లానువాదమున నాదొడ్డయ్యంగారిని గూ
"Doddayacharya, the famous religious teacher res
ding at Sholingar" అని యొక వక్కణ కుండలీకరింపఁబ
యున్నది. షోలింగరనఁగాఁ జోళసింహపురము. అదే ఉత్తరార్కా
మండలమునను న్న నృసింహక్షేత్రమగు ఘటికాచలమునకు మరియొ
పేరు మాత్రము * ఈ దొడ్డయాచార్యులే చక్రపురి రాఘవాచార్యు
కుల గురువు కాఁదగును. అనఁగా రాఘవాచార్యుఁడు క్రీ. శ. 154
ప్రాంతమువాఁడు కావచ్చుననుట (తెనాలి రామకృష్ణుని పాండురం
మాహాత్మ్యమునఁ గృతిపతియగు విరూరి వేదాద్రిమంత్రి గురువుగ
నొక కందాళ అప్పలాచార్యులు పేర్కొనఁబడినాఁడు. అతః
ఘటికాచల సంబంధమున కాధారమును, కవ్యుపజ్ఞమగు కృత్యాదియ
లభింపలేదు కాని యొకవేళ రామకృష్ణకవి ఘటికాచల మాహాత్మ్య
రచన కతని ప్రోత్సాహమే కారణమేమో! అతఁడీదొడ్డయాచార్యు
తండ్రియగునేమో! వైజయంతీ విలాసకర్తయగు సారంగు తమ్మయ
యొకఁడు తనగురువు కందాళ యప్పగారని చెప్పినాఁడు. మరి యతఁడే
దొడ్డయాచార్యుని తండ్రి యగునో! ఆం. క. త. లెక్కప్రకారము
వైజయంతీవిలాసరచనాకాలము క్రీ. శ. 1510 ప్రాంతము. విప్రనారా

* Vide 'Topographical list of Inscriptions of Madras Presidency' By Sri V. Rangachari., Vol II, Page 108-Foot note

యణచరిత్ర మితివృత్తముగాఁగలది యాప్రబంధము. కందాళప్పగురుని యాదేశప్రకార మది ప్రబంధముగా రచింపఁబడియుండ, దొడ్డయాచార్యు నాదేశ ప్రకారమే రాఘవాచార్యుఁ డాకథ నీ యక్షగానరూపమున వెలయించి యుండెనేమో! ఇవి యన్నియు నిర్ణయములుకావు. ఇప్పటి కూహాలును బరి పగి విధముల విచికిత్సా కృతులును మాత్రము.

కందుకూరు రుద్రకవి "క్రీ. శ. 1568 ప్రాంతముల వాఁడేని కొంత తర్వాత వాఁడేని కాఁగలఁడు" అని కీ. శే. వేటూరి ప్రభాకర శాస్త్రిగారియభిప్రాయము. ఆయభిప్రాయముతో నాంధ్రకవి తరంగిణి కారులును నేకీభవించి యున్నారు. చూ. సం. 10 పుట 160) అందుచే క్రీ. శ. 1545 ప్రాంతమువాఁడు కావచ్చునని యూహింపఁదగిన చక్రపురి రాఘవాచార్యుఁడు రుద్రకవి కొక్కించుక పూర్వుఁడై యుండిన నుండవచ్చును

రచనాప్రక్రియను బట్టియు రాఘవాచార్యుని విప్రనారాయణ చరిత్రయంత ప్రాచీనమైనదిగను గన్పట్టును. రుద్రకవి సుగ్రీవ విజయముతోఁ దగిన రచనాసామ్యము నిందు స్ఫుటముగాఁ జూపట్టును. ఉపలబ్ధ ప్రతిలో నీ గ్రంథము శ్రీకారాదిగా లేదు కావున నొకయాకు పోయి యుండునని యూహింపఁదగి యున్నందుసను సుగ్రీవవిజయము నందువలె నిందు ప్రారంభమునఁబద్యము గానరాదు. కాని యుస లుండి యుండవచ్చును. తమపరి సుగ్రీవ విజయమున నొక త్రిపుటలోఁ గందుకూరి జనార్దనస్తుతి. ఇందును ద్రిపుటలో దొడ్డయాచార్యుల స్తుతి ఆ వెనుకనే సు. వి. న " అని మరియు నద్దేవతా సార్వభౌమునకు షష్ఠ్యంతంబులు సెప్పెనట యెటువలెను" అని యున్నది. వి. నా. చ. నను ' అని మరిన్ని ఘటికాద్రి నారసింహునకు షష్ఠ్యంతాలు చెప్పెనట యెటువలెను' అని యున్నది. రెండింటను షష్ఠ్యంతము లర్థచంద్రిక

లను నొక్క గేయచ్ఛందస్సులోనే యున్నవి. అవి రెంటను బాద పాదమున వరుసగా దశావతార ప్రశంసాత్మకములుగనే యున్నవి.

ఉదా :—

"చదువులు దెచ్చిన జలచర పతికిన్
కుధరము మోచిన కూర్మంబునకున్" మొ...

—సుగ్రీవ విజయము

"నలినజు చదువులు నిలిపిన హరికిన్
మూపున కుధరము మోసిన హరికిన్" మొ.

—విప్రనారాయణ చరిత్రము.

వెంటనే "అంకితంబుగా నాయొనర్పంబూసిన సుగ్రీవ విజయంబను యక్షగానంబునకుం గథా క్రమం బెట్టిదనిన" అని సు. వి. ఎత్తుగడ. అట్లే "అంకితంబుగా నాయొనర్పంబూసిన విప్రనారాయణ చరిత్రంబను యక్షగానంబునకుఁ గథా క్రమం బెట్టిదనిన' అని వి.నా.చ. ఎత్తుగడ.

"అని సమస్తా సురారాతి కదంబ; వినమిత నిజభుజా విక్రమ పేర" ఇత్యాదిగా సు.వి. గ్రంథాంత ద్విపద. "అని సర్వజీవదయాపర పేర" అని ద్విపదలోనే వి. నా. చ. గ్రంథాంతమును. రచనలో రెండింట ద్విపదకును, జంపె, త్రిపుట మొదలగు తాళప్రధానము లగు రేకులకే ప్రాచుర్యము గలదు. ఎడనెడ, సంధవచనము లని పేర్కొనబడ లేదు, కాని సంధి ప్రయోజనాత్మకములగు చిన్న చిన్న వచనములు, ఏలలు నర్థ చంద్రికలు నను దేశీయ మధురకవితాచ్ఛందో విశేషములు నతి విరళముగాఁ బద్యములును రెండింటను బ్రయుక్తములై నవి. (కర్తృ) కాలము తెలియని యక్షగానముల ప్రాచీనత నూహించుటకీ రచనా

ప్రక్రియా వివేచన తోడ్పడఁగలదు) రచనా ప్రణాళికయే కాదు కావ్యాంతర స్నాయువులను స్పృశించి తత్స్వరూప స్వభావములను నిరూపించు శైలి మొదలగు విషయములుగూడ నీవిప్రనారాయణ చరిత్ర ప్రాచీనతను నిరూపింపఁగలవు.

దక్షిణ దేశమున వైష్ణవ మతప్రవర్తకులగు పన్నిద్దరాళ్వారులలో నొకఁడగు విప్రనారాయణుని చరిత్ర మిందు వర్ణితము. అతనికథ రసిక ప్రశంసల నందినట్టిది. ప్రసిద్ధమైనది. అది యితివృత్తముగా ననేక రసవత్ప్రబంధములును యక్షగానములును తెనుఁగున వెలసినవి. ఈయక్షగానమున గ్రంథకర్త ప్రసిద్ధమగు నాకథలోఁ బ్రత్యేకముగాఁ గావించిన మార్పులులేవు. రాఘవాచార్యుల రచన సలక్షణముగా నున్నది. కాని యంత ప్రౌఢముగా లేదు.

---

3. కందుకూరు రుద్రకవి

సుగ్రీవ విజయము*

ఇతఁడు పెదలింగనార్య తనూజుఁడు. గురువరాచార్య శిష్యుఁడు. ఇతని నివాసము నెల్లూరుమండలమునందలి కందుకూరు. ఇతని యుదంతముగూర్చి మతభేదములు కొన్నిగలవు. కాని యితని కాలవిషయ

* ముద్రితము. ప్రచురణలు, (1) వేలూరి కుప్పుస్వామి మొదలారివారి అమెరికన్ డైమండుప్రెస్, మదరాసు, 1930 (2) కపిలేశ్వరపురం జమీందారుగారిచే కాకినాడ ముద్రణాలయమున 1939 లో వేటూరివారి పీఠికతోఁ బ్రకటితము

మున సహేతుకమైన పరిష్కారము కుదిరినది. ఇతఁడు 'క్రీ. శ. 1
ప్రాంతములవాఁడేని, కొంతతర్వాతివాఁడేని కాఁగలఁడు' అని శ్రీ. వేటూరి ప్రభాకరశాస్త్రిగారి యభిప్రాయము. (చూ. సుగ్రీవ విజ పీఠిక) ఆ యభిప్రాయముతో నేకీభవించినారు శ్రీ చాగ శేషయ్యగారు. కొంతతర్వాతి వాఁడనఁగా నెంతో కాదు — "ముత్తె మీఁద నితఁడు బదునాఱవశతాబ్దియం దున్నవాఁడని స్పష్ట చున్నది." (చూ. ఆం. క. త. సం. 10 — పుటలు 155 — 160)

ఇందలి కథ ప్రసిద్ధము. అపూర్వ కల్పనాంశము లిందు లేకపోఁ నను నున్నంతలోఁ బ్రతిసన్నివేశమునందును బాత్రస్వభావోన్మీలన వ మాత్ర మనోజ్ఞముగా నిర్వహింపఁబడినది.

శ్రీరాముని సీతావిరహక్లేశము, రామునితో నేల కొరగిన వా వాదము, తారావిలాపఘట్టము, అంగదు నప్పగింత మొ. సందర్భవ లిందులకు నిదర్శనములు. పాత్రల సంభాషణలు చక చక సాగిన పలుకు నుడికార ముట్టిపడుచున్నవి రచన కడు చక్కనిది. రససౌభ గ్యము సమృద్ధిగ గలదు. ఇది కవి సూచించినట్లు కరుణభాసురమైన తాత్కాలికమైన శ్రీరాముని సీతా వియోగ దుఃఖముతో నన గరుణ విప్రలంభముతోఁ గథారంభము. శాశ్వతమైన భర్తృవియో వేదనలోఁ బారస్థాయినందుకొన్న తారరోదనము గ్రంథాంత్యభాగము ముఖ్యసన్నివేశము. అనఁగా నిందు కరుణమంగిరసము. అంగముగ వీరరసము సుప్రసక్తము (వాలి సుగ్రీవుల యుద్ధఘట్టమున). మనయక్ష గాన వాఙ్మయప్రపంచమున నిదియొక ప్రశస్త కృతి:— (ఈ రుద్ర కవి కృతియే తమిళమునను యక్షగానముగనే యనూదితమగుట గమ నింపఁదగినది. చూ. ప్రా. లి. పు. భాం. తమిళగ్రంథములు నం. 509 — 511) దీని రచనా ప్రణాళిక యప్పుడే చక్రపురి రాఘవార్యుని విప్ర

నారాయణచరిత్రగూర్చి వ్రాయునప్పుడు తడవఁబడినది. ఇందలి రచనా విశేషములు :— త్రిపుట, జంపె, కుఱుచ జంపె, అటతాళము, ఏకతాళము మొ. తాళప్రధానములైన దరువులు * ధవళశోభనములు, ఏలలు అర్ధచంద్రికలు, (భిన్న గతులలో) మొ. దేశీగీతిచ్ఛందస్సులు, రెండు వందలపై చిలుకు ద్విపదపంక్తులు, ఒక వృత్తము, రెండుసీసములు, ఒక కందము, మూఁడు గీతపద్యములు, సంధివచన ప్రాయములైన యల్ప వచనములు. ఇది యక్షగాన మనియు య. గా. ప్రబంధ మనియుఁ బేర్కొనఁ బడినది.

ఇది శ్రవ్యదృశ్యోభయ ప్రయోజనాత్మకమైనదని తోఁచును ఇందలి పాత్రల సంభాషణలు వచనమున లేకపోవుటయు, నక్కడక్కడ నొక్క దరువులోనే లేక యొక్క ద్విపదలోనే పాత్రల సంభాషణముతో పాటు కథాకథనము నుండుట జూడ నిది గానరూప కథాఖ్యానమున కుద్దేశింపఁ బడినదా యనిపించును. కాని, పరిశీలించి చూచినచో నిది ప్రదర్శన సౌలభ్యమును గల రచనయని తోఁపక మానదు. పాత్రల సంభాషణములు వచనమున లేవన్నమాట కాని గ్రంథమున నాఖ్యాన శైలికంటె సంవాద శైలియే ప్రచురమైనది. సంభాషణ లెక్కువగా దరువులలో సాగినవి. నడుమ నక్కడక్కడ నున్న చిన్నచిన్న వచనములలోఁ గథాను సంధాన మేసూత్రధారునివంటి ప్రదర్శన నిర్వాహకుని వలననో కావింపఁబడును.

ఈసందర్భమున వేటూరి వారి మాట యొకటి స్మరింపఁదగి యున్నది. “ ఈరుద్ర కవి సుగ్రీవ విజయమునగూడ స్త్రీ వృద్ధ పామరాదులు పలువురు పాడుచుందురు. ఆ యా పాత్రముల పాటలు తత్తద్వేషధారులువచ్చి పాడునట్లును తక్కిన సంధివచనాదులు ఒక్కరిద్దరు

* కొన్ని సు. వి. ప్రతులలో మాత్రము కొద్ది రాగసూచనలు గలవు.

సూత్రధారప్రాయులు పఠించునట్లును ఈసుగ్రీవ విజయము వీధి యాటగా నాడబడు చుండెడిది. (చూ. వారి సుగ్రీవ విజయపీఠిక) డాక్టరు శ్రీ నేలటూరి వెంకటరమణయ్యగారును నీ సుగ్రీవ విజయము తత్కృతిభర్తయగు కందుకూరి జనార్దనస్వామివారి వసంతోత్సవసమయమునందు ప్రథమమునఁ బ్రదర్శింపఁబడి యుండుననుటకు సందియము లేదని సెలవిచ్చి యున్నారు. *

---

4. కంకంటి పాపరాజు

విష్ణుమాయావిలాసము:-♦

ఉత్తర రామాయణ రసోత్తర కావ్య రచనా విశ్రుతుఁడగు కంకంటి పాపరాజ ప్రధాని యొకచక్కని యక్షగానమునుగూడ రచించియుండుట రసికుల యదృష్టము. అదే విష్ణుమాయావిలాసము శృంగార రసాసవ పూర్ణ సువర్ణ ఛషకము.

అతఁడు నెల్లూరు మండలము నందలి ప్రళయ కావేరి (నేటిపులికాట్) పట్టణమున నొకప్రభుత్వోద్యోగి. ఆర్వేల నియోగి. ఆపస్తంబ సూత్రుఁడు. శ్రీవత్ససగోత్రుఁడు, వల్లభామాత్యప్రపౌత్రుఁడు, అప్పయ

* చూ. వారి 'యక్షగానము - తంజావూరు' అనువ్యాసము. ఆంధ్రపత్రిక ఖర సంవత్సరాది సంచిక.

♦ ఇది యిటీవల తం. స. మ. కే. నం 495 ప్రతిని బట్టి డాక్టరు శ్రీ నేలటూరి వెంకటరమణయ్యగారిచేఁ బరిష్కరింపఁబడి, వారి పీఠికతో వావిళ్ళవారిచేఁ బ్రకటిత మైనది. — మదరాసు 1956.

నరసమాంబికఁ బుత్రుఁడు, సమీరకుమార విజయ ప్రబంధకర్త యగు పుష్పగిరి తిమ్మకవార్యుని మిత్రుఁడు. మదనగోపాలస్వామి భక్తుఁడు. ఆ స్వామి కే తన కృతిద్వితయము నంకితమిచ్చినాఁడు. ఈవిషయము లెల్ల నతని కృతులనుండియే యెఱుకపడుచున్నవి. అవియటుండ ముందు ముఖ్యముగాఁ జూడఁదగిన దతని కాలవిషయము :

ఈవిషయమున నిప్పటి దనుక మనకు కీ. శే. వీరేశలింగముగారి మాటయే ప్రమాణము. "ఈతఁడు క్రీ. శ. 1790 ప్రాంతమున నుండు నట్లు చెప్పుచున్నారు. కవి యిప్పటికి నూఱుసంవత్సరముల క్రిందట నుండినవాఁడు" అని వారి కవుల చరిత్ర. ఆమాటయే నేఁటి దనుక పరంపరగా వాఙ్మయ పరిశోధకులచేతను విశ్వసింపఁబడుచు వచ్చుచున్నది. అందులకుఁదగిన యాధారములేదు. కవికాల నిర్ణయమున కిటీవల ప్రబలమగు నాధార మొక్కటి కన్పట్టినది. మదరాసు ప్రభుత్వ ప్రా. లి. పు. భాం. న కంకంటి పాపరాజు నుత్తర రామాయణప్రతులనేకము గలవు. అందు డి. సం. 9 తాళపత్త్రప్రతి యతిశిథిలమై, కడుప్రాచీనముగఁ, గన్పట్టును. దాని చివర "ప్రజోత్పత్తి నామసంవత్సరపుష్య బహుళ ఏకాదశిలు, మందవారం వరకు మునగాల తిరువెంగళయ్య వ్రాసిన ఉత్తర రామాయణము సంపూర్ణము" అని కలదు. ఇది స్వామి కన్నుపిళ్లెగారి "ఇండియన్ ఎఫిమెరిస్" ప్రకారము క్రీ.శ. 7-1-1632 తేదికి మాత్రము సరిపోయినది. శక సంవత్సర సంఖ్య చెప్పఁబడనప్పుడా క్రీస్తుశకపు తేదీ నిర్ణయించుటకు సంవత్సర మాసపక్ష తిథులతోపాటు విధిగా వారముగూడ చెప్పఁబడినప్పుడే యది పొసఁగును. మన సంవత్సరషష్టి చక్రము మఱలమఱల నావృత్తమగుచునే యుండును. ఆమాసము లాపక్షము లాతిథులే యథాపూర్వము సంభవించును. వానితోపాటు వార నిర్దేశమైనచో నవి యన్నియుఁ గుదిరిన తేదీ

మఱల మఱల సంభవించుట కాదాచిత్కము. కాని కేవల మసంభవ మని తలఁపరాదు. ఒక్కొకపుడు మూఁడు నాలుగావృత్తులకే యట్టిది సంభవింపవచ్చును. కాని ప్రస్తుత సందర్భమున క్రీ. శ. 16[illegible]2 తరువాత మఱల నట్టిది తటస్థింపలేదు. అందుచే మన మా తేదీని ప్రమాణముగా గ్రహింపవచ్చును. అయితే యది ప్రతి విలేఖన కాలము మాత్రము. గ్రంథకర్త యంతకుఁ బూర్వుఁడు గావలెను. ఎంతపూర్వుఁ డది ప్రకృత ముదయించు ప్రశ్న. తత్సమాధానమున కొక ద్రావిడ ప్రాణాయామమును బట్టవలెను.

పాపరాజు పుష్పగిరి తిమ్మకవిని దన యాప్తసఖునిగా స్వీయ కృతులు రెంటియందు స్మరించియున్నాడు. ఆ పుష్పగిరి తిమ్మకవి తేకుమళ్ళ రంగశాయికవి కతని ద్విపద భాగవతరచనలోఁ దోడ్పడినట్లందు జెప్పఁబడినాఁడు. అనఁగా పాపరాజు, పుష్పగిరి తిమ్మన, రంగశాయి కవులు ముగ్గురును సమకాలికు లగుట సునిశ్చితము. ముగ్గురును నెల్లూరుమండలమువారు. రంగశాయి తన ద్విపద భాగవతమున ద్విపద భారత కవిత్రయములోఁ బ్రథముఁడగు "బట్టేపాటి తిరుమల భట్టుగారి ప్రౌఢోక్తులు గలుగ స్మరించి" నాఁడు. బట్టేపాటి తిరుమల భట్టు, తిమ్మకవి యన్నను నతఁడే (తిరుమల శబ్దభవమే తిమ్మ), తన ద్విపద భారత విరాటపర్వమును జంగాల ముమ్మయకుఁ గృతి యిచ్చెను.[2] జంగాల ముమ్మయ యల్లుఁడైన పాలచూరి కృష్ణభూపాలుఁడు తెనాలి రామభద్రకవి విరచితమైన యిందుమతీ పరిణయమునకుఁ గృతిభర్త. ఈ రామభద్రకవి తెనాలిరామకృష్ణకవికిఁ దమ్ముఁడనుచున్నాఁడు.

1. అముద్రితము. చూ. ప్రా. లి. భాం. ప్రతి ఆర్. సం. 765.
2. ఆంధ్ర విశ్వకళా పరిషత్ప్రకాశితము.
3. ఇం. ప. అముద్రితము. తం. స. మ. కే. నం. 138.

"రామభద్రకవి క్రీ. శ. 1575 ప్రాంతమున నీ యిందుమతీపరిణయమును రచించియుండునని తోఁచుచున్న" దని శ్రీచాగంటివారు.[1] కాఁగా రామభద్రకవి కృతిభర్తకు పిల్లనిచ్చిన మామగారగు జంగాల ముమ్మయయు నతనికిఁ గృతియిచ్చిన బట్టేపాటి తిమ్మయయు క్రీ. శ. 1575 ప్రాంతమున నుండియుందురనుట యనుచితము గాదు. తీఁగెతీసిన డొంకయంతయుఁ గదలినది. నలుగురైదుగురుకవుల కాలములు తెలియవచ్చినవి. ఇంతకును దేలిన దేమనగా, నటు బట్టేపాటి తిమ్మయ కాలమునకును నిటు ప్రా. లి. పు. భాం. డి నం. 9. ఉత్తర రామాయణ ప్రతి విలేఖన కాలమునకును ననఁగా క్రీ. శ. 1575—1632 సం. లకు నడుమ కంకంటి పాపరాజు, పుష్పగిరి తిమ్మకవి, తేకుమళ్ళ రంగయశాయి కవులుండి యుండిరనుట సిద్ధాంతము. * ఆనడుమ నెపుడో పాపరాజు విష్ణుమాయా విలాసరచన జరిగియుండును. అది బహుశా కొంచె మిటు నటుగా క్రీ. శ. 1600 ప్రాంతము కావచ్చును.

పాపరాజు తన వి. మా. వి. యక్షగాన రచనగురించి తదుపరి రచనయగు నుత్తర రామాయణ గ్రంథావతారి కాశ్వాసాంతగద్యలందు సగర్వముగాఁ బ్రకటించుకొనినాడు.

---

1 అం క త సం 10 — పుట ౯౮.

* నా యీ కవికాల నిర్ణయమును డాక్టరు శ్రీ వేలటూరి వెంకటరమణయ్య గారామోదించి యున్నారు చూ. వారి వి. మా వి పీఠిక.

కొండఅప్పకవి పాపరాజాదులను బేర్కొనలేదను కారణమున వారి పూర్వకాలికత్వమును శంకింపఁజూతురు. అప్పకవి పేర్కొనని తత్పూర్వకవుల సంఖ్య రెండువందలకుఁ బైఁబడిగలదు అందుచే నాపూర్వకవుల కాలనిర్ణయవిషయమునన్నంతలో నదియొక యాధారమగును గాని లేనివిషయముల నదియొక సాకు గారాదు

ఇందలి యితివృత్తము క్షీరసాగర మథన కథ కవ్వలి జగన్మోహినీ వృత్తాంతము.[1] ఈ కథ కడు ప్రసిద్ధము. రసవంతము నైనది. ఆ యొక్క చిన్న సన్నివేశమును గ్రహించి దానిని రసప్రకృష్టముగాఁ బ్రపంచించి కంకంటికవి తీర్చినతీర్పులో నెల్లూరినెఱజాణ నేర్పంతయుఁ గన్పట్టినది. ఉత్తరరామాయణమున నున్నంత ప్రబంధశైలీ ప్రాగల్భ్యము లేకున్నను నిందు మధుర పదప్రచురమైన రసోచిత రచనగలదు. పలుతెఱఁగుల తెలుఁగు నుడిగార ముట్టిపడుచున్నది. చతురాతి చతురమైన భావప్రౌఢి గలదు.

ఇందు రకరకముల పదములు, దరువులు రాగ తాళ ధారాళములైనవి కలవు. ఏకతాళ, జంపె, కుఱుచ జంపె, త్రిపుట, రచ్చతాళం, ఆది, అటమట్టె లఘు శేఖరము మొ. తాళ ప్రధానములైన దరువులే యెక్కువ. ఏలలు, అర్ధచంద్రికలు, ధవళ శోభనములు, నడలు త్రిస్తబకము మొ. అనేక దేశి మధుర కవితారచనలు గలవు. అవియుఁ జాల మట్టునకుఁ దాళప్రధానములైనవే. నీలాంబరి, ఘంటారవ, ఆహిరి, రేగుప్తి మొ. రాగముల పేళ్ళతోఁ గొన్ని పదములు గన్పట్టును గాని గతిలో నవియుఁ దాళ ప్రధానములుగనే నడచినవి. రాగ ప్రాధాన్యముగల పాటలును గలవు. అవి వసంత తిలకము, నాథరామక్రియ, మధ్యమావతి, పంతువరాళి, మొ. రాగములలోఁ గలవు. వానికిఁ దాళము లుదాహరింపఁబడలేదు. అవి పదములని పేర్కొనఁబడలేదు. ఇందింకను బలుపద్యములు, ద్విపదలు, లయగ్రాహి, అష్టకము, సం. చూర్ణిక, శ్లోకములును గలవు. వచనము పరిమితముగా సంధివచన

1. ఆంధ్రమున విష్ణుమాయా విలాసాభిధానకృతు లింకను గలవు. వాని పరస్పర సంబంధములనుగూర్చిన విచారణ శ్రీ వెంకటరమణయ్యగారి వి. మా. వి. పీఠికలో జూడనగును

ప్రాయముగా నున్నది. కాని దరువులలోఁ బాత్రల నడుమఁ గమ్మని సంభాషణలు గ్రుమ్మరించినాఁడు కవి. సన్నివేశమునకుఁ దగిన పద ప్రభేదము నెన్నుకొనుటలోఁ గడుసరి పోకడలు పోయినాడు. 'చెవులకుఁ జవులుగ జెప్పెద మోహిని, యవతారము తెలియఁగని' శుకుఁడు పరీక్షిత్తుతో నన్నాఁడని యున్నది యెత్తుగడలో. అది పాపరాజు రచన యెడను సార్థకము. రుద్రకవి రచనా ముద్ర దీనిపై లేకపోలేదు. ఇదియు నతని సుగ్రీవ విజయమువలె శ్రవ్యదృశ్యోభయ ప్రయోజనాత్మకమైనదే. ఇది యక్షగాన మని పేర్కొనఁబడినది. "భూమిని దిలకించి బుధు లెల్ల పొగడ" నిది విభాసిల్లునని కవి యాశయము.

---

5. తేకుమళ్ళ రంగశాయి

జానకీ పరిణయము :

ఇతఁడొక నెల్లూరు మండలకవి. ఇతని కృతులని సునిశ్చితముగాఁ దెలిసినవి రెండు లభించినవి. అందొకటి వాణీ విలాస వనమాలిక [1] మరి యొకటి ద్విపద భాగవతము [2] మొదటిది "బహు ప్రబంధకర్త"యైన మహాంకాళి వెంకటపతి తోడ్పాటు వలనను, రెండవది పుష్పగిరి తిమ్మకవి తోడ్పాటు తోడను రచింపఁబడినవని యందుఁ గలదు. పుష్పగిరి తిమ్మకవి కంకంటి పాపరాజునకువలె నితనికి సహాశ్రోత యఁట. అనఁగా నీనలుగురు కవులును సమకాలికు లగుచున్నారు. పాపరాజు

1. ప్రా. లి. పు. భాం. వారిచేఁ బ్రచురితము
2 ప్రా. లి. పు. భాం., ఆర్. నం. 765.

కాలముతోఁ పాటే రంగశాయి కవి కాలముకూడ క్రీ. శ. 1575–1632 ప్రాంతమని మీఁదనిర్ణయింపఁబడియున్నది. రంగశాయి శ్రీవత్ససగోత్రుడనియుఁ, దిమ్మాంబికా కప్పరామాత్యుల పుత్రుఁడనియు, రామభద్రార్యుని శిష్యుఁడనియు నతని గ్రంథముల వలనఁ దెలిసినది. అందితని కృత్యంతరములును బేర్కొనఁబడినవి. అవి తిరువళ్ళూరు వీరరాఘవ శతకముఁ, కృష్ణదండకము, జానకీ పరిణయ యక్షగానము. తాను 'జానకీ పరిణయ యక్షగానమును' రచించి యుండినట్లు పై రెండు గ్రంథములందును జెప్పినాఁ డితఁడు. కాని యా శతక దండకములు గాని యీయక్షగానము గాని నేఁడు లభించుట లేదు. ఇప్పటి దనుక రంగశాయి చరిత్ర మన కవి చరిత్ర గ్రంథములకెక్క లేదు. ఇతఁడు నొక యక్షగాన కర్తయని తెలియవచ్చుటచే నిటఁ బ్రసక్తమైనది.

---

6. బాలపాపాంబ

అక్కమహాదేవి చరిత్ర: *

ఈమెయే ప్రప్రథమాంధ్ర యక్షగాన కవయిత్రిగా నూహింపఁబడుచున్నది. ఈమె తన తండ్రి "వీరవసంత వసుమతీశుఁ" డని చెప్పినది. వీరవసంతరాయఁడను వానికి సంబంధించిన శాసనములు కొన్ని గలవు.

1. తాడమంగలము శాసనము :— కాలము క్రీ. శ. 1567. (19 of 1900, M. E. R. 1900, P. 31, Sewell I. P. 200) —ఇందు వీర వసంతరాయఁడు సింహాళమును జయించినట్లు గలదు.

* ప్రా. లి. పు. భాం. డి. నం. 1834, 1835.

2. మఱియొక తార మంగలము శాసనము —కాలము క్రీ. శ 1568 (సేలంజిల్లా, ఓమలూరుతాలూకా :— S. No. 122 of Vol. I of the Topographical list of Inscriptions of the Madras Presidency)

వీర వసంతరాయఁడు ఇళమసముద్రమను గ్రామమును తార మంగలములోని కైలాసనాథ — ఇళ మీశ్వర దేవాయ తనముల కిచ్చి నట్లున్నది.

3. మైలం పట్టిశాసనము :— కాలము క్రీ. శ. 1587 (కోయంబత్తూరు జిల్లా, పోలాకితాలూకా, S. No. 379 of Vol. I, Ibid) ఇదివీరవసంతరాయని ప్రధానియొక్క శాసనము.

పై మూఁడు నొక్కనికి సంబంధించినవే కావచ్చును. అతఁడు విజయనగర రాజుల క్రిందఁగాని మధుర నాయకుల క్రిందగాని యొక సేనానియో పాళెగాఁడో యై యుండునని తోఁచుచున్నది. పై శాసనములలో రెండవదానిని బట్టి యతఁడు శివభక్తిపరుఁడని తెల్లము. పాపాంబ శివభక్తుఁరాలని యామె గ్రంథమే చెప్పక చెప్పుచున్నది. కాని యింకను నితరాధారము లరసి యా వీరవసంతుఁడే పాపాంబ తండ్రియని స్థాపింపఁగలిగిననాఁడే యామె పదునాఱవశతాబ్ది యుత్తరార్థమునకుఁ జెందినదని నిర్ణయింపవలెను. సుగ్రీవ విజయ సంవాదిగా నున్న యీామె గ్రంథరచనాప్రక్రియ యొకటి తత్ప్రాచీనతను సూచింపఁ గలదు. ఇప్పటిమట్టున కీగ్రంథరచనా కాలము క్రీ. శ. 16 వ శతాబ్ది యుత్తరార్థముగా నూహింపఁబడుచున్నది.

ఈ పాపాంబ కృతి అక్కమహాదేవి చరిత్రకే అక్కమహాదేవి బోధోల్లాసమనియుఁ బేరు. అక్కమహాదేవి వీరశైవమత ప్రవర్తకులగు బసవేశ్వరునకు, నల్లమ ప్రభువునకును సమకాలికయైన మహాభక్తురాలు. ఆమె కథ ప్రభులింగ లీలలలోఁ గొంత గలదు. పాపాంబ

కృతిలో నామె కథ యేమనగా :— పార్వతీదేవి యొకపరి శివునితోఁ బంతము పట్టి యల్లమ ప్రభునిఁ దన మాయకు దాసునిఁజేయఁ బ్రయత్నించి యది కుదురక శివు ననుమతమునఁ దన సాత్త్విక తేజమున భూలోకమున అక్కమహాదేవి నవతరింపఁ జేసినది. ఆమె ఉడుతడి పురాధీశుఁడైన విమలుని పుత్రియైనది. ఒక యానవెట్టి జైన నృపాలు నొకనిఁ జేపట్టినది. కాని యతఁ డామె కభీష్టమగు లింగధారణము జేయ నిరాకరించెను. అంతట నామె యోగావేశమెత్తి తల విరియఁబోసికొని నగ్నముగా నగరు వెడలి చర చర పుర వీధులు గడచి యడవులఁ బడి కొండలు కోనలు నడచి కళ్యాణపురి చేరి యట ననుభవ మంట పాభ్యంతరమునఁ గొలువు దీరియున్న అల్లమ ప్రభువుని దర్శించి, యతని కఠిన పరీక్ష కాగి యతని వలన యోగ రహస్యము దెలిసి శివుని గూర్చి తపము సేయ శ్రీగిరి కరిగెను. పార్వతి తన పంతము విడిచెను.

పాపాంబ "సంగీత సాహిత్య సరసలక్షణాల రంగు మీఱిన యట్టి రమణి" యఁట. ఈ కృతిలో జంపె, అట, ఏక, త్రిపుట, రచ్చ రేకులు మొ. తాళప్రధానములైన దరువులు, ద్విపదలు, వచనములు, కందాది పద్యములు, అర్ధచంద్రికలు, జోలలు, శోభనములు, మంగళ హారతులును గలవు. రచన :— చక్కనిది. కవయిత్రికి వర్ణన లన్నఁగదు ప్రీతి. కైలాసము, ఉడుతడి కల్యాణపుర వర్ణనలు, అక్కమ శైశవము, సూర్యాస్తమయ చంద్రోదయము మొ॥ సందర్భములు చక్కగా వర్ణింపఁబడినది. కథా కథనమును జక్కగా నిర్వహింపఁబడినది. పార్వతీ పరమేశ్వరుల పందెపు సంవాదములు, అక్కదేవి మహాప్రస్థానము మొ. సందర్భము లందు యథా శక్తిఁ దన విదగ్ధతను బ్రదర్శించినది. పాపాంబ దీనిని యక్షగానమని పేర్కొన్నది. తననాఁటి కనేక యక్షగానములు వెలసినట్లు సూచించినది.

---

7. క్రాంజ వెంకటాద్రి

వాసంతికా పరిణయము: *

ఈ కవి నివాసము "శ్రీ మించు కర్ణాట సింహాసనంబునఁ బరగి యహోబల ప్రాంతమునను జెలఁగి —, తొరగంటి నరస రాజేంద్ర దత్తమగుచు వెలయు — గుళదూర్తి యగ్రహార" మని యీవాసంతికా పరిణయమునఁ గలదు. ఇది కర్నూలుజిల్లా కోయిలకుంట్ల తాలుకాలో నున్నది. ఈ యగ్రహార ప్రదాత తొరగంటి నరసరాజనఁగా బట్టుమూర్తి నరస భూపాలీయ కృతిపతియుఁ దొరగంటి దుర్గాధ్యక్షుఁడు నళియరామ రాయాదులకు మేనల్లుఁడును, తిరుమల రాయల కల్లుడు నగు పోచిరాజు నరసరాజు. నరస భూపాలీయావతారికలో రామరాయ తిరుమలరాయల ప్రశంస గూడఁ బ్రత్యేకముగాఁ గలదు. దానిని బట్టి నరస భూపాలీయ గ్రంథ ప్రాదుర్భవము నాఁటికిఁ దిరుమల రాయ లింకను బట్టాభిషిక్తుఁడు గాలేదనియుఁ గర్ణాట సామ్రాజ్యము చెక్కు చెదరక రామరాజు నేల్బడి లోనే యుండిన దనియు స్పష్టమగుచున్నది. క్రీ. శ. 1565 సం. లో రక్షస తంగిడి యుద్ధమున రామరాజు నిహతుఁ డగుటయుఁ గర్ణాటరాజ్య క్షీణ దశారంభ మగుటయుఁ బిదప తిరుమలరాయలు గద్దె నెక్కుటయు జరిగినవి. అనఁగా నరస భూపాలీయమునఁ దొరగంటి దుర్గాధ్యక్షుఁడుగాఁ బ్రశంసితుఁడైన నరసరాజు రామరాజు కాలముననే యనఁగా కీ. శ. 1560 ప్రాంతముననే య్యా పదవియందుండెననుట స్పష్టము. ఒక దుర్గాధ్యక్షుమాత్రునిచే దత్తమైన యొక యూరి కతని పేరుపెట్టఁబడి యుండినచో నది యాపేర నెంతకాలమైనను వ్యవహృతము గావచ్చు కాని దాతృ

---

* తం. స. మ. కే. నం. 494.

నామము గ్రామనామము వేఱైన యపుడా దాతృ నామము సాధారణముగ నాదాతతో పాటొ యాదాతకు సంబంధించిన యధికారమంతరించుటతో పాటో విస్మృతమగు నవకాశము గలదు. ఇట్లుకాక వెంకటాద్రి కవి తన గ్రంథమునఁ బ్రత్యేకముగాఁ దమ గుళ్ళమూర్తి గూర్చి తొరగంటి నరసరాజ దాతృత్వ ప్రశంసను జేసి యుండుటఁ జూడ నానాఁటికి నరసరాజధికారమున నుండెనేమో యను శంక వొడముచున్నది. అదికాక కవికర్ణాట సింహాసనపు టుచ్ఛస్థితిని గూడ సూచించి యున్నాఁడు. గ్రంథరచనయుఁ బ్రాచీనతను సూచించుచున్నది. ఈ గ్రంథమును గూర్చి డాక్టరు శ్రీ నేలటూరి వెంకట రమణయ్య గారు 'ఇది యహోబల క్షేత్రమునకు సంబంధించిన కథయైయుండునేమొ. క్రీ. శ. 16 శతాబ్దపు టుత్తరార్ధమున నహోబల మఠాధి పతి యగు శఠగోప జీయరను విద్వద్వ్రతంసుఁడు వాసంతికా పరిణయమను సంస్కృత నాటకమును రచించెను. ఆ కథనే యహోబల ప్రాంతము వాఁడైన వెంకటాద్రి యక్ష గానము గావించెనేమొ' యని వ్రాసియున్నారు. * ఇది వా రూహించినట్లచ్ఛముగా నహోబలక్షేత్ర గాథయే. ఆ నరసింహస్వామియే యిందలి నాయకుఁడు. చెంచెతయగు వాసంతిక నాయిక. ఆ యహోబల మఠాధిపతి వ్రాసిన వాసంతికా పరిణయ నాటకేతి వృత్తము నిదేకావచ్చునను నేలటూరి వారి యీ యూహయు నిక్కమై యుండును. ఆ యీ కారణములచే వెంకటాద్రి కృతి రచనము క్రీ.శ. 16 వ శతాబ్ది యుత్తరార్థమున జరిగి

---

* చూ. వారివ్యాసము ఆంధ్ర పత్రిక ఖర సంవత్సరాది సంచికపుట 23.

ఆ శఠగోప జీయరు 16 వ శతాబ్ది యుత్తరార్థము నందుండెననియు, నతఁడు వాసంతికా పరిణయమను సంస్కృత నాటకము వ్రాసెననియు యస్. కృష్ణస్వామిఅయ్యంగారి "Sources of the Vijayanagar History" 233 వ పుటలోఁ గలదు.

యుండు ననవచ్చును. (ఇది యిప్పటి కూహామాత్రమ, నిర్ణయాధి కారము భావి పరిశోధకులది)

ఈ వెంకటాద్రికవి "క్రాంజవంశాయతుండు". ఈ వంశకర్త తిరుమలార్యుఁడఁట. లింగాంబికయుఁ గొండుభట్లు నీతని తలిదండ్రులు. సింగిరిభట్లు, కొండుభట్లు నను వార లతని పితామహ ప్రపితామహులు. కవి "సకల లక్షణ లక్ష్య మర్మ విశారదుఁడు", "సాహిత్య విద్యా ప్రచండుఁడు", "సరస గానకళా ప్రవీణుఁడు" నఁట.

అహోబల నరసింహస్వామి వాసంతిక (వసంతస్య పుత్రీ) యను చెంచెతను బెండ్లియాడిన కథ యిందు వర్ణితము. ప్రసిద్ధమైన గరుడాచల నాటకము లేక చెంచు నాటకమను దానిలో నిదే యితి వృత్తము. ఇందలి రచన సరసముగా సాగినది. ఇందు ధవళ శోభనములు. సువ్వాల, ఏలలు, త్రిభంగులు, అష్టకము మొ. మధుర కవితారచనలు, జంపె, త్రిపుట మొ. తాళ ప్రధానములైన దరువులు, దీర్ఘద్విపదలు, వచనములు, నెడనెడ కందములును గలవు. ద్విపద వచనములందుఁ గథాకథనము, దరువు లందుఁ బాత్ర ప్రవేశ సంభాషణములు నెక్కువగా నుద్దిష్టములు. ఇది యక్షగానమని పేర్కొనఁబడినది.

8. పరమానందతీర్థయతి

ముక్తికాంతాపరిణయము: *

పరమానంద యతికృతముగాఁ దొమ్మిది (అద్వైత) తత్త్వ ప్రతిపాదకములైన గ్రంథములు గన్పట్టుచున్నవి. [1] అందు వచన ద్విపద కావ్యములు, పద్య శతకములు, నొక యక్ష గానప్రాయ రచనయుఁ గలవు. పరమానంద యతి తన గ్రంథములందు దత్తాత్రేయ యోగి నొకనిఁదన గురువుగా సంభావించెను. నెల్లూరు సమీపమున నొక దత్తాత్రేయ మఠముండెడిదని యొక నెల్లూరు మండల శిలా శాసనము వలనఁ దెలియుచున్నదనియు, నాదత్తాత్రేయ యోగి మహా విద్వాంసుఁడనియు, నతని మతము నాశ్రయించి (మత విషయిక) గ్రంథ కర్తలనేకులు బయల్వెడలిరనియు, చంద్ర భాను చరిత్ర కర్తయు, క్రీ. శ. 1586–1613 వఱకు కర్ణాట రాజ్యము నేలిన వెంకట పతి రాయల యాస్థాన కవియు నగు తరిగొప్పుల మల్లనకవి తాను దత్తాత్రేయ యోగి శిష్యుఁడైనట్లు చెప్పుకొనియుండుటచే దత్తాత్రేయయోగియు నాతని శిష్య ప్రశిష్యులును 16 వ శతాబ్ది యుత్తరార్థము నందుండిరని నిశ్చయించుటకు సంశయింప నవసర ముండదనియు శ్రీ చాగంటి శేషయ్యగారనుచున్నారు. [2] పరమానంద యతి కాలము క్రీ. శ. 1600 ప్రాంతమని యూహింప నగును.

---

* తం. స. మ. కే. నం. 557 — 558.

1 చూ. ఆం. క. త. – సం. 10 పుట 178.

2 ఆంధ్ర కవి తరంగిణి — సం. 10. పు. 172, 183.

(శిష్యుల వలన విశేష యశస్సు నార్జించిన పరమానందయ్య యనుయోగి యితఁడగునో !)

ఇతని యక్షగానప్రాయరచన ముక్తికాంతాపరిణయము ఇందును "... మర్త్య దత్తాత్రేయ మానికి జేజే" యని గురుని స్మరించి యున్నాఁడు. ఇతఁడు దీనిని యక్ష గానమనక "కరమొప్ప వరముక్తి కాంతా వివాహ, మరు దారఁబదచాళి కమరఁజెప్పెదను" అని యుండెను. పదచాళిక లేక పదకేళిక యనఁగా నొకపదమును బాడుచుఁ బదోద్దిష్టమైన రసము నభినయ రూపమున నావిష్కరించుట (పదకేళిక లాంధ్ర దేశమునఁ జాలకాలమునుండి సాగుచుండినను దంజావూరు నాయక రాజాస్థానమున ముఖ్యముగా రఘునాథనాయకుని కాలమునుండి వాని ప్రతిష్ఠ వెల్లివిరిసినది. పదచాళి శబ్దమునకుఁ బ్రచార మచ్చటినుండియే హెచ్చుగా సాగినట్లు తోఁచును.)

పదచాళి యనఁబడిన యీ గ్రంథమునందు నాలుగైదు చోట్ల నొక పాటి పొడవైన ద్విపదలు గలవు. కాని గ్రంథమంతయు నొక దరువు నొక వచనము చొప్పున నడచునని స్థూలముగాఁజెప్పవచ్చును. దరువులకు రాగ తాళముల పేళ్ళుదాహరింపఁబడలేదు. ఇది యక్షగాన ప్రాయమైన రచనా ఫక్కికయే యగుటచే దీని కిటఁ బ్రసక్తి కల్గినది. గ్రంథవిషయము :— సచ్చిదానంద పురాధీశ్వరుఁడు తన పుత్రిక యగు మోక్ష కన్యకు స్వయంవరము చాటించును. వివిధ మతాధిపతు లను దేశాధీశులు విచ్చేయుదురు. ఒక్కొక్కరి నొక్కొక్క నెపమున నొప్పరికించు మోక్ష కాంత సద్గురుఁడే దైవమని విశ్వసించు వేదాంతమతస్థుఁడగు 'వివేక జీవేశ్వరుని' వరించుట యిందలి ప్రధాన విషయము.

ఇందలి విషయము కొంత వట్టు సాంకేతికముగా సాగినను బెండ్లి వేడుకలు మొదలగు సాధారణ విషయములును సరసముగా వర్ణింపఁ

ఒడిసవి. శైలి సరళమైనది. అటనట దోసఁగు లున్నను మొత్తము పై రచన చక్కనిదనియే చెప్పవచ్చును.

---

9. రామబ్రహ్మయోగి

ఎఱుక:— *

ఇది 'రామబ్రహ్మయోగి విరచిత సుజ్ఞాన పెఱుక యను యక్షగానం' బని యున్నది. గద్యలో 'ఎఱుక' యను వేదాంత గ్రంథమని యెత్తుగడ. ఈ గ్రంథకర్త గురువు పేరు కూడ రామబ్రహ్మమే. గ్రంథమునఁ బలుతావుల నతని ప్రశంస గలదు. అతనికే యంకిత మిది. తాళ ప్రధానములైన దరువులు కలిగి యిందలి రచన ప్రాచీన యక్షగాన ఫక్కికి సన్నిహితముగా నున్నది. ఇప్పటికిఁ దెలియ వచ్చిన సంతలో రామబ్రహ్మ గురుఁడొకఁడు గలఁడు. అతఁడాంధ్ర భగవద్గీతలను గ్రంథము రచించిన కంభముపాటి నారపామాత్యునకును గురువు. నారప "క్రీ. శ. 16 శ. ఉత్తరార్ధముననున్న వాఁడని నిర్ణయింప వచ్చునని" యాంధ్ర కవి తరంగిణిలోఁ గలదు. (సం. 10 — పుట 198) అందుచే నిప్పటి మట్టునకీ రామబ్రహ్మ యోగి కూడ నాకాలము వాఁడని యూహింపఁబడుచున్నాడు. (ఈ రామబ్రహ్మ యోగి, నారప — ఇరువురు నద్వైతవాదులే)

---

* 'ఆత్మ యెఱుక' అను పేర నిది ద్వివారము ముద్రితమైనది.

1. శ్రీరాజరాజేశ్వరీ నికేతన ము. శా. మదరాసు, 1902.

2. శశిరేఖా ము. శా. మదరాసు, 1912 (ఇందు కర్తపేరు లేదు, గ్రంథాంత గద్య కొఱవడినది)

'ప్రతిలేని నిర్గుణుని బతిగాను మతిగోరిన' బుద్ధికాంతకడ కెఱుక యను నెఱుకత వచ్చి కొంత వేదాంత గోష్ఠి నెఱపుట యిందలి ముఖ్య విషయము విషయక్లిష్టత నుజ్జగించి యుదాత్తతను బాటించి రచనయు నట్ల నడపినాఁడు కవి. జంపె, కుఱుచ జంపె, ఆది, ఏక, అట, త్రిపు టలలోనే దరువులు, ద్విపదలు, పద్యములు, ఏల, చూర్ణికయను నవి యిందలి రచనా విశేషములు. ద్విపదలలోఁ బ్రాస యతి పాటింపఁ బడినది. దరువులలో శబ్దముల ననవసరముగా సాగదీయుటలు లేవు.

---

10. ఎలకూచి బాలసరస్వతి

రంగకౌముది:—

ఇతఁడు సుప్రసిద్ధుఁడు. క్రీ. శ. 1600 ప్రాంతము నందుండిన వాఁడు * ఇతఁడు "కౌముదీ నాటక కావ్య కవిని" అని తన ఆంధ్ర శబ్దచింతామణి వ్యాఖ్యానమునఁ దెలిపినాఁడు. ఆ గ్రంథమలబ్ధము. ఇతని కాలము నాఁటికి మనకు మార్గనాటకములవంటి నాటకములు లేవు కనుకను, యక్షగానము రాను రాను నాటక శబ్దవ్యవహృతమై యుండుట చేతను నా కౌముదీ నాటకము యక్షగానమే యై యుండునని కొంద ఱూహించిరి. ఆతఁడు తన రాఘవ యాదవ పాండవీయమున "కవి సమీహితరంగ కౌముదీ నామనాటక విధాన ప్రతిష్ఠా ఘనుండ" నని యున్నాఁడు. కొంద ఱిందలి 'నాటక విధాన' శబ్ద సంపుటిపైఁ జూపు నిగిడ్చి యది నాటక లక్షణమును దెలుపు నొక శాస్త్ర గ్రంథమై

* ఇతని గుఱించి విశేషములకు ఆం. క. త. 11 వ సంపుటము జూచునది.

యుండుననిరి. మనకు లక్ష్యకోశమే లేదింక లక్షణ గ్రంథము నెందులకు రచించి యుండు నతఁడని కొందఱందురు. ఆ రెండును వేర్వేఱు గ్రంథములై యుండును, కౌముది నాటకము, రంగకౌముది నాటకశాలా లక్షణ గ్రంథమునై యుండునని మఱికొందరి మతము. కౌముది, రంగ కౌముది – అనునవి మన యక్షగానముల యెడ వింతపేళ్ళు. మన యక్షగాన వాఙ్మయ ప్రపంచమున నట్టిపేరు మఱి కానము. ఇంతకు నా కౌముదీ నాటక మసలు సంస్కృత నాటకమే యై యుండునేమో!

11. వెలుతురుబల్లి విశ్వనాథకవి

శ్రీరామవిజయము :–

ఈ కవి క్రీ. శ. 1555 – 1607 సం. ల నడుమ పెద్దాపుర సంస్థానాధి పతియగు వత్సవాయి తిమ్మజగపతి కంకితముగా శేష ధర్మములను గ్రంథమును రచించి యుండెను. అందు కృతికర్త నుద్దేశించి కృతి భర్త మాటలుగా =

> " సృజియించినాఁడవు శ్రీరామ విజయంబు
> యక్ష గానంబు చిన్నపుడె యూఢి "

యని యున్నది. దీనినిబట్టి యీ యక్షగాన రచన క్రీ. శ. 1600 సం. నకుఁబూర్వమే జరిగి యుండునని నిశ్చయింపవచ్చును. ఆగ్రంథ మిపుడుప లబ్ధముగాదు. (ఈ విశ్వనాథ కవి వృత్తాంతము 'పెద్దాపుర సంస్థాన చరిత్రము. 33–34 పుటలలోఁ గలదు)

12. కాకునూరి అప్పకవి

అంబికావాదము :—

సుప్రసిద్ధుఁడైన యాంధ్ర లాక్షణికుఁ డితఁడు. తన యప్ప కవీయమున యక్షగాన లక్షణమును దడవుటయే కాక యొక లక్ష్యమును గూడ రచించి యుండెను. "అంబికా వాద నామక యక్షగాన కృతియుఁ జేసితి" నని యప్ప కవీయావతారికలోఁ జెప్పి యున్నాఁడు. కాని యట్టి లక్షణవేత్త యొక్క యాలక్ష్య మెట్లుండునో చూచు నదృష్ట మదృష్టమే యైనది. అప్ప కవీయ రచనారంభ వత్సరమందు 'శాలివాహన శకమున గజశైల శరసుధా కిరణుల సంఖ్య' గాఁ జేర్కొనఁబడినది. అనఁగా శా. శ. 1578 = క్రీ .శ. 1656. అంబికా వాద రచన మంతకు ముందే జరిగినది.

---

13. దేవవరపు శోభనాద్రి

బాలక్రీడా విహారము :— *

ఇతఁడు హారితసగోత్రుఁడు. దేవవరాన్వయుఁడు. కౌడూరు వాస్తవ్యుఁడు. కౌడూరు సంతాన గోపాలునకుఁ దన యీ కృతి నంకిత మిచ్చినాఁడు. ఈతని కాలనిర్ణయమున కొక్క టే మార్గము కన్పట్టుచున్నది. ఈ బాలక్రీడా విహారప్రతి విలేఖనకాలము "ప్రమా

* అం. సా. ప. సం 2699

పీచనామ సంవత్సర భాద్రపదశుద్ధ శనివారం" అని యున్నది. ఇది క్రీ. శ. 6–9–1673 తేదీతో సరిపోయినది. దీనినిబట్టి గ్రంథమంతకుఁ బూర్వము పుట్టినదనిమాత్రమే చెప్పనగును. రచనాప్రక్రియను బట్టి చూడ నిది ప్రతివిలేఖనకాలమున కొక్కింతపూర్వము రచింపఁబడి యుండునని తోఁచును.

శ్రీకృష్ణు జననాదిగా యమళార్జున భంజనము వఱకుఁగల కథ యిందు వర్ణితము. మంత్రసానివాలక మొకటి యిందలి విశేషము. ఇందుఁ బ్రసిద్ధ రాగతాళములలో నున్నవి దరువులు. ద్విపద లెక్కువ. వచనములు, సీస గీత కందములును గలవు. రచన యొకమాదిరి. గ్రంథము యక్షగానమని పేర్కొనఁబడినది.

---

14. సిద్ధేంద్రయోగి

భామాకలాపము:–

సిద్ధేంద్రయోగి కూచిపూడి భాగవతుల కులపతులలో సుప్రసిద్ధుఁడు. భామకలాపసృష్టి ప్రతిష్ఠామహితుఁడు. ఇతఁడొక భాగవత మేళమును వెంటబెట్టుకొనిపోయి తానాషా యను హైదరాబాదు – గోల్కొండనవాబు నెదుట నొక నృత్యరూపకమును బ్రదర్శించి యతనిని మెప్పించి యతనిచేఁ దనపేరను దన యనుచరులపేరను శాసనపూర్వకముగా కుచేలపురమును (కూచిపూడికి బూర్వపుఁబేరు) దానముగాఁ బొందియుండినట్లు నేఁడు కూచిపూడిపెద్దలలోఁ బ్రసిద్ధులగు శ్రీవేదాంతం

లక్ష్మీనారాయణగారి వలనఁ (వీరిటీవలఁ గీర్తిశేషులైరి) దెలిసినదని శ్రీమతి కె. గోమతిగారనుచున్నారు.[1] ఆచార్య శ్రీ విస్సా అప్పారావు గారును నీవిషయమునే వేఱొకచోటఁ దెల్పియున్నారు.[2] ఆ తానాషా యసలుపేరు అబుల్ హాసన్ అనియు నతఁడు గోల్కొండకుతుబ్‌షాహీల వంశమువాఁడనియు క్రీ. శ. 1672 – 1685 సం. ల నడుమ హైదరాబాదు రాజ్యమును బరిపాలించె ననియుఁ దెలియవచ్చినది.[3] కాఁగా సిద్ధేంద్రయోగి కాలము నాప్రాంతమే యని నిశ్చయింపనగును.

భామకలాపముయొక్క ప్రదర్శన ప్రక్రియ విశిష్టమైన దైనను రచనా ప్రక్రియ యక్షగాన ప్రాయమైనదే. ఇంకను యక్షగాన రచనా ముఖ్యాంగములగు దరువులు, ద్విపదలు, గద్య పద్యములు నున్నవి. సిద్ధేంద్రునికి ముందే యాంధ్రదేశమున యక్షగానము లనేకము వెలసిన జాడ కన్పించుచున్నది. అతనికి ముందే కూచిపూడి భాగవతులు వీథినాటకము లాడుటలోఁ బ్రసిద్ధులై యుండిరని తెలియుచున్నది.* ఆవీథి నాటకములు నాయక్షగానములే యతని భామకలాప రచనకుద్బోధకములై యుండును. కాని ప్రదర్శన ప్రక్రియలో నిది సామాన్య యక్షగానాదులవలె గాక భరత విద్యావిధి నిబద్ధమైనది. నృత్య ప్రధానమైనది. నృత్యకళానుకూలముగా రసైక రమ్యముగాఁ బ్రదర్శించుటకుఁ దగినట్లు సంగ్రహమైన పాత్రసామగ్రి నేర్పరించుకొనుట మొదలగు విషయములలో సిద్ధేంద్రునకుఁ బద్మావతీ చరణచారణ

---

1. Vide, Her thesis on the Music of the Nrtya natakas of South India, Submitted for M. Litt., of the Madras University

2 చూ. శ్రీ అప్పారావుగారి 'కూచిపూడి నాట్యసంప్రదాయం' అను వ్యాసము – సంస్కృతి, ఏప్రిలు, 1955.

3. Vide., Robert Sewell's The Historical Inscriptions of Southern India., P. 349.

* చూ. క్రీ శ. 1502 నాఁటి మాచుపల్లె కైఫీయతు.

చక్రవర్తియగు జయదేవుని గీతగోవిందము మొదల యైనట్లు తోఁచును. రెండింటను నాయికా నాయక సఖి పాత్రములు మూఁడే ముఖ్యములైనవి. భామ కలాపము నందు సఖిపాత్రదొక ప్రత్యేకత. అది సిద్ధేంద్రుని యపూర్వసృష్టి. "మాధవి" యను నాపాత్ర పేరొకటి గమనింపఁదగినది. ఆపాత్రను ప్రదర్శక ముఖ్యుఁడొక పురుషుఁడే నిర్వహించును. వేషధారణమున విశేషముండదు, పైమీఁదఁ గండువా తప్ప, అదేసమయానుకూలముగాఁ బమిటయు నగును. అనఁగా నతఁడక్కలలో అక్క, బావలలో బావ; అతఁడు ప్రదర్శకులకు, నాయికా నాయకులకుఁ బ్రేక్షకులకుఁగూడ నొక ప్రతినిధివోలె వ్యవహరించును.

కలాపమనఁగా నది వైకృత శబ్దమైనచో కలత, కలహము నను నర్థములు నిఘంటువులలోను (చూ. సూర్యరాయాంధ్రనిఘంటువు) సొదవెళ్ళఁబోసికొనుట యను నర్థము వ్యవహారములోను గానవచ్చును. ఆమూఁడర్థములు నీకృతి ప్రతిపాదితార్థమున కన్వయింపఁగలవు. ఇందలి నాయిక భామ యనఁగా సత్యభామ; ఆమె కసలు సత్య యని మాత్రమే పేరు. భామా శబ్దము స్త్రీ సామాన్యవాచి. ఆమెకు భామ యనియు రూఢ్యర్థమునఁ బర్యాయ వ్యవహారము కలిగినదనఁగా నామెలో నాభామాత్వము పూర్తిగా మూర్తీభవించిన దన్నమాట. నటులలో భామ వేషగాని దొకప్రత్యేకత యనఁగా నీకనట్టి నాటక నాయికలలో భామ ప్రాముఖ్య మెట్టిదో యిట్టే యూహింపనగును. ఆంధ్రవాఙ్మయమునఁ దొలుదొల్తఁ బ్రబంధ నాయికగా నాసత్యభామ పాత్రను సర్వాంగ సుందరముగాఁ దీర్చి దిద్దినవారు తిమ్మనగారు. సిద్ధేంద్రుఁడాయన ప్రబంధ పారిజాతము తావి దనివితీర మూర్కొనియే యుండును. కాని నవ్యశిల్ప నైపుణితో నామెను నాటక నాయికగాఁ దీర్చినాఁడు. తిమ్మనగారి తీర్పులో నామె ఖండిత, స్వాధీన

పతిక; సిద్ధేంద్రుని చిత్రణలో నామె విప్రలబ్ధ. భామ కలాపమున పారిజాతకథ సత్యాస్వప్న కధనమున నిమిడి పోయినది. గ్రంథమంతయు నామెవలవంత కల, కలఁత నిదుర, చెలికత్తెతో సాద వెళ్ళబోసికొనుటయు, నాయకునితో నామె రాయబారములు, సంవాదములుఁ జివర రుక్మిణితో సవతి కయ్యము ననునవి యిందలి ప్రధాన విషయములు. గ్రంధనామము సార్ధకము. ఈభామ కలాపము శృంగార రస పేశల సుధా కలశము. అలంకార శాస్త్ర సారనికషోపలము. రచన ప్రౌఢభావ బంధురము, భావోచిత పదబంధ సుందరము. ప్రదర్శన భరత విద్యాప్రమాణ రమణీయము.

భామ కలాపము ప్రభావ మర్వాచీన యక్షగానములపై బాగుగాఁబడినది. సవతి కయ్యము ఘట్టమొకటి యిందలి కండపట్టు. దానికి పారిజాత కథ ప్రధానాలంబనము. సిద్ధేంద్రుని తరువాతను దానికి మానసపుత్రికలుగా భామకలాపములు, నా'' బాణీ'' లో నడచిన పారిజాతకథేతివృత్తములగు యక్షగానములును గోకొల్లలుగా వెలసినవి. సవతుల సందర్భసాదృశ్యము సాకుగా శివపారిజాతములును దత్సదృశములును వెలసినవి. భామకలాపము ప్రాదుర్భవముతో నాంధ్ర దేశ యక్షగాన ప్రదర్శనములందు నూత్న చైతన్యమును గొంత పొడసూపెనని తలంపవచ్చును. అంతవఱకుఁ దఱచు తక్కువ తరగతి ప్రదర్శకుల తైతక్కలతో నలసగతిఁ బయనించుచుండిన యక్షగానము భామకలాపము ప్రదర్శనల భరతపద్ధతి ననుసరించి పురోగమించినదని చెప్పవచ్చును.

కాని యొకటే విచారము. ఈనాఁడు సిద్ధేంద్రయోగి భామ కలాపము దాని మౌలిక స్వరూపముతోఁ బ్రత్యేకముగా నొకగ్రంథ రూపమున లభించుటలేదు. (మన యముద్రిత గ్రంథ భాండాగారము

లందెందును గానరాదు. కూచిపూడిలోఁగాని యొకప్రతియైన దొరకునేమో మఱి,) అది వివిధార్వాచీన భామకలాప గ్రంథములతోఁ గలగాపులగముగాఁ గలసిపోయినది. వానిలో సామాన్యముగాఁ గానవచ్చు దరువులు, పద్యములు గొన్ని యున్నవి. అవి సిద్ధేంద్రోపజ్ఞములే యని తలఁపవలసియున్నది. కొన్నిట సిద్ధేంద్రయోగి స్మరింపఁబడి యున్నాడు.* కాని యవియెల్ల నతని గ్రంథము ప్రతులని తలంచుట పొరపాటు. ఆ స్మరణ గౌరవార్థము గావచ్చును. అందలి గ్రంథ భాగములు కొన్ని గ్రహింపఁబడి యుండవచ్చును.

గొల్లకలాపము:

సిద్ధేంద్ర యోగి గొల్లకలాపమును రచించెనని కొందఱును రచింపలేదని కొందఱు ననుచున్నారు. శ్రీ విశ్వనాథ సత్యనారాయణ గారు తమ యేకవీర (22 వ అధ్యాయము) లో 'సిద్ధేంద్ర యోగి గ్రంథము రెండు భాగములు. మొదటిది గొల్లకలాపము, రెండవది భామ కలాపము' నని యున్నారు. శ్రీ విస్సా అప్పారావుగారు "గొల్లకలాపము — ఇది 19 వ శతాబ్ది రెండవ అర్ధ భాగములో కూచిపూడి నాట్య భాండారానికి చేరిన మరొక మణి" అని యున్నారు. (చూ. వారి వ్యాసము — సంస్కృతి., ఏప్రిలు. 1955).

---

* ఉదా — 1. ప్రా. ల పు. భాం. అర సం. 13-8-2 (పారిజాత హరణ మను పేరి నున్నది. ఇది కేటలాగులోఁ జేరలేదు)

2. భా. క. మంజువాణీ ము. శా. ప్రచురణ, ఏలూరు, 1906 (ఇది యొక సంకీర్ణ గ్రంథము).

3. భా. క. శ్రీ వెంకటేశ్వర ము. శా. కాకినాడ, 1913 ప్రచురణకర్త మంగు వెంకటరంగనాథరావు (ఇదియు వివిధ కవుల రచనావిన్యాసములుగలదైనను నొక యానుపూర్విగలది. మూలగ్రంథభాగములిం డెక్కువగలవని తోఁచుచున్నది)

క్షాని క్రీ. శ. 1714 – 1760 ప్రాంతమున నుండిన నక్కలపాటి సంజీవ కవి రచించిన గొల్లకలాప గ్రంథ మొకటి లభించినది. (అతని విషయము ముందు తెలుపఁబడును). గొల్లకలాపమున రెండు రకములు గలవు. ఒకదాని యందు గొల్లభామ పిండోత్పత్తి విషయము నుండి యెత్తుకొని సుదీర్ఘముగా నొక వేదాంతోపన్యాసము చేయును. రెండవదానియందు సముద్ర మథనగాథ, సుంకరికొండని సరసమును ప్రసక్తములు. మొదటిది సిద్ధేంద్రుని రచన కావచ్చును. అతఁడు యోగి. తదుచితమైన దా రచన. అది వేదాంత విషయక మగుట సామాన్యులకుఁ జవి గొల్పకపోవుటచేఁ గ్రమమున రెండవ రకపువి వెలసియుండును. వాని ప్రతులే నేఁడెక్కువగా లభించుచున్నవి. మొదటిరకము గ్రంథము ప్రతి కూచిపూడిలో లభించునేమొ !

ఈ కలాపములు రెండు నీనాఁటను నుండి యుడిగి ప్రదర్శింపఁ బడుచున్నవి.

సిద్ధేంద్రకృతి ప్రశంస:

“గొల్లకలాపము షట్ఛాస్త్రములకు నిలుకడ. భామకలాపము వడగట్టిన యలంకార భరత శాస్త్రములు”.

— విశ్వనాథవారి ఏకవీర.

15. వర్ఘుల నరసింహకవి

శకుంతలా నాటకము: *

ఇది "దుష్యంత చరిత్రము — యక్షగానం" బని కవిచేఁ బేర్కొనఁబడినది. కవి వర్ఘుల నరసింహుఁడు. కృతిభర్త పెనుశల (పెంచల?) నరసింహస్వామి. కృతిప్రోత్సాహకుఁడు "శ్రీమన్మహా మండలేశ్వర నంద్యాల నారాయణరాజు దేవమహారాజులుంగారు". ఇతని యగ్రజుఁడును, దండ్రియు రాఘవ నామధేయులనియు, నితని పితామహుఁడు నారాయణ రాజశేఖరుఁడనియు, వీరి దాత్రేయ గోత్రమనియు నవతారికలో గలదు. కాని వీరార్వీటి బుక్కభూపతి దుహితృవంశ విస్తారకులై 16 శ. ఉత్తరార్ధమున విజయనగర సామంతులై మంతు కెక్కిననాఁటి నంద్యాలరాజులుగారు. అప్పటి రాజుల వంశవృక్షము నందు వీరికోవ గానరాదు. కాని వారికోవకుఁ జెందినవారే యర్వాచీనులై యుందురు వీరు. వీరికాల మిదమిత్థముగాఁ దెలియదు. ఈ గ్రంథమునందు భరతపట్టాభిషేక ముహూర్తము "బహుధాన్య సంవత్సర కార్తికశుక్లదశమి గురువాసరము" గాఁ బేర్కొనఁబడినది. అదికాని గ్రంథరచనా కాలమునకొక భంగ్యంతర సూచన యగునేని క్రీ. శ. 3–11–1598 తేదీకి సరిపోవుచున్నది. ప్రతివిలేఖకుఁడు కృతి ప్రోత్సాహకుఁడగు నారాయణరాజే యగుట విశేషము. ఈ ప్రతిలేఖన కాలము విళంబి భాద్రపదబహుళ దశమి. వారము పేర్కొనఁబడలేదు. (ఆ విళంబి క్రీ. శ. 1718 కావచ్చును).

ఇందలికథ ప్రసిద్ధము. రచన ప్రౌఢముగనే యున్నది. కాని యపప్రయోగములు ననౌచిత్యమును లేకపోలేదు. ఇందు దరువులు

ప్రసిద్ధరాగతాళములలోఁ గలవు. కందార్థములు, సంధి వచనములు, ద్విపదలు, పద్యములును గలవు. సూత్రధార ప్రసక్తిఁ బాత్రలు తెర వెడలివచ్చి స్వీయోదంతమును సభవారికి నివేదించుట యెు. విశేష ములు గలవు. కథారంభమున హాస్యగానిపాత్ర ప్రవేశమున్నది.

16. రెగళిగె నిమ్మనాథుఁడు

ఇతని తండ్రి పర్వతలింగము. గురుఁడు శంకర పిడుపర్తి. చండి కలికేశుఁడు, రాచవీటి వీరభద్రుఁడు నితని యిష్టదైవతములు. ఇతఁడు గురునంబి చరిత్ర, నిజలింగ చిక్కయ్య కథ యనురెండు యక్షగానములను రచించెను. ఇతని కాల నిర్ణయమునకుఁ బ్రతివిలేఖన కాలమే శరణ్యమైనది. ఈ గ్రంథములకు ప్రా. లి. పు. భాం. నం. ప్రతులు చాలగలవు. ఆ యన్నిట లేఖకులిచ్చిన కాలపు వివరములను లెక్కించి చూడఁగా ఆర్. నం. 811 నిజలింగ చిక్కయ్య కథ ప్రతి ప్రాచీనతమ మైనదని తేలినది. విరోధి నిజవైశాఖ శుద్ధదశమి శనివారము దాని లేఖనకాలముగాఁ జెప్పఁబడినది. అది క్రీ. శ. 7-5-1709 తేదీకి సరిపోవుచున్నది. అనఁగా గ్రంథరచనాకాల మంతకుముందే జరిగియుండును. ఆ గ్రంథముల రచనా ప్రక్రియఁజూడ నది యింకను ప్రాచీనమైనదిగనే తోఁచును.

గురునంబి చరిత్ర: ♦

గురునంబికే ఉదయ లేక ఒడయ లేక వడియనంబి యనియు సుందరమూర్తి నాయనారనియుఁ బేరు. ఇతఁడొక ద్రవిడ శివభక్తుఁడు.

♦ ప్రా. లి పు భాం డి నం. 1870. 1871, 1872, 1970.

ఇతని యుదంతము * బసవపురాణమునఁ గొంత గలదు. అజ్జరపు పేరయలింగము ఒడయనంబి విలాస ప్రబంధమున నెక్కుడుగాఁ గలదు. అంతకంటె విపులముగా నిందు వర్ణింపఁబడినది. పార్వతీపరమేశ్వరులు తమ ముకుర ప్రతిబింబములకుఁ బ్రాణప్రతిష్ఠ చేయగా సుందరీసుందరు లవతరింతురు. వారు శాపవశమున భూలోకమున శానమరాయుఁడేలు తిరునావళూరిలోఁ బుట్టుదురు. సుందరి పరమనాచియను నట్టువకత్తె యగును. సుందరుఁడు నంబియై వాల్మీకేశ్వరునిచేఁ బెంపఁబడి పెద్దవాఁ డగును. అతఁడు పరమనాచినిఁ జూచి మోహించును. వాల్మీకేశ్వరుఁడే కుంటెనకాఁడగును. నంబి మంగుళూరిలో ననంగ సంగను బెండ్లాడును. చనిపోయిన తన పేరింటి బ్రాహ్మణబాలకు నొకని బ్రతికించును.

పరమనాచి చంట లింగమూర్తిని బలికించును. తదుప. శివుఁడు ప్రత్యక్షమై నంబి, అనంగ సంగ, పరమ నాచి, శానమ రాజు లకుఁ గైలాస కైవల్య ప్రాప్తుల ననుగ్రహించును. సంగ్రహముగా నిదీ యిందలి కథ.

కథా ప్రధానమైన దీ యక్షగానము. రచన యొక మోస్తరు. యిందు తాళప్రధానము లైన దరువులు, నెడనెడ గద్య పద్యములు. ద్విపదలు, ఏలలు, ధవళము మొ. గలవు. ఎఱుకల జంపె, పాళి రేకు లనునవి విశేషములు. పరమ నాచి నెఱపిన నృత్యవిశేషములు :- జగ్గు, మైసిరి, జక్కిణి, పేరణి, సూళాదులు, అగ్గరికములు, దేశాది పద్ధతులు. ఈ గ్రంథము రాచవీటి వీరభద్రుని కంకితము. యక్షగాన మని పేర్కొనఁబడినది.

---

* పండితారాధ్య చరిత్ర మహిమ ప్రకరణమునఁ గలదు.

నిజలింగ చిక్కయ్య కథ :— * (లేక చరిత)

బసవ నింట దొంగతనము సేయఁబోయి చిక్కయ లింగదీక్ష గైకొనుట — చిక్కయను జూచి తలారి రామయ భార్య నీలకుంతల మోహించుట — నిరాకరించిన చిక్కయ కామె కుతంత్రము వలన శిరశ్ఛేద మగుట. చిక్కయ శిరస్సు నిక్కము చెప్పఁగా నాకాశవాణి వాక్యము వల్కుట — తలారి భార్యను జంప నుద్యుక్తుఁడు కాఁగా శివుఁడు ప్రత్యక్షమై యెల్లరకుఁ గైలాస మనుగ్రహించుట — అనున దిందలి కథ. ఈ కథ యితివృత్తముగాఁ గొన్ని ప్రబంధములు జంగము కథలును వెలసినవి.

తాళ ప్రధానములైన దరువులు ప్రచురముగా గల యక్షగాన మిది. ద్విపదలు, సంధి ప్రయోజన మాత్ర పరములైన వచనములు, కొలఁది పద్యములు, అర్ధచంద్రికలు, ఏలలు, జోలలు, ధవళములును గలవు. రచన హృదయంగమ మైనది. సలక్షణమైన భాషలో సరళముగా, సజాతీయముగా, పొల్లుమాటలు పడకుండ భావములు సూటిగాఁ జెప్పఁగలఁడు కవి. ఇదియు య. గా. అని పేర్కొనఁబడినది.

---

* ముద్రితము 1. హరిహరము. శా. 26-4-1881.

2. అమెరికన్ డైమండు ప్రెస్, మదరాసు, 1—8—1939.

17. నూల్వీటి హరియప్ప

ఉలూచీ పరిణయము :

ఇతఁడు నందవరీకుఁడు. ఆశ్వలాయన సూత్రుఁడు. శ్రీవత్సస గోత్రుఁడు. ఇతని తలి దండ్రులు జానకమ్మ, నాగరాజు. ఇతని చరిత్రము అవుడూరి కిచ్చయ మాధవాభ్యుదయము (ప్రా. లి. పు. భాం. డి. సం. 643), నుండి యెఱుఁగనైనది. అందే యవతారికలో నితఁడులూచీపరిణయ యక్షగానమును, కృష్ణశతకమును రచించినట్లు చెప్పఁబడినది. కాని యా యక్షగాన మిపుడెచ్చటను లభించుటలేదు. మాధవాభ్యుదయ కృతి ప్రోత్సాహకుఁడగు నూల్వీటి నాగయామాత్యుఁ డితని మనుమఁడని యందుఁగలదు. మాధవాభ్యుదయకర్త తమకాలము నాఁటికి "నూఱు నూట యేఁబది సంవత్సరముల క్రిందట నుండినట్లు తెలియవచ్చుచున్న" దని వీరేశలింగముగారు తమ కవులచరిత్రలో నవుడూరి కిచ్చయ చరిత్రమున వ్రాసినారు. అది యథార్థమగునేని యీ హరియప్ప క్రీ. శ. 1700 ప్రాంతమున నుండియుండునని యూహింపనగును.

18· వెలిచేరు వేంకటరామ ప్రధాని

బాణాసుర యుద్ధ నాటకము :

ఇతఁడు వెలిచేరు జగ్గయ్య కొడుకు. తాను విజయలక్ష్మీ నరసింహ విలాసము, వియన్నదీ పరిణయము, పంచ వింశతి శతకములు,

బాణాసుర యుద్ధాది నాటకములును రచించినట్లు తనకృష్ణార్జున సంవాద మను ప్రబంధమునఁ (ప్రా. లి. పు. భాం. ఆర్. నం. 230) జెప్పినాఁడు. ఆ నాటకములు ప్రాయికముగా యక్షగానములు కాఁదగును. కాని యొక్కటియు లభింపలేదు.

మీఁది కృ. సం. ప్రతి చివర విలేఖకుని వ్రాఁత యిట్లున్నది. "విశ్వావసు నామ సంవత్సరచైత్ర శు. ౧౧ శనివారం సర్కిప్రతినున్న క్రమాన వక్కలంక వీరన్న కుమారుఁడు సీతన్న శ్రీరామార్పణంగా వ్రాస్తిని" (ఈలేఖకుఁడు వక్కలంక వీరభద్రకవి పుత్రుఁడగునా?) ఈ ప్రతిలేఖన కాలము క్రీ. శ. 13-3-1725 తేదీకి సరిపోయినది. గ్రంథ రచనా కాల మంతకుఁ గొంత పూర్వమగును.

19. దళవాయి తిమ్మప్ప

ప్రసన్న వేంకటేశ్వరవిలాసము: *

గ్రంథకర్త తాను రాయదుర్గపరిపాలకుఁడును, కర్ణాటరాయ దళవాయియు నగు కోనేటి నృపతికి విట్లాంబికయందుఁ గలిగిన వేంకట ధరాధిపునకు లచ్చమాంబయందుఁ గలిగిన పుత్రుఁడ ననియు, నేటూరి పురమునఁ గోటికన్యాదాన కుశలతనలరిన తిరుమల తాతయాచార్యు నకుఁ బౌత్రుఁడును వేంకటవరద దేశికునకుఁ బుత్రుఁడునైన వీరరాఘవా చార్యునకు శిష్యుఁడ ననియు నవతారికలో వ్రాసుచ్చెను. రాయ

* ప్రా. లి. పు. భాం. ఆర్. నం. 888, ఆర్. 1040.

దుర్గము బళ్ళారిజిల్లాలోనిది. బళ్ళారిజిల్లా గెజటీరులో* కోనేటినృపతి విజయనగర రాజులనుండి దళవాయి బిరుదు సంపాదించినట్లును, బిజాపురము సుల్తానునకుఁ గప్పము చెల్లించుచు రాయదుర్గము నేలినట్లును, నతనికి వెంకటపతి నాయకుఁడను కొడుకుండినట్లును, వెంకటపతికి లక్ష్మమ్మయను భార్యవలనఁ బెదతిమ్మప్ప యను కొడుకుండినట్లును, పెదతిమ్మప్ప క్రీ. శ. 1732లోఁ జనిపోయినట్లును గలదు. ఇతఁడే ప్రకృతగ్రంథకర్తయగు దళవాయితిమ్మప్ప. ఆకోవలో నితనికిఁ దరువాత నొక తిమ్మపగలఁడు. (పెదతిమ్మప తమ్ముఁడగు వెంకటపతి కొడుకు) కావున నితనికి పెదతిమ్మపయనుపేరు వచ్చియుండును.

గ్రంథవిషయము :– రాయదుర్గక్షేత్రస్వామి ప్రసన్న వెంకటేశ్వరుఁడు. ఆస్వామి పురవీథులఁ "దిరువీధి" వేంచేయఁగాఁ గళావతి యను వేశ్యకన్య యతనిఁజూచి మరులుకొనును. చెలికత్తెయగు మంజువాణి యామె తల్లియగు చకోరాక్షి కీ విషయము తెలుపఁగా నామె కూఁతును మందలించును. తరువాత మంజువాణిచే స్వామికిఁ గళావతి రాయబారము. అది విఫలము కాఁగా కళావతి స్వయముగా స్వామిసముఖమునకుఁ బోయి తన నాట్యకళానైపుణ్యముచే నాతనిఁ బ్రసన్నుని జేసికొనును. ఈకథ యెత్తుగడలో నున్న యులాప్రబంధపుఁ బోకడ గమనింపఁదగినది. అది దక్షిణదేశ యక్షగానము లందెక్కువగాఁ గన్పట్టును. (విశేషములకొ ప్రకరణమునఁ జూచునది.) ఇందలి రచన నాతిప్రౌఢము, నాతిపేలవము. ఇందు దరువులు, ద్విపదలు, పద్యములు, వచనములు, నొక యష్టకము నొకచూర్ణికయుఁ గలవు. దరువులు ప్రసిద్ధరాగతాళములలోఁ గలవు.

* 1904 సం. ప్రచురణ – పుట 298

1906 సం. ప్రచురణ పుట 309.

చాలదరువులకడ నొకరాగము తాళము ముందుదాహరింపఁబడి "నాట్యపద్ధతికి" అని మఱియొక రాగతాళముల జంట పేర్కొనఁబడుచు వచ్చినది. ఇది చూడ గ్రంథము శ్రవ్య దృశ్య ప్రయోజనములు రెండింటికి నుద్దిష్టమైన దనుట స్పష్టము. ద్విపదలకును రాగములు పేర్కొనఁబడుట యింకొక విశేషము. ఇందు కన్నడ భాషలో నొక మూఁడు దరువులు గలవు. కవి యీకృతిని యక్షగానమని పేర్కొనినాఁడు.

---

20. నక్కలపాటి సంజీవకవి

ఇతనివి గొల్లభామ వేషముకథ, ఎఱుకలకథ అను రెండుయక్షగానప్రాయ రచనలు గాన వచ్చుచున్నవి. రెండింటను తూఁడూరు చెన్న కేశవముద్ర గానవచ్చుచున్నది. కాఁగా నితఁడు తూఁడూరు వాసియై యుండునని యూహింప నగును. తూఁడూరు కడప మండలము సిద్ధవటము సీమలోనిది. ఇతఁడు సిద్ధవటము ప్రభువు లగు మట్లి యనంతరాజు, వేంకటరామరాజులఁ గూర్చి చెప్పిన చాటుపద్యములు రెండు చాటుపద్య రత్నాకరములోఁ గలవు. (శ్రీ దీపాల పిచ్చయ్యశాస్త్రి సంపాదితము – పుట 31–32). అనంతరాజు (మట్లి కావలె చెఱకు తోఁటను నక్కలు పాడుచేయు చుండఁగా నాతని ప్రార్థనపై సంజీవరాయ కవి తన కవితాశక్తిచే నక్కల వాకట్టినట్లును, నందుపై ననంతరాజు నక్కలపాటివారని యతని కింటిపేరు దయ చేసినట్లును నందుఁగలదు. మట్లి వేంకట్రామ క్ష్మాజానిపై నితఁడు

చెప్పిన చాటువులో వేమల చినబసవరాయ వేంకట నృపతి యొకఁడు పేర్కొనఁబడినాఁడు. ఇతని కాలము గుఱించి తెలిసినది కాదు. కాని ప్రసిద్ధములగు సిద్ధవటము మట్ల రాచకుటుంబములో మట్ల అనంత రాజ వేంకటరామ నామధేయుల జంట వరుసలు క్రీ. శ. 1600-1690 సం. ల నడుమ నొకటియు, క్రీ. శ. 1714 — 1760 సం. ల నడుమ నొకటియుఁ గలవు. * సంజీవ కవి గొల్లభామ వేషము కథ యనఁగా గొల్లకలాపము. అది క్రీ. శ. 1680 ప్రాంతములనుండిన సిద్ధేంద్ర యోగి (అతని చరిత్ర మిందు గతపుటలలోఁ గలదు) గొల్లకలాపమునకుఁ గొంత ప్రచారము కలిగిన పిమ్మటనే రచింపఁబడి యుండును. అసలా కలాప ప్రక్రియ యన్న దతని సృష్టి. కావున సంజీవ కవిని పైనుదాహరింపఁబడిన మట్ల రాజులలో రెండవకోవ వారి కాలమునకుఁ జెందిన వానిగనే పరిగణించుట లెస్స.

గొల్లభామ వేషము కథ[1] :

గొల్లభామ నిత్య కృత్యములు నిర్వర్తించి సింగారించుకొని వాడలోఁ జల్ల మొదలగునవి యమ్మ వచ్చినది. ఆమె తమ కులము లోని తెగలు, కులాచార విధి నిషేధములు మొ. ఏకరువు పెట్టును. జగమెల్ల గొల్లయని సిద్ధాంతము చేయును. ఆమె పేరు మందయాన. చాల గొల్లకలాపములం దా పేరే కన్పించును. సంజీవ కవి గ్రంథము కూడ బాగుగా ననుకరింపఁబడినది. యథాతథముగ నిందలి పంక్తులే కొన్ని గ్రహింపఁబడినవి. ఇందు మధ్య నొక్కచో మాధవి ప్రసక్తి

---

* Vide, Sewell's Historical Inscriptions of Southern India, P. 366.

1 ఆం. సా. ప. సం. 3225, 3708, 2778 లలో నిందలి పంక్తులు మాత్రము కొన్ని గలవు. (శ్రీ నేదునూరి గంగాధరం గారి కడ నొక ప్రతి కలదు)

వచ్చినఁ. కాని కొంత గొల్లభామ గొంతే వినిపించును. అనఁగా నిది కలాపమనుటకుఁ దగియున్నది. అందు దరువులు, ద్విపదలు, పద్యములు, వచనములు గలవు. రచన చక్కనిది.

ఏఱుకల కథ: [2]

పుత్రవాంఛతో నున్న యశోదకడకు విష్ణు నియోగమున యోగమాయ యెఱుకతయై వచ్చుట యిందలి విషయము. "సూత్రధారి చదివే పద్యము" లను పేరఁ బ్రశ్నలు నందుల కాపె సమాధానములునుగా గ్రంథము సాగును. రచన యొకమోస్తరు. ఇందెఱుకల కాంభోదిలో రెండు దరువులు, పంతువరాళి, సౌరాష్ట్రలలో నొక్కొక్కటియు, నట తాళమున నొకటి, రెండు దీర్ఘద్విపదలు, కొలఁది పద్యములు, రెండుచోట్ల వల్పవచనములును గలవు.

21. తక్కెళ్లపాటి లింగన

విద్యుత్ప్రభావిలాసము:

గ్రంథ మలభ్యము. ఇతఁడు "విద్యుత్ప్రభా విలాసమ్ము వేడ్కఘటియించితిని యక్షగానరీతి" నని తన యుత్తర హరిశ్చంద్ర కథ (ప్రా. లి. పు. భాం. డి. నం. 425) లోఁ దెలిపియుండెను. ఇతని

---

2. ఆంధ్రేతిహాస పరిశోధక మండలి (రాజమండ్రి) లో నొక యసంఖ్యాక ప్రతిగలదు.

ఆం. సా. ప. సం 2362 ప్రతిలోఁ గొన్ని యాకులు మాత్రముగలవు.

చరిత్ర ఆం. క. చ. తృతీయభాగమునఁగలదు. అం 'దితఁడించు మించుగా నూఱు నూటయేఁబది సంవత్సరముల క్రిందట నుండినట్లూ హింపఁదగియున్న' దని యున్నది. అది నిజమగుచో నితఁడు 18 శ. మధ్యనుండెనని తలంపవలసియున్నది.

---

22. బొమ్మలాట సాంబయ్య

కిరాతార్జునీయము: *

ఇదియొక బొమ్మలాటవారి కుటుంబమునకుఁ జెందిన యక్షగానము. దీని ప్రా. లి. పు. భాండాగార ప్రతి చివర నిట్లున్నది.

"గాటమౌ మోహన కవివరైన బొమ్మ
లాట సిద్ధయ్యకు నాత్మ సంభవుఁడు
యల్లమ్మ సత్పుత్రుఁ డెల్లవిద్యలకు
బల్లిదుఁడు సిద్ధయ్య బలుని తమ్ముండు
బ్రతిలేని యట్టి సాంబయ్య రచించె"

---

* 1. ప్రా. లి. పు. భాం. డి. నం. 1849—51, ఆర్. నం. 1143.
2. తం. స. మ. కే. నం. 476 _ 477.
3. ఆపయాపు ది. స. గ్రం. జి. నం. 74854.
ఆర నం. 32 (ఇ) 11, 32 (ఎఫ్) 7

(కొలఁది భేదములతో నీ మూఁడు నొక్క గ్రంథము యొక్క ప్రతులుగ నే నెప్పుచున్నవి).

తం. స. మ. ప్రతి చివర నిట్లున్నది :—

" అంకితంబుగ బొమ్మలాటశాసనుఁడు
పొంకమౌ ఘన కావ్య భూషణుఁడైన
సంబయ్య తమ్ముఁడు సరసుఁడౌనట్టి
శంబరధరుఁడు ....రచియించె "

అడయారు ది. స. గ్రం. 32 (ఇ) 11 ప్రతి చివర నిట్లున్నది :—

" ఘనమైన మోహనా ఘను నినదాంకు (?)
సంగీత సాహిత్య సరస కోవిదుఁడు
వినుతికెక్కిన సిద్ధవిభుని నందనుఁడు
పరువడి యల్లమాంబా తనూభవుఁడు
శంబయ్య తమ్ముఁడు సరసుఁడైనట్టి
శంభు వీరుండు శ్రీ శంభుని కృపను
తనర కిరాతార్జునీయ మొనరంగ
రచియించె .... "

అడయారు 32 (ఎఫ్) 7 ప్రతిలో " అంకితంబుగ బొమ్మలాట శాసనుఁడు " అన్న ముక్క యధికము.

ప్రా. లి. పు. భాం. కన్నడ గ్రంథావళి డి. నం. 1169 కరియ బంటన కథ యక్షగాన ప్రతి చివర గ్రంథకర్తనుగూర్చి యిట్లున్నది :-

" ....బొంబయాటదరాయ
శంకర వరపుత్ర చరణ సేవకను
ఘనవాదమోహన కవి బిరుదాంక
జనసుత సంగీత సాహిత్య నిపుణ

సిద్ధయ్య డనంగ ప్రసిద్ధ నాయకను
సద్ధర్మ గుణయుత సంబయ్య ననుజ
అంబుజ వదన యల్లమ్మ నాత్మజను
శంకరారిరా భక్త సంబయ్య .....”

మీఁది యుదాహరణముల వలన మోహాన కవి బిరుదాంకుఁడును బొమ్మలాట శాసనుఁడు నైన సిద్ధయ్య కెల్లమయందు సాంబయ్య లేక సంబయ్య, శంబయ్య సంబయ్య, శంబరధరుఁడు, శంభువీరుఁడు నను వారు పుత్రులనియు వారెల్లరకు నీ కిరాతార్జునీయ రచనతో సంబంధము గలదనియుఁ దెలియుచున్నది ఎల్లమ సిద్ధయల పుత్రుఁడును సంబయ్య యనుజుఁడును నైన బొమ్మలాట సంబయ్య లేక సాంబయ్య రచించినవి నాగ కరియబంటనవిజయము,[1] సారంగధర చరిత్రము[2] నను రెండు కన్నడ యక్షగానములు గన్పట్టుచున్నవి. అతఁడే యీ కిరాతార్జునీయ య. గా. ను రచించి యుండుననియు, నందితనికి సోదరులును గొంత కొంత తోడ్పడియుందురనియు, దలంపవలసి యున్నది. ఈ బొమ్మలాట సాంబయ్య క్రీ. శ. 1750 ప్రాంతము వాఁడుగా "కర్ణాటక కవి చరిత" తృతీయభాగమునఁ బేర్కొనఁబడియున్నాఁడు.

ఇందలి కథ ప్రసిద్ధమైనది. అల్ప దోషములున్నను రచన కడుచక్కనిది. సంభాషణ లెక్కువ. తెనుఁగుదన ముట్టిపడుచున్నది. తాళప్రధానములైన దరువులు, రేకులు, అర్ధచంద్రికలు, ధవళములు, ద్విపదలు, కొలఁది పద్యములు, చిన్న సంధివచనములు గలవు. గ్రంథము యక్షగానమని పేర్కొనఁబడినది. లేపాక్షి వీరభద్రస్తుతి

1. ప్రా. లి. పు. భాం. కన్నడ గ్రంథావళి డి. నం. 1169
2. " " " " " డి నం. 1212 – 1130

యిందుగలదు. (లేపాక్షి అనంతపురం జిల్లాహిందూపురం తాలూకా లోనిది.) ఇదికాని నాఁడీ బొమ్మలాట కుటుంబమువారిచే బొమ్మలాట ప్రదర్శనముల కెక్కినదేమో!

23. నిముషకవి రామయ్య

జలక్రీడా విలాసము :*

గ్రంథకర్త సామంతకుఱ్ఱు (గోదావరి జి. అమలాపురము తా.) గ్రామకరణము. నిముషకవి లింగరాజుగారి పుత్రుఁడు. రామేశమని యితని నామాంతరము. ఇతని కృత్యంతరములు రామలింగేశ్వర శతకము, విష్ణుసంవేద్య రామేశ్వర పూజా విధానము. " ఈగ్రంథము సుమారు నూటయేఁబది సంవత్సరముల క్రిందటఁ జేయఁబడినది. " (గ్రంథ ప్రకాశనకాలమునకు). అనఁగా గ్రంథకర్త క్రీ. శ. 1758 ప్రాంతము వాఁడగుచున్నాఁడు. ఈ విషయము లీగ్రంథప్రకాశకులును, గ్రంథకర్త " మా తండ్రిగారికి మాతామహు' లని చెప్పుకొనిన వారునగు మాచిరాజు నారాయణమూర్తిగారి పీఠికవలనఁ దెలిసినవి. గ్రంథాంత గద్యనుండి యీ నిముష కవివారు హరితస గోత్రులని తెలిసినది.

శ్రీకృష్ణుని గోపికా వస్త్రాపహరణ మిందలికథ. భాష సలక్షణమైనది. శైలి సామాన్యమైనది. ఇందు దరువులు, ద్విపదలు,

*ముద్రితము,— శర్వాణీ ము. శా. అమలాపురము మొదటికూర్పు 1908

పద్యములును గలవు. దరువులకు రాగ తాళములే కాక పల్లవి, అను పల్లవి, చరణములు ననఁగా సంకీర్తన లక్షణ ప్రక్రియ నిరూపింపఁ బడినది. ఆనంద భైరవిలో నొక యేలయు, త్రిశ్రలఘు తాళమును విశేషములు. ఇది యక్షగానమనియు, శృంగారప్రబంధమనియుఁ బేర్కొనఁబడినది.

24. విరిపాటి నృసింహరాజు

ఉషాపరిణయము:*

ఏతద్గ్రంథ కర్తృత్వ విషయము సందిగ్ధము. ఒకప్రతిలో విరిపాటి నరసింహ ధరణి కాంతుఁడనియు నింకొక ప్రతిలో వావిరిపాటి నృసింహధరణి కాంతుఁడనియు నున్నది. అవక తవకగానున్న గ్రంథాంత గద్యలో లక్షణామాత్య విశ్వనాథ కవి నామము లొక రెండు కన్పట్టు చున్నవి. ఇందెవరు గ్రంథకర్త లగుదురో నిశ్చయింపవలను గాకున్నది. గ్రంథరచనా కాలమున కొకమేర నిర్ణయించుటకు మాత్ర మొక యాధారము గన్పట్టినది. అది డి. నం. 1838 ప్రతి విలేఖన కాలము. అది సర్వధారి మాఘశుద్ధ చవితి శుక్రవారము. ఇది క్రీ. శ. 10-2-1769 తేదీకి సరిపోవుచున్నది. గ్రంథరచన యంతకు ముందు జరిగియుండునని మాత్రము చెప్పనగును.

---

* ప్రా. లి. పు. భాం. డి. నం. 1838, ఆర్, 1141

కథ ప్రసిద్ధము. మార్పులు లేవు. రచన పరళ గ్రాంథిక ధోరణిలో సాగినది పేలవము, బహువ్యాకరణదోషజుష్టము. ఇందు ద్విపద పాలెక్కువ. తాళ ప్రధానములుగా కొన్ని దరువులు, గద్యపద్యములు, రెండర్ధ చంద్రికలును గలవు. య. గా అని పేర్కొనఁబడినది.

---

25. గోగులపాటి కూర్మనాథకవి

మృత్యుంజయవిలాసము:*

ఇతఁడు గోగులపాటి సూరయ పౌత్రుఁడు. గౌరమాంబా బుచ్చనామాత్యుల పుత్రుఁడు. వెంకన్న కామన్న లనువారి కగ్రజుఁడు. సింహాచల శ్రీరామ తీర్థాదిక్షేత్రముల నాచార్యకత్వము నిర్వహించుచుండిన తిరుమల పెద్దింటి సంపత్కుమార వేంకటాచార్య దేశికుని శిష్యుఁడు. (చూ. మృ. వి. గ్రంథాంత ద్విపద, గద్య). ఇతఁడు విశాఖపట్టణమండలము విజయనగరసంస్థాన దేవస్థానోద్యోగి. గజపతినగర సమీపముననున్న దేవులపల్లి గ్రామనివాసి. సింహాద్రి నారసింహశతకము, చోరసంవాదము లేక లక్ష్మీనారాయణ విలాసము ననునవి యితని కృత్యంతరములు * 'ఈయన యిప్పటికి 150 సం.ల క్రిందట నుండెడివాడు, విజయనగర సంస్థానీకులయిన మొదటియానంద రాజుగారీయనకు పోషకులు' అని విశాఖపట్టణంజిల్లా వృత్తాంత

---

* ఇది పలుతడవలు ముద్రితమైనది. అందు రెండు ప్రచురణలు

1. శ్రీరంగవిలాస ము. శా. మదరాసు. 1907

2 ఆంధ్ర విజ్ఞాన సమితి విజయనగరము, 1941.

సంగ్రహము (పుట 132 – 135) లోఁ గలదు. ఆ గ్రంథ ప్రకటన కాలము క్రీ. శ. 1888 అనఁగా కూర్మనాథకవి కాలము 1738 ప్రాంత మని తేలుచున్నది. అతఁడు మొదటి ఆనందరాజు పోషణలో నుండె ననఁగా (మృ. వి. మంగళమున 'విజయనగరదత్తులగు గజపతిరాజులు స్మరింపఁబడిరి) నా రాజు రాజ్యకాల మగు 1757 – 59 (అ) ప్రాంతమునఁ గూడ నుండెను. అతనితరువాత 1759లో రాజ్యమునకువచ్చి 1794లో జరిగిన పద్మనాభయుద్ధములో (ఆ) నిహతుఁడైన రెండవ విజయరామ రాజు "శ్రీమత్తిరుమల పెద్దింటి సంపత్కుమార వేంకటాచార్య దేశి కోపదిష్ట నారాయణాష్టాక్షరీ మంత్రపారాయణుం" డని చట్రాతిలక్ష్మీ నరుసు రచించిన పద్మనాభ యుద్ధమను గ్రంథమున (ఇ) గలదు. ఆయాచార్యుఁడే కూర్మనాథ కవికిని గురువని యతని మృ. వి. న స్పష్ట ముగాఁ గలదుగదా. అందుచేఁ గూర్మనాథుఁడా విజయరామరాజు కాలమున గొంతవఱకుండి యుండెనని తలంపవలసియున్నది. అనఁగా నతఁడు 18 వ శతాబ్ది నడుమ విశేషకాలము జీవించి యుండును. క్రీ. శ. 1800 నాఁటికే యీతని మృత్యుంజయ విలాసమునకు మండ లాంతరములందును విశేషప్రచారము గల్గినట్లు తెలియుచుండుటచే నది 1750 ప్రాంతమున రచింపఁబడియుండునని యూహింపఁ దగియున్నది.

శివ పార్వతుల కల్యాణకథ యిందలి యితి వృత్తము. మృత్యుంజయ విలాస మని పేరు పెట్టుటలోఁ బ్రత్యేకతయేమియుఁ

---

* ఈ వివరములు శ్రీ అడిదము రామారావుగారి విస్మృత కళింగాంధ్రకవుల చరిత్రమునుండి యెత్తుఁగనైనది.

(అ) (ఆ) చూ. విశాఖజిల్లా గెజిటీరు – పుట 339.

(ఇ) పెద్దాపురము శ్రీ వత్సవాయి రాయజగపతివర్మ గారిచేఁ బ్రకటితము. ముద్రణ :– లక్ష్మీ ప్రింటింగువర్క్సు, రాజమండ్రి, 1934.

గానరాదు. ఈకథలో నాయకుని మృత్యుంజయ నామము సార్థకముగాదు. ఇందలి కథా ప్రణాళిక కాళిదాసీయమున కంత విలక్షణముగా లేదు. కాని శివుని యెఱుకత వేషము, కటికమువంటి భృంగిరిటి హాస్య పాత్ర, గంగా గౌరుల సవతి మచ్చరము యక్షగానమని పేరు పెట్టినందుల కిందుఁ జేరిన విశేషములు.

రచనా గౌరవమును బట్టి మన యక్షగానములలో నిది యొక మేలు బంతి. కాని యది పద గుంభనలలో, వర్ణనలలో, సంవిధాన సంయోజనలోఁ బ్రబంధప్రాగల్భ్యము నంతటిని బుణికి పుచ్చుకొనఁ బుట్టినది. ఇందుఁ బ్రబంధములందువలె నాశ్వాస విభాగము (మూఁడు), ప్రత్యాశ్వాసాంతమునను స్తుతిపద్య కవి గద్యలు నుండుట గమనింపఁ దగినది. ఈయాశ్వాస విభాగము, నీరచనా ఫక్కియు యక్షగాన ప్రక్రియకు సహజమైనవికావు కాని రూపక కళయు, గేయ ధర్మమును గూడ నింపుఁ దగినంత గలదు. గ్రంథకర్త మొత్తుగడలో దీనిని యక్షగానమని పేర్కొని యున్నను జివరికి వచ్చుసరికిఁ దన రచనాధోరణి నొకపరి సింహావలోకనము చేసికొని నట్లున్నాఁడు., మఱల యక్షగాన మనుటకు మనసొప్పక ' నాకుఁదోఁచిన యట్ల నవ్య కావ్యంబు రచియించితి ' నని యొక క్రొత్తపేరు పెట్టినాఁడు – " నాటక గేయ ప్రబంధ " మని. అందుల కెంతయుఁదగి యున్నది. అర్వాచీన యక్ష గాన కవు లాపేరినే, యా ప్రక్రియనే యాదరించిన వారును గొందఱు గలరు. వారి కృతులపై దీని ప్రభావము బాగుగాఁబడినది. (అది ముందు సూచింపఁబడును) ఇందుఁబ్రసిద్ధరాగ తాళములలో దరువులు, ద్విపదలు, వానితో సమాన ప్రతిపత్తిగల పద్య గద్యములు, సం. శ్లోకములు, చూర్ణికలు, దండకములు, రగడ, కొట్నముల పాట, గౌరీ కల్యాణము, శోభనము, గలవు. ఇది ప్రదర్శన కెక్కినదని

సన్న వినవచ్చినది కాని యున్నదున్నట్లుగా నిది ప్రదర్శన సౌల భ్యముగల రచన కాదు.

---

26. ఉత్తరరంగకవి

భక్తాంఘ్రిరేణు చరిత్రము :*

కవి గుఱించి వివరములు తెలియవు. ఈగ్రంథము రచనా కాలమున కొక మేర నిర్ణయించుటకు మాత్రము డి. నం. 930. ప్రతి విలేఖన కాలము శరణ్యమైనది. అది ఖర మాఘ శుద్ధ పంచమి — ఆదిత్యవారము. ఇది క్రీ. శ. 9—2—1772 తేదీకి సరిపోవు చున్నది. గ్రంథరచన మంతకు ముందు జరిగి యుండవలెనని మాత్రము చెప్పనగును.

ఇది ప్రసిద్ధుఁడగు విప్రనారాయణుని చరిత్రము. అతఁ డఱవమున తొండరడిప్పొడియాళ్వారని వ్యవహృతుఁడు. "తొండరడిప్పొడి" కి సమానార్థకమే భక్తాంఘ్రిరేణు వనఁగా.

ఇది నాటకమని పేర్కొనఁబడినది. ఇందు గ్రంథారంభమునఁ జోళరాజు "నాస్థాన సంతోషి" యగు 'కోలకేతని' రాక చెప్పఁ బడినది. (ఇది కాని దక్షిణదేశమునఁ బుట్టిన గ్రంథమా యని చిన్న యనుమానము తగులుచున్నది.)

---

* 1. ఆం. సా. ప. 2974. (భ. రే. విలాసమని యున్నది)
2. ప్రా. లి పు. భాం. డి నం. 1912. 1930.

చవిగొల్పు రచన మిది. సలక్షణమైనదయ్యుఁ జిక్కని వాడుక నుడిగారపుసొంపులు గులుకుచున్నది. విటకంటకి, విప్రనారాయణుని శిష్యుఁడగు వికటదాసరి ప్రసంగములందు హాస్యస్వారస్యములు గలవు. వాలకముల వర్ణనలు, ప్రసంగములు జాతివార్తా చమత్కారచారువు లుగా నున్నవి. ఇందు ప్రసిద్ధరాగతాళములలో దరువులు, ద్విపదలు, గొలఁది పద్యములును గలవు. వచనములోఁగూడఁ బాత్రల ప్రసంగ ములుగలవు.

---

27. అకలంక శ్రీకృష్ణమార్యుఁడు

కృష్ణవిలాసము:*

గ్రంథకర్త నృసింహగురునిపౌత్రుఁడు. లక్ష్మమా నృసింహ గురుల పుత్రుఁడు. ఆపస్తంబసూత్రుఁడు. సింగరాచార్య శ్రీ రఘు నాథభట్టరార్యుల శిష్యుఁడు. కవి నివాసము వినుకొండసీమ. ఆసీమలోని కొమ్మాలపాటి (నరసారావుపేట తా). కోదండరాముఁడతని క్షేత్రదైవ తము. అతఁడే యేతత్కృతిపతి. కొమ్మాలపాటి పురాధిపతియు

---

* ఆం. సా. ప. నం 3047 — జలక్రీడా విలాస మను "లేబిలు" తో నున్నది. ఇందు నడుమ నొక పత్రమున "రుక్మిణీ కల్యాణము — యక్షగానము" అని యున్నది. కృష్ణజననాద్రుక్మిణీ కల్యాణపర్యంతమిందలి విషయము. కాని యిం దెచ్చటను జలక్రీడాప్రసక్తి కానరాదు. దీనికిఁ గవి పెట్టిన పేరేమో తెలియదు. అది తెలియుదాఁక దీనిని కృష్ణవిలాసమని వ్యవహరించుట లెస్సయనుకొందుము

మన్నెహంవీర పాపన్నభూపతి[1]కిని బుచ్చిమాంబికకును బుత్రుండు నైన గుమ్మడ పురమణరా జేతత్కృతి ప్రోత్సాహకుండు. (ఈ విషయము లీగ్రంథము నుండియే యెఱుంగనైనవి) కృష్ణమార్యుండు ప్రౌఢకవి. ఉద్దండపండితుండు. ధనుర్విద్యావిలాసము, శకుంతలా పరిణయము, కొమ్మాలపాటి దండకము ననునవి యితని కృత్యంతరములు. ఇతని ధనుర్విద్యావిలాసకృతి ప్రేరకుండగు కృష్ణానేని తిరుపతిక్ష్మాపతి క్రీ. శ. 1775 దాంకనున్న వాండని శ్రీ వేటూరివారు తత్పీఠికలో నిర్ణయించి యుండిరి[2] మఱి యీకృష్ణమార్యుం డాంధ్రప్రాంతమున నున్నట్లేకదా.

ఈగ్రంథమునందు దేవకిపైఁ గంసుండు కత్తినోఱ దూయుటతోఁ గథారంభము. చక్కని యెత్తుగడ. కథ రుక్మిణీ కల్యాణము వఱకు నున్నది. (ఈయసమగ్రప్రతిలోఁ గల్యాణకాండ లోపించినది).

ఇందలి రచన కడు ప్రౌఢమైనది. అర్థచమత్కార శబ్దాలంకార చారువైనది. మనోజ్ఞజాతీయతా ప్రకృష్టమైనది. ఇందు వివిధ ప్రసిద్ధ కర్ణాటక హిందూస్తాని రాగతాళములలో దరువులు, ద్విపదలు పద్యములు, ఒకచూర్ణిక, జోలపాటయుఁ జాలయేలలును గలవు. విరళ ప్రచారముగల జంగల రాగము, జుల్వ తాళము నిందుఁబ్రయుక్తములు. "శారద పద్య" మను పేర నదిపద్యముకాదు రాగతాళము లుదాహరింపఁబడి దరువువలె నడుచు నొక రచనావిశేషమిందు ద్వివారము ప్రయుక్తమైనది.

---

1. చెన్నూరి శోభనాద్రికవి శృంగార సుధా సముద్ర పూర్ణచంద్రోదయ ప్రబంధము. (ప్రా. లి. పు. భాం. డి. నం. 848) కృతిపతి యితఁడే. ఆం క చ. న శోభనాద్రికవి కాలము నిర్ణయింపఁబడలేదు

2 ధ. వి. — ప్రా. లి. పు. భాం ప్రచురణ. 1950.

28. (జూలకంటి) నారాయణకవి

కొమ్మాలపాటి రామాయణము :*

(సుందర కాండము)

ఈనారాయణకవి యింటిపేరు తెలియదు. ఇతఁడు జూలకల్లు వాసి. జూలకంటి గోపాలుఁ డీతని కిష్టదైవతము. త్రివర్ణవైష్ణవుఁడు (వైశ్య వైష్ణవుఁడు ?) తండ్రి గుర్వన. ఇతఁడీకృతిని "శ్రీమద్గుమ్మడపు రమణభూమీశలలామసతత పూజితుఁ" డగు కొమ్మాలపాటి సీతారామస్వామి కంకితమిచ్చెను. ఈగుమ్మడపు రమణరాజే తత్కృతి ప్రేరకుఁడు కావచ్చును. ఇతఁడే అకలంక శ్రీకృష్ణమార్యుని శ్రీకృష్ణ విలాస కృతి ప్రోత్సాహకుఁడును. అతఁడు క్రీ.శ. 1775 ప్రాంతమువాఁడుగా శ్రీ వేటూరి వారి ధనుర్విద్యావిలాస పీఠికలోఁ గలదు. (ఇది పూర్వోక్త విషయమే) అనఁగా నారాయణకవియు నాకాలము వాఁడే యగును.

ఇందలి కథ ప్రసిద్ధము. రచన చక్కనిది. ప్రసిద్ధరాగ తాళము లందు దరువులు, ద్విపదలు, పద్యములు, సంధివచనముల వంటి వచనములును గలవు. నాటకీయత గలదు. గ్రంథము యక్షగానమని పేర్కొనఁబడినది.

---

* ప్రా. లి. పు. భాం. ఆర్. నం. 671.

29. దినవహి ఓబయమంత్రి

గరుడాచలవిలాసము: *

ఇతనితండ్రి పేరుకూడ నోబయ్యయే. తల్లి చెన్నమాంబ. ఇతఁడు నందవరము [1] కరణము. ఇంతే యితనిగూర్చి గ్రంథమునుండి యెఱుఁగనైనది. ఈ కవి కాలము నిర్ణయించుటకుఁ దగిన యాధారములు లభించుటలేదు. కాని రచనా ప్రక్రియనుబట్టి చూచినచో యక్షగాన పరిణామచరిత్రలో నిది మిక్కిలి ప్రాచీనస్థితిని సూచించుచున్నది. అచ్చుమచ్చిది సుగ్రీవ విజయ రచనాప్రణాళికను బోలినదే. వెనుకటిదినములలో సుగ్రీవవిజయముకంటెను నిది ప్రచుర ప్రచారమును వహించి యుండెను. యక్షగాన వాఙ్మయ పరిశోధకులలో నగ్రగతస్సరులగు కీ. శే. పంచాగ్నుల ఆదినారాయణశాస్త్రిగారు "ఈ కాలమున మనకు లభించుచున్న యక్షగానములలో నెల్ల మిక్కిలి ప్రాచీనములైనవి గరుడాచలము నీలాచలము నను నవియే ... గరుడాచల నీలా

---

* ఇది 1872 లోనే ముద్రితమైనదని ఆం. వా. సూ. లోఁ గలదు. 1925 లోఁ బ్రకటితమైన వావిళ్ళవారి ప్రతియొకటి నేఁ డుపలబ్ధమగుచున్నది. కాని యముద్రితాంధ్ర గ్రంథ భాండాగారము లన్నిట దీనిలిఖిత ప్రతులు గలవు. (ప్రా. లి. పు. భాం. డి. నం. 1864 – 1868, తం. స. మ. కే నం. 479 – 480, ఆం. సా. ప. నం 245. 3680) వానికిని వావిళ్ళవారి ప్రతికిని కవి విషయముగల గ్రంథాంత ద్విపదలోఁ గొంతభేదము గలదు. ఆ విషయమున లిఖితప్రతులే గ్రాహ్యములు.

1. ఈకృతి గరుడాచలము లేక యహోబలమునకు సంబంధించినదగుట, అహోబలము కర్నూలు మండలమునను న్నదగుట నీనందరవరము కర్నూలు మండలములోనున్న నందవరమే యనుకొంటిని. కాని ప్రస్తుత మా నందవరము కరణముగారగు శ్రీ అబ్బాయి వెంకటసుబ్బయ్యగారానందవరము కరణాల వంశావళిని సంప్రతించి యచట శా. శ. 1058 లగాయతు నేఁటివఱకు దినవహివారు లేరని తెల్పినారు.

చల నాటకములకంటె ప్రాచీనములైన యక్షగానములు తదితరము లిపుడు గానరావు" అని వక్కాణించియున్నారు.[2]

వారది రుద్రకవి సుగ్రీవ విజయము నెఱిఁగియుండి యన్న మాటయే అయితే అది గరుడాచల రచనా ఫక్కికను బోల్చిచూచి వారుచేసిన యూహామాత్రమే. ఇప్పటికీ గరుడాచల రచనాకాలమున కొకమేర నిర్ణయించుటకుమాత్రమే యనువుపడుచున్నది. అది డి. నం. 1867 ప్రతివిలేఖన కాలము - సౌమ్యనామ సంవత్సర జ్యేష్ఠశుద్ధ చతుర్థి గురువారము. ఇది క్రీ. శ. 28-5-1789 కి సరిపోవుచున్నది.

గ్రంథ విషయము :— ప్రహ్లాదుని కోరికపై లక్ష్మీసమేతుఁడై వేదాచలమున విడిసిన నరసింహుఁడొకపరి గరుడాచల విహారమున బయలుదేఱుట - అక్కడ నొక చెంచెతను జేబట్టుట, - లక్ష్మీనరసింహుల నడుమ నారదుని కైలాటము - నరసింహుఁడు చెంచెతతో వేదాద్రికిఁ బయనమగుట - బెట్టుసరిచేసిన లక్ష్మీదేవి నెట్టెటో సమాధానపఱచుట - అంతలోఁ జెంచెత తండ్రి శిఖినాయకుఁడు తనకూఁతును లేవఁదీసికొని పోయెనని నరసింహునిపై నెత్తివచ్చుట - నరసింహుఁడొలిగట్టి వారితోఁ గలిసిమెలిసి చెంచుపోఁబడగుట - (క్రాంజ వెంకటాద్రి వాసంతికా పరిణయమున నరసింహుఁడు చెంచెతను జేపట్టుటతోసరి మఱి యా రెండవఘట్టము లేదు.

ఇందు దరువులన్నియుఁ దాళ ప్రధానములై మంచి పరువుగల నడకతో సాగినవి. అట, ఏక, త్రిపుట, రూపకము, జంపె, కుఱుచ జంపె తాళములు వాడఁబడినవి. ద్విపద లాఖ్యానశైలీ పరములుగా నున్నవి. సంధి ప్రయోజనాత్మకములగు వచనములు తఱచు, కంద గీత

2. వారి వ్యాసము 'యక్షగానము లేక జక్కులపాటలు, — ఆంధ్రపత్రిక దుర్మతి సంవత్సరాది సంచిక, 1931.

పద్యములు విరళముగాఁ బ్రయుక్తములు; ఏలలు, శోభనము, ధవళము గలవు. ఒక కందముతో గ్రంథారంభము. జంపెలో షష్ఠ్యంతములు, ద్విపదతో గ్రంథాంతము. రచన చక్కనిది. గ్రంథము యక్షగానమని పేర్కొనఁబడినది.

---

30. భీమసింగి కవిరాజు

రాణీరాజవిలాసము :*

ఈ గ్రంథకర్త పేరేమో యిదమిత్థముగాఁ దెలిసినది కాదు. కాని గ్రంథమునఁ బలుతావుల భీమసింగిరాజులగు జంపన నరసింహాప్పల విజయరామ భూపతులు పేర్కొనఁబడిరి. గ్రంథాంతమున "రాణీరాజ విలాసంబీగతి రచియించిన కవిరాజును" అని మాత్రము గలదు. ఈకవిరాజెవఁడో భీమసింగి ప్రాంతమువాఁడై యుండును. ఆ రాజులే తత్కృతి ప్రోత్సాహకులై యుందురు. భీమసింగి విశాఖమండలమున శృంగవరపు కోట తాలూకాలోనున్నది. దీని కనతిదూరమున నున్న పద్మనాభమను గ్రామము నొద్ద విజయనగర రాజగు పూసపాటి రెండవ విజయరామరాజునకును, కుంఫిణీవారికిని జరిగిన యుద్ధము ప్రధాన విషయముగాఁ జగ్రాతి లక్ష్మీనరుసు రచించిన పద్మనాభ

* ప్రా. లి. పు. భాం. ఆర్. నం. 540 కేటలాగులోనిది రాజారాణి విలాసమని పేర్కొనఁబడినది. కాని గ్రంథాంతమున నిది రాణీరాజవిలాసమని కవిచేఁ బేర్కొనఁబడినది.

యుద్ధమను గ్రంథమున[1] 116 వ పద్యమునఁ బూసపాటి విజయ రామ రాజు పక్షమున జంపన విజయరామావనీంద్రుఁ డాయుద్ధమునఁ బాల్గొని నట్లు చెప్పఁబడినది. అందే 278 వ పద్యమున జంపన అప్పలరాజను నతఁడు యుద్ధమున నిహతుఁడైనట్లు గలదు. ఈ యుద్ధము క్రీ. శ. 1794 లో జరిగినది.[2] కాఁగా నీ గ్రంథము 1794 సం. న కించుక పూర్వము రచింపఁబడి యుండినట్లూహింపఁబడుచున్నది.

గ్రంథ విషయము :— మగధరాజపుత్రి స్వయంవరమునఁ గాశ్మీర పతిని వరించుట — అతఁడొకనాఁడు మృగయా విహారము సేయఁ బోయి వనమున విహరింపవచ్చిన వైశ్య శూద్రముని కన్యల నిరువురఁ జూచి మోహించి, వారి పితరుల యనుమతిపై వారిని జేపట్టి యందుం డుట - అట నంతఃపురములో విరహావిహ్వాల యగుచున్న రాణి దూతికల వలన సంగతి విని రాయబారము లంపుట — అతఁ డానవాలిచ్చుట ఉండఁబట్టక రాజుకడకు రాణి స్వయముగా బయలుదేఱుట - రాజుతో, సవతులతో నామె సంవాదము — సమాధానము.

ప్రసిద్ధ కర్ణాటక హిందుస్తానీ రాగ తాళములలో నున్న దరు వుల మయమైన రచన యిది. దరువులక్రింద స్వరజతులు, శబ్దములును బలు తావుల నుదాహరింపఁబడినవి. హిందూస్తాని దరువులగు టప్పాలు, ట్రుమీాలు నుండుట విశేషము. పద్యములు చాలఁగలవు. ద్విపదలు లేవు. అక్కడక్కడ హిందీభాష కొంత ప్రయుక్తము. గ్రంథమంతయు సంవాద శైలియందే గలదు. “ రాజు వాక్యం ”, “ రాణివాక్యం ” మొ. పాత్రల సంభాషణ పీఠికలు గలవు. నాయిక విరహవేదన ఘట్ట

1. ముద్రితము — లక్ష్మీ ప్రింటింగు వర్క్సు, రాజమండ్రి, 1934 ప్రచురణ కర్త :— శ్రీ వత్సవాయి రాయజగపతి వర్మ.

2. చూ విశాఖ జిల్లా గెజిటీరు, పుట 339

మున ప్రబంధము భామ కలాపముల పోకడలు గలవు. పారిజాతాపహరణ రాధామాధవ సంవాద ప్రబంధము లందలి పద్యములు గొన్ని గ్రహింపఁబడినవి. కాని యీ కవి రచనయుఁ గడు చక్కనిది. కవిచే నిది యక్షగానముగాఁ జేర్కొనఁబడలేదు. కాని ప్రక్రియ యంతయుఁ దత్సదృశమైన దే; ప్రదర్శనోద్దిష్టమైనదని యూహింపవచ్చు.

---

31. నరుకూరు నారాయణకవి

పారిజాతనాటకము: ♦

కవి విశ్వకర్మాన్వయుఁడు. నరుకూరి ముత్తయ్యకుఁ గాళమాంబకుఁ బుత్రుఁడు. కొండూరి వెంకటాచార్యుని శిష్యుఁడు. గ్రంథము నరుకూరి చెన్నకేశవ ముద్రగలది. కవి నివాస మదే కావచ్చును. (నరుకూరు నెల్లూరుతాలూకాలో నున్నది.) ఇది వెంకటగిరి ప్రభువును రేచర్లగోత్రజుఁడును, వెలుగోటి బంగారు యాచమనాయకుని కుమారుఁడైన కుమారయాచమ నాయకుని కంకితము. ఈ పేరింటి రాజులావంశమునఁ జాలమంది గలరు. "వెలుగోటివారి వంశచరిత్రము" లేక "వేంకటగిరిరాజుల వంశచరిత్రము" అను గ్రంథము* న 126–134 పుటల

♦ ఇది 1882లోనే ముద్రితమని ఆం. వా. సూ. లోఁ గలదు. మఱల 1906 లో మదరాసు జీవరక్షామృ. శా. చేఁ బ్రచురితము.

* శారదాంబా విలాస ముద్రాయంత్ర ప్రచురణ, మదరాసు, 1910 గ్రంథకర్తలు:— వెల్లాల సదాశివశాస్త్రులు, అవధానము శేషశాస్త్రులుగారలు.

నడుమ నావంశమున 25 వ తరమువాఁడగు కుమార యాచమ నాయకుని యుదంతము గలదు. అందు 127 పుటలో "నరుకూరు నారాయణప్ప యనుకవి పారిజాతాపహరణమను యక్షగానమును వీరి కంకితముగా రచియించెను" అనికలదు. ఈకుమారయాచమ నాయకుఁడు బంగారుయాచమ నాయకుని తనయుఁడనియు, నితని జననము క్రీ. శ. 1762, పట్టాభిషేకము 1777, నిర్యాణము 1805 అనియు నందు గలదు. కాఁగా నారాయణకవి 1777 - 1805 సం. ల. నడుమ నుండెననుట నిశ్చయము.

గ్రంథ విషయము:— కథ ప్రసిద్ధము. తిమ్మనగారి ప్రబంధమును జూచి తానీ నాటకమును రచించినట్లు కవి చెప్పినాఁడు. అదే కథా ప్రణాళిక కాని యిందు పుణ్యకవ్రతకథ పరిహరింపఁబడినది. సవతి కయ్యము ఘట్టము ప్రపంచింపఁబడినది. రాధపాత్రకుఁ బ్రసక్తిగలదు. రచన చక్కనిది. దీనిపై భామకలాపము ప్రభావము, నర్వాచీన పారిజాత య. గా. లపై దీనిప్రభావము నతిమాత్రముగాఁ గన్పట్టును. ఇందు తాళ ప్రధానములైన దరువులు, ద్విపదలు, పద్యములు, కందార్థములు, గీతార్థములు, ఏలలు, అర్థచంద్రికలు, శోభనములు, శ్లోకములు, చూర్ణికలు మొ. రచనా విశేషములు గలవు. సంధివచనములాపేరఁ బేర్కొనఁబడినవికలవు. పాత్రల సంభాషణ పీఠికలు, పాత్రలను వారివృత్తాంతము గుఱించి పృచ్ఛించు మాధవివంటి పాత్ర హాస్యగాఁడనుపేరఁ గలదు. వాఁడు పాత్రలప్రసంగములకు 'పేరడీ' లు చేయుట విశేషము. పాత్రలు ప్రవేశింపఁగనే స్వీయోదంతమును బ్రకటించుకొనుటగలదు. ముఖాముఖి సంభాషించుట గలదు. ఇది నాటకమని కవిచేఁ బేర్కొనఁబడినది. నాటకీయత ప్రస్ఫుటముగాఁగలదు. ఇది

ప్రదర్శనములందు విశేషప్రచారము గాంచినది. దీనికి "ఆటభాగవత" మనియుఁ బేరుగలదు.*

---

32. లింగమూర్తి కవి

శివ పారిజాతము:*

కవి గుఱించి వివరము లిందుఁదెలియరావు. గ్రంథ ప్రతి (డి. నం. 1944) విలేఖనకాలము "విశ్వావసు సంవత్సరం భాద్రపద

---

* చూ. ప్రా. లి పు. భాం ఆర్ నం. 560.

ప్రత్యంతరములు:— ప్రా లి. పు. భాం. డి. నం 1899—1900 తం. స మ. కే. నం. 488 సత్యభామకథ — కర్త పేరిందుఁ గానరాదు. కాని యిది నరుకూరి పారిజాతము భాగమే. తం స మ. కే. నం. 487 రాధ కథ, ఆం సా. ప. నం 173 గొల్ల కథలోను నరుకూరి చెన్న ముద్రతోనున్న దరువులు గలవు నారాయణకవి గొల్ల కలాపముగూడ రచించి యుండెనా!

* ప్రా. లి. పు. భాం. డి.నం. 1944--ఆర్.నం. 1157 (ప్రా.లి. పు భాం. డి. నం. 1945-ఆర్. నం. 1197 కూడా శివపారిజాతమే. ఇందు గ్రంథకర్త పేరు కానరాదు. ఇది పైదానికంటె వేఱని కేటలాగులోఁ గలదు. కానియది కేవలము స్వతంత్ర గ్రంథము కాదు. తత్కర్త యెవఁడో లింగమూర్తి గ్రంథ భాగములనే బాగుగా సంగ్రహించినాఁడు. ఆ పద పద్యములనే యించించుక మార్చుటకుఁ బ్రయత్నించినాఁడు.

ఆర్. 1157—45 51, 57, 59, 62, 63, 64, 67, 72, 106 వ పుటలలోని ద్విపదలను, పద్యములను-

ఆర్. 1197— 13, 1, 4, 7, 8, 10, 12, 13, 16 వ పుటలలోని ద్విపదలతోఁ వరుసగాఁ బరిశీలించినచో నా పోలిక స్పష్టపడగలదు 1157 లోని గొల్లభామ, సింగీ సింగళ్ల ప్రసంగములు మొ. 1197లో విడువఁబడినవి.)

శు. 6 శుక్రవారం" ఇది క్రీ. శ. 9–9–1785 తేదీకి మాత్రమే సరి పోవుచున్నది. అనఁగా గవి యంతకుఁబూర్వుఁ డనవలెను. రచనా ధోరణినిబట్టి చూచిన యతఁడంత పూర్వుఁడనిపించుటలేదు.

గ్రంథపుటెత్తుగడ యేమిటో గజిబిజిగానున్నది. మొదట "బాలరుద్రవేషము" ప్రవేశము. అతనిని వెదకుచుఁ బార్వతిరాక. తరువాతనొక "బైరాగివేషము" ప్రవేశించి హిందిలోఁ బ్రసంగించును. తదుపరి యొకచిన్న గొల్లకలాపము. సుంకరి శ్రీగిరి (గొ. క. ల.లో సుంకరి పేరు కొండయగాఁ బ్రసిద్ధము) గొల్లభామతోఁ జెయిముట్టు సరసముచేయఁబోఁగా నామె యత్తగారు వచ్చును. అంత "ఎఱుకలవేషము"– పార్వతికిఁ బ్రియుఁడు ప్రసన్నుఁడగునని యెఱుకచెప్పుట–సింగనివర్ణన, ప్రసంగముగలవు. తరువాత "చెంచెతవేషము" న గౌరి, "బాలికవేషము" న గంగ, మీనాక్షి, పద్మాక్షి, కనకదుర్గయును వారెవరో శివుని వెదుకవత్తురు. "వృద్ధవేషము" వారినివెదుకవచ్చును. త. నాయికానాయకుల విరహవేదన, సంవాదములు, అలుక తియ్యారింపులు, సవతుల కయ్యముసాగినవి. గ్రంథముపేరు శివపారిజాతమే కాని యిందు పారిజాతప్రసక్తిలేదు. అసలు పారిజాతకథ సవతి మచ్చరమునకుఁ బేర్పడ్డది. కాఁబట్టి యిందును శివ సతుల సవతిమచ్చరము వర్ణితమైనదికాఁబట్టి యీపేరుపెట్టబడినదనియూహింపనగును. మొదటఁగథాసంవిధానములోను రచనలోను లగువు బిగువులు గానరావు రానురాను హెచ్చినవి. ఇందు గొల్లభామ కథకు బొత్తుగాఁ బ్రమేయములేదు. (ప్రతివిలేఖకుల దోషము లేమైన నిందుగలవేమో!) ఇందుఁబదములు, ద్విపదలు నెక్కువ. తదుపరి పద్య సంఖ్యయు నందు సీస సంఖ్యయు నెక్కువ. వచనములు కొద్ది. సం. శ్లోకములు (కొన్ని ప్రసిద్ధములే), చూర్ణిక, యాలలు, సారంగపదము గలవు. గ్రంథమెక్కువగాఁ

పాత్రల సంభాషణలలోనే సాగినది. ప్రవేశ సమయమునఁ బాత్రలు స్వవిషయమును జెప్పుకొనుటయు నిందుఁగాననగును. రచన నిర్దుష్టము కాదుగాని చతురముగాసాగినపట్లు నిందుగలవు.

33. అక్కెనప్రగడ హరిదాసు

ఇతఁడు "శ్రీరామ నిత్యోత్సవ యక్షగానము, అమరేశ్వర స్వామి బాలచాముండి అమ్మవారి ఏకాంతసేవ" అను రెండు యక్ష గానములను రచించినట్లును నవి ప్రచురితములైనట్లును ఆం. వా. సూ. లోఁగలదు. ఇతఁడు కుబ్జా కృష్ణవిలాస మను కావ్యమును రచించి నట్లును నితనికాలము 18వ శతాబ్ది యనియు వర్ణన రత్నాకరమునఁ గలదు. (గ్రంథములు నా కలబ్ధములు).

34. గోపాలుని సింగయ

ప్రభావతీ ప్రద్యుమ్నము :*

కవి విషయము :– గోపాలాన్వయుఁడు. భాస్కర మంత్రి పౌత్రుఁడు. వీరన మంత్రి పుత్రుఁడు. తల్లి యోబమ. ఆం. క. చ. నుండి తెలిసిన విశేషములు : ఇతఁడు నియోగి. మౌద్గల్య గోత్రుఁడు.

* ప్రా. లి. పు. భాం. డి. నం. 1910

కిరాతార్జునీయాంధ్ర కావ్యానువాద మితని కృత్యంతరము. ఈ కవి కర్నూలుమండలములోనివాఁడు. ఈ కవి పుత్రుఁ డెనుబది సంవత్సరముల క్రిందట జీవించియుండెను. కాఁబట్టి కవి నూఱు సంవత్సరముల క్రిందటివాఁడు. (అది ఆం. క. చ. రచనాకాలమునాఁటికి) అది యథార్థమగునేని కవి క్రీ. శ. 19 వ శతాబ్ది తురీయపాదము నందుండె నన వచ్చును.

గ్రంథవిషయము:— ఇది సింగళి సూరనార్యుని ప్రభావతీ ప్రద్యుమ్నమునకు యక్షగాన రూప పరివర్తనము. కథా ప్రణాళిక యథా సూరనీయముగా నడచినది. అందలి పద బంధములు, భావములును నిందలి దరువులలో విరివిగా దొరలినవి. అయినను సింగయ స్వతంత్రముగను జతురమైన రచన చేయఁగలఁడని తేటపడినది. ఇందు దరువులు, ద్విపదలు నెక్కువ. గద్యపద్యములు కొద్దిగాఁ గలవు. ఎడనెడ నర్థచంద్రికలు, నొక్కొక ధవళము, శోభనము, ఏల, మంజరియును గలవు. దరువు లెక్కువగాఁ దాళప్రధానములు. వివిధతాళ రేకులు నుండుట విశేషము. రాగము లక్కడక్కడ పేర్కొనఁబడినవి. సూరన కృతిలోని గంగావతార నాట్యప్రసంగమిందు లేదు. కాని దానికి "బదులు" గా పగలాట ప్రదర్శన వర్ణన విపులముగాఁ గలదు. అందు పాత్రలు తెరవెడలు క్రమము సూచింపఁబడినది. పేరడి, ప్రబంధజక్కిణి, చిందు, కొరవంజి, జోగిణి, మొ. నాట్యభేదములు పేర్కొనఁబడినవి. నటపారిపార్శ్వక, విదూషక ప్రసక్తి కలదు. ప్రేక్షకాగారమున రాణివాసపు వారికిఁ బ్రత్యేకపు టేర్పాట్లుండినట్లు పేర్కొనబడినది.

35. పురిజాల లక్ష్మీనారాయణకవి

పారిజాతము: *

కవి కాశ్యపగోత్రుఁడు. పాపయామాత్యపౌత్రుఁడు. అనంతమాంబానాగయామాత్యుల పుత్రుఁడు. తిరుమల తాతాచార్యుల శిష్యుఁడు. పాలకొండ రామభద్రనృపతి తత్కృతి ప్రోత్సాహకుఁడు.

దీనికిఁ కవి స్వహస్త లిఖితమైన తాళపత్రప్రతి లభించుటయు, లేఖనకాలము పేర్కొనఁబడి యుండుటయు విశేషము. ప్రతిచివర "కాలయుక్తినామ సంవత్సర పుష్య బ ౧౦ గురువారం సరిగా పురిజాల లక్ష్మీనారాయణుఁడు లిఖించెను." అనియున్నది. ఇది క్రీ. శ. 31-12-1618 తేదీకి మాత్రము సరిపోవు చున్నది. కాని గ్రంథ రచనాకాలమది కాఁజాలదు.

ఈగ్రంథమున క్షీరగిరి ప్రశంస గలదు. కృతి ప్రోత్సాహకుఁడు పాలకొండ రామభద్రనృపతి క్షీరగిరి పాలకొండకు సంస్కృతీకరణమై యుండుననియు నది రామభద్ర నృపతి యూరై యుండుననియుఁ దోఁచును. స్థానికముగా క్షీరగిరియని కవుల వ్యవహారముగల పాలకొండ పుర మొకటి నేఁటి శ్రీకాకుళ మండలమున నున్నది. అది వెనుక విశాఖ మండలమునకుఁ జెందియుండినది. ఆదినములలో నీప్రతి విశాఖమండలమునుండియే సంపాదింపఁబడినది♦ కవియు విశాఖమండలమునకుఁ జెందినవాఁడై యుండును. రామభద్ర నృపతికాలము తెలియవచ్చుట లేదు. కాని క్రీ. శ. 1618 నాఁటికి విశాఖమండలమున యక్షగాన

---

* ప్రా. లి. పు. భాం. ఆర్. నం. 438.

♦ చూ. ప్రా. లి. పు. భాం. త్రైవార్షిక నివేదిక సం. 3—పుట 1178.

ములు వెలసిన జాడలేదు. అదికాక గ్రంథమున మాధవి పాత్రయు, భామ కలాపము ఫక్కికయుఁ గన్పట్టుచున్నవి. అవి క్రీ. శ. 1672–1685 ప్రాంతమున నుండిన సిద్ధేంద్రయోగి సృష్టికిఁజెందినవి. మఱి యొక సంగతి ఇందు కవి మన్మథుని నవాబుతో సరిపోల్చిన సందర్భము నందలి యొక పద్యము:—

"నెలయను తెల్లవాండు గరిణేలుగ (?) చిల్కలబారు సోలు గా
దులుగ (?) సునాదమిచ్చుమగ తుమ్మెద పిల్లన గ్రోవికాండుగా
దలఁకక పల్కు కోయిలలు తంబుర వాయదకాండ్లుగా నెమ
ళ్ళులుకుడు తా సిఫాయిలుగ నావలి తెమ్మరయున్ ద్విభాషిగా
బలుఁడు మరుండు వెల్వడె నబాబయి పాంథజనాళినేచగన్"

ఇందలి గరిణేలు (గవిణేలు ?) సోలు దాగులను శబ్దముల కర్థము స్ఫురించుచున్నది కాని వాని స్వరూపము వింతగానున్నది. వాని యథార్థ స్వరూపము గవర్నరు, సోల్జరులునై యుండునా యని యను మానము. "తెల్లవాండు" శబ్దమున శ్వేత వర్ణుఁడగు పాశ్చాత్యుఁడు స్ఫురించుచున్నాఁడు. అతనికి నబాబు తోడి సంబంధమును ద్విభాషి శబ్దము సూచించుచున్నది. అట్టి సంబంధములు, నా తెల్లదొరల ప్రాభవము మన దేశమున క్రీ. శ. 1619 నాఁటి కేర్పడి యుండలేదు. విశాఖ మండలమున క్రీ శ. 1757 లో జరిగిన చరిత్ర ప్రసిద్ధమైన బొబ్బిలి యుద్ధము కారణముగా కవిపేరు, నవాబు, దుబాసి మొదలగు పద జాలమున కటఁ బ్రచారము గల్గినది. 1757 తరువాత వచ్చిన కాలయుక్తి 1798–99 సం. లలోఁ బడినది. ఆ కాలయుక్తి పుష్య బహుళ ౧౦ క్రీ. శ. 30-1-1799, కాని యది బుధవారము. మఱునాఁడే కదా గురు వారము — పు. బ. ౧౧. అంకెలోనో తిథిలోనో యేదో చిన్న యరమరిక యుండి యుండును గాని గ్రంథ లేఖనమైన దిన మదే యై యుండు

ననవచ్చును. (ఆ తరువాతి కాలయుక్తి 1858–59, లోఁజూచినను నీ యరమరిక తీరదు. ఎట్లయినను గ్రంథరచనా విషయమున నది 1859 కి ముందు జరిగెననుట సునిశ్చితము. 1799 సం. ను గ్రహించుట లెస్స యగును). అగుచో నదే కవి కాలమునగును గదా !

గ్రంథవిషయము :– కవి తన గ్రంథమును యక్షగాన ప్రబంధ మని పేర్కొనినాఁడు. అటఁ బ్రబంధ శబ్దము కావ్య సామాన్యవాచి మాత్రమే కాదు. కొంత సార్థకము నైనది. చంద్రోదయాది వర్ణనలు, నాయిక విరహావస్థయు, గ్రంథాంత పద్య గద్యములు నందులకుఁ దార్కాణములు. నాయిక మాధవితోఁ దన పాద వెళ్ళబోసికొను టయుఁ బ్రియునికడకు రాయబారములు బంపుటయు మొదలగునవి భామకలాపము ఫక్కిని దలఁపించును. పారిజాత కథతో సంబంధము లేని రాధ పాత్ర కిందుఁ బ్రసక్తి గల్గినది. అది యొక యసందర్భమే యగును.

ఒక విశేషము :– ఇం దాట భాగవతములందుఁ బురుషులు స్త్రీ వేషములను ధరించుటగూర్చి సత్యభామకు సఖి పాత్రకు నడుమ నొక చర్చ సాగినది. పురుషులు స్త్రీ వేషములను ధరించు టుచితముగాదని సఖి వాదము. భంగాశ్వ జగన్మోహినీ వృత్తాంతములు చెప్పి సత్యభామ సఖి వాదమునకుఁ బ్రత్యాఖ్యానము చేసి విషయమును సమర్థించినది. ఈ ప్రసంగమునఁ గవియుద్దేశము పురుషులును స్త్రీ వేషములను బూన వచ్చునని సమర్థించుట. తగిన సందర్భము లేకున్నను నతఁడావిషయము నెత్తుకొని యక్లేల సమర్థింపవలసివచ్చినది ? అనఁగా స్త్రీ పాత్రలను బురుషులుగాక స్త్రీలే నిర్వహించుట యుక్తమను వాదము క్రొత్తగాఁ గవి సమకాలికులలో బయలుదేఱినదో ; లేక యక్కడక్కడ వీధి భాగవతములలోఁ గొలుత స్త్రీ పాత్రలను స్త్రీలే నిర్వహించుచుండి

రనియు నీ కవికాలమునాఁటికిఁ బురుషులు వందులకుఁ బూనుకొను చుండఁగా నచ్చటచ్చట యాక్షేపణ బయలుదేఱి యుండుననియు నూహింపనగును.

ఈ యూహను గవి నివాసమగు విశాఖమండలముననే పరిమిత ముగా నైనను గ్రహింపవచ్చును. "విశాఖపట్టణముజిల్లా వృత్తాంత సంగ్రహము" 130 వ పుటలో నా మండలములో నాఁడబడు "జన రంజకనాటకము" లలో "స్త్రీలు, పురుషులు వేషములు వేసుకుని వినికిడిచేసెడి" వారని కలదు. అందే 136 వ పుటలో నా జనరంజక నాటకములలోఁ బారిజాతమొకటి యని చెప్పఁబడినది. అది లక్ష్మీ నారాయణకవిదే కావచ్చును.

పై ప్రసంగమునుబట్టి యిది పదర్శనోద్దిష్టమైనదే యని చెప్ప వలెను. ఇందుఁ బ్రసిద్ధరాగతాళములలో దరువులు, ద్విపదలు, వచన ములు, పద్యములు, చూర్ణిక, శోభనము, మంగళహారతి మొ. కలవు. అటనట నెఱసు లున్నను సరసమైనదే రచన.

36. పణిహారం ఎంబారయ్య

కురవంజి:

ప్రతి ప్రా. లి. పు. భాం. డి. నం. 1855. ఇందు కవి గుఱించి వివరములు లేవు. పై ప్రతివిలేఖనకాలము "రుదిరోద్గారి సంవత్సరం మార్గళి నెల 10 వ తేదీ దశమీ శుక్రవారం" ఇది క్రీ. శ.

23-12-1803 కి సరిపోవుచున్నది. కవి యంతకొక్కింత పూర్వుఁడై యుండును.

రామానుజాచార్యుఁడొకపరి కురవంజి నే పథ్యము స్వీకరించి కాంచీపురాధిపుని పట్టమహిషియగు అరుంధతీదేవి తాయి కడకుఁబోయి విశిష్టాద్వైతపరముగాఁ బాంచ భౌతిక దేహ తత్త్వము, జీవేశ్వర మర్మములు మొ. వానిఁగూర్చి యుపన్యసించుటయుఁ బోయి పెరుమాళ్లు (శ్రీమహావిష్ణువు) సింగఁడై వచ్చుటయు నీ గ్రంథవిషయము. (ప్రతికి పెట్టిన యేకరువులో అద్దంకి సింగరాచార్యుల పేరు దొరకినది. అతఁడు క్రీ. శ. 1600 ప్రాంతమందుండిన రేటూరికవుల గురువు - చూ. ఆం.క త. 11 సం.) ఇందుఁ బ్రసిద్ధ రాగములలో దరువులు, తాళప్రధానములగు పదములు, ద్విపదలు, రెండు మూఁడు వృత్తములు, సంధి వచనములు గలవు. ఏల, ముచ్చట, అల్లో నేరేళ్ళు, పాళిపద, సువ్వాల ధాతువు విశేషములు-రచన యొకమోస్తరు.

37. విశ్వేశ్వరుఁడు

ధర్మపురి మాహాత్మ్యము :

తిరుపతి శ్రీవేంకటేశ్వర ప్రాచ్యపరిశోధనాలయము ప్రతి నం. 6688. ఈగ్రంథము ప్రత్యంతరమే ఆంధ్రసాహిత్య పరిషద్గ్రంథ భాండాగారమున "చంద్రరేఖా విలాస" మనుపేర నున్నది. (నం. 863) అది ప్రతివిలేఖకుఁడు పెట్టినపేరు. ఇందలి నాయిక చంద్రరేఖ. కాని "ధర్మపురి మహాత్మ్యఁ బొటువలెను" అనియే కవిచేసిన కథోపక్రమణిక. తిరుపతి

ప్రతి యీ పేరనే యున్నది. ఇఁక కవి నామవిషయ మొకటి శంకా వహము. రెండు ప్రతులలోను గ్రంథారంభ ద్విపదలో "నిజకుల కర్త డను నాఁడ" నని యున్నాఁడు. కాని యది యొక పేరేమిటి! ఆం. సా. ప. ప్రతి గ్రంథాంత ద్విపదలో "విరచించె నీకథ విశ్వేశ్వరుండు" అని యున్నది. అదే కవిపేరు కాఁదగును. (కాని తిరుపతి ప్రతిలో "విరచించె నీకథ విశ్వేశుపేర" నని యున్నది. అది పొరపాటు కాఁదగును.) ఈకవి "అభినవ కవి రాఘవయ్యా సేవకుఁ" డని రెంటను గలదు. అంతకంటెఁ గవిని గుఱించిన వివరములు దెలియవు. ఆం. సా. ప. ప్రతివిలేఖన కాలము: క్రోధన వైశాఖ బహుళ సప్తమి జయవారము 21-5-1805. కవి యంతకుఁ గొంత పూర్వుఁ డగును.

గ్రంథవిషయము: గౌతమీ తీరముననున్న ధర్మపురిక్షేత్రమునకు సంబంధించినగాథ. బైలు పురీంద్రునికి ధర్మపురి రామలింగస్వామిదయ వలనఁ గలిగిన పుత్రుఁడగు దీర్ఘరాజు ప్రతిష్ఠాన పురాధీశు డగు శాలివాహన భూపాలుని పుత్రికయగు చంద్రరేఖను బెండ్లి యుంకువ యగు కలియుగ పొన్నపూలు తెచ్చి పెండ్లాడిన కథ యిది. అవి సాధించుటలో నతఁ డొనర్చిన సాహసకృత్యములు, నవాంతర వివాహ కథలు నిందు వర్ణితములు. కథాప్రధానమైన దీకృతి. ఇందుఁ దాళప్రధానము లైన దరువులు, ద్విపదలు, వచనము, గొలఁదిపద్యములు, కురుచరేకులు, నడలు సమలఘువులు, ఉత్కళికలు, చిత్ర తాళము, రగడ మొ. రచనా విశేషములును గలవు. రచన మొదట పేలవము, దోషజుష్టముగా నున్నను జివరకు పోను పోను చిక్కబడినది.

---

38. దొడ్డి నరసింహ కవి

కరియ బంటుని కథ:♦

కవి విషయము :- శంకరాచార్యుల శిష్యుఁడు. దొడ్డి లేక దొడ్డకొండ యాభళేశుఁ డతని కిష్టదైవము నీ కృతిపతియు నైనవాఁడు. గుత్తిరాజ్యమున గోట్లూరి తూర్పున "సదాశివరాయలు తాను అమరంగ జేసిన అగ్రహారం" బగు జంగాల గ్రామమున కధిపతియు, నాశ్వలాయన సూత్రుఁడు, భారద్వాజస గోత్రుఁడు, ఫణియప్ప పుత్రుఁడు నైన పద్మనాభయ గ్రంథాంతద్విపదలోఁ జేర్కొనఁబడినాఁడు. అతఁడే తత్కృతి ప్రోత్సాహకుఁడై యుండును. కవి కాలపు టుత్తరపు మేర మాత్రము నిర్ణయించుట కొక్క యాధారము గన్పట్టుచున్నది. ఈ కృతి ప్రతివిలేఖన కాలము "ప్రమోదూత సంవత్సర చైత్ర బ ౧౦." వార మనుక్తము. దీనినిబట్టి కాల నిర్ణయము కుదురదు. కాని యీ ప్రతివిలేఖకుఁడగు బమ్మిహాళ్ళి నారాయణప్ప కొడుకు రామప్ప యే అడయారు ది. స. గ్రం. - జి. నం 74862 శతకంఠ రామాయణ యక్షగాన ప్రతి విలేఖకుఁడును. దాని లేఖన కాలము శుక్ల పుష్య ౧౩ శుక్ర వారము. అది క్రీ. శ. 2-3-1810 తేదీకి సరిపోవుచున్నది. కరియ బంటుని కథ ప్రతి విలేఖన సంవత్సరమగు ప్రమోదూత పై శుక్ల తరువాతిదే కావచ్చును. అనఁగా కవి క్రీ. శ. 1810 కొక్కింత ముందు వాఁడు కావచ్చును.

♦ అడయారు ది. స. గ్రంథాలయము — జి. నం. 74880. (కన్నడ మోడి గలది)

గ్రంథ విషయము :- ధారా పురాధిపతి యగు కరియబంటు హాళియ బీడు పురాధిపతి యగు బళ్ళాలు నాహ్వానమున హాళియబీడు నకుఁ బోవుచుండఁగా త్రోవలోఁ దొండనూరిపురమేలు నొక రక్కసి కూఁతురు పుండరీకాక్షి యనున దతనిని జూచి వలచుట - రక్కసి యతనిని జంపుట - ఆ రక్కసి శాపము దీరి మాలిని యను గంధర్వస్త్రీ యగుట - చివరికి శివుఁడు ప్రత్యక్షమై యతనిని బునర్జీవితు నొనర్చుట - తదుపరి పుండరీకాక్షితోఁ గరిరాజు కల్యాణము. ఇందలి కథా ప్రధానాంశము లివి. నడుమఁ జక్కని సన్నివేశములు గలవు. ఈ కథ కన్నడ దేశమునఁ గడు ప్రచారము గాంచినట్టిది. (ఈ కథనే 1750 ప్రాంతమున బొమ్మలాట సాంబయ్య కన్నడమున యక్షగానముగా రచించి యుండెను. చూ. ప్రా. లి. పు. భాం. డి. సం. 1169 బహుశా దాని కిది యాంధ్రభాషా పరివర్తమేమో ?) ఇందుఁగరియ బంటుని తల్లికడ కాకాశవాణి కొరవంజి వేషంబు దాల్చి వచ్చినట్లు గల దదియొక విశేషమే. కథాంశము విశేషముగాఁగల య. గా. లలో నిది యొకటి. ఇందుఁ దాళప్రధానములైన దరువులు, వచనము, ద్విపదలు, పద్యములు, అర్థచంద్రికలు, రచ్చరేకులు, ధవళ శోభనములు, గౌరీకళ్యాణమును గలవు. యక్షగానమని పేర్కొనఁబడినది. దరువులలో మాత్ర మక్కడక్కడ రచన చక్కఁగ సాగినది.

39. ఇటికెల తిమ్మయ

కన్యకా పురాణము :* (లేక చరిత్ర)

కవి విషయము :— ఇతనిది వైశ్యకులము. చంద్రకుల గోత్రము. తాత గురవయ. తండ్రి చన్నమసెట్టి. తల్లి లక్ష్మమ. తాత పేరిటి వాఁడొక సోదరుఁడు గలఁడు. కృష్ణమాహ్వాయుఁ డీతని దేశికుఁడు. కొన్ని ప్రతులలో (ఆం. సా. ప. 1537) యాజుర్వేదియు, నాపస్తంబ సూత్రుఁడు, శ్రీవత్సగోత్రుఁడు నైన శివరామయ యీతని గురువుగాఁ బేర్కొనఁ బడినాఁడు. ఈకవి కాలావధి నిర్ణయించుటకును బ్రతిలేఖన కాలమే శరణ్యమైనది. ప్రా. లి. పు. భాం.- డి. నం. 1843 ప్రతిలేఖన కాలము ప్రమోదూత శ్రావణశుద్ధ ప్రథమా బుధవారము- క్రీ.శ. 1-8-1810. కవి యంతకుఁ బూర్వుఁడని మాత్రము చెప్పనగును. ఇతని యుదంతము గొంత కావలి వెంకటరామయ్యా దక్కను కవుల చరిత్రమునఁ బ్రసక్తమైనది. దానిని బట్టియు నీ యూహా సమంజసమైనదని తోఁచును. గ్రంథరచనా వైఖరిని బట్టి 18 వ శతాబ్దిఁ జెందినవాఁడనిపించుచున్నది. (ఇప్పటికిది యూహా మాత్రమ)

* 1. ప్రా. లి. పు. భాం. - డి. నం. 1843, ఆర్. 977, ఆర్. 1048.

2. ఆం. సా. ప. - నం. 1332 1537, 1617, 1684, 2306. (ఈప్రతులలోఁ బాఠ భేదములు విశేషము)

3. అడయారు ది. స. గ్రం. అర నం. 32 (ఎమ్) 16.

గ్రంథవిషయము :— ఇది ప్రసిద్ధమగు వైశ్యుల యిలవేల్పు కన్యకా పరమేశ్వరి చరిత్రము. దీనికి మూలము స్కాంద పురాణము.♦ ఇది భాస్కరాచార్యులను నతనిచే దిమ్మయకు ముందే యాంధ్ర మునఁ బద్య ద్విపద కావ్యములుగా వెలసినది. [2]ఈకథా మధ్యమునను భాస్కరాచార్యుల పాత్రకుఁ బ్రశక్తిగలదు. తిమ్మయ కృతిలోను భాస్కరాచార్యుల ప్రశంసగలదు. ఆంధ్రకవి తరంగిణిలో నీభాస్కరా చార్యుల యుదంతముగూర్చియు, నీకథా విషయముగూర్చియుఁగొంత చర్చగలదు. చూ. సం 8-పుటలు 206-218)

ఇది వస్తు విస్తృతిగల యొకపెద్ద యక్షగానము. యక్షగాన మనిపేర్కొనఁబడినది. ప్రదర్శనకుఁ బనికిరాదని చెప్పవచ్చును. ఇందాశ్వాస విభాగ ముండుట గమనింపఁదగినది. (అశ్వా.౧; రచన యంత ప్రౌఢమునుగాదు, పేలవమునుగాదు. సలక్షణమైన భాషయే వాడబడినది. కాని దోషరహితము గాదు. ఇందు దాళప్రధాన ములైన దరువులు తఱచు. ద్విపద వచనముల పాలును మిక్కుటమే. పద్యములు సకృత్తు. ఏలలు, త్రిభంగులు, దండక చూర్ణికలును గలవు.

♦ సంస్కృత స్కాం. పు. లోని యీ కథా భాగము ప్రతి అం. సా ప లోఁగలదు నం. 288.

2 అం. సా. ప. నం 2297 - భాస్కరాచార్య కృత "వాసవీ మాహా త్మ్యము" అది పొరపాటునఁ బరిషద కారాద్య ముద్రిత గ్రంథ సూచికలో యక్ష గానముగాఁ బేర్కొనబడినది. అది పద్యకావ్యము

40. సన్నిధిరాజు జగన్నాథ కవి

ఏలుకల కురవంజి: *

కవి విషయము:- పేరు జగన్నాథకవి లేక జగ్గకవి. ఇంటి పేరు సన్నిధిరాజు లేక సన్నిధానము. వెలనాటి బ్రాహ్మణుడు. కాశ్యపగోత్రుడు. ఇతని తాతపేరు కూడ జగ్గకవియే. అతనికి సుందరమ్మ యందు నలుగురు పుత్రులు. అందమ్మయగారికి జగ్గయ, జయ సుందరప్ప, గురులింగము నను వారు పుత్రులు. కవి గురువు శృంగేరీ మఠాధిపతి యగు శంకరాచార్యులవారట. కవి యుప్పాడ (పిఠాపురము దగ్గర నున్నది) పురవాసి. కవి కాలనిర్ణయమున కొకయాధారము గలదు. ఈతని కృతియొక్క ప్రా. లి. పు. భాం. ప్రతి డి. నం. 1884 లేఖన కాలము బహుధాన్య ఫాల్గుణ బ ౧ శుక్రవారము - క్రీ. శ. 19-3-1819. గ్రంథ మంతకుఁబూర్వము రచింపఁబడె ననుట నిశ్చయముగదా. ఇతఁడు క్రీ. శ. 1810 ప్రాంతములవాఁడని శతక కవుల చరిత్రమునఁ జేర్కొనఁబడినాఁడు. అది సత్యముకావచ్చును. దానినుండి తెలిసిన విశేషములు:- కవి యజుశ్శాఖి. తల్లి పేరమ. కృత్యంతరము రాజలింగశతకము. అది వాకతిప్పరాజశేఖరున కంకి

---

* 1. ప్రతులు:- ఆం. సా. ప. - నం. 4543, 1244.

2. ప్రా. లి. పు. భాం. - డి. నం. 1852, 1853, 1883, 1884.

3. రాజమండ్రి గౌతమీ గ్రంథాలయము - నం. 9 (తాళపత్ర గ్రంథములు.)

ఇది ముద్రితము - ఉమా మహేశ్వరప్రెస్, మదరాసు, 1897 (ప్రచురణ కర్త:- పాదర్తి అక్కయ్య దేవర.)

తము. (వాకతిప్ప కూడ పిఠాపురముతాలూకాలోనిదే) శ. క. చ. న సీతసి కురవంజి రచనము పేర్కొనఁబడినది.)

గ్రంథ విషయము :— ఇందు జీవోత్పత్తినుండి విదేహ కైవల్య ముక్తి ప్రాప్తివఱకుఁగల తత్త్వ మద్వైతపరముగాఁ బ్రపంచింపఁబడినది. జీవసతికడకు సుకర్మ మెఱుకతయై వచ్చును. మూల ప్రకృతి సింగఁడాయెను. వారనేక విషయములపై వాద ప్రతివాదములు సలుపుదురు. ఇది జీవయెఱుకల కొఱవంజి యనియు జ్ఞానయెఱుకల కొఱవంజి యనియుఁ గవిచేతనే (యతి ఘటితముగా) పేర్కొనఁబడినది. కురవంజి యనియే కాక యక్షగాన మహాప్రబంధమనియుఁ బేర్కొనఁబడినది. ఇందు హాస్యగాఁడు పాత్రలను బలుకరించుటయుఁ బాత్రలు స్వవిషయమును జెప్పుకొనుటయుఁ గలదు. ఇందసలే గహనమైన విషయమింకను గ్లిష్టముగాకుండఁ గొంతవట్టు పరిభాషానిరపేక్షముగా సరళముగాఁ జాలవరకు వచనములో వివరించినాఁడు. కవి పాత్రల నడుమ సంవాదములును గలవు. కాని యిది ప్రదర్శనమున రాణింపదు. ఇందలి భాష సలక్షణమైనది. (సింగని ప్రసంగాది సందర్భములందుఁదప్ప). శయ్య ప్రసన్నమైనది. ప్రసిద్ధ రాగ తాళములలోఁ గొలఁదిపాటి దరువులు గలవు. కొలఁదిపాటి పద్యములును గలవు. ద్విపదలు, వచనములు నెక్కువ. ఏలపద మొకటి, సంస్కృతచూర్ణికలు, దండకములు నొకటి రెండు. శ్లోకము లనేకము గలవు. అమరశ్లోకము లుదాహరింపఁబడినవి. కవి స్వతంత్రముగా వ్రాసినవియుఁ గలవు. శ్లోకములకుఁ దెలుఁగున వ్యాఖ్యానమును గలదు. ఇట్టి కృతులందు కవిత్వపుఁ బాలు నెన్నుట కష్టము.

41. బు (జ?) క్కమ సాంబయ్య

బల్లాణరాజచరిత్రము: *

కవి యింటిపేరు బుక్కమో, జక్కమో నిక్కచ్చిగాఁ జెప్ప వలనుపడలేదు. ఇతఁడు వీరశైవుఁడు. యోగ విద్యాభ్యాసరతుఁడు. గుహేశ్వరస్వామి భక్తుఁడు. ఇంతకంటె వివరము లెఱుఁగరావు. అతని కృతి ప్రా. లి. పు. భాం. ప్రతి డి. నం. 1914 లేఖన కాలము ఆంగిరస మార్గశిర శు ౧౦ ఆదివారము 13-12-1812 కావున నంతకంటెఁ బూర్వుఁడు కావచ్చునని మాత్రమే చెప్పనగును. కాని యించుక ప్రాచీనుని వలెనే కన్పట్టుచున్నాఁడు.

గ్రంథ విషయము : నారదప్రేరితుఁడై శివుఁడు మిండజంగమై ఘోర వీరశైవవ్రతదీక్షితుఁడగు సింధు కటకాధీశ్వరుని భల్లాణుని బరీక్షింప వచ్చుట - తనకుఁ బద్మినీజాతి వేశ్యకావలెననుట. అట్టి వేశ్య దొరకక బల్లాణుఁడు తనభార్యయగు చల్లమాదేవినే యతని కడకుఁ బంపుట—శివుడు శిశురూపము ధరించుట - వారికి మోక్షమిచ్చుట యనున దిందలికథ. (ఇందు బల్లాణుఁడు పూర్వజన్మమునఁ గిరాతుఁడని చెప్పఁబడినది.) రచన శివకవి సామాన్యములైన దోషములుగల దైనను జాలచక్కనిది. ఇందలి దరువులెక్కువగాఁ దాళప్రధానములు. ప్రసిద్ధ కర్ణాటక రాగప్రధానములు గొలఁది గలవు. వచనము లున్నవి. ఏలలు, జోలలు, త్రిభంగులు, అర్ధచంద్రికలును గలవు. ముఖారి రేకులు విశేషము. ఇదియక్షగాన ప్రబంధమని పేర్కొనఁ బడినది. శ్రవ్యదృశ్యములకు నడిమివాటముగా నడిచినది.

---

* ముద్రితము: పమ్మి త్యాగరాయసెట్టిగారి శ్రీరాజరాజేశ్వరీ నికేతన ము. శా మదరాసు, 1904.

42. కాటమరాజు వెంకటజోగి

ముక్తికాంతా విలాసము:*
(కురవంజి)

కవి విషయము:— శ్రీవత్స సగోత్రుఁడు. కాటమరాజు కొండమరాజ పౌత్రుఁడు. వెంకమాంబా చెంచమరాజుల పుత్రుఁడు. ఇతని కృతి ఆం. సా. ప. ప్రతి విలేఖనకాలము ప్రజోత్పత్తి మాఘ శుద్ధాష్టమి మంగళవారము – 21-1-1812. కవి యంత కించుక పూర్వుఁడు కాఁదగును.

గ్రంథ విషయము:— ముక్తికాంత యొక్కతయై వచ్చి మనఃకాంతకడ నోంకార ప్రభావము నుగ్గడించి తత్స్వరూపుఁడగు పరబ్రహ్మ యనుసంధానమునకై యాసనములు, ముద్రలు మొదలగునవి వివరించును. ఆపై మనఃకాంత ప్రబోధితయై సాకార పరబ్రహ్మమును సాక్షాత్కరింపఁజేసికొనును. తదుపరి యామెకు నోంకారమునకును వివాహము. ఈ గ్రంథమున విషయపటుత్వము లేదు. రచన పేలవమైనది, దోషజుష్టము. బోడిదరువులు, ద్విపదలు, చిన్నవచనములు గలవు. కురవంజి యని పేర్కొనఁబడినది.

---

* 1. ఆం. సా. ప. నం. 4525.
 2. శ్రీ వేదునూరి గంగాధరంగారికడ నొక తాటియాకు ప్రతిగలదు.

43. భారతి రామరాజు

ఇతఁడు మాగధ వంశీయుఁడు. (భట్టురాజు. భాస్కర పౌత్రుఁడు. మంత్రి (మంచి?) రాజపుత్రుఁడు. (జల క్రీడలు) తన గ్రంథము లన్నియుఁ బోట్లదుర్తి హరి కంకితము చేసినాఁడు. అనఁగా నీతఁడు పోట్లదుర్తి వాస్తవ్యుఁడని తోఁచుచున్నది. పోట్లదుర్తి కడప మండలమునఁ గలదు. కాని యితఁడు నెల్లూరు జిల్లా మాన్యూలులో (పుట 698-99) నెల్లూరు మండల కవి యైనట్లును, క్రీ. శ. 1813 ప్రాంతమున నుండినట్లును బేర్కొనఁబడినాఁడు.

ఇతని గ్రంథములు:

1. జలక్రీడలు.

ముద్రితము :- సరస్వతీ నిలయము. శా. మదరాసు - తృతీయ ముద్రణ, 1883.

గ్రంథాంతమున నిది యానంద మాఘ శుద్ధ హరి వాసరమున రచింపఁబడినట్లు గలదు. అది 1795 సం. కావచ్చును. ఇందు భాగవత దశమస్కంధ పూర్వభాగ కథగలదు కాని యశోదతో గోపికలు కృష్ణుని యాగడముల గుఱించి చెప్పుట, గోపికా వస్త్రాపహరణ (అదే జలక్రీడలు) మను నీ రెండు విషయములే వివరముగాఁ గలవు. ఇందుఁ బ్రసిద్ధ రాగ తాళములలో దరువులు, ద్విపదలు, పద్యములు, వచనములు (సకృత్తుగా), కందార్థములు, సీసార్థములు రెండు సం. చూర్ణికలును గలవు. చక్కని రచన. గ్రంథకర్త భాగవతము నొంట బట్టించుకొన్న వాఁడే కాని లేనిపోని యనుకరణముల కెంతకుఁ బోలేదు. పాత్రల సంవాదములు సమృద్ధిగనే కలవు. కాని కథా వర్ణ

నాదిక శ్రవ్యధోరణియుఁగలదు. కొన్ని వర్ణనములు పాత్రముఖము ననే ప్రవర్తితము లైనవి. గ్రంథకర్తచే నిది చదువుటకును “నటియింపఁబడుటకు నుద్దేశింపఁబడినది.

2. గొల్లభామవేషము:

(ప్రా. లి. పు. భాం. — డి. నం. 1873, 1874, 1876). ఇందు మొదటఁ జల్ల నమ్మవచ్చిన గొల్లభామకు నొక బ్రాహ్మణునకును సంభాషణ — అందు గొల్లభామ తమ నిత్య కృత్యములు, గొల్లవారి కులాచారములు నుగ్గడించును. సముద్ర మథన కథ నుదాహరించి జగమెల్ల గొల్లయనును. ఆబ్రాహ్మణ పాత్రధారి యెవఁడో ప్రదర్శక ముఖ్యుఁడై యుండును. గొల్లభామ యతనిని “మాధవీ” యని సంబోధించుట గలదు. ఆమె “తెరవెళ్ళి” వచ్చుట చెప్పఁబడినది. పిదప ఘట్టమున సుంకరి కొండని రాక. గొల్లభామతోఁ జెయి ముట్టు సరసము, నాపె యత్త వచ్చుటతో నతఁడు చెపాయించుటయుఁ గలవు. ఈ గ్రంథమున రచన దాని కోవఁకుజెందిన వానిలో నది కొంత బాగుగనే యున్నది. కాని హాస్య ప్రసంగములం దసభ్యత యధికమైనది. ఇందు దరువులు, ద్విపద, పద్యములు, వచనము, శ్లోకములు, తద్వ్యాఖ్యానము, ఏలలును గలవు. గ్రంథమంతయు సంభాషణల మయము. ఇందు నక్కలపాటి సంజీవకవి గ్రంథ విషయము కొంత గ్రహింపఁ బడినది. పోట్లదుర్తి వారితోపాటు రమణక్కపేట వారియు స్మరింపఁబడినాఁడు. డి. 1873 ముఖపత్రమున నిది “ఆట భాగవతమందు గొల్ల కథ” యనియు నిది యానాము గ్రామమున లభించిన పుస్తకమనియు, ‘అటతాళం — సారంగతాళం వల్లనే యీ గొల్లకలాపం యావత్తు వినకరిచేస్తున్నారు.’ ‘కొందరు ప్రత్యేకం రాగములు పాడుతా’ రనియు గలదు.

3. బాలింత వేషకథ:

అడయారు ది. స. గ్రం. ప్రతి — జి. సం. 75047. ఇది రామకవి రచన యనియుఁ బోట్లదుర్తి చెన్నుని కంకిత మనియు మాత్రము పేర్కొనఁబడినది. పోట్లదుర్తి రామకవియని యుండుటను బట్టి యీ రామకవి భారతి రామరాజగునేమో యనిపించుచున్నది. ఇం దెదుర్కొండ కేశవుఁడును తలంపఁబడినాఁడు. యశోద గర్భవేదన, మంత్రసాని రాక, ప్రసవము నిందలి విషయములు. లాలి పాటతో గ్రంథాంతము. ఇందు దరువులు, పద్యములు, ద్విపదయుఁ గలవు. రచన నీరసముగానున్నది.

4. పారిజాతము:

ఆం. సా. ప. లో సం. 4120 వివిధ వినోదములను నొక కలగూరగంప గ్రంథ సంపుటమునఁ గొలఁది యాకులలో పోట్లదుర్తి చెన్నారాయని ముద్రతో "రుక్మిణీవేషము కథ" యు, నాయికి నాయకునకు "జాబు వ్రాసే ద్విపద" యుఁ గలవు. భారతి రామరాజు తన జలక్రీడలు గ్రంథాంత ద్విపదలో "పారిజాతాది ప్రబంధ కల్పనుఁడ" నని చెప్పుకొని యున్నాఁడు. అతఁడు గొల్లకలాపముతో పాటు భామకలాపమును గూడ రచించి యుండును. పై కలగూరగంపగ్రంథభాగములు ప్రాయికముగా నందలి భాగములే కావచ్చును. సమగ్రగ్రంథము లభింపలేదు. పోట్లదుర్తి జలక్రీడలు, గొల్లకలాపము మాత్రమే విపులప్రచారము గాంచినవి.

44. ఆలపాక పెద్దు

భల్లాణ నాటకము :

కవి విషయము :— శాలివాహన (కుమ్మరి ?) వంశ్యుఁడఁట. వీరశైవుఁడు. సంతోష శివజ్ఞానస్వామిశిష్యుఁడు. పాపాంబా వైద్దెప్పలకుఁ బుత్రుఁడు. లింగమాంబా పెద్దనల పౌత్రుఁడు. అతనియూరాలపాక. ఇతనిగ్రంథము బిల్వేశ్వరస్వామి కంకితము. బిల్వపురి కోకిలాంబ కవి కిలువేల్పు. (ఆలపాకయు, బిల్వపురియనఁగా షోలింగరు సమీపమునఁ గల తిరువల మను క్షేత్రమును ఉత్తరార్కాటు జిల్లా వాలాజ తాలూకాలో నున్నవి.) ఈ గ్రంథముయొక్క ప్రా. లి. పు. భాం. ప్రతి డి. నం. 1915 చివరనొక వ్రాఁత గలదు :—

"ధాతువు నామ సం. కార్తీకి నెల 21 తేది బుధవారం పర్వకాలం గ్రహాణం పుణ్యకాలం వుదయమయిున పన్నెండు ఘడియల నరమీఁద పుదుచేరిలో ప్రాంసుకోటి చేసినది" అని. అది 4-12-1816 తేదీకి సరిపోవుచున్నది. ఈ గ్రంథరచన మంతకించుకముందు జరిగి యుండును.

గ్రంథవిషయము :— కథ ప్రసిద్ధము. భల్లాణుఁడు మిండజంగము వేషమునఁ దను బరీక్షింపవచ్చిన శివునికడకుఁ దనసతినే సానివేషమునఁబంపుట — భవుఁడు భల్లాణుని భక్తికి మెచ్చి కైలాస మనుగ్రహించుటయు ననున దీకథ. ఈగ్రంథారంభమునఁ జిత్రమైన ప్రస్తావన కలదు. భల్లాణుని వాకిటి కావలి గొల్లఁడు "ఎకసక్కెంబాచినాయఁడు" నాటకప్రదర్శకులను బలుకరించును. వారు బాచినాయనిపై నెకసక్కెముగాఁ బాటపాడుదురు. బాచినాయఁడు సభవారికి

భల్లాణరాజు రాక తెల్పి ప్రదర్శకులను "కథ ప్రసంగించవోయి" య హెచ్చరించును. అంత భల్లాణ ప్రశంసాత్మకమగు నొకద్విపదతో గథ రంభమగును. గ్రంథమంతయు వ్యావహారిక భాషలో నడచినది. తా ప్రధానములైన దరువులు, ద్విపదలును గలవు. వచనమునను పాత్ర సంభాషణలు గలవు. కొలఁది హాస్యప్రసంగము లున్నవి. గ్రంథమ నాటకమని పేర్కొనఁబడినందులకుఁ దగినట్లున్నది. కాని రచన య మాదిరి.

---

45. గుఱ్ఱము చినకపోదయ్య

వీరచోడచరిత్ర :*

కవి విషయము :-- శివ కవీంద్రుఁడట. శైవ కులజుఁడఁట (జంగమేమో;) తండ్రి గణపతయ్య. తల్లిసోమమ. అన్న పెద కపోదయ్య. తమ్ముఁడు రాచయ్య. ఈ చిన కపోదయ్య గ్రంథాంతరమగు దారుకా వనక్రీడ యను సువాల (ప్రా. లి. పు. భాం. డి. నం. 1887) నుండి యీతని తాత బాలంకి నామధేయుఁడనియు నాయనమ్మ పర్వతమ్మయనియుఁ దెలిసినది. ఇతని గ్రంథములు రెండును గొంపిచర్ల శంకరేశ్వరున కంకితములు. గొంపిచర్ల కడపజిల్లా వాయల్పాడు తాలూకాలోనున్నది. అది యీతని నివాసము గావచ్చును. ఈ వీ. చో. చ. ప్రతి డి. నం. 1941 లేఖనకాలము ఈశ్వర చైత్ర శు 7 జయవారం – 25-3-1817. కవి యంతకుఁ బూర్వుఁడని మాత్రమ చెప్పనగును.

* ప్రా. లి. పు. భాం.— డి. నం. 1940, 1941.

గ్రంథ విషయము :— దక్షారామమున నన్య (న్నె?) చోడను భోగపుఁ జానకుఁ బార్వతియంశమున వీరచోడు పుట్టుట. భీమనాయకుఁ డామె శీలమును బరీక్షించి మెచ్చి, యాపె యెంగిలికూడుఁగూడఁ గుడిచి యాపె మహిమను లోకమున వెలయించుట, ఆమె కైలాసమున కేఁగుట యనుశైవకథ (పండితారాధ్య చరిత్రమున దీని ప్రసక్తి గలదు) యిందు వర్ణితము. ఇందుఁ బురాతన భక్తచరిత్రములు, కామశాస్త్రాది విషయములను ఒలుమఱు ప్రసక్తములు. రచనచక్కనిది. సంవాదము లెక్కువగా సాగినవి. దాళప్రధానములగు దరువులు విరివిగాఁగలవు. ద్విపదలు, వచనములు, గ్రొలఁది పద్యములు, అర్ధచంద్రికలు, ఏలలు, జొల్లిరేకులు, జొళరచ్చులు, పాళిరేకులు, మటిమెరేకులు, అనువులు నడలు, త్రిభంగులు మొ॥ రచనా విశేషములు గలవు. గ్రంథము యక్షగానమని పేర్కొనబడినది.

---

46. శ్రీనివాస కవి

పారిజాతాపహరణము : ♦

కవి విషయము :— ఇంటిపేరు తెలియదు. రామచంద్రపుర వాసి. వెలనాటి వైష్ణవుఁడు ఈతఁడు తన గ్రంథారంభమున నహోబిల మఠపతి యగు రంగనాథస్వామిని దలఁచియున్నాఁడు. అహోబిల మఠాధిపతులలో రంగనాథస్వామి నామధేయులు నల్వురుగలరు.

♦ ఆం. సా. ప. నం. 184.

వారికాలములు వరుసగా, (1) క్రీ. శ. 1811 - 182 (2) 1853 - 18 (3) 1882 - 1888 (4) 1913-23.[1] ఈ గ్రంథమున సత్యభామ ప్రవే లేఖలోఁ బేర్కొనఁబడిన బహుధాన్యవత్సరమును గ్రంథరచనాబ్దమ్మ నకు భంగ్యంతరసూచనగా గ్రహింపవచ్చునేని యది మొదటి రం నాథస్వామి మఠాధిపత్య కాలముననే పడుచున్నది.

గ్రంథ విషయము :—ఇదియొక ఉద్గ్రంథము. సర్వాంగసంపూర్ణ మైన పారిజాతము. శ్రీ రంగేశున కంకితము. అందుచే దీనికి రంగపు పారిజాతమనియు నామాంతరము. ఇందు బాలకృష్ణకథ, గొల్లకథ సుంకరికథ, రాధకథ, రుక్మిణీకథ, సత్యభామకథ — అని యిట్టి వాంతర కథా విభాగము, ప్రతి కథకుఁ బ్రత్యేకముగాఁ బ్రారంభ పరి సమాప్తుల సూచనయు నున్నవి. ఇందు శ్రీకృష్ణుఁడే సుంకర కొండడై వచ్చెనఁట; శారద సత్యభామ కెఱుక చెప్పవచ్చినదఁట; ఇందు పాత్రలు ప్రదర్శన ప్రవర్తకుఁడగు హాస్యగానిచేఁ బృచ్ఛింపఁబడి స్వీయోదంతములు జెప్పుటగలదు. ఇందుఁ బ్రసిద్ధ రాగతాళములలో దరువులు, ద్విపదలు, పద్యములు, కందార్థములు, ఏలలు గలవు. రచన మనోజ్ఞమైనది. ఇందలి హిందూస్తానీ బేహాగ్ రాగము, జుల్వా తాళముల వాడకమునుబట్టి చూడ నిది ప్రాచీనరచనగాఁ దోఁపదు. పై కాలనిర్ణయము సమంజసముగా వచ్చును. కవి దీనిని నాటకమని పేర్కొనెను. పాడుటకు నాడుటకు నుద్దేశించియుండెను.

---

1 చూ. శ్రీ. ఎస్. ఎన్. వెంకటేశయ్యరుగారి అహోబిల మఠచరిత్ర (ఆంగ్ల గ్రంథము.)

47. శేషము రంగాచార్యులు

శేషము రంగాచార్య కృతము లొక మూఁడు యక్షగానములు లభించినవి. భావనారాయణ విలాసము[1], రతిమన్మథ విలాసము[2], శివకేశవపారిజాతము[3], మూఁడును నముద్రితములు. శి. కే. పా. న కవిని గుఱించి విశేషము లేమియు లేవు. (ప్రతి యసమగ్రము) భావనారాయణ రతిమన్మథవిలాసము లందలి గ్రంథాంతగద్య లొక్క తీరుగ నున్నవి. అందు కవి తండ్రి చెన్నుభట్టారకుఁడని యున్నది. భా. నా. వి. న నవతారిక లోపించినట్లున్నది. ర. మ. వి. - అవతారికలో నితనితల్లి వేంకమాంబిక యనికలదు. రంగాచార్యుని తండ్రి చెన్నుభట్టు అభిమన్యుకల్యాణ[4] మనునొక ద్విపద కావ్యమునకుఁ గర్త. చెన్నుభట్టు పెద్దన్నగారు రఘునాథార్యుఁడు కులశేఖరమహీపాల చరిత్ర[5] మనునొక ప్రబంధమునకుఁ గర్త. పై గ్రంథములవలన రంగాచార్యుని పూర్వుల చరిత్ర కొంత తెలియుచగును పిత్రృపితామహ క్రమమున వారు చెన్నుభట్టు, వేంకటార్యుఁడు, భట్టరార్యుఁడు, రామానుజాచార్యుఁడు, అహోబల గురుఁడు. భా. నా. వి. న నది పొన్నూరు భావనారాయణస్వామికి సంబంధించిన దని గలదు. పొన్నూరు గుంటూరు మండలములోనిది. కాఁగా కవి తత్ప్రాంతీయుఁడని చెప్పవచ్చును.

1. ప్రా. లి. పు. భాం. డి. నం. 1931.
2. ఆం. సా పు. నం. 3120.
3. ఆం. సా. ప., నం. 3139 (ఈప్రతిపై "లేబిలు" రుక్మిణీ పరిణయమని యున్నది. కాని గ్రంథాంతమున "శేష భట్టరు రంగాచార్య విరచితో యాం శివకేశవ పారిజాతే రుక్మిణీ విరహా...అని యున్నది)
4. ప్రా. లి. పు. భాం. డి. నం. 1026., అం. సా. ప., నం. 2631.
5. ఇది యిటీవల ప్రా. లి. పు. భాం. వారిచేఁ బ్రకటితము.

కవికాలము పిదప మేని నిర్ణయించుటకు మాత్ర మొక్క యాధారముగలదు. భా. నా. వి. ప్రతి విలేఖనకాలము 'చిత్రభాను నామసంవత్సర ఆశ్వీజ శుద్ధ 14 అంగారక వారం' అది క్రీ. శ. 27-9-1642, 29-10-1822 తేదీలకు సరిపోవుచున్నది. కాని యందు చతుర్దశి యనుటకు మాఱుగా బేర్కొనబడిన యీ యరబ్బి యంకెల వాడకము పద్ధతి మన దేశమున 1642 నాటికిఁగాన రాదు. రంగాచార్యులు 1822 సం.కుఁ బూర్వుఁడనుట స్పష్టము. కాని యతని గ్రంథముల రచనా ప్రక్రియనుబట్టి యతఁడు 18 వ శతాబ్దికిఁబూర్వుఁడు కాఁజాలఁడని చెప్పవచ్చును. అది దిగువ నిరూపింపఁబడును.

భా వ నా రా య ణ వి లా స ము :

కొండవీటి సీమలో నందూర గూనిగోవిందుఁడను విప్రోత్తముఁడు మహాభక్తుఁడొకఁడు గలఁడు. అతఁడు కారంచేటి కులాగ్రణి యగు నరసింహుఁడను తన మేనమామతోఁ గాశికిఁబోయి విశ్వనాథుని సేవించుచుండును. అటనొక విప్రుఁడు గోవిందునకుఁ దనకూఁతు నక్కలాంబిక నిత్తుననును. గోవిందుఁడు పెద్దవాఁడును బ్రహ్మచారియు నగు మేనమామ యుండఁగా దనకు మరియాద గాదని యా సంబంధము నతనికిఁ గుదుర్చును. కాని యొకసమయము చేయును — వారిరువురికిఁగల్గిన కూఁతును తన కీయవలెనని. నరసింహుఁడు సమ్మతించును. కాశీ భావనారాయణస్వామి ప్రభృతు లందులకు సాక్షులు. గోవిందుఁడత్తమామలను నిజదేశమునకుఁ గొనిపోవును. వారి కొక యాఁడుపిల్ల కలిగి యామె కెనిమిదేండ్లు రాఁగానే గోవిందుఁ డొకపరి మామను బల్కరించి చూచును. అతఁ డత్తె నడుగుమనును. ఆమె ససేమిరా గూనివాఁడు, ముదుసలియునగు గోవిందునకుఁ బిల్ల నీయననును. ఆమె మాట కిరుగుపొరుగమ్మలక్కలు దోడుపడుదురు. నర

సింహుఁడు తనబాసను ద్రోసిపుచ్చును. గోవిందుఁడు తన సాక్షులను జేర్కొనును. అంతఁ దత్రత్యులు తగవరులు మాటలాడని సాక్షులసంగతి విని యపహసింతురు. గోవిందుఁడు గడువడిగి యాగడువొక తప్పమై యది మఱునాఁటితోఁ గడ తేరు ననఁగా "భావనారాయణస్వామి పలుకవేమి" యని యాక్రోశించును. ఆత్మహత్యకు నుద్యోగించును. స్వామి ప్రత్యక్షమై గోవిందుని వెనుదిరిగిచూడక ముందు పదమని చెప్పి సపరివారముగా బయలుదేఱును. గోవిందుఁడు వెనుదిరిగి చూచును. స్వామి సపరివారముగా నూరి పొలిమేర నిలిచిపోవును. గోవిందుఁడు "ఆనరాఁదగిన యూరవల నుండంగఁ బోనూర నిలువంగఁ బోలునే మీ" కనును. స్వామి యక్కడికే యూరిపెద్దలను రప్పించి సాక్ష్యము చెప్పును. గోవిందుని పెండ్లి జరుగును.

ఇది పొన్నూరు క్షేత్ర మాహాత్మ్యమునకు సంబంధించిన గాథ. ఇందు స్వామివారి మహిమమాట యటుండఁ గడమ కథయంతయు నొక సాంసారి కేతివృత్తము. ఆయమ్మలక్కల ప్రసంగములు మొద లగు సందర్భములను జూడనది యంతయు మన తెనుఁగిండ్ల పెండ్లి ముచ్చట కొక చక్కని రూపకల్పనవలె నున్నది. పన్ని వేశమునకుఁ దగినరచన సాగినది. ఇది శృంగారనాటకమని వక్కాణించినాఁడు కవి. నాటకీయత యున్నది. కాని శృంగారము స్ఫుటముగాదు.

రతిమన్మథ విలాసము:

నారదుఁడొక సౌగంధిక ప్రసవము కారణముగా మన్మథుని (ప్రద్యుమ్నుని) దేవేరుల నడుమ సవతి మచ్చరము నెసకొల్పుటయుఁ జిట్టచివర నెల్లరు నేకీభవించుటయు నిందలి ప్రధానవిషయము. పారి జాత కథ చట్టున స్ఫురించును. రచన భామకలాపము ఫక్కి నడచినది.

కథారంభమున ముఖ్యపాత్ర లొక్కొక్కటే వరుసగా వచ్చి "వినుఁడింక వేడ్కనా వృత్తాంతమెల్ల" - ఇత్యాదిగాఁ దలయొకద్విపదలో స్వవిషయమును జెప్పుకొనుట గలదు. "వచ్చె రుక్మవతీ వధూమణి" ఇత్యాదిగాఁ బాత్ర ప్రావేశిక ధ్రువలును గలవు. పాత్రలు తెర వెడలు ప్రసక్తి గలదు. "రతివేషపు కథ", "మన్మథవేషము" ఇత్యాదిగఁ బ్రత్యేకపు శీర్షికలు గలవు. కాని గ్రంథము "సర్వంబు నేకాశ్వాసము". "మాధవి" బలుకరింతకును బ్రసక్తి కల్గినది. ఇదియంతయుఁ జూడ నిది క్రీ. శ. 1672 - 1685 ప్రాంతముల నున్న భామకలాప కర్త సిద్ధేంద్రయోగి కర్వాచీన రచన యని తోఁపక మానదు. గ్రంథాంత గద్యలోఁ గవి దీనిని "శృంగార నాటక గేయ యక్షగాన" మని వ్యవహరించెను. అది సార్థకమైనదే కాని గేయనాటకమనియో, యక్షగానమనియో లేక య. గా. నాటకమనియో వ్యవహరించిన సరిపోవును. అయినను నట్లనుటలోఁ గవి యుద్దేశమిదియైయుండును:— ఆనాఁడు యక్షగానములు గేయరూప కథాఖ్యానమే యుద్దిష్టముగాఁ గొన్నియు, నాట్యప్రయోజనాత్మకములుగాఁ గొన్నియు రచింపఁబడుచుండియుండవచ్చును. రంగాచార్యుఁ డుభయప్రయోజనములను దన కృతిలోఁ బ్రతిష్ఠింపఁదలఁచెనుగాఁబోలు. ఇందలి రచన యపేలవమైన సరళశైలి గలది. నాయికల విప్రలంభ సందర్భములందుఁ బ్రబంధపుఁ బోకడలు గలవు. ఇందలి కథలోఁ గొంత క్రొత్తదనమున్నది. కాని కల్పనలో విశిష్టత కానరాదు.

3. శివకేశవ పారిజాతము:

గ్రంథనామమునుబట్టి యిది ద్వ్యర్థియా యన్న యనుమానము కలుఁగవచ్చును. కాని కాదు. ఇందు గథాపాత్రములలోనే కాని సన్నివేశ సందర్భములందు భిన్నత్వము లేదు. శివుఁడును గృష్ణుఁడును

నాయకులు. పార్వతియు రుక్మిణియు నాయికలు. ప్రతి నాయికలు గంగ, సత్యభామ. నారదానీత పారిజాత ప్రసవము కారణముగా సత్యా రుక్మిణుల సవతి మచ్చరము ప్రసిద్ధము. ఆసవతి కయ్యపుఁ గధ పట్టునకుఁ గావ్యత్వ ప్రతిష్ఠ తిమ్మనగారి పెట్టుబడి. దానిపై సిద్ధేంద్రుని కలము తునకాలుగాఁ గూచిపూడి భాగవతులు భామ కలాప లాభములను దీసిరి. అనేక యక్షగానముల కదే కధావస్తువో యొకప్రధాన సన్నివేశమో యైనది. అంతటితో సరిపోలేదు. తత్స దృశ కథలకును బారిజాతపువాసన తగిలినది. సత్యా రుక్మిణుల తరువాత సవతికయ్యమునకుఁ బేరుపడ్డ జంట గంగాగౌరులు. వారికయ్యమునకు బారిజాతమునే నిమిత్తమొనర్చి కొందఱు కవులు ముచ్చటపడి శివపారిజాతములను సృజించుట విశేషము. రతిమన్మధుల కథయందును భంగ్యంతరమునఁ బారిజాతమును స్ఫురింపఁజేసిన రంగాచార్యులీ కావ్యమునం దుభయకథల నేకత్ర సంఘటించెను. ఇది విశేషములలో విశేషము.

ఇందు నాయికా నాయకులు జంటజంటలుగా రంగముపైఁ బ్రవేశించి మాధవునితో (ఇట నర్మసచివుఁడు) స్వీయ వృత్తాంతముఁజెప్పుకొందురు. ప్రతి నాయికల విరహావేదనముగూడ నుమ్మడిగనే సాగినది. సత్య చెలికత్తె మాధవికాఁగా గంగ చెలికత్తెశాంభవి యఁట; ఆచెలికత్తెలు శివకేశవుల కడ కేఁగువేళకు నారదుఁడు పారిజాత పుష్పములు గొనివచ్చును. మఱల ప్రతినాయికల విప్రలంభ విజృంభము, చంద్రోపాలంభాదులు. తరువాత నీప్రతిలో గ్రంథము కొఱవడినది. సవతుల కయ్యము, వారు సమాధానపడుటయు నూహ్యములు. ఇందలి రచన యచటనచటఁ బ్రబంధపు గంధము గుబాళించుచు సరసముగా సాగినది.

ఈ శి. కే. పా. నఁ గలట్టి ప్రక్రియ ప్రాచీన యక్షగానము లందెందును గానరాదు. పుట్టువు పోలకువలలో భామ కలాపము పారిజాత తత్సదృశకథేతివృత్తములగు యక్షగానములు, శివపారిజాతములు శివకేశవ పారిజాతములును క్రమముగా నొకదాని కొకటి యర్వాచీనము లని యూహించుట సమంజస మనిపించును (ఆధారము లేనా కుపలబ్ధమై నంతలో) ప్రకృత గ్రంథము (నామట్టునకు నాకిప్పటికి) 18 శ. ఉత్తరార్ధపు రచనగాఁ దోఁచుచున్నది.

రంగాచార్యుల కృతులలో దరువులు, ద్విపదలు, పద్యములు, లఘువచనములును సామాన్యముగాఁ గన్పించును. ర. మ. వి. న మాత్రము దరువులకు రాగములు పేర్కొనఁబడినవి. అందలి నవరోజు మొదలగు కొన్ని రాగములు ప్రాచీన యక్షగానములలోఁ గన్పింపవు. భా. నా. వి. న శ్లోకములు, చూర్ణిక, మంజరీ ద్విపదలును విశేషములు. శి. కే. పా. నఁ గందార్థములు విశేషము. మూఁడింటను రచన ప్రౌఢముగా నున్నది. నాటకీయత ప్రస్ఫుటముగా నున్నది.

---

48. పాకనాటి గణపతిరెడ్డి

గోపాల విలాసము: *

కవి విషయము:— కవిగోన బుద్ధారెడ్డి, అనుములగుండ్రము బొమ్మన, తంగెళ్ళ యాచన్న, బాలబ్రహ్మరెడ్డి, చిన్నన్న పెద్దన్న

---

* ఇది యైదాఱు ముద్రణలు గాంచినది. అందొకటి:— రాయపురం రత్నా నాయకర్ శ్రీసరస్వతీ ము. శా., మదరాసు, 1886 (ఈప్రతిలో గ్రంథాంతమునఁ గవి వంశావతార ద్విపద గలదు, ముఖపత్రమున నిది పాకనాటి గణపతి రెడ్డిగారిచే రచింపఁబడినదని కలదు)

పిన్నమరెడ్డి యనువారలను తన వంశకర్తలుగా స్మరించియుండెను. కవి పితామహులు పెద్దమండలేంద్రుఁడు, సుజ్ఞానాంబ. వారికి విశ్వనాథుఁడు, కాళపరెడ్డి, పిన్నమరెడ్డి, అంగడిరెడ్డి యనువారు పుత్రులు. అందు పిన్నమరెడ్డికి కామాక్షమ్మయందుఁగల్గిన వాఁడీ గణపతికవి. ఇతనికాలావధి నిర్ణయ విషయమునను నొకప్రతివిలేఖనకాలమే శరణ్యమగుచున్నది. ఆం. సా. ప. నం. 135 తాళ పత్ర ప్రతిలేఖనకాలము చిత్రభాను కార్తిక శుద్ధనవమి శనివారము. అనఁగా క్రీ.శ. 23-11-1822 రచనా రీతిని బట్టిగ్రంథము కొంతప్రాచీనమైనదిగనే తోఁచును.

గ్రంథ విషయము :-- శ్రీ కృష్ణజననము. బాల్యక్రీడలు యథాభాగవత కథితముగా మధురఫణితి నతిమాత్ర మనోహరముగా వర్ణింపఁబడినవి. ఇందు పోతనగారిపోకడలుగాక పద్యములే కొన్ని యున్న దున్నట్లుగా గ్రహింపఁబడినవి. ఇందుఁ దాళ ప్రధానములగు దరువులు ద్విపదలు, పద్యములు, సంధి వచనములునుగాక అర్ధచంద్రికలు, అల్లోనేరేళ్ళు, ఏలలు, జోలలు, త్రిభంగులు, గొబ్బిళ్ళు, వెన్నెల పదము మొదలగు చవులూరించు చక్కని దేశిరచనలు గలవు. కవి వైవిధ్యమును బ్రదర్శించుటయ కాక యాఛందస్సులను సందర్భసుందరముగాఁ బ్రయోగించుట గమనింపఁదగినది. గ్రంథము యక్షగానమని పేర్కొనఁబడినది.

49. ఆత్రేయపురపు తమ్మయ

గొల్లకలాపము : *

కవి గుఱించి వివరములు తెలియవు. ఇతని కృతులలో దరువులలోఁ దఱచు ఆత్రేయపురి గోపాలముద్ర కలదు. కవి యింటిపే రాత్రేయపురపువారు. ఇతని గొల్లకలాపపుఁ బ్రతులు కొన్నిట (డి. 878-79) నిది "ఏడిద భాగవత" మని పేర్కొనఁబడినది. గోదావరిమండలమునందలి యమలాపురముతాలూకాలోని దాత్రేయపురము, రామచంద్రపురము తాలూకాలోనిది యేడిద. కాఁగా గవి గోదావరీ మండలమువాఁడని నిశ్చయింపనగును. డి. నం. 1878 ప్రతి విలేఖనకాలము విరోధి జ్యేష్ఠ బహుళ షష్ఠి సోమవారము — 22-౬-1౮౨9. డి. నెం. 1879 ప్ర. వి. కాలము పార్థివ పుష్య బహుళైకాదశీ శుక్రవారము. —3-2-1826 కాఁగా గవి యంతకుబూర్వుఁడని చెప్పనగును. (కాని యంత పూర్వుఁడుగాఁడోఁపదు.)

* ప్రా. లి. పు. భాం. — డి. నెం. 1877, 1878. 1879, 1071. ఆర్. నెం, 435. ఇందు డి. 1877. ఆర్ 485 ప్రతులలో గ్రంథకర్త పేరు గాన నగును. ఆత్రేయపురి గోపాల ప్రశంస యన్నింటను గలదు. అయిదింట నెడ నెడ పాఠభేదము లున్నను సమానముగా నున్న గ్రంథభాగమే యెక్కువ. ఐదు నొక దాని ప్రత్యంతరములే యనవచ్చును. గాని యైదు నసమగ్రములు డి. 1871 1971 లలో గ్రంథాది భాగముగలదు. డి. 1877 ఆరంభించి, 1971 చూచు కొనుచు బిదప 1878 లోఁ దొమ్మిదవ యాకు మొదటి ప్రక్కనుండి కాని, 1879 లోని యెనిమిదవ యాకు రెండవ ప్రక్కనుండి కాని చివరంటఁ జదివినచో గ్రంథము స్వరూపము తేలఁగలదు.

గమనిక :— ఈ గొల్లకలాపమున కనుబంధ రచన యగు సముద్ర మధన కథ ఆర్. 485 లోను, డి. 1947 లోను గలదు.

గొల్లకలాపమున కనుబంధ కథ సముద్రమథనము. మథనము గొల్లల కులవృత్తి గనుక నది సాకుగా గొల్లజాతి గొప్పదన మగ్గడించుటకును జగమెల్ల గొల్ల యనుటకును గొల్లభామ సముద్రమథన కథాఖ్యానము సేయుట గొల్లకలాపములందుఁ దఱచు కాననగును. తమ్మయయు సముద్రమథన కథ రచించినాఁడు. ఆమె తక్రప్రాశస్త్యమును దన కులాచారాదికము నగ్గడించుట గో. క. లలో సామాన్య విషయము. తమ్మయ కృతియందు నదే విషయము. ఇందలి రచన యొక మోస్తరు. ఇందు ద్విపదలు, దరువులు, కందములు, వచనములు గలవు. అక్కడక్కడ దరువులకు రాగనామములు పేర్కొనఁబడినవి. సముద్రమథన భాగమునఁ జూర్ణికయొకటి కలదు.

ఆం. సా. ప. లో నం. 4474 - వివిధ కవుల భామకలాపముల కలగూర గంప సంపుటమున (12, 16, 53, 110 అంకెలు గల యాకులలో) ఆత్రేయపురి గోపాల ప్రశంస గలదు. ఒకచోఁ దమ్మయ పేరు గూడ తడవఁబడినది. అనఁగాఁ దమ్మయ భా. క. ను గూడ రచించియుండును. భా. క., గొ. క. లను రెంటిని రచించిన కవులు మఱికొందఱు గలరు. అది సిద్ధేంద్రుని నాఁటినుండి వచ్చిన సంప్రదాయ మేమో!

50. అగస్త్యరాజు రామన

సీతాకల్యాణము :*

కవి అగస్త్య రాజాన్వయుఁడు. అక్కమాంబా చెన్నమంత్రుల పుత్రుఁడు. ఇతని గ్రంథమున పామూరు మదన గోపాలస్వామి ప్రశంస గలదు. అది కవి నివాసము కావచ్చును. (పామూరు నెలూరు జిల్లా కనిగిరి తాలూకాలోఁ గలదు.) ఇతని కృతి ప్రతి డి. నం. 1959 లేఖన కాలము :— విరోధి భాద్రపద శు. ౧౧. సౌమ్య వారము — 9—9—1829. కవి యంతకుఁబూర్వుఁడు కావలె. గ్రంథ రచనా రీతి సుగ్రీవ విజయమును బోలినది కాని యంత ప్రాచీనమై యుండదు. 17—18 శతాబ్దుల నడిమి కాలమున రచింపఁబడి యుండ వచ్చును. (ఇప్పటికిది నాయూహా మాత్రము). ఇందలి కథ ప్రసిద్ధము రచన సలక్షణమైనది, చక్కనిది. ఇందు సీత కడకు శ్రీరాముఁడే యెఱుకతయై వచ్చుట విశేషము ఇందుఁ దాళప్రధానము లగు దరువులు, ద్విపదలు, సలంతి సంధి వచనములు, గొలది పద్యములు, అర్ధచంద్రికలు, ధవళ శోభనములు, సువ్వి, లాలి, జోలపాటలు మొ॥ గలవు. గ్రంథము యక్షగానమని పేర్కొనఁబడినది.

---

* ప్రచురణలు :— 1 వెస్టువార్డు అండుకో, మదరాసు, 1946. 2. ఎన్. వి. గోపాల్ అండుకో మదరాసు, 1950 (ముద్రిత ప్రతులలోఁ గవి తండ్రిపేరు మొ. విషయములఁ దప్పులు గలవు. అందులకు ప్రా. లి. పు. భాం. డి. నం. 1958, 1959 చూచునది).

51. బలభద్రదాసి

కపోతవాక్యము : ♦

కవి సోమయ సోముని (బసువని) భామ మల్లాంబిక పట్టి. పేరును బట్టి గ్రంథము స్త్రీ కృత మనిపించును. అన్ని ప్రతులలో నాపే రట్లనే యున్నది. పట్టియను మాటను బట్టి యేమియుఁ జెప్పఁ జాలము. గ్రంథము కర్పరచెన్నని కంకితము.

డి. నం. 1844 ప్రతి లేఖన కాలము :– విరోధి మాఘ శు. 15 ఆదివారము — 7–2–1830. డి. నం. 1845 ప్ర. వి. కాలము విరోధి కార్తిక శు. 5 భానువారము. – 1–11–1829. గ్రంథ రచన 1829 సం. కుఁ బూర్వమనుట స్పష్టము. రచనా రీతిని బట్టి ప్రాచీనత క్వాచిత్కము ద్యోతమాన మగును.

గ్రంథ విషయము :– భారతము శాంతి పర్వమునఁ గల పరోపకార పరాయణ ధర్మ ప్రబోధాత్మక మగు కపోత వాక్యోపాఖ్యాన మిందు మనోహరముగఁ బ్రపంచింపఁబడినది. ఇందు విడి విడిగా రాగ తాళ ప్రధానములగు దరువులు, ద్విపదలు, కందములు, చౌపదములు జాళిపదాలు, నడలు, రేకులు, అనువులు, అర్ధచంద్రికలు, సువాల మొ. రచనా విశేషములు గలవు. మంచి పలుకుబళ్ళు గల పదగతి, సూనృతమైన భావావేశమును గల రచన. యగా. అని పేర్కొనఁ బడినది.

♦ ప్రతులు.— 1 తం. స. మ. కే. నం. 474—475,
2 ప్రా. లి. పు. భాం. డి. నం. 1844, 1845, 1846
(కవి విషయమునకు తం. స. మ. ప్రతి గ్రాహ్యము)

52. సిరిప్రెగడ సుబ్బారాయఁడు

ప్రా. లి. పు. భాం. డి. నం. 1956, 1957— సారంగధరనాటకము హారితస గోత్రుఁడు, వెంకట్రామయ్య పుత్రుఁడునైన సుబ్బారాయని కృత మని యున్నది. అం దే డి. నం. 1889, 1890— నలనాటకమున నది శిరు పెగడ (సిరిప్రెగడ సుబ్బరాయ కవి కృత మని యున్నది. కేటలాగు కర్తలు "గ్రంథకర్త పేరిందుఁగానరా" దని వ్రాసిరి. కాని డి. 1890 ప్రతిగల సంపుటము 137 వ పుట రెండవపంక్తిలోఁ గవిపేరు స్పష్టముగాఁగలదు). ఉభయ గ్రంథములు నేకకర్తృకము లనుటకుఁ గథోపక్రమణిక, నిర్వహణ, రచనల యందుఁగల సామ్యమే ప్రబలమైన తార్కాణ. అందులకు రెండింటను గల కోలకేతన కథా ప్రస్తావన, రాజపాత్ర ప్రావేశిక ధ్రువ, రాజుగారి మృగయాసన్నాహము, రాజపురోహిత ప్రావేశికధ్రువ మొదలగు సందర్భములు పోల్చి చూడనగును. రెండును శివాంకితములు.

రెండుగ్రంథములును ప్రసిద్ధేతి వృత్తములు. రెండింట దరువులు ద్విపదలు వచనములు సమపాళముగా నున్నవి. ఏలలున్నవి. నలచరిత్రలో సదనముగా శోభనములు, గొలఁది పద్యములును గలవు. అంకాశ్వాస విభాగముండుట యొకవిశేషము. రెండును నాటకములని పేర్కొనఁబడినవి. సారంగధరనాటకము పాడుటకు, నాడుటకు నుద్దేశింప బడినది. రెండు లౌకవిధమగు వ్యావహారికభాషాధోరణిలో సాగినవి. రెండును ప్రౌఢ రచనలుగావు. నలనాటకము బిల్వపురీశున కంకితము. బిల్వపురి యనఁగా ఉత్తరార్కాటు మండలమునందలి తిరువలమను క్షేత్రము. కవి యాప్రాంతపువాఁడు గావచ్చును.

డి. 1957 ప్రతిచివర "విరోధి నామ సంవత్సర శ్రావణ శు. 15 శనివారం పుదుచేరిలో ఈ సారంగ నాటకం సంపూర్ణంగా మాంజేటి సర్వేశలింగం వ్రాసుకొనెను." అని యున్నది. క్రీ. శ. 14-8-1829 విరోధి శ్రావణ శు. 15 అనఁగా బూర్ణిమయే కాని శుక్రవారము. అమయునాఁడుగదా శనివారము. ఇక్కడ తిథివిషయమున నేదో చిన్న తికమకగలదు. అదియట్లుండ నీ డి. 1957 తాళపత్రప్రతి, అట్టిచో నది తరువాతి విరోధి (క్రీ. శ. 1889 యనుట కా కాలమునకుఁ గాగితములు వచ్చి వచ్చియుండుటచే నది పొసఁగదు కదా. ఈ ప్రతి విలేఖకుఁడగు మాంజేటి సర్వేశలింగమే వ్రా. లి. పు. భాం., నందలి యనేక తాళపత్ర గ్రంథముల ప్రతి విలేఖనములు చేతి మీఁదుగా నడచిన పూర్ణకాముఁడు. ఆయాప్రతి విలేఖనకాలములనేకము పరిశీలింపఁగా నతఁడు క్రీ. శ. 18 శతాబ్ది పూర్వార్ధమున నుండినట్లు తెల్లమగుచున్నది. అందుచే నీప్రతి విలేఖన వత్సరమగు విరోధిని 1829 గా గ్రహింపనగు. సుబ్బరాయని కృతులంతకుముందు పుట్టినవనవలెఁ గాని యేమంత ప్రాచీన రచనలుగాఁ దోఁపవు.

53. వేలూర్వారి వేంకట కవి

కవి విషయము:— ఆపస్తంబ సూత్రుఁడు, మౌద్గల్యసగోత్రుఁడు, బహ్మాన లేక బాపనామాత్యుని పుత్రుఁడు. గొంగాళ్ళ రామశాస్త్రి శిష్యుఁడు. (ఇవి యీయన రామలీల, గౌరీశంకరవిలాసముల నుండి యెఱుకపడిన సంగతులు). ఈయన నివాసము విశాఖమండల విజయ

నగర రాజ్యమందలి రావివలస. కృతులు:— విచిత్రరామాయణ కావ్యము, గౌరీశంకర విలాస నాట్యప్రబంధము,[1] రామలీల[2] యక్షగానము, జానకీరామశతకము, గోవ్యాఘ్ర పరిచయము మొదలగునవి ఈయన "త్రిషష్టి వర్షముల్ యుర్వరఁ గీర్తినొంది చనె నొప్పుగ స్వర్గము యాగ కర్మతాఖర్వము శాలివాహన శకంబున వహ్ని నగాద్రి చంద్రులం, బర్వువిరోధి కృష్ణసహిత వత్సర యాశ్వీన కృష్ణ పంచమిన్" అనఁగా శా. శ 1773-78- క్రీ. శ. 1851 అది యీయన నిధనకాలము. ఈయన 63 సం. లు జీవించినట్లు పై పద్యమునఁ జెప్పఁబడినది. కావున నీయన జననము క్రీ. శ. 1778 అగుచున్నది. వహ్ని శబ్దమునకుఁ ద్రేతాగ్నులనుగాక పంచాగ్నులను గ్రహించినచో నీయన కాలము క్రీ. శ. 1780-1853 అగును. "ఇర్వదినాల్గుహాయనము లింపు దనర్చినకాలమాదిగా" నీయన కృతులు రచించినారఁట. అనఁగా క్రీ. శ. 1804 ప్రాంతమున నీతని యక్షగానముల రచన జరిగినదని యూహింపవచ్చును. (ఈ విషయము లీయన రామలీల గౌ. శం. విలాస ముద్రిత ప్రతి కితని ద్వితీయపుత్త్రుఁడగు వెంకటరామయ్య సంతరించిన ముఖబంధ పద్యములవలన నెఱుఁగనైనవి. ప్రాయికముగా నితని కృతులన్నియు విజయనగర సమీపమునఁ గల రామతీర్థ క్షేత్రస్వామి కంకితములు.

గ్రంథవిషయము

రామలీల:

రామాయణ మాఱుకాండలు నిందు సంగ్రహముగా రచింపఁబడినవి. కాండాంత కవి విషయక గద్యలు వినా గ్రంథము నిర్వచ

(1) (2) రెండును విశాఖపట్టణము శ్రీ శారదా మకుటము. శా. లో ముద్రితములు., సం. 1900.

నము. ప్రసిద్ధ రాగ తాళములలో దరువులును పద్యములును విరివిగాఁ గలవు. ఎడనెడ ద్విపదలు. ఆఖ్యానశైలి యెక్కువ. రచన చక్కనిది. యక్షగాన కావ్యమని పేర్కొనఁబడినది.

గౌరీశంకరవిలాసము:

గంగా శంకరుల చైత్రరథ వన విహారము — అట శివుని గంధర్వాంగనల పొందు-వారును గంగయు నెట్లో సమాధానపడిరనఁగా గౌరీదేవి యాగమనము — సవతుల కయ్యము — శివు డెట్లో సమాధానము గుదుర్చుటయు నిందలివిషయము. ఇది కొంత పట్టు కూర్మనాథకవి మృత్యుంజయ విలాసము ఫక్కిని రచింపఁబడినది. ఇందాశ్వాస విభాగము (3) గలదు. ఇది శృంగార నాటక ప్రబంధమని పేర్కొనఁబడినది. ఇందలి ప్రధాన రసము శృంగారము. పాత్రల సంభాషణలతోఁ గథా ప్రవృత్తి నాటకోచితముగా నున్నది. పుర వనాది వర్ణనములు, మదన చంద్రాద్యుపాలంభములును ప్రబంధోచితముగా నున్నవి. ప్రసిద్ధ రాగ తాళములలో దరువులు, పద్యములు, వచనములు, ద్విపదలును గలవు. రచన చక్కనిది.

---

54. చెళ్లపిళ్ల నరస కవి

ఈయన రచించిన యామినీపూర్ణ తిలకావిలాస ప్రబంధము (బందరు శృంగారకావ్య గ్రంథమండలి ప్రచురణ, 1941) నకు కీ. శే. చెళ్ళపిళ్ళ వెంకటశాస్త్రిగారు పీఠిక వ్రాయుచు నరసకవిగారు తమ

పిన్నముత్తాతగారనియు, వారు గోదావరిమండలమునందలి కడియం గ్రామ వాస్తవ్యులనియు, క్రీ. శ. 1795 - 1840 సం. ల నడుమ నుండి రనియు, వారు అహల్యా సంక్రందన విలాసము, ఏకాంత సేవా కలాపము నను రెండు యక్షగానములు రచించియుండిరనియుఁ, గవి స్వహస్తలిఖితములగు ప్రతులకుఁ దాము స్వయముగాఁ బ్రతులు తయారుచేసికొనియున్నను నవి యంతరించినవనియు వ్రాసియుండిరి. (నరస కవిగారు యా. పు. తి. విలాసమున పిఠాపురము రావు వేంకట నీలాద్రి రాయ నృపతిని పేర్కొనియుండుటచే నా నృపతి "నూఱు సంవత్సరములక్రిందట నుండినవారై నందున నాతనికాలములో నుండిన కవియు దాదాపుగా నూఱు సంవత్సరముల క్రిందటివాఁ" డని శ్రీ వీరేశలింగముగారు ఆం. క. చ. లో నరసకవి చరిత్రమున వ్రాసినారు.)

---

౫౫. శివలెంక మల్లనారాధ్యులు

వీరభద్ర విజయము:

కవి విషయము: ఇతని పితామహుఁడును మల్లనారాధ్యుడు. తండ్రి మహదేవారాధ్యుఁడు. గురువు రామయ్యా దేశికుఁడు! గ్రంథ మేలూరు జలాపహారీశ్వరున కంకితము. కాఁగా నితఁ డేలూరు వాస్తవ్యుఁడని యూహింపఁదగియున్నది. ఇతని కాల నిర్ణయమున కొక యాధారముగలదు. ఈ వీ. వి, యొక్క ప్రా. లి. పు. భాం., ఆర్. నం. 614 ప్రతి విలేఖనకాలము శుభ కృత్కార్తిక శు. ౧౧ ఆది వారము — క్రీ. శ. 13-11-1842. గ్రంథరచన యంతకుఁబూర్వమనుట

నిశ్చయము. శ్రీ రాజా మంత్రిప్రగడ భుజంగరావుగారు సంతరించిన ఆధునిక కవి జీవితములను గ్రంథమున (నెం. 134 గా) నున్న శివలెంక నాగభూషణముగారి చరిత్రమున వారి నివాస మేలూరికి సమీపమున నున్న వంగూరనియు, వారు శైవబ్రాహ్మణులు, ఆపస్తంబసూత్రులు, సాలంకాయనగోత్రులు నను విశేషములు దెలియుటతోపాటాయన మల్లనారాధ్యుల పౌత్రులనియు, వారి జనన కాలము క్రీ. శ. 28-4-1872 అనియుఁ దెలియవచ్చినది. అందుచే వారి తాతగారగు మల్లనారాధ్యులు 19 వ శ. పూర్వార్థమున నుండినట్లు స్పష్టము.

గ్రంథ విషయము:— మూఁడాశ్వాసములుగా విభక్తము. ఇందు వీరభద్ర విజయ కథా ప్రధానమైనది ప్రథమాశ్వాసము మాత్రమే. ద్వితీయమునఁ బార్వతీకల్యాణము, తృతీయమునఁ గుమార సంభవ తారకవధములుప్రధానవిషయములు. గ్రంథనామము పూర్తిగా సార్థకముగాదు. ప్రసిద్ధ కథాసందర్భముల కింతవిరుద్ధముగాఁ కవి యిం దలఁతి యలతిఁ మార్పుల నవధరించి యుండెను. కాని యవి కావ్య గుణాపకర్షకములు గాలేదు. ఇందుఁ బ్రసిద్ధ రాగ తాళములలో దరువులు, ద్విపదలు, పద్యములు, వచనములు, కందార్ధ సార్ధములు, సువ్వి, జోలలు, శోభనములును గలవు. రచన చక్కనిది. కూర్మనాథ కవి మృత్యుంజయవిలాస రచనాప్రక్రియతో దీనికిఁ జాల పోలికగలదు. ఎఱుక, పార్వతి యనుతాప ఘట్టములందు రచనలోఁగూడ బోలిక స్పష్టపడినది. ఇదియు మృ. వి. వలె నవతారికలో యక్షగాన మనియు నాశ్వాసాంతగద్యలో శృంగార నాటకగేయప్రబంధమనియుఁ బేర్కొనఁ బడినది. కాని యిందు శ్రవ్యకావ్యధోరణి యెక్కువ. గర్భకవిత్వ మట నట ప్రదర్శింపఁబడినది. యుద్ధవర్ణన లుదాత్తముగా నడచినవి. ఎఱుక ఘట్టము నేర్పుగాఁ జిత్రింపఁబడినది.

56. ముమ్మడిదేవుల తిరుమలకవి

గీత రఘునందనము:*

కవి విషయము :—పరాశర సగోత్రుఁడు. రామచంద్రయతి శిష్యుఁడు. హరిహరాద్వైతి. ఇతని తండ్రి పేరు గూడ తిరుమలార్యుఁడే. తల్లిలక్ష్మమ్మ. చిత్తూరు కవి కుటుంబమునకుఁ జిరనివాసమఁట. కాలము : ఈగ్రంథముయొక్క ఆం. సా. ప. ప్రతిలేఖకుని శ్లోక మొకటి గలదు — "గురువారేఽక్షయబాహుల బహుళాష్టమ్యాం స సచ్చిదానందః, గీతరఘునందనం నిజ పితృ తిరుమలరచిత మలిఖదిదమ్" ఆ యక్షయబాహుల (కార్తిక) బహుళాష్టమి గురువారము క్రీ. శ. 29-11-18౭6 కి మాత్రము సరిపోయినది. ఆనాఁడా ప్రతిని లిఖించిన సచ్చిదానందుఁడు గ్రంథకర్త కొడుకునని చెప్పియున్నాఁడు. కాఁబట్టి తిరుమలకవి క్రీ. శ. 19వ శతాబ్ది పూర్వార్ధమున నుండి యుండెననుట నిశ్చయము.

గ్రంథ విషయము:— ఇందు రామాయణ ఆఱు కాండల కథయు యథావాల్మీక ప్రణాళికముగాఁ గలదు. దానివలె నిదియు "పాఠ్యేగేయేచ మధుర"మ్మనఁదగినది. వాల్మీకి రామాయణము నను దినము నర్థపరాయణుఁడై పారాయణ మొనర్చిన వాఁడట కవి. కాని యతఁడిందు భోజ చంపువునుగూఁడ బలుకరింపక విడువలేదు. గీత రఘునందన మనఁగానే గీతగోవిందము స్ఫురణకు వచ్చును.

* ఆం. సా. ప. — నం. 6

ఇందలి బాలకాండె మాత్రము 1896 లో వనప్పాకం ఆనందాచార్యుల వారిచేఁ బ్రకటితము. (ఈఆనందాచార్యుల వారి పుట్టుక 184౮ లో ననియు, వారి తండ్రిగారికి తిరుమలకవి పుత్రుడైన సచ్చిదానందముగారు మిత్రులనియు డాక్టరు శ్రీ నేలటూరి వెంకటరమణయ్యగారు సెలవిచ్చియున్నారు)

రెండును గీతిధర్మ ప్రకృష్టములే కాని రెంటింటను ప్రధానభేద మొకటి కలదు. గీతగోవిందము భావ ప్రధానమైనది. గీతరఘు నందనము వస్తుప్రధానమైనది. ఇందు సుదీర్ఘసంవాద శైలీ చాతురి, నాటకీయ సన్నివేశ ప్రకల్పన శిల్పమును గవి చూపియున్నను, పాటపాలెక్కువ యని యాపేరే చెప్పక చెప్పుచున్నది. ఇది ధారా ధోరణీ భాసురము లగు దరువులతో తాళప్రధానములు, గతి గంభీరములగు ద్విపద లతోఁ బరువులెత్తు పదపద్యములతో, ఏలలు, అర్ధచంద్రికలు, లాలి పాట, శోభనములు మొదలగు గేయవిశేషములతో నిర్వాచనముగా సంతరింపఁబడినది. ఇందలి భాష సలక్షణమైనది. రచన నిర్దుష్టమైనది. ప్రబంధమని పేర్కొనఁ బడినందులకుఁ దగినట్లు చక్కని వర్ణనలును గలవు. అన్నిటిని మించిన దిందలి రసప్రసన్నమగు శైలీ లాలిత్యము.

---

57. కానుకొలను వెంకటదాసు

శ్రీకృష్ణనాటకయక్షగానమహాప్రబంధరాసక్రీడావిలాసము*

కవి విషయము :—శ్రీవత్సగోత్రుఁడు. కానుకొలను భావయామాత్య పుత్రుఁడు. "ఈయనకే నాయనప్పయని నామాంతరము.

---

* కవి శ్రీకృష్ణనాటకమను యక్షగాన మహాప్రబంధము నాశ్వాస ఒహుళ ముగా రచించియుండినట్లును నందుఁ జతుర్థాశ్వాసము రాసక్రీడావిలాస మనియు గ్రంథాంతగద్యవలనఁ దేటపడుచున్నది. ఆ చతుర్థాశ్వాసము మాత్రమే నేఁడు లభించుచున్నది. .. ఆం. సా ప. తాళపత్రప్రతి నం.2748. ఇది 1926 లో బందరు నేషనల్ ప్రెస్ వారిచేతను, 1948 లో ఏలూరు వెంకట్రామ పవర్ ప్రెస్ నందును ముద్రింపబడినది ముద్రణప్రోత్సాహకులు గ్రంథకర్తగారి పౌత్రులని రెండిటి ముఖ పత్రముల మీఁదను గలదు.

చింతగుంటపాలెపు రామశతకకర్త. ... 1816 వ సం. లోఁ బైకవి 12 వత్సరముల ప్రాయమున నుండఁగా నీశతకము వ్రాసెనట" అనియు నతనిగుఱించి శతకకవులచరిత్రలోఁ గలదు. చింతగుంట పాలెము బందరులో నొక పేటయఁట.

గ్రంథవిషయము:—గోపికాకృష్ణుల రాసక్రీడలు. ప్రసిద్ధరాగ తాళములలోఁ గవినామాంకితములగు దరువులు, పద్యములు, శ్లోకము లును గలవు. కవిత్వమెంతయు హృదయంగమము. రాసక్రీడఘట్ట మతిమాత్రమనోజ్ఞము. కవి సంగీతజ్ఞానము వెల్లివిరిసినది. దరువులు సలక్షణములైన చక్కని కృతులవలె నున్నవి.

---

58. జ్యోతి రామయ్య

పారిజాత నాటకము:

పై గ్రంథము ఆం. సా. ప. ప్రతి నెం. 1743 అసమగ్ర మైనది. ప్రత్యంతరము లభింపలేదు. గ్రంథములోపలఁ గవినామాదులు తెలియుట కవకాశము లేదు. "లేబిలు"పై జ్యోతిరామయ్య పేరు కన్పట్టుచున్నది. అతఁడు కాని యేతద్గ్రంథకర్తయై యుండునాయని వట్టి యనుమానముమాత్రము. అతఁడే కర్తయగునేని గ్రంథరచనా కాలమును నిర్ణయించుట కొక్క యాధారముగలదు. జ్యోతిరామన తన కృతి ప్రోత్సాహకులలో నొకఁడని శ్రీధరమల్లె వెంకటస్వామి తన బ్రహ్మోత్తరఖండముఁ జెప్పియున్నాఁడు. (చూ. ఆం. క. చ. తృతీయభాగము

వేంకటస్వామి "శకవర్షగణనంబు శైలరామమునిందు, పరిమితంబై ధాత్రిబరగుచునుండు యువనామ సంవత్సర" మునఁ తనగ్రంథము రచించినట్లు చెప్పియున్నాఁడు. అది శా. శ. 1737 — క్రీ.శ. 1815 అగుచున్నది. జ్యోతిరామనయు నాప్రాంతమువాఁడే యగును. వేంకటస్వామి జ్యోతిరామయ విష్ణువర్ధనగోత్రుఁడైన సుబ్బనకుఁ గొడుకనియు నతనికి లక్ష్మీనారాయణ, చెంగల్వరాయఁడునను సోదరులున్నట్లును జెప్పినాఁడు.

ఈ పారిజాత నాటకము చేజెర్ల చెన్న కేశవ స్వామి కంకితము. (చేజెర్ల గుంటూరు జిల్లా, ఒంగోలు తా॥) గ్రంథమంతయు సత్యభామ స్వగతమువలె నున్నది. ఆమె కృష్ణుని వెదకికొనుచు వచ్చుటయుఁ దన పెండ్లిముచ్చట ముచ్చటించుచుఁ దన వలవంత వెళ్ళఁబోసికొనుటయునున్నంతలో నిందలి విషయము. ఇందుఁ బ్రసిద్ధ తాళ ప్రధానములైన ఏరువులు, ద్విపదలు, పద్యములు గలవు. రచన బాగు లేక పోలేదు.

---

59. జందాళ నంజప్ప

జ్ఞానకురవంజి:*

ఈ నంజప్ప తాను జ్యోతి రామగురుని శిష్యుఁడ ననిమాత్రము చెప్పుకొనినాఁడు. అతఁడు పై జ్యోతి రామయ్యగారే యగునేని నంజప్ప

* ఇది 1867 సం నసే ముద్రితమైనది. ప్రచురణ వివరములు తెలియవు రాజమండ్రి గౌతమీ గ్రంథాలయమున నొక ప్రతికలదు. — నెం 150.

కాలము 19 శ. పూర్వార్ధముగా గ్రహింపవచ్చును. ఇతని జ్ఞాన కురవంజి స్త్రీ కథ, పురుష కథ అని ద్విధా విభక్తము. మొదటి భాగమున నెవరో మునికాంతకు ముక్తికాంత యొుకతయై యద్వైత తత్త్వమును గూర్చి యొుక చెప్పుటయు, నపరార్ధమున పరమాత్మ యగు సింగడు సింగిని వెదకుచు వచ్చుటయు వారి సంవాదమును విషయములు. సాంకేతిక పరిభాష యెక్కువ. ఇందుఁ బ్రసిద్ధ రాగ తాళములలో దరువు లనేకము, దరువులలో సంవాదములు, కందార్ధములు, ఏలలు, ద్విపదలు, పద్యములు (జాత్యుప జాతులు మాత్రము), వచనములు, సంధి వచనములు, నొక దండకము, నొక చూర్ణికయుఁ గలవు. రచన పేలవము. దోష దోహలము. ఛందోదోషము లనేకము. గణ యతిప్రాసములలో నేదో యొుకటి నప్పినఁజాలు నన్న రకము వాఁడు గ్రంథకర్త. గ్రంథము యక్షగానముగాఁ జేర్కొనఁబడినది.

---

60. తరిగొండ వేంగమాంబ

ఈమె యింటిపే రసలు తరిగొండవారుకాదు. తరిగొండ కడప మండలము వాయల్పాడు తాలూకాలో నొకగ్రామము. ఈమె పుట్టినింటి వారు కానాలవారు. నందవరీక బ్రాహ్మణులు. వాసిష్ఠ గోత్రులు. ఈమె తండ్రి కృష్ణార్యుఁడు. తల్లి మంగమాంబ. భర్త

ఇంజేటి * వంశ్యుఁడును, శ్రీవత్ససగోత్రుఁడు, తిమ్మయార్యుని పుత్రుఁడు నైన వెంకటాచలపతి. కాని యామెకుఁ దరిగొండ వెంగమ యనియే ప్రసిద్ధి గల్గినది. తరిగొండ నరసింహుఁ డామె కులవేల్పు. తిరుపతి వేంకటేశ్వరుఁ డిష్టదైవతము. ఆయిరువురకు నభేదము పాటించి చాల కృతులను సముద్రకముగా నర్పించిన దామె. కొన్నిటిని సుబ్రహ్మణ్య గురున కంకితము చేసినది.

ఈమె 1840 సం. నందు జీవించి యుండినట్లు కీ. శే. సి. పి. బ్రౌను దొరగారు తమనిఘంటువున వ్రాసియున్నారు. కాని యప్పటి కామె వార్ధకదశయందుండెనని యూహింపనగును.

ప్రా.లి.పు.భాం.ఆర్.నం. 1056 పారిజాతాపహరణ నాటకము (వెంగమకృతము) ప్రతి చివర "దుర్ముఖినామ సంవత్సర ఆషాఢశుద్ధ 6 గురువారమునకుసరియయిన 1896 సంవత్సరం జులాయినెల తేదీ 16 న శ్రీతరిగొండ వేంగమ్మ గారికి మునిమనుమడున్నూ, వేంగమ్మ గారికి కోడలైన చెంగమ్మగారికి మనుమడైన గరిడిమి సుబ్బన్న కొమారుడయిన గంగాధరప్ప, గాదంశెట్టి పుల్లయ్య వ్రాసిన అసలు మాతృకనుపట్టి సంపూర్ణముగా గ్రంధపూర్తిగా వ్రాయడమైనవి." అని యున్నది. 1896 నాఁటి కామె పౌత్రులకు దౌహిత్రులున్నారనఁగా నామె 18 వ శతాబ్దిచివరికే పుట్టియుండును. ఆమె గ్రంథరచన-యక్షగాన రచనమైన 19 వ శతాబ్ది ప్రథమ పాదమున జరిగియుండును.

*కొన్నితావుల నింజేటి, నుంజేటి యనియుఁగలదు. అది లేఖకుల పొరపాటై యుండును ఇంజేటి—అనుగ్రామము కర్నూలుజిల్లా కోయిలకుంట్లతాలూకాలో గలదు. దానినిబట్టియే ఆయింటి పేరేర్పడి యుండును.

వెంగమాంబ విషయము మా మెగ్రంథముల నుండియే విశదమగుచున్నది. ఆమె ద్విపదభాగవతము (ప్రా. లి పు. భాం., డి నం 1013) నుండి యెక్కువసంగతులు తెలియఁబడఁగలవు.

వెంగమాంబ "నాచిన్ననాట నోనామాలనైన, నాచార్యు లెవరు నాకాన తీలేదు" అని చెప్పినది. కాని పదునైను కృతులు రచించిన ప్రౌఢయామె. అవి 1. నరసింహ శతకము, 2. నరసింహ విలాసకథ, 3. శివనాటకము, 4. రాజయోగసారద్విపద, 5. కృష్ణ నాటకము, 6. పారిజాతాపహరణము, 7. రమాపరిణయమను పెండ్లి పాట, 8. చెంచునాటకము, 9. శ్రీకృష్ణమంజరి, 10. రుక్మిణీ నాటకము, 11. గోపికా నాటకము 12. ద్విపద భాగవతము, 13. వేంకటాచల మాహాత్మ్యము, 14. వాసిష్ఠరామాయణము, 15. ముక్తికాంతా విలాసము. ఇందు శతకములు, పద్యద్విపద కావ్యములు, యక్షగానములు, పాటలును గలవు. ప్రక్రియావైవిధ్యమే కాదామెసాహిత్యమందుభక్తి, శృంగారము, వేదాంతము మున్నగా విషయవైవిధ్యమును గలదు. ఆమెగ్రంథములు పదునొకండు లభించినవి. అందాఱు ముద్రితములు. (4, 8, 13, 14, 15,). పైపట్టికలో యక్షగానములేడు గలవు. (3, 5, 6, 8, 10, 11, 15). అందు రుక్మిణి నాటక మలబ్ధము. నారసింహ విలాసకథయు యక్షగాన మగునేమో కాని యదియు నలబ్ధము.

గ్రంథసమీక్ష

శివనాటకము[1]:

దీనిని శివనాటకమనియుఁ గవయిత్రి వ్యవహరించినది కాని ప్రతివిలేఖకులు కొందఱొక క్రొత్తపేరు పెట్టినారు - శివపారిజాతమని.

---

1 ఆం. సా. ప. ప్రతులు:— నం. 2175 - 77 (ఖాగితము), నం. 1493, నం. 1749 లో నెనిమిదాకు లిందలి మొదటి ఘట్టము. అది పొరనాటున వేంకటేశ్వర కల్యాణమను య. గా. గాఁ బేర్కొనఁబడినది. (ఆం. సా. ప. అముద్రిత గ్రంథ సూచికలో) అడయారు ప్రతులు :— 32 (ఇ) 19, 32 హెచ్, 8. ఆం. సా. ప. ప్రతిలో మాత్రము వెంకమాంబ తండ్రి శేషార్యుఁడని యున్నది. కాని అడియారు ప్రతులలో నామె కడమగ్రంథములలో కృష్ణార్యుఁడనియే కలదు. అదే గ్రాహ్యము.

పారిజాత ప్రసక్తి యిందెక్కడను గానరాదు. కాని నారదుఁడు పారిజాతము కారణముగా సత్యా రుక్మిణుల మధ్య సవతికయ్యము తెచ్చిపెట్టినట్లే యిందొక రత్నహారముద్వారా గంగా గౌరుల నడుమ నది కల్పించును. సందర్భ సాదృశ్యమునుబట్టి లేఖకుఁడు చేసిన పనియిది. ఇందు లక్ష్మి కొరవంజియై గంగ కెఱుక చెప్పుట, నారాయణుఁడు సింగఁ డగుట, సింగీ సింగళ్ళ ప్రసంగము, సవతుల సంవాదము హృదయంగమముగా సాగినవి. అపప్రయోగము లనేకమున్నను సహృదయ సంభావనమునకుఁ గొదువపడదు. వెంగమ శివకథ యగుటచేఁగాఁబోలీ గ్రంథమును రాచవీటి వీరభద్రున కంకితమిచ్చినది.

బాలకృష్ణనాటకము[2]:

గోపికాకృష్ణ సంవాదము:— కృష్ణుఁ డదృశ్యుఁడగుట _ గోపికల యన్వేషణ — అతఁడు ప్రసన్నుఁడై వారితో జలక్రీడ లాడుట — అంతలో రాధ గోపాలుని పాలికిఁ జెలికత్తెను బుత్తెంచుట — గోపికలా రాధాసఖిపైఁ గోపించుట — కృష్ణుఁడు రాధను బ్రసన్నఁ జేసికొనుట — ఇదీ యిందలి విషయము. రచన యొక మోస్తరు.

పారిజాతాపహరణము[3]:

కృష్ణుఁడు పారిజాత వృక్షమును దెచ్చెదనని సత్య ననునయించి సుఖించుచున్న ఘట్టముతోనిందలి కథారంభము. పూర్వకథ సంగ్రహ

---

2 ఆం. సా. ప. - నం. 1566 వెంగమ తాను కృష్ణనాటకమును. గోపికా నాటకమును రచించినట్లు మాత్రము ద్విపద భాగవతమునఁ జెప్పినది. కాని యీ బాలకృష్ణ నాటకమనునదే నేఁ డుపలబ్ధము. అందా పేరట్లనే యున్నది. విషయమును బట్టి యిది పై రెండిట నేదైనను గావచ్చును.

3 ప్రా. లి. పు భాం., న. విష్ణు పారిజాత మను పేరనున్నది — ఆర్. నం. 1056 శివవిలాసము తప్పుగా శివ పారిజాత మని వ్యవహృతమైనది. తద్భిన్నత గుర్తింపఁబడుట కిది విష్ణు పారిజాతమైనది. (ఇది సుమారు రెండువేల గ్రంథము).

ముగాఁ బ్రస్తాపింపఁబడినది. కృష్ణుఁడొకనాఁడామెను గికురించి కడమ రాణులఁ గలియఁబోవుట – సత్య విరహము – సత్యాకృష్ణుల సందేశములు, సంవాదములు – సత్య కడకు సరస్వతి కొరవంజియై వచ్చుట – బ్రహ్మ సింగఁడగుట – సత్య తపస్సు చేసి స్వామిని బ్రసన్నుఁజేసికొనుట – కృష్ణుఁడు స్వర్గమున కేఁగుట కొక నెపము కల్పించుకొనుట – నరకాసురవధ కథ చొప్పు డనుసంధింపఁబడినది సందర్భోచితమైన మార్పు – తరువాత పారిజాతాపహరణము – ఇంద్రోపేంద్రుల యుద్ధము – దివిజ తరువు సత్యభామ పెరటికిఁ దిగగానే సవతుల కయ్యము – రుక్మిణితీర్పు – సత్య సవతులకుఁ బూలవాయనములిచ్చుట – ఇట్లు పారిజాతకథ బహుధా ప్రపంచింపఁబడినది. శృంగార హాస్య రసములు వెల్లివిరిసినవి. సంభాషణలు చతురముగా, రచన రసోత్తరముగా సాగినవి.

చెంచు నాటకము[4]:

చెంచులక్ష్మి చెల్లెలు తనప్రియుని వెదకికొనుచు బావగారి భవనపుఁ జాయలకు వచ్చును. అట తిరిగొండ నరసింహస్వామి ద్వారపాలకులచేఁ బృచ్ఛితయై చెంచెత తనచరిత్ర, తనవారి చరిత్రయావత్తు నేకరువు పెట్టును. తరువాత నామె ప్రియుఁడు చెంచు నాయకుఁడు వచ్చును. అతనితో వాదులాటయైనతరువాత చెంచెతబుడుత నతనికప్పగించి వేటకు బోవును. ఆమె తిరిగి వచ్చు సరికిఁ జెంచు నాయని బెదిరించి యొకపులి యాశిశువు నెత్తుకొని పోవును. చెంచెత యంగలార్చి

4 అమెరికన్ డైమండు ము. శా. ప్రచురణ, మదరాసు, 1927, 1929. ఈముద్రణ నిర్దుష్టముగాదు. ఇందలి గ్రంథాంత ద్విపదలో వెంగమాంబ తల్లి గంగమాంబ యనికలదు. కడమ గ్రంథము లందెల్ల మంగమాంబయనియే గలదు. అదియే గ్రాహ్యము.

యార్చి చివరికి శ్రీ వెంకటేశునకు మ్రొక్కుకొని శిశువును బడయును. ఇందు చెంచుల కులాచారములు చక్కఁగా వివరింపంబడినవి. చెంచెత పుత్రశోక ఘట్టము హృదయము నుదిలగొను నట్టిది.

ముక్తికాంతా విలాసము[5] :

దీనికి వేదాంత జ్ఞానబోధిని యని నామాంతరము. ఇందలి విషయము వేదాంతమైనను రచన సాంకేతికముగా నొకభామకలాపమువలె నడచినది. జగదీశ్వరుఁడు మాయను వీడి ముక్తికాంతను బొందఁగోరి యామె మందిరమునకు వచ్చుట — (జ్ఞానకాంత చెలికత్తె) తలుపు మూయుట — తలుపుకడ నావలీవల నాయికానాయకుల సంవాదములు —అనంతరము మాయాశక్తి వైరాగ్య జ్ఞాన శక్తులతో వాదించుట — మొ॥ విషయములు, కృష్ణుఁడు సత్యయింటికి వచ్చుట చెలికత్తెలు తలుపులు మూయుట, సత్యా కృష్ణుల సంవాదములు తదుపరి సత్యా రుక్మిణుల సవతికయ్యము మొ॥, సందర్భములను దలఁపున కెలయించును విషయము క్లిష్టమైన వేదాంతమైనను జెప్పుటలో సాధ్యమైనంత సౌలభ్యము జూపినది. (గ్రంథ కర్త్రి). ఇది సుబ్రహ్మణ్యా గురున కంకితము.

వెంగమ యక్షగాన కృతులన్నియు మంచి నాటకప్రవాటము గల్గియుండును. అందలి దరువు లెక్కువగాఁ బ్రసిద్ధ తాళప్రధానములు. అట నట రాగములు పేర్కొనబడినవి. ద్విపదలు, మంజరి, పద్యములు, సీసార్థములు, వచనములు, ఏలలు, గొబ్బిళ్ళు, సువాలలు, ధవళశోభన

ములు, మంగళహారతులు, చూర్ణికలు, దండకములు మొ॥, పలురకముల రచనా విశేషములు ననేకములుగలవు. లోకోక్తులు, ప్రయోగ విశేషములు ననేకములుగలవు. ఆమె తన వేంకటాచల మాహాత్మ్యములో శృంగారమునకును దనకును జుక్కెదురన్నట్లు మాటలాడినది. కాని యామె యక్షగానము లందది సమృద్ధిగాఁ గలదు. అటవిక జాతుల జీవిత విశేషములనుండి గహనములైన యోగశాస్త్ర రహస్యముల వఱకుఁగల యనేక విషయము లామె కధిగతార్థములు. సవతి కయ్యము ఎఱుక ఘట్టము మొదలగు పట్టులందభినివేశము తోడి నిపుణ నిర్వాహణము బ్రకటించినది. ఆమెవలె నిన్ని యక్షగానము లింత సమర్థముగా రచించిన కవయిత్రులులేరు. సరికదా కవులు నరుదు.

---

61. శీర్నాడు వెంకటరాయకవి

కవి విషయము :— బ్రాహ్మణుఁడు. విశ్వామిత్ర గోత్రుఁడు. తలిదండ్రులు చెన్నాంబా వేంకటరమణార్యులు. పితామహుఁడు దాసయ్య. ప్రపితామహుఁడు వెంకటయ్య. (ఇతని పినతండ్రి సంజుండయ్య. అక్క సాకాంబ, అన్న దాసయ్య. తమ్ముఁడు గుండయ్య). అహోబిల జోస్యుల యనుఁజుఁడును సింగవరము నివాసియు నగు నరహరి జోస్యు లీతని గురువులు. ఇతని య. గా. నాటకకృతులు మూఁడు.

కృష్ణనాటకము[1] శివనాటకము[2] రామాయణము[3] మొదటిది రెండవదానియందును, నారెంటను మూఁడవదానియందును బేర్కొనఁబడినవి. మూఁడును లేపాక్షి హరిహరుల కంకితములు. కవి నివాసమది కావచ్చు. (లేపాక్షి అనంతపురమండలమున హిందూపురము తాలూకాలో నున్నది). శివనాటకమున రచనాకాలము చెప్పఁబడినది. అందు రెండుభాగములు. ప్రథమ భాగాంతమున "శాలివాహశకము వెయ్యిన్ని, యేడునూర్లరవయ్యొనొక్కటి యనెడి, ఘన విళంబి"యును, గ్రంథాంతమున "శాలివాహన శకాబ్దముల వెలయుచు నుండెడి వెయిన్నేడు నూర్లనరవయి రెండవ నమరిన వికారి" యును బేర్కొనఁబడినవి. అవి వరుసగా శా. శ. 1761 – 62 అనఁగా క్రీ. శ. 1839 – 1840 అగుచున్నవి. కవి క్రీ. శ. 1840 ప్రాంతము వాఁడనుట నిశ్చయము.

ఈ లేపాక్షి నాటకత్రయము రాయలసీమలోఁ బ్రదర్శన ప్రతిష్ఠ లెక్కువగా సంపాదించినది. మూఁడును బ్రసిద్ధేతివృత్తములు. కృష్ణనాటకమునఁ గృష్ణజన్మాదిగా జలక్రీడలవఱకు నున్నది కథ. ఇందు పూతనచే గొల్లభామ, ఎఱుకలసాని వేషములు వేయించినాఁడు కవి. శివనాటకమున దక్షాధ్వరధ్వంసము, పార్వతీకల్యాణకథయుఁ గలవు. ఇందు విదూషకుని హాస్యము, సూత్రధారుఁ డెఱుకలసానినిఁ బల్కరించుటయుఁ గలవు. ఈ రెండిటఁ బ్రథమ ద్వితీయ "విలాసములు"గా గ్రంథవిభాగము కానవగును. రామాయణమున బాలా యోధ్య

1 1931 లో విశాఖపట్టణమున డి వి యస్. గుప్తచే, 1947, 1950 సంలలో మదరాసు వెస్టువార్డు అండుకోవారిచేతను ముద్రితము.

2 ముద్రితము. ప్రచురణ వివరములు తెలియవు. రాజమండ్రి గౌతమీగ్రంథాలయమున నొకప్రతి గలదు. నం. 195.

3 పద్మనాభవిలాసము, శా లో ముద్రితము. మదరాసు, 1907.

కాండలు "మొదటిరాత్రికథ"గను, అగస్త్య కిష్కింధా సుందరకాండలు "రెండవరాత్రి కథ" గను, యుద్ధకాండము "మూడవరాత్రి కథ" గను విభజింపఁబడినవి. అనఁగా నది మూఁడురాత్రుల ప్రదర్శనమున కుద్దిష్టమన్న మాట. ఈ మూఁడు కృతులందును విడి విడిగాఁ బ్రసిద్ధ రాగ తాళములలో దరువులు, ద్విపదలు, పద్యములు, సంధివచనములు, పాత్ర సంభాషణా ప్రచురములైన వచనములును గలవు. మూఁడింటను నాటకీయత వెల్లివిరిసినది. కాని రచన యొకమోస్తరు. భాషలో వ్యావహారికసరళి కొంతి చూపట్టుచున్నది.

---

62. మార్జొళ్ళ వీరయ్య

ముగ్ధసంగయ్య కథ:

కవి విషయము :— తండ్రి మార్జొళ్ళ మల్లయ్య. తల్లి లింగమ్మ. కవి తన గ్రంథమును చేబ్రోలి శంభున కంకితముచేసియుండుటచేతను, గ్రంథమునఁ బెద్దాపురము శైవులను బేర్కొనియుండుటచేతను గోదావరీ మండలవాస్తవ్యుఁడనఁ జెల్లును.

ఆం. సా. ప. లో మాత్ర మీసని ముగ్ధ సంగయ్యకథ కొక తాళపత్ర ప్రతిగలదు. సం. 4540. (ఇది అముద్రిత గ్రంథసూచికలోఁ జేరలేదు.) ప్రతివిలేఖనకాలము :— "విశ్వావసు సంవత్సర జ్యేష్ఠ శుద్ధ అష్టమీ శుక్రవారం" అది క్రీ. శ. 12-5-1665, 13-6-1845 తేదీలకు సరిపోవుచున్నది. రచనారీతినిబట్టి రెండవదే గ్రాహ్యము. అట్లనుట కింకొక యూహ యుపబలకముగా నున్నది. ప్రా. లి. పు. భాం. ఆర్.

నం. 59 (ఎ) కూచిమంచి తిమ్మకవి రాజశేఖర విలాసము ప్రతివిలేఖకుఁ డైన చాగంటి మల్లయ తాను "శార్వరినామసంవత్సర ఫాల్గున శు 12 గురువారమురోజువరకు మారుజోళ్ళ మల్లయ్య ప్రతిచూచి" వ్రాసి కొంటిననియున్నాడు. మారుజోళ్ళ వీరయ్య తండ్రిపేరు మల్లయ్యయే. ఆ మల్లయయు నీమల్లయయు నొక్కరేకావచ్చును. ప్ర రా. శే. విలాస ప్రతివిలేఖనకాలము క్రీ. శ. 4-3-1841 తేదీకి సరిగా సరిపోయి నది. మల్లయ యాకాలమువాఁడే లేదా యంతకించుక పూర్వుడగును. ఎంతపూర్వుఁ డనుకొందమన్నను క్రీ. శ. 1750 ప్రాంతమున నుండిన కూచిమంచితిమ్మకవికిఁ బూర్వుఁడు కాఁడుగదా. ఇతఁడుగాకపోయినను నితని పుత్రుఁడైన వీరయ్యయైన 19 శతాబ్ది పూర్వార్ధమున నుండి యుండునని యూహించుట లెస్సయనిపించుచున్నది.

గ్రంథ విషయము :— బసవేశ్వరుని సమకాలికుఁడును, అష్ట ముగ్ధలలో నొకఁడును, సానింటికేఁగి యట బుశ్యశృంగునివలెఁ ప్రవర్తించినవాఁడును నగు సంగయ్య కథ యిందు వర్ణితము. ఇది బసవ పురాణాద్గృహీతము. (చూ. బ. పు. తృతీయాశ్వాసము). ఇందుఁ దాళ ప్రధానములగు దరువులు, ద్విపదలు, వచనములు, కొలఁదిగాఁ బద్యములు, ఏలలు, అర్ధచంద్రికలు, సం. చూర్ణిక, స్వర జతియుఁ గలవు. య. గా. అని పేర్కొనఁబడినది. కవి యటనట భావ ప్రౌఢిని గనఁబఱచియుండెను. కాని రచనలో శివకవులును జేయని దోషములు కొన్ని చేసియుండెను. — ఐతే, ఇనుపించె, అనుకూల వేణిరో, నా ప్రాణనాథుణ్ని, లోకతరబడి మె. ప్రయోగములు; ఎ - యలకు, ఇ - విలకు యతి, ద్విపదలో నింద్రగణములకు బదులు పంచమాత్రాకములైన చంద్రగణముల ప్రయోగము - ఇట్టి వీ గ్రంథ మంత ప్రాచీనము గాదని తోఁపఁజేయును.

ఒకపరి పెద్దాపురమునందలి శైవులందఱును త్రిపురాంతకము మీఁదుగా శ్రీశైలయాత్రకుఁ బోయినారఁట. అక్కడ శిఖరదర్శనము చేసికొని మల్లికార్జునమంటపమునఁ గూర్చున్న వేళ వారిలో బొప్పె బసవన్న వంశ వర్ధనుఁడును, మాచలి శంకరమ్మ యగ్ర తనుజుఁడునైన పేరయ్యాచనమల్లు వీరకవి పఠింపఁగా బసవ పురాణము వినుచు నందలి ముగ్ధసంగయ్యకథ "యక్షగానంబైతే యెంతశృంగారముఁగ నుండునో" అని యనఁగా వీరకవియందులకుఁ బూనెనఁట. (ఇందు పేరయ్య రమణిపార్వతమ్మయు స్మరింపఁబడినది).

63. పులహరి ఫిరోజి

సావిత్రీ జితీయము: •

కవి విషయము:— గుంటూరు మండలములోని సత్తెనపల్లిలో స్థిరపడిన యొక మహారాష్ట్ర క్షత్రియ కుటుంబమునకుఁ జెందినవారీయన. వీరు ఛత్రపతిశివాజీ వంశీయులు. వీరి పితామహులైన సాహాజీ గారును, శివాజీ మనుమలైన షాహాజీగారును సమకాలికులు, బంధువులునైయుండిరి. వారు క్రీ. శ. 1700 ప్రాంతము నందుండినవారు. ఫిరోజి కవిగారి జీవితకాలము క్రీ. శ. 1829 - 1889. వీరు బహు

• 1945 లో గుంటూరు వెంకటేశ్వర అండులోవారు ప్రచురించిన 'శ్రీఫిరోజి ఋషిగ్రంథావళి' అను సంపుటమున నిదియుఁగలదు. ఆసంపుటమున నుపోద్ఘాతముగా శ్రీమహావాది వెంకటరత్నంగారు వ్రాసిన గ్రంథకర్త జీవిత సంగ్రహమునుండి విషయమింత గ్రహింపబడినది.

గ్రంథకర్తలు. వీరి కృతులలో విషయవైవిధ్యము, ప్రక్రియావైవిధ్యమునుగలదు. వీరనేక యక్షగానములును రచించి యుండిరని తెలియుచున్నది కాని యం దిప్పటికి లభించిన దీ సాత్రాజితీయ మొక్కటియే.

గ్రంథవిషయము:— ఇందు శమంతకోపాఖ్యానము, జాంబవతీ సత్యాకాళిందీ నాగ్నజిత్తీ భద్రాలక్షణా పరిణయ కథలు, నరకాసుర సంహారకథయు వర్ణితములు. వస్త్వైక్యము కొఱవడినది. కవి దీనిని "సాత్రాజితీ నాటకంబను యక్షగానంబు" అనిపేర్కొనెను. కాని యిందు నాటకీయత తక్కువ ఆఖ్యానశైలిపాలే యధికమై శ్రవ్యకావ్యమువలెనున్నది. ఇందు ప్రసిద్ధరాగ తాళములలో దరువులు, ద్విపదలు, పద్యములు, కంద గీతసీసార్ధములు గలవు. వచన ప్రయోగము క్వాచిత్కము. రచన చక్కనిది.

64. పోడూరి వేంకటరాజు

సుకుమారీ పరిణయము: *

కవి విషయము:- ఆపస్తంబ సూత్రుఁడు, భారద్వాజ గోత్రుఁడు. శ్రీ రామయామాత్య పౌత్రుఁడు. వెంకటాచలమంత్రి పుత్రుఁడు. బుచ్చిరామయ, రామ మూర్తులకు సోదరుఁడు. ఇతని కృత్యంతరమగు రామలీలా విలాసము [1] నుండి యితఁడు విశాఖమండల విజయ

* ప్రా. లి. పు. భాం., ఆర్. నం. 440

1. ప్రా. లి. పు. భాం., ఆర్. నం. 612.

నగరాధిపతియగు విజయరామరాజాశ్రితుఁడనియు నితని నివాస మెనుగవలస (విశాఖ జి. చీపురుపల్లి తా.) యనియుఁ దెలిసినది. మఱియు నందీతని వంశావళి పద్యములుగాఁ గలదు.[2] ఇతఁడు శివరామాభ్యుదయ కర్తయగు పోడూరి పెదరామామాత్యుని యన్నగారి కోవవాఁడు. రామవిలాసము ప్రా. లి. పు. భాం., ప్రతి కవి స్వహస్త లిఖితము. లేఖన కాలము "ఆనంద నామ సంవత్సర చైత్ర శు. 15 గురువారం" గాఁ బేర్కొనఁబడినది. అది క్రీ. శ. 13-4-1854 తేదీ యగుచున్నది. అదే కవికాలము. సునిశ్చితము. ఆ నాఁటికి విజయనగరమున మూఁడవ విజయరామరాజు రాజ్యము చేయుచున్నాఁడు.[3]

గ్రంథ విషయము:— నారదుఁడు సృంజయ రాజపుత్రియగు సుకుమారిని బెండ్లియాడిన పురాణకథ యిందలి వస్తువు. ఇదియుఁ గూర్మనాథకవి మృత్యుంజయ విలాసమువలె త్రిధాశ్వాస విభాగము కలిగి యవతారికలో యక్షగాన మనియు, నాశ్వాసాంత గద్యలలో శృంగార నాటకగేయ ప్రబంధమనియుఁ బేర్కొనఁ బడినది. ఇది "జనులు — తగిన వేషంబులన్ ధరియించి సభల సొగసుగాఁ దెలుప" ననువుపడునట్లు రచించితినని యున్నాఁడు కవి. ఇందు పాత్రలు "తెర వయలు దేరే దరువు"లు, "మాగధి యనే పరిహాసక వేషధారి" పాత్రలను బలుకరించుట, పాత్రలు స్వీయోదంతము జెప్పుట, పాత్రలు ప్రవేశింపఁగనే దేవతా స్తోత్రము చేయుటయు విశేషములు. ఒక్కచో హంగుదారుని ప్రసంగము గలదు. ఇందుఁ బ్రసిద్ధ రాగ తాళములలో

2. వివరములకు చూ. ప్రా. లి. పు. భాం., త్రైవార్షిక గ్రంథ దీపిక 4 వ భాగము — పుటలు 1549—54.

3. ఇతని రాజ్య కాలము 1848—1879 అని విశాఖ జిల్లా గజిటీరులోఁ గలదు.

దరువులు, విరివిగాఁబద్యములు, ద్విపద, వచనము, కందాలంకారము, చూర్ణిక, దండకము మొ॥ రచనా విశేషములు గలవు. ఇందెలుక ఘట్టము గలదు. సుకుమారీ విరహ వేదన ఘట్టమున మన్మథుని పాదు పాతో సంహారోల్చి ప్రశంసించిన దండక మత్యంతత మనోజ్ఞము. గ్రంథమున నాటకీయత మిక్కుటము. రచన రసోత్కటము.

---

65. మరింగంటి భట్టరు రామానుజాచార్యులు

శ్రీ రా మ నా ట క ము: *

కవి విషయము :— శ్రీవైష్ణవుఁడు. మౌద్గల్యసగోత్రుఁడు. రామానుజాచార్య పౌత్రుఁడు. తిరుమలాచార్యపుత్రుఁడు. గంజాఁజిల్లా గుజ్జువాడ నివాసి. (చూ. ముద్రితప్రతి) ఈతఁడు దిరుపూరి అప్పలాచార్యులు, వారణాసి అచ్యుతరామకవి అనువారు తనకిరువురు శిష్యులు

* ప్రతులు.— 1 గౌతమీ గ్రంథాలయ తాళపత్ర ప్రతి నం. 98. అసమగ్రము. శ్రీరామనాటమను పేర నున్నది. కవిపెట్టిన పేరదే కాని లక్ష్మణుఁడు పునర్జీవితుఁడగుట వినిన రావణుని సంరంభ మిందలివిషయము. 2. ప్రా. లి. పు. భాం. ఆర్. నం. 966 బొమ్మలాట రామాయణమను పేరనున్నది. లక్ష్మణమూర్ఛకుఁ దరువాతికథ యిందుగలదు. 3. లక్ష్మణమూర్ఛయను పేరనిది 1908 లో మదరాసులో ఎద్దనపూడి సంజీవయ్య అండు సన్సువారిచే మురహరి ము. శా. లో మొదటి కూర్పుగా ముద్రితము ఇందు గ్రంథపరిష్కర్తల చేర్పులు మార్పులునుగలవు ఇందు విషయము లక్ష్మణమూర్ఛఘట్టమే కాక రామపట్టాభిషేకము వఱకును గలదు.

గలరనియు వారిగ్రంథ రచనలోఁ దనకుఁ దోడ్పడి రనియుఁ జెప్పి యున్నాఁడు. (గా. గ్ర. ప్రతి). ఈ వారణాసి అచ్యుతరామకవియే సురతాణీపరిణయ[1] మను ప్రబంధమును యీ రామానుజాచార్యుని ప్రేరణమున రచించెను. (అందీ రామానుజాచార్యుఁడు గుజ్జ్వాడాగ్రహార నివాసి, మ. భ. రామానుజాచార్య పౌత్రుఁడు తిరుమలాచార్య పుత్రుఁడు నని చెప్పఁబడుటయేగాక యీతని వైదుష్యప్రశస్తియు, వంశావళి ప్రశంసయు విపులముగాఁ గలదు. ఆ గ్రంథాంతమునఁ దద్రచనాకాలమిట్లు చెప్పఁబడినది. – "విరచింపంబడె నీప్రబంధము... శాలివాహన శకాబ్దిన్ రసాగక్షమాధర చంద్రాంచిత సంఖ్యకాంతరల సన్మానోన్నతానంద వత్సర సత్కార్తిక శుక్ల సప్తమిని భాస్వత్సౌరి వారంబునన్" అనఁగా శా. శ. 1776 – క్రీ.శ. 1854. మఱి తత్కృతి ప్రేరకుఁడగు నీ మఱిగంటి భట్టరు రామానుజాచార్యుఁడా 1854 సం. న నుండెననుట సుస్పష్టము. ఇతఁడు గణచతుర్థ్యపాఖ్యానాది ప్రబంధము లనేకము రచించినాఁడని సు. ప నఁ గలదు.

ప్రస్తుత గ్రంథవిషయము :– ఇతఁ డీ శ్రీరామనాటక మను పేర రామాయణము నంతటిని రచించియుండెనో లేదో తెలియదు కాని యుపలబ్ధములగు ప్రతులలో లక్ష్మణమూర్ఛ ఘట్టమునుండి రామ పట్టాభిషేకము వఱకుఁగల యుద్ధకాండకథ యున్నది. వీరరస ప్రధానముంగు నీ గ్రంథసందర్భములకుఁ దగినట్లుయుద్ధసన్నద్ధుఁడగు ధీరోద్ధత నాయకుని గమనగాంభీర్యమును దలపించు ప్రౌఢరచనా పరిపాటి గల పద్యగద్యముల ప్రాచుర్యమిందుఁ గలదు. దరువులు విరళము. ప్రసిద్ధ రాగతాళములలో(హిందుస్తానీవి కూడ) నున్నవి. సంధి వచనములతో పాటు పాత్రల సంవాదాత్మక వచనములును దఱచుగలవు. వచ

1. వేగుజుక్క– గ్రంథమాల ప్రచురణ – బరంపురము, 1932.

నములందు వ్యావహారిక భాషాసరళి కొంతగనట్టును. అమరశ్లోకము లనేకము చేర్కొనఁబడినవి. కొన్నిఁగుననఁ గదర్థ వివరణమును గలదు. ద్విపదలు కొద్దిగాఁగలవు. ఇందలి భాషయందును భావములందును జక్కని ప్రౌఢిగలదు. కాని దానికిఁ గొంతవఱకు భాస్కరరామాయణము మూఁదలమైనది. కథకొంత పెంచఁబడినది. సరిక్రొత్త సన్నివేశములును గొన్ని కల్పింపఁ బడినవి. ఇందు సూత్రధార ప్రసక్తి గలదు. అతఁడే ప్రస్తావన నడపినాఁడు (ముద్రితప్రతిలోని ప్రస్తావన పరిష్కర్తలచేర్పు. దీని నాధునికరంగస్థల నాటకముగాఁ దీర్చుటకుఁ బరిష్కర్తలు ప్రయత్నించిరి కాని మూలగ్రంథమువలె "సర్వంబు నేకాశ్వాసము" గనే యున్నది. అంకరంగ విభాగములు చేయఁబడ లేదు. ఇందలి సంధివచనము లట్లనే యున్నవి.) ఈ గ్రంథము తోలు బొమ్మలాటల కుపయోగింపఁబడుచుండినట్లు ముద్రితప్రతి పీఠికలోఁ బరిష్కర్తలు వ్రాసియున్నారు. ఇందలి అమరశ్లోకోదాహరణ వివరణము లుండుటఁజూడ నసలిది బొమ్మలాటల కొఱకే వ్రాయఁబడినదా యనిపించును. అది బొమ్మలాటల పరిపాటి.

---

66. దరువూరి అప్పలాచార్యులు

ఐరావణ (త) చరిత్ర: ♦

కవి విషయము:— ఆత్రేయస గోత్రుఁడగు నృసింహార్యునకు శ్రీనివాస, జగన్నాథ, వెంగళ, సుందర నామధేయులు తనయులు. అందు

♦ ప్రా. లి. పు. భాం. ఆర్. నం. 436

శ్రీనివాసార్యునకు నరసమ్మయందు నరసింహ, రంగ, జగన్నాథ నామధేయులు పుత్రులు, అందు రంగార్యునకు రంగాంబ యందీ అప్పలాచార్యులు, శ్రీనివాస, రంగార్య లక్ష్మణార్యులు పుత్రులు. ఇతఁడీ గ్రంథమునే తేటి పార్వతీశము ప్రోత్సాహమున సింహాద్రిపతి కంకితముగా రచించి యుండెను. దీనికిముందు సంస్కృతాంధ్రములందు మఱికొన్ని కృతులు రచించినాఁడఁట. ఈగ్రంథమునుండి యితని గుఱించి యెఱుఁగనగు విషయ మింతియ. ఇతఁడు శ్రీకాకుళ మండలము వాఁడనియు, శ్రీరామ నాటక కర్తయగు మరింగంటి భట్టరు రామానుజాచార్యుని శిష్యుడనియు, వారణాసి అచ్యుతరామకవి కతని సురతాణీ పరిణయప్రబంధ రచనయందుఁ దోడ్పడె ననియు నతనికి మాఁటట గురువనియు, నతనితో జంటగా లక్ష్మీనారాయణ విలాసమను యక్షగానమును రచించి యుండెననియు నామీగ్రంథములనుబట్టి తెలియుచున్నది.* సురతాణీ పరిణయ ప్రబంధ రచనాబ్దము క్రీ. శ. 1854 అని మీఁద రామానుజాచార్యుల యుదంతమునఁ జెప్పఁబడినది. మఱి అప్పలాచార్యులు నప్పుడుండెననుట నిశ్చయము. ప్రా. లి. పు. భాం., ఆర్, నం. 437 సురతాణీ పరిణయ ప్రతివిలేఖకుఁడీ దరువూరి అప్పలాచార్యుఁడే. తల్లేఖన కాలము భావ జ్యేష్ఠ శుక్ల ద్వాదశి గురువారము. సు. ప. రచన 1854— ఆనంద సం. ఈభావ తరువాతిది కావలె. అది 1874. సు.ప. రచనలోఁ దోడ్పడునాఁటి కప్పలాచార్యులు సుమారు పాతిక ముప్పది యేండ్లవాఁడైన నై యుండును. అతఁడు క్రీ. శ. 1825–1875 సం.ల నడుమ నుండెనని నిస్సంశయముగాఁ జెప్పవచ్చును.

గ్రంథ విషయము :— గాంధారి వ్యాసప్రోక్తమగు నైరావణ వ్రతము (గజ గౌరీవ్రతము) నాచరించి తన యదృష్టమునకు గర్వపడు

* చూ. ఇందలి సం. 65, 67 కవులయుదంతము

చుండును. అది కుంతికి మనస్తాపహేతువగును. అది తెలిసి యర్జునుఁడు, దుర్యోధనాదులు తమ తల్లి వ్రతమునకు మంటి యేనుఁగునుమాత్రమే "తయారు" చేయించి యుండఁగాఁ దాను మింటియేనుఁగునే తెచ్చి తనతల్లి వ్రతము నెఱవేర్చుట, యిందలి కథ. ఇందు ప్రసిద్ధ రాగ తాళములలో దరువులు, ద్విపదలు, పద్యములును గలవు. గ్రంథాంత గద్య వినా యిది నిర్వచనము. యక్షగానమని పేర్కొనఁబడినది. శ్రవ్యకావ్యధోరణి నున్నది ప్రౌఢరచన కాదు. ఇది బహుశా అప్పలాచార్యుని బాల్యరచనయై యుండును.

---

67. దరువూరి అప్పలాచార్యులు వారణాసి అచ్యుతరామకవి

లక్ష్మీనారాయణ విలాసము :*

కవి విషయము :— ఈ జంట కవులు శ్రీకాకుళ మండల వాస్తవ్యులు. ఆ మండలము నందలి శ్రీ కూర్మక్షేత్రస్వామి కంకిత ముగా, రామానుజాచార్యుని పౌత్రుఁడును, వేంకటలక్ష్మీరంగార్యుల పుత్రుఁడు నగు కొండుపర్తి అప్పలార్యుని ప్రేరణమునను సాహాయ్య

---

* ప్రతులు . 1 ఆం సా. ప., నం. 2648 (కాగితము)

2. ప్రా. లి. పు. భాం , ఆర్. నం. 762 (కాగితం)

3. రాజమండ్రి ఆంధ్రేతిహాస పరిశోధకమండలిలో నొక తాళ పత్ర ప్రతిగలదు. (వరద దెబ్బతిన్నది)

మునను ఒక్క పురాణోక్త ప్రకారముగా నీ గ్రంథము నిద్దఱును గలిసి రచించిరి. ఇందుఁదమ గురువగు మరింగంటి భట్టరు రామానుజాచార్యుని స్మరించిరి. అతని శ్రీరామ నాటక రచనలో నీ యిరువురును దోడ్పడి నట్లుండుఁగలదు. ఈ ల. నా. విలాసమునందీ కవుల పూర్వ రచన యగు సురతాణీపరిణయ పద్యకావ్య ప్రశంస వచ్చినది. కాని ల. నా. వి. వలె సురతాణీ పరిణయము జంటకవనము గాదు. ఇందలి గద్యలవలె నందలిగద్య లుభయ నామాంకితములు గావు. అది అచ్యుతరామ కవ్యుపజ్ఞముమాత్రమే. అందప్పలాచార్యుఁడు తనకు రెండవ గురువనియు, నా గ్రంథ రచనలోఁ దన కతని తోడ్పాటు గల దనియు మాత్రమే చెప్పినాఁడు.

అప్పలాచార్యుని విషయము పూర్వోక్తము. అచ్యుతరామ కవి గుఱించి యతని సురతాణీ పరిణయము నుండి యెఱుకపడు విశేషములు:— ఇతఁ డాపస్తంబ సూత్రుఁడు. భారద్వాజ గోత్రుఁడు. వారణాసి సాంబన పౌత్రుఁడు. ఎనమండ్ర రామయోగికి దౌహిత్రుఁడు. ఎఱ్ఱమకును నరసింహ కవికిని బుత్రుఁడు. రామయోగియనువాని కగ్రజుఁడు. (ఇతఁడు శ్రీకృష్ణ సుధారస మను నింకొక ప్రబంధమునుగూడ రచించి యుండి నట్లు తెలియుచున్నది.) ఇతని సురతాణీ పరిణయ రచనా కాలము క్రీ. శ. 1854* తదర్వాచీన మీ ల. నా. వి. బహుశా 1850—65 ప్రాంతమున రచింపఁబడియుండును.

గ్రంథ విషయము :— క్షీరసాగర మథన కథయు, లక్ష్మీనారాయణుల వివాహము నిందు వర్ణితములు. ఈ ల. నా. విలాసమున కనేక సందర్భములందు గోగులపాటి కూర్మనాథ కవి మృత్యుంజయ విలాసమే

* చూ. ఇందని మరింగంటి భట్టరు రామానుజాచార్యుల యుదంతము. (పం. 65)

యొరవడి యైనది. కథా ప్రణాళికలోను రచనా ప్రణాళికలోను మృ. వి. నకు సమానాంతరముగాఁ బయనించినది ల. నా. వి. అసలు గౌరీ కల్యాణ కథకును, లక్ష్మీ కల్యాణ కథకును బోలికలు లేవు. కాని యీ కవులు ప్రౌఢులగుటచే గౌరీ కల్యాణ కథకు సన్నిహితముగా లక్ష్మీ కల్యాణకథను ససందర్భముగా మలఁచినారు. ఇందు లక్ష్మియుఁ బార్వతివలెఁ బ్రియుని గూర్చి తపశ్చర్యకుఁ బూనుకొనును. ఆ సందర్భమున మృ. వి. న వర్ష హేమంత గ్రీష్మర్తువులు మూఁడును మూఁడు సీసములలో వర్ణితములు. ఇందును నా మూఁడేమూఁడు, సీసములలోనే నాని ఛాయలుగా వర్ణితములు. అందలి శివుని వలెనే విష్ణువును నిందఁ గపటవటువగును. అందు భృంగియు శివుఁడు నెఱుకలసాని వేషములు వేయఁగా నిందు నారద నారాయణులు కొత్తెమ సాని వాలకములు దాల్తురు. ఇట్లే యా కథాసందర్భానుకరణము. రచనలోఁగూడ మృ. వి. నుండి దరువునకు దరువు, సీసమునకు సీసము, ద్విపదకు ద్విపద, వచనమునకు వచనము, శ్లోకమునకు శ్లోకముగా నందలి మంచిపట్టెల్ల విడిచి పెట్టక, యొకప్పుడు వరుసయును దప్పక యందులో ననుకరణము నందులో మార్పునుగా ననుకరించినారీ కవులు. మృ. వి. న "ప్రత్యక్షమయ్యె" నని యున్న నిందు "సాక్షాత్కరించె" నని మార్పు. అంతేకాదు మృ. వి. వలెనే యిదియు మూఁడాశ్వాసములుగా విభాగింపఁబడినది; అవతారికలో యక్షగానమనియు, నాశ్వాసాంతగద్యలలో శృంగారగేయ ప్రబంధమనియుఁ బేర్కొనబడినది ఇట్టి యను కరణము నీ కవులెందుకు చేయవలసి వచ్చినదో బోధపడదు. (వీరును గూర్మనాథకవియు నొక్కమండలము వారే. కూర్మనాథకవి వీరికి రెండు మూఁడు తరములు పూర్వుఁడు).

రచనావిషయమున మృ. వి. విమర్శయే దీనికిని జాలవఱకు సరిపడును. సలక్షణమైన భాషయు బ్రసన్నమైన శైలియుఁ గలది.

య. గా. కృతులలో నొక బృహద్గ్రంథము. కథ చతురముగాఁ బ్రపంచింపఁబడినది. శృంగార మంగిరసము, హాస్యమంగము. వర్ణన లనేకము సుదీర్ఘముగ సుందరముగఁ జేయఁబడినవి. చతుర సంవాదములుగలవు. జాతీయములు నన్యభాషా పదప్రయోగ విశేషములు ననేకము గలవు. ఎంమఁ బ్రసిద్ధ రాగ తాళ ఘోరాళములైన దరువులు (రాగములలో జయంతసేన విశేషము) ద్విపదలు, పద్యములును సమపాళముగా నున్నవి. అప్పగింతలు, సువ్వి, శోభనములు, లక్ష్మీకల్యాణము నను పెండ్లివేడుక పాటలు, శ్లోకములు, దండకచూర్ణికలును గలవు. సగము పద్యము సగము దరువునైన సీసార్ధ కందార్ధములు సీసాలంకార కందాలంకారము లను పేరఁ బ్రయోగింపబడినవి.

---

68. సింహాద్రి దాసుఁడు

భల్లాణ చరిత్ర :*

కవి విషయము :— దాసరికులమువాఁడు. అంతన పౌత్రుఁడు. కమలాంబకుఁ వెంకటనరుసుకుఁ బుత్రుఁడు. కవి తన గ్రంథమున దీవెన నరసింహుని, సింహాద్రి యేగంటి నీలయ్యని, సింహాచల నరసింహుని స్మరించినాఁడు. ఆం. సా. ప. ప్రతివిలేఖనకాలము “రాక్షసనామ సంవత్సర భాద్రపద ౭ ౧౦ శుక్రవారం” అనఁగా క్రీ. శ. 5-10-1855

* ముద్రితము ప్రచురణ వివరములు తెలియవు. అముద్రిత ప్రతులు :— 1. ఆం. సా. ప. నం. 3460.

2. ఆంధ్ర విశ్వకళా పరిషత్ప్రతి టి. 123/ఎస్. 71.

లేదే. గ్రంథరచన మంతకుఁ బూర్వముకాని యెంతోపూర్వమై యుండదు.

గ్రంథ విషయము :— భల్లాణ కథ : పూర్వోక్తము. కాని యొక విశేషము. కవి సురాభాండేశ్వర కథ చెప్పి యందలి యీడిగ దంపతులే పిదప జన్మమునఁ జల్లమా భల్లాణులైరని చెప్పినాఁడు. ఇందుఁ బ్రసిద్ధ రాగ తాళములలో దరువులు, ద్విపదలు గలవు. పద్యములు కందములు మాత్రము లెక్కకుఁ గలవు. నిర్వచనము. రచన బహుదోషజుష్టము. ఇం దాశ్వాస త్రయ విభాగము గలదు. యక్షగాన మని పేర్కొనఁబడినది.

---

69. కోవెల తిరువేంగడ దాసు

తిరుమంగయాళ్వారు చరిత్ర•

కవి విషయము :— కోవెల వేంకటాచార్యుని పౌత్రుఁడు. నర సింహాచార్యుని నందనుఁడు. శ్రీరంగ తిరుమల శ్రీభట్టరార్యుని శిష్యుఁడు. ఇతని గ్రంథము శోభనాచల నరసింహస్వామి కంకితము. (శోభనాచల మనఁగా మంగళగిరికి మఱియొక పేరేమో; అదినృసింహ క్షేత్రమే. కవి నివాసమది కావచ్చును). ఈగ్రంథమును 'శేష భట్టరు అప్పలదాసుఁడు వేంచేపు చేసుకున్న' దనియున్నది. ఆం. సా. ప. లోని రతిమన్మథవిలాసము ప్రతి (నం. 3120) చివర "శ్రీమాన్ శేషభట్టరు రంగాచార్యులు గారు రచించిన రతిమన్మథ

• ఆం. సా ప నం. 3019.

విలాసము వారి కుమారుఁడు అప్లాచార్యులు వ్రాసెను. శ్రీ మంగళాచల లక్ష్మీనృసింహార్పణమస్తు” అనియున్నది. ఇతండును పై అప్పలదాసుఁడు నొకఁడే కావచ్చును. అగుచో నా రంగాచార్యులు క్రీ. శ. 1800 ప్రాంత మందుండిన వాఁడుగా నూహింపఁబడినందున * నాతని పుత్త్రుఁడగు నప్పలాచార్యుఁడు 1830 - 40 సం.ల ప్రాంతమున నుండి యుండును. అతఁడు “వేంచేపు” చేసికొన్న యీతిరుమంగయాళ్వారు చరిత్రరచన మంతకుఁగొంత పూర్వపుది కావలెను. ఇవి యన్నియు నూహాలపై నూహాలు. (ఇవి యథార్థములు కాకపోవచ్చును. కాని భావిపరిశోధన కుపస్కారకములు కావచ్చునని యిట సూచింపఁబడినది.) కాని రచనా రీతినిబట్టి చూచినను నిది యంత ప్రాచీనరచనగాఁదోఁపదు. (నామట్టునకు నాకిప్పటికిది క్రీ. శ. 1800 1850 నడుమ రచింపఁబడినదిగాఁ దోఁచును. ఈయూహ నొకరు గ్రహింప నక్కఱలేదు. నాయూహ తెలుపుకొంటిని. అంతియ).

గ్రంథ విషయము :- పన్నిద్దరాళ్వారులలో నొకఁడగు తిరుమంగయాళ్వారు పూర్వచరిత్ర మిందు వర్ణింపఁబడినది. (అది ఆచార్యసూక్తిముక్తావళి, దివ్యసూరి చరిత్రము, గురుపరంపరా ప్రభావము మొ. గ్రంథము లందుఁగలదు.) ఇందలిది సలక్షణమైన భాష. సరళమైన రచన. గ్రంథము సగపాలు పద్యములే. కడమభాగముప్రసిద్ధ రాగతాళముల నున్న దరువులు, ద్విపదలు, కొలఁది వచనములును. శమాము, కితాబు మొ. ఉర్దూ పదప్రయోగములు కొద్దిగలవు. మృత్యుంజయ విలాసమువలె నవతారికలో యక్షగానమనియు, నాశ్వాసాంతగద్యలో (సర్వంబునేకాశ్వాసము) ‘శృంగార నాటక గేయప్రబంధ’ మనియుఁ బేర్కొనఁబడినది.

* చూ. ఇండెక్ నం. 47 కవి చరిత్ర

70. కోవెల రాఘవదాసు

ప్రణయ కలహ కలాపము :♦

కవి విషయము :— ఇతఁడీ మూఁడవ వన్నితుఁడైన కోవెల తిరు వేంగడాచార్యున కగ్రతనయుఁడు. ఇతని తల్లి రంగమ. గురువు శ్రీ రంగరాజభట్టరు. ఇతఁడును దండ్రివలె శోభనాచల నరసింహ భక్తుఁడే. ఇతని గ్రంథమును శేషభట్టరు అప్పలదాసుఁడు "వేంచేపు" చేసికొన్నదే కావున నితఁడును క్రీ. శ. 1800 - 1850 ప్రాంతమువాఁడై యుండిన నుండవచ్చును.

గ్రంథవిషయము :— ఇది మున్నొడ మడవారను తిరువాయిమొడి నుండి గ్రహింపఁబడినదఁట. శ్రీకాంతుఁడొకనాఁడు శ్రీకాంత నెడఁబాసి భూకాంత కడకేఁగి మగిడి యిందిరామందిరమునకు రాఁగా నామెయతని వాలకము చూచి యలుక చిత్తగించినది. వెన్నుఁడు వెనుదిరిగినాఁడు. అప్పుడింక నామె విరహవేదన. హరి యామె కడకొక యెఱుకతను బంపెను. ఎఱుకత కోరిక లీడేరునని చెప్పి యరిగినంత హరివచ్చి తరువాయి దీర్చినాఁడు. ఇది యిందలికథ. ఇది కడు చిన్న కృతి. సలక్షణమైన భాషయు సరళమైన రచనయుఁగలది. ఇందు దరువులు, ద్విపదలు, పద్యగద్యములు గలవు. శృంగార నాటక గేయ ప్రబంధ మని పేర్కొనఁబడినది. (ఇందలి ఎఱుకఘట్టమున మృత్యుంజయ విలాస మందలి దరువొకటియుందు యథాతథముగా నున్నది.)

♦ ఆం. సా. ప., నం. 3019.

71. బోడిచర్ల సుబ్బకవి

కవి విషయము :— ఇతఁడు కర్నూలు మండలకవి. నందవరీక బ్రాహ్మణుఁడు. కుత్ససగోత్రుఁడు. మిక్కిమరి రామాయణము,[1] ప్రహ్లాదనాటకము[2] ననునవి యితనికృతులు. రెండిటను గరుడాచల నరహరి ముద్రలున్నవి. ప్రహ్లాదనాటక గ్రంథాంతద్విపదలో నితఁడు హనుమంతరాయుని కప్పయైన లక్ష్మాంబ కగ్రసూనుఁడని మాత్రము తెలియవచ్చినది. లక్షణాపరిణయ య. గా. కర్త మఱియొక సుబ్బకవి గలఁడు — ఇరువురకు నింటిపేరు స్థలకుల గోత్రములును సమానముకాని యతఁడు వేఱు. అతనిపూర్తిపేరు బొడ్డుచర్ల వెంకటసుబ్బయ్య. ఇతఁ డుత్తసుబ్బయ్య. అతనితల్లి వెంకమ్మ. ఇతనితల్లి లక్ష్మమ్మ. అతని గ్రంథము భద్రగిరివాసముద్ర గలది. ఇతనిగ్రంథములు గరుడాద్రినరహరి ముద్రగలవి. ఇతరాధారము గన్పట్టు దనుక నిరువురు వేఱని పరిగణించుటయే సమంజసము.

సుబ్బకవి రామాయణమును 1910లోఁ బ్రచురించిన యతఁడతని పౌత్రుఁడే అనఁగా సుబ్బకవి కాలమంతకు సుమారఱువది యేండ్లు వెనుకకుఁ బోవును. సుబ్బకవి రామాయణమునఁ బూర్వకవి స్తుతిలో "వెంగాంబికను" స్మరించి యుండెను. ఆమె 1840 ప్రాంతముదనుక నుండిన తరిగొండ వెంగమాంబయే కావచ్చును. ఇతని ప్రహ్లాద చరిత్రలో శుక్రాచార్యుల పంచాంగప్రసంగమున ఈశ్వరనామసంవత్సరము

---

1. బెజవాడ వాణీ ముద్రాక్షరశాలయందు 1910 లో ముద్రితము. ప్రచురణ కర్త:— "గ్రంథకర్తగారి పౌత్రుండగు" బోడిచర్ల వెంకటరావు. (ప్రథమ రాత్రి కథమాత్రమే ప్రచురితము)

2. మదరాసు "కాలేజి ఇండస్ట్రీస్ పబ్లిషింగ్ హౌస్" ప్రచురణ, శ్రీలక్ష్మీవిలాస ము. శా. 1948.

పేర్కొనఁ బడినది. అది 1877 లోఁబడిన ఈశ్వరయే కావచ్చును. సుబ్బకవి 19 వ శతాబ్ధి మూఁడవ పాదమునను గొంచె మిటునటు నుండె ననుట నిశ్చయము.

(మిట్టమరి) రామాయణము :

మిట్టమరి పురధాముఁడైన కోదండరామునిఁగూర్చినది. ముద్రిత ప్రతివెనుకనున్న ప్రకాశకుల సూచననుబట్టి సుబ్బకవి రామాయణము నంతటిని నాల్గు రాత్రుల ప్రదర్శనమునకుఁ బనికివచ్చునట్లు రచించెనని తెలియవచ్చుచున్నది. అందు "మొదటి రాత్రి కథ" మాత్రమే ప్రచురింపఁబడినది. ఇది బాలకాండ కథ. కవి తానిది "నృత్తగీత కలన" రచించితిననెను. ఇందలి యెత్తుగడ చిత్రమైనది. గణపతి సరస్వతులు తమస్తుతుల వెంటవచ్చి యీ "రామనాటక నటనాభిరాము" లగు నటుల నాశీర్వదింతురు. తరువాత నారదుఁడువచ్చి తాను "ఫలానా" అని, బాలకాండ కథాసంగ్రహము చెప్పి భాగవతులను (నటులను) దీవించును. తరువాత "తలారి గురికాఁడు" (కటికవంటిపాత్ర సభ వారికి దశరథాగమనమును హెచ్చరింపవచ్చును. ఇందుఁ బాత్ర ప్రవేశ కథానుసంధాన సూచనలు గలవు. కొన్నిపాత్రలు ప్రవేశింపఁ గనే స్వయముగాఁ దమపరిచయ మొనర్చుకొనుటయుఁ గలదు. సూత్ర ధారుఁడు పాత్రను సంబోధించుట యొక్కచోఁ గలదు. అది మంత్రసానిని బలుకరించిన సందర్భము. ఇందు బ్రసిద్ధరాగ తాళములలో దరువులు, ద్విపదలు, పద్యములు, వచనములు, నలుగుపాట, శోభనము గలవు. సంధివచనములు, వచనములందు సంభాషణలును గలవు. రచన చాల నాటకోచితముగ నున్నది. అంత సలక్షణముగ లేకపోయినను, సరస ముగనే యున్నది. కవి దీనిని వాల్మీకిరామాయణమును విని "పామరు

లాస్యకాండ, సంగీత సాహిత్య సరసప్రసంగ, సంగతిచే సల్పు సరస నాటక" మని యున్నాఁడు.

ప్రహ్లాద చరిత్ర:

కథ ప్రసిద్ధము ప్రహ్లాదుని తల్లి పేరు లీలావతియని భాగవతము. సుశీలయని సుబ్బకవి మార్పు. ఇందు గ్రంథారంభమునఁ గటికవాని రాక గలదు. వాఁడు హిందీ తమిళ కన్నడములలోఁ బ్రసంగించి యుండుట విశేషము. ఇందుఁ బాత్రప్రవేశ సూచనలు, పాత్రలు స్వవిషయమును జెప్పుకొనుటయుఁ గాననగును. ప్రసిద్ధ రాగతాళములతో దరువులు, ద్విపదలు (ద్విపదకును నీలాంబరిరాగ ముదాహరింపఁబడినది), పద్యములు పరకీయములు, (పోతనగారివి — కవి చెప్పి గ్రహించినాఁడు) స్వకీయములును, వచనములు, దండకముల మొ. గలవు. సంభాషణ లెక్కువగనే యున్నవి. రచన యొకమోస్తరు. యక్షగానమని చెప్పఁబడినది.

---

72. పడకండ్ల గురురాజకవి

ఇతఁడు బళ్ళారి మండలకవి యనియు, 1860 ప్రాంతమున నుండినవాఁడనియు, ఇతఁడు పద్మావతీ పరిణయము, అనిరుద్ధ చరితము అను నాటకములను రచించియుండెనని యీతని శేషధర్మములను గ్రంథమునుండి తెలియుచున్నదనియు ఆంధ్రకవుల చరిత్రమునఁ గలదు. ఈ నాటకములు ప్రాయికముగా యక్షగానములు కాఁదగును. అవి యలభ్యములు.

---

73. కాంచనపురం కేశవాచార్యులు

కవి విషయము :— హారితసగోత్రుఁడు. కాంచనపురం శ్రీ రాఘవాచార్యుని పుత్రుఁడు. ఇతఁడు భూతపురీశుని కంకితముగా రెండు యక్షగానములను రచించియుండెను — రామానుజవిజయము (1), పతివ్రతా మాహాత్మ్యము (2). మొదటి దానిని కవి తాను హారితసగోత్రుఁడును, అప్పళాచార్య పుత్రుఁడు నైన " చెంగోలం నృసింహార్య మత్సఖుని మతిమంతు నతని యనుమతిం జెప్పినాఁడ" నని యున్నాఁడు. (ఆశ్వాసాంతమున). ఈ గ్రంథము "చంగోలు నరసింహాచార్యుల వారి వర్తమానరత్నాకర మను స్వకీయ ముద్రాక్షరశాలయందు 8-5-1858 న అచ్చువేయించి ప్రకటింపబడియె" నని ముఖపత్రమున నున్నది. రెండవ గ్రంథమున నితని రామానుజ విజయ యక్షగాన రచనయు భార్గవ పురాణాంధ్రీకరణమును బేర్కొనఁబడినవి. అది కవి తన గురువగు సచ్చిదానందేంద్ర యోగీశ్వరు నాదేశమున రచించితి నని యున్నాఁడు. తన్ముఖపత్రమున నది "...కాంచనపురం రాఘవాచార్యులుగారి కుమారుఁడైన కేశవాచార్యులవారిచే నూతనముగా రచియింపఁబడి...29-10-1860 తేదీన భువనగిరి రంగయ్యసెట్టిగారి జ్ఞాన సూర్యోదయ మనే స్వకీయ ముద్రాక్షరశాలయందు ముద్రింపఁబడియె" నని యున్నది. కాఁగా కవి 1860 ప్రాంతమునం దుండెననుట సునిశ్చితమైన విషయము.

రామానుజ విజయము :

ఇది విశిష్టాద్వైత మత సుప్రతిష్ఠాపకుఁ డగు శ్రీమద్రామానుజాచార్యుని జనన ప్రకారము, యాదవ ప్రకాశునికడ నతని విద్యా

భ్యాసము, యామునాచార్యునితో నతని సమావేశము, నతని సంసారము, సన్యాసాశ్రమము, బీబినాంచారితో సుఖించుచున్న యాదవాచలస్వామి రామప్రియుని ఢిల్లీనుండి యాదవాద్రికిఁ దోడ్తెచ్చుటయుఁ దాను శ్రీరంగమున శిలారూపముగా నర్చావతారమై నిజధామమున కేఁగుటయు నను కథలు గలది. కథా ప్రధానమైన దీయక్షగానము. గ్రంథకర్తకుఁ గథనడుపుట తెలియదు. అవాంతర కథానుసంధాన చాకచక్యములేదు. రచన యొకమోస్తరు. ఇందు దరువులు తాళ ప్రధానము లెక్కువ. రాగప్రధానములు గొలఁది. ద్విపదలు, జాత్యుపజాతి పద్యములు, కొలఁది సంధివచనములు, శోభనము, తలంటు, నలుగు, లాలిపాటలు, దండకము, అర్ధచంద్రికలు, కందార్థములును గలవు. ఇది రెండాశ్వాసముల కృతి.

పతివ్రతా మాహాత్మ్యము :

నారదునకు బ్రహ్మ చెప్పినట్లుగా నిందుఁ బతివ్రతా లక్షణములును, లక్షణ, అనసూయ పుత్రి సునందిని, సావిత్రి, దాక్షాయణి, సీత మొదలగు మహాపతివ్రతల చరిత్రములు నిందుఁ బ్రసక్తములు. ఇందు తాళ ప్రధానములగు దరువులు, ద్విపదలు, కందార్థములును గొలఁదిగాఁ బద్యములును గలవు. నిర్వచనమని చెప్పవచ్చును. ఆఖ్యానశైలీ ప్రచురము. రచనప్రౌఢమునుగాదు. పేలవమునుగాదు. రామానుజ విజయ రచనకంటె మేల్తరము. ఇది మూఁడాశ్వాసములుగా విభక్తము. తన యీ కృతులను రెండింటిని యక్షగానములని పేర్కొనినాఁడు కవి. (పతివ్రతా మాహాత్మ్యము 1922లో మదరాసు శశిరేఖా ము. శా. లో మజిల ముద్రితమైనది.)

74. వేదాల తిరునారాయణాచార్యులు

ఇతఁడు వేదాల వేంకట నృసింహాచార్యుని పౌత్రుఁడు. వేంకటాచార్యుల పుత్రుఁడు. బుక్కపట్టణము తిరువేంగడాచార్యుని శిష్యుఁడు. ఇతని శకుంతలా నాటకము గ్రంథారంభమున "గ్రంథ స్వాతంత్ర్యాధికారినిఁ దెలుపు ద్విపద" యొకటి యేతదుపజ్ఞమే గలదు. అందీ గ్రంథ స్వాతంత్ర్యమును గవి తానే స్వయముగ చతురంగ పట్టణము పార్థసారథి యనునాతని కిచ్చివేసినట్లు చెప్పియున్నాఁడు. ఆ పార్థసారథయ్యయే 6-5-1864 తేదీని సాలవ చిన్నస్వామిరాజుగారి ప్రచండ సూర్యాలోక ముద్రాక్షరశాలయందు ముద్రితమైన యీ తద్గ్రంథమునకుఁ బ్రచురణకర్త. అనఁగా, కవియు నప్పటివాఁడే యని ఋజువగుచున్నది. ఇతఁడీ శకుంతలా నాటకమునే కాక ప్రహ్లాద నాటకమును గూడ రచించియుండెను. (ప్రచురణ.—1. ఆది విద్యా తరంగిణి ము. శా., మదరాసు, 1896. 2. శ్రీరంగ విలాస ము. శా. మదరాసు, 1904. ఇందును నీ గ్రంథస్వామ్యము చతురంగ పట్టణము పార్థసారథికిఁ జెందవలెనని కవి వ్రాసిన ద్విపద గలదు.)

రెండింటను గథ ప్రసిద్ధము. శ. నా. కథా ప్రణాళిక కాళిదాసీయము ననుసరించి కాక భారత కథా సంవాదిగా సాగినది. రెండింటను కటికము పాత్ర (ప్ర. నా. న వీఁడు హిందీలోఁ బ్రసంగించుట కాననగును), పాత్రల తెర ద్విపదలు (తెరలోనుండి సభవారికిఁ బాత్రలు దమ యుదంతముఁ దామై తెలియఁజేయు నట్టివి), పాత్రలు తెర వెడలు దరువులు (హంగుదారులు పాత్ర ప్రశంసాత్మకముగాఁ బాడు నట్టివి), సంధి వచనములును గలవు. రెండింటను బ్రసిద్ధ కర్ణాటక హిందూస్తానీ రాగ తాళములలో దరువులు, ద్విపదలు, పద్యములు, కంద సీసార్ధ

ములు సంధి వచనములే కాక సంధి ద్విపదలు, వచనములలో దరువు లలోఁబాత్రల సంవాదములు, నక్కడక్కడ శ్లోకములు తేవారము లును గలవు. రెండిటను రచన నాతి ప్రౌఢము, నాతి పేలవము. శకుం తలా నాటకము శ్రీకాకుళపురి వల్లభరాయని కంకితము. ప్రహ్లాద నాటకము శేషశైలధామున కంకితము. రెండిటను, దరువు చివర నాయూ దేవరల ముద్రలు గలవు.

---

75. చిలకమఱ్ఱి నారాయణాచార్యులు

ఇతఁడు భాగవత దశమస్కంధ పూర్వ భాగ యక్షగానమును రచించెనని శతకకవుల చరిత్రవలనఁ దెలియవచ్చినది కాని గ్రంథ మిప్పు డుపలబ్ధము గాదు. ఇతఁడు పిఠాపురమునకుఁ జేరువనున్న కొమర గిరివాసుఁడని తోఁచుచున్న దనియుఁ బల్లేరుమూడి వేంకట గురుని కడ నీతఁడనేక విద్య లభ్యసించెననియు, నితఁడు గణోదయ ప్రబంధ, వేణు గోపబాల శతకములకుఁ గర్తయనియు, నితని శతకరచనా కాలము శా. శ. మాని దంతావళ మానీశకువల – రక్తాక్షి = 1787 – క్రీ. శ. 1865 అనియు శ. క. చ నుండి యితని యుదంత మెఱుఁగ నగును.

---

76. నల్లపాటి శేషాచలదాసు

అవనిజా చరిత్ర :

కవిగుఱించి విశేషములేమియుఁ దెలియవు. ఇతనిగ్రంధము "వే. వెంకటసుబ్బాశాస్త్రులవారి సరస్వతీ ము. శా. యందు బందరు సంకా సుబ్రహ్మణ్యముగారిచే నచ్చువేయించి ప్రచురింపంబడియె". ప్రచురణ తేది 20-9-1869. కవి యానాఁటివాఁడేకాని యంతకించుక పూర్వుఁడుకాని యైయుండును. సీత తన వనవాసాదికముగూర్చి శ్రీరామునితోఁ జెప్పుట యిందలి విషయము. ఇందుఁ బ్రసిద్ధ రాగ తాళములలో దరువులు, పద్యగద్యములును గలవు - రచన మంచిదే.

---

77. తిరునగరి అనంతదాసు

రామనాటకము (కుశలవనాటకము) •

ఇతఁడు తిరునగరి కేశవార్యుని పుత్రుఁడు. పల్లేరుమూఁడి శింగ రాచార్యుల పుత్రుఁడైన రామానుజాచార్యునకు శిష్యుఁడు. ఇతనికి సాతాని అనంతయ్యగారని స్థానిక వ్యవహారము. ఇతఁడు నెల్లూరు మండలమునందలి నరసాపురము (నరసింహాపురము) వాఁడనియు నతఁడీ రామనాటకమునేకాక హరిశ్చంద్ర ప్రహ్లాద నాటకాదులును రచించి

• కోశప్పన్ జేరి లక్ష్మణమొదలారివారి జీవరత్నాకర ముద్రాక్షరశాల మదరాసు, 1906.

యుండెననియు, సమకాలమువాఁడుగను 1873 లో ముద్రితమైన నెల్లూరుజిల్లా మాన్యూలులోఁ (పుట 698 - 701) పేర్కొనఁబడెను

ఇతని రామనాటకమొకటె యిప్పు డుపలబ్ధము. ఇందలి కథ కుశలవుల చరిత్ర. ఇది కుశలవనాటకమను పేర మిగులఁ బ్రసిద్ధివడసినది ఇది కవిచే నాట్యోద్దిష్టమైనది. చక్కని సంవాదశైలిగలది. రచన చక్కనిది. ఇందుఁ బ్రసిద్ధ రాగ తాళములలో దరువులు, ద్విపదలు, పద్యములు, కంద సీస వృత్తార్థములు, సంధివచనములును గలవు.

---

78. కొండూరి సీతారామకవి

(మజ్జినగర) సావిత్రీనాటకము:*

ఇతఁడు కొండూరు వేంకటేశ్వర వేంకమాంబల పుత్రుఁడు. ఇతఁడు నెల్లూరు జిల్లా వెంగల్లు వాస్తవ్యుఁడనియు, శివ పారిజాతము, ఇలావతీ చరిత్ర, కృష్ణవిలాసము లతని కృత్యంతరము లనియు నెల్లూరు జిల్లా మాన్యూలు వలనఁ దెలియుచున్నది. (పుట 698 – 701). ఇవియు య. గా. నాటకములై నఁ గావచ్చును గాని యిపుడు పలబ్ధములు గావు.

ఇతని సావిత్రీ నాటకము ఇందూరి నరసింహా రెడ్డి ప్రోత్సాహమున మజ్జినగర చెన్నరాయని కంకితముగా రచింపఁబడినది. ఇందుఁ బ్రసిద్ధమగు సావిత్రీ చరిత్రము మూఁడు రాత్రుల ప్రదర్శనమునకుఁ

* ముద్రితము :— అమెరికన్ డైమండు ప్రెస్., మదరాసు 1928.

గాను విశేషముగఁ బ్రపంచింపఁబడినది. ఇందుఁ బ్రసిద్ధ రాగ తాళము లలో దరువులు, ద్విపదలు, పద్యములు, కందార్థములు, సంధి వచనము లును గలవు. ద్విపదలకును రాగము లుదాహరింపఁబడుటయు, ద్విపదార్థములు, పద్యములలో గోమూత్రికా రథాది బంధములును విశేష ములు. రచన సంవాదశైలీ ప్రచురము. ప్రౌఢము.

79. విజయనగరపు చెంగల్వారాయకవి

ఇతఁడు విజయనగరవంశోజ్జ్వలుఁడనియుఁ దిరుమల తాతాచార్య శిష్యుఁడనియు మాత్రము రాయపుర చెన్న ముద్రతోనున్న యితని గొల్లకథ, ఎఱుకల కథ (తం. స. మ. కే. నం. 485, 486) అను గ్రంథముల వలనఁ దెలియుచున్నది. ఇతఁడు మదనగోపాల శతకమును రచించినట్లు శ. క. చ. వలనఁదెలియుచున్నది. ఆ శతకమున నితఁడు వెంకటగిరి విభుని పుత్రుఁడని తెలియుచున్నది. ఇతని కాలము 1871 ప్రాంతముగా ఆం. వా. సూ. పీఠిక 93 వ పుటలోఁ జేర్కొనఁబడినది. అది యథార్థమనలేము. ఇతఁడింకను గొంత పూర్వుఁడు గాఁదోచును. (శ. క. చ. లో. నితని కాలనిర్ణయము గాలేదు.)

గొల్లకథ :

ఇందుఁ దధ్రమును విక్రయింపవచ్చిన గొల్లభామ రాయపుర గృహిణులతోఁదమ గొల్లజాతి గొప్పదనమును జల్ల ప్రాశస్త్యము నుగ్గడించును. తమ కాలము తెగలు నాచారములు నేకరువు పెట్టును.

పిదప ఘట్టమున సుంకరి కొండయ్య వచ్చును. వాఁడు సుంకము గాఁ తత్ప్రత్యామ్నాయముగాఁ జుంబనము గాని యిమ్మని యొత్తిడిచేయును. ఆమె తన యత్తను బిలిచెదనని బెదరింపఁజూచును. వాఁడసాధ్యుఁడు "గుత్తలోఁగడను మీ యత్తమా" కనును. ఇదీ కథ. ఇందు దరువులు, ద్విపదలు, గీత పద్యములు నెక్కువగాఁ గలవు. సంధి వచనములు కొద్ది. సంవాదము లెక్కువ. కథకు జరుగుపాటు తక్కువ. రచన సరసమైనదే.

ఎఱుకల కథ:

విరహిణి యగు సత్యభామ కడకు నలువ యానతి సరస్వతి "కొరవంజి వేషమిమ్ముగా ధరియించి" వచ్చును. ఎఱుకల కులాచారములఁ గూర్చి దీర్ఘముగా నుపన్యసించును. సాముద్రిక శకున శాస్త్ర ప్రసంగము చేయును. తాను తిరిగిన దేశముల, కొలిచిన దేవరల పేర్లే కరువుపెట్టును. సతీ ఖిన్నతకు సన్నిహితమైన నారదానీత పారిజాత వృత్తాంతము నెఱుక చెప్పును. కృష్ణుఁడు వచ్చి యామె కోరిన నెఱవేర్పనున్నాఁడనియుఁ జెప్పును. ఇందు దరువులు, ద్విపదలు, పద్యములు, శ్లోకములు, చూర్ణికలును గలవు. రచన సరసమైనది.

---

80. బెహరా అప్పల నరసింహులు

ప్రథమోపాఖ్యానము:

ఇతఁడు బెహరా జానపయ్య మనుమఁడు. వెంకాంబ, ఆదినారాయణులకుఁ బుత్రుఁడు. నివాసము మహేంద్ర పర్వత ప్రాంతమున,

మహేంద్ర తనయానదీ తీరమున శ్రీకాకుళమండలమున మందసా దగ్గరనున్న వేంకటరాయపురము.

ఈ గ్రంథము "కవి యిష్టానుసారంబుగ నిశ్చింత తేవప్పెరుమాళ్ళయ్యగారిచేతఁ బరిష్కరింపించి, తత్తదవసరోచిత ప్రతిమలను జేర్చి పిళ్ళారిసెట్టి రాఘవయ్యనాయని వారి స్వకీయ భారతీ నిలయ ముద్రాక్షరశాలయందు 5–6–1873 తేదీన ముద్రింపించి ప్రకటింపఁబడియె" నని ముద్రితప్రతి ముఖపత్రమునఁగలదు. ఆ 1872 నాఁటి గ్రంథ పరిష్కరణ ముద్రణములు కవి యిష్టానుసారముగా సాగిన వనఁగాఁ గవి యెట్లును నప్పటివాడే యగును గదా.

ఇందలి కథ ప్రసిద్ధము. ఇందు జరుగఁబోవు సంఘటనలెల్ల ముందుగనే ప్రత్యేక శీర్షికల ద్వారా సూచింపఁబడినవి. పాత్రలు తెర లోనికి వచ్చుట, తెర బయల్వెడలుట, "మాధవి వేషగాడు" ప్రశ్నలడుగుట, పాత్రలు తమ యుదంతమును జెప్పుట, ఉత్తమ పాత్రలు ప్రవేశించునపుడు తెరలోనుండి దైవస్తుతి చేయుట మొ॥ వివేషములు గలవు. ముఖారి ప్రముఖ రాగములలో దరువులు, ద్విపదలు, సీస గీతములు, సీస కందార్ధములు నొకదానికంటె నొకటి యధికతరముగ వాడఁబడినవి. సంధి వాక్యములు పద్యగద్యములు రెంటను గలవు. సంవాదశైలి యెక్కువ. ఇందుఁ జూర్ణికయు 'రాగ వరుస' లో నడిపింపఁబడినది. దరువులలో ముద్రలు గలవు. రచన యొక మోస్తరు. నాటక ప్రబంధమని పేర్కొనఁబడినది.

81. ఉప్పులూరి వీరరాఘవుఁడు, గంగాధరుఁడు

భామకలాపము: ♦

ఈ జంటకవులు "కిటినది" యొడ్డున నున్న కొప్పాకపుర వాస్తవ్యులఁట. అది విశాఖమండలమున సర్వసిద్ధితాలూకాలో వరాహనది యొడ్డున నున్న ఏటికొప్పాక. అందుప్పులూరి వీరరాఘవ కవి తండ్రిగురుమూర్తి, తాతగంగన్న యనియు నిందుఁ బేర్కొనఁ బడినది. ఈ వీరరాఘవులుగారు, గంగాధరంగారును సన్నిహితజ్ఞాతులనియు, నిప్పటికి సుమారు వందసంవత్సరముల క్రిందటివారనియు— నేటికొప్పాక ప్రాంతమువారిని "వాకబు" చేయఁగాఁదెలిసినది. ఇప్పటికిని వీరరాఘవ గంగాధర కవులపౌత్రులు తత్తన్నామధేయులే యాయూర నున్నారఁట. అనఁగా నీజంట కవులు 19 శతాబ్ది యుత్తరార్థమున నుండి యుందురని చెప్పనగును.

గ్రంథ మసమగ్రము. ఉన్నంతలో శ్రీకృష్ణుఁడు నర్మసచివుఁడైన "మాధవుని" ద్వారా సత్యభామకు లేఖ నంపించుటయుఁ బిమ్మట "రుక్మిణీవేషకలాప" మను నవాంతరశీర్షిక క్రింద కృష్ణాన్వేషిణియై వచ్చిన రుక్మిణి "మాధవి" తో స్వవిషయమును జెప్పుట యుఁగాననగును. ఇందు దరువులు, ద్విపద, మంజరి, పద్యములును గలవు. మంజరిలోఁ బ్రాసయతి పాటింపఁ బడినది. రచనయొక మోస్తరు.

♦ ఆం. సా. ప. నం. 4527.

82. దూపాటి శేషాచార్యులు

శాకుంతల నాటకము : *

లోహితాన్వాయ వైష్ణవుఁడగు పట్టాభిరామాచార్యులకును రాఘవాంబకును వేంకటరత్నమాచార్య, వేంకటాచార్య, కొండమాచార్యులను పుత్రులు గలిగిరి. అందు కొండమాచార్యులకు రంగమయందు తిరుమల, వరద, నరసింహ, పట్టాభిరామ, శేషాచార్యులను వారు పుత్రులు. ఆకడగొట్టువాఁడే యేతద్గ్రంథకర్త. ఇతఁడు శ్రీశైలాన్వయ సింగరాచార్యుని శిష్యుఁడు. ఈతఁడు 1871 సం. నకుఁ బూర్వుఁడని శ. క. చ. (చూ. పుట 421 – దూపాటి తిరుమలాచార్యుని చరిత్ర). వావిళ్ళవారి ప్రచురణ (1926.) యగు భక్తి శతక సంపుటము ద్వితీయ భాగమునఁగల దూపాటి తిరుమలాచార్యుని ముకుందశతకమునకుఁ బీఠిక వ్రాయుచు శ్రీ శేషాద్రి రమణ కవులు " ఈకవి నివాసస్థానము బాపట్లకుఁ బదిమైళ్ళ దూరమున సముద్రతీరము నందున్న ఓడరేవు. ... ఈయన తన యెనుఁబదవ యేట పరమపదవి చేరెను. ఈకవి సోదరుఁడగు దూపాటి శేషాచార్యకవి ప్రౌఢకవి. ఈయన రంగధామ, నకరికంటి నృసింహాద్రి శతకములు, శకుంతలా ధనంజయ విలాసాదిగేయ ప్రబంధములు వ్రాసినాఁడు. మా పితామహులగు శేషాచార్యులకీ తిరుమలాచార్యకవి యగ్రజాతుఁడగు కతన మేమీ కవిజీవితము నీ విధముగాఁ దెలుపఁ గలిగితిమి. కవి మనుమ లిపుడు ఓడరేవులో నున్నారు. ... ... ఈకవి గతించి యిప్పటికి ముప్పది సంవత్సరములు దాటినవి " అని వ్రాసియున్నారు. ఈ పీఠిక వ్రాయ

---

* ప్రచురితము.— నేలటూరు సుబ్రహ్మణ్యంగారి విద్యావిలాస ముద్రాక్షరశాల. (ఊరు ?). ప్రమోదూత (1930 ?)

బడిన తేదీ 5-2-1925 అప్పటికి ముప్పదియేండ్లక్రిందట దూపాటి తిరుమలాచార్యుఁడు తన యెనుబదవయేటఁ బరమపదించె ననఁగా నతని జీవితకాలము 1815 - 1895 సం. ల నడిమికాల మగుచున్నది. ఆతని కడగొట్టు సోదరుఁడగు శేషాచార్యుఁడు 1830 - 1900 సం. ల నడుమ నుండి యుండును. ఇతని ధనంజయ విలాస గేయప్రబంధము శాకుంతల నాటకమువలె యక్షగానమై యుండును గాని లభింపలేదు.

ఈశాకుంతల నాటకమందలి కథాప్రణాళికకుఁ గాళిదాసీయము మూలకాని యుందనావశ్యకమైన ప్రపంచీకరణము గొంత కనిపించును. ఇది యక్షగానమనియు, నాటకమనియు, గేయప్రబంధమనియుఁ జెప్పఁబడినది. మూఁడుల్లాసములుగా విభజింపఁబడినది. ఇందు సూత్రధార ప్రవర్తితమైన ప్రస్తావనగలదు. అందే నాటకప్రయోగమునుగూర్చిన తౌర్యత్రిక రూపారోప విషయప్రసక్తిగలదు. ఇందుఁ బ్రతిముఖ్యపాత్ర విషయమునను " . (ఫలానా వేషధారి) తెరలోకి వచ్చి చదువవలసిన ద్విపద ", " వేషధారి తెరవెడలు దరువు " అని కలదు. పాత్రల వృత్తాంతములు పాత్రేతరులు జెప్పునట్లుగలదు. హాస్యగాఁడు పాత్రలను బలుకరించుట గలదు. కథాసంధులు (పాత్రాంతర ప్రవేశ సూచకములైన సంధివాక్యములు) గలవు. కొన్ని ప్రదర్శన సూచనలు, విషయ విషయమునకును బ్రత్యేకశీర్షికలును గలవు. ఇందలి హాస్యగాఁడు బ్రాహ్మణుఁడఁట. అతని ప్రసంగములందుఁ జమత్కారముతోఁ పాత్రౌచిత్యము పాటింపఁబడినది. వేట, యెఱుకల ప్రసంగములు స్వభావోక్తిసుభగములు. నాయిక విరహ వివాహాది సందర్భములందు ప్రబంధఫణితి ప్రాగల్భ్యముగలదు. ఇందలి భాషయు భావములు నతి ప్రౌఢములు. కవికడ నొక ప్రౌఢప్రబంధమును రచించుటకుఁ దగిన సామగ్రి గలదు. ఇందుఁ బ్రసిద్ధ రాగతాళములలో దరువులు,

ద్విపదలు, పలురకముల పద్యములు, కంద సీసార్థములు, సంధి సంభాషణ వచనములును గలవు.

---

83. తిమ్మరాజు లక్ష్మణరావు

రుక్మిణీకల్యాణము : *

బ్రాహ్మణకులము వాజసనేయశాఖయందుఁ బిట్టలాన్వయమున భూతి తిమ్మయార్యుఁడను నతఁడు భాగ్య పురాధిపుని కొలువులోఁ గొన్నాళ్లుండుటచే నతని సంతతివారికిఁ దిమ్మరాజువారని పేరువచ్చిన దఁట. ఆ తిమ్మరాజునకు నరసయ, నరసయకు బొల్లయయుఁ గొడుకులు. బొల్లయకు లక్ష్మమయందు గలిగినవాఁడీ గ్రంథకర్త. ఇతనికి మాతులుఁడు, గురువునైనవాఁడు కేశరాజు రామయోగీంద్రుఁడు. గ్రంథకర్త యీ రుక్మిణీకల్యాణ గ్రంథాంత ద్విపదలోఁ దానిదివఱకు "రవి శశికాంతులన్ రాజుల కథను" రచించి దానిని బ్రకటించుటకు ముందు కృష్ణునిపేర నొక కృతి జెప్పవలెనని దీనిని రచించినట్లు చెప్పియున్నాఁడు. దీని ప్రచురణ 1875 సం.లో. కావున నతఁడా 1875 లో నుండెనని చెప్పఁదగియున్నది.

గ్రంథ విషయము :- ప్రసిద్ధము. యక్షగానములలో నిదిచాల మేలిమిగల రచన. వివాహఘట్టము సమ్యగ్వర్ణితము. ఇందుఁ బ్రసిద్ధ తాళ ప్రధానము లగు దరువులు, రాగప్రాముఖ్యమును గల నలుగు

---

* ప్రచురణ :— పువ్వాడ వెంకటరావు పంతులుఁగారి వర్తమాన తరంగిణీ ము. శా., 1875

బంతులాట, శోభనపుఁ బాటలు, ద్విపదలు, వచనములు, కందార్థ ములు, లాలి, ఏలలు, అర్ధచంద్రికలు, రగడ, లావణి యను నొక పదచ్ఛందో విశేషమును గలవు. యక్షగానమని పేర్కొనఁబడెను.

---

84. వరిగంటి శేషగిరిదాసు

జగన్మోహన శ్రీకృష్ణ విలాసము :

"ఇది నెల్లూరు మూలస్థానీశ్వరునిపేట నివాసులగు వరిగంటి శేషగిరిదాసుగారిచే రచియింపఁబడి వారిచే గ్రంథ స్వాతంత్ర్యమును బొందిన వంగీపురం రామకృష్ణమాచార్యులచే శ్రీసరస్వతీనిలయ ముద్రాక్షరశాలయందు ముద్రింపించి వంగీపురం రంగాచార్యులచేఁ బ్రకటింపఁబడియె" ననియు, నా ప్రచురణవత్సరము 1876 అనియు గ్రంథముఖ పత్రమున నున్నది. కవి కాలము సులువుగాఁ దెలిసినది. ఇతని కృత్యంతరములు :— సంగ్రహరామాయణము (సంస్కృతము), అష్టపదులు. భాగవత రామాయణాంధ్రీకరణములు, భక్తవత్సల శ్రీరామ సుధాకరము, హరికీర్తనలు, కుచేలోపాఖ్యానము, ధ్రువచరిత్ర, భగవద్గీతా వ్యాఖ్యానము. (చూ. నెల్లూరుజిల్లా మాన్యువలు, పుటలు 698-701). ఈయన రామాయణ య. గా. ను గూడ రచించినట్లు తెలియుచున్నది. (గ్రంథము నా కలబ్ధము).

జ. శ్రీ. వి. :— వేణుగాన మాలించి గోపికలు తమ తమ పనులు మాని యత్తల మాట నలక్ష్యము చేసి కృష్ణుఁడున్న యెడకుఁబయన

మగుటయు నాతఁడు వారలతోఁ జాలతడవు సయ్యాట లాడి చివరికిఁ బ్రసన్నుఁడగుటయు నిందలి విషయము. రచన చక్కనిది. ప్రసిద్ధ రాగ తాళములలో దరువులు, ఢోరాలు, నడుమ నడుమ నలఁతి సంధి వచనములు నక్కడక్కడ గీతములు కందములును గలవు.

---

85. ఏనుగుల చూడమ్మగారు

రుక్మిణీ కల్యాణము:

ఈమె ఎరగుడిపాటి వేంకటాచలము పంతులుగారి పుత్రికయఁట. పంతులుగారు 19 శ. ఉత్తరార్ధమున నుండినట్లు వినికిడి. గ్రంథముద్రణ తే. 11–8–1879 న కాకినాడ ముద్రాక్షరశాలయందు జరగినది కావున నీమెకాల మొకవంక సునిశ్చితము. ఈమె రుక్మిణీ కల్యాణము యక్ష గానమని చెప్పఁబడలేదు. కాని యా లక్షణము కొంతపట్టినది. ప్రసిద్ధ రాగతాళములలో దరువులు, సంధివచనములు, జోలలు, లాలి, గొబ్బి, నలుగు, మేలుకొలుపు, మంగళహారతులు మొ॥ పలుపాటలు నిందుఁ గలవు. ఇందు రెండు వంతులు కృష్ణుని బాల్య క్రీడాదికమే వర్ణితము. రుక్మిణీ కల్యాణముతో గ్రంథాంతము. ఆఖ్యానశైలి యెక్కువ. రచన సలక్షణము. సరసము.

---

86. భారతుల శ్రీరంగ కవి

భారతులవారిది యజుశ్శాఖ. అందుఁ గవివంశము - పితాపుత్ర క్రమమున :- నరసయ్య - కేశవయ్య - రాఘవయ్య - కేశవయ్య - రంగార్యుఁడు (భార్య ఆదెమాంబ) - ఈ శ్రీరంగకవి. ఇతని కృతులు :- శ్రీకృష్ణ లీలలు, కృష్ణవిలాసము. ఇవి కవిపెట్టిన పేర్లు. కాని వరుసగా శ్రీకృష్ణ జలక్రీడలు, పారిజాతము నను పేళ్ళతో రెంఁడును కంచనపల్లి జగన్నాథరాయునిచే మదరాసు వర్తమాన తరంగిణి ము. శా. లో 1881 లో ముద్రాపితములై ప్రచురింపఁబడినవి. కవి రెండిటను గ్రంథాంత ద్విపదలలోఁ గృతిప్రోత్సాహకుఁడును, ప్రచురణకర్తయు నగు కంచనపల్లి జగన్నాథరాయుని (ఆయన పలినాటి దేవస్థాన ధర్మకర్త యఁట) ప్రశంసచేసియున్నాఁడు. అదికాక రెండిటను గృతిరచనా కాలము " శాలివాహన శక చంద్ర తారాపథ ద్విప ధవళ రుక్సంఖ్య వహిగాంచిన ప్రమాది " వత్సరముగాఁ జెప్పఁబడినది. అది శా. శ. 1801 — క్రీ. శ. 1879. అందు శ్రీకృష్ణలీలలు ముందు రచింపఁబడినది. రెంఁడును మాచెర్ల చెన్నకేశవాంకితములు. కవి గుంటూరు మండలమువాఁడై యుండును.

శ్రీకృష్ణలీలలు :

ఇందుఁ గృష్ణ జననము, పూతనాహరణము, కృష్ణుని యాగడములఁగూర్చి యశోదతో గోపికల " పిరియాదు " లు, జలక్రీడలును విషయములు. ఇందలిరచన చక్కనిదే కాని గోపికల " పిరియాదు " ల సందర్భమున హాస్యలాలసుఁడై కవి యత్యంతవ్యాప్తమగు నసభ్యతకు ననౌచిత్యమునకు నొడిగట్టినాఁడు.

కృష్ణవిలాసము:

కవి ప్రచురణకర్తృ వంశ ప్రశంస లెక్కువగా దీనినుండియే తెలిసినవి. ఇందుఁ గవి తన గురువగు వ్యాకరణము ఆదినారాయణాార్యుని, నృసింహ భారతీస్వామి యతీంద్రుని స్తుతించినాఁడు. ఇందలికథా ప్రథమఘట్టము ప్రియురాండ్రతో కృష్ణుని సమాగమము; పిదప ఘట్టమునఁ బారిజాత కథ పూర్తిగాఁ గలదు. ఇందలి రచన పూర్వపు దానికంటె మేల్తరము. అయినను రెండిటను రచన సలక్షణభాషలో సరళముగా మధురముగాఁ జాలవరకు నిర్దుష్టముగా (వచన సంభాషణలలోఁదక్క) నున్నవి. రెండిటను బ్రసిద్ధ రాగ తాళములలో దరువులు, ద్విపదలు, సంధివాక్యములు సంభాషణములు గూడఁగలిగిన గద్యపద్యములు, రగడ, ఏల, శబ్దజతి, శోభనము మొ॥ విశేషరచనలును గలవు. రెండును నాటకములని పేర్కొనఁబడినవి.

---

87. కొల్లము సీతారామకవి

ఈతఁడు దేవకీసుతానయన మను యక్షగానమును రచించినాఁడఁట. కాని గ్రంథ మలబ్ధము. ఇతఁడు నందవరీకుఁడు. కాశ్యప గోత్రుఁడు. లక్ష్మమారామకృష్ణార్యుల పుత్రుఁడు. ఇతఁడు "క్రీ. శ. 1880 సం. ప్రాంతమువాఁడై యుండును". ఇతని కృత్యంతరములు :— యోగాంజనేయ స్తవ తారావళి, హరిచరణ స్తవరాజము, ఘటికాద్రీశ శతకము, శ్రీరమాకాంతరంగ శతకము, విజయ ప్రతిజ్ఞాపూరణకథ. (ఈవిషయమంతయు శతకకవుల చరిత్రవలనఁ దెలియవచ్చినది.

---

88. కొదమగుండ్ల శేషాచార్యులు

కవి కాశ్యప సగోత్రుఁడు. కొదమగుండ్ల అప్పళాచార్యుని పుత్రుడు. కవినివాసము వేటపాలెము. (ఇది గుంటూరు మండలము లోనిది కాదగును) ఇతఁడు వరుసగా కృష్ణవిలాసము, వసురాజవిలాసము, పురూరవశ్చక్రవర్తి విలాసము ననుమూఁడు నాటకములను రచించియుండెను. (పూర్వకృతులు ఒదప కృతులలోఁ బేర్కొనఁబడినవి.) ఇందు మొదటి దిపు డుపలబ్ధముగాదు. రెండవది కృతిప్రోత్సాహకుఁడగు కంచనపల్లి జగన్నాథరాయుఁడే ప్రచురణ కర్తగా 12-2-1880 తేదీన మదరాసు వర్తమాన తరంగిణీ ము. శా. లో ముద్రితము. మూఁడవది గ్రంథకర్త తండ్రియే పరిష్కర్తగా, కృతిప్రోత్సాహకుఁడగు ముమ్మడిసెట్టి వీరాసామినాయుఁడుగారిచేత మచిలీపట్టణములోని వంగిపురం రుక్మిణమ్మ గారి ము. శా. లో 23-1-1885 తేదీన ముద్రితము. కవికాలము సుళువుగా గ్రహింపనగును.

వసురాజవిలాసము:

ఇది రామరాజభూషణుని వసుచరిత్ర ప్రబంధమునకు వీధినాటక రూప పరివర్తనము. కథాప్రణాళిక, వర్ణనలు, రచన, శాబ్దిక చమత్కారము మొదలగు విషయము లందలి యనుకరణమునుబట్టి యిది వసుచరిత్ర కొక మానసపుత్రిక యనవచ్చును. కథారంభమున రాజాగమన సూచకముగా "చోపుదారు" రాక, అతని ఉర్దూప్రసంగము, వసురాజు వనవిహారముహూర్త నిర్ణయము చేయవచ్చిన రాజగురువు పాత్ర, అతని శిష్యుల హాస్య ప్రసంగములు మున్నగునవి యిందలి విశేషములు. ఇందుఁ బ్రసిద్ధరాగ తాళములలో దరువులు, ద్విపదలు, ప్రబంధ ధోరణిబట్టిపోయిన పద్యగద్యములునుగలవు. ఇది

నాటకమనియుఁ గేయప్రబంధమనియు బేర్కొనఁబడినది. మాచెర్ల చెన్న కేశవస్వామి కంకితము.

పురూరవశ్చక్రవర్తి విలాసము:

ప్రసిద్ధమైన ఊర్వశీ పురూరవుల ప్రణయగాథ యిందు వర్ణితము. నాటకారంభమున సూత్రధారుఁ డొక సంస్కృత ప్రసంగమున గథాసంగ్రహమును జెప్పి విష్వక్సేన స్తుతి చేయును. ఇందది శృంగార రూపకమనియు, వేషభాషా విశిష్ట నాటకమనియుఁ వేఱే గేయ ప్రబంధమనియుఁ బేర్కొనఁబడినది. ఇందుఁబాత్రల "కథాసంధులు" (అనఁగాఁ బాత్ర ప్రవేశసూచకముగా తదుదంత మే సూత్రధారప్రాయుని చేతనో ముందుకొంత ప్రస్తావింపఁబడుట) గలవు. ఇందొక కైవారమున నుర్దూ సంస్కృతముల ప్రయోగముగలదు. కందార్థములెక్కువ. తరువాత సీసార్థములు, ప్రసిద్ధరాగ తాళములలో దరువులు, ద్విపదలు సంఘవచనములు, వచనములలో సంభాషణలు, కొలఁదిపాటి పద్యములు (అంకు తురంగప్రయాత మనునది విశేషము), జోల, మంగళహారతి, తేవారముగలవు. దరువుల చివరఁ గృతిప్రోత్సాహకునిపేరు వచ్చుచుండును. ఇది శ్రీరంగేశున కంకితము. ఇంపలి రచనప్రబంధోచితమైనది. కవి చక్కని కైదువ్యము గలవాఁడే.

— — -

89. ఉపాధ్యాయుల మృత్యుంజయకవి

వామన చరిత్రము:

కవి ఉఁగపుర నివాసి. ఉపాధ్యాయుల కాశీపతి పుత్రుఁడు. పాపన యను నామాంతరము గలవాఁడు. కృతి ప్రోత్సాహకుఁడు

చదుము సుబ్బరాయణి. అతఁడే ప్రచురణ కారకుఁడన్నట్లును దోఁచు చున్నది. గ్రంథ ముద్రణము మదరాసు ఆది సరస్వతీ నిలయ ము. శా. లో 1880లో నైనది. కవి యప్పుడున్న ట్లేతోఁచుచున్నది.

గ్రంథవిషయము ప్రసిద్ధము. ఇది మైదుఖండములుగా విభాగింప బడినది. యక్షగానమని పేర్కొనఁబడినది. దరువుల మయమైనది. దరువులు రాగతాళములతోఁగలిసియు, విడిగాఁ దాళప్రధానములునుగలవు. పద్యములుకొద్ది, ద్విపదయున్నది. (ద్వితీయఖండమంతయు ద్విపదయే). వచనము గ్రంథావతారికలో నొక్కచోఁగలదు. కందార్థములు, చూర్ణిక, శారదపద్యము, చౌపద్యష్టకము, శోభనము గలవు. ఇందలి ఖండ విభాగ మనావశ్యకము. కథ చెప్పుచున్నట్లుండును, గాని జరుగు చున్నట్లుండదు. కవి సహజముగా నొడుదుడుకులు లేకుండ రచన చేయగలవాడే కాని భాగవత పద్యములను గురువులుగాఁ బరివర్తింప యత్నించినాఁడు గావున నడుమ పేడుబిగింపులుచే రచన కొంచెము పెటుకుగా దయారైనది.

---

90. కేశవపట్టణము జియ్యరయ్య

నలనాటకము:

కవి కేశవపట్టణము రామానుజాంబాభాష్యకారులకుఁ బౌత్రుఁడు. యతి రాజమ్మానాథమునీంద్రులకుఁ బుత్రుఁడు. 37వ "గ్రెనెడియర్సు రెజిమెంటల్" పాఠశాల తెలుఁగు ఉపాధ్యాయుఁడట. కృతిపతి చోడ

వరము జమీందారగు చెవ్వాకుల సుబ్బయ. ప్రచురణ కవిరంజనీ ప్రెస్, మదరాసు, 1881. కవి గ్రంథప్రచురణ కాలమునాఁటి వాఁడు గనే తోఁచుచున్నాఁడు.

గ్రంథ విషయము ప్రసిద్ధము. ఘటికుని (కటికము ?) రాకతోఁ గథారంభము. వాని ప్రసంగము హిందీలోఁ గలదు. ఇందుఁబాత్రల "తెరద్విపదలు", పాత్రప్రవేశపు దరువులును గలవు. ఇందలి దరువులు ప్రసిద్ధ రాగ తాళములలోనే గలవు. ఇంగ్లీషు మెట్టొకటి గలదు. ద్విపదలు, పద్యములు, సంధి సంభాషణ వచనములు, సీసార్ధాదులును గలవు. రచన సలక్షణము, సరసమైనది.

---

91. బుక్కపట్టణము శఠగోపసూరి

తారాశశాంక విలాసము :

కవి బుక్కపట్టణము స్వామి జియ్యరునకుఁ బుత్రుఁడు. ఆసూరి వేంకటాచార్యునకు శిష్యుడు. కవికాలము నిర్ణయించుటకుఁ దగిన యాధారములేదు. గ్రంథముద్రణము 1882 సం. (ఆది విద్యావిలాసము. శా. మదరాసు). కవి యించు మించప్పటి వాఁడుగనే తోఁచును.

గ్రంథవిషయము :— ప్రసిద్ధము. కవి క్షేమము వెంకటపతి శశాంక విజయమును జూచియుండును గాని యనుకరించుటకుఁ బ్రయత్నింపలేదు. రచనలోఁ గొంత విదగ్ధతఁ జూపినాఁడు. కాని రసము కొంచెము ముదురుపాకమునఁ బడినది. ఇందు విదూషక ప్రాయుఁడైన

వికటకలాపుని హాస్యప్రసంగములలోఁ జమత్కారమున్నను సున్నితము తక్కువ. గ్రంథమున వచనమునందును సంభాషణలు గలవు. నాటకీయత యెక్కువ. సక్రమమైన రంగవిభాగము చేయుట కనువుగా నున్నవి సన్నివేశములు. ముఖ్యపాత్రల ప్రవేశసూచనలు, పాత్రలచే స్వవిషయ వివరణములును గలవు. అనేక ప్రసిద్ధ రాగ తాళములలో దరువులు (దరువులందుఁ గరిగిరి వరదముద్ర), పద్యములు, ద్విపదలు, సంధివచనములు, సంధిద్విపదలు, సంధి — అర్ధకందములు, (కందార్ధములు), ఏలలునుగలవు. ఇది నాటకమని పేర్కొనఁబడినది.

---

92. మామిళ్లపల్లి వెంకటాచలమయ్య

(నూతనపురి) ఏ కాం త సే వ:

(ప్రచురణ :— శారదానిలయ ము. శా., 1882)

కవి ఆపస్తంబ సూత్రుఁడు. కౌశిక సగోత్రుఁడు. వెంకటరామయ పౌత్రుఁడు. సుబ్రహ్మణ్య పుత్రుఁడు. కవి నివాసము నూతనపురి. కవికాల నిర్ణయమున కాధారము గన్పట్టదు. గ్రంథ ప్రచురణ వత్సర ప్రాంతమే యైనను గావచ్చునని యూహా మాత్రమ.

ఏకాంతసేవ యనఁగా నిత్యార్చన సాగు దేవాయతనములలో ముఖ్యముగా భోగనిలయములగు వైష్ణవాలయములలో రాత్రి గుడి తలుపులు మూయుటకు ముందర్చకు లమ్మవారిని స్వామివారిని యథావిధి నుపచరించి వారి యుత్సవ విగ్రహములను బానుపుపైఁబవళింపు

చేయఁగా, గుడిచేటులు లాలిపాటలు పాడి ద్వారపాలన నిమిత్త మష్టదిక్పాలకులకు బహుపరాకులు చెప్పి వెడలిపోఁగా నిఁక నమ్మవారు స్వామివారికిఁ జేయునదిగా నూహింపఁదగిన పర్యంక సపర్య. మధురభక్తి ముదితాత్ములగు కవులు కొంద ఱాసన్నివేశమును బురస్కరించుకొని దానికిఁ బ్రస్తావనగా నింత కథాంగము గల్పించి నాయకుని వివిధోపచారములకు వివిధగీత ప్రభేదములను బ్రయోగించి యేకాంత సేవామకుటముతో ననేక మధురగేయ ప్రబంధములను వెలయించిరి. అవి భక్తి శృంగారములకు, సంగీత సాహిత్యములకు నాలవాలములు. అట్టిదే వెంకటాచలకవి గ్రంథమును. అది కవిచే యక్షగాన మని పేర్కొనఁబడినది. ఇందలి నాయికా నాయకులు లక్ష్మీనారాయణులు. ఇందు వారి రాయబారములు, సంవాదములు, సమాగమము, భక్తుల యుపచారములు, ద్వారపాలకుల హెచ్చరికలు, మేలుకొలుపులు, కల్యాణోత్సవము విషయములు. ఇవి కాక యిందు వివిధరాగ తాళములలోఁ బదములు, దరువులు, కీర్తనలు, శ్లోకములు, పద్యము, ద్విపదలు, వచనములు, అష్టకములు, ఏలలు, పలురకముల స్త్రీల వేడుక పాటలును గలవు. రచన చక్కఁగనే యున్నది.

93. నాదెళ్ల పురుషోత్తమ కవి

అహల్యా సంక్రందన నాటకము:

(ప్రచురణ:— కేశరాజుసుబ్బాహివారి స్వధర్మ ప్రకాశిని ము. శా., 1—3—1883

కవి హారితసగోత్రుఁడు. తల్లి సుబ్బమ. తండ్రి కామయ. ఇతని జన్మస్థానము కృష్ణా తీరస్థమగు సీతారామపురాగ్రహారము. జననము 1863. నిర్యాణము 27—11—1938. కృత్యంతరములు:— హరిశ్చంద్ర నాటకము, పారిజాతాపహరణము, సారంగధర నాటకము మొ. (చూ. 'ఆంధ్ర రచయితలు'). ఇవియు యక్షగానము బాణీని నడచినవే కావచ్చును. కాని నేఁ డుపలభ్యమాన మగున దీయహల్యా సంక్రందన నాటకము మాత్రమే.

ఇందలి కథ ప్రసిద్ధము. రచన కొంత సరసమైనదే. వేత్రధర పాత్ర ప్రవేశముతో నిందలి కథారంభము. వాఁడు "వాటిజ్దట్, కీప్ క్వైట్, కామోష్" అని యీ ప్రకార మాంగ్ల హిందీభాషలలోఁ బ్రసంగించును. హాస్యగాఁడు పాత్రలను బలుకరించుటయు నెకసక్కెపుఁ బ్రసంగములు చేయుటయు గలదు. పాత్ర ప్రవేశ సూచనలు, పాత్రలు తమ వృత్తాంతము జెప్పుకొనుటయుఁ గలవు. ఇది యక్షగానమనియుఁ నాటకమనియుఁ బేర్కొనఁబడినది. ప్రదర్శనకుఁ జాకలి పట్టు దివిటీ ప్రసక్తి వచ్చినది. రచనలో దరువులు మొదలగు యక్షగానపు సజ్జంతయుఁ గలదు.

94. బొందుగ యాదవదాసు

ఇతని పితామహుఁడు శేషయ్య, తండ్రి సీతారామయ. నివాసము గజవెల్లి సీమ — (దే. చ., ఇతని కృతులు దేవయాని చరిత్ర [1] ప్రహ్లాద చరిత్ర [2] రామదాసు చరిత్ర [3] గరుడాచల నాటకము [4] 1882 సం. న మదరాసు ఆదికలానిధి ము. శా. లో ముద్రితమై ప్రకటింపఁబడిన తాడిపర్తి లక్ష్మణదాసుగారి ప్రహ్లాద నాటకములో నీ యాదవదాసుగారి ప్రహ్లాదచరిత్ర పేర్కొనఁబడినది. యాదవదాసు తన దేవయాని చరిత్రను చిత్రభాను భాద్రపదశుక్ల దశమి భృగువాసరమున రచించితినని చెప్పినాఁడు. అది 22-9-1882 తేదీ యైనది. ఇతఁడు 19 శ. ఉత్తరార్ధమున నుండినట్లు నిశ్చయింపవచ్చును.

ఇతని గ్రంథములు నాల్గును ప్రసిద్ధేతివృత్తములు. భద్రాచల రామార్పితములు. నాల్గును నాటకీయతగల రచనలు. అందు దేవయాని, రామదాసు చరిత్రములు యక్షగానములనియు, గరుడాచలము నాటకమనియుఁ బేర్కొనఁబడినవి. నాల్గింటను బాత్రలు తెర వెడలు కీర్తనలు, పదములు, ద్వారపాలకుఁడు లేక ద్వారకుఁడనువాఁడు (కటికము వంటి పాత్ర) పాత్రలను బలుకరించుటయుఁ బాత్రలు స్వ

నాల్గును ముద్రితములు :—

1. వెస్టువార్డు అండుకో., మదరాసు, 1949.
2. కొండా శంకరయ్య, చందా నారాయణశ్రేష్ఠి, సికింద్రాబాదు, 1951.
3. వెస్టువార్డు అండుకో.. మదరాసు, 1949.
4. కర్రా అచ్చయ్య అండు సన్సు.. రాజమండ్రి, 1931.
   యన్. వి. గోపాల్ అండుకో., మదరాసు, 1949.

విషయము జెప్పుటయుఁ గలవు. ప్రహ్లాద, గరుడాచలములందుఁ గథారంభమున దేవకాంతలును, రామదాసు చరిత్రమున వారకాంతలును వచ్చి తమ, యా యా కథలందలి రాజప్రశంసలు, నాట్యప్రసంగములును సెలవుల గానగును. నాలుగింటను దరువులు, కీర్తనలు, పదములు, పద్యములు, సంధివచనములు, ద్విపదలు, కందార్థములు, ఏలలు మొదలగునవి గలవు. కవి తన కృతులను సలక్షణముగ వ్రాయఁబోయి విలక్షణముగ వ్రాసినాఁడు. కవి యనభిజ్ఞుఁడు. అతనికి భాషాలక్షణాధికార మేమియు నున్నట్లు కానరాదు. ఉత్పల చంపకాది వృత్తములందు గణపరిగణమున మాత్రల మానము ప్రయోగించినాఁడు. కాని యితని నాటకములు పామరజన సుబోధములై కొంత ప్రచారము బొందినవి. ఇతని నాటకము లిప్పటికిని బల్నాటిసీమలో నాడఁబడుచుండునని శ్రీ రావిపాటి లక్ష్మీనారాయణగారు (డి. ము. కోర్టు నాజరు - గురజాల) తే. 30-6-55 న నా కొక లేఖ వ్రాసియున్నారు.

---

95. వంకదారి బాలగురవప్ప

భల్లాణరాజు చరిత్రము:

(ప్రచురణ – గీర్వాణ భాషారత్నాకరము. శా. మదరాసు, 1887.)

కవి భీమునిపాడు (కర్నూలు జి. కోయిలకుంట్ల తా.) వాస్తవ్యుఁడు. వైశ్యుఁడు. ఎల్లయసెట్టికిఁ బ్రపౌత్రుఁడు. సుబ్బయకుఁ

పౌత్రుఁడు. చిన్నగురువయ్యకు లక్ష్మమకుఁ బుత్రుఁడు. ఇతని భ. రా. చరిత్ర రచనాకాలము చిత్రభాను కార్తికకృష్ణ తదియ విధువారము అనఁగా 27-11-1882 తేది.

భల్లాణరాజు కథపూర్వోక్తము. ఈకవి "మునుపటి నాటకం బులరీతు లరసి, యొనఁగూర్చి నాటక మొనరించి నాఁడ" ననెను. ఇందలి రచన నాటకోచితము. చక్కని దనవచ్చును. ప్రసిద్ధరాగ తాళములలో దరువులు, పాత్రలు తెరవెడలు దరువులు, దరువులలోఁ గృతిపతియగు భీమునిపాడు భీమేశుని ముద్రలు, ద్విపదలు, పద్యములు, సంధివచనములు, పాత్రలవచనములు (సాధారణముగ సంబుద్ధ్యంతములు, నంత్యప్రాస ప్రచురములునై యుండును.) ఏలలు, దండకము, శోభనము, కందసీస ద్విపదార్థములును గలవు.

---

96. వారణాసి సుబ్బరాయకవి

అనసూయా నాటకము:

(ప్రచురణ :- శ్రీ వాణీనిలయ ము. శా. మదరాసు, 1882.)

కవి తిరుపతివాస్తవ్యుఁడు. మంజువాణిరామకవి శిష్యుఁడు. కృతిప్రోత్సాహకులగు దేవతపుల్లయ, పచ్చిపులుసు కామయ్యసెట్టి యనువారలే ప్రచురణకర్తలునని ముఖచిత్రముపై నున్నది. అనఁగాఁ గవియు నప్పటివాఁడే యనుట నిశ్చయము.

గ్రంథవస్తువు. ప్రసిద్ధము. ఇది నాటకము, ప్రబంధమునని పేర్కొనఁబడినది. ఇందు ప్రసిద్ధరాగతాళములలో దరువులు, పద్యములు, ద్విపదలు, కంద ద్విపదార్ధములు, ఏలలు, సంధివచనములు, సంధిగీతములు, శ్లోకములునుగలవు. ఇందలి దరువుల చివరఁదఁఱచు పైడిపాటి హరిముద్రగలదు. ఇందు పైడిపాటి నరసనమంత్రి పౌత్రుఁడును, బుచ్చనపుత్రుఁడునునగు నొకకవి (పేరు లేదు) తాను వారణాసి సుబ్బరాయకవి రచించిన కథనుగ్రహించి కొన్ని దరువులు పద్యములును జేర్చితినని చెప్పినాఁడు. (చూ. గ్రంథాది ద్విపద). ఇందలి ద్వివిధమైనరచనలలో నొకటి పేలవము, తప్పులుగలది. రెండవది కొంత మేల్తరము.

---

97. గోపాలరామదాసకవి

సీతాస్వయంవరము:

(ప్రచురణ :— ఏళుమల పిళ్ళగారి వివేకరంజనీ ము. శా., 1884)

కవి గుఱించి వివరము లెవ్వియు నిందులేవు. "పుణ్యా సీమంతినీ బాలికా ప్రముఖులు చదువుకొనుట కుపయుక్తముగా రఘుంఝామారుత వీర బిరుదాంకిత శ్రీ రామరం వేంకట సుబ్రహ్మణ్య శృంగార కవీంద్రునిచే నవీనముగాఁగొన్ని విషయము" లిందుఁ జేర్పఁబడిన వని ముఖపత్రమునఁగలదు.

ఈకవులు గ్రంథ ప్రచురణమునాఁటివారే యైనను గావచ్చును. ఇది యుత్తయూహా. ఆధారమేమియు లేదు.

గ్రంథ విషయము :— ప్రసిద్ధము. ఇందుఁబ్రసిద్ధ రాగతాళము లలో దరువులు, నడుమఁ జిన్న చిన్న వచనములు, నెడనెడఁబద్యము లును గలవు. లావణి, తోహరాదరువు, గౌరీ కల్యాణము విశేష ములు. ద్విపద లేదు. యక్షగానమని పేర్కొనఁబడినది. రచన సామాన్యముగా నున్నది.

98. వెలుగోటి వెంకట రమణయ్య

వరరుచి విజయము:

(ముద్రణ: చిత్రలిపి ము. శా., బళ్ళారి, 1886)

కవి నివాసము అనంతపురము జి. గుత్తి తా. ఉరవకొండ. దేవాంగ కులమువాఁడు. గౌరీశ్వరుల (?) పుత్రుఁడు. ఇతఁడు స్వకీయ గ్రంథస్వామ్యము చిత్రలిపి ముద్రాక్షరశాల వారికిచ్చినట్లు చేసిన ప్రక టన గ్రంథముపైఁ గన్పట్టును. కాఁగా నితఁడు 1886 లో నుండె ననుట నిశ్చయము.

గ్రంథ విషయము:— బ్రహ్మాండ పురాణోత్తరకాండ మందలి దేవల చరిత్రమునుండి గ్రహింపఁబడినదఁట. భూలోకమున శ్రుతు లప శబ్దకలితములైనవని నారదునివలన శివుఁడెఱింగి దేవాంగుని మానుష వేషమునఁ దత్సంస్కరణార్థము బంపుట—అతఁడే వరరుచి—అతఁడు భోజాస్థానిమై బహుశాస్త్ర పారంగత భట్టాచార్యుఁడను వానిపుత్రిఁ గళావతి యను దానినోడించి యామె నొకమూర్ఖుఁడగు బ్రాహ్మణ

బాలకునకు వివాహ మొనర్చును. అతఁడే పిదపఁ గాళిదాసుగా వ్యవహృతుఁడైన వాఁడఁట; ఇదియొక చిత్రమైనకథ. సరస గ్రథనమున సాగిపోయిన విందు. తాళ ప్రధానములగు దరువులు, ద్విపదలు, పద్యములు, చిన్నవచనములు అర్ధచంద్రికలు గలవు. సంవాదములెక్కువ. ఇది ప్రకటన కర్తలచే యక్షగానమని పేర్కొనఁబడినది.

---

99. బాగేపల్లి అనంతరామాచార్యులు

ఈయన 19 శ. ఉత్తరార్ధమున అనంతపుర మండలము హిందూపురము వాస్తవ్యులై, నగరి యను నూరనొక గుమాస్తా యుద్యోగమున నుండినవారై, ఆ ప్రాంతములందు హరికథోపన్యాసకులుగాఁబ్రసిద్ధి వడసిన వారఁట. వీరు యక్షగాన ప్రాయములైన హరి కథలను గొన్నిటిని రచించియుండిరి. కొన్నిటిని యక్షగానము లనియు వ్యవహరించిరి. వీరికృతులు :-

1. చంద్రహాస చరిత్రము.
2. మార్కండేయ చరిత్రము.
3. అనసూయా చరిత్రము.
4. కుచేలోపాఖ్యానము.
5. సావిత్రీ చరిత్రము.
6. సుభద్రా పరిణయము.
7. శశిరేఖా పరిణయము.
8. ప్రహ్లాద చరిత్రము.
9. రుక్మాంగద చరిత్రము.
10. ఉషా పరిణయము
11. రామాశ్వమేధము.

ఇవి యన్నియు నముద్రితములు. ఇందుఁజివరి నాల్గు లభించుట లేదు. * కడమ యేఁడింటఁ బైపట్టికలోని 3, 5, 6, 7 నం. ల గ్రంథములు మాత్రము యక్షగానములుగాఁ బేర్కొనఁబడినవి. కాని వానిలో నట్లు పేర్కొనఁబడని వానిలోనుగూడ రచనాప్రక్రియ యొక్క ఫక్కిగనే నడచినది. అన్నిట తోహరాలు, సమపాళముగా వివిధ ప్రసిద్ధకర్ణాటక హిందుస్తానీ రాగములు, (గజల్ — ఒకపార్సీ మట్టు; లావణి — ఒకమహారాష్ట్ర పదచ్ఛందము. ఇందవి రాగములుగాఁ బ్రయుక్తములు), ఏకాట త్రిపుట రూపకాది తాళములలోఁ బాటలు (పల్లవి-అనుపల్లవి చరణ విభాగముతో), పద్యములు, గొన్నిట షట్పదులుమాత్రము, కొన్నిట ద్విపదలు, గొన్నిట నవియునివియు, నొంటరెంటఁ దక్కఁ దక్కిన యన్నిట వచనములును విరివిగాఁ వాడఁబడినవి. అన్నిటఁ గథా వస్తువులు ప్రసిద్ధమైనవే — ఒక్క మూఁడున్నర వజ్రమునఁ దక్క. అందు చరిగొండ ధర్మన చిత్రభారతము నందువలె గయోపాఖ్యాన కథ మూఁదలగా విచిత్ర కల్పన కొంతచేయఁబడినది. అల్ప దోషము లెడ నెడ నున్నను నన్నిగ్రంథములందును భాష సలక్షణమైనది. రచన చక్కనిది. శశిరేఖా పరిణయ రచన యన్నిట నుత్తమ మైనదిగాఁ దోచును. (తద్రచనా కాలము "వ్యయ సంవత్సర వైశాఖ శుక్ల గురు వాసర సంయుత దశమి" అనఁగా 13-5-1886). ఈగ్రంథము లన్నియుఁ గథాఖ్యానమునకు మాత్రమే పనికివచ్చునట్టివి. అస లందులకే యుద్దిష్టములు.

---

* కడమ యేడింటి వ్రాఁత ప్రతులు శ్రీమాన్ రాళ్ళపల్లి అనంతకృష్ణ శర్మ గారి కడనున్నవి. వారు దయతో నాకు గ్రంథములెల్లఁజదువ నిచ్చిరి., కర్తృ సమాచార మెల్లఁదెలిపిరి, వారికిఁగృతజ్ఞుఁడను.

100. వారాల కృష్ణయ్య

సారంగధరచరిత్ర:

18౮6 సం. న పెనుగొండ చంగయ్య ప్రచురించిన యీ నా.చ. ప్రతిలో గ్రంథకర్త తన గ్రంథ స్వామ్యమును బ్రచురణకర్తకు స్వాయముగా దత్తమొనరించినట్లు చెప్పఁబడినది. దీనినిబట్టి కవియు నా కాలము నందుండినట్టే ఋజువగుచున్నది. కవి నివాసము నృసింహాపురమఁట. ఇంతకంటెఁ గవిని గుఱించిన వివరములు దెలియుటలేదు.

గ్రంథవిషయము :— ప్రసిద్ధము. ఇందుఁ బాత్రప్రవేశసూచనలు, పాత్రలు పృచ్ఛింపఁబడి స్వవిషయముఁ జెప్పూటయుఁగాననగును. తాళప్రధానములగు పదములు, పద్యములు, ద్విపదలు, సంధివచనములునుగలవు. ప్రధాని మొ॥ పాత్రలపదములు కొన్ని హిందూస్తానీలోఁ గలవు. గ్రంథము సంవాదశైలీప్రచురము. ప్రదర్శనానుకూలము. రచనయొకి మోస్తరు. యతిదోషము లెక్కువ.

---

* ప్రచురణలు :— 1. పెనుగొండ చంగయ్య, శైవ సిద్ధాంత ము శా మదరాసు, 1885.

2. శ్రీ రామానుజ విలాస ము. శా , మదరాసు 1926.

3. వెస్టు వార్డు అండు కో . మదరాసు. 1950

101. మోక్షగుండము సుబ్బకవి

సీతాకల్యాణము:

(ప్రచురణ :— చిత్తూరు గురుస్వామి మొదలారివారి కవిరంజనీ ము. శా. 6-7-1886)

కవి భారద్వాజగోత్రుఁడు. సుబ్బమాంబా జయరామయ్యల పౌత్రుఁడు. సుబ్బమా చలమయ్యల పుత్రుఁడు గొప్ప శాస్త్ర పండితుఁడు. కర్నూలుజిల్లా కంభముతాలూకా మోక్షగుండాగ్రహార వాస్తవ్యుఁడు. కాలము గ్రంథప్రచురణ వత్సర ప్రాంతమైనఁ గావచ్చును. ఇది యూహామాత్రము. ఈయూహకుఁగొంత యుపకారకము రచనాప్రక్రియ.

గ్రంథము నాటకమని పేర్కొనఁబడెను. రెండు పాత్రులకథగా విభక్తము. ఇంచుమించు రామాయణ బాలకాండకథ యంతయు నిందున్నది. ఇందు విరహోత్కయగు సీతకడకు రాముఁ డెటుకతమై వచ్చుటవిశేషము. ముఖ్యపాత్రలనుబట్టి కథలో నొక్కొక్కఘట్టమునకు "దశరధవేషము కథ, బాలింతవేషముకథ, విశ్వామిత్రవేషము కథ" — ఇత్యాదిగాఁ బ్రత్యేకశీర్షికలు గలవు. కొన్నియెడలఁ బాత్ర ప్రావేశికధ్రువలు గలవు. కొన్నియెడలఁ హాస్యగాఁడు తెరలోనున్న పాత్రలను బృచ్ఛించి తద్వృత్తాంతము చెప్పించుట గలదు. ఇందుఁ బ్రసిద్ధరాగతాళములలో, దరువులు, ద్విపదలు, కందసీసార్ధములు, పద్యములు, ఆఖ్యాన సంవాదోభయ ప్రయోజనాత్మకములగు వచనములు గలవు. దరువులలో మోక్షగుండము ముక్తీశ్వరుని ముద్ర గలదు. రచన చప్పచప్పగానున్నది. తప్పులు గలవు.

102. మైనముపాటి వీరరాఘవయ్య

బాలగోపాల విలాసము:

(ప్రచురణ :— శ్రీవాణీ వినోదమందిర ము. శా., మదరాసు, తొలికూర్పు, 1887)

కవి భరద్వాజసగోత్రుఁడు. నియోగిబ్రాహ్మణుఁడు. తండ్రి అయ్యనకవి. తాతగురుమూర్తి. ముత్తాత అయ్యన. సాంబలక్షణా విలాసకర్తయగు కామన కనుజుఁడు. గురువన కగ్రజుఁడు. గ్రంథము నాలకూరపాటి వేణుగోపాలస్వామి కంకితముచేసియుండుటచే నది యీతని నివాసము గావచ్చును. కవి కాలము నిర్ణయించుట కాధారములేదు. కాని 19 శ. ఉత్తరార్ధము వాఁడనియే తోఁచుచున్నది.

గ్రంథము మూఁడు ప్రకరణములుగా విభక్తము. 1 లోఁ గృష్ణ జననము, గోపికలతో గోడిగము, 2 లో గోపికావస్త్రాపహరణము, 3 లో గోపికాగీతలును బ్రధాన విషయములు. రచన యంత సలక్షణ మైనదికాదు. కాని కొంత సరసమైన దే. ఇందుఁ బ్రసిద్ధ రాగ తాళముల లోఁగీర్తనలు, ద్విపదలు, పద్యములు (కవిచెప్పి పోతనగారి పద్యము లను గొన్నిటిని గ్రహించినాఁడు), కందార్ధములు, చిన్న చిన్న వచన ములును గలవు. సంవాదశైలి పాటింపఁబడినది. గ్రంథము యక్ష గానమని పేర్కొనఁబడినది.

---

103. కోకా వెంకటరామానుజులు నాయుఁడు

గజేంద్రాళ్వారు చరిత్ర:

(ప్రచురణ:— శ్రీ నికేతన ము. శా., మదరాసు, 1887)

కవి ఆదివెలమ. సీతయ్య రమణాంబల పుత్రుఁడు. కాండూరి తిరువెంగడాచార్యుని శిష్యుఁడు. రక్షకభటశాఖాధికారము నిర్వహించినవారు. 19 శ. ఉ. భా. న నుండినవారు. ఈ విషయము లాతని కృత్యంతరమగు భగవద్గీతాగర్భితభావబోధిని (రాజమండ్రి, సరస్వతీ ము. శా. ప్రచరణ 1959) నుండి యెఱుఁగనైనవి. గ్రంథవిషయము గజేంద్రమోక్షణ కథ. యక్షగానమని పేర్కొనఁబడినది కాని హరికథ, కీర్తనలు, డోరాలు, తేవారములు, వచనములును దఱచు. అక్కడక్కడ పద్యములు, (పోతనవి కొద్ది యథాతథముగ గ్రహింపఁబడినవి. కొన్ని యనుకరింపఁబడినవి.) జాతిస్వరమట్లు, తంగపాటమట్లు గలవు. రచన చక్కనిది

---

104. యమ్మనూరి వెంకటసుబ్బకవి

ఇతఁడు ములికినాటి బ్రాహ్మణుఁడు. శ్రీవత్సనగోత్రుఁడు. ఇతని ప్రపితామహుఁడు సర్వేశ్వరావధాని. పితామహుఁడు పరమేశ్వరయ్య. తండ్రి నీలకంఠయ. తల్లి పుల్లమ. (ఆమె ఆలూరి వేంకటరామయగారి పుత్రియఁట.) ఇతఁడు వేములపల్లె (కర్నూలు మండలము) వాస్తవ్యుఁడు. రాయలసీమలో వేములపల్లె నాటకములని

ప్రసిద్ధిగాంచిన వితని నాటకములే. అందు యన్. వి. గోపాల్ అండుకో, మదరాసువారి ప్రచురణ 1946) యగు ద్రౌపదీ కల్యాణము ముఖ పత్రము వెనుక గ్రంధకర్త స్వీయగ్రంధ ముద్రణ విక్రయాది స్వామ్యమును శా. శ. 1816 అనఁగా క్రీ. శ. 1894 సం. న బయూఁగు త్యాగరాయశాస్త్రిగారి కిచ్చినట్లు గ్రంధకర్తయే చెప్పిన సీసమాలిక యొకటి గలదు. 1887లో మదరాసు శైవసిద్ధాంత ము. శా. వారు ప్రచురించిన మైరావణ చరిత్ర నాటకమునఁ దద్గ్రంధకర్తయగు బూచుపల్లె కొండయ్యయును సుబ్బకవినిఁ దన గురువుగా స్తుతించి యుండెను. అనఁగా సుబ్బకవి 19 శ. ఉ. భా. న నుండెననుట నిశ్చయము.

ఇతని కృతులు:

(1) ఉషా పరిణయము (య. గా. ప్రబంధము)

(2) విరాట పర్వము (నాటకము – రెండు రాత్రుల కథ)

(3) ద్రౌపదీ కల్యాణము (,, ,,

(యీ మూఁడును వేములపల్లె వెంకటాచలపతి కంకితములు)

(దరువులలో నా ముద్రలును గలవు)

(4) గయోపాఖ్యానము లేక కృష్ణార్జునసంవాదము | నాటకము. వెంకటాపల్లి (పత్తికొండ తా. కర్నూలు జి.) గోపాలున కంకితము.

---

* మొదటి మూఁడును 1894 సం. న బహూరు త్యాగరాయశాస్త్రిగారి కల్యాణ భాషా రత్నాకర ము. శా. యందు ముద్రితములై నేఁటి దనుక యన్. వి. గోపాల్ అండ్ కో, అమెరికన్ డైమండ్ ప్రెస్ మొదలగు వారిచేఁబునఃపునర్ముద్రితములగుచు నమ్ముచున్నవి. గయోపాఖ్యానము యన్. వి. గోపాల్ అండ్ కో గారిచే 1934 1947 సం. లలోఁ బ్రచురితము

ఈ కృతులన్నిట నితివృత్తము ప్రసిద్ధమైనది. ప్రసిద్ధ రాగ తాళములలో దరువులు, ద్విపదలు, పద్యములు, సంధి వచనములు (సంధి పద్యములుగూడ) వీని లోని రచనా ముఖ్యాంగములు. వచనములోఁ బాత్రల సంభాషణములునుగలవు. అన్నిట రచన సలక్షణము, సరసము, ప్రదర్శనోచితమునైనది. ఇవి ప్రదర్శనలకెక్కి మిక్కిలి రాణించినవి రాయలసీమ ప్రాంత ముఖ్యగాన కవులెందఱో అర్వాచీనులేకాక సమకాలికులును సుబ్బకవిని దమ కృతులలోఁ బ్రశంసించి యుండిరి.

105. బూచుపల్లె కొండయ్య

మైరావణ చరిత్ర :

(ప్రచురణ: శైవసిద్ధాంత ము. శా., మదరాసు, 1887)

కవి తనవంశ మొకచో బూచుపల్లె యనియు నింకొకచోఁ బెడకంటి యనియుఁ జెప్పినాఁడు. పెడకంటి గంగిరెడ్డి కొమరుడు కొండిరెడ్డికి రామమ్మ యందు గంగిరెడ్డి, ఈ రెండవ గంగిరెడ్డికి నాగమయందీ గ్రంథకర్తయుఁ గొడుకులు. గ్రంథము బూచుపల్లె పురధామునికంకితము. బూచుపల్లి కడపజిల్లా పులివెందల తాలూకాలోఁ గలదు. అది కవి నివాసము గావచ్చును. కొండయ్య ముల్కినాటి కులీనుఁడు. వేములపల్లె వాస్తవ్యులైన సుబ్బయ కవిని దనగురువుగా స్తుతించి యుండెను. అతఁడే 19 శ. ఉత్తర భాగమున నుండిన యమ్మనూరు వెంకట సుబ్బకవి. (ఇతని యుదంతము సద్యఃపూర్వోక్తము) మఱి కొండయ్య కవియు నప్పటివాఁడే యగును.

గ్రంథవిషయము: ప్రసిద్ధము. ప్రసిద్ధ రాగతాళములలో దరువులు (బూచుపల్లె శౌరి ముద్రలతో), ద్విపదలు (రాగములతో, పద్యములు, సంధివచన పద్యద్విపదలు, దండకము సంభాషణ వచనములును గలవు. రచనలో దోషము లెడనెడఁ గలవు. ప్రదర్శనోద్దిష్టమైనది.

---

106. గుండు అద్వైత బ్రహ్మశాస్త్రి

సత్యభామా పరిణయము:

కవి కాముకాయన గోత్రుఁడు. గుండు వేంకట నృసింహుని ప్రపౌత్రుఁడు. సూర్యనారాయణ సోమయాజికిఁ బౌత్రుఁడు. వీరమాంబా ముకుందస్వాముల పుత్రుఁడు. కారుమూరు (రేపల్లె తాలూకా, గుంటూరుజిల్లా) వాస్తవ్యులైన వత్యం అద్వయ బ్రహ్మయగారి దౌహిత్రుఁడు. బుచ్చమాంబా వల్లభుఁడు. అప్పయ, యజ్ఞనారాయణ లనువార లితని పెదతండ్రులు. సూర్యనారాయణ సోమయాజి, వాసుదేవ పరబ్రహ్మశాస్త్రి యనువార లితని సోదరులు. ఈతని యక్క సెల్లెండ్రలో నొక్కతె వావిలాలవారి కోడలు రాజ్యలక్ష్మమ్మ. ఆమెయే 1887 సం. లో నన్నగారి గ్రంథమును విశాఖపట్టణము నందలి యిండియన్ లా పబ్లికేషన్ ప్రెస్సులో నచ్చువేయించి ప్రచురించినది. గ్రంథకర్త 1880 ప్రాంతమున నుండెననుట నిశ్చయము.

ఈ గ్రంథమునకు సత్రాజిన్నాటకమనియు నామాంతరము. కథావస్తువు ప్రసిద్ధము. ఇందెచ్చటను సత్యభామ గొంతు వినిపించదు.

గ్రంథారంభమున దండహస్తుఁడను (కటికమువంటి) వాఁడు ప్రవేశించి పాత్రాగమనమును సూచించును. వానిచేఁ బృచ్ఛింపఁబడి పాత్రలు తెరలో నుండి ద్విపదలలోఁ దమ వృత్తాంతము జెప్పుటయు, మఱల నదేవిషయము పాత్రముఖముగాఁ దెరవెడలు దరువులలోఁ బ్రసక్త మగుటయుఁ గలదు. ఒక్కొక పాత్ర ప్రవేశమున కొక్కొక ప్రత్యేక శీర్షిక — "సత్రాజిత్తు వేషం కథ" ఇత్యాదిగా. గ్రంథము నాటకీయతా ప్రకృష్టము. రచన చక్కనిది. ప్రసిద్ధ రాగ తాళములలో సంవాదపు దరువులు, సంధిదరువులు, సంధివచనములు, ద్విపదలు, ఏలలు, కంద సీసార్ధములు, పద్యములు గలవు. ద్రావిడ గీత ప్రబంధవిశేషమగు తేవారము ద్వివారము ప్రయుక్తము. గ్రంథము యక్షగానమని పేర్కొనఁబడినది. మంగళగిరి నృసింహస్వామి కంకితము. (కుసుమ కోమలీ నాటకమొకటి యితని కృతియని గుండు అచ్చమాంబగారి "సంపెగ" అను గ్రంథము అట్టపైఁ గలదు. అది యక్షగానము అగునేమో!)

ఏతద్గ్రంథ పరిష్కర్తయైన ధూళిపాళ కృష్ణకవి ధ్రువనాటకము, కుసుమకోమలినాటకము మొ॥ రచించెనని ముఖపత్రముపైఁ గలదు. ప్రాయికముగా నవి య. గా. లై యుండఁబోలును.

107. వరిగంటి వేంకటరమణదాసు

దండధర విలాసము:

(ప్రచురణ :— గ్రంథకర్తచే ముద్రణవిక్రయాధికారములు పొందిన సరస్వతీ తిరువేంకటాచార్యులచే నెల్లూరు సరస్వతీ నిలయ ముద్రాక్షరశాలయందు 1887 సం॥న ముద్రితము)

కవి నివాసము నెల్లూరుమూలపేట “ శ్రీమద్రామాయణ భాగవత జగన్మోహనకృష్ణ విలాస రుక్మిణీ కల్యాణ కుచేలోపాఖ్యాన ధ్రువచరిత్రాజామిళోపాఖ్యానాద్య భిధాన యక్షగాన నిర్మాణప్రవీణుండు, శ్రీవత్సగోత్రోద్భవుండునునగు శేషగిరిదాసు పుత్రుం'' డీతడు. (శేషగిరిదాసు చరిత్ర పూర్వోక్తము - చూ. నం. 84). ఇతని కాలము 1887 ప్రాంతమగుట స్పష్టము.

ఈదండధర విలాసమునకే వికటవాది చరిత్రమని నామాంతరము. ఇది గరుడ పురాణాంతర్గతమైనది. ఇందలి రచన సలక్షణము, చక్కనిది. ఇందు వివిధ రాగతాళములలో దరువులు, ద్విపదలు, పద్యములు, కందార్థములు, రగడ, వచనములును గలవు. కవి దీనిని ప్రబంధమని మాత్రమ పేర్కొనెను. ప్రకటనకర్తలు యక్షగానమనిరి. కవి తనతండ్రిగారి కృతులను యక్షగానములని పేర్కొనెను. ఇదియు నట్లనేయున్నది. కాని యుభయుల కృతులను హరికథా ప్రాయములైనరచనలు.

108. కేశిరాజు వెంకట సుబ్బరాయ కవి

రామదాసు నాటకము:

(ముద్రణ :— రాజన్ ప్రెస్, రాజమండ్రి, 1927 ప్రచురణ కర్త :- తమిరిశ వేంకట రమణారావు)

కవి ఆపస్తంబ సూత్రుడు. హారితసగోత్రుడు. ఆర్వేల నియోగి బ్రాహ్మణుడు. కేశిరాజు సీతాంబా పట్టాభిరామామాత్యుల పౌత్రుడు. కామాంబా పుల్లమరాజుల పుత్రుడు. ఆచంట రాజ లింగామాత్య దౌహిత్రుడు. లక్ష్మీనృసుబ్బరాయని కనుజుడు. కవి నివాసము రాజమహేంద్రవరమున కనతి దూరమున నున్న మలకపల్లి. వృత్తిచే నుపాధ్యాయుడు. ఈయన జననము 1858 సం. ర ప్రాంతము. మరణము 1899 సం. రామదాస నాటక రచన "కలియుగాది నవాష్ట ఖచరాబ్ధి సంఖ్య – 4989." అనగా క్రీ. శ. 1888. ఇతని కృత్యంత రములు :— సర్వేశ్వర వేంకట రమణ శతకము, వేంకటేశ్వర తారావళి, చోర చరిత్రము అను తిరుమంగయాళ్వారు చరిత్ర, భద్రాద్రి రామాయణము, ఏకాదశీ మహిమా సర్వస్వము — ఈ విషయము లెల్ల గ్రంథావతారికలోని యొక ద్విపద వలనను గ్రంథమునకు గ్రంథ కర్త పుత్రులును, రాజమహేంద్రవర వాస్తవ్యులునైన శ్రీ కేశిరాజు సత్యనారాయణగారు తే. 20–11–1926 న రచించిన పీఠిక వలనను తెలియగనైనది.)

గ్రంథ పీఠికలో నీ రామదాస నాటకము గురించి యిట్లున్నది. "ఇది సర్వధార్యబ్దమున ననగా 1838 వ సంవత్సరములో గవి ముప్పది యొకటవ యేట వ్రాసిన పద పద్యాత్మక మగు యక్షగానము.

ఇది యిప్పటి నాటకములవలె వ్రాయు నభిప్రాయముతోఁ గవి 1889 వ సంవత్సరములో నారంభించి ప్రాఁత నాటకమందలి కొన్ని భాగములు స్వీకరించి కొంతవఱకు రచించు నప్పటికి వ్యాధిగ్రస్తులై పరలోకగతులైరి. ఆ వ్రాసిన కొంత భాగమును అనుబంధముగాఁ జేర్పఁబడినది". ఆ యనుబంధములో నాందీప్రస్తావనలు గలవు. ప్రస్తావనలోఁ బాల్గొన్నవారు సూత్రధార, వైతాళికులు, చోపుదారు. అందు నాయికా నాయక పాత్రల పరిచయమును గలదు. నాటకారంభమున నొక కథాసంగ్రహ సీసము. పిదపఁ జోపుదారు పాత్ర ప్రావేశిక ధ్రువ, "ఖామూష్, సైలెన్సు" ఇత్యాదిగా వాని ప్రసంగమును గలవు. "కట్టియం" (ఆ చోప్దారే ఒక సంధి వచనమున నెవరి చేతనో (బహుశా ప్రదర్శక ముఖ్యుఁడెవడో యై యుండును) పృచ్ఛితుఁడై తాను తానిషా రాకను సభవారి కెచ్చరింప వచ్చితి ననును. తరువాఁత తానిషా తెరలోనుండియే "వినుఁడు మామక వంశ విస్తారమెల్ల" నని యొక ద్విపద నెత్తుకొనును. త॥ "వెడలి వచ్చె నిదిగో తానిషా భూవిభుఁ" డని దరువు. రామదాసాది పాత్ర ప్రవేశములు నిట్లే. ఇందు రామదాసుతోఁ బ్రసంగించిన ద్వారపాలకుఁడు తంజావూరి కటికము వలెనే ప్రవర్తించును. ఎఱుకలసాని పాత్రకుఁగూడ నిందుఁబ్రసక్తి గలదు. ప్రసిద్ధ రాగ తాళములలో దరువులు, కందార్ధములు, పద్యములు, నన్నిటికంటె నెక్కువగా వచన భాగము, నందులో నాధునిక నాటకములందలి వాక్కో వాక్యపద్ధతియు నున్నవి. ఈ నాటక మైదంకములుగ విభజింపఁబడియున్నది. అంకము లనేక రంగములుగ విభక్తములు. కాని "ఈ గ్రంథమూలమగు చిత్తు ప్రతియందు అంకరంగ విభజనము గాని, ప్రవేశ నిష్క్రమణములు గాని లే" వని పీఠికాకారు లనియున్నారు. ఇది యంతయుఁజూడ నిది మొదట యక్షగానముగనే రచింపఁబడి, పిమ్మట నాధునిక నాట

కముగాఁ బరివర్తింపఁబడుటకుఁ బ్రయత్నము జరిగిన దనుట స్పష్టము. అది యప్పటి కపుడే తెనుఁగుగడ్డపై డేరావేసిన ధార్వాడ నాటక సమాజము వారి ప్రదర్శనల ప్రభావమును సూచించును.

గ్రంథ విషయము :— ప్రసిద్ధమగు భద్రాచల రామదాసు చరిత్రము. ఇందలిరచన మిక్కిలి చక్కనిది.

---

109. కురుచేటి సుబ్బరాయకవి

గౌరీశంకర విలాసము :

కవి విశ్వకర్మ వంశ్యుఁడు. సువర్ణగోత్రుఁడు. నాగలింగయ పుత్రుఁడు. అనుమలగిరి శివరామయ శిష్యుఁడు. గ్రంథము "గ్రంథకర్తచే శ్రీరంగనాయకీవిలాస ముద్రాక్షరశాల యందు ముద్రింపించి ప్రచురింపఁబడియె. నెల్లూరు, 1889 సం." అని ముఖపత్రముపై నున్నది. కవి 1889 సం. న నుండినాఁడనుట నిశ్చయము. ఏతత్కృతి ప్రోత్సాహకుఁడు మినగంటి పురవాసి బండిమల వీరరాఘవరెడ్డి.

గ్రంథవిషయము :— శివుని దారుకావన విహారము, నారదుని వలన సంగతి తెలిసి గౌరి యలుకచే త్తగించుట - అక్కడినుండి తలుపు కడ గౌరీశంకరుల సంవాదములు, చివరి కిరువురును సమాధానపడుట., రచనదోష బహుళమైనది. ఇందు శహానా, దర్బారు, కమాసు మొ. హిందూస్తానీరాగములలో, అటాదితాళములలో వర్ణమెట్లు (వరుసలు) గల దరువులు, ద్విపదలు, పద్యములు, వచనములు కందార్థములు

పలలు, (పలలందును సంవాదముండుట విశేషము, జావళి తంగం మొ. రచనా విశేషములునుగలవు. సంధిద్విపదలును గలవు. సంవాదశైలికిఁ బ్రాచుర్యమెక్కువ. యక్షగానమని పేర్కొనఁబడినది.

---

110. పడకండ్ల స్వామిరాయకవి

లక్షణా పరిణయము:

(ప్రచురణ :— జ్ఞానసూర్యోదయ ప్రెస్., మదరాసు.) (1892)

కవి ప్రథమశాఖ నియోగి. కాశ్యపసగోత్రుఁడు. నరసయ మంత్రి ప్రపౌత్రుఁడు. అన్నమరాజ పౌత్రుఁడు. అక్కిరాజు పుత్రుఁడు. తల్లి లక్ష్మమ్మ. పాపరాజు, పెదతిమ్మరాయుఁడు, చిన తిమ్మయ యను వార లితని సోదరులు. వీరదేశికుఁడితని గురువు. పడకండ్ల (నెల్లూరుజిల్లా, ఆత్మకూరు తాలూకా) కరణిక మితని వృత్తి. ఇతఁడీ గ్రంథమును విరోధి సం. చైత్రమున రచించినట్లు చెప్పి యున్నాఁడు. ఈవిరోధి 1889 లోఁ బడిన విరోధియే కావచ్చును.

కవి "పరగలక్షణ కన్యకా పరిణయంబు, నాటకము జేసి యాడించినాఁడ జగతి" నని యున్నాఁడు. అంతేకా దొకవిశేషము—గ్రంథ మధ్యమున (పుటలు 28-29) "యౌవన లక్షణ కన్యక వేషము గట్టిన నాయకి" వక్కాణ యొక టిట్లున్నది.

"గోను దిన్నె రామాయణాకులజనైన
బుగ్గసాని యటందురు భువిని జనులు
ఘనత లక్షణ వేషము కవియ నాకు
నాజ్ఞచేయఁగఁ గట్టితి నార్యులార"

అంతేకాకకవి "ఈకృతినొనర్చి నటకులన్ రక్షించి పుత్రవాత్సల్య సంక్రమాసంబులు తనగ్రామంబున నిల్పి భోజనక్రియలనొసంగి కథలన్ నేర్పించి వేషంబులకు వలయు గణీయంబులను, వస్త్రంబులను నొసంగిన మద్దుగు చంద్రునిన్ స్తుతింతు" నన్నది బుగ్గసాని. అట్టిదంట కవి యభినివేశము. గ్రంథము నాటకీయతా ప్రకృష్టమని వేఱ చెప్ప నక్కఱలేదు. ఇందును పాత్రప్రవేశసందర్భములందుఁ దత్ప్రశంసాత్మకముగా ద్విపదలును దరువులును గలవు. గాని యవి పాత్రముఖమునఁ బలికింపఁబడునవి కావు. నాటకారంభమున దఫేదాసు (కటికమువంటివాఁడు) హిందీ ప్రసంగములు గలవు. ప్రసిద్ధ రాగతాళములలో దరువులు, జావళులు, ద్విపదలు, పద్యములు, కందగీతార్థములు, సంధివచనములు, వచనములలో సంభాషణలు దండకము మొ. గలవు. కథ ప్రసిద్ధమైనది. రచన సలక్షణము సరసము నైనది.

---

111. చదలువాడ సూర్యరామకవి

గయోపాఖ్యానము :

(ప్రచురణ :— 1889 సం. న. వీరరాఘవ ముద్రాక్షరశాల (నెల్లూరు ?) యందు లేవ్వాళ్లాధికారులు "సదరు గ్రంథకర్తచే గ్రంథస్వాతంత్ర్యముబొంది" నట్లు ముఖపత్రమునఁగలదు. అనఁగాఁగవి 1889 లో నుండిన వాఁడనుటస్పష్టము). కవి చదలువాడ లక్ష్మమాచ్యుత రామయ్యలకుఁ బౌత్రుఁడు. సుబ్బలక్షమా సుబ్బరామయలకుఁ బుత్రుఁడు. గ్రంథమున అనంతపురవర కవిపురధాముల ముద్రలు గలవు నెల్లూరు తాలూకాలో "అనంతవరం నరకవిపూడి" యను నొకయూరు గలదు. కవి నివాస మదికావచ్చును.

కవి యీగ్రంథమును గేయప్రబంధ మనియున్నాఁడు. గ్రంథము మూఁడుల్లాసములుగా విభాగింపఁబడినది. మూఁడుల్లాసములును మూఁడు రాత్రులకథలుగాఁ జేర్కొనఁబడినవి. అనగా నిది ప్రదర్శనోద్దిష్టమనుటలో సందేహములేదు. ప్రచురణకర్తలు దీనిని నాటక మనియే పేర్కొనిరి.

ఇందుఁ బ్రతిపాత్రయు స్వవిషయము నుగ్గడించుటయు, సూత్రధార పృచ్ఛితమై తెరవెడలుటయుఁ గలదు. పాత్ర సంవాదములు హెచ్చుగనే గలవు. ఇందు ద్విపదలు, ప్రసిద్ధరాగతాళములలోఁ బల్లవి యుక్తములుగా దరువులు, పద్యములు, నర్ధపద్యములు, సంధి వచనములు, ఏలలు, దండకము చూర్ణికయును గలవు ఇందలికథ ప్రసిద్ధమైనది. రచన సలక్షణమే కాని సామాన్యమైనది. తప్పులు తక్కువకాని ప్రౌఢియుఁ దక్కువ.

---

112. ఉప్పులూరి కనకయ్య దాసు శ్రీరాములు

ఈజంటకవులరచన సాత్రాజితీవిలాసమను భామకలాపము * వీరిరువురు 19శ. ఉ. భా. ని నుండినవారు. ఇరువురును సన్నిహితజ్ఞాతులు. ఇందు దాసు శ్రీరాములుగారు సుప్రసిద్ధులు, దేవీభాగవతాది బహు

* 1873 సం.న వ్రాయఁబడిన దీని కాగితపుఁ బ్రతియొకటి యీకవుల సన్నిహితజ్ఞాతులలో నొకరగు శ్రీ బందా కనకయ్యగారి కడ (వీరు నేఁడు గుడివాడలో వకీలు వృత్తియందున్నారు) నున్నది. దయతో నా కాప్రతిఁ జూడనొసంగినవారికిఁ గృతజ్ఞుఁడను.

గ్రంథకర్త. వీరితండ్రికన్నయ్యమంత్రి, అల్లూరి (బందరుతాలూకా) కరణము. (శ్రీ మధునాపంతులవారి ఆంధ్రరచయితలలో వీరిచరితము చూడఁదగును). కనకయ్యగారి తండ్రి మల్లయ్యమంత్రి.

ఈకవుల భామకలాపము రచన కూచిపూడి భా. క. బాణీ నున్నది. రచన మిక్కిలిప్రౌఢము సరసమునైనది. కాని యలసములైన హాస్యప్రసంగములు కొన్ని కావ్యౌచితిని దిగనార్చుచున్నవి.

---

113. కడియాల వీపూరిఆచారి

పోతులూరి వీరబ్రహ్మము నాటకము:

(ముద్రణ :— పమ్మి త్యాగరాయ సెట్టిగారి ఆనందభారతి ము. శా., మదరాసు, 1948. ప్రచురణకర్త:—పరిమి వీరాచార్యులు.)

ఈగ్రంథమును పరిమి వీరాచార్యుల కోరికపై కొండశంకర కవి కొంతయుఁ గడియాల వీపూరి ఆచారి కొంతయునుగా రచించిరఁట. వికృతి సం. న గ్రంథరచన ముగిసినదని యున్నది. గ్రంథప్రచురణ కాలమునకు ముందటి వికృతి 1890—91 సం. లలోఁ బడినది. గ్రంథ రచనాకాలమదే కావచ్చును. వీపూర్యాచారి విశ్వకర్మకులజుఁడు. కశ్యపసగోత్రుఁడు. తలిదండ్రులు మహాలక్ష్మమ్మ, మల్లయ. నివాసము వినుకొండసీమలోని పోట్లూరు.

ఇందుఁ బ్రసిద్ధుఁడగు పోతులూరి వీరబ్రహ్మస్వామి నాశ్రయించిన దూదేకుల సిద్ధయచరిత్రము ప్రధానవిషయము. రచన మొకమోస్తరు. దరువులు మొదలగు యక్షగాన రచన సజ్జంతయుగలదు. గ్రంథము 'నాటకాలంకార సాహిత్య' మని పేర్కొనఁబడినది.

(ఈ కవి నిజలింగ చిక్కయ్యను నాటకమునుగూడ రచించినట్లు "బ్రిటిష్ మ్యూజియమ్ లైబ్రరీ కేటలాగు" వలనఁ దెలిసినది. గ్రంథము నాకలబ్ధము.)

---

114. మద్దిరాల వెంకటరాయకవి

ఏకాంత సేవా విలాసము:

(ప్రచురణ :— శైవసిద్ధాంత ము. శా., మదరాసు, 1891.)

కవి భారద్వాజసగోత్రుఁడు. వెంకటలక్ష్మీ నాగనార్యుల పుత్రుఁడు, పీఠపురవాసి. 19 శ. ఉ. భా. వాఁడు కావచ్చునని యూహామాత్రము.

ఏకాంతసేవ విషయము పూర్వోక్తము (చూ. ఇందలి 102 వ కవి యుదంతము). ఇందలి నాయికా నాయకులు గౌరీ కుక్కుటేశ్వరులు. గంగపాత్రనుగూడ ప్రవేశపెట్టి సవతికయ్యము గల్పించినాఁడు కవి. ఇందు దరువులు, పద్యములు, శ్లోకములు, చూర్ణిక, ద్విపద పలు రకముల పాటలును గలవు. నిర్వచనము. రచన ప్రౌఢము, మధురము, మనోహరము. ఇది "మద్దిరాల వెంకటరాయ కవివర్యులచే యక్షగానముగ రచింపఁబడి" నది యని ముఖపత్రమున మాత్రము కలదు. అసలు యక్షగానరచనా ప్రక్రియ కొంత గలదు.

115. నగళ్లపాటి సుబ్బదాసు

యామినీ పూర్ణచంద్రోదయము:

(ప్రచురణ న్యూట్రల్ ము. శా., బళ్ళారి, 1891.)

కవి తలిదండ్రులు చెంచమాంబా బుచ్చయ్యలు. నివాసము రాయలసీమలోని జంబులమడుగు కాలము 1841 ప్రాంతము (గ్రంథ ముద్రణ ప్రశంస నితఁడు చేసియున్నాఁడు. ముద్రణకాలమున గ్రంథ పరిష్కర్తయు నితఁడే)

బిల్హణకవిచరిత్ర మిందు వర్ణితము. గ్రంథము యామినీ పూర్ణ చంద్రోదయము కాని రచన బహుదోషాకరము. గ్రంథారంభమున గణపతి సరస్వతుల స్తుతులుగాక "విఘ్నేశ్వరుని వేషం రావడం", "సరస్వతి వేషం రావడం", విఘ్నేశ్వరునితో హాస్యగాఁడు ప్రసంగించుట మొ॥ అంశములు విశేషములు.

116. కోట వెంకటప్పయ్యశాస్త్రి

బాణాసుర నాటకము:

(ప్రచురణ:— ఇండియన్ లా ప్రెస్., మదరాసు, 1894.)

కోట సాంబయ్య కొడుకు వెంకటశాస్త్రి అతనికి దత్తుఁడు నరసింహమూర్తి. నరసింహమూర్తికిఁ జిట్టివల్లమ్మయందు వెంక

టప్పయ్య, సత్యనారాయణ, సాంబమూర్తి యని ముప్వురుపుత్రులు. అం దగ్రజు డీగ్రంథకర్త. ఇతని నివాసము పాతపట్టణము (శ్రీకాకుళము జిల్లా. గ్రంథమును "పదియు నెనిమిదినూర్ల తొంబదియు మూడు సంఖ్యగల వత్సరమునందు సరభసమున మే నెలాదిని వ్రాయఁగాఁ బూనినాఁడ" నన్నాఁడు గ్రంథకర్త. అనఁగా 1893 సం. గ్రంథరచనాకాలము.

గ్రంథవిషయము ప్రసిద్ధము. కవి "బాణాసుర నాటకమను నీ గేయ ప్రబంధము చర్మ విగ్రహములచే నాడించుటకును, వేషముల ధరించి నాటకమాడుటకును అనుకూలముగ నుండునటుల రచింపఁడని నా మిత్రులౌర కొందఱు ప్రోత్సాహపరచినందున నేనందుల కియ్యకొంటి" ననియున్నాఁడు. ఇందలి లొట్టకిత్తడు, రత్నాలు, పోలిగాఁడు నను పాత్రలు తోలుబొమ్మలాటలోఁ బ్రసిద్ధులైన కేతిగాఁడు, బంగారక్క, జుట్టుపోలిగాఁడు ననుపాత్రలవంటివి. ఇందుఁ బ్రసిద్ధ రాగ తాళము లలో దరువులు, ద్విపదలు, పద్యములు, సంధి ద్విపదలు, సంధి వచనములు, వచనములలో సంభాషణలును గలవు. అమర శ్లోకోదాహరణములు గలవు. సమాసభూయిష్ఠములు గల వర్ణన పద్యములకు వచన వ్యాఖ్యానములు గలవు. సంవాదశైలీ ప్రచురముగా నాటకీయతా ప్రకృష్టముగా నున్నది. కవి విదగ్ధుఁడేకాని పామర సామాజికుల నుద్దేశించి రచించినట్లున్న దీగ్రంథము. ఉదాత్త పాత్రల ప్రసంగము లైన నుదాత్తముగా లేవు.

117. ఓగిరాల పాపయ్య

రామ నాటకము :*

కవి విశ్వకర్మ కులజుఁడు. ఉప్పువేలూరు పురనివాసి. భాస్కర రామాయణానుసారముగా నా షట్కాండలును "నాటక యక్ష గానంబుగా" 1852 సం. న రచించినాఁడఁట. అందు బాలారణ్యకాండలు మాత్రమే ముద్రితములు. రెండును ప్రదర్శన ప్రతిష్ఠలు గాంచినవని తెలియుచున్నది. అందు బాలకాండము నప్పటి మచిలీపట్టణము గార్సన్ జే. పటాలము 42 వ రెజిమెంటువారు పదునాల్గు సం. లు ప్రదర్శించి రనియుఁ బ్రచురణకర్త యిందుఁగొన్ని క్రొత్తవిషయము లును, తెర దరువులును జేర్చినట్లును బ్రచురణకర్త పీఠికవలనఁ దెలియు చున్నది. బాలకాండలో విఘ్నేశ్వర వేష ప్రవేశము, ఆస్థాన సంతోషి, మంత్రసాని మొ॥ పాత్రల ప్రసంగములును విశేషములు. అరణ్య కాండమున నాశ్వాస విభాగము విశేషము. రచన యొకమోస్తరు.

---

* బాలకాండ ముద్రణ వివరములు తెలియవు. ప్రచురణకర్త పైడిపాటి సుబ్బారాయుడు. గౌతమీ గ్రంథాలయమున నొక 'కాపీ' గలదు.—నం. 181. (గ్రంథ రచనా కాల మిందు పేర్కొనఁబడినది.) ఇందు ప్రక్షిప్తభాగము కొంత గలదు.

అ. కా ముద్రణ:— హిందూ రత్నాకర ము. శా., మదరాసు. 1895. దీని ముఖ పత్రమున గ్రంథకర్తయే స్వయముగా గ్రంథ స్వామ్యమును శివునూరు వీర మల్లయ అను నతనికిచ్చినట్లు గలదు. గ్రంథాంత ద్విపదలో మద్దాల కాశీపతి ఆచారి యను నతఁడీ గ్రంథప్రచురణకుఁ గారణభూతుఁడని చెప్పినాఁడు కవి.

118. శ్రీ రాజా మృత్యుంజయ నిశ్శంక బహాదుర్

"శ్రీమన్నారాయణమూర్తివారి శుభదశావతార లఘునాటక రూపక యక్షగానము."

(ప్రచురణ :— ఆర్ష ముద్రాశాల, విశాఖపట్టణము, 1897.)

గ్రంథకర్త సంగమవలస (శ్రీకాకుళం జిల్లా పార్వతీపురము తాలూకా) జమీందారు. నిశ్శంక వంశ్యులు (ఓఢ్రక్షత్రియులు). వేంకటభూపాల పౌత్రులు, సన్యాసాంబా పెద్దనృపాలపుత్రులు. బహుశ్రుతులు, బహుకృతి ప్రణేత. వీరి రాజ్యకాలము 1850 – 1907. వీరి కృత్యంతరములు :— భూపతిపరిపాలన దర్పణము, శంభు శతకము, గౌరీవివాహము (పదము), "స్త్రీవేషధారు లచ్చెరువడఁ బారిజాత మను భామా కలాపము రచించె" (ఇది లభ్యము కాలేదు). (ఈ విషయములు పీఠస్థానకవి శిరోమణులగు కీ. శే. తనికెళ్ల ప్రకాశశాస్త్రి గారి నిశ్శంకవంశమను కావ్యమునుండి యెఱుఁగనగును).

వీరిగురువర్యులు ప్రసిద్ధులైన శ్రీ పరవస్తు వేంకటరంగనాథాచార్యులు. వారే గ్రంథప్రచురణకర్తలు. (ఆర్ష ముద్రాశాల వారిదే).

నిశ్శంక సీతమాంబ రచించిన దశావతార కీర్తనల ననుసంధించి కందగీత పద్యములు, నలంకారములనుపేరఁ గొన్ని చేర్చి జయవిజయ మహావిష్ణు ప్రశ్నోత్తర ప్రశంసాత్మకముగా నొక్కొక్క యవతారకథ చెప్పినారీ గ్రంథమును మృత్యుంజయప్రభువు. రచన సరళము, సలక్షణము నైనది.

119. రఘునాయకం రామానుజసూరి

కన్యకావిజయము:

కవి చెన్నపురివాసి. రఘునాయకం తెన్నరంగసుపొన్నడి పౌత్రుఁడు. అళఘరయ్యకు జియ్యమాంబకుఁ బుత్రుఁడు. కృతి ప్రోత్సాహకుఁడు బరంపురం వాస్తవ్యుఁడగు ఆత్మకూరి చిట్టిరామయ్యశ్రేష్ఠి. (కృతికర్తృ ప్రేరకుల వంశచరిత్రము గ్రంథమున విపులముగాఁగలదు.) ఈ చిట్టిరామయ్యగారి యల్లుఁడగు కల్లేపల్లి కృష్ణమూర్తి గ్రంథ ప్రచురణకర్త. గ్రంథ ముద్రణము విశాఖపట్టణము శ్రీ శారదా ముకుట ము. శా. లో 1848 సం. న జరిగినది. కవి 19 శ. ఉ. భా. న నుండె ననుట నిశ్చయము. ఇతఁడు కవి మాత్రుఁడుగాక రాజసభాసన్మానము లందిన గాయకుఁడఁట. నలచరిత్ర, గజేంద్ర మోక్షము, ధ్రువచరిత్రము అను నింకొక మూఁడు యక్షగానములను రచించెనని యీ గ్రంథావతారికవలనఁగలదు. కాని యవి లభ్యములు కాలేదు.

ఈగ్రంథమును ఇటికెల తిమ్మయ కన్యకాచరిత్ర య. గా. వలె భాస్కరాచార్యోపజ్ఞమైన వైశ్యపురాణము ననుసరించినదే. దానివలె నిదియు నెనిమి దాశ్వాసములుగా విభజింపఁబడినది. ఇందు దరువులు, పద్యము, అర్ధపద్యములు, ద్విపదలకు మాఱు తోహరాలు, గౌరీ కల్యాణము మొ. గలవు. రచన ప్రశస్తధోరణి నున్నది. అల్పదోషము లున్నను ప్రౌఢమైనదే. తిమ్మయకృతిని మించి యున్నది.

120. గాయకవాడ పెద్దన

ఇతఁడు మహారాష్ట్రగాయకవాడ వంశజుఁడు. కాశీవసు గోత్రుఁడు. ఆపస్తంబ సూత్రుఁడు. నాగయామాత్యపుత్రుఁడు. మెట్ల వారిపాళెం వాస్తవ్యుఁడు. నలచరిత్ర యను జంగముకథ, నలచక్రవర్తి నాటకాలంకారము, హరిశ్చంద్ర నాటకము ననునవి యితని కృతులు. ఇందు రెండవది 1893 లో మదరాసు పమ్మి అరుణాచల సెట్టిగారి శ్రీ వెంకటేశ్వర ము. శా. యందు ముద్రితము. ముఖపత్రమ్ముపై నున్న "కాపీరైటు" ప్రకటనలోఁ బ్రచురణకర్త యీ గ్రంథ స్వామ్యమును గ్రంథకర్త నుండియే గ్రహించినట్లు గలదు. అనఁగా పెద్దన 1898 లో నుండె ననుట స్పష్టము. న. చ. నాటకాలంకారము మాల్యాద్రి లక్ష్మీనరసింహున కంకితము. ఇందాశ్వాస విభాగము, గ్రంథాదిని గణపతిని, కథాఖ్యాత శ్రోతలగు బృహదశ్వ ధర్మరాజు లను బాత్రలవలెఁ బ్రవేశపెట్టుటయు విశేషములు. హరిశ్చంద్ర నాటకము వెలిగండ్ల (పొదిలి తా. నెల్లూరు జి.) నివాసి తోట రామ నాయని ప్రోత్సాహమున రచింపఁబడినది. (తత్ప్రచురణ :— అమెరికన్ డైమండు ప్రెస్, మదరాసు, 1928). రెండింటను వస్తువు ప్రసిద్ధము. రచన యొకమోస్తరు. తప్పులు గలవు. య. గా. 'బాణీ' గలదు. వచనములందును సంభాషణలు గలవు.

121. గొట్టిముచ్చు అబ్బయదాసు

ఇతఁడు " నెల్లూరు జిల్లా కావలి తాలూకా చింతలదేవి పోష్టు మట్టిగుంట గ్రామ నివాసియగు గొట్టిముచ్చు రంగదాసు సుతుండగు అబ్బయదాసు " (ఇవి అతఁడు వ్రాసికొన్న గ్రంథాంత గద్యలందున్న ముక్కలే). పంచముఁడు వైష్ణవుఁడు. తాను గాయకవాడ పెద్దన శిష్యుఁడనని కంఠోక్తిగాఁ దన గ్రంథములన్నిటఁ జెప్పినాఁడు. గాయకవాడ పెద్దన 1898 ప్రాంతమున నుండినట్లు మీఁద నిరూపింపఁబడినది. అతని శిష్యుఁడీతఁడీ 20వ శతాబ్ది పూ. భా. (పూర్వభాగమున) న నుండి యుండును.

ఇతని కృతులు :– 1. వీరవిజయ విలాసము (వెలిగండ్ల), 2. శశిరేఖా పరిణయము (మట్టిగుంట), 3. ద్రౌపదీ కల్యాణము (చీమల పంట), 4. సుందర సైంధవ గార్దభ పరాభవ నాటకము (ఆదిమూర్తిపురము). నాల్గును నెల్లూరు మండలమందలి యాయా గ్రామములలోని " కామందు " ల ప్రోత్సాహమున రచింపఁబడినవి. నాల్గును మదరాసు వెష్టు వార్డు వారిచే అమెరికన్ డైమండ్ ము. శా. యందువరుసగా 1937, 1949, 1953, 1953 వ సం.లలో ముద్రితములై ప్రచురింపఁబడినవి. శశిరేఖాపరిణయము 1949 సం. ప్రతి యాఱవ కూర్పు. అనఁగా నీగ్రంథము లంతకుఁజాల సం. లు ముందే ముద్రితములై ప్రతులు చెల్లిపోయినవని యూహింపనగును. ఇతని సు. సై. గా. ప. గ్రంథమున అ. డై. ప్రెస్సు అధికారియగు వేలూరి కుప్పుస్వామి ప్రశంస గలదు. ఈ కృతి చతుష్టయేతి వృత్తములును ప్రసిద్ధములు. నాల్గును నాటకములని పేర్కొనఁబడినవి. కాని సమకాలికపు యక్షగానముల " బాణీ " నున్నవి. రచన బహుదోషములు గలది.

122. గొన్నాబత్తుల అమ్మనార్యుఁడు

విల్హాణీయ నాటకము:

కవి విశ్వకర్మ కులజుఁడు. మణిభద్ర గోత్రుఁడు. సన్యాసి పౌత్రుఁడు. చిట్టెను వీరయోగులకుఁ బుత్రుఁడు. శ్రీమద్దళహార గొడవర్తి శోభనాద్ర్యాచార్యుని శిష్యుఁడు. కృతిపతి గానుగుల పెద్దయార్యుఁడు. గ్రంథము "కృతిపతియగు పెద్దనార్యునిచే విశాఖపట్టణంబున శ్రీ శారదాముకుట ము. శా. లో ముద్రింపించి ప్రచురింపఁబడియె" యని ముఖపత్రము. ప్రచురణ వత్సరము 1901. కాని విశాఖపట్టణమునఁ గృతిసమర్పణ మహోత్సవము 1884 లో జరిగెనని గ్రంథముచివరనున్న తద్విపుల వర్ణన సందర్భమునఁ గలదు.

గ్రంథవస్తువు ప్రసిద్ధము. ఇందు సంస్కృత నాటకములందువలె సక్రమమైన నాందీప్రస్తావనలు గలవు. సూత్రధార ప్రసక్తి గ్రంథమధ్యమునను గలదు. సంధివచనములు తఱచు. సూత్రధారుఁడు కథాకథన మొనర్చుచుండును. అచ్చట తక్కిన రచనాప్రక్రియ యంతయు యక్షగానపుఁ "దరహా"కుఁ జెందినట్టిదే. కవి మంచిపండితుఁడు కండగల రచన చేసినాఁడు.

---

123. పెమ్మరాజు వెంకటరాజు

సుందరకాండము :

(ప్రతులు :— ఆం. సా. ప. నం. 3038, ప్రా. లి. పు. భాం., నం. ఆర్. 1470)

కవి యార్వేలనియోగి. కౌండిన్యసగోత్రుఁడు. బ్రహ్మన్న పుత్రుఁడు. కవి కాలము నిర్ణయించుటకుఁ బ్రబలాధారము లేదు. ఆం. సా. ప. లోని కొర్నిపాటి ప్రతి చివర లేఖకుని వ్రాఁతలో అక లంక రంగాచార్యులు పేర్కొనఁబడినాఁడు. ఆం. క. చ. ప్రకార మప్పటికి "నూఱు నూట యేఁబదియేండ్ల క్రిందట నుండియుండ వచ్చు" నని చెప్పఁబడిన కటికినేని రామయ తా నకలంక రంగాచార్యుని సాహాయ్యమునఁ గువలయానం దానువాదము చేసితినని చెప్పుకొనెను. ఆ రంగాచార్యు లితఁడగునో కాదో ; ఇతఁడు నలుబది యేండ్లక్రిందటి వాఁడని కీ. శే. కొత్తపల్లి సూర్యారావు గారు తయారు చేసిన పరిష త్తాళ పత్ర గ్రంథ పట్టికలో నుదాహరింపఁబడినది. సూర్యారావు గారన్నట్లితఁడు 19 శ. ఉ. భా. న నుండినవాఁడు గావచ్చును.

ఇందలి కథ ప్రసిద్ధమైనదే. మార్పులు లేవు. భాష సలక్షణ మైనది కాని రచన సామాన్యమైనది. గ్రంథము యక్షగాన మని పేర్కొనఁబడినది. కాని మూఁడు వంతుల ముప్పాతిక ద్విపదయే. అటనట నటాది తాళములలోఁగొలఁది దరువులు, కీర్తనలు నొక్కచో ఏలలును గలవు.

---

124. ధేనువకొండ వెంకయ్య

విరాటపర్వము: •

కవి కౌశిక గోత్రుఁడు. ఆర్వేల నియోగి. గౌరమాంబా వెంగనార్యుల పుత్రుఁడగు కంచి రాజమంత్రికి మహాలక్ష్మమ్మయందు పిచ్చయ, వెంకన్న, రాముఁడు నను పుత్రులు గలిగిరి. అందు పిచ్చయకు కనకమాంబయందు సుబ్బయ, వెంగన, కంచివరదుఁడు వేంకటాచలామాత్యుఁడు, చిన్నయ యను పుత్రులు గలిగిరి. అందు నాల్గవయాతఁడీ గ్రంథకర్త. 1902 సం. పు ముద్రిత ప్రతి ముఖపత్రముపై "ఇది వంగోలు తాలూకా ధేనువకొండ వెంకయ్యగారిచే రచియింపఁబడి వంగోలు కాపురస్తుడు కురుగంటి వెంకటరమణయ్యగారిచే. . . . . ప్రచురింపఁబడినది" అని కలదు. కవి 1900 సం. ప్రాంతమువాఁడని యూహింపవచ్చును.*

ఈ గ్రంథము మహా యక్షగానమనియు నాటకమనియుఁ జెప్పఁబడినది. ఇందుఁ దిక్కనగారి పద్యము లనేకము యథాతథముగా గ్రహింపఁబడినవి. మఱికొన్ని దరువులుగా మలఁచబడినవి. ఇందలి దరువులీ నాఁటికి నాంధ్రదేశ మందున్న గ్రామసీమల "కామందుల" (కామధేను శబ్దవికృతి?) లోగిళ్లు లందును గంబారుల

• ప్రచురణ.— పూర్వభాగము మాత్రము సి. యస్. ముద్రాక్షరశాల (మదరాసు) యందు, 1902 లో ముద్రితము. 1903 లో మదరాసు అమెరికన్ డైమండు ము. శా. వారిచే ప్రచురితము. ఇందు కవి వంశాదికము, ఆశ్వాస విభాగము మొ. ఎత్తివేయఁబడినవి. అవి పూర్వప్రచురణమునఁ గలవు.

* శ్రీ శ్రీపాద గోపాలకృష్ణమూర్తి, శ్రీ ఓరుమళ్ళ కామేశ్వరరావుగారల అభిప్రాయము నిదే.

కల్పములందును వినఁబడుచుండును. కొంత యనుకరణము, కొన్ని దోషములు నున్నను వెంకయగారి రచన కడుచక్కనిదని చెప్పవచ్చును. సులభశైలిలో నెంత చులుకైన భావమునైనను చేవగల మాటలతోఁ జెప్పఁగలఁడు. అందులకు యావదాంధ్రమున ననతికాలమున విశేష ప్రచారము గాంచిన "నినుజూచి నా విభుఁడు" "ఎంతా మాటాడితివమ్మా" అన్న సుధేష్ణాద్రౌపదుల దరువులే తార్కాణలు. ఇందువచనము నందును బాత్రల సంభాషణలు గలవు. ఇతఁడే విరాటపర్వమునే జంగంకథగాఁ గూడ రచించి యున్నాఁడు. (అదియు ముద్రితమైనది.

---

125. గైనేడి వెంకటస్వామి నాయఁడు

యే సు నా థ క థా మృ త ము :

(ముద్రణ :– స్కాటిష్‌ప్రెస్, మదరాసు, 1904)

కవి పైడిపాటి గోత్రుఁడు. అప్పన పౌత్రుఁడు. రంగనాయకుని పుత్రుఁడు. శ్రీకాకుళ మండల వాసి. 1900 సం. ప్రాంతము వాఁడని తోఁచును.

గ్రంథవిషయము:– యేసుక్రీస్తు చరిత్రము. రచన సరళము నపేలవము నైనది. కవి భావనలో భక్త్యావేశము, సత్యాత్మికతయు గోచరించును. యక్షగానమని పేర్కొనఁబడినది. ఇందు దరువులు, తోహరాలు, ద్విపదలు, గద్య పద్యములు మొ. గలవు.

126. సందడి నాగదాసు

పంచాక్షరీ ప్రభావము :

(ముద్రణ :— గీర్వాణభాషా రత్నాకర ము. శా., మదరాసు,
(1907. ప్రచురణ కర్త : అన్న దేవర వీరేశలింగం).

కవి గుఱించి వివరము లిందెఱుఁగఁబడవు. గ్రంథ ప్రచురణ కర్తయే కృతి ప్రోత్సాహకుఁడు నని యుండుటచే నితఁడు 1907 సం. ప్రాంతమునకుండె ననవలెను. కృతి రచనా కాలము వికృతి మార్గశిర బహుళ దశమి విధువారముగాఁ జెప్పఁబడినది. ఈ వికృతి 1890—91 కాఁదగును. ఇం దితని కృత్యంతరములుగాఁ జెప్పఁబడి నవి :— లక్ష్మీనారాయణ శతకము, శ్రీపతి శతకము, భగవద్గుణ కీర్తనలు, భజగోవింద కందార్థములు, అచల బోధ సీసార్థములు, శ్రీరామ శతకము, జీవన్ముక్తి విచారము, భగవద్గీత కందార్థములు, స్వర శాస్త్రము, సర్వమత సమత్వ సిద్ధాంతము, సకల తత్త్వార్థ దర్పణము.

ప్రస్తుత గ్రంథ విషయము :— పాశుపతార్థము తపోదీక్ష నున్న యర్జునుకు కింద్రుఁడు పంచాక్షరీ మంత్రోపదేశము చేయుటయే యిందలి ముఖ్యవిషయము. ఇంద్రార్జున సంవాదమని యీ గ్రంథ నామాంతరము. దీనఁ గథ యేమియులేదు. తుదకు శివుఁడు ప్రసన్నుఁ డగుట చెప్పఁబడినది. గ్రంథము యక్షగానమని పేర్కొనఁబడినది. రచన కొంత ప్రౌఢమైనదే.

---

127. కందాళ్ళ రామాచార్యులు

కవి వాధూలసగోత్రుఁడు. లక్ష్మాంబా శేషయార్యుల పుత్రుఁడు. శ్రీరంగం కృష్ణకవికి దౌహిత్రుఁడు, శిష్యుఁడు. కడప మండలము జమ్మలమడుగు తాలూకా బెడుదూరు గ్రామవాస్తవ్యుఁడు. ఇతని కృతులు ద్రౌపదీ వస్త్రాపహరణము [1], హరిశ్చంద్ర [2], కళాపూర్ణోదయము [3]. ఇందు కళాపూర్ణోదయము బరూరివారి ప్రచురణ (1911 సం.) పరిష్కర్తలలో కందాళ్ళ రంగాచార్యు లొకఁడు. ఇతఁడు రామాచార్యుల యనుజుఁడనియు, నా గ్రంథరచనలో నడుమ నన్నగారు చనిపోఁగా నితఁడు పూరించినట్లును వందేగలదు. కాఁగా రామాచార్యులు 1900 స. ప్రాంతమునందుండె ననవచ్చును.

ద్రౌపదీ వస్త్రాపహరణము, హరిశ్చంద్ర నాటకము లందలి వస్తువు పురాణప్రసిద్ధమైనది. కళాపూర్ణోదయ నాటక మందలి కథ సుప్రసిద్ధమైన పింగళి సూరనార్యుని ప్రబంధేతివృత్తము. ఇందు కల భాషిణీవృత్తాంతముమాత్రము పూర్తిగాఁ గలదు. కాని కళాపూర్ణోదయ మింకను గానేలేను గ్రంథము సరి. రామాచార్యుని కృతి నామము సార్థకము గాదు. అయితే అతఁడు గ్రంథరచన పూర్తికాక

1 1906 లో మదరాసు జీవరక్షా ము శా యందును, 1930 లో మద్దాల శేషాచలం సెట్టి (మదరాసు) చేతను ముద్రితము.

2. మొదట బరూరివారి గీర్వాణ భాషా రత్నాకర ము శా. (మదరాసు) వారి చేతను, 1950 లో మదరాసు యన్. వి. గోపాల్ అండుకో వారి చేతను ముద్రితము.

3 బరూరివారి గీ భా ర. ము శా. మదరాసు, 1911 (ఇందు మొదటి రెండు కృతులును చేర్పఁబడినవి.)

మునుపే కాలధర్మ మొందినాఁడు. తమ్ముఁడు తరువాయి కొంతవఱకే తీర్చినాఁడు. ఇందలి కథాప్రణాళిక యథా సూరనీయముగా నడచినది. భావములు ననేకము గ్రహింపఁబడినవి, యనుకరింపఁబడినవి. రచన విషయమున రామాచార్యులు స్వతంత్రముగనే వ్యవహరించినాఁడు.

ఇతని గ్రంథములు మూఁడును నాటకములని వ్యవహరింపఁబడినవి. మూఁడింటను రచన యంత ప్రౌఢిగలది కాదు. కాని సలక్షణము నపేలవమునైనది. ప్రసిద్ధ రాగతాళములలో దరువులు, ద్విపదలు, పద్యములు, వచనములు (అన్నియు సంభాషణ పరములే), చూర్ణికలుఁ మొదలగు రచనాంగములు, సూత్రధార ప్రసక్తి, చోపుదారు పాత్ర మొదలగునవి మూఁడింటను సమానము. హరిశ్చంద్ర కళా పూర్ణోదయములందు గ్రంథారంభమున నటీనటుల ప్రస్తావన విశేషము. కళాపూర్ణోదయ ప్రస్తావనలో సభా ప్రార్థన, వసంతకీర్తన, గణపతివేషములు, "నృత్యగీత వాద్య స్వర తాళ మేళనంబుగా నాటుట" కుద్దేశింపఁబడినది.

---

128. క్రొవ్విడి రామకవి

ఇతఁడా ర్వేల నియోగి. ఆపస్తంబ సూత్రుఁడు. హరితస గోత్రుఁడు. తండ్రి లక్ష్మీనారాయణ. తల్లి నాగాంబ. జననము విభవ శ్రీరామ జయంతి (క్రీ. శ. 1868. భీమవరము తాలూకా ఆరేడు స్వగ్రామము. ఇతని కృతులు చిత్ర రాఘువాదులు చాల గలవు. అందు యక్షగానములు :— ఇళోపాఖ్యానము, దేవాసురనాటకము,

(కాండ పంచకము), సత్యభామావిలాసము. (చూ. "ఆధునిక కవి జీవితములు", దేవాసురనాటకము సవనకాండ మాత్రమే నేఁ డుపలబ్ధము. (ప్రచురణ — మంజువాణీ ము. శా., ఏలూరు. మొదటి కూర్పు, 1905.) ఇందలి విషయము వామనావతార చరిత్రము. పోతన పద్యము లనేక మిందు గ్రహింపఁబడినవి. దరువులు, అర్ధపద్యములు (ద్విపదార్థములు విశేషము), సంధి సంవాద వచనములును గలవు. రచన యంత సలక్షణము గాదు.

---

129 కెళ్ళ కప్పయ్య

నలచరిత్ర నాటకము:

(ప్రచురణ :— యన్. వి. గోపాల్ అండుకో, మదరాసు 1949)

కవిపేరు కుప్పయ్య అని గ్రంథమునఁ గొన్నిచోట్లఁ గలదు. గ్రంథము "విజయరామ గజపతి మహారాజ తనూభవ ... శ్రీమదానంద గజపతిరాజ బిడౌజ పరిపాలిత శ్రీమద్వేచలపురనివాస శ్రీసాగినేటి రామచంద్రరాజశేఖరునిపై" జెప్పఁబడినది. ఈఆనంద గజపతి రాజ్యకాలము 1879–1897 (చూ. విశాఖ జి. గెజిటీరు). కాఁబట్టి కవి 19 శ. ఉ. భా. న నున్నవాఁడని చెప్పవచ్చును. గ్రంథవిషయము ప్రసిద్ధము. రచనచక్కనిదే. య. గా. ప్రాయనాటకము. సంధి—సంవాదవచనములు రెండునుగలవు.

---

130. నిశ్చింత ఎంబారయ్య

ప్రహ్లాద విజయము :

ముద్రణ :— కమాలానంద ము. శా., మదరాసు, సం. (?)

కవి పరాంకుశసగోత్రుఁడు. రామానుజయ్య పౌత్రుడు. భట్టరాచార్యుని పుత్రుడు. పచ్చయప్ప కాలేజీతో చేరిన గోవిందప్పనాయుని వారి మిడిల్‌స్కూలు 'తెలుఁగు పండితుఁడు'. ఇతఁడు తన గ్రంథారంభమునఁ జిన్నయ్యసూరిని స్తుతించియుండెను. కనుక నాధునికుఁడనుట స్పష్టము. (19 శ. ఉ. భా. న నుండి యుండును). తన ప్రహ్లాద విజయమును య. గా. అని పేర్కొనినాఁడు. ఇది "బాలికల కత్యంతోపయుక్తమగునట్లు" రచింపఁబడినదఁట. ఇందు తాళప్రధానములైన దరువులు, ద్విపదలు, పద్యములు, సంధివచనాలు, అర్ధచంద్రికలు, ఏలలు, ధవళశోభనములు, సువి[?], లాలి మొ. గేయ రచనలును గలవు. రచన సలక్షణము, సరసము నైనది.

---

131. ముడుంబ నరసింహాచార్యులు

ఈయన శ్రీవైష్ణవుడు, వీరరాఘవాచార్య పుత్రుఁడు. జన్మస్థానము శ్రీకూర్మముదగ్గర అచ్యుతపురి. కాలము క్రీ. శ. 1841-1927. గరుడాచలనాటక మీయనరచన. (చూ. శ్రీ మధునాపంతుల వారి "ఆంధ్రరచయితలు"). గ్రంథము లభ్యముకాలేదు. ఇది యక్షగానమగునేమో !

---

132. చతుర్వేదుల వెంకటనరసింహయ్య

ఈయన గుంటూరుజిల్లా నర్సారావుపేటతాలూకా విప్రులపల్లి అగ్రహారం వాస్తవ్యులు. కాలము క్రీ. శ. 1855 - 1915. ద్రౌపదీ వస్త్రాపహరణము, సీమంతినీ పరిణయము, రాధాకృష్ణ సంవాదము మొదలగు యక్షగానము లనేకము రచించి వానిని బొమ్మలాటవారిచేఁ గూడ నాడించుచుండెడివారట. ఆగ్రంథము లలభ్యములు. (ఈవిషయ మంతయు కాకినాడ పి. ఆర్. కళాశాలాంధ్రోపన్యాసకులైన శ్రీచతుర్వేదుల సత్యనారాయణశాస్త్రిగారివలనఁ దెలిసినది).

---

133. ద్విభాష్యం పుల్లకవి

కవి నివాసము దుగ్గాడ. జననము 8-9-1872. తండ్రి జగన్నాథము. తల్లి వేంకటాంబ. ఆరామద్రావిడులు. వాలఖిల్యసగోత్రులు. శ్రీకృష్ణ గోపీజలక్రీడా భాగవతమను యక్షగానము - వీధి నాటకము నీతఁడు రచించెనఁట. (చూ. ఆధునిక కవిజీవితములు). గ్రంథ మలబ్ధము.

---

134. కళ్లేపల్లి వెంకటరమణమ్మ

ఈమె తండ్రి కురవి రామశాస్త్రి. తల్లి కామనాంబ. భర్త శివరామయ్య. బడగలనాటి కరణకమ్మ వైదికులు. భారద్వాజ గోత్రులు. నివాసము గంజాం జిల్లా బరంపురము. జననము 1875. వరలక్ష్మీ పూజా విధాన మీమె యక్షగాన కృతియఁట. (చూ. ఆ. క. జీ.). గ్రంథ మలబ్ధము.

---

135. నందివాడ జగన్నాథకవి

ఈయన నివాసము ఏలూరు తాలూకా స్వామిపురము. జననము 1878. ఈయన "హరికథా రూపంబుగా యక్షగానంబు" లనేకము రచించిరఁట. (చూ. ఆ. క. జీ.) అవి :—

1. శ్రీకృష్ణుని రాయబారము.
2. శ్రీమద్రామాయణము. (షట్కాండలు)
3. సీతాకల్యాణము
4. హైమవతీ పరిణయము.
5. గయోపాఖ్యానము.
6. హరిశ్చంద్రోపాఖ్యానము.
7. వామన చరిత్రము.
8. కాళీయమర్దనము.
9. చిత్రకేతూపాఖ్యానము.
10. ఇళ్లోపాఖ్యానము.
11. చంద్రహాస చరిత్రము.
12. సానందోపాఖ్యానము
13. సత్యవతీ చరిత్రము.

ఇందొక్కటియు లభింపలేదు (నాకు).

136. త్వరకవి రామకృష్ణయ్య

ఇతఁడు శౌనకసగోత్రుఁడు. సీతమాంబా మంగనార్యుల పుత్రుఁడు. నెల్లూరు మండలము నందలి విలుకానిపల్లె వాస్తవ్యుఁడు. ఈతడు 19 శ. ఉ. భా. నను, నీ శతాబ్ది ప్రథమ పాదమునఁ గొంత కాలము నుండిరనియు, యక్షగాన ప్రదర్శనములు గావించుచు నందుఁ దానుఁ గూడఁ బాల్గొనుచు నుండెడి వాఁడనియుఁ దెలియుచున్నది.* తాను "నానావిధ యక్షగానములు" రచించితి నని చెప్పినాఁడు. అందు భవానీ శంకర విలాసము[1], వీరభద్రవిజయము[2], అను నవి మాత్రము నేఁడు లభ్యములు, భ. శం. వి. గద్యలో నితని కృత్యంతరములు పేర్కొనఁబడినవి. సుకన్య, రతి, ద్రౌపదీ పరిణయములు, శ్రవణోపాఖ్యానము, తులసీ మాహాత్మ్యము, చెన్నకేశవ సంవాదము, రుక్మిణీ సంవాదము, గోపాల మాహాత్మ్యము, గోపాల స్థల పురాణము, గజేంద్ర మోక్షము, సహస్రకంఠ రామాయణము.

ఇతని భవానీశంకరవిలాసము కోనటూరి వల్మీకనాథస్వామి కంకితము. కృతి ప్రోత్సాహకుఁడు నంటిమిట్ట రామలింగస్వామి నాయుఁడు. ఇది యక్షగానమని పేర్కొనఁబడినది. దానికావస

కాంతలఁగూడి వచ్చిన వాల్మీకనాథునకును గామాక్షికిని జరిగిన సంవాద మందలి విషయము. వీరభద్రవిజయ మిందు కూరిపేట నివాసి యగు సూరి సుబ్బానాయుని ప్రోత్సాహమున రచితము. ఇందు దక్షాధ్వర ధ్వంసమునుండి గౌరీకల్యాణము వఱకుఁగల కథ వర్ణితము. ఇందలి కథా ప్రణాళిక శివలెంక మల్లనారాధ్యుని వీరభద్ర విజయము నందున్నట్లే యున్నది. అసలు రెండును "వాయు పురాణోక్త ప్రకారఁబున" రచింపఁబడిన యక్షగానములు. త్వరగవివారి కృతి రెండు భాగములు. గేయ ప్రబంధమని పేర్కొనఁబడినది. ఇందు గ్రంథారంభమున సూత్రధారుఁడు కథోపోద్ఘాతము నుపన్యసించుట గలదు. ఆయన కృతులు రెండిటను రాగ తాళ ధారాళములగు దరువులు, ద్విపదలు, పద్యములు, కందార్థములు, సంధి వచనములు మొ. గలవు. రెండిటను సంవాదశైలి పాలధికమే గాని యందులకు వచన ముపయుక్తము గాలేదు. రెండిటను రచన సలక్షణము ప్రౌఢియు సారస్యమును గలది.

---

137. గోపాలుని హనుమంతరాయశర్మ

ఈయన నివాసము వినుకొండసీమ ముప్పాళ్ళ. జననము 1888. ఆ. క. జీ. లో నీయన "యక్షగాన ప్రబంధములు" గాఁ బేర్కొనఁబడినవి :—

1. నృగచరిత్ర. 2. సానందోపాఖ్యానము.
3. సత్య హరిశ్చంద్ర 4. చంద్రకాంత.

ఒక్కటియు లభించినదికాదు. (ఈయన గోపాలుని సింగయ మనుమఁడగునో !)

---

138. జ్యోతి కోటదాసు

చిరియాళ మహారాజు నాటకము :

కవి పంచమకులజుఁడు. శేచర్ల గోత్రజుఁడు. తలిదండ్రులు పోలమ, ఓబయ. తిరుపతి, వెంకటప్పల కనుజుఁడు. పూరే శేషార్యుల శిష్యుఁడు. తాళ్ళూరు (బళ్ళారిజిల్లా) నివాసి. 1903 సం. న మదరాసు లోని స్వకీయ శ్రీరామవిలాస ము. శా. యందుఁ దనగ్రంథమును ముద్రించిన పెసల నమ్మాళ్వారు సెట్టిని, గ్రంథపరిష్కర్తయైన చీమకుర్తి వీరరాఘవకవిని దనగ్రంథమున నీతఁడు ప్రశంసించి యున్నాఁడు. గ్రంథరచన ప్లవమాఘమని పేర్కొనినాఁడు. అది 1902 సం.

గ్రంథవిషయము చిఱుతొండనంబి కొడుకగు సిరియాలుని చరిత్ర. ఇందుఁ బ్రసిద్ధరాగతాళములలో దరువులు, ద్విపదలు, పద్యములు అర్ధపద్యములు, ఏలలు మొ॥ గలవు. సంధివచనములు తఱుచుగా నున్నవి. కాని సంవాద వచనములులేవు. చోపుదారి పాత్రగలదు. రచన పామర జనాభిరుచికిఁ దగినట్లున్నది.

139. చీమకుర్తి వీరరాఘవ కవి.

చంద్రసేన మహారాజ నాటకము:

(ప్రచురణ :— శ్రీరామ విలాస ము. శా., మదరాసు, 1903)

కవి ఆపస్తంబ సూత్రుఁడు కౌండిన్యసగోత్రుఁడు. వెంకయ్య పౌత్రుఁడు. భద్రమాకోటేశ్వరామాత్యుల పుత్రుఁడు. ఇల్లావులూరి

కోటేశ్వరస్వామి శిష్యుఁడు. ఇతఁడు పై శ్రీరామ విలాస ము. శా. యందే 1903సం.న ముద్రితమైన జ్యోతి కోటదాసు చిరియాళమహారాజు నాటకగ్రంథ పరిష్కర్త కాబట్టి 1903 లో నుండెననుట నిశ్చయము. తన గ్రంథరచనా కాలము వికారి-ఆశ్వయుజమని చెప్పినాఁడు. అది 1899 సం. ఇతని కృత్యంతరము సావిత్రీ పరిణయము.

గ్రంథ విషయము :- చంద్రసేనుఁడను శకరాజు మృగయా విహారార్థ మడవికరిగి యచటఁ బౌలవ్యముని యాశ్రమమున నొక నిమిత్తము పెంపఁబడుచుండిన పద్మగంధియను సింధురాజ పుత్రినిఁజూచి మోహించి గాంధర్వవిధినిఁ బరిణయమాఁడి నిజరాజధాని కరుగును. పిదపఁ గొన్నాళ్ళ కామె కొడుకునెత్తుకొని రాఁగాఁ దా నామె నెఱుగ ననును. పద్మగంధిప్రార్థనపై శివుఁడు ప్రత్యక్షమై చంద్రసేనునిచే దారపుత్రులను స్వీకరింపఁజేయును. ఈకథ శాకుంతల కథకుఁ బ్రతిబింబముగా సృజింపఁబడినది. ఇందానాఁటి యక్షగాన ప్రక్రియ యంతయుఁ గలదు. కాని వచనమున సంవాదము లతివిరళముగా నున్నవి. గ్రంథారంభమున "ఘటికుఁడు" లేక "కట్టియవాఁడు" వచ్చుటయు హిందీలోఁ బ్రసంగించుటయుఁ గాననగును. తెరలోపల నృత్యము సల్పుచున్న నాయికపాత్రను సూత్రధారుఁడు బల్కరించుటయుఁ బాత్ర స్వవిషయము జెప్పుటయుఁ గలదు. సూత్రధారునకు ద్వారకుండను పర్యాయపదము వాడఁబడినది. గ్రంథము యక్షగానమనియు, నాటకమనియు, గేయప్రబంధమనియు బేర్కొనఁబడినది. రెండాశ్వాసములుగా విభక్తము. రెండాశ్వాసములును రెండురాత్రుల ప్రదర్శనకుద్దేశింపఁ బడినవి. రచన ప్రౌఢమైనదనియే చెప్పవచ్చును.

'హరికథా పితామహ'

140. శ్రీ మదజ్జాడాదిభట్ల నారాయణదాసు

ఆంధ్ర హరికథా పితామహులు శ్రీ నారాయణదాసుగారు సుప్రసిద్ధులు. వీరు ద్రావిడ బ్రాహ్మణులు. భారద్వాజ సగోత్రులు. ఆదిభట్ల వేంకటచయని లక్ష్మీనరసమ్మల పుత్రులు. బొబ్బిలి తాలూకా అజ్జాడాగ్రహారము వీరి స్వస్థలము. విజయనగరము చిరనివాసము. ఆనందగజపతి మహారాజుచే ననేక ఘనసన్మానము లందినవారు వీరు. బహుభాషా వైదుషీ సంగీత సాహిత్య విశేష శేముషీ ధురంధరులు. పుంభావ సరస్వతులు. వీరి జీవితకాలము 1864 - 1945. (చూ - "ఆంధ్ర రచయితలు").

వీరు "హరికథ" లనేకము రచించి వాని నెల్ల యక్షగానము లని వ్యవహరించినారు. రెండును గద్య పద్య గేయాత్మకము లగుటయే వాని ప్రక్రియాసాదృశ్యమునకును పర్యాయవ్యవహారమునకును గారణ మైనది. కాని మనవాఙ్మయమున "హరికథలు" 19 శ. ఉత్తరార్ధము నుండియే కన్పించును. యక్షగానములు ప్రాచీనములు.

యక్షగానము లెక్కువగా దృశ్య ప్రయోజనాత్మకములు. హరికథ లేకపాత్రాభినయోపన్యాస ప్రయోజన పరిమితములు. కాని ప్రక్రియలో రెండిట నేదో సాదృశ్యము తోచి దాసుగారు, బాగేపల్లి అనంతరామాచార్యులవారు మొదలైన పండితులు హరికథలనే యక్షగానములని వ్యవహరింప నారంభించిరి. ఆ వ్యవహారము పరంపరగా వ్యాప్తినంది హరికథ యనగా యక్షగానప్రాయ రచనమనుటకు మాఱు యక్షగానమనగా హరికథయే యని కొంద ఱనుకొనునంత

వఱకు వచ్చినది. కాని దాసుగారివికాని, యీ చార్యులవారివికాని తదితరులవికాని యక్షగానములుగా వ్యవహృతములైన హరికథ లొక వేళ నందు గొన్ని కొంతవట్టు నాట్యధర్మములే యైనను నేకైక వ్యక్తిచే నేపథ్య రహితముగా సాభినయముగా నుపన్యసింపఁబడుటయే కాని యక్షగానములవలెఁ బాత్ర నేపథ్య బహుళముగా నేనాఁడును బ్రదర్శింపఁబడలేదు.

దాసుగారి హరికథలు .— అంబరీష ధ్రువ ప్రహ్లాద సావిత్రీ హరిశ్చంద్ర మార్కండేయ భీష్మ చరిత్రములు, గజేంద్రమోక్షము, రుక్మిణీపరిణయము, జానకీ శపథము, యథార్థ రామాయణము, (ఇవి యన్నియు 1929 సం. నకు ముందే బెజవాడ సరస్వతీ బుక్ డిపో వారిచేఁ బ్రచురింపఁబడినవి). ఇవికాక వీరు సారంగధర నాటకమును రచించిరఁట. అదియు యక్షగాన ప్రాయమైన వీధినాటకమై యుండు నేమో ! పై కృతులన్నియుఁ బ్రసిద్ధేతివృత్తములే. అన్నిట రచన యతిమనోజ్ఞమైనది. వానిలో సామాన్యముగాఁ గాననగు రచనా విశేషములు :— వివిధ ప్రసిద్ధ రాగతాళములలోఁ గీర్తనలు, మరాటీ బాణీ హరికథలలోని డోరాలకు తోహరాలకును బదులుగా మంజరి (మంజరీ ద్విపదగాదు), గద్యపద్యములు, నక్కడక్కడ ద్విపదయు, దండకములు మొదలైనవి. యక్షగానములలోవలె నీ హరికథలలో సంధివచనములు, పాత్ర ప్రవేశ సూచనలు, తెర ద్విపదలు మొదలగునవి యుండవు. కొన్నిట వచనము లున్నను నవి సుదీర్ఘములు, వర్ణనాత్మకములు, నాఖ్యానశైలీ ప్రచురములునై యుండును.

అంబరీష చరిత్రోపోద్ఘాతమున నట్టి యక్షగానములగుఱించి దాసుగారిట్లనియున్నారు :— “ ఈ యంబరీషోపాఖ్యానము దొట్టి మఱి కొన్ని యక్షగానములను వ్రాసియుంటిని. యక్షగానము లనఁగా స్వర

నియతములగు నక్షర సందర్భములు పద్యములవలె, దద్గీతబంధములం గూడ సమన్వ్యాకరణచ్ఛందోబంధములుగఁ దెలియునవి .. ఆంధ్ర యక్షగాన ప్రబంధము లధ్యాత్మ రామాయణ మృత్యుంజయ విలాసములు ....బారశాలలకు వెలికానేల; — యక్షగానములు గూడ వాగ్గేయకార ప్రణీతములైనచోఁ బారశాలల నంగీకరింపఁబడవలసినదే. నేఁదెలిపినట్లు యక్షగానముల కుదాహరణముగ నిందుతోఁబది విరచించినాఁడను" — ప్రహ్లాద చరిత్రావతారికలో యక్షగాన ప్రయోగముగూర్చి యది శ్రుతి లయాత్మకమై రాగ వైవిధ్యము జాతిమార్గ్భనయుతమైన స్వరాలాపనయుఁ గలిగిన గానముతో, రసానుకూలమైన నృత్యముతో నొప్పుచుండవలెనని చెప్పినారు దాసుగారు. హరికథా యక్షగానోత్పత్తి పరిణామ చరిత్రను బరిశీలించి చూచినచో యక్షగాన మనఁగా హరికథ యనుట సరిపడదుగాని దానిని హరికథవలెఁగూడఁ బ్రయోగింపవచ్చునన్నచో యక్షగాన విషయమున నదియొక యదనపుఁ బ్రయోజనముమాత్రమే యగును.

---

141. పసుమర్తి కృష్ణమూర్తి

పార్వతీ పరిణయము:

(ప్రచురణ వివరములు తెలియవు. (ప్రథమ ముద్రణ, 1922. గౌతమీ గ్రంథాలయమున నొక ప్రతి కలదు — నం. 382)

శ్రీ మదజ్జాడాదిభట్ల నారాయణదాసుగారి శిష్యులీ కృష్ణమూర్తిగారు. తమ పార్వతీ పరిణయమును గురువుగారికే యంకిత మిచ్చినారు. ఈయన యార్వేల నియోగి. నాగభూషణామాత్యుని

పౌత్రుఁడు. రామనాథ మంత్రి పుత్రుఁడు. బరంపుర నివాసి. కళ్ళికోట కాలేజీ తెలుగు పండితుఁడు. ఆధునికుఁడనుట స్పష్టము. (ఈయన కృత్యంతరము త్యాగరాజు చరిత్ర పద్యకావ్యము.

ఈ గ్రంథకర్త "మును పెవ్వారలుఁ బార్వతీ పరిణయంబున్ యక్షగానంబుగా, నొనరంజేయరుగాన దానికయి యుద్యోగింతు నేనిప్పుడున్" అని యనియున్నారేకాని యాకథ యిదివఱకే యొకరిచేఁ గాదనేకులచే య. గా. కావ్యవస్తువైనది. ఈయన తన గ్రంథమును యక్షగాన ప్రబంధ మనియున్నారు కాని యది హరికథ. అట్లనుటలో గురువుగారి పరిపాటిఁ బాటించినారు. విశేష మేమనఁగా నిందు త్రిభాశ్వాసవిభాగము గలదు. కథ మార్పులులేక సంగ్రహముగా నాఖ్యానింపఁబడినది. రచనలో నాటకీయ పాటవము లేదుకాని ప్రబంధ ప్రాగల్భ్యము గలదు. ఇందు స్వరపఱుపఁబడిన కీర్తనలు, పద్యము లును మెండు. రాగమాలిక, మంజరి (మంజరీ ద్విపద కాదు - సాధారణముగా హరికథలలో నుండు తోహరాలకు, డోరాలకును ప్రత్యామ్నాయముగా వాడఁబడిన గీత ప్రబంధ విశేషము), 'దిండి' యను వృత్తవిశేషమును గలవు.

---

142. ధనకుధరం రామానుజాచార్యులు

విజ్ఞప్తీయము :

కవి హారితసగోత్రుఁడు. పాంచరాత్రవైష్ణవుఁడు. సుభద్రమాంబా రామానుజాచార్యుల పౌత్రుఁడు. నరసమాంబాచ్యుతాచార్యుల పుత్రుఁడు. ఆలపాడు (తెనాలి తాలూకా) వాస్తవ్యుఁడు. ఈయన 1954 సం. నఁ జనిపోయినారని కాకినాడ పి. ఆర్.

కళాశాల ప్రాచ్య భాషా శాఖాధ్యక్షులైన శ్రీమాన్ ఈయుణ్ణి వేంకట వీర రాఘవాచార్యులవారు తెలిపినారు.* కవి కృతి 1903 సం. న బాపట్ల భారతీ విలాస ము. శా యందు ముద్రితము. రచన యంత కించుకముందే జరిగియుండును. కృతి ప్రోత్సాహకుఁడు పేర్ల వెంకట సుబ్బారావు.

గ్రంథ విషయము :— ప్రసిద్ధము. రచన సలక్షణమైనదే కాని చచ్చుగా నున్నది. ప్రక్రియలో నొక విశేషమున్నది. ఇందుఁబ్రసిద్ధ రాగతాళములలో 11 దరువులు, 3 కందార్ధములు, 1 సీసము, 1 సీసార్ధము, అయిదారు వృత్తములు, గీత పద్యములును బోను గడము గ్రంథమంతయు రగడ ప్రచురముగా రచింపఁబడినది. ద్విపద మచ్చునకైన లేదు. కథాగతి యాఖ్యానశైలి ప్రధానముగా సాగినది. ఇది యచ్చు మచ్చు జంగం కథ "బాణీ". యక్షగానములందు ద్విపద రహితము లతి సకృత్తు. కాని రగడ ప్రచురములు గానరావు. ఆధునిక యుగమునఁ గవులు గేయప్రబంధమని మాత్రము పేర్కొని విడిచిన కొన్ని జంగం కథలను ప్రకటన కర్తలు యక్షగానములని వ్యవహరించిరి. ఉదా :— పుసులూరి సుబ్బరాయ కవి "యక్షప్రశ్నలు"— మదరాసు సుబ్రహ్మణ్య విలాస ము. శా. ముద్రణ, 1915. అందులకుఁగారణము ప్రచురణ కర్తల యనభిజ్ఞత యనవలె. కాని యీ బిల్హణీయమువిషయమున వచ్చిపడిన చిక్కేమనఁగా గ్రంథకర్తయే స్వయముగా స్పష్టముగా దీనిని యక్షగానమని యెత్తుగడలోనే పేర్కొని యున్నాఁడు.

---

* కవిగారి పుత్రులు శ్రీమాన్ ధనకుధరం వరదాచార్యులుగారిప్పుడాల పాడులో నున్నారు. వారు నా కిటీవల నొక లేఖ వ్రాసినారు. వైద్య విద్యా సంస్థాన మను సంస్థ నడుపుచున్నారు. 'రామానుజ కీర్తికౌముది" అను పేర నొక గొప్ప పంచికాపరంపర ప్రకటించుచున్నారు.

143. వేలూరి కన్నయదాసు

మహాభారత విలాసము:

కవి కార్వేటినగర (చిత్తూరుజిల్లా పుత్తూరుతాలూకా) వాస్తవ్యుఁడు. బాలస్వరూపానంద స్వాములవారి పౌత్రుఁడు. ఇతని మ. భా. విలాసము 1903 సం. న మదరాసులో "గ్రంథకర్తచే సర్వస్వాతంత్ర్యమును బొందినవారగు వంకాయల కృష్ణస్వామిసెట్టివారిచే స్వకీయ శ్రీరంగవిలాస ము. శా. యందు ముద్రింపించి ప్రచురింపంబడియె". అనఁగా కవి 1903 లో నుండె నన్నమాట. గ్రంథరచన ప్లవకార్తీకమున జరిగినదని చెప్పినాఁడు. అది 1901. ఇందు మహాభారత మూలకథ సంతటిని జెప్పవలెనని కవిపూనిక. ద్రౌపదీ స్వయంవర ద్యూత ఘట్టములను బెంచినాఁడు. కడమ ఘట్టములను సంగ్రహించినాఁడు. ధర్మరాజు పట్టాభిషేకముతో గ్రంథాంతము. నడుమ లేని పోని క్రొత్తవిషయములు గొన్ని గ్రహించినాఁడు. ఆంధ్రమహాభారత గద్యపద్యములను గొన్ని గ్రహించినాఁడు. స్వయముగ దరువులు, అర్ధపద్యములు, పాటలు, వచనములు, రచించినాఁడు. గ్రంథారంభమున "ఆస్థానసంతోషి" పాత్ర గలదు. నడుమ నసభ్యహాస్య ప్రసంగములు జాలఁగలవు. రచన నీరసము గానున్నది. తప్పులు కుప్పలు. కవిచే నిది నాటకమని పేర్కొనఁబడినది. ప్రదర్శనోద్దిష్టమైనది. (ఇతఁడు నలచరిత్ర యక్షగానము కూడ రచించినట్లు ఆం. వా. సూ. వలనఁ దెలియుచున్నది. కాని గ్రంథ మలబ్ధము.)

---

144. పాలుట్ల లక్ష్మణకవి

ఇతఁడాపస్తంబసూత్రుఁడు. మౌద్గల్యసగోత్రుఁడు. పాపయ మంత్రి పౌత్రుఁడు. వెంకమాంబా పిచ్చయలపుత్రుఁడు. స్వయంప్రకాశ బ్రహ్మానందస్వాములవారి శిష్యుఁడు. కర్నూలుజిల్లా మార్కాపురం తాలూకా దిగువపాలెం కాపరస్తులు", "వినుకొండ గవర్నమెంటు గరల్సుస్కూలు హెడ్మాష్టరు" అని 1904లో మదరాసుజీవ రత్నాకర ము. శా. లోఁ బ్రచురితమైన యీతని కుచేలోపాఖ్యాన య. గాం ముఖపత్రమువలనఁ దెలిసినది. అనఁగాఁ గవియు నప్పటివాఁడే యనుటలో సందేహములేదు. ఆ కుచేల యక్షగానమున నితని పూర్వప్రచురచన ధర్మాంగద యక్షగానము పేర్కొనఁబడినది. (ఇదియు మొదట 1904 లో జీ. ర. ము. శా. యందును బిదప 1933 లో మదరాసు చంద్రికా ము. శా. యందును ముద్రితము.)

రెండు గ్రంథము లందును వస్తువు ప్రసిద్ధము. రెండును యక్షగానము లనియు నాటకము లనియుఁ బేర్కొనఁబడినవి. రెండిటను పామరజన మనోజ్ఞము లైన హాస్య ప్రసంగములు గలవు. చోపుదారి పాలకము గలదు. రచన యొక్క మోస్తరు.

---

145. పురాణం పిచ్చయ్య

ఇటీవలి నెల్లూరు మండల విద్వత్కవులలోఁ బిచ్చయఁగా రొకరు. వీరిది పుదూరు ద్రావిడ శాఖ. తలిదండ్రులు సావిత్రీ లక్ష్మీనృసింహులు. తాత ముత్తాతలు కేశవ కృష్ణార్యులు. గురువు

నేలటూరి వేంకట రామాచార్యులు. ఈయన 1871–1951 సం. ల నడుమ నుండిన వారని వీరి భాగినేయులును, సుప్రసిద్ధాంధ్ర చరిత్ర వాఙ్మయ పరిశోధకులు నైన డాక్టరు శ్రీ నేలటూరి వేంకట రమణయ్య గారు తెలుపుచున్నారు పిచ్చయగారు విజయాశ్వ చరిత్రాద్యనేక ప్రౌఢ ప్రబంధములును యక్షగానములును రచించి యున్నారు. వీరి య. గా. కృతులు :– *

1. మైరావణ చరిత్ర.
2. కపట వేశ్యా నాటకము.
3. శశిరేఖా పరిణయము.
4. యక్ష ప్రశ్నలు.
5. అర్జున విజయము. (సైంధవ సంహారకథ)
6. చిత్రాంగీ సారంగ ధరము.
7. గౌరీశంకర సంవాదము.

ఈ కృతులన్నియుఁ బ్రసిద్ధేతి వృత్తములు. కపట వేశ్యా నాటకమున మాత్రము కందుకూరు రుద్రకవి నిరంకుశోపాఖ్యాన ప్రబంధ కథ గ్రహింపఁబడినది. కవి తన కృతులను యక్షగానము లనియు, నాటకము లనియు, యక్షగాన నాటకము లనియు వ్యవహరించెను. అన్నిటను రచన సలక్షణము, సరసము నైనది. చక్కని ప్రౌఢిసారస్యములు గలది. అన్నిటను బ్రసిద్ధ కర్ణాటక, హిందూస్తాని రాగ తాళ

* ప్రచురణ వివరములు :— 1, 2 — ఉప్పల వీరన్న చే మదరాసు చంద్రిక ము. శా., 1911, 20 24, 30, 1926, 31.

3, 4. — యస్. వి గోపాల్ అండుకో., మదరాసు, 1939, 45, 59

5, 6. — ఈశ్వరి అండుకో., మదరాసు, 1949, 1951.

7 — (ఇది 1914 లో ముద్రితము చూ ఆం. వా. సూ) ముద్రణ వివరములు తెలియవు. గ్రంథము లభ్యము కాలేదు (వీరి గ్రంథములలో వీరే స్వయముగా రచించిన పీఠికలు, ప్రచురణ కర్తృ ప్రశంసాత్మక పద్యములు, స్వవిషయ ప్రసక్తియుఁ గానవగును)

ములలో దరువులు, ద్విపదలు, పద్యములు, అర్ధపద్యములు మొ॥ గలవు. కపటవేశ్యా నాటకమున పార్సీడోరా గజల్సుల్లును, తెర ద్విపదలును జావళీలును గలవు. శశిరేఖా పరిణయము, యక్ష ప్రశ్నలు, అర్జున విజయములందు డోరాలు (అ. వి. న డోరాలతో పాటు రగడలును, తఱచు. అర్జున విజయమునఁ దప్ప నన్నిటను నాటకీయత సమృద్ధిగనే గలదు కాని సంధి వచనములు దఱచు. సంవాద వచనము లతి విరళముగాఁ బ్రయుక్తములు. కొన్నిట లేనేలేవు. కపట వేశ్యానాటకము రెండు రాత్రుల కథ. చిత్రాంగి నాటకము రెండు భాగములుగా మాత్రము విభక్తము. అర్జున విజయ మాఖ్యానశైలీ ప్రచురము. దీనిగుఱించి చిత్రాంగి నాటకము చివరఁ బ్రచురణ కర్త వక్కణ యొకటి గలదు. — "ఈగ్రంథమున జంగములు, దాసరులు, మొదలగువారు గుమ్మెట వాయించుచు వేషములతో నాడుచు గ్రామములలో కథను చెప్పి సంపాదనచేసి జీవించుట కనువుగా నుండు నట్లు వ్రాయఁబడినది" అని. ఇది నాటకమనియే కవిచే వ్యవహృతము. అసలాయన తన కృతులన్నిటి నట్లే వ్యవహరించెనుగద. కాని యా డోరాలు, రగడలు నా సంధి వచన ప్రాచుర్యము నా కథా కథన ధోరణి మొ॥ విషయములు జూచినచో నత్యంతాధునికులైన వీరి కృతులపై నాధునిక నాటక ప్రభావమైన పడలేదు కాని హరి కథలు, జంగంకథల ప్రభావము గొంత పడినట్లు దోఁచుచున్నది.

---

146. భమిడిపాటి అప్పకవి

భామకలాపము:

కవి విశాఖ మండలమందలి గోరపల్లి వాస్తవ్యుఁడు. భమిడిపాటి బుచ్చనామాత్యుని పుత్రుఁడు. ఇతని యక్షగానకృతి పారిజాతమను సత్యభామ కలాపము. (ముద్రణ:– ఆర్ష ముద్రాశాల, విశాఖపట్టణము, 1906). ఇందుసత్యభామా సందేశసందర్భమున లెటరు, టిలును, రైలు, సీలు, కవరు మొదలగు నాంగ్లపదములు ప్రయోగింపఁబడినవి. కవి యాధునికుఁడనుట నిశ్చయము. ఈగ్రంథము విజయనగరప్రభువును, పూసపాటి ఆనంద గజపతిరాజ పుత్రుఁడును నైన విజయరామరాజు రాజ్యకాలమున గోరపల్లి మిరాశీదారైన కావలి వీరభద్రరావుగారి కంకితమైనదని గ్రంథస్థమైన యాధారము గలదు. విజయనగర ప్రభువులలో విజయరామరాజులు నలుగురుగలరు గాని యానందరాజు లిద్దరే. మొదటి యానందరాజు రాజ్యకాలము క్రీ. శ. 1757–1759. అతని వెనువెంట 1759 నుండి 1794 వఱకు రాజ్యము చేసిన వాఁడు రెండవ విజయరామరాజు కాని యీగ్రంథమునఁ బ్రయోగింపఁబడిన యాంగ్లపదములలో ముఖ్యముగా రైలు మొదలగునవి వీరికాలము నాఁటికి మనదేశమునఁ బొడచూపుట కవకాశమేర్పడదేమో. రెండవ యానందరాజు రాజ్యకాలము 1879-1897. అటుపిమ్మట నతని దత్తపుత్రుఁడైన నాల్గవ విజయరామరాజు రాజాయెను. (చూ. వైజాగ్ డిస్ట్రిక్టు గెజిటీరు). ఈ గ్రంథ మీ విజయరామరాజ రాజ్యారంభవత్సరమగు 1897, గ్రంథప్రచురణ వత్సరమగు 1906 ల నడుమ రచింపఁబడి యుండు ననుటయే సమంజస మగును.

ఈగ్రంథమంతయు భామకలాపము "భాణీ" నున్నది. పారిజాతవృత్తాంతము మాధవితోడి సత్యభామ స్వప్నకథనముచే నిమిడి పోయినది. చివర సవతుల కయ్యము గలదు. గ్రంథము యక్షగానమనియుఁ బేర్కొనబడినది. ఇందు దరువులు, పద్యములు, ద్విపదలు, నొకచూర్ణికయుఁ గలవు. సత్యభామ "లేట" రొకచే వచనము. అన్యభాషాపదములపైఁ గవి కెక్కువ మోజు కాని రచన సలక్షణముగా ససారస్యముగా సాగినది.

---

147. ఆకెళ్ల అప్పయ

గొల్లకలాపము :

ఇతఁడొక విశాఖ మండల కవి. ఇంతకు మించి వివరము తెలియరావు. ఇతని కృతి "పూసపాటి వేంకటపతి భూనాయకోత్తమాంకితము". "ఏతత్కృతి నాయకునిచే విశాఖపట్టణంబున శ్రీ శారదా మకుట ముద్రాక్షరశాలలో నచ్చు వేయించి ప్రకటింపబడియె" నని ముఖపత్రము. ప్రచురణ వత్సరము 1906. కవి యప్పుడుండినాఁడనుట స్పష్టము.

ఈ గ్రంథము మూఁడు భాగములు:— మొదటి దెయికల కలాపము. ఇందెఱుకత సూత్రధార పృచ్ఛితయై తమ జాతి వృత్తాంతము నుగ్గడించుటయుఁ దదుపరి "చోడిగాడు" (సింగఁడు రాఁగా నతనితో సంవాదము జేయుటయు విషయము — రెండవది గొల్లకలా

పము, గొల్లభామ హాస్యగానిచేఁ బృచ్ఛితయై చల్ల గొప్ప నుగ్గడించు టకు సముద్ర మథన కథ నాఖ్యానించుట యిందలి విషయము — మూఁడవది కొండాయ కలాపము. ఇందు సుంకరి కొండయ్య గొల్లభామల సంవాదము, నామె యత్తగారు వచ్చి కొండయ్య బారిఁబడ్డ కోడలిని విడిపించుకొనఁబోవుటయు విషయములు. ఇందు దరువులు, పద్యములు, ద్విపదలు, వచనములు, కందార్థమును గలవు. రచన చక్కనిది.

148. వేదంభట్ల వేంకటరాయ కవి

జలక్రీడా విలాసము:

ఇతఁడు విశాఖమండల కవి యనుట తక్క నింకేమియు వివరము లెఱుఁగరావు. ఇతడును పూసపాటి వేంకటపతి రాజుకే కృతి నిచ్చి నాఁడు. ఈ రాజు రేగులవలస (గజపతినగరము తాలూకా) జమీం దారనియు నతని వంశవృత్తమొక సీస మాలికలో నిందుఁగలదు. (ఇతఁడే ఆకెళ్ళ అప్పయ గొల్లకలాపమునకును గృతిభర్త). ఈ జలక్రీడ విలాసము "ఏతత్కృతి నాయకునిచే విశాఖపట్టణంబున శ్రీ శారదా మకుట ముద్రాక్షరశాలలో నచ్చువేయించి ప్రకటింపబడియె." ప్రచు రణ సం. 1906. కవియు నప్పటివాఁడనుట స్పష్టము.

సూత్రధారుఁడు కృతి నాయకునిఁ బ్రశంసించి కథాక్రమ నిరూ పణము చేయుటతో నిందలి గ్రంథారంభము. తII అతడు వినాయకు

నితో సంస్కృతమునుఁ బ్రసంగించును. అతఁడు పాత్రలను బలుకరించు టయు, సంధివచనములను గథాను సంధాయక పద్యములను బఠించు టయు నిందుఁగాననగును. పాత్రలు "తెర బయలు దేఱు దరువులు" గలవు. అందుఁ బాత్రలు స్వవిషయమును స్వయముగాఁ జెప్పుట కాన నగును. ఇది నాటకమని పేర్కొనఁబడినది. ఇందు దరువులు, ద్విప దలు, పద్యములు, సంధివచనములును గలవు. ఎఱుకత పాత్రకుఁ బ్రసక్తిగలదు. కృష్ణుని జననముఁ బాల్యక్రీడలు, జలక్రీడలును నిందలి విషయములు. రచన చక్కనిదే.

---

149. గరిమెళ్ల వెంకటజోగి

వేణుగోపాల నాటకము:

కవి గరిమెళ్ల వేంకట మనీషి పుత్రుఁడు. గ్రంథము మారేళ్ళ వేంకటాచలపండిత ప్రభు పరిపాలితమైన కశింకోట (విశాఖమండలము) జమీలోని నరసింగపల్లి వేణుగోపాలున కంకితము. కృతి ప్రోత్సా హకుఁడు నరసింగపల్లి వాస్తవ్యుఁడైన మజ్జి వెంకనాయుడు. అతడే గ్రంథ ప్రచురణకర్త. ముద్రణ విశాఖపట్టణము శ్రీశారదా మకుట ము. శా. లో 1906 లో జరిగినది. అనగాఁ గవి యప్పటి వాఁడే యగును గదా. ఈ కృతికి భాగవతకలాపము, పారిజాతము నని నామాంతరములు. ప్రణాళికలో రచనలో నిదియొక చక్కని భామకలాపము.

---

150. బళ్ళ సీతారామరాజు

రాధామాధవ నాటకము:

కవి రుక్మాంగదసగోత్రుఁడు. బళ్ళ పేర్రాజుపుత్రుఁడు. వెంకట్రాజు సోదరుఁడు. వూలపల్లి నివాసి. నరసింగపల్లి మజ్జి వెంకునాయునకుఁ దృతీయభ్రాతయగు పోతరాజునాయుఁడు కృతి ప్రోత్సాహకుఁడు. వెంకునాయుఁడీ గ్రంథప్రచురణకర్త. ముద్రణ విశాఖ శారదా మకుటము.శా. యందు 1906 లో జరిగినది. మఱి యీకవియు నప్పటివాఁడే యగును. ఈగ్రంథమున నాయికపేరు మాఱినది కాని ప్రక్రియ యంతయు భామకలాపమునందలిదే. రచన సరసమైనది.

---

151. గరిమెళ్ళ వెంకటేశ్వరకవి

సముద్ర మథనము:

కవి విశాఖమండలము చోడవరము వాస్తవ్యుఁడు. గరిమెళ్ళ వెంకటజోగికవి (వేణుగోపాలనాటకకర్త) పుత్రుఁడు. ఈసముద్ర మథనమునందలి దరువులచివర నరసింగపల్లి వేణుగోపాల ముద్రతో పాటు కశింకోట మారేళ్ళ వెంకటాచలప్రభువు, మజ్జి వెంకునాయుఁడు, నతని సోదరులప్రశంస గన్పట్టుచున్నది. ఇదియు 1906 లో మజ్జి వెంకునాయనిచేతనే విశాఖ శ్రీశారదామకుట ము. శా. లోనే ముద్రాపితమైనది. కవి తానీగ్రంథమును శార్వరిచైత్రమున రచించితినని చెప్పి

నాఁడు. ఇది క్రీ. శ. 1900 సం. నఁ బడిన శార్వరియనుట నిస్సంశయము. గ్రంథవిషయము సముద్రమథన కథను జల్లనమ్మ వచ్చిన గొల్లభామ యాఖ్యానించినట్లు గలదు. ప్రక్రియ గొల్లకలాపమును బోలినది. రచన చక్కనిది. సత్యభామాకృష్ణసంవాదమను పద్యసంవాదకావ్యము, దశావతార జావళీలు ననునవి వేంకటేశ్వరకవి కృత్యంతరములు.

---

152. కీర్తి వెంకటరామకవి

ఎఱుకల కథ :

కవి నివాసము గొబ్బూరు. (విశాఖ మండలము నందలి అనకాపల్లి తాలూకా). ఆపస్తంబ సూత్రుఁడు. కాశ్యపసగోత్రుఁడు. అనంతరామయ, కోదండ రామయ, పాపన యనువార లతని పితృపితామహప్రపితామహులు. గురువు కీర్తి అనంతరామయ (తండ్రి ?). ఈడూరి బ్రహ్మాజి ఛందోగురువఁట. కృతిభర్తయుఁ బ్రచురణ కర్తయు మజ్జి వెంకునాయుఁడు. ప్రచురణ వత్సరము 1906 * కాఁగాఁ గవియు నప్పటి వాఁడనుట నిశ్చయము.

ఇతని గ్రంథము రెండుభాగములు. మొదటిది సుజ్ఞాన బోధిని యను నెఱుకత కథ. ఇందెఱుకత పిండోత్పత్తి లక్షణము నుండి జీవ

* ఇందలి 157—160 ఈ నలువురు కవుల కృతులును మజ్జి వెంకునాయుని ప్రోత్సాహమున రచింపఁబడి యతని చేతనే మొదట 1906 సం. న విశాఖ పట్టణమందలి శ్రీ శారదా మకుట ము. శా. యందొక్కటే సంపుటముగా ముద్రాపితములై ప్రకటింపఁబడినవి. ఇవి వెంకునాయునిచేఁ బ్రదర్శనకు నెక్కినవని వినుకలి.

బ్రహ్మైక్యాను సంధానము వఱకుఁ గల తత్త్వరహస్యమును సంగ్రహముగా నుపన్యసించును. రెండవది చోడిగాని (సింగని) కథ. వాఁడు సింగిని వెదకుచు వచ్చును. పిదప వారిరువురి సంవాదము. ఇందు హాస్యఁగాడు పాత్రలను బలుకరించుట కాననగును. ఇది యక్షగానమని పేర్కొనఁబడినది. రచన యొక మోస్తరు. (ఇందు పూర్వకవి స్తుతిలో రుద్రకవి పేరు గలదు.)

---

153. పరాశరం శేషాచార్యులు

తిరుమంగయాళ్వారు చరిత్ర :

(ప్రచురణ :— టి. చెంగల్వ రాయనాయుని మురహరి ప్రెస్., మదరాసు, 1907)

కవి నివాసము తెనాలి తాలూకా పేరుకలపూడి. వైఖానసుఁడు. భారద్వాజసగోత్రుఁడు. పున్నమాంబా జోగయాచార్యుల పుత్రుఁడు. తమ్మపూడి నివాసి సూర్యదేవర జోగయ యీతని కృతి భర్త. కవి స్వయముగా గ్రంథారంభమునఁ బ్రచురణ కర్తలగు చెంగల్వారాయ ప్రభృతులను బ్రశంసించెను. కావున నితఁడు గ్రంథ ప్రచురణ వత్సరమగు 1907 సం. న నుండెననుట నిశ్చయము.

పన్నిద్దరాళ్వారులలో నొకఁడగు తిరుమంగయాళ్వారు చరిత్ర మిందలి యితివృత్తము. కవిదీనిని యక్షగానమనియు నాటకమనియుఁ బేర్కొనెను. యక్షగానములందువలె నిందు సంధివచనములు తఱచు;

ఒక్కచోఁ దెర ద్విపదయుఁ గలదు. కాని యాధునిక నాటకమువలె నిది పాత్రలవచన సంవాదప్రచురమైన రచన. దరువులు (హిందూస్తానీ రాగముల వాడకి హెచ్చుగ), పద్యములును గలవు. రచన సరళమైనది కాని తప్పులు గలవు. (ఇతఁడు హరిశ్చంద్ర యక్షగానమును గూడ రచించినట్లు ఆంధ్రనాటక కళాపరిషత్తు ప్రకటించిన య. గా. ల పట్టిక వలనఁ దెలియనగును).

---

154. మండూరి సుబ్బరాయకవి

సత్యభామా కల్యాణము :

కవి కర్నూలుజిల్లా నందికొట్కూరు తాలూకా దుద్యాల నివాసి. కంసాలి. కాళికాంబా కాళిదాసుల పుత్రుఁడు. లక్ష్మమా సుబ్బయల పౌత్రుఁడు. పేరమా వెంగయల ప్రపౌత్రుఁడు. ఇతఁడు తన గ్రంథమును 1907 సం. న మదరాసు శ్రీ నికేతన ము. శా. యందు ముద్రించిన మేనలూరి కృష్ణస్వామినిఁ బ్రశంసించినాఁడు. కాన 1907 సం. న నుండెననుట నిశ్చయము. ఇతఁడు తన కృతిని నాటకమనియు, మహాప్రబంధమనియుఁ బేర్కొనినాఁడు. ప్రచురణకర్తలు "యక్షగాన కంపెని డ్రామా" యనిరి. గ్రంథము రెండు రాత్రుల కథగా విభక్తమగుటయు, దరువుల చివరముద్రలు, సంధివచనములు, తెర ద్విపదలు మొదలగువాని యునికియు నిది యక్షగానమనిపించు చున్నవి. వచన సంవాదములు మొ॥ సందర్భము లాధునికనాటక ప్రభావఫలితములు గావచ్చును. రచన యొకమోస్తరు.

---

155. వద్ది తాతయ్య

శశిరేఖా పరిణయము :

(ప్రచురణ: మాదేటి సన్యాసయ్య అండు సన్సు, రాజమండ్రి.
1908, 1936)

ఇతఁడు "గోదావరీ తీరస్థిత కోనాల గ్రామ కాపగస్తుఁడు. తద్గ్రామ రిజల్టు స్కూలుపాధ్యాయుఁడు," ఇతని ప్రపితామహులు అయ్యన్న, నూకమాంబ. పితామహులు భూపతి సీతమాంబ. తలిదండ్రులు భూపతి వెంకమాంబ. స్వస్థలము ఎర్నగూడెం తాలూకా వనపురము. "పద్మగర్భుని పాదభవుఁడు" ఆపస్తంబ సూత్రుఁడు. మార్కండేయసగోత్రుఁడు. వంగిపురి వెంకటాచార్యుల శిష్యుఁడు. గ్రంథాది నితఁడు వచనమున నొక విజ్ఞప్తి చేసి యుండుటయు, గ్రంథాంతమున నితఁడు ఎర్నగూడెము తాలూకా తహస్సీల్దారు వైజర్సు అప్పారావుగారికిఁ జెప్పిన పద్యములు, తల్లాప్రగడ సూర్యనారాయణ రావు ప్రభృతులిచ్చిన సమస్యలను బూరించి చెప్పిన పద్యములు జూడ నితఁడాధునికుఁడని తెల్లమగుచున్నది.

తాతయ్య తనగ్రంథమున అప్పప్ప కవి శశిరేఖా పరిణయ ప్రబంధము ననుకరించినాఁడు. అతని స్వతంత్ర రచనయు సరసమైనది. తన కృతిని నాటకమని పేర్కొనినాఁడు. యక్షగాన ఫక్కినున్నది దరువులు, పద్యములు, తఱచు ద్విపదలు, ఏలలు, సంధివచనములు, సంవాదవచనములును గలవు. (రుక్మిణీ కల్యాణ య. గా. ఇతని కృత్యంతర మని ఆం. నా. క. పరిషత్తు పట్టిక .

---

156. కాలంసెట్టి గురవయ్య

కవి నెల్లూరు వాస్తవ్యుఁడు. బలిజ కులజుఁడు. ఇతని కృతులు చిత్రాంగి నాటకము, పురూరవశ్చక్రవర్తి జనన నాటకము (రెండును మదరాసు పమ్మి త్యాగరాయసెట్టిచే వారి శ్రీరాజరాజేశ్వరీ నికేతనము. శా. యందు వరుసగా 1908, 1914 సం. లలో ముద్రితములు). చిత్రాంగి నాటకమున గ్రంథకర్త సర్వస్వామ్యములును బ్రచురణకర్త కిచ్చిన ట్లొక ప్రకటన చేసినాఁడు. అనఁగా నీతఁడు 1908 సం. న నుండె ననుట స్పష్టము.

గ్రంథ విషయములు :— ప్రసిద్ధములు. రెండిట దరువులు, ద్విపదలు (ప్రావేశిక ధ్రువలు, తెర ద్విపదలు గూడ), కందార్థములు, పద్యములు, ఏలలు, గొబ్బిపాటలు, సంధి వచనములును గలవు. పు. చ. జ. నాటకమున సంవాద వచనములును సకృత్తుగాఁ గలవు. రెండిట భటపాత్ర ప్రవేశ ధ్రువ, తదుపరి కథానుసంధాయక ద్విపదల తోడను గథారంభమగును. రెండును నాటకములనియే వేర్కొనఁ బడినవి. కాని "బాణీ" యక్షగాన సదృశము, రెండిటను రచన పేలవము, దోషయుతము.

---

157. వినుకొండ కాళకవి

మార్కండేయ విలాసము:

(ప్రచురణలు:– మదరాసు ఉప్పుల వీరన్న శ్రేష్ఠి అంకు సన్సు 1922. వెస్టువార్డు అండుకో, 1936)

ఇతఁడు విశ్వకర్మకులజుఁడు. వీరమాంబికా తనయుఁడు. గ్రంథము చోళపుర - నరసింహునకంకితము. ఇందుఁ గథారంభమున ఘటికుని (కటికము) మాటలలో 'సైలెన్సు' అను నాంగ్లపదము ప్రయుక్తమైనది. కవి యాధునికుఁడే కావచ్చును. వి. కాళదాస కృతము మార్కండేయవిలాస మను యక్షగానము 1873 లోఁ బ్రచురితమైనట్లు ఆం. వా. సూ. వలనఁ దెలియనగును. అది యీ కవిదే కావచ్చును. ఇతఁడు 1911 ప్రాంతమున గోనుగుంట వీరబ్రహ్మము రచించిన శివరామ నాటకమునఁ "బూర్వకవులస్తుతి" కి "ఇప్పటి కవులస్తుతి" కిఁ బిదపఁగల "మృతకవులస్తుతి" లోఁ బేర్కొనఁబడి నాఁడు. కవి 19 శ. ఉ. భా. నుండినాఁడని చెప్పవచ్చును.

గ్రంథ విషయము ప్రసిద్ధము. ఇందు దరువులు, పద్యములు, ద్విపదలు, వచనములు మొ॥ వానిలో సంధి - సంభాషణలు రెండును గలవు. ఇది నాటకమని బేర్కొనఁబడినది. రచన యొకమోస్తరు. అనుచితములు, జమత్కారానహములు నైన సందర్భములు చాలఁ గలవు.

158. కొత్తూరు రంగనాయకమ్మ

ఆండాళు చరిత్ర :

ఏతద్గ్రంథకర్త్రి యీచంబాటి శ్రీనివాసాచార్యుల శిష్యురాలని మాత్రమే యిందలి కొన్ని పాటలవలన దెలియుచున్నది. వరయూరు జియ్యరు తిరుపతి సంబంధురాలగు రామానుజమ్మ యనునామె రచించిన శ్రీరంగనాథ పంగుణ్యుత్తరోత్సవ యక్షగానముచివర గంగచి దను రంగనాథస్తుతి పరమైన యొక గేయరచన చరమ చరణమునందు "ఈచంబాటి శ్రీనివాసాచార్యకృపను - రంగదాసు రాలినిబ్రోవరా" అనికలదు. రామానుజమ్మ కృతి ప్రచురణకర్త్రి కొత్తూరు రంగనాయకమ్మ. ఆ తంగచిందులోఁ జేర్కొనఁబడిన రంగదాసు లీరంగనాయకమ్మయే గావచ్చును. ఈరంగనాయకమ్మ గురువు, ఆండాళు చరిత్ర కృతికర్త్రి గురువు నొక్కరే కావున నామెయు నీమెయు నొక్కరే కావచ్చునేమోయను నూహ వొడమచున్నది. అగుచో, రామానుజమ్మ కృతిని రంగనాయకమ్మ మదరాసు శ్రీరామానుజ విలాస ము॥ శాయందు 19[illegible]7లో ముద్రిపించి ప్రచురించినది కనుకను, ఆండాళుచరిత్ర మొదట మదరాసు శ్రీకురుమూర్తి శ్రీనివాస ము. శా. యందు 1907 లో ముద్రితమైనది కనుకను రంగనాయకమ్మ యీశతాబ్ద్యారంభమున నుండెనని చెప్పవచ్చును. ఇప్పటికిది యంతయు నొక యూహామాత్రము.

ఆండాళనఁగా భూదేవి యవతారముగాఁ పెరియాళ్వారగు విష్ణుచిత్తునిపుత్రిగా, చూడికుడుత్త నాంచారు లేక ఆముక్తమాల్యదగాఁ ప్రసిద్ధి వడిసిన గోదాదేవి. ఆమెచరిత్ర మిందువర్ణితము. ఇందాళ్వారుల చరిత్రముగూడఁ గొంత చెప్పఁబడినది. కొరవంజి పాత్రకుఁ

ప్రసక్తికల్గినది. గ్రంథము యక్షగానమని పేర్కొనఁబడినది. అలంతి దోషములున్నను రచన చక్కనిది. ముఖ్యముగా నాండాళు పెండ్లి వేడుకల పాటలు ముచ్చటగా రచింపఁబడినవి. భక్తిశృంగారములు బాగుగాఁ బోషింపబడినవి.

---

159. కొండముది బంగారయ్య

కవికాపురము గుంటూరుజిల్లా నరసరావుపేట తాలూకా కొణిదెన సివారు రాజుపాలెము. విశ్వబ్రాహ్మణుఁడు, కాశ్యపసగోత్రుఁడు. నాగమాంబా సుబ్బయల పుత్రుఁడు. ఈతని కృతులు వృత్రాసుర మహారాజు నాటకము (గోపాల విలాస ము. శా., మదరాసు, 1908). శశిరేఖా పరిణయము (దేవానంద ముద్రణాలయము మదరాసు, 1920). రెండింటను నితఁడు ఫణిభవుసంగ, కందుకూరు రుద్రకవులను బూర్వ కవులుగాస్తుతించెను. వృ. మ. నాటకమున "ఇప్పటి కవుల స్తుతి' యనుశీర్షిక క్రింద వెల్లటూరు శేషావధానులు, వడ్డెపాటి నిరంజనకవి, యలవర్తి ఆంజనేయశాస్త్రి, శిరికొండ దశరథరామశాస్త్రి, కడియాల వీపూరిరహాఖ్యుఁడు, కలగాని వీరమాచార్యుఁడు, అడ్డాడ వీరభద్రుడు - అను వారిని స్తుతించెను. ఇందలి యలవర్తి ఆంజనేయశాస్త్రియే 1908 లో ప్రచురితమైన యీ వృ. మ. నా. గ్రంథపరిష్కర్త. అనగా బంగారయ్యయు నప్పటివాఁడే యనుట నిశ్చయము.

వృ.మ.నాటకము వడ్డేశ్వరపురవాసి మూర్తి(మూర్తి?) రాజు శేఖరార్యుని ప్రోత్సాహమున రచింపఁబడినది. ఇందు వృత్రాసురవిజృంభము,

వధము, మహేంద్రుని ప్రచ్ఛన్నత, నహుషు నింద్రపదవి, అగస్త్య శాపము, దేవేంద్రపునఃప్రతిష్ఠ - అను విషయములు వర్ణితములు. ఇది మూఁడురాత్రుల కథగా విభక్తము. శశిరేఖా పరిణయకృతి ప్రోత్సాహకుఁడు. చందవరవాసి పూసపాటి వేంకటరత్నము. రెండింటను దరువులు, ద్విపదలు, పద్యములు, నర్ధపద్యములు, సంధి వచనములు, సంవాద వచనములును గలవు. వృ. మ. నా. గ్రంథారంభమునఁ జోపుదారు, సూత్రధారుల సంభాషణగలదు. శ. ప. నా. గ్రంథారంభమున వేత్రపాణితో "సభికులు" (సామాజికులు) సంభాషించి నట్లుండుట విశేషము. రెండును నాటకములని పేర్కొనఁబడినవి. రచన బాగుగనే యున్నది.

---

160. గోనుగుంట వీరబ్రహ్మము

శివరామ నాటకము:

ముద్రణ :— దుగ్గిరాల వడ్లపాటి నిరంజన శాస్త్రిచే - ప్రబోధినీ ము. శా., 1911. పరిష్కర్త :— కొండముది బంగారయ్య.

ఇతఁడు గుంటూరు జిల్లా బాపట్ల తాలూకా పెదపాలెం గ్రామ వాస్తవ్యుఁడు. ఆదెమ, అమ్మయల పౌత్రుఁడు. పిచ్చమ పున్నయల పుత్రుఁడు. మారెళ్ళ సాంబయ శిష్యుఁడు. పూర్వ కవుల స్తుతిలో నీతఁడు బాణాల శరభేంద్రుని, కొమ్మోజి సోమనాథుని, ఫణిధవు సంగ కవిని, కందుకూరి రుద్ర కవిని, గుత్తికొండ జనార్దనుని, విశ్వ నాథావధూతను, వేమనను బేర్కొనెను. పోతులూరి వీరబ్రహ్మమును

స్తుతించెను. "మృతకవుల స్తుతి" యను శీర్షిక క్రింద కడియాల వీపూరి యాఖ్యుని, వినుకొండ కాళిదాసుని, కొడ శంకరాచార్యుని స్మరించెను. "ఇప్పటి కవుల స్తుతి" లో అలవర్తి ఆంజనేయశాస్త్రి, వడ్డెపాటి నిరంజనశాస్త్రి, సిరికొండ దశరథరామశాస్త్రి, అడ్డాడ వీరభద్రుఁడు, కొలగాని వీరయ్య, మచ్చా సుబ్బయాచార్యుఁడు, వంగవోలు పిచ్చయ, కొండముది బంగారయ్య, చుండూరి సుబ్బయ సూరి మొ॥ వారిని చేర్కొనెను. ఇందలి వడ్డెపాటి నిరంజన శాస్త్రి, కొండముది బంగారయ్యా లీశివరామ నాటకముద్రణ పరిష్కరణ కర్తలు. ప్రకటన సం. 1911. గ్రంథకర్త 1911 సం. న నుండెననుట నిశ్చయము. (ఇతఁడు 'మృతపండిత స్తుతి' లో మార్గసహాచారి, వెల్లటూరు శేషావధాని, కనపర్తి బసవయ్య, కోడూరి వియ్యన్న, కొత్తుర్తి సర్వయాచార్యులు, కోసూరి పాపయ, పులివర్తి పార్వతీశము, నూతలపాటి సుబ్బయ్య, శ్రీ కట్ట భాష్యకారులు నను వారినిఁ జేర్కొనెను). ఏతత్కృతి ప్రోత్సాహకుఁడును, ప్రకటనకర్తయు గోనుగుంట కుమారస్వామి.

గ్రంథ విషయము :— క్రి. శ. 1811 ప్రాంతమున నెల్లూరు మండలమున విశ్వబ్రాహ్మణ కులమున జనించి (నారదుఁడే యిట్లు శాపవశమున జనించెనని కట్టుకథ), ఐహిక విషయవిముఖుఁడై తలిదండ్రులను విడిచి భైరవకోనలోఁ బసులకాపరి వృత్తిఁజరించుచు శివుని కృపవలన జ్ఞానియై యాయన యాదేశమువలన గృహస్థాశ్రమము స్వీకరించి వివిధవర్ణములవారికిఁ దత్త్వోపదేశకుఁడై సర్వశాస్త్ర సమాధాన మను నొక మహాగ్రంథమును రచించి, అనుములకొండయందు సమాధి నందిన శివరామ బ్రహ్మేంద్ర స్వామి చరిత్రమిందు వర్ణితము. ఇందు దరువులు, ద్విపదలు (తెర ద్విపదలుగూడ), పద్యములు, సంధి-సంవాద వచనములు, కందార్థములు, ఏలలు, దండకములు గలవు. గ్రంథా

రంభమునఁ బ్రథమ పాత్ర ప్రవేశము గూర్చి సభవారికిఁ జెప్పవచ్చిన భటుని సూత్రధారుకు పలుకరించుట గలదు. ఇం దంక విభాగ ముండుట (రెండు) యొక్క విశేషము. కాని యావిభాగము సమంజసముగ లేదు. గ్రంథకర్తచే నిది నాటకమని పేర్కొనఁబడినది. నాట్యోద్దిష్ట మైనది.

ఇందలి రచన :— అతి నికృష్టముగా నున్నది. ఇది భాష, భావ ములు, లక్షణము, శైలి మొదలగు విషయము లన్నింటి నుద్దేశించి యనఁచున్న మాట. ఎంతటి సహృదయునకైన నీ గ్రంథమును జదువఁగానే

"నాకవిత్వ మధర్మాయ మృతయే దండనాయచ
కుకవిత్వం పునస్సాక్షాన్మృతి మాహుర్మనీషిణః"

అను శ్లోకార్థము హృదయ గోచర మగును.

(ఆం. సా. క. పరిషత్పట్టికలోని తపతీ పరిణయ య. గా. ఇతనిదే. అది 1913 లో నచ్చయినదఁట. అలభ్యము).

---

161. ఎల్లనూరు నరసింహ కవి

కవి కొడిది కాపు కులజుఁడు. పాలాకుసగోత్రుఁడు. అశ్వత్థరెడ్డి పౌత్రుఁడు. మంగమాంబా నరిసిరెడ్ల పుత్రుఁడు. ఇతని నివాస మనంతపుర మండలమునఁ దాడిపత్రి తాలూకా ఇగుడూరు.

ఇతని య. గా. నాటక కృతులు* కృష్ణవిజయము (1), సావిత్రీ నాటకము (2), సైంధవ పరాభవ నాటకము (3), రామనాటకము (4), సూక్ష్మరామాయణము(5). ఇందుఁ జివరి రెండిట నితఁడు వేముల పల్లె యక్షగాన కవి యమ్మనూరి వేంకట సుబ్బయార్యుని స్తుతించినాఁడు. సుబ్బకవి 19 శ. ఉ. భా. న నున్నవాఁడు. (చూ. ఇందలి 104 కవి చరిత్ర). నరసింహ కవి గ్రంథములలో మొదటగా కృష్ణవిజయము 1914 లో ప్రచురితమైనదని ఆం. వా. సూ. వలన తెలియుచున్నది. దాని నతఁడు ప్రమాదీచ సంవత్సరమున రచించితి నని చెప్పినాఁడు. ప్రమాదీచ 1914 లోఁబడినది. కాఁగా నరసింహ కవి సుబ్బకవి చివరి దినములలో బాలుఁడై 19 శ. చివరి పాదమునఁ గొంతకాలము 20 శతాబ్ది పూర్వార్ధమున గొంతకాలము నుండెనని యూహింపఁదగి యున్నది.

ఇతని యక్షగాన కృతులలో ఇగుడూరు, చుక్కలూరు, గాండ్ల పాటి వారిముద్రలు గలవు. ఆ యూళ్లన్నియును గవి యింటిపేరిటి

* పై కృతులలో (1) (5) ఇగుడూరి వారి కంకితములుగా నరస వేంకట భొట్లను నాతని ప్రోత్సాహమున రచింపఁబడినవి. (1) ఒక ముద్రణ :— సి వి. కృష్ణా బుక్ డిపో, మదరాసు, 1949

(2) చుక్కలూరి వారికంకితము. కృతి ప్రోత్సాహకుఁడు గ్రంథ కర్త పెద తండ్రి కొడుకగు ఎల్లనూరు నరసింహరెడ్డి. బరూరి వారి ప్రచురణ, మద్రాసు, 1937.

(3) గాండ్లపాటి వారి కంకితము. కృతి ప్రోత్సాహకులు దబ్బర కొండయ, చేరెడ్డి బాలయ్య, దుబ్బ నాగిరెడ్డి: సి వి కృష్ణా బుక్ డిపో ప్రచురణ :— 1954.

(4) మద్రాసులో 1933 లో బరూరి వారిచేతను, 1947లో ఎస్. వి. గోపాల్ అండుకో వారి చేతను బ్రచురితము, (ఇందితఁడప్పకవిని కంకంటి పాపరాజ కవిని స్మరించి యుండుట విశేషము).

(5) మదరాసు బౌడన్ ప్రెస్ ముద్రణ .— 1926 బరూరి వారి ముద్రణ 1941

యూరును దాడిపత్రి తాలూకాలోఁ గలవు. నితని కడమ కృతు లన్నియు బేర్కొనఁబడినవి. ఇతఁడీ నాటకములనేకాక మయూరధ్వజ చరిత్ర, సత్యభామా వివాహము, వేంకటేశ్వర భక్తవిజయము నను మూఁడు హరికథలను రామశతకమునుగూడ రచించినట్లందు చెప్పుకొనెను.

నరసింహ కవి నాటకము లన్నియుఁ బ్రసిద్ధేతివృత్తములు. కృష్ణ విజయము నందలి కథ కంస వధము. రామనాటకమందలిది కుశ లవ కథ. సూక్ష్మ రామాయణమున బాలకాండముదక్కఁ గడమ యైదుకాండలు "అంతయు నొకరాత్రి కథ యొనర్చి" రచించినాఁడు. అన్నిటను వివిధ రాగ తాళములలో దరువులు, ద్విపదలు, పద్యములు (సంధికిఁగూడ), సంధివచనములు, వచనప్రచురముగాఁ బాత్రల సంవాదములును గలవు. అన్నిటను రచన సలక్షణమైనది. మిగుల చక్కనిది. అందు క్రమ పరిణతి గోచరించును. అన్నియు నాట్యోద్దిష్టములైనవి. నాటకములని పేర్కొనఁబడినవి. ప్రదర్శనముల కెక్కి రాయలసీమలో లేపాక్షి నాటకములు, వేములపల్లె నాటకములవలెనే నరసింహ కవి నాటకములును తాడిపత్రి నాటకములని పేర్వడసినవి.

---

162. మీసరగండ ఓబుళరాజు

ఉషా పరిణయము :

ముద్రణ :— వెస్టు వార్డు అండు కో, మదరాసు 1916 గ్రంథ పరిష్కర్త — ఉపేంద్ర శ్రీరామరాజు)

కవి నివాసము వెంకటాంపల్లె (అనంతపురము తాలూకా). భార్గవసగోత్రుఁడు. ఓబరాజు పుత్రుఁడు. ఇతఁడు గ్రంథ ప్రచురణము

నకు సాహాయ్యమొసఁగిన పంకిదార రోశన్న సెట్టినిఁ బ్రశంసించినాఁడు. ప్రచురణ సం. 1916 కావున నప్పటివాఁడే. గ్రంథము నాటకమని పేర్కొనఁబడినది. రచన సమకాలిక య. గా. నాటకపు ఫక్కినున్నది. వచన ప్రచురముగాఁ బాత్రల సంభాషణలు గలవు. శైలి నాతి ప్రౌఢము, నాతి పేలవము. శ్రీకృష్ణ శతక మితని కృత్యంతరము.

---

163. ఉపేంద్ర శ్రీరామరాజు

రుక్మిణీ పరిణయము :

(ప్రచురణ కర్త :— గ్రంథి విరూపాక్ష సెట్టి, వెంకటాంపల్లె, సం. తెలియదు.

కవి నివాసము కల్లుమడి (గుత్తి తా. అనంతపుర మండలము. భారద్వాజసగోత్రుఁడు. సుబ్బమాంబా తిప్పరాజుల పౌత్రుఁడు. రామాంబా తిరుపతిరాజుల పుత్రుఁడు. గ్రంథము నచ్చువేయించిన గ్రంథి విరూపాక్ష సెట్టి ప్రశంసను జేసియుండుటచే నితఁ డాధునికుఁ డనుట స్పష్టము. ఇతఁడే పూర్వోక్తమైన మీసరగండ ఓబుళరాజు ఉషా పరిణయము 1916 సం. నాటి ముద్రణమునకుఁ బరిష్కర్త. అందుచే నితఁడు నప్పుడుండినవాఁ డనుట నిశ్చయము. ఇతఁడు కవిస్తుతిలో అప్ప కవిని, కంకంటి పాప రాజును, కిడాంబి రాఘవాచార్యుని, యమ్మ నూరి వెంకటసుబ్బకవినిగూడఁ జేర్చియుండుట విశేషము. (సుబ్బకవి ప్రశంసాత్మకముగను, కుకవి నిందాపరముగను నిందున్న రెండుత్పల మాల పద్యములెల్ల నూరు నరసింహకవి రామనాటకము, సూక్ష్మ

రామాయణములందు యథా తథముగఁ గన్పట్టుచున్నవి.) ఓబుళరాజు ఉషా పరిణయ ముఖపత్రమున నీ శ్రీరామరాజు రుక్మిణీ శకుంతలా పరిణయములను రెండు గ్రంథములను రచించినట్లు గలదు. కాని రుక్మిణీ పరిణయమొక్కటే లభ్యమైనది.

గ్రంథ విషయము. ప్రసిద్ధము. ఉపోద్ఘాత ద్విపద, నటీనట సంవాద రూప ప్రస్తావన, చోబ్దారి రాకతోఁ గథారంభము. ఇందు కందార్థము లెక్కువ. పదములు, దరువులు, ద్విపదలు, కొలఁది పద్యములును గలవు. సంధివచనములు, కొద్ది సంవాద వచనములు నెక్కువ. గ్రంథము నాటక మని పేర్కొనఁబడినది. నాటకీయత యెక్కువ గలదు. రచన యొకమోస్తరు.

---

164. తంగుటూరు వెంకటరామయ్య

పద్మావతీ పరిణయము :

(ప్రచురణ .— అమెరికన్ డైమండు ప్రెస్., మదరాసు 916. ప్రచురణకర్త :— వంకదారి కోశన్న. పరిష్కర్త కిడాంబి రాఘవాచార్యులు)

కవి అనంతపురం తాలూకా వెంకటంపల్లె నివాసి. వైశ్యుఁడు. వరదాంబా తిప్పయ్యల పుత్రుఁడు. మాల్యవంతం వెంకటాచలమయ్య శిష్యుఁడు. పూర్వోక్తమైన ఉపేంద్ర శ్రీరామరాజు ఉషాపరిణయము

నందుఁ బేర్కొనఁబడిన కిడాంబి రాఘవాచార్యుఁడే గ్రంథ పరిష్కర్త. శ్రీరామరాజు 1916 ప్రాంతమువాఁడు. ఈ గ్రంథము ప్రచురణ సం. 1916 కావున నీ వెంకట రామయ్యయు నప్పటి వాఁడే యగును. (ఈ గ్రంథము చివర విడి రచనలు కొన్ని గలవు. అందుఁ బ్రచురణ కర్త ప్రశంస గలదు. యమ్మనూరి వెంకటసుబ్బ కవి పేరును బ్రసక్తమైనది.)

గ్రంథ విషయము :— వరాహ పురాణోక్త ప్రకారము పద్మావతీ వేంకటేశ్వరుల పరిణయ గాథ. ఇందు పదపద్య ద్విపద కందార్థములు గలవు. సరళమైన వచనములో సంవాద శైలీ ప్రాబల్యము గల గ్రంథమిది. గ్రంథారంభమున జోఫుదారి రాక, పదముల చివర ముద్ర సాధారణ విషయము. నాయకుఁడే నాయిక కడ కెఱుక చెప్పఁ బోవుట యొక విశేషము. గ్రంథము యక్షగానమని పేర్కొనఁబడినది. రచన నిరాడంబరము, సరసము నైనది

---

165. ముడుంబై అలమేల్మంగతాయారమ్మ

సుల్తాని కల్యాణము :

(ముద్రణ :— వాణీ ము. శా. బెజవాడ, 1917)

ఈమె కౌశికగోత్రజ. నరసింహా దేశికుని శిష్యురాలు. గ్రంథాంత ద్విపదలో నీమె పీఠికాపుర కుంతిమాధవస్వామిని స్మరించి యుండుటచే గోదావరీ మండలవాసిని యని తోఁచును. గ్రంథారంభమున స్వయముగా నొకవచన పీఠిక వెలయించి యుండుటచే నీమె యాధునికురాలని చెప్ప వచ్చును.

సుల్తానీ కల్యాణమనఁగా నిందలి యితివృత్తము వైష్ణవగాథలలో గడుప్రచారమందిన బీబినాంచారికథ. ఈకథ కాకర మాచార్య సూక్తిముక్తావళి. సురతాణి కల్యాణముపేరఁ గర్తృత్వమెఱుఁగఁబడని యింకొక యక్షగానముగలదు. దానిని దాను జూచినట్లు చెప్పినదీమె. ఈమెరచనయే మేల్తరమైనది. ఇది తాళప్రధానములైన దరువులు ప్రచురముగాఁ గలరచన. ఇందు ద్విపదలు, సీసములు, కందములు ఏలలు, లాలి, అర్ధచంద్రికలు, ధవళశోభనములు, సంధి వచనములు, గలవు. యక్షగానమని పేర్కొనఁబడినది.

---

166. తిరుపీధి చెంచు సుబ్బదాసు

ఉ షా ప రి ణ య ము :

(ప్రచురణ :— వి. వి. నాయుఁడు అండు సన్సు, నెల్లూరు సం. ?)

కవి నివాసము “ నెల్లూరుజిల్లా వేంకటగిరి సంస్థానము ఇలాకా కొచ్చెర్లకోట ”. తలిదండ్రులు వరంత్రీస్త్రి వేంకటరామాంఖ్యులు. గురువు ముసలయాచారి. కృతిభర్త నెల్లూరుజిల్లా పొదిలితాలూకా వల్లాయపురివాసి పోతకమూరి లక్ష్మీనరసింహాము. ఈకృతియందలి దరువులలో వల్లాయపురి కోదండరాముని ముద్ర యుండుటచే దీనికి వల్లాయపురి ఉషాపరిణయ మనియుఁ బేరు. ఈ కవి నారాయణతత్వ విలాసమను నింకొక యక్షగానమును రచించి నట్లును నది 1913 లో ముద్రితమైనట్లును ఆం. వా. సూ. వలనఁ దెలియుచున్నది. అది

యలభ్యము. ఈయుషాపరిణయము పింగళ నైశాఖమందు రచింపఁబడి నట్లు ప్రచురణ కర్తలు తెలిపినారు. 1917 పింగళ. కవి యీశతాబ్ది వాఁడే యైయుండును.

ఉషాపరిణయకథ ప్రసిద్ధమైనది. ఇందు దరువులు, పద్యములు, నర్ధపద్యములు, సంధి—సంవాద వచనములునును గలవు. గ్రంథము గేయ ప్రబంధ మనియు, నాటకమనియుఁ బేర్కొనఁబడినది. రచన సరళ గ్రాంధికములోఁ జక్కఁగనే సాగినదన వచ్చును గాని యక్షుంతవ్యములగు దోషము లనేక మున్నవి.

---

167. మరుధూరి తాతాచార్యులు

ఇతఁడు గుంటూరు జిల్లా నరసారావుపేట తాలూకా వేమవర గ్రామ వాస్తవ్యుఁడు. భారద్వాజసగోత్రుఁడు. మరుధూరి వేంకటాచార్య పుత్రుఁడు. ఇతని కృతి "పారిజాతం బను శ్రీకృష్ణలీలా విలాస నాటకము". కవి పెట్టిన పేర దే కాని యిది శ్రీ సత్యభామా మనోల్లాస నాటకమనుపేర 1919 లో నరసారావుపేట రాజ్యరమా ము. శా. యందు ముద్రితమైనది. కృతిపతియైన జుజ్జూరి ఆదినారాయణ (వేమవరవాసి) యే ముద్రణ సహాయుఁడని ముఖపత్రము. అనఁగాఁ కవి 1919 సం. ప్రాంతముననున్న వాఁడని నిశ్చయముగాఁ జెప్పవచ్చును.

ఈకృతియందు నంది తిమ్మనగారి పారిజాతాపహరణ ప్రబంధ ప్రణాళికయే పాటింపఁబడినది. రచనలోఁ దదను కరణమును గలదు.

ఇందు దరువులు, ద్విపదలు (పాత్రలు తెరవెడలు సందర్భములందును), పదనములు, కందార్ధములు, సంధివచనములును గలవు. "చోపుదారు" లేక "కట్టియం" పాత్రగలదు. రచన నిర్దుష్టముకాదు గాని యొకింత సరసమైనదే.

---

168. వీణె సుబ్బరాజు
గారుల పెండ్లూరు శేషగిరిరాజు

కుశలవ నాటకము:

వీణె సుబ్బరాజు మనుమడు శేషగిరిరాజు. వీరు మాగధ కులజులు (భట్రాజులు). సుబ్బరాజు తండ్రి చన్నమరాజు. గురువులు చదలువాడ నృసింహాచార్యులు, రమణాచార్యులు; సుబ్బరాజు సంతవేలూరువాసి. (ఈకృతికి సంతవేలూరు కుశలవ నాటకమనియే పేరు; రామనాటకమని నామాంతరము). శేషగిరిరాజు పెండ్లూరు పురవాసి. ఈశేషగిరిరాజు మేనల్లుడైన కోడూరు సుబ్బరాజీ గ్రంథ స్వాతంత్ర్యమును కడూరు చెంగల్వరాజుగారికిచ్చినట్లు చెంగల్వరాజు గారు 1923 సం. న మదరాసు సరస్వతీ ము. శా. యందు ముద్రింపించి ప్రచురించిన ప్రతిమీదను, చెంగల్వరాజుగారి నుండి గ్రంథస్వాతంత్ర్యమును బొంది 1931 లో మదరాసు వెస్టువార్డువారు ప్రకటించిన ప్రతి మీదను గల ముఖపత్రములవలనఁ దెలియుచున్నది. (రెండిటను రెండవ పుటలో నీగ్రంథ స్వామ్యప్రదాన ప్రశంసాత్మక మగు నొక సీస మాలికయుఁ గోడూరు సుబ్బరాజు కృతముగాఁ గన్పట్టును). కాఁగా గ్రంథకర్తలిరువురు నీశతాబ్ద్యారంభమున నుండినటు గ్రహింపవచ్చును.

గ్రంథవిషయము :— ప్రసిద్ధము. ఇందు జైమిని భారతకథా రీతి గ్రహింపఁబడినది. ఇందలి దరువులు, వివిధ ప్రసిద్ధరాగతాళము లలోనున్నవి కాక తాళప్రధానములును గొన్ని క్రొత్తదరువులును గలవు. ద్విపదలు పద్యములు, కందార్థములు, కొలది పాటి చిన్న సంధి-సంవాద వచనములు, రెండుచూర్ణికలు, నోక్కొక జావళి, రగడ, గొబ్బి, నలుగు, లాలి, జోలపాటలును గలవు. రచన హృదయంగ మముగా నున్నది. ఇది "ఆఱురాత్రిళ్ళ నాటకమునకును, బొమ్మలాట కును ఉపయోగముగా" రచింపఁబడినదని ముఖపత్రమునఁ గలదు. గ్రంథారంభమున గటికము పాత్రకుముందు వినాయక తదర్చక పాత్ర లను గూడ కవి ప్రవేశపెట్టియుండుట విశేషము.

---

169. కాకరపర్తి నృసింహకవి

సంగీత సారంగధర నాటకము :

(ప్రచురణ :— ఆర్. సంజీవిరావు అండ్ సన్ వారిచే శ్రీరామా విలాస ము. శా., విజయనగరము, 1927)

కవి గుఱించి విశేషము లెవ్వియుఁ దెలియవు. కృతిపతి పొట్లా పెదచ్చనార్యుఁడు ఈగ్రంథ ప్రస్తావనలో విదూషక ప్రసంగమున "బోయర్సుయుద్ధము" ప్రశక్తివచ్చినది. చరిత్ర ప్రసిద్ధములైన ఆఫ్రికాబోయరు యుద్ధములు క్రీ. శ. 1877 – 1902 సం. ల నడుమజరిగి నవి. ఈకృతి ప్రచురణ వత్సరము 1927. కవి 1900 – 1927 నడుమ నుండి యుండును.

గ్రంథవిషయము ప్రసిద్ధము. రచన చక్కనిది. ఇది 'నాటకము యక్షగాన శృంగాటకమ్ము' అని కవిచేఁ బేర్కొనఁ బడినది. ఆశృంగాటక శబ్దము సార్థక మగునట్లే యున్నదిందలి రచనాప్రక్రియ. ప్రారంభమున సూత్రధార విదూషకులచే సలక్షణముగాఁ బ్రవర్తింప బడిన ప్రస్తావనయుఁ గలవు. గ్రంథమధ్యమున విదూషక ప్రసంగము లున్నవి. గ్రంథ మైదంకములుగను నంకములు తిరిగి యనేకరంగములు గను విభాగింపఁబడినది. ఇందు సంధివచనములు లేకుండ ముఖాముఖిగా సరళశైలిలో వచన ప్రచురముగాఁ బాత్రల సంభాషణలు, స్వగతములు, నేపథ్యప్రసంగములు, పాత్రలు సూటిగాఁ బ్రవేశించు పద్ధతి (ఒండు రెండుచోటులఁదక్క)యుఁ బ్రసిద్ధ రాగతాళములలోఁ బాటలు, పద్యములు, వచనములు నొక్కొక్కచో ద్విపదయు రగడయుఁ బ్రయుక్తమైనవి. ఇదియంతయు సంస్కృత పాశ్చాత్య నాటక ఫక్కికలకు నడిమి వాటముగా నడుచుచు ధార్వాడనాటకపుఁ బోకడలుగూడ సంతరించుకొన్న నాఁటి ధర్మవరము కృష్ణమాచార్య ప్రభృతుల నాటకముల రచనాప్రక్రియకు దీటుగా నున్నది. కాని యక్షగాన ప్రక్రియతో నెట్టిపోలికయు గానరాదు. గ్రంథకర్తయే స్వయముగా యక్షగానమనియుఁ బేర్కొనియుండుటచే దీని కిచటఁ బ్రసక్తి కలిగినది.

170. ఎన్. వెంకటరామయ్య

ఇతఁడు సత్యనారాయణ వ్రతమను యక్షగానమును రచించెననియు నది బెజవాడ వాణీ ముద్రాక్షర శాలలో ముద్రితమై తేదీ 4-8-1934 న నితని చేతనే ప్రకటితమైన దనియుఁ దెలియుచున్నది. గ్రంథ మలబ్ధము. (ఇతని నివాసము చినయనమదలయని తెలియుచున్నది.)

171. శ్రీ రాజా వేంకటాద్ర్యప్పారావు బహద్దరు

వీరు ఉయ్యూరు సంస్థాన ప్రభువులు, సాహితీ వల్లభులు. వీరు 1948లో కొండపల్లి వీరవెంకయ్య (రాజమండ్రి) సమూలముగా ప్రచురించిన తమ శ్రీకృష్ణలీలా తరంగిణి – యాంధ్రానువాద గ్రంథము చివర స్వవిషయము నుటంకించుచు నందు "కాకతి రుద్రాంబకథ యక్షగాన ప్రబంధ శోభలం గొందు పరచినాఁడ" ననియున్నారు. ఈ తరంగిణి యనువాద కాలమును "ఐదువేలును నలువది యైదవ కలి తారణాబ్దము" గా చేర్కొనినారు. అది క్రీ. శ. 1944. కాకతి రుద్రాంబకథ యాంతకుముందే రచింపఁబడిన దన్నమాట. ఇట్లు చరిత్ర ప్రసిద్ధులగు వ్యక్తుల జీవితోదంతములును యక్షగాన కావ్యవస్తువు లగుట యొక్క విశేషము. ఈ రుద్రాంబ య. గా. ముద్రితమైనదఁట. కాని లభ్యము కాలేదు.

---

172. బళ్ళ రామరాజు

శ్రీకృష్ణలీలలు:

(ప్రచురణ: కాళహస్తి తమ్మారావు అండు సన్సు రాజమండ్రి వారిచే తొమ్మిదవ కూర్పు, 1945)

కవి రుక్మాంగదసగోత్రుఁడు. రాజమాంబా సీతారామరాజుల పుత్రుఁడు. బళ్ళ సీతారామరాజు వ్రాలపల్లి రాధామాధవ నాటకకర్త

అతఁడు క్రీ. శ. 1906 సం. న నుండినట్లు నిశ్చితముఁగా దెలియవచ్చినది (చూ. ఇందతని యుదంతము, నం. 150). అతని పుత్రుఁడైన యీతఁడీశతాబ్ది పూర్వార్ధము నందుండె ననుటలో విప్రతిపత్తి లేదు.

ఇతని గ్రంథము పలు చిన్నచిన్న రంగములుగా విభాగింపఁబడినది. కృష్ణజననాదిగా నుగ్రసేన పట్టాభిషేకము వఱకుఁగల భాగవతకథలోని ముఖ్యాంశము లొక్కొక్కరంగమున నొక్కొకటి మిక్కిలిసంగ్రహముగాఁ జెప్పఁబడినవి. ప్రతి సన్నివేశమును బాత్రముఖముగా నాటకీయముగాఁ బ్రవర్తితమైనది. అంతయు నూటిమైనపద్ధతి. కీర్తనలు, వచనము, పద్యములు నిందలి రచనాంగములు. అన్నియుఁ బాత్రసంవాదాత్మకములే. వర్ణనగాని కథనముగాని లేవు. రంగప్రయోగసూచనలు, పాత్రావస్థాసూచనలు, మొ॥ గలవు. ఇది యాధునిక రంగస్థలనాటకప్రక్రియ కతిసన్నిహితముగా నున్నది. కాని కవి గ్రంథాంతగద్యలో దీనిని 'యక్షగానప్రబంధ' మని పేర్కొనియుంటచే నిచటఁ జేర్పవలసి వచ్చినది.

---

173. మాడ అప్పలస్వామి

రామదాసు నాటకము:

(ముద్రణ :— నేషనల్ ప్రింటింగువర్క్సు, యలమంచిలి.)
(1950)

ఇతఁడు నాగమళ్ళ గోత్రమువాఁడు. మామిడివాడ శివారు కలవలపల్లి (విశాఖమండలము, యలమంచిలితాలూకా) గ్రామస్థుఁడు.

గొబ్బూరునివాసియగు కీర్తి వెంకటరామయ్యపంతులుగారి శిష్యుఁడు. ఈకీర్తి వెంకటరామయ్య ఎఱుకలకథ అను య. గా. నకుఁ గర్త. ఈయన 1906 సం. న నుండినవాఁడని నిశ్చయింపఁ బడినది. (చూ. ఇందతని యుదంతము నం. 152). అతని శిష్యుఁడగు అప్పలస్వామి తా నీకృతిని సర్వజిన్నామవత్సరాషాఢమున రచించినట్లు చెప్పినాఁడు. ఇది 1947లోఁ బడిన సర్వజిత్తే కావచ్చును. అప్పలస్వామి యీ శతాబ్ది పూర్వార్ధమున నుండినవాఁడనుట నిశ్చయము. (ఇప్పుడుకూడ నున్నాఁడేమో!)

గ్రంథవిషయము :— ప్రసిద్ధుఁడగు భద్రాచల రామదాసు చరిత్రము. యక్షగానమని పేర్కొనఁ బడినది. ఆ ప్రక్రియ సమృద్ధిగా నున్నది. విశేషములులేవు. రచన 'నా కవిత్వమధర్మాయ... ' అను శ్లోకమును జట్టున జ్ఞప్తి కెలయింపఁ గలట్టిది.

---

174. నల్లమిల్లి బసివిరెడ్డి

ఈయన జీవత్కవి. జననము 30-9-1897. నివాసము తూర్పుగోదావరిజిల్లా రామచంద్రపురం తాలూకా రామవరము. రెడ్డికులజులు. సిరిపాలగోత్రజులు. తల్లిదండ్రులు బుల్లెమాంబా బాపిరెడ్డులు. ఈయన ఆంధ్రప్రాంతమున హరికథకులుగా సుప్రసిద్ధులు. హరికథాఖ్యానమునందే కాక రచనమునందును నిష్ణాతులు. బహు గ్రంథ

కర్తలు.* భారత రామాయణ భాగవతములు మూఁడింటి హరికథా రూప పరివర్తనముల నతిసమర్థముగా ఒక్కచేతి మీఁదుగా నిర్వహించిన నిపుణులు. ఇవికాక భక్తవిజయము, జాతీయభారతము (గాంధి చరిత్ర), శశిరేఖా పరిణయము, వేమన చరిత్ర, గోస్తనీనదీ మాహాత్మ్యము నను హరికథలు, శ్రీకృష్ణశైశవము (కంసవధ), ప్రహ్లాదచరిత్ర, కుశలవ, మైరావణచరిత్ర మొదలగు యక్షగానప్రాయ నాటకములును రచించియుండిరి. వీరి రచనలలో శ్రీమద్రామవర రామాయణము (షట్కాండలు - మూఁడు భాగములు) యక్షగానప్రబంధముగా గ్రంథకర్తచేఁ బేర్కొనబడినది. కాని గ్రంథమంతయుఁ బ్రసిద్ధరాగతాళములతో తోహరాలు, భజన కీర్తనలుగను, నడుమ నడుమ చిటిపొటి వచనములతోను నిండి యున్నది. అయితే ఇందు సంవాదశైలీ ప్రాచుర్యముతో నాటకీయత ప్రస్ఫుటముగ నున్నది ఇది భజన కూటములందు నిరాహార్యకముగనే ఆయా కథాపాత్రముల ప్రాతినిధ్యము వహించిన భక్తులచే నాటకీయముగఁ బలుతడవులు ప్రవర్తితమైనది. (యక్షగాన ప్రదర్శనలందిట్టి వింత సంప్రదాయ మొకటి కన్నడదేశమున నున్నదని సన్నగా వింటిని). ఆంధ్రదేశమునందును నీ యాధునిక కాలముననే యిట్టిగ్రంథములు కొన్ని బయల్వెడలినవి. అవి అన్యత్ర ప్రసక్తములు. యక్షగాన పరిణామ చరిత్రలో నిదియొక

* ముఖ్యగ్రంథ ప్రచురణ వివరము 1) శ్రీమద్రామవర రామాయణము 2) శ్రీమద్భారత వీరచరిత్రము (హరికథ) - రామవరము మేరీ ముద్రాక్షరశాల, సం. వరుసగా 1926-27, 1940. (3) మైరావణ చరిత్రము, (4) సంగీత భక్తరామదాసు (య. గా. నాటకములు లేక నాటకభజన కీర్తనలు), (5) వేమనయోగి చరిత్రము (హరికథ) — రామచంద్రపురము శ్రీ వాణీ ము. శా. సం. వరుసగా 1928, 1928, 1932 (6) జాతీయభారతము — యు. ఎన్. ము. శా. మారుటేరు, 1950. భాగవతము హరికథ మొ॥ కొన్ని అముద్రితములు).

యపూర్వ విషయము. ఈవిషయము, ఆదిభట్ట నారాయణదాసాదుల వలె వీరును హరికథలను యక్షగానములుగా వ్యవహరించిన విషయము నసలు యక్షగానోత్పత్తి చరిత్రమునుబట్టి యంత సమంజసములుగాఁ దోఁపక పోయినను, యక్షగానమునకును హరికథలకు నీ భజన నాటకములకును జన్యజనక భావ సంబంధము లేకపోయినను, ప్రక్రియలో దానికిని వీనికి నే కొంతయో సాదృశ్యము (సంగీతనాటకీయతల స్థితిత్వమునందు) దోఁచి పండితులైన యీ పెద్దలట్లు వ్యవహరించి యుండుటను గేవలము గాదనలేము. ఈవిషయమును గూడ బహుముఖ చిత్రమైన యక్షగాన పరిణామచరిత్రలోనొక మెట్టు (బహుశః చివరి మెట్టు)గా (ఇప్పటిమట్టునకైన) గ్రహించుట లెస్స యనుకొందును.

ఈ సందర్భమున శ్రీ బసివిరెడ్డిగారు స్వయముగ వక్కాణించిన యభిప్రాయమునే ఇందుఁ బొందుపఱచుచున్నాను: "సంగీతముతోఁ గూడిన కీర్తనలు, పద్యములు, గద్యములతో నడచునవన్నియును యక్షగాన కావ్యములే యని నా యభిప్రాయము. యక్షగానములలో నాటకములు, హరికథలు, కావ్యములు—అన్నియు చలామణీ యగుచుండును. హరికథలన్నియు యక్షగానకావ్యములే యని చెప్పనగును. ఇంచుమించు నేను వ్రాసినవి ఒక్క డ్రామాలు జయప్రద వగైరాలు తప్ప తక్కిన వన్నియు యక్షగానకావ్యములే. రామాయణము కేవలము కీర్తనలు, డోరాలు, వచనములే గాన యక్షగానము లంటిని. యక్షగానములని అన్నను అనకపోయినను కీర్తనలతో నిండినవన్నియు యక్షగాన ప్రబంధములే యని నా యుద్దేశము."

బసివిరెడ్డిగారి రచన బహువిధ గద్యపద్యగేయ భాసురము, సరసము, సలక్షణము, సరళము, చతురమునైనది. ఆయన సహజ పాండిత్యధురీణులు, సహజకవి బిరుదాభిరాములు:

అనుబంధము

(1)

20. శతాబ్ది పల్నాటి యక్షగాన కవులు

1. కీ. శే. కన్నెగంటి ప్రభులింగాచారి :

తక్కెళ్లపాడు నివాసి. విశ్వబ్రాహ్మణుడు. అష్టావధాని. ఇతని య. గా. కృతులు :— జయప్రద నాటకము, తారా చంద్రము, పాంచాలీ స్వయంవరము, గయోపాఖ్యానము. ఇతని పల్నాటి వీర చరిత్ర నాటకము యక్షగానమగునో కాదో తెలియదు.

2. కీ. శే. తంగెడ లక్ష్మీకాంత కవి :

మోర్జంపాడు వాస్తవ్యుడు. నియోగి. జగన్మోహినీ నాటకకర్త.

3. కీ. శే. మల్లెం సుబ్రహ్మణ్యాచారి :

విశ్వబ్రాహ్మణుడు. సావిత్రీ నాటకకర్త.

4. కీ. శే. కొండ భవానీ శంకరాచార్యులు :

వేమవరము నివాసి విశ్వబ్రాహ్మణుడు. వీర బ్రహ్మ యోగి నాటకకర్త.

5. కొండరాజు మల్లయాచారి :

వేమవరము నివాసి. విశ్వబ్రాహ్మణుడు. నల నాటకకర్త.

6 కూరపాటి కోటమరాజు :

నాగులవరము. భట్రాజు. ఉషా కన్యా పరిణయ కర్త.

7. దుగ్గరాజు సీతయ్య :

ఉషాపరిణయ నాటక కర్త.

8. బత్తుల లక్ష్మయ్య :

ప్రవరాఖ్య నాటక కర్త.

గమనిక :— ఈయనుబంధమున కాధారములు — శ్రీ రావిపాటి లక్ష్మీనారాయణ గారు (గురజాల) రచించిన పల్నాటి చరిత్ర, వారు నాకు తే 30—6—55న వ్రాసిన యుత్తరము పై నాయా కవుల య. గా. కృతులు మాత్రమే పేర్కొనబడినవి. అందొకటియు లభ్యము కాలేదు

దక్షిణ దేశ
యక్షగాన
కవులు - కావ్యములు

1. రఘునాథ నాయకుఁడు

ఇతఁడు సుప్రసిద్ధుఁడగు తంజాపురాంధ్ర నాయకరాజు. అచ్యుతప్ప నాయకునకు మూర్తిమాంబకును బుత్రుడు. ఇతని రాజ్యకాలము క్రీ. శ. 1600 - 1631. ఇతని యాస్థాన మనేక సంస్కృతాంధ్రకవులకును, గవయిత్రులకును నాశ్రయమై నెగడినది. ఇతఁడే చేమకూర వెంకట కవి విజయవిలాసమునకుఁ గృతిభర్త. కృతిభర్త యగుటయే కాక స్వయముగ కృతు లనేకము రచించినాఁడు. అందు రామాయణము, వాల్మీకి చరిత్రము మొదలగు పద్యకావ్యములు, నలచరిత్ర మొదలగు ద్విపద కావ్యములే గాక (ఈ మూఁడును నేఁ డుపలబ్ధములు) రెండు యక్ష గానములు నుండుట విశేషము. కాని యవి నేఁడలభ్యములు.

1. శ్రీ రుక్మిణీ కృష్ణ వివాహ యక్షగానము :

ఇది యాతని కృతిగా సంగీత సుధలోఁ బేర్కొనఁబడినది. (చూ. సం. సు. చరిత్రమ్., శ్లో 63. Published in the journal of the Music Academy, Madras, 1930. Vol. I. Pp. 63) ఈ శ్లోకమే గోవింద దీక్షితుని సాహిత్యసుధలోనిదిగా శ్రీ యస్. కృష్ణస్వామయ్యంగారి Sources of Vijayanagar History 269 వ పుటలో నుదాహృతము.

2. జానకీ కల్యాణ చాటుకావ్యము :

ఇది యాతిని కృతియైనట్లీతని కొడుకగు విజయరాఘవుని రఘునాథ నాయకాభ్యుదయము (తం. స. మ. ప్రచురణ, 1951. పుట. 21) వలనఁ దెలియవచ్చినది. ఇది యక్షగానమని పేర్కొనఁబడలేదు. రఘునాథుఁడే పేర్కొనియుండిన దీనిని యక్షగాన మనియే యని యుండెడి వాఁడేమోగాని పేర్కొనినవాఁడు విజయరాఘవుఁడు కావున నతని

తరమునుండి తంజావూరున యక్షగానమున కా పేర వ్యవహారము సన్నగిల్లి నాటకము, చాటుకావ్యము నని వ్యవహారము గలిగి నట్లతని యక్షగాన ప్రాయ రచనలనుండియే (చూ. కాళీయమర్దనము – తం. స. మ. కే. నం. 500. పూతనాహారణము – నం. 554, ప్రహ్లాద చరిత్ర – నం. 541.) యొక్క పడుచుండుట వలనఁ జాటు కావ్యముగాఁ బేర్కొనఁబడిన యీ జానకీ కల్యాణము యక్షగానము కావచ్చునని యూహ.

ఇంతకును రఘునాథుని యక్షగాన రచన మొక్కటియు స్వరూపము దెలియకుండఁ బోయినది.

---

2. కృష్ణాధ్వరి

ఇతఁడు పై రఘునాథ నాయకున కనేక కృతు లంకిత మిచ్చిన వాఁడు. తన నైషధ పారిజాతీయమున (తం. స. మ. నం. 172) నాతని కృతికన్యల యెడ నతని వాల్లభ్యమును బ్రశంసించుచు నొక సీస పాదమున 'కల్యాణ కౌముదీ కందర్ప నాటక కన్యోద్వాహాన బద్ధ కంకణుం' డని పేర్కొనెను. ఆ నాటక మలబ్ధము. అది యానాఁడు రఘునాథు నాస్థానముననే వెలసిన కమలినీకలహంసాదులవలె సంస్కృత రూపకమై యుండునని తోఁచును. అది తెలుఁగు గ్రంథమే మై యుండు నెడల మార్గ నాటకములవంటి నాటకము లానాఁటికిఁ దెనుఁగునఁబుట్టినట్లు కానరానందున యక్షగానమైయుండునని యూహ. అంతమాత్రముచేతనే దాని కిట నీపాటి ప్రసక్తి గల్గినది.

---

3. విజయరాఘవనాయకుఁడు

ఇతఁడు తంజావూరు రఘునాథ నాయకుని పుత్రుఁడు. అతని తరువాత క్రీ. శ. 1633 – 1673 సం. ల నడుమ తంజావూరి నేలిన వాఁడు. అతనికి సాహిత్య ప్రక్రియ లన్నిట యక్షగాన మనిన నతి మాత్ర ప్రీతి. తద్రచనలో నతి విదగ్ధుఁడు. ఆస్థాన కవులచే ననేక యక్షగానములు రచింపఁజేయుటయే కాక తాను స్వయముగా బహు కృతులు రచించి తన కొలువు నట్టువ మేళములచేఁ దఱచు ప్రయోగింపఁ జేసి వినోదించెడివాఁడు. రఘునాథనాయకుని కాలమున రాజ సభా ప్రవేశపురస్కారము లభించిన యక్షగానమునకు విజయ రాఘవుని కాలమున రంగభోగము విస్తరిల్లినది. ఆప్రక్రియ యొక్క విశిష్టపరిణతి నందినది తంజావూరు తన్మహనీయస్థితి మూలమై నిలిచినది. నాఁటి నుండి యక్షగానముయొక్క ప్రదర్శన ప్రయోజనము బాగుగా గుర్తింపఁబడి యది కోటలోని రాజుగారికిని బేటలోని ప్రజలకును సమానముగా నాదర పాత్రమై సర్వోపభోగ్యమై యాంధ్రులకు నాటకము లేదన్న లోటు కొంత తీర్చినట్లైనది. నాఁటి నుండి తంజావూరిలో యక్షగానము తన పేరు గోల్పోయినను బ్రతిష్ఠ గోల్పోక, చాటు కావ్యముగాఁ బరిగణింపఁబడినను నాటక నామకరణము చేయించుకొని, తత్రాపి మహానాటకమనియుఁ గొండఱిచే వ్యవహృతమైనది. (అట నాటక శబ్దమును వీధి నాటకమునందువలె రూపక సామాన్యవాచిగా గ్రహింపవలెను. మహా నాటకమనుట వట్టి మాటవరుస.)

విజయరాఘవుని ప్రహ్లాద చరిత్ర (తం. స. మ. కే. నం. 541) గ్రంథారంభమున నొక సుదీర్ఘ సీస మాలికలో నతని కృతుల పట్టిక యొకటి కలదు. అందు బహు విధ కావ్యములు పేర్కొనఁబడినవి.

వానిలో యక్షగాన ప్రాయ రచనల పాలే యధికము. నాటక శబ్ద సూచనచేతను, సూచన లేకున్నను నుపలబ్ధము లగుటచేతను వానిలో యక్షగానములని యూహింపఁదగినవి పదుమూఁడు:—

౧. రాజగోపాలవిలాసము, ౨. ఉషాపరిణయము, ౩. కాళీయ మర్దనము, ౪. రఘునాథాభ్యుదయము, ౫. మోహినీ విలాసము ౬. ప్రహ్లాదచరిత్రము, ౭. పూతనాహరణము, ౮. ఒకమంజరీ ద్విపద ప్రబంధమునకు నాటక పరివర్తనము (అసలు గ్రంథనామ మేమో!) ౯. విప్రనారాయణ చరిత్ర, ౧౦. సముద్రమథనము, ౧౧. కృష్ణ విలాసము. ౧౨. జానకీ కల్యాణము, ౧౩. పుణ్యకవ్రతము.

ప్రహ్లాదచరిత్ర పట్టికలో నాటక శబ్దసూచితము గాకపోయినను, గ్రంథ మలబ్ధమైనను నితఁడు రుక్మిణీ కల్యాణమును గూడ నాటకముగా రచించినట్లతని గ్రంథాంతరమగు రఘునాథనాయకాభ్యుదయ ద్విపద కావ్యాశ్వాసాంత గద్యవలనఁ దెలిసెడి. దీనినిబట్టి ప్రహ్లాద చరిత్ర పట్టికలో నాటక శబ్ద సూచితములుగాని మఱికొన్ని గ్రంథములును నాటకములు గావచ్చునని యూహింపఁ దగియున్నది.

ఇందిపు డుపలబ్ధములగునని యైదుమాత్రమే. అందు విప్రనారాయణ చరిత్రము, రఘునాథాభ్యుదయము * ననునవి వరుసగా 1950, 51 సం. లలో తం. స. మ. వారిచేఁ బ్రకటింపఁబడినవి. కడమమూఁడు సముద్రితములు. * అవి:

---

* ఇది తన్మాతృకా ప్రాయమగు రఘునాథ నాయకాభ్యుదయ ద్విపద కావ్యముతోఁగూడ నొక్క సంపుటముగా డాక్టరు శ్రీ నేలటూరి వెంకటరమణయ్య, శ్రీ మల్లంపల్లి సోమశేఖరశర్మగారల విలువ గల విపులము లగు ఆంగ్లాంధ్ర పీఠికలతోఁ బ్రకటింప బడినది. ఇందలి రఘునాథ విజయరాఘవుల కాలముల కవియే ఆధారము.

* ఇవి యిటీవల ఆం. వి. క ప. వారిచేఁ బ్రచురింపఁ బడినవి.

౧. కాళీయమర్దనము. (తం. స. మ. కే. నం. 500)
పూతనాహరణము. (తం. స. మ. కే. నం. 554)
ప్రహ్లాద చరిత్ర. (తం. స. మ. కే. నం. 541)

విజయరాఘవుఁడు మన్నారుగుడి క్షేత్రస్వామియగు రాజగోపాలదేవుని భక్తుఁడు. మన్నారని స్వామినామాంతరము. మన్నారుదాసని విజయరాఘవుని మాఱుపేరు. ప్రాయికముగా నతని ప్రతికృతియు రాజగోపాలస్వామి కంకితమైనదని చెప్పవచ్చును. ప్రహ్లాదచరిత్రమునందప్పు ప్రతిగ్రంథారంభమునను 'భోజకన్యాముఖాం భోజరాజమరాళ' — ఇత్యాదియగు దత్తున్నతి సీసమొకటి గలదు. తదుపరి రఘునాథనాయకాభ్యుదయ ద్విపదకావ్య ప్రారంభమునందలి శ్రీరాజగోపాల చిరకీర్తిజాల', 'కలాశాంబునిధి కన్య కల్యాణధన్య' యను ద్విపదలు పూతనాహరణమునందక్కఁ గడమ యన్నిట నున్నవి.

సామాన్యముగాఁ బ్రతి కృతియందు నిష్టదేవతా స్తుతికిఁ బిదప నొకవచనమున విజయరాఘవసంబుద్ధులు కొన్ని, యావెనుక నే 'పరాకు స్వామివారు హావణించిన......నాటకంబు నటన పటిమ గనుపించ విను పించేము విన నవధరించుండ' యని రూపక ప్రరోచన గనిపించును. ఇది ప్రదర్శకులచే పఠింపఁబడుట కుద్దేశింపఁ బడినట్లు తోఁచును. ఇదియే 'కైవార' మని రఘునాథాభ్యుదయ విప్రనారాయణ చరిత్రములందు చేర్కొనఁబడినది. ప్రతి కృత్యంతమునను గవి స్వవిషయకమగు నొక వచనము, నందు గడమ మూఁడింట మాత్రమే యొక శుభాశంసనమునుగలవు. అదే భరత వాక్యముగాఁ బూతనా హారణమునఁ జేర్కొనఁబడినది. ఆకైవారము, భరతవాక్యము ననునవి కవి యుద్దేశపూర్వకముగనే వ్రాసియుండును. కొన్నిటి ప్రతులలో నామాటలు లోపించి యుండవచ్చును. కా. మ., పూ. హ., ప్ర. చ. మూఁడును

నాటకచాటు కావ్యములని కంఠోక్తిగాఁ జెప్పఁబడినవి. కడమ రెండుఁ నాటకములని మాత్రము పేర్కొనఁబడినవి. అన్నియుఁ బ్రదర్శనోద్దిష్టములైనవని నిశ్చయముగాఁ జెప్పవచ్చును. కొన్నిట రంగప్రయోగ సూచనలును గలవు.

గ్రంథ స మీ క్ష

1. కా ళీ య మ ర్ద న ము :

రాజగోపాలస్వామి గోభిల గోప్రళయులను మునుల సంప్రార్థనముఁ దపమును నెఱపిన కాళీయ మర్దనకేళి మెఱల నొక నాటకమువలె బ్రదర్శించుట యిందలి విషయము. ఇదిగడు చిన్న కృతి. కథా శరీరము, నాటకీయతయుఁ దక్కువ. గ్రంథ మంతయు నొక చిన్న వచనము, నొక చిట్టి దరువు చొప్పున సాగిపోవును. దరువులు ఆహిరి, సావేరి, ముఖారి, నాట, వసంత, భైరవి, గుమ్మకాంబోది, కల్యాణి మొదలగు రాగములలో నున్నవి. ఒకసీసము నొకయాట వెలఁదియు నొండు రెండు చోట్ల ద్విపదలును గలవు. రచన యేమంత ప్రౌఢము గాదు; ప్రారంభదశను సూచించును.

ఇందు కవి తన పితృవర్గము మూఁడు తరముల వారినిఁ బేర్కొనెను. వారు చినచెవ్వయాచ్యుత రఘునాథులు.

ఇది యనఁగా, జలక్రీడలు — గోపికా వస్త్రాపహరణ మనఁగా నిట్టి యక్షగానము లానాఁడు రంగమున నెట్లు ప్రదర్శింపఁబడుచుండెడివో !

2. రఘునాథాభ్యుదయము:

ఇది విజయరాఘవుని రఘునాథ నాయకాభ్యుదయ ద్విపద కావ్యమునకు యక్షగాన రూపపరివర్తనము. అందలి ద్విపద చరణము

లనేకము గ్రహింపఁబడి ననుమ దరువులు, వచనములు ననుసంధింపఁబడినవి.

ఇందలి యవతారికలో నాయకరాజ వంశ చరిత్ర ప్రశస్తులు, తంజాపుర వర్ణనయును గలవు. ఇది విజయ రాఘవు నెదుటనే ప్రదర్శింపఁబడినట్లు గలదు. అందు స్త్రీలును పాత్రధారణము చేసినట్లు చెప్పఁబడుట విశేషము.

ఈ గ్రంథము తాత్కాలికేతి వృత్తమగుట గమనింపఁ దగినది. అయ్యును చారిత్రకమైన విలువగలది. విజయరాఘవుని తండ్రియగు రఘునాథుఁడే యిందలి నాయకుఁడు. ఇందలి కథను ద్విధా విభజింప వచ్చును. పూర్వభాగము చిత్రరేఖయను పౌర (వార) కాంతతో నతని శృంగార కలాపము. పూర్వభాగమున నాఁటి నాయకరాజుల ప్రాభవ మెల్లఁ గన్నులకుఁ గట్టును. ఉత్తరభాగమున నొక క్రొత్తపోకడగలదు నాయకుఁడు సపరివారముగా స్వారి వెడలుట రాజవీథుల సౌధ జాలకముల నుండి పౌరకాంతలతనిఁ జూచుట, అందొక సుందరి చిత్రరేఖ యను నామె యతనిఁ జూడఁగనే మోహపరవశయగుట మొ॥. ఇది 'ఉలా' ప్రబంధపు పెత్తుగడ యని పీఠికాకారులగు శ్రీ మల్లంపల్లి సోమశేఖర శర్మగారు గుర్తించిరి. తొంబది యారు విధములగు తమిళ ప్రబంధములలో 'ఉలా' యొకటి* తంజాపుర

* "ఉలా" లక్షణము వైద్యనాథ దేశికుని 'ఇలక్కణ విళక్కప్పాట్టియల్' అను తమిళలక్షణ గ్రంథమునఁ గలదు. సూత్రములు. 97 — 102, తమిళమున ఉలాకు 'కలివెణ్బ' ఛందో నియమము గలదు తొల్కాప్పియమున ఉలా పేర్కొనఁబడలేదు. కాని యాలక్షణమునకుఁగొంత ప్రసక్తి యున్నట్లూహింప వచ్చునట. (ఇది నేను గ్రంథములఁగన్న విషయము గాదు. పండితుల వలన విన్నది మాత్రమే).

ప్రభువగు విజయరాఘవుఁడా తమిళ సాహిత్య సంప్రదాయమును గ్రహించుటలో వింతలేదు. తరువాతి దక్షిణాంధ్ర యక్షగాన కవు లనేకు లనేకవిధముల విజయరాఘవు ననుకరించుచువచ్చిరి. విజయరాఘవుఁ డిందుత్తరభాగముననే యాంధ్రప్రబంధ ప్రక్రియను గూడ బాగుగాఁ జొప్పించినాఁడు—నాయిక విరహావేదన, చెలుల శిశిరోపచారములు, రతిరాజ పూజ, చంద్రమదన మందానిలోపాలంభాదులేగాక చిలుక రాయబారముగూడ నుండుట యొక విశేషము. ఇందున్నట్లు చిలుకలకు, నట్లే గోపికా వస్త్రాపహరణాది యక్షగానము లందు జలక్రీడలాడు మొలబోడి యాఁడువారికిని సంభాషణలు దగిల్చిన యాయాగ్రంథకర్తలవి యెట్లు ప్రదర్శింపఁబడవలెనని యూహించిరో తెలియదు. విజయరాఘవుఁడీ గ్రంథమును నాటకము, ప్రబంధము ననియుఁ బేర్కొని యుండుటచేతఁ బూర్వోత్తర భాగములఁ గ్రమముగా నా రెండింటి లక్షణములను బట్టిపవి.

ఇందలి రచన మంచి యొఱపు గలది. ఇందుఁబద్య మొకటి, పలుతావుల ద్విపదలు, ప్రసిద్ధ రాగ తాళములలో దరువులు, పదములు, సంధి వచనములును గలవు. వచనములలో సంభాషణ కొలఁదిగాఁగలదు. '(ఇక్కడ) సరిపోయిన పదం వినిపించేది' అని యిట్లొకటి రెండు చోట్ల ప్రయోగ సూచనలు గలవు.

ఇందు గ్రంథాంత గద్యలో "రఘునాథ భూపాలుండు...నిజ లీలా విలాస శృంగాటకంబుగా నాటకంబు హవణించిన తన ముద్దుపట్టి యగు విజయరాఘవ పట్టభద్రునకుఁ బట్టంబు గట్టి" నట్లు గలదు. అనఁగా రఘునాథుఁ డీగ్రంథరచన నెఱిఁగియున్నట్లు తోఁచును. రఘునాథుని నిధన కాలము క్రీ. శ. 24-1-1631 (చూ. మల్లంపల్లి వారి పీఠిక పుట 27, 28). అందుచే రఘునాథాభ్యుదయ రచన క్రీ. శ. 1630 లో జరిగినట్లూహింప నగుచున్నది.

3. పూతనాహరణము :

ఇది నాటకీయతయు జాతీయతయు వెల్లివిరిసిన యక్షగానము. ఇందిది 'యశోదా వాక్యం' ఇది 'చెలికత్తె వాక్యం' అని యిట్లు పాత్ర సంభాషణ సూచనలు గలవు. ద్విపదలు, దరువులు, వచనములును గలవు. సంభాషణలు వచన ప్రచురముగాఁ బాత్రోచిత భాషలో సాగినవి. కవి వచనములను పేర నవి వచనములు గావు. పద్యములే యుదాహరింపఁబడినవి. అవి కథానుసంధాయకములు. అనఁగాఁ గవి వచనమనిన నది పద్యమైనను సంధివచనమన్న మాట. ఇందుఁ గొన్ని రంగప్రయోగ సూచనలు గలవు. ఉదా :—

1 "అవురా యీ రీతిఁజెలి చేతనున్న కుమారునిఁ జేకొని యశోద చెక్కిలినొక్కి యక్కునఁ జేర్చి ముద్దాడి యొక్క దరువు బాడుచుఁజక్కని కోపులు రహికెక్క నటించెనట యెటువలెను".

2. "పొత్తులలో బాలుని యశోద యెత్తుకొని యప్పుడు తత్తదిగ తోమని తగు కరతాళంబు లొత్తులు నటియించెను".

3. "కొంత సేపు తాము సిపమాడి యంతట సిపము నిల్పేది".

4. "యశోద రంగమధ్యంబున మంగళ ప్రదంబుగా నటించెనట యెటువలెను".

ఇందు గ్రంథాంతమున భరత వాక్య ముటంకింపఁబడినది.

ఇందలి కథ ప్రసిద్ధమైనది. విగతాసువై నఁ బూతన కళేబర మీఁదున్నటకు నందుని యాన వచ్చిన గొల్లల సుద్దులు, వారి పదగోష్ఠి, నందనందనునకు "భూతావేశ జాత భీతి విమోచనంబునకు స్వస్తివాచనం బొనరింప" వచ్చిన పురోహితుల ప్రసంగములును హాస్య ప్రకృష్ట

ములై పాత్రోచిత భాషలో జాతి వార్తాచమత్కార చారువులుగా నాగినవి.

ఇందు పురోహితుల సంకల్పమునఁ జేర్కొనఁబడిన ఖర సంవత్సరమును గ్రంథరచనారబ్ధమున కొక భంగ్యంతర సూచనగా గ్రహించినచో నది విజయరాఘవుని పరిపాలన కాలమున క్రీ శ. 1651 అగుచున్నది.

4. విప్రనారాయణ చరిత్ర :

విప్రనారాయణుఁడు ద్రవిడ దేశమున వైష్ణవమత ప్రవర్తకులగు పన్నిద్దరాళ్వారులలో నొకఁడు. అతని కథ రసికలోక ప్రసిద్ధము. అది యితివృత్తముగాఁ దెనుఁగున నొక మూఁడు ప్రబంధములును, నాలుగు యక్షగానములును వెలసినవి. రచనాప్రౌఢిని బట్టి యా యక్షగానములలో విజయరాఘవ కృతియే మేల్తరమైనది; అసలు నేఁ డుపలబ్ధములగు నతని కృతు లన్నిట నదియే మిన్న.

విజయరాఘవుఁడు తన కెంతో ప్రాచీనుఁడైన విప్రనారాయణుని సమకాలికునిగాఁ జిత్రించెను. కథారంగమును శ్రీరంగమునుండి మన్నారుగుడికి మార్చెను. అతఁడు తన యాస్థానమున నే విచారింపఁ బడినట్లును, దేవదేవి తనయెదుటఁ బదకేళిక వినిపించినట్లును వ్రాసికొనెను. ఇది యసంగతము స్థూలముగాఁ జూచినచో నతని సాహిత్యమంతయు నిట్లే తదహంప్రత్యయ ప్రవణముగా నున్నదని చెప్పవచ్చును.

ఇందు చక్కని హాస్యకుశలతఁ బ్రదర్శించినాఁడు కవి; కాని శృంగారపు నంగిరి యోడినాఁడు. నాయకపాత్ర యందలి యుదాత్తత నించుక చెనకినాఁడు. కాని దేవదేవి, విటకంటకి, విప్రనారాయణ శిష్యుల పాత్రలను దత్తదుచితముగాఁ జిత్రించినాఁడు.

ఇందు దరువులు, పదములు, దీర్ఘవచనములు, ద్విపదలు, పద్యములు, సంస్కృత చూర్ణికలు, తమిళ ప్రసంగములు, అష్టకము, యాల (ఏల) పదము, విన్నపము నను రచనా విశేషములు గలవు. పాత్రల సంభాషణలు నాటక ఫక్కిని చక చక నడచును. అచ్చటచ్చట ముచ్చటైన వర్ణనలును గలవు. ఇందు వచన రచన కంటె దరువు హాయవు, కందము చందమును మేలైరములు.

ఇందు స్వామి తిరువారాధన సందర్భమున సంకల్ప వ్యాజమునఁ బేర్కొనఁబడిన నందననామ సంవత్సరము విజయరాఘవుని రాజ్యకాలమున క్రీ. శ. 1652. అది యేతత్కృతి రచనాకాలమైనఁ గావచ్చును. కాని, ప్రౌఢినిబట్టి కాక రచనా ప్రక్రియా పరిణతినిబట్టి చూచినచో నిది పూతనా హారణమునకు ముందే రచింపఁ బడినదా యనిపించును.

5. ప్రహ్లాద చరిత్రము :

ఒక సుదీర్ఘ సీస మాలికలోఁ గవి స్వీయకృతులన్నిటిని బేర్కొనుటతో గ్రంథారంభము. అందుచే నా కృతులన్నిటికి నిది పిదప రచన యనఁదగును. అందు మన మూహింపఁగల యంతటిలో వి. నా. చ. కడపటిది. తద్రచనాకాలము క్రీ. శ. 1652. అనఁగా నిది యంతకుఁ దరువాతిదని మాత్రము చెప్పనగును.

కథ ప్రసిద్ధము. ఇందలి హిరణ్యకశిపుని కొలువుకూటము నాయకరాజాస్థాన సన్నివేశమునే తలపించును. అర్వాచీన యక్షగానము లనేకమున నొక సాంప్రదాయికపాత్రగా రూపొందిన కటిక వాని వాలకము మొదటగా నిందే కన్పట్టును. ఇందు ప్రహ్లాదుని గురువులు, పాములజోగి, జెట్లు, పురోహితులు మొదలగువారి ప్రసంగములలోఁ బాత్రోచిత భాష ప్రయుక్తమైనది. ఇందును :— " ఇక్కడ

విదూషకుండు హాస్యపుమాటలాడేది", "పదం సమయోచితంగా వినిపించేది", ఈ దరువాడి తీరుచున్నే హిరణ్యకశిపుని కళేబరం త్రోసి వేసేది" అని యిట్లు గ్రంథ మధ్యమునఁ బలుతావుల రంగ ప్రయోగ సూచనలు గలవు. "ప్రహ్లాదోఽహ మభివాదయే", "మొక్కేను మొక్కేనయ్యాయయ్య" ఈ రెండింటిలో సరిపో యేది చెప్పి మొక్కేది" అను సూచనలో నిది పండిత పామర సామాజికు లిరువురకు నుద్దేశింపఁబడినదని తోఁచును. గ్రంథాంతమున కేటలాగులో వివరింపఁబడిన విశేష మొకటికలదు. అది "ఈ ప్రహ్లాద చరిత్రకు పాత్ర ప్రవేశాలు వివరం" — "నరసింహులుఁడు (౧), ప్రహ్లాదుఁడు (౧), వానరం (౧), కటికవారు (౨), రంభోర్వసులు(౨, కూడానుజనం (౩౦)." ఇదంతయుఁ జూడ నాఁడీ నాటకములు రాజాస్థానములందుఁ బ్రదర్శింపఁబడిన వనుట నిశ్చయము.

ఈ గ్రంథమునను నాటకీయత వెల్లివిరిసినది. రచనలోఁ బూత నాహరణమునకును దీనికినిఁ జాల సామ్యము గలదు. ఇందును వచన భాగ మెక్కువ. దరువులు చిన్న చిన్నవి, అంత తఱచుగా లేవు. ద్విపద భాగమును దక్కువయే. ఇందొక "విన్నపము" ను గలదు.

విజయరాఘవుని కృతులను రచనా ప్రౌఢినిబట్టి సమీక్షించి నచోఁ బాత్రోచిత భాషా ప్రసంగాదులందలి వ్యావహారిక ధోరణి బుద్ధిపూర్వకమైనది. కావున నది పరిగణింపకున్నచో నతఁడసలు లక్షణ ప్రతిపత్తిగల కవియనియే చెప్పనగును. అతని రచనలో సారళ్యము లేని పట్టుగాని, సారస్యములేని భావముగాని సాధారణముగ నుండవు. దృశ్యరచన కెట్టి రచన యుపాదేయమో యట్టి రచనమే చేసినాఁ డతఁడు. దరువు, పదము, ద్విపద, గద్యము, పద్యము మొదలగు ప్రతి రచనావిశేషము గతి రహస్యము నతని కధిగతార్థమే. వానిని సందర్భానుసారముగాఁ బ్రయోగించుటయందును నిపుణుఁడు.

రచనాప్రక్రియను బట్టి యతని కృతులను సమీక్షించినచో నొక క్రమపరిణతి కనిపించును. అతనికృతు లంతకంతకు గేయధర్మమును దగ్గించుకొని రూపక కళ నెక్కువ సంతరించుకొన్నవి వానిపై మార్గ నాటక ప్రభావ మించుక పొడసూపినది. విజయరాఘవుం డుద్దేశపూర్వకముగ యక్షగానమునకా పేరికిం బ్రత్యామ్నాయముగా నాటక నామకరణము చేసినట్లు తోంచును.

యక్షగాన మన్న నతివేలప్రియత్వము జూపి విదగ్ధతతో నా ప్రక్రియ కొక విశిష్టపరిణతి కల్పించి యర్వాచీన కవులకుం గొండదఱి కను కార్యుండై కొంతకాలము పాటొక విశిష్టరచనా ప్రక్రియగా పరిఢవిల్ల గల సాహిత్య ప్రతిష్ఠ దానికి గడించిపెట్టిన విజయరాఘవుండు కడు శ్లాఘనీయుండు. యక్షగాన ప్రదర్శన ప్రతిష్ఠ లడుగంటినను దద్వాఙ్మయ చరిత్రలో నతనికీర్తి చిరస్థాయి.

---

4. కామరుసు వెంకటపతి సోమయాజి

విజయరాఘవ చంద్రికా విహారము (లేక విలాసము) : *

కవి తంజావూరు విజయరాఘవ నాయకుని "పట్టంపు కవి" నని పలుమఱు చెప్పుకొనియున్నాఁడు. విజయరాఘవుని రాజ్యకాలము క్రీ. శ. 1633–1673. అగుటచేఁ గవియు నాకాలమువాఁడే యగును.

---

* అముద్రితము. తం. స. మ. కే. నం. 603. ఇది యిటీవల (1956 సం.) ఆం. వి. క. ప. వారిచేఁ బ్రచురితము.

గ్రంథవిషయము :— విజయరాఘవుఁ డొకనాఁటి రేయి పాదచారియై చంద్రికావిహారియై నగరి సానికూఁతుల 'కేరి' (ఉనికిపట్టు) దారిగా రాఁగా నాయనివారి బైటి నాటకశాల పడుచైన లీలావతి యాతనిఁజూచి మోహించెను. ఇదియుఁగొంతవట్టు "ఉలా" ప్రబంధపుఁబోకడ. తదుపరి యామెవిరహ వేదనాదిక్రమము ప్రబంధోచితముగా సాగినది. పూర్వ మామెయే యూర్వశియఁట, విజయ రాఘవుఁడే విజయుఁడఁట! అని యామె యొకకల గన్నదఁట! ఊర్వశికిఁ బూర్వసఖి గావున రంభ "కొరవంజి" యై వచ్చి లీలావతిని దీవించినదఁట. లీలావతి చెలికత్తెయగు చకోరికచే నాయనివారికి వలపువక్కాణ కమ్మ పంపెను. ఆయనయుఁ 'దన చిరంతన వృత్తాంత మెఱుంగును గనుక' నామె మనవి నంగీకరించి యొకవెన్నెల రేయి లీలావతి కేరి కరిగి యామె కోరిక నెఱవేర్చెను.

రచన :— గ్రంథారంభమున విజయరాఘవ సంబుద్ధి ప్రచురముగా, కవి కావ్యసంకల్ప విషయికముగా నొకదీర్ఘవచనము గలదు. ప్రాయికముగా నది "కై వాగము" కాఁదగును. తదుపరి నాందీ శుభాచారము, దేవతాస్తుతి, నాయకప్రశంసలతోఁ గథారంభము. గ్రంథాంతమున భరతవాక్య మనుపేర కవినామ నాటక నామములతో, నాయక శుభాశంసనముతో గద్యగలదు. కవి తన కృతిని విజయ రాఘవునివలెనే నాటకచాటుకావ్య మని పేర్కొనినాఁడు. "శృంగార రసవర్షావిర్భావంబునకు గర్భోటకంటుగా" నిర్వహించితి నని యున్నాఁడది యథార్థము. ఇందు ప్రసిద్ధ రాగతాళములలో దరువులు, పదములు, కొలఁది పద్యమ్ములు, ద్విపదలు, సంధివచనములు, సువాల, శోభనము గలవు. సంభాషణలు తఱచు దరువులలోను, ద్విపదలలోను నున్నవి. రచన సరసమైనది. వర్ణనలు స్వభావోక్తి సుభగములైనవి.

ఇందలి పదములు క్షేత్రయ పదఫక్కి ననుసరించి రచింపఁబడినవి. అసలు క్షేత్రయ పదమే యొకటి "సుదిన మాయెనే యీ ప్రొద్దు" అనునది యిందు గ్రహింపఁబడినది. (చూ. ఆంధ్ర గాన కళా పరిషత్ప్రచురణ "క్షేత్రయ పదములు" విజయరాఘవముద్ర, నం. 11 రాగతాళములు మాఱినవి కాని యచ్చముగా నిదే పదము). ఇందు "గొరవంద(జి) దరువు" లొక విశేషము. వానిలోఁ గొరవంజి వేషభాషలు వర్ణితములు. ఇందనేక ప్రయోగ విశేషములును గలవు.

---

5. పసుపులేటి రంగాజమ్మ

మన్నారుదాస విలాస నాటకము:

ముద్రితము (ఆం. సా ప. ప్రచురణ, 1927.)

రంగాజమ్మ విజయరాఘవ నాయకుని యాస్థాన కవయిత్రి. తండ్రి వెంకటాద్రి. తల్లి మంగమాంబ. ఈమె బహుముఖ వైదుష్యము గలది. మన్నారుదాస విలాసము, ఉషాపరిణయము నను ప్రబంధములు రామాయణ భాగవత భారత కథాసంగ్రహములు మొదలగు ననేక కృతులు రచియించి విజయరాఘవ విరచిత కనకాభిషేకయైనది. (చూ. మ. దా. వి. నాటక గ్రంథాంత గద్య.)

తెలియవచ్చి నంతలో మన్నారుదాస విలాస ప్రబంధ, మామె ప్రథమ కృతి. నాటకమామె చరమకృతి. ఈ నాటక మా ప్రబంధము నకుఁ బరివర్తనమే. రెండిటిని బోల్చి చూడఁగా దేలిన విషయములు:

---

* ఇది ఇంకను నముద్రితముగనే యున్నది. తం స మ. కే నం. ?14 (పొరపాటున కేటలాగులో ముద్రితమని సూచింపఁబడినది.)

రెండిట నితివృత్త మొక్కటియే. ప్రబంధమున దీర్ఘముగా వర్ణితములైన నాయిక వనవిహారాదికము, విప్రలంభము, పెండ్లి వేడుకలు మొ॥ నాటకమున సంగ్రహింపఁబడినవి. అందొక దీర్ఘవచనమునన్న భోజనవర్ణన నాటకమునఁ బరిహరింపబడినది. ప్రబంధమునలేని విద్వద్గోష్ఠి, జోస్యుల "యేసాగాధాలు" ఎఱుక ఘట్టము, గొల్లల ప్రసంగములు, పురోహితుల తగవులాట, ముత్తైదువుల ముచ్చటలు మొ॥ నాటకమునఁ గ్రొత్తగాఁ జేర్చఁబడినవి. నాటకము నందలి పద్యములు చాల ప్రబంధమునందున్న వే. ముఖ్యముగా సీసములు నాటకము నందున్న వన్నియు (ప్రారంభ సీసముదక్క) యథాతథముగఁ బ్రబంధము నందున్న వే. ప్రబంధ సీసములు మఱికొన్ని నాటకమున దరువులుగా, ద్విపదలుగాఁ బరివర్తింపఁబడినవి.

మన్నారు దాసనఁగా విజయరాఘవుఁడే. అతని విలాస మనఁగా నతని సభా వైభవము, నిష్టదైవతమగు మన్నారుస్వామి కతఁడొనరించు ఫాల్గునోత్సవము, నూరేగింపు, నాసందర్భమునఁ గాంతిమతి యనునొక యువతి విజయరాఘవునిఁజూచి మోహపరవశయగుట, (ఇది 'ఉలా' ప్రబంధపుఁ బోకడ), ఆమెతో నతని వివాహము నిందు వర్ణితములు. ఈగ్రంధమునకు రఘునాథాభ్యుదయముతోఁ గొంత పోలిక గలదు. సమకాలిక జాతీయజీవన ప్రతిబింబన మీగ్రంథమునఁ గల గొప్ప విశేషములలో నొకటి.

రచన :- వరుసగా గ్రంథాద్యంతములందుఁ గైవారము, భరత వాక్యమును గలవు. రెండును గద్యలే. కైవారమున దైవస్తుతి, భరత వాక్యమునఁ గవయిత్రి విషయమును గలవు. కవి వచనము లనుపేరఁ బద్యములున్నవి. వేఱ సంధివచనములు గలవు. అవి వచనములే. వరుసగా రెండిటఁగథాఖ్యానానుసంధానము లుద్దిష్టములు. ఇంకలి ప్రధాన

రచనా విశేషములు దరువులు, పద్యములు, వచనములు. దరువు లెక్కువగా ముఖారి ప్రముఖ ప్రసిద్ధ రాగములలోఁ గలవు. అందుఁ జాళము కంటె రాగముననే యధిక ప్రతిపత్తి. కొన్ని యచ్చు మచ్చు జావళీలవలె నున్నవి. పద్యములలో సీస ప్రాచుర్యము గనిపించును. అవి ప్రతిపాద సమతాపాదనముతోఁ జక్కఁగా నున్నవి. వచనములోఁ బాత్రల పరిభాషణలును దత్తదుచిత భాషలో నాఁటి తంజాపు రాంధ్ర వ్యవహార సరళిలో నడచినవి. సంధి వచనము లనుప్రాస ప్రచురములు. ఇవికాక శ్లోకములు, చూర్ణికలు, బహువిధ ప్రాకృత తమిళ కన్నడ ప్రసంగములు, ద్విపద, మంజరి, లయగ్రాహి, ధవళ శోభనములు, సువ్వాలలు, జోలలు మొ॥ రచనా విశేషములు గలవు. అచ్చు టచ్చట లక్షణచ్యుతి యున్నను జక్కఁగనే సాగినది రచన.

ఇందిది 'ఆచార్యుల మాట,' 'ఇది రాజచంద్రుండు చదివే ద్విపద' అని యిట్లు పాత్రప్రసంగ సూచనలు, నొక్కొక్క సన్నివేశమై పోవునంత "అనంతర కథా సంవిధానం బెటులనెను" అని యిట్లింక ప్రాయ సందర్భవిభాగ ప్రయోగ సూచనలును గలవు. ఇందుఁ దంజాపురము, ఊరేగింపు, పెండ్లి ముస్తీదు మొ॥ వాని వర్ణనలు గలవు. తంజాపుర వర్ణన ప్రబంధోచితముగా నున్నది. తక్కినవి స్వభావోక్తికిఁ దగి యున్నవి. కవయిత్రి తానీ గ్రంథమును శృంగార కరుణహాస్య శాంతాది రసంబులు పొదల 'రచించితి' నన్నది. శృంగారహాస్యములు సమృద్ధిగాఁ గలవు. గాని కడమవాని కసలు ప్రసక్తిలేదు.

ఇందు ఫాల్గునోత్సవ శ్రీముఖమున శుభ కృత్ఫాల్గునము పేర్కొనఁబడినది. అది విజయరాఘవుని రాజ్యకాలమున క్రీ. శ. 1663 సం. నఁ బడినది. ఈ గ్రంథ రచన మంత కించుక తరువాత జరిగియుండును.

6. పురుషోత్తమదీక్షితుఁడు

తంజావురాన్నదాన మహా నాటకము : *

ఆంధ్ర వాఙ్మయమున నపూర్వము, విలక్షణము నైన కృతి యిది. గ్రంథకర్తయగు పురుషోత్తమ దీక్షితుఁడు విజయ రాఘవు నాస్థానకవి. అతనికే తన కృతి నంకితమిచ్చినాఁడు. సత్రె మరు లని గ్రంథనామాంతరము. తంజావూరిలో నాయక రాజులు నెలకొల్పిన యన్నసత్రములో సకుటుంబముగాఁ 'దడియా' వేసిన పప్పు తిప్పాభట్లను సోమరిపోతు బాపనయ్య యొకఁడు తైతక్కలాడి డబ్బు గుంజుకొనుటకు సత్రమునకు వచ్చిన ఉత్తరాది వెంగసాని, జక్కుల రంగసాని యను వారితోఁ జేసిన విరసములైన శృంగార ప్రసంగము లిందలి ప్రధాన విషయము.

ఇందు గ్రంథాద్యంతములందు గద్యలోఁ గైవారము, భరత వాక్యము, వరుసగాఁ గృతిపతి సంబుద్ధులును, శుభాశంసనము విషయములుగా నున్నవి.

ప్రక్రియగా నిది యొక ప్రపరిణత యక్షగానము. రచన ప్రహసన ప్రాయమైనది. గ్రంథమంతయు వచన ప్రచురమైనది. పాత్రల సంభాషణలలో నిందున్న వచనభాగ మిఁక నే యక్షగానమునందును గన్పట్టదు. అందఱవయాస వచ్చిపడిననాఁటి తంజావురాంధ్ర భాషావ్యవహార ఫక్కి పరిశీలింపఁదగినది. కొందఱు సత్రోద్యోగుల సంభాషణలలోఁ గేవల మఱవమే వాడఁబడినది. ఇందలి దరువులు చిన్న చిన్నవి సాధారణముగాఁ బాత్ర ప్రవేశ సందర్భములందుప

* తం. స. మ. కే నం 529. ఇటీవల ఆం. వి. క. ప చేఁ బ్రచురితము.

యోగింపఁబడినవి. పద్యము లొక్క కందము నొక శార్దూలమును గలవు. ఇందొక మూఁడు చక్కని పదములు గలవు. అందొకటి విజయరాఘవాంకితము. ఒకటి విజయ రాఘవ కృతియే కాఁదగును.

తాత్కాలికేతి వృత్తములు, హాస్యప్రధానములు నగు నిట్టి కావ్యములు పూర్వాంధ్ర వాఙ్మయమున మిక్కిలి యరుదు. కవి యీ కృతిని శృంగార హాస్యాద్భుత ప్రధానంబుగా భావణించితి నని యన్నాఁడు. కాని శృంగారమున కింత రసస్థితి లేదు. సరిగదా యది రసాభాసము మాత్రమే యైనది. ఇందలి హాస్యము మిగుల చమత్కారావహమైనదే కాని యదియు రసస్యంది కాదు. కవి హాస్య వ్యాజమునఁ బలుతావుల ననౌచిత్యమునకుఁ బాల్పడినాఁడు ఇఁదదద్భుతము పొడ గానరాదు.

సత్రము కరణము తిరుమలకొళంది తమిళప్రసంగమున "కీలక-షంగుని" పేర్కొనబడినది. గ్రంథ రచనాకాలమున కదియొక భంగ్యంతర సూచనకావచ్చును. అది విజయ రాఘవుని రాజ్యకాలమున క్రీ. శ. 1669లోఁ బడినది.

7. కోనేటి దీక్షితచంద్రుఁడు

విజయరాఘవ కళ్యాణము:*

ఈ గ్రంథకర్తయు విజయరాఘవు నాస్థానకవియే. ఏతద్గ్రంథాంత భరతవాక్యమును (గద్య) బట్టి యితఁడు రామానుజాచార్య తనయాగ్రగణ్యుఁడు, విజయరాఘవ సన్మానితుఁడు, శతక్రతు శ్రీనివాస దేశిక ప్రతిష్ఠాపితోపాధ్యాయ వైభవధుర్యుఁడును, సోమయాజియు, సంగీత సాహిత్యవిద్యా విశారదుఁడును, వాదనిపుణుఁడు నని తెలియుచున్నది.

రాజగోపాలస్తుతి, విజయరాఘవ కైవారములతో గ్రంథారంభము. తరువాత తంజాపుర వర్ణనాదికముతోఁ గథారంభము. మృగయావిహారార్థము వనమున కేఁగినాఁడు విజయరాఘవుఁడు. వనవిహారార్థము చటికి వచ్చినది మదనమంజరి యను రాజపుత్రి. వారి కచట తొలిచూపులో వలపు తొలకరించినది. అది వారి కళ్యాణమునఁ బర్యవసించిన కథయే యిందలి యితివృత్తము. ఈకృతి కితివృత్తరచనా ప్రణాళికలయందు రంగాజమ్మ మన్నారు దాసవిలాస నాటకముతోఁ జాలపోలిక గలదు. మృగయాప్రసంగ సందర్భము మాత్ర మొకఁ డెక్కువ. ఇందుఁగల పోలిక యంతయుఁ బ్రణాళికకుఁ జెందినది. రచన స్వాతంత్రముగను బ్రౌఢముగను సాగినది.

ఇందు కొలఁదిపద్యములు, ద్విపదలు, కవివచనములు, సంవాద వచనములు, వర్ణనల పట్టున ననుప్రాస ప్రచురములగు దీర్ఘవచనములు,

---

* తం. స. మ. కే. నం. 602. ఇటీవల ఆం వి. క. ప. వారిచేఁ బ్రచురితము.

ప్రసిద్ధరాగములలో దరువులనేకము, బహువిధపదములు, ధవళశోభనములు, సువ్విపాట, లక్ష్మీకల్యాణము, కొరవంజి దరువు, శ్లోకములు, చూర్ణికలును గలవు. సంవాదవచనములలోఁ బాత్రోచిత భాష పాటింపఁబడినది. సన్నివేశములు వాస్తవికముగ నున్నవి. కతిపయ ప్రయోగ సూచనలు గలవు. కవి తన కృతిని నవరసశృంగాటక మగు నాటకరాజమనియు, మహానాటకమనియుఁ బేర్కొనెను. అవి మాటవరుసలు.

విశేషములు — కృతి నాయకుని తండ్రి తాతల తరము లిందుఁ బేర్కొనఁబడినవి. అతఁడు రామభద్రానుజుఁడని తెలియవచ్చినది. ఇందలి మృగయావిహార సందర్భమునఁ జెంచుల ప్రసంగములు, పదములు నాటవిక జీవిత విశేషములను జక్కఁగా విశదపరచుచున్నవి. ఇందేఱుక ఘట్టము, విద్వద్గోష్ఠి మొ॥ గలవు. ఈలా ప్రబంధపుఁ బోకడయుఁ గలదు.

---

8. మన్నారు దేవుఁడు

హేమాబ్జ నాయికా స్వయంవరము:*

మన్నారుదేవుఁడు తంజావూరు విజయరాఘవ నాయకునకు రాజగోపాలాంబిక యందుఁ గలిగిన తనయుఁడు. ఇతఁడు తంజావూరు గద్దెనెక్కలేదు. క్రీ. 1673 లో మధుర నాయకి రాజులతో సంభవిం

* తం. స. మ. కే. నఁ 674 ఇటీవల ఆం. వి. క. ప. ప్రచురితము

చిన యుద్ధమునఁ దండ్రితోఁ బాటీతఁడును నిహతుఁడయ్యెను. * కాని హే. స్వ. గ్రంథాంత గద్యలో నీతఁడు కనకతులాది దానములు, నగ్రహార ప్రతిష్ఠాపనములును జేసియుండెనని చెప్పఁబడుట జూడఁ దండ్రి రాజ్యకాలమునఁ దాను యువరాజపట్టభద్రుఁడై యుండినట్లు తోఁచును. ఆ గద్యవలన నీతఁడు విజయరాఘవాభ్యుదయాది ప్రబంధములు రచించినట్లు తెలియుచున్నది. కాని యీ హేమాబ్జ నాయికా స్వయంవర మొక్కటే నేఁడుపలబ్ధము.

క్షీరసాగర మథన కథయు, రాజపుత్రికా స్వయంవర గాథలును ప్రసిద్ధములు. కవి యీ రెండింటిని దనతండ్రి యిష్టదైవతములగు హేమాబ్జనాయికా రాజగోపాలస్వాముల (లక్ష్మీనారాయణులు) కల్యాణకథా చిత్రణవ్యాజమున జోడించినాఁడు. నడుమ ప్రబంధ ఫక్కిగా నాయికా నాయకుల విరహవేదన, రాయబారములు మొదలగునవి ప్రవేశపెట్టెను. ఇందు విజయరాఘవుఁడా వివాహ సంధానకర్త యఁట! ఇది యసంగతము. విజయరాఘవుని యాస్థాన యక్షగానములలోఁ దదుపజ్ఞములు రెండింటియందు, నాస్థాన కవి కృతులలో దీనితోఁ గలిసి నాల్గింటను విజయరాఘవపాత్ర కన్పట్టును. అవి యతని యాస్థానమున బ్రదర్శితములైనటుల తెలియుచున్నది. మఱి యతని పాత్ర నెవ్వ రెట్లభినయించెడివారో, అది యతని కెట్లు ప్రియము గొల్పినదో యూహాకందని విషయము.

ఇందలి కథా సంవిధాన మంత లగువు బిగువులు లేనిది. కథ యొక విధముగాఁ బ్రసిద్ధమైనదైనను దచ్చిత్రణమున కవిసమకాలికములగు పరిస్థితుల ప్రభావము బాగుగాఁ బడినది. ఇందలి నాయకుని

* Vide., "the Nayak kings of Tanjore," page 153 By Sri Vriddhagirisan.

కొలువు సింగారము, ముత్తైదువలు, పురోహితులు మొదలగువారి ప్రసంగములు — అన్నియు నట్టివే. ఆ ప్రసంగము లతి చతురములు, చమత్కార జనకములును గాని యందు విరసత్వమును గలదు.

మన్నారుదేవుని రచన యొడుదుడుకులు లేనిది చక్కని పలుకుబళ్ళు, సజీవములైన ప్రయోగ విశేషములును బలుతావులం గలవు. కవి కనుప్రాస ప్రియత్వముగలదు. వచన రచనలో నదిహెచ్చు. వచన భాగ మెక్కువగనే యున్నది. వచనములో నలంతి యలంతి పదములతో నర్థవంతముగాం సంభాషణలు నడచును. ద్విపదల నలవోక పలువోకలు వోయినాఁడు కవి. దరువు లెక్కుడి కక్కడం దేఁగ జెప్పెను. అన్నియుఁ బ్రసిద్ధరాగ తాళాంకితములే. సువాల, ధవళ శోభనములు మొ॥ పెండ్లిపాటలు గలవు. లక్ష్మీకల్యాణము, సాంగత్య పదమును విశేషములు. గ్రంథారంభమున కైవారగద్య వంటి దొకటి కలదు. గ్రంథాంతమున భరతవాక్యము గలదు.

ఇందు కడలిరాయని కమ్మవక్కాణలో సౌమ్య చైత్ర శుద్ధాష్టమి హేమాబ్జనాయికా స్వయంవర ముహూర్తముగాఁ బేర్కొనం బడినది. అది విజయరాఘవుని రాజ్యకాలమున క్రీ.శ. 29-3-1669 అగుచున్నది. అది గ్రంథరచనా కాలమునకు భంగ్యంతర సూచన కావచ్చును.

---

9. చల్ల సూరయ

వివేక విజయము :

(అముద్రితము. త స. మ. కే. నం. 604, 605)

గ్రంథకర్త యగు చల్ల సూరయ పొందవాక వాసియు, సాంగవేదాధ్యయనశాలియు, అద్వైతవాదైకపరుఁడును, ఆపస్తంబ సూత్రుఁడును, కౌండిన్యసగోత్రుఁడు, పాపమా సూరుభట్టార్యుల పౌత్రుఁడును, లక్ష్మమా సూరయార్యుల పుత్రుఁడు నని యవతారికలోఁ గలదు. గ్రంథము దక్షిణద్వారకాధాముఁడగు రాజమన్నారు స్వామి కంకితము. (తంజావూరు మండలమందలి మన్నారుగుడియే దక్షిణద్వారక [1]. కవి నివాస మగు పొందవాక చెంగల్పట్టుమండలము లోనిది [2])

గ్రంథారంభమున శ్రీమత్సదానంద చిన్మయయోగి స్మరింపఁబడినాఁడు. అతఁడీ కవికిఁ దత్త్వోపదేశము చేసిన గురువై యుండును. 15 వ శతాబ్ది చివరనుండిన దత్తాత్రేయయోగి శిష్య పరంపరలో మూఁడవతరమున సదానందుఁడను నొక యవధూత యుండినట్లు, నతఁడు గ్రంథకర్త యనియును దెలియుచున్నది. [3] ఈ సూరయ యతని శిష్యుఁడే యగుచో 17 వ శతాబ్ది నడుమ నుండెనని యూహింప వచ్చును. (ఇప్పటి కిది యూహామాత్రము. నిర్ణయము కాదు.)

(1) చూ. కాళకవి రాజగోపాల విలాసము.

(2) Alphabetical list of Villages in the Madras Presidency 1906.

(3) చూ. ఆంధ్ర కవి తరంగిణి — సంపుటము 10 పుట 183

గ్రంథ విషయము :— కృష్ణమిశ్రుని ప్రబోధ చంద్రోదయమున కిదియొక మానసపుత్రిక యని చెప్పనఁ జాలును. అది యిదివఱకే యాంధ్రమున నందిమల్లయ ఘంటసింగయలను జంటకవులచే నదే పేరుతోఁ బ్రబంధముగాఁ బరివర్తింపఁబడినది. సూరయ తన కృతిని "నాటకముగ, కూటనాటకాకలన" రచించితి నన్నాఁడు. తత్త్వతః ఇది యక్షగాన ప్రాయమైన రచనయే. ఇందు వివిధ రాగములలో దరువులు, దీర్ఘద్విపదలు, వచనము, పద్యములును గలవు. రచన సలక్షణము, సరళము నైనది. కాని కవికి వేదాంత మతవాదములతోఁ గల పరిచయ మితరములయెడఁ గానరాదు.

---

10. పెదకెంపరాయఁడు

గంగాగౌరీవిలాసము: *

ఈ గ్రంథమును "హిరియకెంపనృపతి" లేక "పెదకెంపరాయఁడు" రచించినట్లు గలదు. "హిరియ" కన్నడ శబ్దము. "పెరియ" అను తమిళ శబ్దమునకును, "పెద్ద" అను తెనుఁగు శబ్దమునకును సమానార్థకము. హిరియ శబ్దపు టునికిని బట్టి కవి కన్నడ దేశవాసియై యుండునవియు, నేతద్గ్రంథ రచనచే నాంధ్ర భాషాభిజ్ఞుఁడు ననియుఁ దెలియవచ్చును. మైసూరు మండలమున శివసముద్ర ప్రాంతమునకు క్రీ. శ. 1418 నుండి 1728 వఱకు కెంపగౌడులను రాచవారేలికలై యుండిరి.[1] అందు హిరియకెంపగౌడ నామధేయు లిరువురు

* అముద్రితము ప్రా. లి పు. భాం., డి. నం. 1864.

(1) For details Vide., Mythic Society Quarterly Vol. XII' No. 4. (July, 1923) for Mr. B. Puttayya's Paper on the Kempa Gowda Chiefs. (Geneological table appended) – Page 738.

గలరు. మొదటి యతఁడు క్రీ. శ. 1513 — 1569 స. లనడుమ నుండిన వాఁడు. ఇతఁడే బెంగుళూరు నిర్మాత యఁట. రెండవ యాతఁ డతని చిన్న మనుమఁడు. ఇమ్మడి హిరియకెంప నామధేయుఁడు. ఇమ్మడి యనఁగా రెండవ యని యర్థము. అసలు పేరు హిరియకెంపఁ డనియే. ఈతని కాలము పదునేడవ శతాబ్ది యుత్తరార్ధము[2]. ఈ యిరువురిలో నెవరీ గ్రంథకర్త యన్నది ప్రశ్న. యక్షగానము పుట్టినిల్లనఁ దగిన తెనుఁగునాటనే మొదటి హిరియకెంపని కాలము నాఁటి యక్షగానములు లభింపలేదు. దక్షిణదేశమున తెనుఁగు యక్షగానమునకు వ్యాప్తి కల్గిన తర్వాత, నా శతాబ్ది తుది పాదమునఁగాని, కన్నడ విషయమున యక్షగానము లవతరించిన ట్లాధారములు గానరావు. క్రీ. శ. 1682 — 1713 సంవత్సరముల నడుమ మైసూరు పరిపాలకులగు చికదేవరాయ కంఠీరవ రాజాస్థానములందు తెనుఁగున యక్షగానములు వెలసినవి. ఆకాలముననే కన్నడ యక్షగానమునకుఁ బ్రారంభదశయై యుండును ఈ గంగా గౌరీవిలాసము గూడ నాకాలముననే, అనగా, 17 వ శతాబ్ది చివర వెలసియుండును. అది రెండవ హిరియకెంపని కాలమునకు సరిపోవును. అదికాక మొదటి హిరియకెంపని కాలమునకీ కెంప గౌడులకుఁ దెలుఁగుతోఁ బరిచయ మేర్పడినట్లు తెలియదు. మఱియొక విషయము — ఈగ్రంథమున రచనా ప్రక్రియ యంత ప్రాచీనమైనదిగాఁ దోఁపదు. మొదటి హిరియకెంపఁడే గ్రంథకర్త యగునెడల నిది నేఁడు మన కుపలబ్ధములైన యక్షగానములలోఁ గవుల కాలము తెలిసినంతలోఁ బ్రాచీనతమమైన రుద్రకవి

(2) పుట్టయ్యగారిచ్చిన వంశవృక్షమున నితని కాల మిదమిత్థమని పేర్కొనఁ బడక పోయినను నితని పెద్దన్నయగు ముమ్మడి కెంపగౌడుఁడు లేక మాలెకెంపరాయఁ డను వాని పరిపాలన కాలము క్రీ.శ 1658 — 78 అని గలదు. అందుచే నతని చిన్న తమ్ముఁడగు నీ రెండవ హిరియకెంపఁడు 17 వ శతాబ్ది చివర నుండినాఁ డనుట సంశయింప నక్కఱలేదు.

సుగ్రీవ విజయము కంటెను బూర్వమైన దనవలెను. అందలి ప్రధాన రచనాంగములు: తాళప్రధానములైన దరువులు, ద్విపద, అర్ధచంద్రికలు, ఏలలు మొదలగు దేశి పదములు, కొలఁది పద్యములు, చిన్న చిన్న సంధి వచనములు. గంగా గౌరీ విలాసములోఁ బ్రసిద్ధ రాగ తాళములలో దరువు లెక్కువగా నున్నవి సంధి వచనములకు బదులు కందము లెక్కువగా గీత పద్యములు, నక్కడక్కడ నొకటి రెండు సీసములు, వృత్తములును గలవు. దేశికవితా రీతులు గానరావు. దరువులలో రాగ ప్రాధాన్యము యక్షగాన రచనలో నర్వాచీన శైలిని సూచించును. అది కర్ణాటక సంగీతమునకుఁ బ్రచారము కలిగిన తరువాత నేర్పడినది. గంగా గౌరీవిలాసము సుగ్రీవ విజయమున కర్వాచీన రచన యని చెప్పనొప్పును. కనుక రెండవ హిరియకెంపఁడే యేతద్ గ్రంథకర్తయనియు, నీగ్రంథము 17 వశతాబ్ది యుత్తరార్ధమున రచింపఁబడినదనియు నూహించుట లెస్స.

గ్రంథ విషయము:— నాయికా నాయకులగు గంగా గౌరీ శంకరుల పరస్పరాన్వేషణము—చెలికత్తెలచే రాయబారములు—వారి సమాగమము. రచన: గ్రంథారంభమునఁ గవి తనుదాఁ బ్రశంసించుకొనినంత పగడగా లేదు. కాని సరస సంభాషణలతో హృదయంగమముగనే యున్నది.

11. చికదేవరాయాస్థాన కవి

చికదేవరాయ విలాసము: *

కన్నడ దేశమునను నందును రాజాస్థానములందును గొన్ని తెలుఁగు యక్షగానములు వెలసి యుండుట కడు ముదావహమైన విషయము. మైసూరి యొడయుండ్రలోఁ జికదేవరాయఁ డొక దొడ్డ ప్రభువు. అతఁడు శ్రీరంగపట్టణము రాజధానిగా క్రీ. శ. 1672-1704 సం. ల నడుమ మైసూరి నేలెను.[1] అతఁ డెంత యాహవ శూరుఁడో యంత సాహిత్య రసాభిజ్ఞుఁడు. స్వయముగ కవి.[2] కవి పండిత పోషకుఁడు నైన వాఁడు. అతని యాస్థానమున ననేక కన్నడ కావ్యములు, కొన్ని సంస్కృతకావ్యములు, తెలియవచ్చినంతలోఁ దెలుఁగున నీ యక్షగాన మొకటియు నొక శతకము[3] గొన్ని చాటువులును వెలసినవి. ఆ చాటువుల కర్తయు నీ యక్షగాన కర్తయు నొక్కరే యని యూహింప నగును.[4] కాని యాతని పేరేమో తెలిసినదికాదు. గ్రంథము మైసూరి చికదేవరాయ ప్రశంసాత్మకమై, తదంకితమై యుండుటచే నది క్రీ. శ. 1672–1704 సం. ల నడుమనే రచింపబడి యుండెనని నిశ్చయింపవచ్చును.

---

* అముద్రితము. ప్రా. లి. పు. భాం డి., నం. 1880

(1) Vide, Hystory of Mysore By Sri Hayavadana Rao

(2) గీత గోవింద ఫక్కిని గీత గోపాలమను కన్నడ కృతిని రచించినాఁడు (ఇది ముద్రితము).

(3) ప్రా. లి. పు. భాం, కన్నడ డి నం. 4—11.

(4) చాటువులు వేటూరివారి చాటుపద్య మణిమంజరిలో నుదాహరింపఁబడినవి. యక్షగాన గ్రంథాది శార్దూలవృత్తము – 'శ్రీ రంగైక విహారి శౌరి' యనునదియుఁ జివరనున్న "కురు విరాట వరాట" ఇత్యాదియగు సీసము చాటుపద్య మణిమంజరిలో గలవు యక్షగాన రచనా శైలియుఁ జాటువుల శైలియు నొక్కమాదిరిగ నున్నవి

గ్రంధవిషయము :— దైవ స్తుత్యాదికము చిక దేవరాయ పరముగాఁ బద్యములలో షష్ఠ్యంతములు, అతని తలిదండ్రులగు అమృతమాంబయు దేవరాయలును స్మరింపఁబడిరి. శ్రీరంగపుర వర్ణన — ఆయన విజయము లనేకము ప్రశంసింపఁబడినవి.

కథ :— చికదేవరాయ లొకనాఁడు వాహ్యాళి వెడలును. చంద్రరేఖ యను పౌరకాంత యతనిఁ జూచి మోహించును. ఆమె విరహవేదన — ప్రబంధపుతంతు — చెలికత్తెచే రాయబారము — నాయకుని సమ్మతి — పల్లకిపై రాచనగరికి నాయిక పయనము — పడకటింటి ముచ్చట — వైతాళీయ గీతములతోఁ జికదేవరాయల ప్రశంసతో గ్రంథము ముగియును.

ఇందలి చికదేవరాయ శౌరి కొలువు సింగారము, ఆ యాభరణ విశేషములు, ఆడంగుల పరిచర్య, సభాగోష్ఠి, కథావస్తువు, ఆ ఉలా ప్రబంధపు టెత్తుగడ, రచనా ప్రణాళిక యంతయుఁ తంజావూరు నాయక రాజులనాఁటి వైభవము, నా యక్షగానపు బాణీని స్ఫురణకుఁ దెచ్చుచున్నది. చిక దేవరాయలు గద్దెనెక్కిన రెండేండ్లలోఁ దంజావూరున నాయకరాజ్య మంతరించినది. అపుడు విజయరాఘవ నాయకు నాస్థానాంధ్ర కవి యెవఁడైనఁ జిక దేవరాయల రసికతగూర్చి విని యితని కొలువునకుఁ జేరియుండెనా యనిపించును.

ఇందలి రచన సరసమై ప్రౌఢము నగు ప్రబంధ ధోరణి నున్నది. తాళప్రధానములగు దరువులు, ఎక్కువగా అర్ధచంద్రికలు, పద్యములు, ద్విపదలు, సంధి వచనములును గలవు. ఇది యక్షగానమని కవిచేఁ జెప్పఁబడినది.

ఈ చికదేవరాయలనాఁటి నుండి మైసూరు సంస్థానమునను నాంధ్రవాఙ్మయలత కొనలుసాగి ననలెత్తినది.

12. కంఠీరవ నరసరాజు

"అరసన వర మేలణ నాటకగళు" అని మైసూరు చిక దేవరాయల పుత్రుఁడైన కంఠీరవరాజు కృతములుగాఁ గొన్ని యక్షగాన ప్రాయములైన చిన్నపాటి తెనుఁగు రచనలు మదరాసు ప్రాచ్యలిఖిత పుస్తక భాండాగారములోని కన్నడ తాళపత్ర గ్రంథ సంచయములో డి. నం. 1128 సంపుటములోఁ గన్నడమోడితోఁ గానవచ్చుచున్నవి. (దీని ప్రతులు మైసూరు ప్రాచ్య గ్రంథ భాండాగారమునఁ గూడ నున్నట్లు తెలిసినది.)

చిక దేవరాయల పుత్రుఁడైన యాతని పూర్తిపేరు కంఠీరవ నరసరాజు. ఇతఁడు క్రీ శ. 1704 - 1713 సం. ల నడుమ శ్రీరంగపట్టణము రాజధానిగా మైసూరు రాజ్యమును పాలించెను. ఇతఁడు పుట్టుమూఁగి. ఇతనికి మూకరసనియు నామాంతరము[1] అట్టి యాతఁ డెట్లిన్ని కృతుల నదియుఁ దెనుగున రచింపఁగల్గెనా యని యనిపింపక మానదు.

ఈ కృతులం దెక్కువపాలు కంఠీరవరాజ శృంగార ప్రసంగాత్మకములే, తత్ప్రశంసాభూయిష్ఠములే. అవి కంఠీరవ రాజకృతులేయైన పక్షమున నతఁడట్లు స్వకుచమర్దనము చేసికొనియుండునా యని మఱి యొకశంక. అయితే అన్నిటను నతని కర్తృత్వము నిరూపించునట్టి యాధారములు పొడగట్టును.

(1) Vide., History of Mysore, Vol. II., Chap. I. Pp 1–17

గ్రంథసమీక్ష

1. కొరవంజికస్లై:

ఈ సంపుటిలోఁ దెలుఁగు కన్నడ తమిళ ప్రాకృత భాషలు నాల్గింటను నీ కొరవంజి కస్లై ♦ గలదు. అందుఁ దెనుఁగు కస్లైయందలి విషయము శ్రీరంగేశుని దర్శించి వచ్చుచున్న కంఠీరవ రాజును బాంచాల పతి కూఁతురు కాంచనలత చూచి మోహించుట, తదుపరి యామె వలపు వాపోక, భారతీదేవి కొరవంజియై వచ్చి యామె కిష్టప్రాప్తి కాఁగలదని సోదె చెప్పుట. ఇందొక్క శ్లోకము, గీతము, సీసము, ఏలపదము, కొలఁది దరువులు, ద్విపదలు, చిన్న సంధివచనములును గలవు. దరువులు ప్రసిద్ధ రాగతాళములలోఁ గలవు.

తెనుఁగునఁ గొరవంజులను పేరఁ గొన్ని యక్షగానప్రాయ రచన లీ కాలమునుండియే కన్పట్టుచున్నవి. ఈ కొరవంజియో, కంఠీరవ రాజ సమకాలికుఁడును, శహాజీ యాస్థానకవియునగు గిరిరాజకవి రాజమోహన కొరవంజియో (దానిగుఱించి ముందు తెలియఁ గలదు) - ఈ రెండిట నేదిముందు పుట్టినదో నిర్ణయించుట కష్టము. కొరవంజి యనఁగాఁ గొరవజాతి స్త్రీ యని యర్థము. ఎఱుక చెప్పుటామె వృత్తి. ఆ పాత్రకుఁ బ్రసక్తిగల యక్షగానములకే యాపేరు గల్గినది. ఇదివఱకే విజయరాఘవాస్థానకవుల కృతులందుఁ గొన్నిట కొరవంజి నామరూపములు స్పష్టపడినవి. కాని యా గ్రంథము లాపేర వ్యవహృతములు గాలేదు. (విశేషములు ప్రకరణాంతమునఁ దెలియనగును.)

2. పంచాయుధకల్పై :

శ్రీరంగేశుని పంచాయుధములును గంఠీరవరాయని రక్షించును గాక యను శుభాశంసనమే యిందలి విషయము. ఇందాఱు సంస్కృత శ్లోకములు, నాఱు శ్లోకముల క్రింద నాఱు ద్విపదలు, నడుమ నాలుగు తావులఁ దాళ దరువులును గలవు.

3. లక్ష్మీవిలాసము :

ఇందు నిండుకొలువుండిన కంఠీరవరాజు కడ కతని సామ్రాజ్యలక్ష్మి సపరివారముగా వచ్చి నటియించి యాతని దీవించుట విషయము. ఇందలి రచనావిశేషములు శ్లోకము, ద్విపద, దరువు, సీసము, సంధివచనము.

4. కలవాణీవిలాసము:

కంఠీరవరాయని వలచి వచ్చిన కాంభోజరాజపుత్రి వేడికోలిందలి విషయము. ఇందు ప్రసిద్ధ రాగతాళములలో దరువు లెక్కువ. ఒక దీర్ఘద్విపద, శార్దూలవృత్తమైన నొక పద్యము (తెలుఁగు), నొక శ్లోకము (సంస్కృతము), నొక సంధివచనమును గలవు.

5. నాట్యవిద్యావిలాసము :

ఒక నాట్యవిద్యావిలాసిని కంఠీరవరాయు సముఖమునఁ బద కేళికలు సలుపుట యిందలి విషయము. ఇందు ప్రసిద్ధ రాగతాళములలోఁ బదములు, ద్విపదయు, నొక రెండు శ్లోకములును గలవు.

6. వసంతోత్సవ విలాసము.

ఇందు నాందీ ప్రస్తావన లుండుట విశేషము. కృతికర్తృ విషయము గూర్చి నటి పృచ్ఛింపఁగా సూత్రధారుఁడు కంఠీరవరాజని

కంఠోక్తిగాఁ జెప్పుటయు నింకొక విశేషము. నటి వసంత వర్ణన చేయును. తదుపరి కంఠీరవుఁడు కొలువుదీఱుట. సూత్రధారుఁడీ "నాట్య ప్రబంధ" ప్రయోగమునకై నటిని హెచ్చరించుట, బిరుదు పాత్రలు (స్త్రీలు) కొందరాయన యెదుటికి వచ్చి పదాభినయము పట్టుటయు నిందలి విషయములు. ఇందు దరువులు, ద్విపద, సంధివచనములు, ఒక సీసము, సంస్కృతప్రాకృతముల నొక్కొక్క శ్లోకమును గలవు.

7. విభక్తి కాంతావిలాసము :

ఇందును నిది కంఠీరవరాజు కృతియని యున్నది. ఇం దుదాహారణ కావ్యములందువలె వరుసగా నాయా విభక్తులలోఁ గలకంఠీకృత కంఠీరవ ప్రశంస సాగినది. ఇది సంస్కృత ప్రచురమైన రచన. సంస్కృతము చూర్ణికా శ్లోకము లందేగాదు, వచనమునందును, దరువులందును గలదు. తెనుఁగునను కొన్ని దరువులు, కందములు, ఎత్తుగీతులు లేని సీసములును గలవు. ఇది ప్రదర్శన కుద్దేశింపఁ బడినట్లు స్పష్టపడినది. నటీ సూత్రధారుల పూర్వరంగ ప్రవర్తకత్వప్రసక్తియు నిందుఁగలదు.

8. అష్టదిక్పాలక విలాసము : *

ఇది వాసవి నాటకము, పావకి, వైవస్వతి, నైరుతి, వారుణి, వాయువి, కౌబేరి, ఐశాని నాటకములని యెనిమిదవాంతర విభాగములుగల యొక్క పెద్ద నాటకము. ఇంద్రుఁ డొకనాఁ డష్టదిక్పాలక సమేతుఁడై నాటకశాలఁ బరీక్షింపరాఁగా నాయా దిక్పాలక ప్రతినిధు

* ఇందలి 'ఐశాని' నాటక భాగము మాత్ర ముపలభ్య ప్రతులందెందును గానరాదు.

లట్లు వాసవీ ప్రభృతులైన యెనమండ్రు వేల్పు నట్టువకత్తెలు వచ్చి పంతము పట్టి గజ్జెకట్టి తమ తమ విద్యల తారతమ్యము నిర్ణయింపుమని యాతనిఁ గోరుదురు. ఆవేళ సురముని యమరేంద్రునితో కంఠీరవరాజు వీరల విద్యల తారతమ్యము నిర్ణయింపఁగలవాఁడని చెప్పెను. అంత దేవేంద్ర నిదేశమున వారు మేళము కట్టుకొని కంఠీరవేంద్రుని సముఖమునకు వచ్చిరఁట. వరుసగా నొక్కొక్కరే తమ తమ నాట్యవిద్యా నైపుణ్యమును సప్తతాళములందును పదాభినయ పురస్సరముగాఁ బ్రదర్శించిరఁట. ఇందలి విషయ మిది. ఇందింకను శ్లోకములు, పద్యములు, దరువులు, ద్విపదలును గలవు. చిన్న చిన్న సంధివచనములతోఁ బాత్ర ప్రవేశ సూచనలు, యవనికాంతర నిర్గమన ప్రసక్తియు గలవు.

ఈకంఠీరవ కృతులంగో రచనలోఁ జక్కని వైవిధ్యము, నైక్యము, మృదుమధుర పదగుంభనమును గలవు. అన్నియుఁ బ్రదర్శనోద్దిష్టములే యనిపించును. అయితే అన్నియుఁ బద చాళికలవంటివి మాత్రమన్నియు స్త్రీ ప్రాయములు. కైశికీవృత్తిపేశలములు. అన్నిటను రాజ ప్రశంసలు, నాట్య సంగీత శృంగార ప్రసంగములే ప్రధానవిషయములుగాని యెందును నొక విస్తృతమైన కథగాని, విశిష్టమైన సన్నివేశముగాని లేవు. అవి నాఁడు కంఠీరవరాయ సముఖమున నగరి నట్టువకత్తెలచేఁ బ్రయోగింపఁ బడినట్లే తోఁచును. స్త్రీపాత్ర ప్రయోగమిందు స్పష్టపడినది. కొన్ని యేకపాత్ర ప్రయోగభాజనములుగాఁ గన్పట్టుట యొక విశేషము. కవి యెవఁడైనను కంఠీరవుఁడైనను గాకపోయినను గొప్ప కళాకుశలుఁడనిమాత్రము స్పష్టము.

13. శ్రీ నారాయణ తీర్థులు

పారిజాతాపహరణము: *

శ్రీకృష్ణలీలాతరంగిణీ కృతి ప్రతిష్ఠామహితుఁడగు శ్రీ నారాయణతీర్థపాదుఁడు తెలుఁగునను యక్షగాన ప్రాయమగు నొక కృతిని వెలయించియుంకుట యాంధ్రుల యదృష్టము. అయితే అది దక్షిణ దేశముననే పుట్టి యచ్చటనే ప్రచారము సంపాదించినట్లు కన్పించుచున్నది. అచటఁ దక్క నన్యత్ర తత్ప్రతులు లభించుటలేదు.

తీర్థుఁ డాంధ్ర బ్రాహ్మణుఁడు. గోదావరిమండలములోని కూచిమంచి-అగ్రహార వాస్తవ్యుఁడు. కాని యెప్పుడో అఱవదేశ మందలి మెరట్టూరునకుఁ జనినాఁడు. అతఁడక్కడే యీపారిజాతనాటకమును రచించినాఁడని శ్రీరాఘవన్‌గారనుచున్నారు.[1] అతనికాలము క్రీ. శ. 1700 ప్రాంతమని డా. ఎమ్. కృష్ణమాచార్యుల వారనిరి.[2]

ఈగ్రంథమునఁ గర్తపేరిదియని ప్రత్యేకముగాఁ జెప్పఁబడలేదు. రచన తరంగిణి ధోరణికి భిన్నముగా నున్నది. అందుచే దీని విషయ

* అముద్రితము. తం స మ. కే నం. 544, మఱియొక ప్రతి మెరట్టూరులోఁ గలదని డాక్టరు శ్రీ వి. రాఘవన్ గారు చెప్పిరి.

చూ. journal of the Madras Music Academy. 1942., Nos. 1 to 4. p. 74. మెరట్టూరు ప్రతి పత్రె సంగ్రహముగ నుదాహరింపఁ బడినది. తంజావూరు మెరట్టూరు ప్రతులు రెండును గలిసిననే సమగ్రప్రతి తయారుకాఁగలదు

(1) నారాయణతీర్థులవారి గురించి యా యా విశేషములకు రాజమండ్రి కొండపల్లి వీరవెంకయ్య ప్రచురణ (1948) శ్రీకృష్ణలీలా తరంగిణికి ముఖబంధములుగా నున్న శ్రీ రాఘవన్ ప్రభృతుల రచనలు చూడనగును.

(2) History of classical Sanskrit literature, p. 345 by Sri M. Krishnamacharya.

మునఁ దీక్షుల కర్తృత్వము నెవ్వరైన శంకింపవచ్చును. కాని దరువుల చివరఁ దీర్ఘపాదునిముద్రలు తంజావూరుప్రతిలో నాలు తడవలు మెర ట్టూరుప్రతిలో మఱి రెండు తడవ లెక్కువగను గన్పట్టుచున్నవి. తరంగిణిలోని మూఁడు కీర్తనలు (1వ తరంగము 16, 17 వ కీర్తనలు, 12 వ త. 3 కీర్తన) యథాతథముగా నిందు గలవు. ఇందు గ్రంథా రంభమున సంస్కృతమునఁ గల కథాసంగ్రహ రచనాపద్ధతి తరంగిణి యవతారికను దలఁపించుచున్నది. అందుచే నిది నారాయణతీర్థ కృతమని నిశ్చయింప వచ్చును.

ఇందలి కథ ప్రసిద్ధమైనది. రచన తరంగిణి రచనకుఁ దీసికట్టై నను యక్షగాన సహజమగు సౌకుమార్యము గలది. గ్రంథ మంతయు దరువు, వచనముచొప్పున సాగిపోవును. అందు సంధి వచనము లెక్కువ. ఒకటు రెండుచోట్ల వరుసగా రెండు మూఁడేసి దరువులు ప్రయుక్త ములు. నడుమ నతి విరళముగా ద్విపదయు శ్లోకములును గలవు. మెరట్టూరు ప్రతినిబట్టి యిందలి దరువులు ప్రసిద్ధ రాగ తాళములలో నున్నవని గ్రహింపనగును. ఇందు కటికవాని పాత్రకుఁ బ్రసక్తి గలదు. ఇది ప్రదర్శనోద్దిష్టమైనట్లుగనే తోఁచును.

14. శహాజీ

తంజావూరిలో నాంధ్రనాయక రాజ్య మంతరించిన తరువాత మహారాష్ట్ర ప్రభుత నెలకొన్నది. ఆ మహారాష్ట్ర ప్రభువులును బ్రియం పడి నాయకరాజులవలెనే మన భాషావాఙ్మయముల నాదరించుట చరిత్రలో నొక యపూర్వ సన్నివేశము.* వారు యక్షగానము నెడనే మెక్కువ మక్కువ గలవారగుట యింకొక విశేషము. వారు యక్షగానకవుల నాదరించుటయ కాదు స్వయముగ ననేక యక్షగాన ప్రాయ రచనలుప చరించిరి. అట్టివారిలో ప్రాతః స్మరణీయుఁడు శహాజీ. ఇతఁడు భోసల వంశీయుఁడు. ఛత్రపతి శివాజీ సవతి తమ్ముఁడగు ఏకోజీకి దీపాంబిక యందుఁ గలిగిన తనయుఁడు. క్రీ. శ. 1684–1712 సం.ల నడుమ తంజావూరి నేలినవాఁడు ఇతఁ డపర విజయరాఘవుఁడు. అతని వలె నతిమాత్ర గీతి సాహితీ ప్రీతిగలవాఁడు. నాట్యకళా కోవిదుఁడు. శృంగార శూరుఁడు, హాస్యచతురాస్యుఁడు. అతని సాహిత్య మంతయు నాలక్షణములకుఁ బ్రమాణ భూతముగా నున్నది.

శహాజీపేరఁ దదంకితములు గాక, తదుపజ్ఞములుగా నిఱువదిరెండు యక్షగాన ప్రాయ రచనలు గన్పట్టుచున్నవి. అన్నియు నముద్రితములు. తంజావూరు సరస్వతీ మహాలు పుస్తకభాండాగారమున నన్నిటి

సూచన:— ఇందుఁ బేర్కొనబడిన తంజావూరు మహారాష్ట్ర ప్రభువుల రాజ్యకాలాదిక చరిత్రాంశముల కాధారము :—

"Maratha Rule in the Carnatic" By Sri C. K. Srinivasan. (Annamalai University Publication, 1945)

* (వివరములకు) చూ. శ్రీ 'మల్లంపల్లి సోమశేఖరశర్మగారి "తంజావూరి మహారాష్ట్ర భూపతులు — ఆంధ్రసాహిత్యము" అను వ్యాసము — భారతి, డిసెంబరు. 1953 జనవరి, 1954.

ప్రతులును గలవు. శహాజీ మహారాష్ట్రుఁడయ్యు నాంధ్రమున నన్ని కృతులన్యభాష యాస లేకుండ వ్రాయుట గమనింపఁ దగినది. అతని యాస్థానమున యక్షగాన రచన చేసిన యాంధ్రకవు లనేకులు గలరు. ఎడ నెడ వారి ప్రశంసయుఁ దఱచు వారి కృత్యవతారికల తీరును శహాజీ కృతులందుఁ గన్పట్టును. అందు రెండు కృతు లస లతనివి కావనియే యనిపించును. కడమ కృతుల విషయమునను శహాజీ తదాస్థాన కవుల సాహాయ్యమును గ్రహించి యుండును. కాని కొన్ని కృతుల ప్రతి విలేఖన కాలములను బట్టిచూడ శహాజీ గ్రంథరచన క్రీ. శ. 1704 ప్రాంతమున జరిగియుండినట్లు తోఁచును. అనఁగా నప్పటికి శహాజీ తంజావూరునకు వచ్చి పాతికేండ్ల పైచిలుకైనది. సింహాసనము నెక్కునాఁటికి యుక్తవయస్కుఁడై యుండును. సహజముగా భాషా సాహిత్య ప్రియంభావుకుఁడగు నతని కచట నింకను ప్రచారము నందుండిన యాంధ్రభాష నభ్యసించుటకా పాతికేండ్ల కాలము చాలకపోదు. ఇఁకఁ దదాస్థానకవి కృత్యవతారికా శ్లోకాదిక గ్రహణ విషయము. శహాజీయే స్వయముగాఁ బ్రియంపడి వానిని గ్రహించియుండవచ్చును. లేక యానాఁటి ప్రతి విలేఖకు లప్పటప్పట తదాస్థాన కవులు చెప్పుచు వచ్చిన శ్లోకాదులందుఁ దమకు నచ్చిన వానిని గొన్నిటి నందందు జొప్పించి యుండవచ్చును. ఏదెట్లయినను పైచిలుకు రెండు మూఁటకేమి గాని కడమ యిఱువదింటను రచనలో శహాజీ భాగస్వామ్య ప్రతిపత్తి యధికముగనే యుండును.

ఆ యిఱువదింటను బదునాఱు నాటకములుగను, నాలుగు ప్రబంధములుగను గ్రంథకర్తచేఁ బేర్కొనఁబడినవి. నాటకములన్నియు "సుదారవేషభాషా భూషితము" లని పేర్కొనఁబడినవి. అవి సంవాద శైలీక వచన ప్రచురములుగను, ప్రబంధములు నాట్యోద్దిష్టగీతి బంధ

ప్రకృష్టములుగను నున్నవి. అవి యన్నియు నాఁడు ప్రదర్శింపబడినట్లే వానిలోఁగల సూత్రధార వచనములును, కొన్ని ప్రయోగ సూచనలును విశద మొనర్చుచున్నవి.

ఆ గ్రంథములు సాధారణముగా జయేత్యాదియగు నొక "తోడియం" దరువుతోఁ బ్రారంభమగును. స్తుత్యాదికము, పిదప నొక సూత్రధార వచనమున గ్రంథనామ కర్తృనామ నిర్దేశము నాపై నొక ద్విపదలోఁ గథాసంగ్రహము చెప్పఁబడుటయుఁ గలవు. కథాసంగ్రహద్విపద ప్రబంధములందు మాత్రము కానరాదు. ముందే వినాయక స్తుతి యున్నను గథాసంగ్రహ ద్విపదకుఁబిదప నతని యాగమన ప్రసక్తియుండును. అనఁగాఁ బ్రదర్శనవేళ నొక కుఱ్ఱవాఁడెవఁడో వినాయక నేపథ్యముతో రంగమునఁ బ్రవేశపెట్టఁబడి ప్రదర్శకులైన భాగవతుల పూజ నందుకొని పోవుచుండు టాచారమై యుండును. ఆ పిమ్మట "ఆస్థాన సంతోషి" యగు కటికవాని వాలకము ప్రవేశ ప్రసంగము లుండును. అంతటఁ గథారంభము. గ్రంథాంతమున సాధారణముగా నొక ద్విపదలోఁ గాని గద్యలోఁ గాని కృతిసమర్పణ ముండును. ఆ సమర్పణము తఱచు శహాజీ యిష్టదైవత మగు త్యాగేశ్వర స్వామికై యుండును. ఇది యతని కృతుల యాద్యంతముల సామాన్య స్వరూపము. ఇఁకఁ బ్రత్యేకముగా నాయాగ్రంథ విశేష విషయములు మాత్ర మొక క్రమము ననుసరించి తెలుపఁబడును.

1. విఘ్నేశ్వర కల్యాణము: [1]

సిద్ధి బుద్ధి యను బ్రహ్మపుత్రికలతో వినాయకుని వివాహ మిందు వర్ణితము. ఇది విఘ్నేశ్వరకల్యాణమే కాఁబట్టి గ్రంథారంభ

(1) తం. స. మ. కె నం. 610–616.

మున మఱి వేఱే యతనిపాత్ర ప్రవేశ సూచన లేదు. సరిగా లగ్న సమయమందే యతని పాత్రకుఁ బ్రసక్తి. ఇందలి దరువులు ప్రసిద్ధ రాగ తాళములలో నున్నవి. కొన్నిటికిఁ బవ — తెలుఁగు మాతృక లుదాహరింపఁబడినవి. మాతృక లనఁగా నీ దరువుల వరుసలకు నాఁడు ప్రసిద్ధములగు పాటల యొరవడులు.

2. శచీపురందరము : [2]

ఇందలి వినాయక పాత్ర ప్రవేశ ఘట్ట మక్కడి కది యొక చిన్న ప్రహసనమువలె నున్నది. శచీంద్రుల వివాహ మిందలి యితివృత్తము. అది శహాజీ యేలు తంజాపురమున జరిగినదఁట. ఇందు వచనము పాలెక్కువ. దరువు లనేకము మాతృకానుసారము రచింపఁబడినవి. ప్రౌఢమైన శ్లోక రచనయుఁ గలదు. హాస్యముకొఱకసభ్య పద ప్రయోగము, ననుచిత సన్నివేశ కల్పన గావించినాఁడు గ్రంథకర్త.

పాత్రల పరిచయ మిందు ద్వివిధముగ నున్నది. సూత్రధారు ననుమతిపై భాగవతులే పాత్రలను బలుకరించుట, పాత్ర ప్రవేశ సమయమున, దత్తద్వేష భాషాదిక వర్తనా రూపమైన దరువుల ద్వారా కావించుట. మఱియు గ్రంథస్థములగు నాధారములను బట్టి యీ నాటక ప్రదర్శకులగు భాగవతులలో బ్రాహ్మణులు గలరనియుఁ, గోవెల మణియగాని వంటి వాఁడును సూత్రధారత్వము వహించెడివాఁడనియు, మద్దెల, తాళము, తంబుర, తిత్తి మొదలగునవి నాఁటి ప్రదర్శనపు హంగువాద్యము లనియు నూహింపనగును. శహాజీ యాస్థానకవి యగు గిరిరాజ పదము లిందు ప్రశంసింపఁబడినవి.

(2) త. స. మ. కే. నం. 625 — 627

3. వల్లీ కల్యాణము: [3]

కేటలాగులో వల్లీ కల్యాణ మని యున్నది. కాని కవి పెట్టిన పేరు కుమారస్వామి కల్యాణము. ఎట్లనుకొన్నను దగవులేదు. వల్లి యను చెంచెతను గుమారస్వామి పెండ్లియాడిన కథ యిది. దక్షిణ దేశమునఁ గడు ప్రచార మందిన కథలలో నిది యొకటి. మన చెంచు లక్ష్మి లేక గరుడాచలము కథయు నించుమించు చిట్టిదే.

ఇందు ద్విపద భాగ మెక్కువ. దరువులును, వచనము గొలఁదిగాఁ గలవు. ఇందు "నాటకశాల భామల" ప్రసక్తి వచ్చినది. గిరిరాజ పదముల ప్రశంసయుఁ గలదు.

4. శాంతా కల్యాణము: [4]

కథ ప్రసిద్ధము. వేశ్యలతో ఋశ్యశృంగుని సమావేశ ఘట్ట మిందు రక్తికట్టినది. కాని కులవధువగు శాంత పాత్ర మొక వెలవెలఁది పాత్రవలెఁ జిత్రింపఁబడినది. అట్లే మహర్షు లంతవారు "మామూలు భంగు బైరాగులవలె" జిత్రింపఁబడిరి. ఇందు ద్విపద, దరువులు, వచనములు, శ్లోకములు గలవు.

5. ద్రౌపదీ కల్యాణము: [5]

కథ ప్రసిద్ధము. కవి వివరములను విడిచిపెట్టకుండఁగనే సంగ్రహ ముగాఁ దెమల్చివైచినాఁడు. కాని రచన యైతిహాసికస్థాయి నందు

(3) త. స. మ. కే. నం. 590 — 596 నం. 596 ప్రతి విశేషిన కాలము. తారణ - ఆశ్వయుజ శుక్ల షష్ఠి స్థిరవాసరము క్రీ. శ. 23—9—1704.

(4) త. స. మ. కే. నం. 628 — 630

(5) ,, ,, ,, 535 — 538

కొనలేకపోయినది. ఇందవతారికలో సభానాయక ప్రశంసాత్మకమైన గద్య 'కైవార' మని పేర్కొనఁబడినది. కథాసంగ్రహ ద్విపద లేదు. రాగతాళము లుదాహరింపఁబడని చిన్న చిన్న దరువు లనేకము. ఒక యుత్పలమాలయు, నొక కందము, నాలుగుచోట్ల ద్విపదయుఁగలవు. గ్రంథము సాబాలు వచనమనియే చెప్పవచ్చును. అందు సూత్రధార వచనము లెక్కువ. రచన సామాన్యమైనది.

6. కృష్ణలీలా విలాసము: [6]

కృష్ణ జననము, బాల్యక్రీడలు, సత్యా పరిణయము నిందలి కథావస్తువులు. ఇందలి యవతారిక సరస్వతీ కల్యాణము దానితో సమానముగ నున్నది. ఇందు సూత్ర ధార వచనములు, శోభన గీతాదులును గలవు. గ్రంథాంతమందలి మంగళగీతము శహాజీ జలక్రీడలు, సతీపతిదాన విలాసములందును గలదు.

7. జలక్రీడలు: [7]

కథ ప్రసిద్ధము. హాస్యము కొఱకు పప్పు తిమ్మక్క, పాపావధాని యను రెండు పాత్ర లిందుఁ గల్పితములైనవి. ఇది యెట్లు ప్రదర్శనీయమో యూహాకందకున్నది. ఇది 'నవ్యనాటక' మని పేర్కొనఁబడినది. ఇందు చిన్న చిన్న దరువులు, సూత్రధార, పాత్రవచనములు, ద్విపద, శోభనము గలవు. రచన యొకతీరు.

(6) తం. స. మ. కే. నం. 505 — 506 (ఇది నా కలబ్ధమైనది. దీని గురించి పై మాటలు కేటలాగునుబట్టి వ్రాయఁబడినవి.)

(7) త. స. మ. కే నం. 521 — 527.

8. సతీపతిదానవిలాసము: [8]

ఇందలికథ కృష్ణతులాభారగాథ, ప్రసిద్ధము. చక్కని హాస్య ద్యోతక సందర్భములతో సరసముగా నున్నది. ఇందుఁ జిన్న చిన్న దరువులు, సూత్రధార పాత్రల వచనములు, ద్విపద, శోభనము గలవు.

9. సీతాకల్యాణము: [9]

కథప్రసిద్ధము. ఇందలి శహాజీప్రశస్తిగద్య 'కైవారగద్య' గాఁ బేర్కొనఁబడినది. ఇందు దరువులు, ద్విపద, గద్యపద్యములును గలవు. సూత్రధార వచనములున్నవి. రచన చక్కనిదే.

10. రామపట్టాభిషేకము: [10]

కథ ప్రసిద్ధము. ఇందు తలవరులు భరతునితోఁ దమిళమునఁ బ్రసంగింతురు. వారి చేతిలోఁ దుపాకులు గలవఁట! (అట్టి తలవరులు నాఁడు మహారాష్ట్ర ప్రభుత్వోద్యోగులై యుందురు) ఇందలి రచనలో విశేషములేదు. సన్నివేశములేని వస్తువు. చప్పని రచన.

11. రతికల్యాణము: [11]

ఇందలి యెత్తుగడ కొంత క్రొత్తది. "నాంది ద్విపద" యొక విశేషము.

---

(8) తం. స. మ. కే. నం. 644 — 650
(9) ,, ,, ,, ,, 663 — 672
(10) ,, ,, ,, ,, 572 — 577
నం. 577 ప్రతి విశేఖన కాలము: తారణ భాద్రపద కృష్ణైకాదశి, సౌమ్య వాసరము క్రీ శ 13—9—1704.
(11) తం. స. మ. కే. నం. 561 — 567.

కథ ప్రసిద్ధము తీర్పు క్రొత్తది. రతిమన్మథుల వివాహము శాహేంద్రుఁ డేలు తంజాపురమున జరిగినదఁట, అందలి రచన సరసముగ నున్నది. దరువులలోను సంభాషణలు చక చక నడచినవి.

ఇందాంధ్రపాణిని బిరుదాంచితుఁడైన శేషాచలపతి యను పండితునకు శహాజీ కావించిన సన్మానము, శహాజీపై గిరిరాజ కవి పదములు రచించిన విషయమును బ్రశంసింపఁబడినవి.

12. రుక్మిణీ సత్యభామా సంవాదము: [12]

ఇందుఁ గథాసంగ్రహ ద్విపదతోనే గ్రంథారంభము. స్తుత్యాదికము లేదు. కటికము ప్రసక్తి కానరాదు. సవతుల సంవాదము కంటెను సతీపతులది రక్తికట్టినది. సూత్రధార వచనములు, ద్విపదలు నెక్కుడు. ఒక సీసము, నొక కందము, చిన్న చిన్న దరువులును గలవు. సంవాదములం దుత్తరప్రత్యుత్తరపు దరువులు పెద్దవి. గ్రంథము చివర "వృత్తదరు"వను నొక రచనా విశేషము గలదు. చూడఁగా నది సీస పద్యమే దరువుగా మలఁపఁబడినది. కాఁగా దీనిని సీసార్థ మనవచ్చును.

13. కిరాత విలాసము: [13]

అవతారికలోఁ గొంత క్రొత్తదనమున్నది. తనతోఁ బగడ సాలాడి పందెమున స్వసర్వస్వము నోడి నారదుని "సలహా" ప్రకారము కిరాతవేషమున నడవికేఁగిన శంకరుని భిల్లాంగనా నేపథ్యమునఁ బార్వతి కలిసికొనుట యిందలి విషయము. గ్రంథ మంతయు నొకదరువు, నొక వచనము చొప్పున సాగిపోవును. సూ. వ. లెక్కువ. పాత్రల సంభాషణ వచనములును గలవు. ఇందలి రచన పొల్లుమాట లంతగా లేనిది; నిర్దుష్టము. సరళము నైనది.

---

(12) తం. స. మ. కే. నం 583 — 586.

(13) తం. స. మ. కే. నం 501 — 504

14. సతీదానశూరము: [14]

శాహరాజు సాహిత్య వైయాత్యమును పట్టి యిచ్చునట్టి విశిష్ట కృతి యిది. ఇందలి వస్తువు క్రొత్తది. రచన కడు చక్కనిది. మోరోభట్లను బ్రాహ్మణుఁడు సశిష్యుఁడై తిరునాళ్ళకని బయలుదేఱి యట మగనాలి యగు నొక మతంగ భామను జూచి కామించుట. ఆమెయు, నతని శిష్యుఁడును వారింపఁజూతురు. అదియొక పెద్ద వాగ్వాదము. కాని లాభము లేకపోయెను. పిదప నామె భర్తయే వచ్చి సంగతి గ్రహించి యొక ధర్మోపన్యాసము చేయును. అంతకును బంతులు దారికి రాకుంట చూచి యయ్యవారికిఁ దన దారను ధారవోయుటకు నిశ్చయించును. అప్పు డయ్యవారిలోఁ బరివర్తనము పొడసూపును. చివరకు శివుఁడు సాక్షాత్కరించి యందఱకును మోక్షము ననుగ్రహించును. ఇది యిందలి విషయము.

ఇది సంవాదశైలీ ప్రచురమైన రచన. చమత్కారావహము లైన శృంగారస్వారస్యములు, ప్రశస్యములైన హాస్య ప్రసంగములు నిందు గలవు. రసాభాసమైనను రక్తిగట్టినది శృంగారము. వస్తువిషయమునఁ బ్రసిద్ధమైన సురాభాండేశ్వర కథను, సన్నివేశ రచనా ఫక్కికలలోఁ దంజాపురాన్నదాననాటకము నిది జ్ఞప్తి కెలయింపఁ గలదు.

ఇందు వచనము పాలధికము. దరువులు కొద్ది. సం. శ్లోకములు సుమారు నలువది గలవు. అందుఁ గొన్ని భర్తృహరి సుభాషితము మొ॥ ప్రసిద్ధ గ్రంథాంతరములనుండి గ్రహింపఁబడినవి. సం. లోకోక్తులు నెక్కువగలవు. ఆ గ్రహించుటలో మంచి సందర్భోచితజ్ఞతఁ బ్రకటించినాఁడు కవి యిందు గ్రంథ మధ్యమునఁ బాత్ర భాగవతులను బల్కరించుట గలదు.

---

(14) తం. స. మ. కే. సం. 638 — 643.

15. భక్తవత్సల విలాసము:[15]

ఈ కృత్యాది స్తుత్యాదికమునఁ గొంత క్రొత్తదన మున్నది.

పరమేశ్వరుని బాణాసుర వర పరిపాలన యొక్కటియే యిందలి భక్తవాత్సల్య ప్రదర్శన ఘట్టము. కాని తద్వ్యాజమున శివ పార్వతులకు విరహము గల్పించి, తన విప్రలంభ శృంగార వర్ణనా వైదగ్ధ్య ప్రకటనమునకై కవి యీ కృతిని రచించినట్లు తోఁచును. ఆ పురాణ దంపతుల స్థాయికిఁ దగినట్లు లేదు గ్రంథము.

ఇందు దరువులు, ద్విపదలు, గద్య పద్యములు గలవు. వృత్త దరువుల పేరిట సీసార్ధము లుదాహరింపఁ బడినవి. పద్యము లనుప్రాస విశిష్టములుగా సమాస ప్రచురములుగాఁ ప్రబంధ ఫక్కిని నడచినవి. వర్ణనలలో వ్యావహారికపు నుడికారముతో సంభాషణలు సరసముగా సాగినవి. రచనలో ననౌచిత్య మున్నను బేలతన మెక్కడను గానరాదు. ఆ ప్రౌఢి విషయమున శహాజీకృతులలో నిది యొక మేలుబంతి.

16 గంగాపార్వతీ సంవాదము[16]

కలహాభోజనుని కైలాటము మూలముగా గంగా పార్వతులకు సవతికయ్యము తటస్థించుటయు, శివుఁ డర్ధనారీశ్వర గంగాధర సమాఖ్యలు వహించుటతో నా కలహ మంతరించుటయు నిందలి ప్రధాన విషయము. సవతికయ్యము ఘట్టము రక్తికట్టినది. పార్వతికి శకునము జెప్పవచ్చిన నల్లేరు శివుఁడు నతని పెండ్లము చింతపట్టి పోచెక్కయునను రెండు నీచపాత్రల విరస ప్రసంగముల ద్వారమునను, నారద తచ్ఛిష్యుల ప్రసంగముల వలనను విపరీతమైన యసభ్యహాస్య ధోరణిఁ బ్రకటించినాఁడు కవి.

(15) తం. స. మ. కే. నం. 117. ఇది కేటలాగులోఁ జేర్కొనఁ బడలేదు. తత్ప్రతి విలేఖకుఁడు నట్టువ చింతామణి.

(16) తం స. మ. కే. నం 513 – 518

చేయి తిరిగిన రచన, చక్కని తెనుఁగు నుడికారపు సొంపుగులుకుచున్నది. దరువులు సూ. వ. లును దఱచు. అక్కడక్కడ పద్యములు, పాత్రల వచనములును గలవు. సూ. వ. లు శబ్దాలంకార ప్రచురములు. పాత్రలవచనములు వ్యావహారిక ధోరణిలో నున్నవి.

17. పంచ రత్న ప్రబంధము: [17]

ఇందొక కథగాని సన్నివేశముగాని లేవు. పరమేశ్వరుని కొలువునకు వరుసగా కొండఱు బిరుదు మిటారులు, నవసిద్ధజోగి యను వాఁడొకఁడు నొకచెంచు, నట్టువోజు, నొక బిరుదుబంటు, గొందఱు "నాదనకాండ్లు" ను వచ్చి నాట్యప్రదర్శనములు చేయుదురు. రత్నములవంటి నట పంచకముయొక్క నృత్యప్రబంధ ప్రదర్శనము వస్తువగుట గ్రంథమున కాపేరు వచ్చియుండును. ఇందాయిత్తం, జతి, మోహారం, గణపతి కవుత్తం, నెలకట్ట, సొల్లుకట్టు మొ॥ నాట్యోపయోగి గీత ప్రబంధ విశేషము లనేకము గలవు. దరువులలోను భాష తక్కువ, స్వరతాళముల గడబిడ యెక్కువ. ఇది 'ఉదార వేష భాషా భూషితంబగు', 'ఘన నాట్య శాస్త్ర వైఖరులను మించు' నని పేర్కొనఁబడినది. నవసిద్ధజోగి ప్రసంగమున మరాటీ భాషలో దరువు లుండుట విశేషము.

18. విష్ణుపల్లకి సేవా ప్రబంధము: [18]

విరహ విహ్వలయైన లక్ష్మి విష్ణుదేవునివాలి కిరువురు చెలికత్తెలను బుత్తెంచును. వారలా దేవుని కొలువును గొనియాడి, స్వామి సముఖము గావించుకొని దేవి మనవిని విన్నవింతురు. స్వామి

(17) తం. స. మ. కే. నం. 540.

(18) „ „ „ „ 618 — 619.

సమ్మతించి సపరివారుఁడై పల్లకిపై బయలుదేఱును. అక్కడ పడుక టింటి వర్ణన - తదుపరి విష్ణుస్తుతి - అవతారవర్ణన - స్వామి కారగింపు పవళింపుసేవలు - మేలుకొలుపు - శోభనపాఠము. ఇది యిందలి విషయము. రచన యొక మాదిరి. ఇందు దరువులు, ద్విపదలు, పద్యములు, సూ. వ. లే గాక రగడలు (అందు మయూర గతి విశేషము; ప్రసిద్ధము నగు నవవిధ రడగలలోఁ జేరనిది) చూర్ణిక, లయగ్రాహి లాలిపాట, ఆరతులు, అష్టకము, ధవళశోభనములు, మేలు కొలుపును గలవు.

19. శంకరపల్లకి సేవా ప్రబంధము: [19]

దీని యవతారిక తిరు వేఱు.

ఒకరితో నొకరు చెప్పుచున్నట్లు శివుని కొలువుచెలువు కొని యాటతోఁ గథారంభము. గౌరీ సఖులు స్వామి సముఖ మెట్లో చేసి కొని తమ దేవి మనవి విన్నవింతురు. శివునియాజ్ఞ యైనట్లే - పల్లకి వచ్చును - తద్వర్ణన - బోయిల కమరుల హెచ్చరికలు - పల్లకి గౌరి నగరి మొగసాల దిగఁగానే నంది యొక చూర్ణిక నందుకొనును. - తమ పరి పడకటింటివర్ణన - అమ్మవారి సింగారింపు - అయ్యవారి యార గింపు — పవళింపుసేవ - చెలికత్తెల యప్పగింతలు - జాము జామునకు వాకిలి కావలివారల హెచ్చరికలు - నాల్గవజాము గడచునంత-మంగళ హారతులు. ఇందలి విషయ మిది. రచన చక్కనిది. ఇందును దరువులు, ద్విపదలు, పద్యములు, అష్టకములు, చూర్ణిక, మంగళహారతులు మొ॥ రచనా విశేషములు గలవు.

ఈపల్లకి సేవాప్రబంధముల గురించి ప్రత్యేకముగాఁ జెప్పవలసిన దొకమాట కలదు. శహాజీ కృతి సముచ్చయమునందు వీని దొక

(19) తం. స. మ. కే నం. 620 — 624.

విశిష్టత. ఇవి నిన్న మొన్నటి దనుకఁ దంజాపుర పరిసర దేవాయతనము లందుఁగొన్నిట నాయా దేవోత్సవ సందర్భములం దాచార సిద్ధముగాఁ బ్రదర్శింపఁబడుచుండెడివని తెలియుచున్నది. వీని ప్రదర్శన ఫక్కికనుగూర్చి శ్రీ మల్లంపల్లి సోమశేఖరశర్మగారిట్లు సెలవిచ్చి యున్నారు.*

"పల్లకి సేవా ప్రబంధములు చిత్రమైన కల్పనతోఁగూడిన నాట్యాభినయ ప్రధానములైన నాటకములు. శివుని, విష్ణుని పల్లకి సేవయే యీ నాటకములలోని ప్రధానేతివృత్తము. నాట్యకళా ప్రవీణలైన తరుణీమణులు పల్లకి బోయీల పాత్రలను ధరించి స్వామి పల్లకి సేవ చేయుదురు. ఇందు నిమిత్తము పల్లకి బోయీలలో ముందువారు వెనుకవారు రెండు గుంపులుగ నేర్పడి కథ వినిపింతురు. చిత్రమైన పరికల్పనమిది. కథ యేమియు లేదు. కాని కృతికర్త నాట్యాభినయముల కనుకూలముగ నుండునట్లు కడుచమత్కారముగ రచించెను."

20. త్యాగ వినోద చిత్ర ప్రబంధము:[20]

ఇది యొక చిత్ర ప్రబంధము. 'శంకర కాళీనటనవాద మహానాటక' మనియుఁ బేర్కొనఁబడుట విశేషము. ఇది షడంకములుగా విభజింపఁబడియుండుట యింకొక విశేషము. ప్రత్యంకాంతమందును గ్రంథకర్త గద్య గలదు. ఈ గ్రంథము విషయమై యొక ముఖ్యవిశేషము గమనింప వలసియున్నది. ఇందుపక్రమోప సంహారములందు విపులముగా నచ్చపు సంస్కృత శబ్దబహుళముగా మహారాష్ట్రభాష వాడబడినది. ఎడనెడఁ దెలుఁగునకును బ్రసక్తి గలదు. అందుచేతనే దీనికిటుఁ బ్రసక్తి గల్గినది.

* చూ. వారి వ్యాసము భారతి. డిసెంబరు. 1953.

(20) తం. స. మ. కే. నం. 530 — 534. ఆంధ్ర వాఙ్మయ సూచికలో శహాజీ కృతిగా నుదాహృతమైన కాళీ తాండవ నాటకమిదే.

ఆ ప్రసక్తి యెట్టిదనగా: ప్రథమాంకమున గ్రంథము గూర్చి మహారాష్ట్రభాషలో సూత్రధారుఁడు గావించిన ప్రసంగమున కొక ద్విపదలో నొకవచనములో నాంధ్ర వివరణము గలదు. చతుర్థాంకమునఁ దెనుఁగున 'సవ్యాపసవ్య సమపదలీలాదరు' వనునదొకటి గలదు. షష్ఠాంకమునఁ గవి తన గ్రంథమును దానే యొకపరి సింహావలోకనము చేసికొన్న సందర్భమునం దొక తెలుఁగు దరువు గలదు. అందే తెలుఁగున 'క్రమసప్తస్వర వర్ణార్థలీలా' పేర నొక్కటే దరువు తోడి, కల్యాణి, ఖాబి, శంకరాభరణములను నాలుగు రాగములందుఁ బ్రవర్తింపఁజేయుట కనువైనది గలదు. గ్రంథము చివరిభాగమున 'జక్కిణీ దరువు' లను నింకొక రచనా విశేషము తెలుఁగునఁ గలదు.

గ్రంథము త్యాగేశాంకితము. త్యాగేశుఁడు కవి కిష్టదైవతము. గ్రంథప్రతిపాద్య విషయము తన్మాహాత్మ్యము - అనగా నాట్యనైపుణ్యమునఁ దనయంతవారు లేరని విఱ్ఱవీగెడు భద్రకాళి గర్వ ముడుపఁ దలఁచి నారదుఁ డందులకు నటరాజ మూర్త్యంతరమగు త్యాగేశునిఁ బురికొల్పుట. వారలిద్దఱకు వాదోపవాదములు జరుగుచుటయు నవి వివిధ నృత్యప్రక్రియలద్వారా ప్రదర్శనరూపము దాల్చుట, తుదకు భద్రకాళి యోడుట, త్యాగేశుఁడు విజయ సూచకముగాఁ దత్ప్రాణప్రాయమగు కాళీపాణిగ్రహణము సేయుటయు నిందలి విషయము.

గ్రంథము పెద్దది. విషయము స్వల్పము. కాని రచనావైచిత్రి రమణీయము! చమత్కారావహము! ఆశ్చర్యకరము! కవి తనసంగీత సాహిత్య భరత విద్యానిపుణత్వము నిరూపించుకొనుటకు రచించినట్లున్నది. అక్షరములతో నాటలాడినాడు. శబ్దజాలముతో నింద్రజాలము చేసినాఁడు. బహుభాషాభణితులతోఁ దదర్థగతులతో రాగతాళ సంగతులను తరంగములతో నాచి సాచి బారలువైచి యీఁదినాఁడు. ఇట్టి చిత్రచిత్ర ప్రక్రియ గలది కనుకనే యిది చిత్ర ప్రబంధమైనది.

గ్రంథము నీత ప్రచురమైనది. అక్కడక్కడ సంస్కృతశ్లోకము లున్నవి. ప్రసిద్ధ రాగ తాళ మేళన మనేకధా ప్రదర్శింపఁబడినది. సంస్కృతమునందును దరువులు రచింపఁబడినవి. తెలుఁగునందు కొద్ది. మరాటి 'లీలా' దరువు లధికము. సూళాదితాళవిస్తరణ, గౌళరాగ ప్రభేద ప్రస్తారము, ఒక్కదరువులోఁ జతుర్విధ రాగానుకూల్య మిముడ్చుట, భిన్న భాషలు, సందులో శ్లేషలు, శబ్దాలంకారములు, ననులోమాది ప్రక్రియలు మొ॥ గలవు. దరువులకుఁ దఱచుగా స్వర కల్పన (స్వరజతి), తాళక్రమము (స్వరచొల్లుజతి) నుదాహరింపఁబడినవి. సంగీత సాహిత్యములతో శతావధానము చేసినాఁడు శహాజీ. కవి మాత్రుఁ డిట్టి గ్రంథము రచింపలేఁడు. శహాజీ నిస్సందేహముగ మహా విద్వాంసుఁడై యుండునని చెప్పవలెను. అతని కృతులందే కాదు యావ ద్దక్షిణాంధ్రయుగ వాఙ్మయమునందు నిది య త్యపూర్వము, నపురూపము నైన కృతి. అయితే పూర్తిగాఁ దెలుఁగు కృతి కాక పోయె నన్నదే విచారము.

శహాజీ కృతులందు వస్తువైవిధ్య మనల్పము. ఒండు రెండు తక్క నన్నియు పౌరాణికేతివృత్తములు. కాని యాతఁడు తీర్చిన తీర్పు క్రొంజవిగలది. చురుకైన శృంగారహాస్యప్రసంగములు కొల్లలుఁ కాని వానిలో ననౌచిత్య మత్యధికము. అతని కృతులన్నియుఁ బ్రదర్శనసౌలభ్యము గలవి. కాని యథాతథముగ నన్నియుఁ బ్రదర్శన యోగ్యములు గావు.

యక్షగాన చరిత్రలో శహాజీ కృతులఁ గూర్చి యెన్నఁదగిన విశేషములు: అవతారికలోని కథా సంగ్రహ ద్విపద, వినాయకపాత్ర ప్రవేశము, కటికము వాని నొక సాంప్రదాయిక హాస్యపాత్రగా రూపొందించుట, గ్రంథమున నడుగడుగునను బాత్ర ప్రవేశసూచక

ములు, కథానుసంధానకములు నగు సూత్రధార ప్రసంగిములు, ఎడనెడఁ బ్రదర్శన ప్రవర్తకులైన భాగవతులు పాత్రలను బలుకరించుట మొ॥. అతని ప్రబంధ రచనయు నొక గొప్పవిశేషమె. అందు మార్గ నాటక సంప్రదాయానుసారముగా త్యాగ వినోద చిత్ర ప్రబంధము నందలి యంకవిభాగము, నందందవతారికలు మార్గనాటక నాందీ ప్రస్తావన సందర్భములను దలపింపఁజేయుటయును విశేషములే.

---

15. వాసుదేవ కవి

పార్వతీ పరిణయము: *

ఏతద్గ్రంథావతారికలో నొక సూత్రధార వచనమున శాహ రాజ ప్రణీతమని యున్నది. కాని గ్రంథాంతమున శహాజీ పరముగా నున్న మంగళ గీతమున "... శ్రీ వాసుదేవకవి వచస్సంతుష్టాయ మంగళ" మ్మని యుండుటం బట్టియు, మహారాష్ట్రుఁడగు శహాజీ కృతులం దెందును గన్పట్టని యాంధ్ర కవిస్తుతి యిందుండుటను బట్టియు వాసుదేవ నామధేయుఁడగు కవి యొకఁడు శహాజీ యాస్థానమందుంగి యుండుననియు, నతఁడే దీనిని రచించి యుండుననియు నూహింప వచ్చును.

ఒక విశేషము:- బాలమనోరమాఖ్య సిద్ధాన్తకౌముదీ వ్యాఖ్య యొక్క చివర గద్యలో నిట్లున్నది.

* తం. స. మ కే నం. 545 — 553

"శ్రీ శహాజి శరభోజి తుక్కోజిభోసల చోళమహీ మహేంద్రా మాత్య ధురంధరస్య శ్రీ మదానందరాయ విద్వత్సార్వభౌమస్య అధ్వర్యుణా ... లబ్ధ విద్యా వైశద్యేన ... వాసుదేవ విదుషా విరచితాయాం సిద్ధాంత కౌముదీ వ్యాఖ్యాయాం బాలమనోరమాఖ్యాయాం..."

అనఁగా బాల మనోరమ కర్తయైన వాసుదేవ దీక్షితుని గురువైన యానందరాయమఖి శహాజీ కాలము నుండి తంజావూరు మహారాష్ట్ర ప్రభువుల యొద్ద మంత్రిగా నుండినట్లు తెలియుచున్నది. ఈ వాసుదేవ దీక్షితుఁడే గురువుగారి చలువవలన శహాజీ యాస్థానమున కెక్కి యతనిపేర నీ పార్వతీ పరిణయమును వెలయించెనేమో; అగుచో నీతఁడు శహాజీ రాజ్యకాలమగు క్రీ. శ. 1684 - 1712 ప్రాంతమున నుండె ననవలెను.

ఈ పార్వతీ పరిణయమునందలి యవతారికలోని స్తుత్యాదికమే శహాజీ విఘ్నేశ్వర కల్యాణము, శచీ పురందరాదులకును మూఁదల మైనది. ఇందుఁ గొన్ని స్తోత్ర శ్లోకముల తరువాత 'నాంది' ద్విపద, శాహారాజ సభాప్రశంస సీసము, గథాసంగ్రహ ద్విపదయుఁ గలవు. ఇందును శహాజీకృతులందువలె రంగముపై వినాయకుని వాలకము ప్రవేశ ప్రసంగములు గలవు. ఆసందర్భమునఁ గల పాత్ర వర్ణన ద్విపద, ప్రవేశపు దరువు నదేమాదిరిగా శహాజీ కృతులందుఁ దఱచు కన్పట్టును. ఇందు కటికము ప్రసంగముగూడఁ గలదు. ఇది "వేషభాషా భూషితంబగు - చారు నాటకము - లాస్యముల రాజిల్లు" నది యని పేర్కొనఁ బడినది.

ఇందలి కథ ప్రసిద్ధము. పార్వతీకల్యాణ కథా పూర్వరంగములైన కామదహనాది ఘట్టములు విడువఁబడినవి. పార్వతిని బరీక్షింప వచ్చిన శివుని వాలకము మాఱినది (వృద్ధబ్రాహ్మణుఁడుగా). కవి

విదగ్ధుఁడేకాని యుదాత్తతఁ బ్రదర్శించలేకపోయినాఁడు. కోరి యనౌచిత్యమున కొడిగట్టినాఁడు. ఇది పురాణాదంపతుల పుణ్యకథ యన్నమాటే మఱచినట్లున్నది. హాస్యముకొఱకు అసభ్యత నాదరించినాఁడు. మంగళాష్టకములను 'పేరడీ' చేసిన మహాశయుఁ డతఁడు.

ఇందు దరువులు, ద్విపదలు, సీసాది పద్యములు, సంస్కృత శ్లోకములు, వచనమును గలవు. దరువుల వరుసలకు మాతృకలుగూడ నుదాహరింపఁబడినవి. రచన ప్రౌఢము

---

16. నివర్తి శేషాచలపతి

శహాజీ యస్థానమున వెలసిన శాహరాజ విలాసము[1], సరస్వతీ కల్యాణము[2] నను రెండు తెలుఁగు యక్షగాన నాటకములు శేషాచలపతియను కవి రచించినవిగాఁ గన్పట్టుచున్నవి. అందు శా. వి. న "శేషాచలపతి" 'అష్టభాషా కవిత్వంబు లమరు సుకృతి' యని మాత్రమే గలదు.

స. క. అవతారికనుబట్టి యీతఁడు నివర్తి వంశ్యుఁడనియు, నీతని సూత్రగోత్రము లాపస్తంబ భారద్వాజార్షము లనియుఁ దెలియుచున్నది. అం దితని తండ్రిపేరు చొక్కనాథ మహామాత్యనాథుఁడని యున్నది. అనఁగా నతఁడు క్రీ. శ. 1659—1682 సం. ల నడుమ

(1) తం. స. మ కే. నం 632

(2) ,, ,, ,, 651—657

మధుర నేలిన యాంధ్ర నాయక రాజగు చొక్కనాథుని యమాత్యుఁడా, లేక యతనిపేరే చొక్కనాథామాత్యుఁడా యని శంక. శాహాజీయమను నొక శృంగారపదముల గ్రంథము♦ చివర నొక పదమున "చొక్కనాథ పాలాశాహేంద్రుండు" అని కలదు. ఆ పదకర్తపేరు చొక్కనాథుఁడగునా ? ఆతఁడీ శేషాచలపతి తండ్రి యగునా ? యని యింకొక శంక. శహాజీ రాజపుర విద్వత్పరిషత్తున గణనీయుఁడగు రామభద్ర దీక్షితునకు గురుస్థానమైన యశేఁడొక చొక్కనాథ దీక్షిత నామధేయుఁడు గలఁడు. * కాని యతనికిని యీ శేషాచలపతికిని బితాపుత్ర సంబంధము గలదో లేదో తెలియదు.

ఇఁక నొక విశేషము: శహాజీ యాస్థానమున నాంధ్రపాణిని బిరుదాంచితుఁడగు నివృత్తి శేషాచలపతి కృతముగా వెలసిన సంస్కృత గ్రంథములు రెండు కన్పట్టుచున్నవి.

అవి ఆంధ్ర వ్యాకరణము [1], భోసల కోసలేంద్ర చరితము [2], రెండింటను నితని యాంధ్ర పాణిని బిరుదము స్మరింపఁబడినది. భో. కో. చ. న నితఁడు శహాజీచేఁ గనకాభిషేకాది సత్కారములు పొందినట్లును, నితఁడు భారద్వాజ గోత్రుఁడు, నివృత్త్యన్వవాయుఁడు, అక్కదేవీ విభుఁడును నైన వేంకటపత్యమాత్యుని పుత్రుఁ డనియుఁ గలదు. శహాజీ రతి కల్యాణమున నొక ప్రతిలో (తం. స. మ. ప్రతి నం. 541, నితని రగాంధ్ర పాణిని బిరుదము, శాహరాజ కృత సన్మానము స్మరింపఁ

♦ తం స మ కే నం 468

* Vide Indian Antiquary, Vol. 33.

(1) తం. స. మ. కే. నం. 773 — 774.

(2) ,, సంస్కృత గ్రంథముల కేటలాగు నం. VIII. నం. 4238.

బడినవి. కామకళానిధి గ్రంథకర్తయైన నెల్లూరు శివరామ కవి యాతని పేరు నింటి పేరు, బిరుదు స్మరించి యీతఁడు తన గురువని వక్కాణించినాఁడు.

కాఁగా నీ యాంధ్ర పాణిని శేషాచలపతియు, యక్షగాన నాటకకర్త యగు శేషాచలపతియు నొక్కరా కాదా యనునది ప్రకృత ముదయించు ప్రశ్న. అనేక విషయముల సామ్యము గన్పట్టుచున్నది. కాని కవి పితృనామ విషయమున శంక పొడగట్టుచున్నది. భో. కో. చ. న వేంకటపత్యమాత్యుఁడు శేషాచలపతి తండ్రి యని కలదుగదా, కాని సరస్వతీ కల్యాణమునందుఁ జేర్కొనఁబడిన చొక్కనాథ మహామాత్యనాథుఁ డనఁగా మధుర చొక్కనాథుని మంత్రి యతఁడగునో కాదా, అసలు చొక్కనాథునకు నివర్తి లేక నివృత్తి వేంకటపతి యను మంత్రి యుండెనో లేదో, లేక వేంకటపత్యామాత్యునకుఁ జొక్కనాథుఁడను నొక సోదరుఁడుండెనేమో, ఆంధ్ర పాణిని బిరుదాంచితుఁడును యక్షగాన కర్తయు నా యన్నదమ్ముల పిల్లలేమో, ఇవి యిప్పటికిఁ దెమలని శంకలే యగుచున్నవి. తెలుఁగు గ్రంథముల విషయమున మాత్రము రెండు నొక్కతీరువి కనుకను, నొక్కదానిలో, గవి గురించి వివరములు లేకపోయినను రెండిట గర్తృనామము, కృతిపతి యగు శహాజి భవన వర్ణన గల యొక చూర్ణికయు నొక శ్లోకమును సమానముగ నున్నవి కావునను నా రెండింటినైన నేక కర్తృకములుగా గ్రహింపవచ్చును.

గ్రంథ సమీక్ష

శాహరాజ విలాసము:

శాహరాజు సేతుయాత్ర చేసికొనివచ్చి తంజాపుర వీథులలో స్వారి వెడలుటతోఁ గథారంభము. అపుడు కాంభోజరాజు పుత్రి లీలా

వతి యనిఁజూచి మోహించినదఁట. ఇది యలాప్రబంధపు టెత్తుగడ. విరహవేదన, దాక్ష్యము, ఎఱుకఘట్టము ప్రేయసీ ప్రియుల సమాగమము తదుపరి ఘట్టములు. కటికము, సింగీ సింగళ్ళు మొ॥ వారందలి యితర పాత్రలు.

రచన : కవి ప్రౌఢపండితుఁడని నిరూపించుచున్నది. "అతఁ డష్ట భాషా కవిత్వంబు లమరు సుకృతి" యఁట. ఇం దష్టభాషా ప్రయోగము లేదు గాని, తెలుఁగున దరువులు, గద్య పద్యములును ధవళశోభనములు నొక వెన్నెల పదమును గాక సంస్కృతమున ననేక శ్లోకములు, వచనములు, అష్టపదులును సలక్షణముగా విరచింపఁబడినవి. తమిళ కన్నడము లందందు రెండు చిన్న ప్రసంగములును గలవు. దరువుల చివర సాధారణముగ శాహరాజపరముగ 'శేషాచల కవినుత' యని యుండును. కవి తన కృతిని నాటకమని పేర్కొనినాఁడు. అవతారికలోఁ గృతిపతి శుభాశంసన శోభనములే షష్ఠ్యంతములుగ నున్నవి. కథాసంగ్రహ మొక సీసములోను శహాజీ వంశావతార మొక దీర్ఘద్విపదలోను జెప్పఁబడినవి. శహాజీ యాస్థానమునం దుండిన త్ర్యంబక పుత్రాదులగు పండితులు, రామకవి ప్రభృతులును బేర్కొనఁబడిరి.

సరస్వతీ కల్యాణము:

ఏతద్గ్రంథావతారికయే శహాజీ జలక్రీడ, సతీపతిదాన విలాసము మొదలగు ననేక గ్రంథావతారికల కొరవడి యైనది. అవతారికలో నొక సూత్రధారవచనమున నిది "శాహమహారాజ ప్రణీతంబైన" దనికలదు. కాని యా వెనువెంటనే యున్న కథాసంగ్రహ ద్విపదలో :-

"చిరపుణ్యా రణమతి శేషాచలపతి
వరశాహా విభుపేర వహించినదై వార
పరగు సరస్వతీ పరిణయం బనెడు
నవసనాటకము లాస్యముల రాజిల్లి
భావముల్ దగు వేషభాషాదు లమరఁ
గావించె భరతులు గాయకుల్ మెచ్చ"

అనియున్నది. దీనిని శేషాచలపతి కృతిగనే పరిగణించుట లెస్స.

సరస్వతీచతుర్ముఖులు పురాణదంపతులే కాని వారి కళ్యాణ కథ యిందుఁ గొన్ని మార్పులందినది. కవి ప్రౌఢుఁడే గాని కథకుఁ బౌరాణికతా ప్రతిపత్తిని గల్పింపలేక పోయినాఁడు. ఇందు ధామర కుఁడు, మల్లులు, పండితులు మొదలగు వారి ప్రసంగములు కాలప్రభావ మునకు లోఁగిన కవి హాస్య ప్రవణత్వమును వెల్లడించుచున్నవి.

ఆ పురాణదంపతుల పెండ్లి శాహరాజేలు తంజాపురిలో నైన దఁట. ఇందు ద్విపద లెక్కువ. చిన్న చిన్న దరువులు, సూత్రధార పాత్రధారుల వచనములును గలవు.

అందు నాఁటి తంజావూరు మాండలిక వ్యవహారఫణితి బాగుగాఁ గన్పట్టును. సూత్రధారి పాత్రలను బలుకరించుట గలదు.

ఇందలి స్తోత్రశ్లోకముల రచన యుద్ధసన్నద్ధుఁడగు ధీరోద్ధత నాయకుని గమన గాంభీర్యమును దలఁపించును. గ్రంథము మంచి నాటకపువాటము గలిగియున్నది.

———

17. బాలకవి సుబ్బన్న

శహాజీ యాస్థానమున వెలసిన య. గా. నాటకములలో లీలావతీ శాహరాజీయ[1] మనునది బాలకవి సుబ్బన్న కృతమని కలదు. పంచకన్యాపరిణయ[2] మనుదానిలో నది బాలకవి కృతమనిమాత్రము గలదు. ఈ రెండింటి గ్రంథాంతగద్యలు నున్నంతమట్టున నొక్కఫక్కిగా నున్నవి. పం. క. ప. న కొక్కటే ప్రతియున్నది. అందు శైథిల్య మెక్కువ. ఆ శిథిలభాగమున గ్రంథకర్త పేరు జారిపోయి యుండును. శాహామహారాజకల్యాణ[3] మను నింకొక కృతి గలదు. తత్ప్రతి పరిస్థితియు నిట్టిదే. అందు గ్రంథాంత గద్య లోపించినది. కర్తృనామ సర్దేశమే కాదు, బిరుదప్రసక్తియును లేదు. కాని పం. క. ప. న. గ్రంథాంతగద్యకు ముందున్న 'ఎంతకాలము చంద్రుఁడీశుని మౌళిపైఁ గాంతిమంతుండయి కదలకుండు' నను ఫలశ్రుతి సీసము శా. మ. రా. క. గ్రంథాంతమున నట్లే కలదు. (ఎత్తుగీతి మాత్రము కొఱవడినది.)

ఆ యీ యుపపత్తులనుబట్టియు నింకను గొంత రచనా సామ్యమునుబట్టియు నిప్పటికీ మూఁడును బాలకవి సుబ్బన్న కర్తృకములు గావచ్చునని యూహింపఁబడుచున్నది.

లీలావతీ శాహరాజీయము:

కాశ్మీర దేశాధీశుఁడగు రాజకంఠీరవుని పుత్రి లీలావతి వెన్నెల బయట విహరించుచు మొగమెత్తి చంద్రునిఁ జూడఁబోయి యొక

---

1 తం. స మ. కే నం. 588 — 589

2 ,, ,, ,, 539

3. ,, ,, ,, 631

మేడపై నున్న శశాజీ ముఖచంద్రునిఁజూచి మోహించినదఁట. తదు పరి యామె విరహావేదన, చెలికత్తెచే రాయబారము, ఎఱుక ఘట్టము తుద నాయికా నాయకుల సమాగమము.

రచనలో సందర్భశుద్ధి తక్కువ. శయ్యాలాలిత్యము గలదు కాని భావప్రౌఢి లేదు. శబ్దదోషములును గలవు. బాలకవి రచనవలెనే యున్నది. ఇందు పదములు, ద్విపదలు, మంజరి, పద్యములు, అవ తారికలో నొక 'కైవార' గద్యయుఁ గలవు.

పంచకన్యా పరిణయము :

శ్రీకృష్ణుఁడు కందుకక్రీడ పందెమునెపమున సుదాముఁ జూడఁ బోవ నొకయైదుగురు కన్యలెవరో యతని కెదురుపడుట - అతఁడు వారిని వలచుట - ఒక గోపకుని ద్వారా వారి వర్తన మరయుట - పిదప సుదాముని ద్వారా వారితోఁ జెలిమిచేయుటకుఁ బ్రయత్నించుట - వారు జలక్రీడ లాడుచుండ వస్త్రాపహరణ మొనర్చుట - 'చీరలకుఁగ వచ్చినను బెదరించి పెండ్లాడుట' - ఇది విషయము.

పంచకన్యల పేళ్లు :— కలకంఠి, కనకాంగి, ఇందువదన, మనో రమ, చిత్రరేఖ.

రచన యొకమోస్తరు. దరువులు, ద్విపదలు, గద్యపద్యము లును గలవు. ఇందు ప్రసంగియనఁగా 'దశావతారాలాడే భాగవ తుఁడు' (కన్నడమున యక్షగానమునకు 'దశావతార - ఆట' యనియు వ్యవహారము గలదు). కేతినాయని (కటికము) కోరిక నతనిపై పాడిన పదమొకటి విశేషము.

శాహమహారాజ కల్యాణము:

తంజాపుర సత్పురాధీశ ప్రశంస — శాహరాజు కొలువు — కొలువులో నాట్యగోష్ఠీ వినోదము — తదుపరి శాహరాజు స్వారి — పౌరకాంత లతనిఁ గాంచి మోహపరవశలగుట — అతఁడు నగరికి మగిడినను నతనిపైఁ దగుల్కొనిన మనసు మగుడక యొక రాజకన్యక రూపావతీ నామధేయ విరాళిఁ గుందుట — నారదుఁ డెఱుకతయై వచ్చుట, చెలికత్తె దొరవారి సమ్మతి గొనివచ్చుట — ఆ రాత్రియే దొరవారు స్వయముగా రూపావతి యింటికి విచ్చేయుట — విషయము.

ఇందలి, లీలావతీ శాహరాజీయమందలి కథావస్తువులు ముందు నాఁటి విజయరాఘవ కల్యాణ, విజయరాఘవ చంద్రికా విహారములను గొంత కొంత పోలియున్నవి. ఇందలి రచన సరళముగాఁ జాలవఱకు నిర్దుష్టముగనే యున్నది. వాడిన రాగము వాడకుండ రాగ బహుళముగా, దరువు లనేకము సరసముగాఁ జెప్పినాఁడు కవి. గ్రంథకర్తకు సంగీతశాస్త్ర పరిచయ మెక్కువగా నుండినట్లున్నది. బాలకవికి రాను రాను బాగుగా చేయితిరిగినట్లున్నది. కొరవంజి దరువొకటి యిందు గలదు. అందు కొరవంజి రాకయే చెప్పబడినది. సువాలలు, ధవళ, మంగళగీతములు నిందుగలవు.

18. రామకవి

వాదజయకొరవంజి: *

ఈ గ్రంథముగూర్చి తం. స. మ. కేటలాగులో నిట్లు గలదు.

"అసమగ్రము, తప్పులు కుప్పలు, గ్రాంథిక జిలుగు, శైథిల్యము గలదు. గ్రంథనామముగాని తత్కర్తృనామముగాని తెలియు నవకాశము గాన్పింపదు. గ్రంథ ప్రతిపాద్యము గూడఁ దెలియుట కష్టతరము. ముఖ పత్రమున "వాదజయ కొరవంజి నాటకం" అని నిర్దేశింపఁబడెను."

అది కొంతవట్టు నిజము. గ్రంథమందెల్లెడ శాహరాజు ప్రశంస గన్పట్టుచున్నది. అందుచే నిది శహజీ యాస్థానకవి యెవఁడో రచించియుండు ననుట నిశ్చయము. గ్రంథమున కొక్కటే ప్రతి లభించినది. అది యసమగ్రము, 160 గ్రంథములు (గ్రంథము = 32 అక్షరములు) పరిమాణము గలది. ఆ యింతగ్రంథములో సుమారేఁబది గ్రంథముల భాగము నాక్రమించిన దొక యఱవదరువు ప్రసంగము. అందు రామకవి పేరొకటి దొరలినది. శేషాచలపతి శాహరాజవిలాస కృత్యవతారిక యందున్న శాహరాజ సభాప్రశంసాత్మకమగు పద్యములో "... సభాసీనుల్ ప్రవీణుల్ కవుల్ రామాదుల్ ... .." అని యున్నది. దీనినిబట్టి శహాజీ యాస్థానమున రామకవి నామధేయుఁ డొకఁడుండినాఁడనుట స్పష్టము. కావునఁ బ్రస్తుత గ్రంథమూ రామకవి కృతమని యూహింపవచ్చును. కాని యతఁడు తమిళుఁడై నట్లిందు సూచింపఁబడినది. అయినను ననేకాంధ్రకవులకుఁ బట్టుకొమ్మయగు శహాజీ యాస్థానమున నతఁడెట్లో నాలుగు తెలుఁగుముక్కలు నేర్చి యీ గ్రంథమును గూర్చియుండుననుట యసమంజసముగాదు.

* తం. స. మ. కే. నం 597.

ఆంధ్ర వాఙ్మయ సూచికలో వాదజయ కొరవంజి నాటక మొకటి శహాజీ కర్తృకముగా నుదాహరింపఁబడినది. అది యిదే యనుకొందును. ఇందలి శాహరాజ ప్రశంసను జూచి యిది తత్కర్తృకమేయని ఆం. వా. సూ. కారులు పొరపడియుందురు.

గ్రంథభాగ ముపలబ్ధమైన యంతలో గ్రంథనామము సార్థకము గాదు. ఇందు వాదజయము * ను లేదు. కొరవంజియును లేదు. శాహరాజును మోహించి యొకకాంత విరహ విహ్వలయై ప్రలపించుటయు, నామె ప్రియసఖి నాయకునితో నాయికాప్రశంస యొనర్చి యామె నేలుకొను నుపాయ ముపదేశించుటయు నున్నంతలో నిందలి విషయము గాఁ దోఁచును. శాహరాజ కృతులన్నియున్నను నందిట్లు తేఁడే నాయకుఁడుగా నున్న దొక్కటియుఁ గానరాదు. అందుచే నిది తదితరకృతమే యనుట లెస్స.

గ్రంథము దరువులమయము. రచన చక్కనిదే.

---

19. దర్భా గిరిరాజు

ఇతఁడు శహాజీ యాస్థానమును దదుపరి శహాజీ యనుజుఁడగు శరభోజీ యాస్థానమును నాశ్రయించి యుండెను. వా రిరువురి పేర ననేక యక్షగానములను బదములను వెలయించి యుండెను. శహాజీ రాజ్యారంభవత్సరము క్రీ. శ. 1684, శరభోజి రాజ్యాంత వత్సరము

* తం. స. మ. లో వాదజయ మను నింకొక గ్రంథము (కే. నం. 598 — 601) గలదు. అది గిరిరాజకవి కృతము. దానికిని దీనికిని సంబంధములేదు

క్రీ. శ. 1727. గిరిరాజా నడుమ నుండియుండును. అతని గురించిన వివరము లతని గ్రంథముల నుండి యెఱుకపడినవి కావు. కాని యతని యనుజుఁడగు కవి గిరి రచించిన రుక్మాంగదచరిత్ర మను ద్విపద కావ్యావతారికలో నా కవుల విషయము గలదు. * అందు గిరిరాజు దర్భాన్వవాయుఁడు, నాపస్తంబసూత్రుఁడును, లోహితగోత్రుఁడు ననియుఁ జెంగమాగోపాల మంత్రు లతని పితామహులనియు, నతని తల్లి జానకాంబ యనియుఁ దండ్రి యాభళార్యుఁ డనియు, గిరిరాజునకు గోపన యను నగ్రజుఁడును, వెంగనయుఁ గవిగిరియు నను నవరజు లున్నట్లును విదితము. అతఁడు శహాజీ యాస్థానకవి యనియు స్పష్టపడినది. ఇతఁడు శహాజీ రతికల్యాణము, వల్లీకల్యాణము శచీపురందరములందు పద కర్తగా స్మరింపఁబడినాఁడు. ఆయా కృతి రచనా వ్యాసంగమున నితఁడు శహాజీకిఁ దోడ్పడియుండును. ఇతని పదము లనేకము యక్షగానము లొక యాఱును తం. స. మ. లో గలవు. అన్నియు నముద్రితములు అన్నియు రాజ సంబంధేతివృత్తములు — శహాజీపై నైదును, శరభోజిపై నొక్కటి.

శాహేంద్ర చరితము: [1]

ఈ కృతికిఁ గవిపెట్టినపేరేమో తెలియదు. ప్రతిపాద్య విషయమును బట్టి తం స.మ. కేటలాగులో శాహేంద్ర చరిత్ర మని పేర్కొనఁబడినది. ఇందలి విషయము — శాహరాజు స్వారివెడలుట, ఒక సాని కూఁతు రతనిని మోహించుట, వారిసమాగమము. నాఁటి బహుయక్షగాన కృతులం దదిపాడిన పాటయే. ఈకృతి యక్షగానమని కవిచేఁ బేర్కొనఁబడుట విశేషము. తంజావూరు ప్రాంతమున ముందు తరముల

* చూ. తం. స. మ. కే. నం. 353., పుట 123 — 124

(1) తం. స. మ. కే. నం. 496

నుండియు నేతాదృగ్రచనలకు యక్షగానము లను వ్యవహారము పోయి చాటు కావ్యములు, నాటకములు నను వ్యవహారము స్థిరపడిపోయిన కాలమున గిరిరాజు మరలపూర్వ వ్యవహారమును స్మరించుటయుఁబూర్వ య. గా. లవలెఁ దనకృతిని తాళప్రధానములగు దరువుల నింకుడన ముతో నిర్మించుటయు విశేషమే. ఇందు ద్విపదయుఁ గంద, గీత, సీస ములు, వచనములు, నలంతిగాఁ బ్రయుక్తములు. రచన సరసముగనే యున్నది.

ఇందు నాయిక విరహఘట్టమునఁ నొక పదమున శాహరాజ సంబుద్ధిగా "నాగేశ్వరకవి సన్నుత" యని యున్నది. అనఁగా శహాజీ యాస్థానమున నాగేశ్వర నామధేయుఁడొక కవి యుండెనా లేక యది నగేశ్వరశబ్దమై గిరిరాజునే సూచించునా యన్నదొక శంక.

రాజమోహన కొరవంజి :[2]

ఇది యక్షగాన ప్రాయమైన రచనయే. కొరవంజి పాత్ర విశిష్టమై యాపేర వ్యవహృతములై వెలసిన కొలఁది తెలుఁగు కృతులలో నిదియు, మైసూరి కంఠీరవరాజు కొరవంజి కల్పెయు మొట్టమొదటి తరమునకుఁ జెందినట్టివి.

కొరవంజులలో సాధారణముగా నాయికా నాయకుల విప్రలంభము, నాయిక కామె ప్రియ సమాగమము గూర్చి కొరవంజి సోదె చెప్పుటయుఁ బ్రధానవిషయములు. అందుఁ గొరవంజి వేషభాషలు కొలిచిన దేవతలు మొ. విషయము లనేకము ప్రసక్తము లగును. చివరఁ గొరవంజ ప్రియుఁడు సింగఁడు సింగిని వెదకుకొనుచువచ్చి యామెతో వాదు లాడుటయు నుండును. ఈ రాజమోహన కొరవంజి యచ్చుమచ్చు దే తీరుది. ఇందు శాహరాజే నాయకుఁడు. నాయిక యొక రాజ కన్య.

2. తం స. మ. కే సం 509—511, 570

ఇందు దరువులు, పదములు నెక్కువ. ద్విపదయు, సంధిసంభాషణ వచనములును గొలఁదిగాఁ బ్రయుక్తములు. దరువులు కురంజి, సౌరాష్ట్ర, పూరివి, బిజావంతి, పాడి, నీలాంబరి మొ॥ రాగములలోఁ గలవు. దరువులలో శాహరాజ పరముగా 'గిరిరాజనుత' ముద్రగలదు. కతిపయ సూత్రధార వచనములును, రంగప్రయోగ సూచనములును గలవు. రచన చక్కనిది.

రాజకన్యా పరిణయము: [3]

ఇందుఁ గొరవంజి పాత్ర లేదు. కాని కడమ కథ యంతయు రాజమోహన కొరవంజినిఁ బోలినదే. అలఁతి యలఁతి మార్పులు గలవు. గిరిరాజ గ్రంథమునే ముందు రచించి పిదపఁ గొరవంజి పాత్రను ప్రవేశపెట్టిన బాగుగ నుండునని పిదప రా. మో. కొరవంజిని రచించి యుండునని తోఁచెడిని. ఇందు రాగతాళము లుదాహరింపఁబడని దరువులు, పల్లవితోఁ బదములు, పాత్రల సంభాషణ వచనములు సూత్రధారుని సంధివచనములు, ద్విపదలు, నౌకాశోభనము, నౌ॥ యుత్పల మాలయుఁ గలవు. దరువుల చివళ్ళ "గిరిరాజనుత" ముద్ర గలదు. రచన 'నాదా' గా నున్నది.

వాదజయము: [4]

చారవధువు లిరువురకుఁ దమతమ నాట్య విద్యానైపుణ్యము గురించి పంతము పడినది. అందొకతె యప్పుడే శాహరాజు మెప్పు నడసినది. మఱియొకతె యతని మెప్పించి, మరుకేళిఁ గలయఁగలనని ప్రతిన పట్టినది. అంతపనియుఁ జేసినది. – ఇది యిందలి ప్రధాన విష

(3) తం. స. మ. కే. నం. 568—569.

4. ,, ,, . 598—601

యను. ఇందు దరువు లెక్కువ. సూ. ధా. వచనములు నెక్కువే. వారవధూ సంవాదములు వచనములో సాగినవి. ద్విపదయు, నొక దండకము, నొక శోభనము, నొక మంగళగీతమును గలవు. ఇందలి కోలాట ప్రసంగము కవికిఁగల వివిధ తాళజ్ఞానప్రవీణతను దెలియఁ జేయుచున్నది. రచన చక్కనిది. గ్రంథము నాటకమని పేర్కొనఁ బడినది.

సర్వాంగ సుందరీవిలాసము: [5]

ఏతద్గ్రంథావతారికలో శేషాచలపతి సరస్వతీ కల్యాణమునందలి స్తోత్రశ్లోకములు గన్పట్టును. గ్రంథాంత మంగళగీతము పార్వతీకల్యాణము చివరనున్న వాసుదేవకవి నామాంకితమైన దే యిందును గలదు. కాని యీగ్రంథము శేషాచలపతి కృతమని కాని, వాసుదేవకవి కృతమని కాని యనరాదు. ఇందలి కథాసంగ్రహద్విపదలో 'గరిమతో గిరిరాజకవి రచియించె' నని స్పష్టముగాఁగలదు. గిరిరాజకవి ముద్రతో నతని యితర కృతులందున్న దరువులు నిందుఁ గలవు. కాఁగా నా స్తోత్రశ్లోకములును, నామంగళగీతము సరస్వతీ పార్వతీ కల్యాణముల ప్రతివిలేఖకుఁడైన వెంకటరంగయ్యయే యీ గ్రంథమునకును బ్రతివిలేఖకుఁడగుటచే నతనిచేతనే యిందుఁ జొప్పింపఁబడి యుండునని యూహింపఁదగియున్నది.

గ్రంథరచనాకాలము కే. నం 660 ప్రతీ విలేఖనకాలముతారణ పుష్యశుద్ధ ప్రతిపద్ - స్థిరవాసరమని యున్నది. అది క్రీ. శ. 16-12-1704 తేదీకి సరిపోవును. గ్రంథరచనాకాల మంత కించుక ముందు జరిగియుండును.

5. తం. సం. మ. కే. నం. 658 — 662

ఒక శివరాత్రినాఁడు శాహరాజు పంచనదేశ్వరస్వామి కోవెల మండపమునఁ గొలువుండును. అపుడచటికి స్వామిని దర్శింపవచ్చిన కుంతలేశ్వరకుమారి సర్వాంగసుందరి శాహరాజును జూచి మోహించును. తమపరి తండ్రి పెండ్లిమాటలపైఁ గార్యము నెఱవేరును. ఇందలి ప్రధానవిషయమిది. రచన చక్కనిదే. అటనట ననుచిత సందర్భములు లేకపోలేదు. ఇది "శృంగారవేష భాషాదిభూషితంబగు...నాటకం" బని పేర్కొనబడినది.

లీలావతీ కల్యాణము: [6]

ఇది శరభోజి నాయకమైన కృతి. ఈ శరభోజి శహాజీ యను జుఁడు. క్రీ. శ. 1712—1728 సం.ల నడుమ తంజాపురము నేలినవాఁడు. అతఁడీ గ్రంథమున వర్ణింపఁబడిన తీరు జూడ "కవులకు ముంగిటి కల్ప భూజం" బయిన దొడ్డ ప్రభువని తెలియుచున్నది. కాని యతని యాస్థానమున వెలసిన తెలుఁగుకృతి యిది యొక్కటియే కన్పట్టు చున్నది. దీని కర్తృత్వ మిదమిత్థమనిలేదు. కాని గ్రంథమున శర భోజి విశేషముగా "గిరిరాజనుత" యనునది నాలుగుపర్యాయములు ప్రయుక్తమైనది.

శరభోజి యాస్థానము నలంకరించిన తెలుఁగు కవులలో నిప్పటికిఁ దెలియవచ్చినది గిరిరాజు పేరొక్కటే. గిరిరాజు శరభోజీపైఁ జెప్పిన పదములా ముద్రతోఁగూడ తం. స. మ. లోఁ గన్పట్టుచున్నవి. కాఁగా గిరిరాజే తద్గ్రంథకర్త యనుట లెస్స.

మహారాష్ట్ర దేశమునఁ గల్యాణపురి పరిపాలకుఁడగు కీర్తిచంద్ర నృపతి తన కూఁతురగు లీలావతి కనురూప వరునిఁ జూడనొక యోగి నిని నియోగించును. ఆమె యీశరభోజి సంబంధము గుదుర్చును. పెండ్లి తంజాపురిలో నగును. ఇందలి విషయమిది.

(6) తం. స. మ. కే నం. 587.

ఇది నిర్వచనము. ద్విపదలు తరచు. అందు ప్రాసయతులు పాటింపఁబడినవి. దరువులు, పద్యములు, శ్లోకములు మంజరి (మంజరీ ద్విపద కాదు. ఒక మహారాష్ట్ర గీతిచ్ఛందస్సు. మన హరికథలు కొన్నిటఁ గానవచ్చును). వెండిరేకు అను రచనా విశేషములు గలవు. రచనలోఁ జక్కని చాకచక్యము గన్పడుచున్నది. ఇందు సూత్రధార ప్రసక్తి లేదు. కానిగిరిరాజు కృతులన్నియు రంగప్రయోగ యోగ్యము లైనవే.

---

20. అన్నదానము వేంకటాంబ

రామాయణము (బాలకాండము)*

గ్రంథారంభమునఁ బ్రకటనకర్త్రి యొక విజ్ఞప్తి చేసి యుండిరి. అందు గ్రంథకర్త్రి గుఱించి "ఇప్పటికి సుమారు రెండువందల సంవత్సరముల క్రిందట సేలంజిల్లా హోసూరుతాలూకా తోగీర అగ్రహారమను శ్రోత్రియ గ్రామమందు నా పూర్వీకురాలైన అన్నదానం వెంకటరామావధానుల భార్య వెంకటాంబ ...." అని యున్నది. దీనిని బట్టి గ్రంథకర్త్రి 18వ శతాబ్ది ప్రథమపాదమున నుండెనని చెప్పవచ్చును. వెంకటాంబ గ్రంథాంత ద్విపదలోఁ దనపేరును భర్తపేరును చేర్కొన్నది. అవి సరిపోయినవి. కానియామె నివాసము మాత్రము ప్రకటనకర్త్రి యన్నట్లుకాక కావేరీనదీతీరము వీరరాజమను నగ్రహారమని యున్నది. దానికే తోఁగీర మఱియొక పేరు కాబోలు.

* ముద్రితము. చంద్రమౌళీశ్వర ము. శా. కర్నూలు, 1912. (ప్రకటనకర్త్రి) అన్నదానము రామలక్ష్మమ్మ.

గ్రంథకర్త తనకృతిని యక్షగానమనుచు నాడువారు పాడుటకు మాత్రమే యుద్దేశించినది. ప్రకటనకర్త లీగ్రంథమును వ్రాతప్రతుల మూలమునఁగాక పారాయణ పరులగాత్రములనుండి సేకరించిరి. అట్లు నానోట నానోట నానివచ్చుటచేతను, ముద్రాపకుల పరాకు వలనను కొంత గ్రంథకర్త యనభిజ్ఞతవలనను నీగ్రంథ మనేకదోషముల కాకర మైనది. ఇందుఁ బ్రసిద్ధ రాగతాళములలో దరువులు, కీర్తనలు, ద్విపదలు, సీసగీతపద్యములు, వచనము, లాలి, శోభనము, మంగళహారతి మొ॥ పాటలు గలవు. కథ ప్రసిద్ధమైనది. అంతయు నాఖ్యాన శైలి. అటనట వర్ణనములు గలవు. రాముని బాల్యము, సీతా కళ్యాణ ఘట్టము చక్కఁగా దెనుఁగుదన ముట్టిపడునట్లు వర్ణింపఁబడినవి.

21. తిరుమలకవి

చిత్రకూట మాహాత్మ్యము : ♦

మధురాంధ్రనాయక రాజాస్థానమున వెలసి మనకు లభించిన యక్షగాన మిది యొక్కటే. ఇది 'విజయ రంగావనీశ్వర సభార్హముగా, నర్తనయోగ్యముగా' వెలసినది. మధుర విజయరంగచొక్కనాథ నాయకుని రాజ్యకాలము క్రీ. శ. 1706 - 1732. * (అతని యాస్థానము నాశ్రయించిన కుందుర్తి వేంకటాచలపతి కవి తాను "బహు

♦ తం. స. మ. కే. నం. 520.

* Vide., History of the Nayaks of Madura By Sri R. Sathyanadha Aiyer.

(Madras University Publication).

నాటకములు" రచించినట్లు తన మిత్రవిందాపరిణయ కార్తిక మహాత్మ్య కృతులందుఁ జెప్పుకొనినాఁడు. అవి యెవ్వియు నేఁడుపలబ్ధములు గావు. ఆనాఁటికి మనకు మార్గనాటకములవంటి నాటకములు లేవు. కావునఁ బ్రాయికముగా నవి యక్షగానములే యైయుండును)

ఈ చి. కూ. చూ. కర్తయగు తిరుమలకవి, (ఇంటిపేరు తెలియదు) బాలసరస్వతిమఖి పౌత్రుఁ డనియు, వేంకటాధ్వరి పుత్రుఁ డనియు, "సంగీత సాహిత్య చతురుఁడౌ విజయరంగచొక్కావనీరమణుని కృపను ... ఘనబహుమానముల్ గాంచిన వాఁ" డనియు నీగ్రంథమూలమునఁ దెలియుచున్నది.

చిదంబరక్షేత్రమున విశ్వకర్మనిర్మితమైన కనకసభలో నర్తనకళాప్రావీణ్య విషయమునఁ బోటీపడి యొకరికొకరు తీసిపోని ప్రతిస్పర్ధులుగా నిలిచిన కనకసభాపతికిఁ దిల్లాదేవికి (శివ పార్వతులకు) తిల్లగోవింద రాజులు గాంధర్వవివాహమును సంఘటించుటయుఁ దదుపరి వారి వినోద విహారములు నిందలి ప్రధాన విషయములు. (శహాజీ త్యాగవినోద చిత్రప్రబంధము నించుమించిట్టిదే). దీనికి "తిల్లగోవింద రాజనాటక" మనియు నామాంతరము.

ఇందలి కథాసంవిధానము :— 'ఇది మొదటినాటి సంవిధానము - ఇది రెండవనాటి సంవిధానము' అని యిట్లు నాల్గు ఘట్టములుగా విభాగింపఁబడినది. చూడఁగా నిది చతుర్దిన ప్రదర్శనోద్దిష్టమా యనిపించును. కాని గ్రంథపరిమాణ మల్పము (500 గ్రంథములు మాత్రము). ప్రదర్శించుట కొక్కరాత్రి చాలు. అట్టిచో నా విభాగ మంక సంకాశమనుకొనుట లెస్స. (శహాజీ త్యాగ వినోద ప్రబంధమున అంకవిభాగము గలదు. అప్పటికే యక్షగానముపై మార్గనాటక ప్రభావము కొంత పొడసూపినది.) ఆ మొదటినాఁటి, రెండవనాఁటి యను

మాటలు కథా కాలమునకు సంబంధించినవియై యుండును గాని ప్రదర్శనకాలమునకు సంబంధించినవియై యుండవు.

ఇందు ప్రసిద్ధరాగములలో కర్ణాట హిందూస్తాని బాణీలకుఁ జెందిన దరువులుగలవు. సమపద మను రచనావిశేష మొకటి పలు మఱు ప్రయుక్తము. అష్టకము, ఉత్తర ప్రత్యుత్తర పదమును గలవు. రచన చక్కనిది. అందును వచనరచన. వచనమున సంభాషణలు గలవు. ఇది "స్వామి వాక్యం" - ఇత్యాది పాత్ర సంభాషణ సూచనలు గలవు. సంధివచనములు ప్రసంగము లను పేర వ్యవహరింపఁ బడినవి. గ్రంథ మధ్యమునను నైవారములు గలవు. ఒక గుజరాతి కోపు నొక జక్కిణియుఁగలవు. పేరణి, పదచాళికయుఁ బేర్కొనఁ బడినవి.

గ్రంథమున నాటకీయత ప్రస్ఫుటముగ నున్నది. కవి దీనిని మహానాటక మనియెను గాని యది వట్టి మాటవరుస. కథా సంవిధాన చతుర్థావిభాగమును బట్టి యిది చతురంకిక యని చెప్పవచ్చును. క్లిష్ట వృత్తము. కైశికీవృత్తిగలదు. ప్రథమ చరమాంకములందు సచేటి యైన నాయిక వనవిహారాదులు వర్ణితములైనవి. కాన నవి స్త్రీ ప్రాయత్వ విశిష్టములు. కాఁగా నాటికా లక్షణము కొంత పట్టినదన వచ్చును ఇది విజయరంగని సభలో "వగకోపుల వైపు లమర ఇంచుబోణులు నటించు" భాగ్య మందినదని యూహించుటకవకాశ మున్నది.

22. తుళజరాజు

తంజావూరి మహారాష్ట్రప్రభువు (క్రీ. శ. 1728—36), ఏకోజీ దీపాంబికల పుత్రుఁడు, శహాజీ శరభోజుల యనుజుఁడు నైన తుళజరాజ కృతములుగా తం. స. మ. లో రెండు తెలుఁగు య. గా. నాటకము లగుపించు చున్నవి.

శివకామ సుందరీ పరిణయము :[1]

ఇది చిదంబరక్షేత్రగాథ. క్షేత్రస్వామి కనకసభాపతి (శివుఁడు). శివకామసుందరి (పార్వతి) యతని దేవి. వారిరువురి వివాహమిందలి ప్రధానవిషయము. (తిరుమలకవి చిత్రకూట మాహాత్మ్యమునందు నిదియే ప్రధానవిషయముకాని యాతని తీర్పు వేఱు) ఇందలి రచన యంత ప్రౌఢమైనదికాదు. కథనభాగ మెక్కువ. గ్రంథమంతట సూత్రధారప్రసక్తి కడుహెచ్చు. అవతారికా స్తోత్రశ్లోకపఠనము, గ్రంథాంతమందలి సుదీర్ఘ కల్యాణకథనము, పాత్రప్రవేశ సూచనలు, తద్వర్ణనము నన్నియు నతని పనులే. స్థూలముగా యావద్గ్రంథము నొక దరువు నొక వచనముచొప్పున నడచును. మూఁడు నాల్గు తావుల ద్విపదలు, కందములు, నొక్క ధవళమును గలవు.

రాజరంజన విద్యా విలాసము :[2]

ఇందలి ప్రధాన విషయమిది:— అరిషడ్వర్గ జనయిత్రి యగు మాయాదేవి గాత్ర పురాధీశుఁ డగు జీవరాజు తన్ను విడనాడె నని

---

1. తం. స. మ. కే నం. 633—635
2. ఇది కేటలాగులోఁ జేర్పఁబడలేదు.
   తం. స. మ. న. ప్రతి. నం బి. 13944

పుండరీక పురాధీశుఁడగు నాత్మ మహారాజుతో మొఱ బెట్టుకొనుట. ఆత్మ మహారాజు పనుపున మోహుఁడు యతివేషము ధరించి జీవరాజు నెదుట వింతవింత విద్యలు ప్రదర్శించుట - వాని కిటుకు దెలిసి జీవరాజు తపశ్చికీర్షువగుట - ఆత్మరాజు శివ స్వరూపమున సాక్షాత్కరించుట - జీవరాజు ముక్తి నిమ్మనుట - "సంసారములో నున్నప్పటికిన్ని పూస లలో దారమువలె నిస్సంసారివై నిరామయుండవై యుండవోయి" అని శివుని యుపదేశము - తదుపరి మాయాదేవీ జీవేశ్వరుల యాధ్వ ర్యమున రతిమన్మథులకు వివాహము జరుగుట.

ఇందలి విషయము తాత్త్వికము. వివేచన సాంకేతికము. జీవన్ముక్తిని గృహస్థాశ్రమమును నద్వైతవాదమును నిది సమర్థించును. ప్రబోధ చంద్రోదయమునకు మానస పుత్రిక వంటిది. ఇందు విష యము పటువై నదైనను రచన సరళమైనది, చక్కనిది. ఇందు దరువులు ద్విపదలు, కందములు, సీసములును గలవు. పద ప్రయోగములలోఁ జక్కని వాడుక నుడికారము గలదు. కొన్ని యన్య దేశ్యములు గలవు. మోహుని రాక మోహనరాగములో, శంకరసాక్షాత్కా రము శంకరాభరణములో నిట్లు చెప్పుటలోక చమత్కారముగాఁ బాటింపఁబడినది. రంగముపై నున్న మఱియొక పాత్ర మాటలలోఁ దమ పేరు తడవఁబడఁగానే పాత్రలు ప్రవేశించు టది యొక వైచిత్రి గలదు. భాగవతులు పాత్రలను బల్కరించుట గలదు.

పై కృతులు రెండింటికి నవతారికల తీరులో రచనా ధోరణి లోను జాల పోలికలు గలవు. రెండింట గ్రంథారంభమున నాందీ శుభా చారము, వసంత వర్ణన, సూత్రధార పారి పార్శ్వకులచేఁ బ్రవర్తిత మైన ప్రస్తావనయుఁ గలవు. అది మార్గ నాటక సంప్రదాయానుకర ణము. అంతకు ముందటి య. గా. లలో నిట్టి సక్రమమైన మార్గ

రూపక స్థాపన సదృశమైన ప్రస్తావన లేదు. గ్రంథములు రెండును గర్తచే నాటకములని పేర్కొనఁబడినవి. ప్రదర్శనోద్దిష్టము లైనవి.

---

23. ఏకోజీ

విఘ్నేశ్వర పరిణయము :*

పై తుళువ రాజపుత్రుఁడును, క్రీ. శ. 1736—37 సం. లలోఁ దంజావూరి పాలికయునగు రెండవ ఏకోజీ రచించిన దీ గ్రంథము. శహాజీ విఘ్నేశ్వర కల్యాణమునందును నిందును ప్రధాన విషయ మొక్కటేకాని యిందించుక మార్పు గలదు. భారత రచనారంభుఁడగు వ్యాసుఁ డుపాసింపఁగా వినాయకుఁడును, సిద్ధిబుద్ధి కన్యలతో సరస్వతియు వత్తురు. వినాయకుఁ డాకన్యలను జూచి మోహించును. వ్యాసుఁ డతని భారతము వ్రాసిపెట్టుమనఁగా నతఁ డాకన్యలతోఁ దనకుఁ బెండ్లి చేసిపెట్టుమని యొక కట్టడి చేయును. వ్యాసుఁ డట్లే యాపని నెఱవేర్చును. అతని భారత రచనా వ్యాసంగ మవిఘ్నముగాఁ గొనసాగును.

ఇందలి రచన యొకమోస్తరు. నాంది, పారిపార్శ్వకుఁడు లేని ప్రస్తావనయుఁ దరచు సూత్రధార వచనములును గలవు. సంగీత మరంద మను గేయప్రబంధ విశేష మొకటి కలదు. ఈయేకోజీ ద్విపద రామాయణమునుగూడ రచించి యుండెను. ♦

---

* తం. స. మ. కే. నం. 606—609

♦ ,, ,, ,, 352

24. భాస్కర శేషాచలకవి

నాంచారు పరిణయము :

భాస్కర వేంకటాచలకవి సేతుమాహాత్మ్య కావ్యావతారికలో నతని సోదరుఁడగు శేషాచలకవి నాంచారు పరిణయ మను యక్షగానమును రచించినట్లు గలదనియు, భాస్కర వెంకటాచల కవిని దక్షిణాంధ్ర దేశమున వెలసిన వాఙ్మయమునకు సంబంధించిన వానిగా శ్రీ వాఁ సేతురామయ్యగారు ఆం. సా. ప. పత్రిక సం. 7. 84-92పుటలలోఁ దాము ప్రకటించిన "చోళపాండ్య దేశాంధ్ర ప్రాబల్యము' అను వ్యాసమునందుఁ దెలిపినారనియు, నం దాకవి కాలము క్రీ. శ. 1731-1767 ప్రాంతమని వారి యభిప్రాయ మనియు శ్రీ నిడుదవోలు వేంకటరావుగారు తమ దక్షిణదేశీయాంధ్రవాఙ్మయ మను గ్రంథము—475-76 పుటలలో నుటంకించినారు. నాంచారు పరిణయము గ్రంథ మలభ్యము.

---

25. ఆలూరి కుప్పన్న

పార్థసారథి విజయము : *

కుప్పనార్యుఁడు కశ్యపసగోత్రుఁడు, ఆపస్తంబ సూత్రుఁడు, సరసమాంబా వేంకటేశ్వరుల పుత్రుఁడు. కస్తూరిరంగకవి శిష్యుఁడు సని యతని పా. వి. నఁ గలదు. అతని కృత్యంతరమగు ఆచార్యవిజయము వలనఁ దెలిసిన విశేషములు: ఇతఁడు " వేంకటగిరి సుధీపౌత్రుఁడు ",

* ప్రా లి పు. భాం. డి నం 1907 ఆండ్ ఆర్. నం. 758

“శ్రీమద్భోసల తుళజ మహారాజ కటాక్ష సముల్లసితుఁడు” — తచ్చోళేంద్ర దత్తాంధ్ర కాళిదాస బిరుదాంచితుఁడు, పంచనదస్థల పురాణము, రామాయణ భాగవత యక్షగానములు, పరమ భాగవత చరిత్ర, ఇందుమతీ పరిణయము, హరికథా సుధారసకావ్యము ననునవి యితని కృత్యంతరములు. ఆచార్య విజయము, భాగవత యక్షగానము (ఇదే పార్థసారథివిజయము) మాత్రమే నేఁడుపలబ్ధములు.

పా. వి. కృతిపతి ఆత్రేయ గోత్రుఁడైన చోళపురము వేంకటాచల విభుఁడు. (అతఁడే కుప్పన రామాయణ య. గా. నకును గృతిపతి యని యిందలి యవతారికలోఁ గలదు. అందతని వంశావతారమును గలవు). గ్రంథము పేరతఁడుపెట్టినదే. (అతఁడు చెన్నపురి తిరువల్లిక్కేణి పార్థసారథిస్వామి భక్తుండని యూహింపనగును). అతనిని బట్టి కవి కాలము నిర్ణయింప వలనుపడినదికాదు. కవి తాను చోళ (తంజాపురమండల)ప్రభువగు తుళజరాజుచే సన్మానితుఁడ ననియున్నాఁడు కాని యా తంజావూరు మహారాష్ట్రప్రభువులలోఁ దుళజ నామధేయు లిరువురు గలరు. ఒకరి రాజ్యకాలము క్రీ. శ. 1728 - 36. ఇంకొకరి కాలము క్రీ. శ. 1765 - 87. ఇతఁడీ రెండవ తుళజరాజుకాలముననే యుండినాఁడనియు, నితని గురువగు కస్తూరిరంగ కవి 1790 సం. ప్రాంతమునఁ దంజావూరి సంస్థానమం దుండినవాఁడనియు ఆం. క. చ. (పుట 170 - 174). కస్తూరిరంగ కవి యానందరంగపిళ్ళె పేరఁ బ్రసిద్ధమగు రంగరాట్ఛందమును రచియించినవాఁడు. ఆనందరంగపిళ్ళె డూప్లే కడ దుబాసి. డూప్లే క్రీ. శ. 1742 - 55 సం. ల నడుమఁ బుదుచ్చేరిలో ఫ్రెంచి గవర్నరు *. అనఁగా రంగకవియు, నతని శిష్యుఁడైన కుప్పనయు 18 వ శతాబ్ది నడుమ నుండిరనుట నిశ్చయము.

* Vide, pages 12 & 255 of the Maratha Rule in the Carnatic

గ్రంథవిషయము:— కుప్పన తన కృతిలో భాగవత దశమ స్కంధము నంతటి నాపోశనము పట్టినాఁడు. ఇది సుమారు పదివేల గ్రంథము. మన యక్షగానములం దింతటి బృహద్గ్రంథము మఱిలేదు. ఇది రెండుభాగములుగా వింగడింపఁబడినది. ప్రతిభాగము చివరను కృతిపతి ప్రశంసాపద్యములు, కవి స్వవిషయము కథానుక్రమణికయుఁ గల గద్యము నున్నవి. కవి దీనిని యక్షగాన ప్రబంధమని పేర్కొనినాఁడు. కాని యక్షగానముయొక్క రూపకప్రయోజన ముపేక్షింపఁబడినది. ప్రబంధముయొక్క కథా సంవిధాన ప్రకృష్టత్వమును గానరాదు. కథాకథనవిధానము పురాణధోరణినిబట్టి పోయినది. రచనమాత్రము రాను రాను ప్రబంధోచితముగా రూపొందినది. అతి దీర్ఘవృత్తములు, నాఖ్యానశైలీ ప్రచురములు, వర్ణనా బహుళములు నగు నిట్టి యక్షగానములనుబట్టి యక్షగానము లన్నియుఁ బ్రదర్శన యోగ్యములు కావనియే కాక కొన్ని కవులచేతనే ప్రదర్శనోద్దిష్టములును గావని చెప్పవలెను. ఇందు తాళప్రధానములగు దరువులు, ద్విపదలు, వచనములు, కొలఁది పద్యములు, అర్ధచంద్రికలు, కోలాటవర్ణములు, నలుగుపాట, ఊంజలు, (ఊయెలపాట), దండకము మొదలగునవి గలవు.

దరువులలో సంభాషణలు, ద్విపదవచనములలోఁ గథాకథనమును గలవు. వర్ణనలు మూడిటను గలవు. పోతన రచన కనుకరణములును గలవు.

26. పిన్నబయలాచార్యులు

గౌడగూచి చరిత్ర: ♦

గ్రంధము "శ్రీ మజ్జగద్గురు నిరంజన చరణకమల సేవా పరాయణ వీరార్యాత్మ సంజాత మాళిగార్య తనూభవ భవ పరాఙ్ముఖ పిన్నయలాచార్య ప్రణీతం" బని యున్నది. గ్రంధారంభమున సుగుణనగర (సుగుటూరు) నిరంజన నృసింహార్య గురువు స్మరింపఁబడినాఁడు. ప్రతిచివర "విరోధికృతు సంవత్సరం చైత్ర శుద్ధ (7) వరకు దేవండపల్లి తాలూకాసుబా, సుగుటూరీశాన్యభాగం వీధింటి నారణప్పగారి కుమారుఁడు శివరామప్ప" యనియు, నిది "శ్రీ శృంగేరీ సచ్చిదానంద భారతీంద్రస్వాముల చరణారవిందములకుఁ బ్రీతిగా వ్రాసిన గౌడగూచి చరిత్ర" యునికలదు. దేవండపల్లి తాలూకా బెంగుళూరు జిల్లాలో, శృంగేరి కడూరు జిల్లాలోను గలవు. రెండును మైసూరు రాష్ట్రమునఁగలవు. శృంగేరీ పీఠ గురు పరంపరలో సచ్చిదానంద భారతులు ముగ్గురు గలరు. వారికాలములు వరుసగా— క్రీ. శ. 1633 - 1663, 1705 - 1741, 1770 - 1814 * ఇందు రెండు మూఁడవ వారికాలమున మాత్రమే విరోధి కృత్తు 1731, 1791 లలోఁ బడుచున్నది.

అడయారు దివ్యజ్ఞానసమాజ గ్రంథాలయములోని జి. నం. 74862 శతకంఠ రామాయణ యక్షగానము ప్రతివిలేఖకుఁడు "బమ్మనపల్లి

♦ అడయారు దివ్యజ్ఞానసమాజ గ్రంథాలయమున నొక సమగ్రప్రతిగలదు అలమర నం. 32, యఫ్ 33, జి నం. 74907.

* చూ. మైసూరు గెజటీరు సం. 1 — పుట 307 లోని శృంగేరీ మఠగురుపరంపర.

నారణప్ప కుమారుఁడు రామప్ప". ఈ ప్రతి విలేఖన కాలము శుక్ల పుష్య బ 13 శుక్రవారము. ఇది క్రీ. శ. 2-2-1810 తేదీకి సరిపోవు చున్నది.

ఈ శ. క. రా., గో. చ. ల ప్రతి విలేఖకులు పితృ నామ సామ్య మునుబట్టి సోదరు లగుదురు. పై శ. క. రా. ప్రతి విలేఖన కాలమును బట్టి యీ సోదరులు 1810 సం. కావల నీవలఁ గొన్ని యేండ్లు పాటుండి యుందురని యూహింపనగును. గో. చ. ప్రతి మూఁడవ సచ్చిదానంద భారతి కాలమున 1791 లోఁ బడిన విరోధికృత్సంవత్సర చైత్రమున లిఖింపఁబడియుండును. గ్రంథమంతకు ముందునాఁటిది కావలెను. గ్రంథకర్త నృసింహార్య గురునిఁ బేర్కొనెను. అతఁడు మూఁడవ సచ్చిదానందభారతికి ముందు క్రీ. శ. 1767-1770 సం. ల నడుమ శృంగేరీ మఠాధిపతియగు నరసింహభారతి కావచ్చును. గ్రంథ రచనాకాల మా ప్రాంతమునఁబడుననియు గ్రంథము మైసూరు రాష్ట్రి మునకుఁ జెందినదనియు ననవచ్చును.

గ్రంథ విషయము :— శివలింగముచేఁ బాలు ద్రావించిన మహా భక్తురాలగు గొడగూచి కథ యిందు వర్ణితము. గొడగూచి కథ బసవపురాణమునఁగలదు. ఇది వీరశైవ వాఙ్మయ శాఖకుఁజెందు నట్టి రచన. యక్షగాన మని పేర్కొనఁబడినది. ఇందు ప్రసిద్ధ తాళ ప్రధానములగు దరువులతో పాటు రాగప్రధానములును గలవు. ద్విప దలు, వచనములు, పద్యములు, ఏలలు, అర్ధచంద్రికలును గలవు. ఒక్కచో రెండు ముక్కలు కన్నడము వాడఁబడినది. చేవగల రచన కాదు. శివకవిగ్రంథసామాన్యమైన దోషములు గలవు.

———

27. సుదురుపాటి వెంకన

పార్వతీకల్యాణము: *

ఆం. సా. ప. లో నున్న యీయక్షగానము 'ఉద్దండకవి' లేక 'మహోద్దండ బిరుద ప్రశస్తుండైన వెంకనకవీంద్రుఁడు' రచించినదిగా మాత్రము తెలియుచున్నది. ఇతఁడే పుదుక్కోట ప్రభువగు కోటిరాయ రఘునాథతోండమాన్ ఆస్థానకవియైన సుదురుపాటి వెంకన యని తెలియుచున్నది. ఇతని తండ్రియగు సీతారామార్యుఁడు 'మహోద్దండకవి బిరుద ప్రశస్తు' డని వెంకన యాంధ్రభాషార్ణవమునుండి యెఱుఁగ నగును. వెంకనయు 'ఉద్దండవిద్వత్కవిత్వాంకనుండు' (చూ. ప్రా. లి. పు. భాం. డి. నం. 1992 - అతని బృహన్నాయికా దండకము) కోటిరాయ రఘునాథ తోండమాన్ రాజ్యకాలము 1769–89, (చూ. డా. నేలటూరి వెంకటరమణయ్యగారి దాక్షిణాత్యాంధ్ర సాహిత్యము—పుట 58). ఈ వెంకనకవి కాలమదే యగును. ఇతఁడు బహుగ్రంథకర్త. అందు ప్రసిద్ధ మాంధ్ర భాషార్ణవము.

ఈ పా. క. గ్రంథవస్తువు సుప్రసిద్ధము, కాని యలఁతి యలఁతి మార్పుల నవధరించినాఁడు గ్రంథకర్త. అవి కామదహనఘట్టము పరిహరించుట, శివుఁడు వృద్ధవిప్రుని రూపమునఁ బార్వతినిఁ బరీక్షింప వచ్చుటయె. ఇందు ప్రసిద్ధ రాగతాళములలో ననేక కీర్తనలు గలవు. అన్నిటికిని పల్లవి, అనుపల్లవియు నేర్పరింపఁబడినవి. ద్విపదలు, చిన్న

* ఆం. సా. ప. నం 166 ఊత్తుక్కాడునుండి సంపాదితమైన దీని గ్రంథ లిపిప్రతి యొకటి డా. వి. రాఘవన్ గారికడఁ గలదు ఇది యూత్తుక్కాడులోఁ బ్రదర్శింపఁ బడుచుండెడిదని వారు చెప్పినారు.

చిన్న సంధివచనములు, కోలాట దరువులు, సువ్వాల, ఏలంటు శోభనము, ధవళము, నలుగుపాటలు, జోల, మేలుకొలుపు గలవు. సంస్కృతమునను కొన్నికీర్తనలు, గొన్ని శ్లోకములు, నొక చూర్ణికయుఁ గలవు వచనములో సంభాషణలు లేవు కాని సంవాద శైలి యొక్కువగనే పాటింపఁబడినది. ఒక్కసీసము తప్ప మఱిపద్యములు లేవు. రచన సరళము, సరసము, జాతివార్తా చమత్కార సముపేతము, పాత్రోచిత వ్యవహారములలో నాఁటి వ్యావహారికపు నుడిగారమునకు నిండుదన మబ్బినది. శృంగారమునకు హాస్యము హంగుచేసినది. కథ రక్తికట్టినది.

ఇది పుదుక్కోట వాఙ్మయమున య. గా. నకసలే పుట్టగతులు లేకపోలేదని ఎత్తిచూపుచున్నది.

---

28. మాతృభూత కవి

పారిజాతాపహరణము:*

ఇది క్రీ. శ. 1787 - 1798 సం. ల నడుమఁ దంజావూరి నేలిన మహారాష్ట్ర ప్రభువగు అమరసింహుని కంకితముగా నతని యమాత్యుఁడగు శివరాయ మంత్రి ప్రేరణమున మాతృభూత కవిచే

* తం. స. మ. కే. నం. 543

ఒక సూచన — మదరాసు ప్రభుత్వ ప్రాచ్య గ్రంథ ప్రచురణ నం IX అయిన అభినయ దర్పణ మను గ్రంథమునకుఁ గర్తయగు లింగమగుంట మాతృభూతి యు నీతఁడు నొక్కరే యని యా గ్రంథ పీఠికాకారులు వక్కాణించియున్నారు అది నువిచారమూలకము అ. ద. కర్త కాశ్యపగోత్రుఁడు. అతని తండ్రి మృత్యుంజయుఁడు ఈ మాతృభూతన గోత్ర పిత్రు నామములు వేఱు వివరములకు చూ. తం. స మ కే పుట 223

రచింపఁబడినది. ఇతని గోత్రము శాండిల్యము, తండ్రి రంగార్యుఁడు, ఇతఁడు త్రిశిరగిరి మాతృభూతేశ్వరస్వామి భక్తుఁడు.

గ్రంథ విషయము :— కడు పెద్దది. మొదట వరుసగా వినాయకుఁడు, కటికము, దాష్టిక పండితుఁడు నను పాత్రల ప్రవేశము. తరువాత పార్వతీ పరమేశ్వరుల ప్రసంగము. ఈ పాత్రలకు గాని తత్ప్రసంగములకుఁగాని ప్రధాన కథతో నెట్టిసంబంధమును లేదు. అట్టివే యీ తరువాత నున్న లీలావతి యను భోజకన్యావృత్తాంతము[1], భాషాదేవి గొల్ల కలాపమును. ఇవి యీ పారిజాత కథకు ముఖబంధములుగా నెందుకు రచింపఁబడినవో దురూహము ![2] పారిజాతాపహరణ ఘట్టమునకుఁ బిదప నిందున్న జలక్రీడలు–గోపికావస్త్రాపహరణ కథయు నట్టివే. వాని కిటఁ బ్రకరణము లేదు. పారిజాత కథతోఁ బ్రసక్తిలేని రాధ పాత్ర కిందు బ్రసక్తి గలదు. ఆ కథ కనుబంధప్రాయమైన పుణ్యక వ్రతకథ కిందు ప్రసక్తి లేదు. సవతి కయ్యము, సింగీ సింగళ్ల ప్రసంగము లిందు గలవు. కాని యే కథలోనైన రక్తికట్టఁజాలిన పట్టు లవి యిందు రక్తికట్ట లేదు. భావములను, పద బంధములను, పద్య పాదములకుఁ బాదములనే తిమ్మనగారి పారిజాతాపహరణము నుండి గ్రహించిన మాతృభూతన మాయున సత్యభామ యలుక చిత్రించిన ఘట్టమును నాల్గు పుటలలో నడిపించియుండగా దాను ముప్పది పుటలుగా సాగఁదీసినాఁడు. తిమ్మనార్యునకు మూఁడాశ్వాసముల పై చిలుకు పట్టిన పారిజాతాపహరణ ఘట్టము నొక్కముక్కలోఁ దెమల్చివైచినాఁడు మాతృభూతన. ఈమార్పులు యక్షగానప్రాయ రచనలో సముచితము

1. ఇది ప్రా. లి. పు. భాం డి నం. 1886 దాదినీ వేష కథ యను నీలావతి విజయమును బోలియున్నది

2. ఇవి బహుశా ప్రతి విలేఖకుఁడు వ్రాసికొన్న యేవో గ్రంథాంతరముల భాగము లేమో

లనియే చెప్పవచ్చును. కాని మొత్తముపైఁ గథను సమ్యక్సంవిధాన ముతో నాటకోచితముగా మలఁచలేకపోయినాఁడు కవి.

ఇది నాటక మని పలు తావులఁ బేరొక్కనఁబడినది. పంచాంకము లుగా విభాగింపఁబడియుండుట విశేషము. కాని యంతమాత్రమే సంస్కృత నాటకానుకరణము. మఱి సూత్రధార ప్రసక్తియైనను లేదు. తక్కినదంతయు యక్షగాన ఫక్కికయే. సాధారణముగా ముందు పాత్ర ప్రశంసయుఁ దనుపరి పాత్ర ప్రవేశము దరువు నుండును. పాత్రల తెర మఱుఁగు ప్రసంగములు, మాధవి పలుకరింపులు, సవతి కయ్యము మొదలగునవి భామకలాపపు "బాణీ"నిఁ దలఁపింపఁ జేయును. సింగీ సింగళ్ల ప్రసంగములు కొఱవంజి కోవను జ్ఞప్తికెలయించును. ప్రత్యంకాదియందును కృతిపతి నుద్దేశించియున్న 'అవధరింపు' మను నెత్తుగడయుఁ బ్రత్యంకాంతమందును గల గద్యలు, మధ్యనున్న సుదీర్ఘ వర్ణనలును ప్రబంధ ఫక్కిని దలఁపించును.

ఇందు సంస్కృతమున సుమారు పాతిక శ్లోకములు, నాలుగైదు చూర్ణికలు, కొలఁది తమిళ కన్నడ మహారాష్ట్రి భాషా ప్రసంగము లును గలవు. తెలుఁగున వచనములు తఱచు ద్విపదలు, దరువులు ('ఉత్తరాది దరువులు' కూడ - దరువులలోఁ గృష్ణుఁ డుద్దిష్టుఁడుగాఁ ద్రిశిరగిరి సిలయ సఖముద్ర తఱచు గన్పట్టును), పద్యములును గలవు. సీసములు సుమా రొక శతమానమున్నవి. అందు ప్రతిపాద సమతా పాదనముతోడి తూగు బాగుగ నున్నది. తలుపు పాట, నలుగు పాట, శోభనములు, గౌరీ కల్యాణము మొదలగునవి కలవు. రచన ప్రసిద్ధ పదములతో (కతి పయ ప్రయోగవిశేషములు గలవు), నాటకోచిత ముగా సరళమై యున్నది. భావము లా వృత్తి యైనను నొక్కపట్టు ననే మొక్కపెట్టున సుళువుగా, ధారాళముగా, ఛందస్సుందర ముగాఁ బద్యములను గుప్పింపఁ గలఁడు కవి.

29. మెరట్టూరు వెంకటరామశాస్త్రి

ఆంధ్రులనాట్యకళా ప్రతిష్ఠకుఁ గూచిపూడి యెట్టిదో యఱవలకు మెరట్టూరు (లేక మెలట్టూరు – అది తంజావూరికి సుమారు రామడ దూరము) అట్టిది. మెలట్టూరు భాగవతమేళ నాటకములకుఁ బెట్టినది పేరు. భామకలాపముల విషయమునఁ గూచిపూడివారికిఁ గులపతి సిద్ధేంద్రయోగి. భాగవతమేళ నాటకముల విషయమున మెలట్టూరు వారికి వేంకటరామశాస్త్రి యట్టివాఁడు. ఈయన వెలనాటి తెలుఁగు బ్రాహ్మణుఁడు. ఇంటిపేరు తెలియదు. మెలట్టూరు వెంకటరామశాస్త్రి యని వ్యవహరించుటే పరిపాటి యైనది. ఈయన శ్రీవత్సగోత్రుఁడు, గోపాలకృష్ణార్యుని పౌత్రుఁడు, లక్ష్మణార్యుని శిష్యుఁడు, దేవీ నృసింహోపాసనములు చేసిన మహాభక్తుఁడు, నాట్య సంగీత సాహిత్య విద్యావిశారదుఁడు నని యాతని గ్రంథముల వలనను, స్థలజ్ఞులగు పెద్దల వలనను, అన్నికుడిగ్రామము (తంజావూరుజిల్లా, కుంభకోణము తా.) నందలి యాయన బంధువర్గమువారి వలనను దెలియవచ్చినది. ఆయన తన వార్థకమున బ్రసిద్ధుఁడగు త్యాగరాజునకు సమకాలికుఁడై నట్లు ఆచార్య శ్రీ పి. సాంబమూర్తి, డాక్టరు వి. రాఘవన్ మొదలగు తమిళ దేశపుఁ బండితు లనేకు లనుచున్నారు. త్యాగరాజు కాలము క్రీ. శ. 1759 – 1847.* అనఁగా వెంకటరామశాస్త్రి 18 శ. నడుమను జివరను గూడ నుండి యుండునని యూహింప నగును. శ్రీ సుబ్బరామదీక్షితారుగారి 'సంగీతసంప్రదాయ ప్రదర్శిని'నిఁ బట్టి యితని కాలమింకను వెనుకకుఁబోవును. అందితఁడు తంజావూరి మహారాష్ట్రప్రభువులు, రెండవ

* చూ. శ్రీమాన్ విఁజమూరి నరసింహాచార్యులవారి శ్రీ త్యాగరాజు చరిత్ర ఆంధ్రగ్రంథమాల ప్రచురణ, మదరాసు, 1934.

శరభోజి, శివాజీల కాలమున నుండినట్లు గలదు. ఆరాజుల రాజ్యకాలములు వరుసగా క్రీ. శ. 1798-1833, 1833–55 దీనినిబట్టి వెంకట రామశాస్త్రి 19 శ. పూర్వార్థ్యమునను నుండినట్లు చెప్పవలెను.

వెంకటరామశాస్త్రి కృతులు :

ఇతని నాటక కృతులుగాఁ జెప్పఁబడునవి పండ్రెండు :—

1. ప్రహ్లాద చరిత్ర.
2. రుక్మాంగద చరిత్ర.
3. మార్కండేయ చరిత్ర.
4. ఉషాపరిణయము.
5. హరిశ్చంద్ర.
6. సీతాకల్యాణము.
7. రుక్మిణీ కల్యాణము.
8. కంస వధ.
9. శివరాత్రి నాటకము.
10. సత్సంగరాజు నాటకము.
11. అసత్సంగరాజు నాటకము.
12. జగల్లీలా నాటకము.

ఇవియన్నియుఁ దెలుఁగున రచింపఁబడినవేనట. మొదటి యారును దెనుఁగువే యని చూచి తెలిసికొంటిని. కడమ యారింటిలో నన్నియు నితని కృతులగునో కావో, వానిప్రతులసలు దొరుకుచున్నవో లేదో సరిగాఁ దెలియదు. అవి యంతగాఁ బ్రదర్శనలకెక్కి రాణించినట్లును దోఁపదు. ఈ గ్రంథము లన్నియు నముద్రితములు. కొన్నిటి ప్రతులు విడి విడిగా శ్రీ వి. రాఘవన్‌గారివంటి వాఙ్మయ పరిశోధకుల యొద్దను, శ్రీ ఆర్. కల్యాణ రామయ్యర్ బి. ఏ., మదరాసు) గారి యొద్దను గలవు.

తంజావూరు మండలమున మెలట్టూరు, శూల మంగళము ఊత్తుక్కాడు మొదలగు గ్రామముల చుట్టుపట్లను గొన్నిటి ప్రతులు లభింపఁగల వను నాశ గలదు. శూల మంగళము భాగవతులలో నొక

రును, ప్రస్తుతము మదరాసువాసులు నగు శ్రీ కల్యాణ రామయ్య గారియొద్దఁ బై పట్టికలోని మొదటి యాఱింటి గ్రంథ లిపిప్రతులు గలవు. (అందలి ప్రహ్లాదచరిత్ర, ఉషాపరిణయములకు మాత్రము నేను మదరాసు ప్రా. లి. పు. భాం. లిపి పండితులచేఁ దెలుఁగు లిపిప్రతులు తయారుచేయించుకొంటిని. ఆ యఱవ దేశము ప్రతులు తప్పులతడకలు; తెలుఁగు శబ్దముల స్వరూపములే మాఱిపోయినవి. ప్రక్షిప్తములు హెచ్చు). సీతాకల్యాణము రుక్మాంగద చరిత్రల యసమగ్ర ప్రతులు మాత్రము తం. స. మ. నకుఁ జేరినవి. (కే. నం. 673, 582) ఆ సీ. క. గురించి కేటలాగులో 'కర్త తెలియదు' అనియున్నదిగాని గ్రంథమునం దవతారికలోనే యిది '...లక్ష్మమ్మాఖ్యాని కృపనల్ల...గోపాల కృష్ణయ్య కొమరుఁడై నట్టి వెంకటరాముండు...విరచించె' నని కలదు. రుక్మాంగదము ప్రతిలో గ్రంథకర్తృనామము గానరాదు కాని కల్యాణ రామయ్యరుగారు మెలట్టూరు వెంకటరామశాస్త్రి కృతియని చూపించిన రుక్మాంగద చరిత్రము ప్రతియు ససమగ్రమగు తం. స. మ. ప్రతియు నున్నంతమట్టున కొంకీతీరుగనే యున్నవి. తం. స. మ. లో నున్న "నానావిధ నాటకములు" అను రెండు కలగూరగంప సంపుటములలోఁ (కే. నం. 802, 803) బై పట్టికలోని మొదటి యాఱింటి పేళ్లును గల గ్రంథభాగములు చెదరుగా నున్నవి. అందుకొన్ని మె. వేం. రా. శాస్త్రి గ్రంథభాగములే. ఇవికాక తం. స. మ. లో "నాటకపాత్రలు" అను సింకొక గ్రంథము (కే. నం. 799) గలదు. అందు "రామాపండితుల నాటకాలు" అని పదమూఁడు నాటకముల పట్టిక యొకటి కలదు. ఆ రామాపండితుఁడీ వేం. రామశాస్త్రి యగునో కాదోకాని యా పట్టికలో వేం. రా. శాస్త్రి నాటకముల పేళ్లుమాత్ర మైదు (రుక్మాంగదము, ఉషా రుక్మిణీ సీతా కల్యాణములు, శివరాత్రి నాటకము) కన్పడుచున్నవి.

వేంకటరామశాస్త్రి కృతులెల్లను నాటకములని పేర్కొనఁబడినవి. అన్నియుఁ బ్రదర్శనయోగ్యములు. అందెక్కువగాఁ బ్రదర్శనల కెక్కి రాణించినవి. ప్రహ్లాద, రుక్మాంగద, మార్కండేయ చరిత్రములు, ఉషాపరిణయము, ఇటీవల హరిశ్చంద్ర. అందు ప్రదర్శనవిషయమునఁ బ్రహ్లాద చరిత్రము, రచనావిషయమున నుషాపరిణయమును గొప్పవందురు. ఇక్కడ ప్రతిగ్రంథమును బ్రత్యేకముగా విమర్శింపఁబనిలేదు. అన్నియుఁ బ్రసిద్ధేతివృత్తములు. అన్నిట రచనాప్రక్రియయించుమించొక్క మాదిరిగనే యుండును. స్థూలముగాఁ దత్స్వరూపమిట నిరూపింపఁబడును.

ప్రతి గ్రంథారంభమునను గ్రంథనామ నిర్దేశకమగు కందమొకటియుఁ బిమ్మటఁ గథాసంగ్రహము, కవి స్వవిషయము నుటంకించు ద్విపదయు నుండును. కథారంభమునకు ముందు గణపతిస్తుతి మాత్రమేకాక పాత్రప్రవేశ సందర్భముగూడ నుండును. సాధారణముగఁ బ్రతి పాత్రప్రవేశమునకును సూచనగా నొక సంధివచనము, పాత్రప్రవేశమునకును సూచనగా నొక సంధివచనము, పాత్రవర్ణన ద్విపద, ప్రావేశిక ధ్రువయు నుండును. కథా సంవిధానము తఱచు సంధివచనములద్వారా సూచింపఁబడును. సంధివచనాలేకాక పాత్రల సంభాషణవచనములు గూడ నక్కడక్కడ నున్నవి. కాని సంభాషణలు తఱచు దరువులు, దీర్ఘద్విపదలలోనే జరుగును. గ్రంథాంతమున మంగళము, ఫలశ్రుతియు నుండును. గ్రంథమున ద్విపదభాగము, దరువులు నెక్కువ. పద్యాలు ప్రసిద్ధవృత్తాలు, జాత్యుపజాతులు, తదర్థపద్యాలనఁగాఁ గందార్థాలు, గొలఁది సంస్కృత శ్లోకములు చూర్ణికయుఁ బ్రయుక్తములైనవి. దరువులు ప్రసిద్ధ రాగతాళములలోనే కలవు. రాగాలు ఆహిరి, ముఖారి, ఉసేని, బలహరి, మోహన, పున్నాగ వరాళి, పంతువరాళి, కల్యాణి, దేవగాంధారి, మధ్య

మావతి, సురటి, మొ॥. తాళాలు ఆది, చాపు, రూపకము మొ॥. ఆది తాళము వాడక మెక్కువ. సంగీతశాస్త్ర దృష్టితోఁ జూచినచో వేం. రా. శాస్త్రి కృతులలో గొప్ప విశిష్టత గోచరించును. అపురూపములగు రక్తిరాగము లెన్నింటికో చక్కని లక్ష్యములు రచించినాఁడతఁడు. ముఖ్యముగా నాహిరినో ముఖారినో యెత్తుకొనెనా యొక్క రాగమునే విభిన్న సంచారములతో వివిధరసోత్పత్తి కుపయోగింపఁగలఁడు. అదొక గొప్పనేర్పు. ఉశేని స్వరజతి నితని ప్రతిభకొక తార్కాణముగాఁ జేకొందురు పెద్దలు. వెంకటరామశాస్త్రి కృతులన్నిట రచన రూపకోచితమైన సరళశైలిలో నాగిపోవును. నాఁటి తంజావూరు తెలుఁగువాడుక నుడికారపు సొంపులు నట నటఁ జిల్కరింపఁబడినవి వెం. రా. శాస్త్రి ప్రహ్లాదాది నాటకములు నేఁటికి నేలేటఁ బ్రదర్శింపఁబడుచున్నవి. తత్ప్రదర్శన ప్రక్రియ యొక విశిష్ట సంప్రదాయమునకుఁ జెందినది. (అది స్థలాంతరమందుఁ బ్రసక్తము).

---

30. కాకర్ల త్యాగరాజు

త్యాగరాజ కృతు లనుసరి కతని భగవత్కీర్తనలే స్ఫురించును. అతని వ్యక్తిత్వము భక్తి, సంగీతము నను రెండు మహాప్రవాహముల సంగమక్షేత్రము. కాని యందుఁ గవితయు నంతర్వాహినిగాఁ బ్రవహించుచుండును. అతఁడు భగవన్నామకీర్తనలే కాదు తన్మహిమాప్రతిపాదకములు, దత్కీర్తనసాధనములు నగు కావ్యములుగూడ నొక మూఁడు రచించినాఁడు. అవి యక్షగానములని పేర్కొనఁబడలేదు

కానవాని రచనాప్రక్రియ యక్షగానప్రాయమైనదే. ఆయనవంటి ప్రశస్త వాగ్గేయకారుల సాహిత్య సృష్టికిఁ దగిన దాగచనయే. కాని యతని కీర్తనల కున్న ప్రసిద్ధి యీ కావ్యముల కింకను రాలేదు. అవి సీతారామ విజయము, నౌకాచరిత్ర, ప్రహ్లాద భక్తివిజయము ననునవి.

త్యాగయ కృతులనుబట్టి యతని గురించి తెలియవచ్చు విశేషములు గృహ గురు పితృనామ నివాసములు మాత్రమే. ఇతరాధారములను బట్టి యతని చరిత్రమును దెలుపుగ్రంథములు మనకున్న వానిలో ముఖ్యములైనవి : 1. శ్రీమాన్ వింజమూరి నరసింహాచార్యులు గారి శ్రీ త్యాగరాజు చరిత్ర 2. ఆచార్య శ్రీ విస్సా అప్పారావు గారి సంపాదకత్వమున వెలువడిన త్యాగరాజస్వామి శతవార్షికోత్సవ సంచిక. 3. శ్రీ పి. సాంబమూర్తిగారి 'Great Musical Composers of S India'. వానినిబట్టి తెలియవచ్చిన విశేషములలో ముఖ్యమైనవి: త్యాగయ యింటి పేరు కాకర్లవారు. ఈ కాకర్లవారు ములికినాటి బ్రాహ్మణులు. భారద్వాజసగోత్రులు. త్యాగయ పితామహుఁడు గిరిరాజబ్రహ్మము. తండ్రి రామబ్రహ్మము. తల్లి శాంతమ్మ. (సీతాంబ యని వాలాజీపేట చరిత్రలోఁ గలదని త్యా. శ. వా. సంచిక) త్యాగయ సంగీత గురువుగాఁ బ్రసిద్ధుఁడైనవాఁడు శొంఠి వేంకటరమణయ్య. కాని త్యాగయ నౌకాచరిత్రమున శ్రీరామకృష్ణమోదాఖ్యునిఁ బరమార్థదాయకుఁడగు తన దేశిక వరునిగా స్మరించియుండెను. అతఁడు త్యాగయకుఁ దత్త్వోపదేశము చేసిన గురువై యుండును. త్యాగయ నివాసము తంజావూరు మండలములోని తిరువయ్యారు. (అదే పంచనదము. త్యాగేశ్వరస్వామి క్షేత్రము. జీవితకాలము. క్రీ. శ. 1759–1847.

గ్రంథవిషయము

సీతారామవిజయము:

ఇది వెనుక నెప్పుడో వాలాజనగర్ లోక్ నారాయణశాస్త్రి గారిచేఁ బరిష్కృతమై ముద్రితమైనదని త్యా. శ. వా. సంచిక వలనఁ దెలియవచ్చినది. కాని నేఁడచ్చు ప్రతులుగాని, లిఖిత ప్రతులుగాని లభించుటలేదు. మదరాసు విశ్వవిద్యాలయ సంగీతశాఖాచార్యులు శ్రీ పి. సాంబమూర్తిగారది కనుహృదయంగమమైన కృతియని సెల విచ్చినారు.

నౌకాచరిత్రము:[1]

గోపికావస్త్రాపహరణ మిందలి ప్రధానవిషయము. కాని కథారంగము మారినది. నిమిత్తమును క్రొత్తది. గోపికాకృష్ణులు యమునలో నౌకా విహారము సల్పుదురు. గోపికల గర్వభంగము నిమిత్తము కృష్ణుఁడు సంకల్పింపఁగాఁ దుఫాను వచ్చును. నౌక కొక రంధ్ర మేర్పడును. నాయకునకు వస్త్రాపహరణ దోషము తగులకుండఁగనే సంకల్ప సిద్ధి యగును. అదియొక యౌచిత్యము. గోపికల కిష్టము లేకున్నను కోకలు విడచుట తప్పనిసరియైనది. అదియొక చమత్కారము. మార్పు మనోజ్ఞము.

(1) దీని లిఖిత ప్రతులు ఆం. సా. ప. (నం 3807)' తం. స. మ. కే. నం. 483), ప్రాలి. పు. భా. (డి. నం. 1896), ల గో గలవు. అసలిది యాఱు తడవలు ముద్రితమైనది. 1873 లో మంజూరపట్టు రామచంద్రశాస్త్రిగారిచే, 1885 లో నెవరో శేషాచలశాస్త్రిగారిచే, 1892 లో జ్యోతిష్మతీ ముద్రణాలయమున కీ. శే. వేదము వెంకటరాయ శాస్త్రులవారిచే, 1930 లో మదరాసు అమెరికన్ డైమండు ము. శా. వారిచే, 1949 లో మదరాసు సంగీత సభవారి పక్షమున శ్రీ పి. సాంబమూర్తిగారి చేతను, అదే సం. న మదరాసు ఆదిఅంకుకోవారి చేతను ప్రచురింపఁ బడినది.

ఇందు పల్లవి, అనుపల్లవి. చరణముల వింగడింపుతోఁ గవి నామాంకిత ముద్రలతోఁ బ్రసిద్ధరాగ తాళములలోఁ జక్కని కృతులు, నలఁతి యలఁతి సంధివచన ప్రాయములైన గద్యపంక్తులును మెండు. ద్విపదలు, నక్కడక్కడ పద్యములునుగల వందులో శార్దూలముల వాడక మెక్కువ. అటనటఁ జిటిపొటి నెరసు లున్నను మిక్కిలి సరస మైనది రచన. త్యాగయ దీనిని బ్రదర్శనా కుద్దేశించి యుండె ననుట సందిగ్ధము.

ప్రహ్లాద భక్తి విజయము :[2]

ఇందలి వస్తువు ప్రహ్లాదునికథ. కాని యిందు హిరణ్యకశిపుఁడు, లీలావతి, చండామార్కులు మొదలగువారి పాత్రలకుఁ బ్రసక్తిలేదు. చివరికి నరసింహావతార ప్రసక్తియును లేదు. హిరణ్యకశిపుఁడు ప్రహ్లా దుని బాధ పెట్టిన విషయము మాత్రము గ్రంథాది నించుక చెప్పఁబడి నది. అంతే గ్రంథము గ్రంథ మంతయు హరినిఁ గూర్చిన ప్రహ్లాదుని గాఢమైన తపనయు భక్తి భావావేశమును కృతార్థతయు మాత్రమే ప్రధాన విషయముగా సాగినది. ప్రహ్లాదచరిత్ర నీరీతిగాఁ బాత్రా ప్రధానముగా, బాహిరసన్నివేశముకంటెఁ బాత్రయొక్క యంతః ప్రవృత్తి తత్త్వోన్మీలనము ప్రధానముగా నిదివర కెవరును రచించియుండి నట్లు గానరాదు. త్యాగయ యాత్మీయతను బట్టియిచ్చు గ్రంథమిది. ఇందు ప్రహ్లాదపాత్రతోఁ దాదాత్మ్యమందిన త్యాగయభక్తి రసస్థితి నందుకొన్నది. ఆప్రహ్లాదచరిత్రము నతిమాత్ర మనోజ్ఞముగా రచించిన ప్రథమాంధ్ర మహాకవి భాగవత కర్త బమ్మెరపోతన. పోతరాజు పోకడలు త్యాగరాజునకుఁ దప్పని పరియైనవి.

2 ఇది 1868 విద్వన్మోద తరంగిణీ ము శా. లో, 1949 లో మదరాసు ఆది అందుకో వారిచేతను ముద్రితమై ప్రకటింపఁబడినది.

త్యాగయ గ్రంథ ప్రారంభమున దీనిని ప్రబంధమని పేర్కొని యున్నను దత్రాపి పలుతడవలు నాటకమనియే వక్కాణించెను. ఇది "నాగతాళమృదంగరవళిచే మిగులఁ నాగరికం బభినయముచేఁ జెలఁగు" నని ముందుగనే చెప్పియున్నాఁడు. గ్రంథ మైదంకములుగా విభాగింపఁబడి యుండుట విశేషము. గ్రంథారంభము నందలి యిష్టదేవతాభివందనాదికమే నాంది. దౌవారిక సూత్రధారుల ప్రసంగమే ప్రస్తావన, ఫలశ్రుతియే భరతవాక్యము ననుకొన్నచో, దీన నాటకలక్షణము కొంత పట్టిన దనవచ్చును. అయితే యదిమార్గ నాటకప్రభావమును మాత్రమే సూచించును గాని నిక్కచ్చిగా నాఫక్కి కుపలక్ష్యభూతముగాదు. ఇందలి గణపతి ప్రార్థనమాత్రమే కాక పాత్రప్రవేశము, (దౌవారికుని కటికము వానివంటి) వాలకము, తెరవెడలు దరువు వంటి పాత్రప్రశంసాత్మక కీర్తనలు మొ. నాఁటి తంజావూరు య. గా. న నాటకములలోఁ గన్పట్టును. అంకవిభాగాది విశేషములు గూడ నందందు గానవచ్చును. కాని సంధి వచనముల నాశ్రయించు యక్షగానమున కంకవిభాగము సహజము కాదా యవసరమును లేదు. ఇందు నా యంకవిభాగము సార్థకముగాదు, సంధ్యంగోచితముగా లేదు. అర్థప్రకృతులకుఁ గార్యావస్థలకును సమన్వయము కుదురలేదు. కుదురుట కవకాశమే లేని యితివృత్త మైనది. ఇది త్యాగయచేఁ బ్రదర్శనోద్దిష్టమైనదని విశదమైనది; సంవాద ప్రచురమైనదే కాని సన్నివేశబలము చాలమి ప్రదర్శనమున రక్తికట్టదు.

ఇందు దరువులు, ద్విపదలు, గద్యపద్యములును గలవు. ఈ దరువులను గృతులనుట లెస్స. ఆ లక్షణము చక్కఁగాఁ బట్టినది. పది సం. శ్లోకములు, నొక చూర్ణికయుఁ దెలుఁగున నొక దండకమును గలవు. అనేక ప్రయోగ విశేషములు గలవు. కృతి యతిరసవంతమైనది.

31. శివాజీ

అన్నపూర్ణా పరిణయము: *

తంజావూరి మహారాష్ట్ర ప్రభువులలోఁ జివరివాఁడును రెండవ శరభోజికొడుకు నగు శివాజీ కృతియిది. అతని రాజ్యకాలము క్రీ.శ. 1833 - 1855. గ్రంథము ప్రతి చివర నది జయనామ సంవత్సరము భాద్రపదమున లిఖింపఁబడినట్లు గలదు. అది శివాజీ రాజ్యకాలమున 1834వ సం. అగుచున్నది. శివాజీ సింహాసనస్థుఁడై యుండిన కాలముననే యీగ్రంథము రచింపఁబడినట్లు గలదు. అనఁగా నీగ్రంథ రచన క్రీ. 1833 - 34 సం. ల నడుమనే జరిగి యుండును.

తంజాపురమున సిద్ధపుష్కరిణి చెంతఁ దప మొనర్చిన కొంకణ సిద్ధుని కోర్కెపై శివుఁడటఁ గొంకణేశ్వరుఁడను పేర వెలసెను. సిద్ధ మిత్రుఁడగు సుశర్మయను వైశ్యునకు శివుని వరప్రసాదముగా సిద్ధపుష్కరిణిలో నొక కమలకర్ణికలో నొక యాఁడుశిశువు లభించును. ఆమెయే అన్నపూర్ణ. ఇది పూర్వకథ - సూత్రధారప్రోక్తము. ఇఁక నీ నాటక కథ లోని ముఖ్యవిషయము: ఆమె పెంపకము, తపస్సు, కొంకణేశ్వరునితోఁ బెండ్లి.

గ్రంథము నాటకమని పలు తడవలు పేర్కొనఁబడినది. నాంది, సూత్రధారపారి పార్శ్వకుల ప్రస్తావన, వసంత ప్రసక్తి, అంకవిభాగము (రెండు), భరత వాక్యప్రాయమైన రంగనాథ కవీశ్వరుని (శివాజీ ఆస్థాన కవికాబోలు) యాశీర్వాదము మొ॥. విషయములు ముందటి తంజావూరు నాటకములలోకంటె నెం దెక్కువగా మార్గనాటక ప్రభావమును

* తం. స. మ. కే నం. 499.

ప్రస్ఫుట మొనర్చుచున్నవి. కాని మార్గనాటకములందు సూత్రధార ప్రసంగములు, ప్రస్తావన యందుఁ దక్క మధ్య మఱి కన్పింపవు. తంజావూరి నాటకములు సాధారణముగా నడుగడుగున నతని కథానుసంధానక ప్రసంగములు లేనిదే నడువవు. అందును నీగ్రంథ మంతయు సూత్రధారుని ప్రలాపము వలె నున్నది కాని నాట్యకళా కలాపమిందంతగాలేదు. అయినను నిది ప్రదర్శనోద్దిష్టమైనదే. ఏలన "రంగభూమియందు నటింప జేస్తూన్నాము" అని దీని యెత్తుగడ. విఘ్నేశ్వర పాత్ర "ప్రత్యక్షంబుగా" ప్రవేశపెట్టబడినది. గ్రంథాంతమున నీనాటకపు వేషాల "నావనీసు" (Dramatics Personae) గలదు.* ప్రతివిలేఖకుని వ్రాతఁలో నగరిలో నొక భాగవతమేళముండినట్లును, నామేళపు "సబనీసు" (Accountant) కడ నీ గ్రంథమూల ప్రతి యుండినట్లును గలదు.

రచన :— గ్రంథము పెద్దది. సరుకు తక్కువ. ద్వితీయాంకము వివిధ స్తోత్రములు గలిగి విసువెత్తించుచున్నది. రచన పేలవము. తప్పులు కుప్పలు. దరువులు, కోలాట, గొబ్బి, చెండ్లాట, నలుగు, సువ్విపాటలు, కందార్థ సీసార్థములు, సుమారు 40 సం. శ్లోకములు, కొలది చూర్ణికలును గలవు. అన్యదేశ్యములు కొన్ని ప్రయోగింపఁబడినవి.

విశేషములు :— ప్రస్తావనలో శివాజీ ప్రశంస, వంశావతారమును గలవు. యతని యమాత్య దండనాయకులగు సదాశివరాయ

* ఇందీ నాటకము నవచ్చు పాత్రలుఁ, నాసాఁడది ప్రదర్శింపబడినప్పు డాయా పాత్రలఁ ధరించినవారి పేళ్ళును గలవు. ఇది మన్మథ సంవత్సరము – ఆవణి నెలలోఁ దయారైనట్లిందు గలదు. అనఁగా నీనాటకము 1835 లోఁ బ్రదర్శితమైనదన్న మాట.

మంత్రి కృష్ణరాయుఁడు వరహేంద్రుఁడును ప్రశంసింపఁబడిరి. ఈ శివాజీ ప్రశంసాత్మకముగా నాల్గు సీసపద్య గ్రంథసంపుటములు తం. స. మ. లో నున్నవి. (కే. నం. 811 - 814)

---

32. వెంకటకృష్ణాజెట్టి

శివపారిజాతము : *

ఈ గ్రంథము తంజాపూరి మహారాష్ట్రప్రభువగు శివాజీ యాస్థానమున రచింపఁబడినది. గ్రంథరచనాకాలము శివాజీ రాజ్యకాలమగు క్రీ. శ. 183 ; - .5 సం. ల నడుమఁబడుచున్నది. గ్రంథాంతగద్యలో సది "శివాజీమహీపాలుని తెనుఁగుకవి వెంకటకృష్ణాజెట్టి కినకాజెట్టి చేసిన కవిత్వ" మని యున్నది. కాని యాగద్యకు ముందున్న మంగళములో "శ్రీ వెంకటుఁడ నే" నని చెప్పుకొనినాఁడు కవి. గ్రంథారంభమున నొకసీసములోఁదాను "కనకయ్య పుత్రుఁడ" నని చెప్పుకొనినాఁడు. కాఁగా "వెంకటకృష్ణాజెట్టి కనకాజెట్టి చేసినకవిత్వ" మనునది పొరపాటునఁ దారుమారై యుండునని యూహింపఁదగి యున్నది.

భగీరథునికోర్కెచొప్పున శివుఁడు గంగను విడనాడెనని యాపె సోదరుఁడగు కపిలవిష్ణువు కోపించి శివునికిఁ బారిజాతముద్వారా గుణపాఠము నేర్పవలెనని సంకల్పించి నారదుఁ నందులకు నియోగించును. చివరకు శివుఁ డామె నుపలాలించును. అది యిందలి ప్రధానవిషయము.

పారిజాత సన్నివేశ ప్రధానమైనది కృష్ణకథ. పారిజాత కథలోఁ ప్రధాన సన్నివేశము సవతికయ్యము. శివకథలోఁగూడ నా సన్నివేశమున కవకాశ ముండుటచేతఁ బారిజాత వాసన దానికిని దగిలినది. కాని యిందు కవి సవతికయ్యపు సన్నివేశమును గల్పింపలేదు సరికదా యున్నకథయందైనను సంవిధానమును జక్కఁగ దిద్దలేక పోయినాఁడు. రచన పేలవము, నీరసము, బహుదోషజుష్టమునై యున్నది. టప్పా దరువు, గీతార్థకందార్థాను లిందలి రచనా విశేషములు.

---

33. ఎల్లయకవి

చంద్రతారావిలాసము : *

సేలము మండలమున నుద్దండ మల్లసముద్ర మను గ్రామమున నుండిన యాంధ్రవిప్రుఁడు, నాత్రేయ గోత్రజుఁడునైన రామభద్రుఁడను నాతనికి మల్లన, విశ్వనాథుఁడు నను నిరువురు పుత్రులనియు నందు విశ్వనాథునికిఁ గాఁబోలు వేంకటాంబయందీ యెల్లయకవి కలిగినాఁడనియు గ్రంథారంభమునఁ గలదు. కోలా శేషాచలకవి నీలగిరియాత్రలో (చూ. మదరాసు ప్రభుత్వప్రాచ్య గ్రంథమాలా ప్రచురణ నం. 29, పుట 20–21) నీయెల్లయ 'యీరోడు' నివాసి యనియు, నితఁ డొక సంత్రస్థాపకుఁడును వ్యాపార వ్యవహర్తయునై యుండెననియు, 'సంగీతసాహిత్య

* ప్రతులు. (1) ప్రా. లి. పు. భాం. ఆర్ నం. 130– (2) డిటో డిటో నం. 204 (3) 171. (తారాశశాంక మను పేర నున్నది) ఇందు 2, 3 ప్రతులలో కర్తపేరు కానరాదు. కానియవి యీకృతి ప్రత్యంతరములే

విద్యాప్రవీణుండు గావునఁ దారా శశాంక ప్రభృతి కతిపయనాటక ప్రబంధంబులు శృంగారాది రసానుబంధంబులుగ రచియించి యున్నవా డనియుఁగలదు. శేషాచలకవి నీలగిరియాత్ర 1846 – 47 సం. ల నడుమ జరిగినది. ఈ కావ్యమంత కించుక ముందు రచింపఁబడియుండును.

ఇందలి యితివృత్తము ప్రసిద్ధము. సుప్రసిద్ధమగు శేషము వెంకటపతి శశాంక విజయప్రబంధ సంవాదిగనే సాగిన దిందలి కథా రచనా ప్రణాళిక (అంఁతి మార్పు లొండు రెండుచోట్లఁ గలవు). అందలి రుచిమంతము లైన పద్యము లెన్నో మిక్కిలిగా ననుకరింపఁబడినవి. రచన సామాన్య మైనది. దోషము లధికము. సరసరచన గల పట్టులున్న వన్నవి శేషము వాని ప్రభావము. ఇందు ప్రసిద్ధరాగతాళములలో దరువులు, ద్విపదలు, గద్యపద్యములు, కందార్థములు, సీసార్థములు, ద్విపదార్థములు, వృత్తార్థములు, (వృత్తదరువులు) ఏలపదము, శోభనమును గలవు. అమరము, భర్తృహరి సుభాషితాదుల నుండి శ్లోకములు గ్రహింపబడినవి. గ్రంథము యక్షగానమని పేర్కొనఁబడినది.

---

34. వరారుపెద్ది చెంగల్వరాయశాస్త్రి

సుందరేశ్వర విలాసము: *

ఈయన చెంగల్పట్టు మండలమున స్థిరపడిన యొక వెలనాటి తెలుఁగు కుటుంబమునకుఁ జెందిన వాఁడు. కౌశికసగోత్రుఁడు. తిరుమల రాయ పౌత్రుఁడు, వేంకటరాయ పుత్రుఁడు. క్రీ. శ. 1810 ప్రాంత

* Published By Prof. P. Samba Moorthy, The Indian Music Publishing House, Madras 1952.

మున మరకాణము సమీపముననున్న పెరుంపేడు గ్రామమున జన్మించినాఁడు. సంస్కృతాంధ్రములందును, భరత గాంధర్వము లందును గాకలు తీరిన పండితుఁడై చెయ్యూరు జమీందారుల యాస్థాన సన్మానముల నందెను. అక్కడుండిన కాలముననే యాతఁడు వైద్యనాథుఁడను జమీందారు కోరికపై నీ సుందరేశ్వరవిలాస నాటకమును రచించెను. ఇతని రాకకుముందే చెయ్యూరులోఁ గందస్వామి దేవాలయమున వల్లీనాటకము (తెలుఁగు రచన. అది యంతకుముందు తిరుప్పోరూరులోఁ బ్రదర్శింపఁ బడుచుండెడిది) ప్రదర్శింపఁ బడుచుండెనఁట; అది కూడ నీతని సుం. వి. నాటక రచనకుఁగొంత ప్రోత్సాహకమై యుండును. ఈయన తేది 28–2–1900న కాలధర్మము నొందెను. సుం. వి. అక్షయ వత్సరచైత్రమున రచింపఁబడినట్లు గలదు. చెంగల్వారాయశాస్త్రి జీవిత కాలమున (1810–1900) అక్షయ 18౨౬ అగుచున్నది. అది చెయ్యూరులో బ్రహ్మోత్సవసమయమునఁ బ్రదర్శింపఁ బడుచుండెడిది. *

మధురమీనాక్షి సుందరేశ్వరుల వివాహమిందు వర్ణితము. ఇందు ప్రసిద్ధరాగ తాళములలో దరువులు, కీర్తనలు ద్విపదలు, గద్యపద్యములును గలవు. గ్రంథమధ్యమునను సూత్రధార ప్రసంగములు (పద్యములలోఁగూడ) గలవు. పాత్రల సంభాషణలు తఱచు, నాటకమని పేర్కొనఁబడినది. నాటకీయత ప్రస్ఫుటముగానున్నది. రచన సలక్షణమైనది, చక్కనిదే.

---

* ఈవిషయములు సుం. వి నుండియు, దానికి శ్రీ ప. సాంబమూర్తిగారి యుపోద్ఘాతమునుండియు, చెంగల్వరాయశాస్త్రి కృత్యంతర మగు చారులీలావిలాసము (ప్రా. లి పు భాం. ఆర్ నం. 1052) నుండియు గ్రహింపబడినవి

35. చల్ల నారాయణ కవి

(వాయలూరి) పారిజాతము: *

కవిది యజుశ్శాఖ. కౌండిన్య గోత్రము. అతని పితామహుఁడు నారాయణప్పయ్య. తండ్రి రామయ. భార్య శేషమాంబ. చెన్నపుర ప్రళయకావేరిమధ్యమునఁ గల పంచవన్నె యగ్రహార మొకటి పేర్కొనఁ బడినది. అది కవి నివాసము కావచ్చు. గ్రంధము పొన్నేరి సీమలోని (చెంగల్పట్టుజిల్లా) వాయలూరు జాగీర్దారు ప్రోత్సాహమున నాయూరి జనార్దనుని పేర రచింపఁబడినట్లున్నది. కవి తన విద్యాగురునిగా మాకు జెట్టి తిరుమలరాయనిఁ బేర్కొనెను. అతఁడు మాకుజెట్టికాక మాకు పెద్ది తిరుమలరాయఁడగుచో సుందరేశ్వర విలాసకర్తయగు చెంగల్వ రాయశాస్త్రి తండ్రియగును చెంగల్వరాయశాస్త్రికాలము క్రీ. శ. 1810-1900 అని మీఁదఁ బేర్కొనఁబడినది. అగుచో నీ రచన 19 శ. పూర్వార్ధమున జరిగియుండు ననవచ్చును. రచనాధోరణినిబట్టిచూడ నిది 19 శ. పూర్వభాగ రచనవలెనే తోఁచుచున్నది. ఇప్పటి కిదియొక యూహ మాత్రము.

గ్రంధము "పారిజాత నాటకాలంకార కావ్య శృంగార ప్రబంధ" మని పేర్కొనఁబడినది. రెండాశ్వాసములుగా విభాగింపఁ బడినది. ప్రథమాశ్వాసమునఁ బ్రధానవిషయము రాధా మాధవుల సరసము. అష్ట మహిషులును గృష్ణుని వెదకికొనుచు యొకరి తరువాత నొకరుగా వచ్చి ప్రసంగించుట, తదుపరి నారదుఁడు పారిజాతమును దెచ్చుట మొ॥ ద్వితీయాశ్వాస విషయము. పాత్రల ప్రవేశమునకు

* ఆం. సా. ప. నం. 1650. అసమగ్రము.

ముందు ప్రావేశిక ధ్రువాగాన మిందుఁగలదు. మాధవి పాత్రలను బలుకరించుటయు వారి యుదంతము చెప్పించుటయుఁ గలదు. ఇది భామకలాపము "భాణి". ఆశ్వాస విభాగము, నాశ్వాసాంతగద్యయు ప్రబంధ ఫక్కిని సూచించుచున్నవి. ఇందు ద్విపదపాలెక్కువ, పద్యము లక్కడక్కడఁగలవు. దరువులెక్కువగా నాదితాళములోఁ గలవు. దరువులందు వాయలూరి గోపాలముద్రగలదు. అక్కడక్కడ సం. శ్లోకములు నొక్కచోఁ జూర్ణికయుఁగలవు. రచన యొక మోస్తరు. దోషములు బోలెడు.

36. నెడాదూరు వేంకటాచార్యకవి

సమగ్ర రామనాటకము :*

కవిది శ్రీవాత్స గోత్రము. తండ్రిపేరుగూడ వేంకటాచార్యుఁడే. నివాసము తిరుచునాపల్లి జిల్లా యాగపురము. (కులిత్తళై తాలూకా).

ఈతని గ్రంథమున రామాయణము షట్కాండలును బ్రతివిష యము ననవసరమైన పెంపుడు లేకుండా సంగ్రహముగాఁ జెప్పఁబడి నది. కథాకథనముకుఁగాని రచనలోఁగాని కసయును లేదు; పసయును లేదు. సంవాదాఖ్యానశైలు లిరుగు పొరుగుగా నడచును. ఇది నాటక మహా ప్రబంధమని పేర్కొనఁబడినది. వివిధ ప్రసిద్ధ రాగ తాళములలో బల్లవి – అనుపల్లవులతో దరువులు, ప్రాసవచనములను నొక రచనా విశేషము–ఈరెండిఁటి తోడనే గ్రంథమంతయు సాగినది. ఇది పురాణ గోష్ఠికిఁ దగియున్న రచన.

---

* ప్రచురణ: సే. వెంకట సుబ్బాశాస్త్రులవారి సరస్వతీ విలాస ము. శా. మదరాసు, 18–10–1876

అనుబంధము

(2)

1. తం. స. మ. కే. నం. 799 "నాటకపాత్రలు" అను గ్రంథ సంపుటమునఁగొన్ని నాటకముల పట్టిక, పాత్రలు, పాత్రధారుల పేళ్లు నుదాహరింపఁబడి యున్నవి. అందు —

(అ) రామాపండితుల నాటకాలు

1. ప్రబోధ చంద్రోదయము.
2. ప్రభావతీ ప్రద్యుమ్నము.
3. సీతా కల్యాణము.
4. పార్వతీ కల్యాణము.
5. రుక్మిణీ కల్యాణము.
6. ఉషా కల్యాణము.
7. రుక్మాంగద చరిత్ర.
8. యయాతి చరిత్ర.
9. ధ్రువ చరిత్ర.
10. శమంతకోపాఖ్యానము.
11. అనసూయోపాఖ్యానము.
12. శివరాత్రి కథ.
13. జానకీసుఖోల్లాస కొరవంజి

(ఆ) దొరవారి నాటకాలు

1. మాయావతీ పరిణయము.
2. మిత్రవిందా పరిణయము.
3. సుభద్రా కల్యాణము.
4. శాకుంతలము.
5 పారిజాతాపహరణము.
6. కృష్ణ జననము.
7. కృష్ణ దాన చరిత్రము.
8. ప్రతాప రామ కొరవంజి.
9. మోహినీ మహేశ్వర నాటకము.

ఈ రామా పండితుఁడెవ్వరో, యీ దొరగారెవ్వరో, యిద మిత్థమని తెలియవచ్చినది కాదు. (అ) పట్టికలో మెలట్టూరు వెంకట రామశాస్త్రి నాటకముల పేళ్లు కొన్ని కన్పట్టుచున్నవి. అందలి ప్రబోధ చంద్రోదయాదుల పాత్రధారుల పట్టికలలోఁ గానవచ్చు గురువయ్యా కృష్ణుఁడు, కుప్పు, సుందరం మొ॥ వారి పేళ్లు తం. స. మ. కే. నం. 499 – శివాజీ అన్నపూర్ణా పరిణయ నాటకము వేషాల "నావసీను" లో కూడఁ గన్పట్టుచున్నవి. అనఁగా ని దొరగారు 1833 – 55 సం. లలో తంజావూరు మహారాష్ట్ర ప్రభువగు శివాజి యగునేమో యనియు, నా రామా పండితుఁడు శివాజీ కించుక పూర్వుఁడో సమకాలికుఁడో యైయుండిన మెలట్టూరు వెంకటరామ శాస్త్రి యగునేమో యనియు ననుమానము తోఁచుచున్నది.

విశేషములు :— పై పట్టికలలో ప్రబోధ చంద్రోదయము, సీతాకల్యాణము, ఉషా కల్యాణము నను వానికి మాత్రము పాత్రధారి నామోదాహరణము గలదు. అందు స్త్రీపాత్రల కెదురుగఁ బురుష నామములే గలవు. ప్రబోధచంద్రోదయమునందు 6 అంకాలు, 124 వేషాలు. ప్రభావతీ ప్రద్యుమ్నము మూఁడు దినముల సంవిధానముగా వింగడింపఁబడినది. యయాతి చరిత్ర రెండు. మోహినీ మహేశ్వర నాటకము నాలుగంకములది. పై పట్టికలలో రెండు కొరవంజులుండుట గమనింపఁదగినది. ఇందలి భిన్న భిన్నేతి వృత్తములు గల గ్రంథములలోఁగూడ సామాన్యముగాఁ గనిపించు పాత్రలు గలవు. అవి విఘ్నేశ్వరుఁడు, ప్రమథ గణాలు, మణియం, కుఱుకుఱ్ఱాళ్లు, పరిచారకుఁడు, బిక్కాజి నాయుఁడు, మహల్దారులు, సుయిణి, బురడ వేషం, కైకాదినీ వేషం జోసి మొదలైన పై పాత్రలలోఁ గొన్నింటి స్వరూపమీనాఁడు మనయూహ కందదు. మన కలభ్యములగు నానాఁటి య. గా. నాటక గ్రంథములందుఁ గన్పింపవు. ఆయా పాత్రలు కొన్ని గ్రంథ

గతములు గాక ప్రదర్శన వేళ మాత్రమే ప్రవేశపెట్టఁబడున వని యూహింపఁదగి యున్నది. మీఁద బేర్కొనఁబడిన వానిలోఁ మొదటి నాలుగైదు పాత్రలు నాటక పూర్వరంగ ప్రవర్తన కుపయోగపడునవి. అందు "మణియం" అనఁగా మఠ దేవాయతనాద్యధికారి, కురుక్కళ నఁగాఁ బూజారి లేక పురోహితుఁడని యర్థము. (ఆ రెండును తమిళ శబ్దములు). ఈ రెండు పాత్రలు నీ యిఱువది నాటకములలోను గన్పించును. బిక్కాజినాయని పాత్ర తొమ్మిదింట గన్పించును. ఆ బిక్కాజి శబ్దమున కర్థమేమోగాని కటికమువంటి పాత్రయై యుండునేమోయని యూహా వొడమచున్నది.

2 — తం. స. మ. కే. నం. 802, 803 - నానావిధనాటకములు :— ఇది యొక పెద్ద కలగూరగంప సంపుటము. ఇందు తలయుఁ దోఁకయు లేక, యున్నదైనను నొక పొందికలేని యందదుకుల వివిధ నాటకభాగములు గలది. అవి ప్రహ్లాద, హరిశ్చంద్ర, మార్కండేయ, రుక్మాంగద, పారిజాతము, కృష్ణలీలా విలాసము, సీతా కల్యాణము, పార్వతీ కల్యాణము, ఉషా పరిణయము. తం. స. మ. కేటలాగులో నుదాహరింపఁబడిన గ్రంథభాగములే కొన్ని. వానిసంబంధ మీా దిగువ సూచింపఁబడును.

ఇందలి రుక్మాంగదము — కే. నం. 578, 579, 582.
,, సీతా కల్యాణము— ,, ,, 673.
,, కృష్ణాలీలా విలాసము ,, ,, 507, 508.

ఇందు చెదురుగా నున్న పారిజాత గ్రంథ భాగములకు కే. నం. 543 మాతృభూతన పారిజాతముతో భావ బాంధవ్యము చాలఁగలదు. చెదురుగాఁ గాక యొక్కచో నొక క్రమము ననుసరించి యున్న 150 గ్రంథముల పరిమాణము గల పారిజాతాము నారాయణ

తీర్థుల కృతి. ఇందలి సీతాకల్యాణ, రుక్మాంగదములను మెలట్టూరు వెంకటరామశాస్త్రి గ్రంథభాగములుగా గుర్తింపనగును. హరిశ్చంద్ర మార్కండేయాది గ్రంథ భాగములును గొన్ని యతనివే కావచ్చును.

3. ఆంధ్ర వాఙ్మయ సూచికలోఁ గల తం. స. మ. యొక్క యముద్రిత యక్షగానముల పట్టికలో నుదాహరింపఁబడినవానిలో నేఁ డుపలబ్ధములుగానివి, కేటలాగులోఁ జేర్పఁబడనివి :—

1. అనసూయోపాఖ్యానము.
2. కుశలవ కథ.
3. కొరవంజి — (ముద్దుకవి)
4. గంగా విశ్వేశ్వర పరిణయము.
5. గణేశ కల్యాణము.
6. గణేశ లీలార్ణవము.
7. గణేశవిలాసార్ణవము (కొరవంజి)
8. జలక్రీడ — (లింగోజీ)
9. జానకీ సుఖోల్లాస కొరవంజి. *
10. ధ్రువచరిత్రము. *
11. నటేశ విలాసము.
12. నారద గర్వభంగము.
13. ప్రభావతీ పరిణయము. *
14. మీనాక్షీ పరిణయము.
15. రత్న కేతూదయము.
16. రుక్మిణీ సత్యభామా సంవాదము. (లింగోజి)
17. విరాట్పురుష నాటకము
18. శివరాత్ర్యుపాఖ్యానము. *
19. శ్రీ ప్రతాపరామ కొరవంజి. *

ఇందు (*) గుర్తులతోఁ జూపఁబడినవి "నాటకపాత్రలు" సంపుటమున నుదాహరింపఁబడినవే. ఇందలి నారద గర్వభంగ మనునది ప్రతి విలేఖకునిచేఁ బొరపాటుగా "నారద గర్వభంగం నాటకం" అని పేర్కొనఁబడిన తం. స. మ. లోని కే. నం. 678 నారద గర్వభంగ వచన గ్రంథమే కాఁదగును. గణేశ కల్యాణ మనునది శహాజీదో, ఏకోజీదో యైన విఘ్నేశ్వర కల్యాణము కాఁదగును. (ప్రతి విలేఖకు లొకగ్రంథమునకే తమ యిచ్చవొచ్చిన సదృశనామాంతరము

లను దగిలించుట గలదు. అనభిజ్ఞు లింకను నెన్నియో పొరపాటులకు బాల్పడుదురు). కే. నం. 542—పాండవాజ్ఞాతవాసము (ప్రతి ముఖపత్రమున "విరాట్పురుష నాటకం" అని యున్నది.

4. తం. స. మ. కే. నం. 598 — వాద జయము ప్రతిలో "సత్యభామా కొరవంజి" యను గ్రంథముగూడ గలదని కేటలాగులో నుదాహరింపఁబడినది. అది తం. స. మ. కే. సం. 486 — ఎఱుకల కథ కాఁదగును. అందు సత్యభామకు కొరవంజి సోదె చెప్పుటయే విషయము.

5. తం. స. మ. కే. నం. 528 — జీవనాటకము. ఇది జీవనాటకము కాదు. జీవములేని నాటకము. ఇందొక సన్నివేశముగాని, పాత్రల సంభాషణగాని దరువులుగాని ద్విపదలుగాని కానరావు. ఆఖ్యాన శైలిలో వచనప్రచురముగా నడచిన రచన. ఎడనెడ సం. శ్లోకములు, వాని దిగువ వచనమునఁ దద్వ్యాఖ్యానమును గలవు. విషయము తత్త్వము. కర్తపే రిందు గానరాదు. మోక్షకాంత కల్యాణమని దీని నామాంతరము.

(కే. నం. 557, 558 ముక్తికాంతా పరిణయము వేఱు).

తెలంగాణము

యక్షగాన

కవులు - కావ్యములు

1. (ధర్మపురి) శేషాచలకవి

(ధర్మపురి) రామాయణము:

(ప్రచురణ: వెస్టువార్డు, మదరాసు, 1934, కొండా శంకరయ్య, సికింద్రాబాదు, 1949

ఇతని నివాసము కరీంనగరు జిల్లా ధర్మపురి. కాలము క్రీ. శ. 1780 ప్రాంతము. కృత్యంతరములు నరసింహ నరహరి శతకములు. (చూ. గోలకొండ కవుల సంచిక. పూర్వకవి పరిచయము.) ఇతని రామాయణ యక్షగానము షట్కాండలును గలిగి ధర్మపురి రామాయణమను పేర తెలంగాణముననే కాక యావదాంధ్రమునను విశేష ప్రసిద్ధి వహించినది. అయితే అది యథాతథముగాఁ బ్రదర్శింపఁబడినట్లు మాత్రము గానరాదు. ఆంధ్ర దేశ రామాయణ వీధి నాటక ప్రదర్శనములం దిందలి దరువులు మాత్రము తఱచుగా గ్రహింపఁబడుట కద్దు అది యెక్కువగా శ్రవ్యధోరణిని సాగిన రచన. అందు ద్విపద, పద్యములు, వచనము, ఏలలు మొదలగునవి గలవు గాని ప్రసిద్ధ రాగ తాళములలో సాగిన దరువుల పాలధికము. అందుఁ బాత్రల సంవాద సందర్భము లందున్నవి కొన్ని మిక్కిలి మనోహరములు. రచన సలక్షణము నిరాడంబర సుందరమునైనది.

---

2. రాపాక శ్రీరామ కవి

ఇతఁడు పరకాల నివాసి యనియు, 1780 ప్రాంతము వాఁడనియు, అధ్యాత్మ రామాయణ కర్తయనియు గో. క. సం వలనఁ దెలియనగును. ఆంధ్రసాహిత్య పరిషత్తువారి పట్టికలో నం. 3549 క్రింద మధ్యాత్మ రామాయణమను యక్షగాన మనియు నది రాపాక లింగన పుత్రుఁడైన శ్రీరామకవిచే సూచర్ల రామామాత్యుని కోరికపై ఇల్లిందకుంట దేవుని కంకితముగా రచింపఁబడిన దనియుఁ గలదు. ఆపట్టికలో నం. 3429 గ్రంథము ఇల్లిందకుంట రామాయణ యక్షగానమని యున్నది. అది పై గ్రంథమునకే ప్రత్యంతరము గావచ్చును. కాని పరిషత్తులోఁ బట్టికలోఁ గాక బీరువాలలోనే ప్రతియు లభింపక పోవుట శోచనీయము.

---

3. కానూరి వీరభద్ర కవి

బసవ మహిమామృత విలాసము: *

కవి విషయము .— కవి తనకు వియ్యన యని నామాంతరము గలదని చెప్పినాఁడు. ఇతని తల్లిపేరు అక్కనాగమ్మ. తండ్రిపేరు తెలియదు. ఇతనికిష్ట లింగాదిక జ్ఞానోపదేశముచేసిన గురుఁడు గుడ్డద మాచెయ్య. కృతి ప్రోత్సాహకుడు కొలనుపాక సోమేశ్వరస్వామి భక్తుఁడగు సీతారామశాస్త్రి. ఆస్వామికే యీకృతి అంకితము. కొలిపాక (కొలనుపాక నల్లగొండజిల్లాలో భువనగిరి తా. లో నున్నది.) కవి నివాసము.

* ప్రతి వివరము .— ప్రా. లి. పు. భాం. డి. నం. 1911

ఇతఁడిందుఁ బురాతన భక్తులను, బాల్కురికి సోమనాథాదులను బేర్కొనిన తరువాత " మాకు స్నేహితులైన భక్తమాహేశ్వరులను సంస్తుతించితి నెలువవలెను" అని తన సమకాలికులను గొందఱిని బేర్కొని యుండెను. అందు ముఖ్యులు కందుకూరి మల్లికార్జునుని పుత్రుఁడైన బసవరాజు, బుద్ధిరాజు వీరేశు, కొమ్మరాజు శంకరుఁడు. అత్తలూరి పాపకవి తన చెన్న బసవపురాణమునఁ గందుకూరి మల్లికార్జున మంత్రిని, ఇతనిపుత్రుఁడైన బసవరాజమంత్రిని, బుద్ధిరాజు వీరనను తన కృతిపతి యగు కందుకూరి అమృతలింగముగారి వంశావతార సందర్భమునఁ బ్రశంసించి యుండెను. పాపకవికాలము " నూఱు సంవత్సరములకుఁ బూర్వమని చెప్పవచ్చు" నని ఆంధ్రకవుల చరిత్రమునఁ గలదు. కొమ్మరాజు శంకరుఁడు సుప్రసిద్ధులైన కొమ్మరాజు లక్ష్మణరావుగారి పితతాతయు, శ్రీగిరి మల్లేశ వీరభద్ర శతకాది గ్రంథకర్తయు నగు రామలింగ కవికిఁ దాతయనియు నితఁడు క్రీ. శ. 800 ప్రాంతమువాఁడు కావచ్చుననియు శతకకవుల చరిత్ర తెలుపుచున్నది. పై విషయములను బట్టి కానూరి వీరభద్రకవి 18 శతాబ్ది యుత్తరార్ధమున నుండెనను కొనుట సమంజస మనిపించుచున్నది.

ఈ గ్రంథమున మొదట బలదేవ దండనాథపుత్రియైన గంగమను, దనుపరి బిజ్జలు నాస్థానమున దండనాథుఁడైన సిదప రాజసోదరి యగు నీలను బసవేశ్వరుఁడు వివాహమాడుట ప్రధాన విషయము. అతని మహిమయు నౌదార్యమును బ్రకటితములైన రెండు సన్నివేశములు గలవు. చివర శివైక్యసిద్ధి చెప్పఁబడినది. ఇది సంగీత ప్రబంధమని పేర్కొనినాఁడు కవి. ఇందు ద్విపద, దరువులు (కొన్నిటికి రాగములుదాహరింపఁ బడినను గొన్ని తాళప్రధానములును గలవు), లాలి, సువ్వి, అల్ల, దండెయాడింపుఁ బాటలు, పద్యములు, వచనములును గలవు. రచన యొక మోస్తరు. నిర్దుష్టము గాదు.

4. చెల్వూరు సన్యాసి

బసవ కల్యాణము: *

ఇతఁడు లావేరు శైవమఠమునకుఁ జెందినవాఁడు. గిరి మఠ మల్లియభగిచంద్రశేఖరుని శిష్యుఁడు. "తాను కానూరు వియ్యన్నగారి సత్కృతి, మానుగా బసవనామామృత విలాస, కథలలో బసవని కల్యాణ మొప్పా, విధమంత చదువంగ విని సంతసించి" యామె యను మతిపై నీకృతి ఘటించినట్లు చెప్పినాఁడు. కానూరు వియ్యన - యనఁగా వీరభద్ర కవి కాలము 18 శ. ఉత్తరార్ధమని మీఁదఁ జెప్పబడినది. సన్యాసి యతని గ్రంథము నతని కొమారైవలన విని నాఁడనఁగా నప్పటికి వీరభద్ర కవి గతించి కొద్దికాలమై యుండును. అనఁగా సన్యాసి 1810 ఆప్రాంతమున నుండి యుండును.

సన్యాసి కవి వియ్యన కృతి జూచియే గ్రంథము రచించినను, రెంటిటను ప్రధాన విషయ మొకటే యైనను బోలికలులేవు. వియ్యన కృతిలో గంగమ వివాహము విపులముగా వర్ణితమై సిలమ పెండ్లి విషయము సంగ్రహింపఁబడినది. సన్యాసి కృతిలో సిలమ కల్యాణకాండయే యతి విపులముగా వర్ణితమైనది. ఇది యక్షగాన ప్రబంధమని పేర్కొనఁబడినది. ఇందు దరువులు, ద్విపద, పద్యములు, లయగ్రాహి, రెండేసి రగడలు, చూర్ణికలు, దండకములు, కొట్నములపాట, నివాళిపాట, శోభనము మొ॥ గలవు. రచన పేలవము దోషభూయిష్ఠము నైనది.

---

* ప్రా. లి. పు. భాం. ఆర్. నం. 464, కేటలాగులో నితఁడు "అనుమోద సన్యాసి" గా నమోదైనాఁడు. అది తప్పు. గ్రంథాంత గద్యలో "... . కరుణా కటాక్ష వీక్షణ-అనుమోద సన్యాసి నామ్నా ప్రణీతంబైన " అను విసంధి లేఖనము జూచి తప్పుడువిరుపు విరిచి యదే కవి యింటిపేరని యుపోహ పడినారు. కాని యతనిది చెల్వూరన్వయమని యవతారికలోఁ గలదు

5. పరశురామపంతుల రామమూర్తి

కవి నివాసము వరంగల్లు సమీపముననున్న మట్టెవాడ. కాలము 1814 ప్రాంతమఁట. ఇతఁడు సీతారామాంజనేయ మను యక్ష గానమును రచించెనఁట. (చూ. గో. క. సం.) గ్రంథ మలబ్ధము. ఈయన ప్రసిద్ధ వేదాంత గ్రంథమగు సీతారామాంజనేయ సంవాదమును రచించిన లింగమూర్తికవికిఁ గొడుకఁట. తండ్రిది పద్యకృతి. దాని కిది సంగ్రహమైన యక్షగాన రూప పరివర్తనము కాఁబోలు. ఇతని కృత్యంతరములు శుకచరిత్రము, వివేక సారము, అధ్యాత్మ రామాయణము.

---

6. యామిజాల శేషాచలపతి

ఇతని నివాసము మధిర తాలూకా నాగవరప్పాడు. కాలము 1814 ప్రాంతము. ఇతని యక్షగానకృతి రామాయణము. అముద్రితము. ప్రతి కంభముమెట్టులోఁ గవి వంశజులకడఁ గలదట. ఇతని కృత్యంతరము వసిష్ఠ జనక సంవాదము. (చూ. — గో. క. సం.)

---

7. ముద్దయ కవి

ఇతని నివాసము మంథెన. కాలము 1834 ప్రాంతము. మంథెన రామాయణమనునది యితని యక్షగానకృతి. అముద్రితము. ప్రతి మంథెనలో లభింపఁగలదఁట. ఆ ప్రాంతమునందుఁ బలువురు దీనిని కంఠస్థముచేసి పాడుచుందురఁట. (చూ. — గో. క. సం.)

---

8. మరింగంటి వేంకట నరసింహాచార్యులు

నివాసము నల్లగొండజిల్లా కనగల్లు. కాలము 1842 ప్రాంతము. ఇందిరాలభాగవత మనునది యితని యక్షగాన కృతి యఁట. తాలాంక నందినీ పరిణయము కృత్యంతరము. రెండు నముద్రితములు. ప్రతులు హైదరాబాదు లక్ష్మణరాయ పరిశోధకమండలిలోఁ గలవఁట. (చూ. — గో. క. సం.)

---

9. పం డ రి రా మా ను జ రా వు

నివాసము సిద్ధిపేటతాలూకా రామాయమ్మపేట. జననము 1830. మరణము 1908. నితఁడు గాంగేయచరిత్రమను యక్షగానమును రచించెనఁట. (అముద్రితము. ఇదియు నా కలబ్ధము) ఇతని కృత్యంతరములు: అహల్యా సంక్రందనవిలాసము, హనుమద్దశ తారామండలి. (చూ. — గో. క. సం.)

---

10. రూప్థానుపేట రత్నమ్మగారు

ఈమె రెడ్డికులజ. జన్మస్థానము ఇప్పటూరు. నివాసము పర్గి తాలూకా రూప్ఖానుపేట. కాలము 1847 - 1929. ఈమె శివకురువంజి

యను కృతిని రచించినదఁట. అది ముద్రితము నైనదఁట (కాని ప్రతి నాకలభ్యము) అది యక్షగానప్రాయ రచనమే యైయుండును. యీతని కృత్యంతరములు వేంకటరమణ శ్రీనివాస శతకములు, బాలబోధ, దశావతార వర్ణన. (చూ. — గో. క. సం.)

---

11. దీక్షితుల పాపాశాస్త్రి

ఈతని కాలము 1852 - 1892. ఇతని కృతి చెంచునాటకము. (చూ. — గో. క. సం.) అలబ్ధము. అది ప్రాయికముగా యక్షగానమై యుండును.

---

12. రామదాస కవి

రామదాస కవికృతములుగా, గురుమూర్తి వేంకటేశాంకితములుగా రెండు యక్షగానములు గన్పట్టుచున్నవి. — (1) తారాశశాంకము (చంచా నారాయణశ్రేష్ఠి ప్రచురణ, సికింద్రాబాదు, 1933) (2) భీమసేన విలాసము (వెస్టువార్డు ప్రచురణ, మదరాసు, 1936). రెండిటను గవి తాను శ్రీ రాజా బలవంత సవ్వాయి ముక్కర సోమభూపాలరావు బహద్దరుగారి పుత్రుఁడైన సీతారామ భూపాలు నాశ్రితుఁడ నని చెప్పుకొనెను. ఈ ముక్కర సీతారామ భూపాలుఁడు

నైజాం రాష్ట్రములోని ఆత్మకూరు సంస్థానాధిపతి. ఇతని జీవితకాలము క్రీ. శ. 1851 - 1905. (చూ. — గో. క. సం. లోని ఆత్మకూరు సంస్థాన చరిత్ర) కనుక నీ రామదాస కవి 19 శ. ఉత్తరార్ధమునం దుండెనని నిశ్చయముగాఁ జెప్పనగును.

ఇతని కృతులు రెండును ప్రసిద్ధేతివృత్తములు. భీమసేన విలాస మనఁగాఁగీచకవధ కథ. తారా శశాంకమున నితఁడు క్షేమము వెంకట పతి పద్యములను గ్రహించినాఁడు. రెండును యక్షగానములని పేర్కొనఁబడినవి. రెండిటను చిటిపొటి దరువులు, వచనములు పాత్ర సంవాద ప్రచురములుగా నున్నవి. అక్కడక్కడ ద్విపదలు పద్యము "సభాకై వారము", సూత్రధారుఁడు పాత్రలను విచారించుటయుఁ గలవు. రచన యొకమోస్తరు.

(ఈ రెండు గ్రంథములందును గ్రంథ ముద్రణకుఁ దోడ్పడిన బుక్కా లక్ష్మయ్య పుత్ర ప్రశంసగలదు)

---

13. గోవర్ధనం వెంకట నృసింహాచార్యులు

ఈయన జన్మస్థానము నల్లగొండజిల్లా మిర్యాలగూడ తాలూకా విభురామపేట. 1934 నాఁటి కీయన వయస్సు 80 సం. లు. (చూ. — గో. క. సం.) ఇతని యక్షగానప్రాయ రచనలు: అజామిళోపాఖ్యానము (ముద్రితము — శ్రీ సుజనరంజనీ ము. శా., కాకినాడ, 1898); గొల్లకలాపము (అముద్రితము — ఆం. సా. ప, నం. 3760). అజా

మిళోపాఖ్యానము నుండి యీయనగుఱించి తెలియనగు విశేషములు :-
శ్రీవత్సగోత్రుఁడు. రామానుజాచార్య పుత్రుఁడు. ప్రతాపగిరి రాణ్మాహాత్మ్యము, జాంబవతీ చరిత్రము, శంకరగురూపాఖ్యానము, అంబరీష రసాభృద్విజయములు (?).

అజామిళోపాఖ్యానము జమలాపురపు వేంకటరావు, ఎలదు తిరుమలరావు దేశపాండ్యా పటువారీల (మధిరహాబు పేష్కారు తాలూకా, జడచర్ల జిల్లా మహబూబునగరు) ప్రోత్సాహమున రచింపఁబడినది. ఇందలి యితివృత్తము ప్రసిద్ధమగు భాగవతమునందలి యజామిళుని కథయే. గ్రంథము యక్షగానమని పేర్కొనఁబడినది. రచన చక్కనిది. ఇదుఁ బ్రసిద్ధ రాగతాళములందు దరువులు, పద్యములు, ద్విపదలు, చిన్న చిన్న వచనములు, అర్ధచంద్రికలు, కంద సీసార్ధములు, ఏకపది (మంజరి యనునవి గలవు.

ఆం. సా. ప., నం. 37౮౹౹ గ్రంథము గొల్లకలాపము కర్త "సుంకరి కొండయ్య" అని పరిషత్తువారి పట్టికలో నున్నదికాని యది పొరపాటు. సుంకరికొండయ్య గొల్లకలాపములందు సామాన్యముగాఁ గన్పించు నొకపాత్రమాత్రము. పై పరిషత్ప్రతిలోఁ గొండయ్యపేరు గల భాగ మిపు డుత్సన్నమై యున్నది. కాని యందు 28 ప పుటకు రెండవప్రక్క గ్రంథకర్త గోవర్ధనము వేంకట నృసింహాచార్యుఁడనియే యున్నది. కృతిపతి పాలకుర్తి నరసింహస్వామి. గొల్లభామ చల్లనమ్మ వచ్చి కృష్ణప్రశంస, రేపల్లెపురవర్ణనము జేసి, తత్ప్రాశస్త్యము, దమ కులాచారములు నుగ్గడించి జగమెల్ల గొల్ల యనుటకు సముద్రమథన కథను వివరించుట యిందలి విషయము. ఇందు దరువులు, వృత్తములు, ద్విపదలు, వచనములు, ఏలపదము, అమరశ్లోకోదాహరణములును గలవు. రచన సరసమైనది.

---

14. రంగరాజు కేశవరావు

కాలము 1858 – 1901. ఈయన య. గా. కృతి హనుమద్విజయము. (అముద్రితము. డా. శ్రీ బి. రామరాజుగారికడ నొక వ్రాఁత ప్రతిగలదు). విషయము ప్రసిద్ధము. రచన ప్రశస్తమైనది.

---

15. శ్రీరామకవచం కృష్ణయ్య

ఇతని జన్మస్థానము నల్లగొండజిల్లా నారాయణపుర సంస్థానము, కాలము 1863–1926. ఇతని యక్షగానకృతి భానుమతీ పరిణయము అముద్రితము. అలబ్ధము (చూ.— గో. క. సం.).

---

16. మరింగంటి వేంకట నృసింహాచార్యులు

ఈయన ప్రసిద్ధుఁడగు మరింగంటి సింగరాచార్యుల వంశమువాఁడఁట. ఇందిరాల భాగవత యక్షగాన కర్తయగు వెంకట నరసింహాచార్యుల పౌత్రుఁడు కావచ్చును. ఇతని నివాసము కనగల్లు, కాలము 1884 ప్రాంతము, యక్షగానరచన అనిరుద్ధవిలాసము. (నా కలభ్యము) (చూ.— గో. క. సం)

---

17. తాడిపర్తి లక్ష్మణదాసు

ప్రహ్లాద నాటకము.

ఇతనికి రజా అల్లి లక్ష్మణరాయుఁడను నామాంతరముగలదు. ఇతఁడు హైదరాబాదు రాష్ట్రమునందలి దేవరకొండ సీమ

కొండుదూరు పరగణా షాహబాద గ్రామసమీపమున నున్న సీతారామ పురాగ్రహారవాసి. గాలి సూర్యనారాయణదాసుని శిష్యుఁడు. ఇతని కృత్యంతరములు తిరుమంగయాళ్వారు చరితము, వేంకటేశ్వర చరితము, నృసింహశతకము. ఇతఁడు తన ప్రహ్లాద చరితమున నీకథనే తనవలె యక్షగానముగా రచించిన తిరునారాయణాచార్యులను, యాదవదాసును బేర్కొని యుండెను. తిరునారాయణాచార్యులు 19 శ. మధ్యమునను, యాదవదాసు 19 శ. ఉత్తరార్ధమునను నుండిన వారు. (ఈ యిరువుర యుదంతమును ఆంధ్ర దేశ య. గా. కవుల ప్రకరణమునఁ జూచునది – పుటలు 139; 161). లక్ష్మణదాసు ప్రహ్లాద నాటకము 1882 లో మదరాసు ఆదికళానిధి ము. శా. యందు ముద్రితమైనది. కాఁగా నతఁడప్పటి వాఁడే యగును.

ఇతని ప్రహ్లాద చరితము యక్షగానమని పేర్కొనఁబడినది. ఇందు గ్రంథారంభమున నొక బైరాగి హిందుస్తానీ దరువు, "గంధర్వస్త్రీల వేషం కథ" యుఁ గలవు. పాత్రల తెరలోపలి దరువులు, తెర వెడలు దరువులు, హాస్యగాని పృచ్ఛలు, పాత్రలు స్వవిషయము జెప్పుట, సంధివచనములు, రంగప్రయోగ సూచనలును (ఉదా:– "వెడలె నరసింహదేవుఁడు – పెడబొబ్బ లిడుచు" అను దరువు "అంగుస వుండే వారు చదువవలసినది" అని సూచన) గలవు. గ్రంథము సంవాద శైలీ ప్రచురమై నాటకీయతాప్రకృష్టమై యున్నది. కాని రచన ప్రౌఢమైనది కాదు పోతరాజు భాగవతానుకరణ మిందు సమృద్ధిగనే యున్నది. ప్రసిద్ధ రాగతాళములలో దరువులు, పద్యములు, ద్విపదలు, వచనములలో సంధి–సంభాషణలు, తేవారములు, కందార్థములు, చూర్ణిక మొదలగునవి యిందలి రచనాంగములు.

18. కావూరి వెంకటరామకవి

సత్యనారాయణ కథా సుధాలహరి :

ఇతఁడు సుబా యిలాకా 'అశ్వారావుపేట నివాసి. లోహిత సగోత్రుఁడు. కావూరి బ్రహ్మసూరి పుత్రుఁడు. ఇతని కవితా గురువు కృష్ణ విజయ కర్తయైన చెఱుకుపల్లి గాంగేయ మహాకవియఁట. ఈ వెంకటరామకవి యార్యక్షత్రియుఁడు, నిమిషాంబా శతకకర్తయు, 19 శ. న నున్న యాధునికుఁ డనియు శతక కవుల చరిత్రవలనఁ దెలియు చున్నది. ఇతని స. నా. క. సు. లహరి 1885 లో మదరాసు వర్తమాన తరంగిణి ము. శా. యందు ముద్రితమైనది. ప్రచురణ కర్త కొండపల్లి వేంకట శివయ్య గారు. ఈతనిని వెంకటరామ కవి స. నా. క. సు. ల. యందుఁ బ్రశంసించినాఁడు. కాఁగా వెంకటరామ కవి 1885 ప్రాంతమున నుండినాఁ డనుట నిశ్చయము.

గ్రంథ విషయము :- ప్రసిద్ధ మగు సత్యనారాయణ వ్రతకథ. కథలో సారము లేదు గాని రచన చక్కఁగనే యున్నది. ఇందు దరువులు, ద్విపదలు, తోహరాలు, పద్యములు, ఏలలు, సగడ, దండకము, చూర్ణిక, తేవారములు, కందార్థములు, సంధివచనములును గలవు. కవి దీనిని గేయప్రబంధ మని మాత్రమే పేర్కొనెను. కాని ప్రచురణ కర్తలచే నిది "సరస జనాంతఃకరణ సంచారణోచిత నృత్త గీత తాళాభినయ చతుష్టయ శృంగారంబుగ రచియింపఁబడిన యక్షగాన" మని పేర్కొనఁబడినది.

— —

19. తిరునగరు పాపకవి

హరిశ్చంద్ర మహారాజు చరిత్ర:

(ముద్రణ:— శ్రీ లక్ష్మీనృసింహా విలాస ము. శా., మదరాసు, సం. తెలియదు. వెస్టువార్డు, మదరాసు, 1941).

కవి నివాసము పట్టెము లేక వట్టెము. (మహబూబునగరుజిల్లా నాగర కర్నూలు తాలూకా). ఇతనిని పట్టెము పాపకవి యనియు వ్యవహరింతురు. ఇతని తండ్రి నరసింహ కవి. ఇతని కవితా గురువు చింతలపల్లి నృసింహ కవి. ఇతని కాలము 1873-1916 అనియు, తులాభార నాటకము, తిమ్మాజిపేట హరిశ్చంద్ర నాటకము, ఆనంద రామాయణము, సీతారామాంజనేయ శ్రీరామశతకము లనునవి యితని కృతులనియు గో. క. సం. వలనఁ దెలిసినది. ఇందు మొదటి రెంగును య. గా. ప్రాయ రచనలు. రెండవది మాత్రమే లభించినది. ఏతత్కృతి ప్రోత్సాహకులు తిమ్మాజిపేట మిడిజిల్లి మల్లయ సెట్టి, బుక్కా లక్ష్మయ్య. గ్రంథవిషయము ప్రసిద్ధము. దరువులు, వచనములు నెక్కువ. సంభాషణలు ప్రచురముగా సాగినవి. సంధి వచనములు, పద్యములును గొలఁదిగాఁ గలవు. రచన బాగుగనేయున్నది. గ్రంథారంభమున రంభోర్వసుల రాక, సూత్రధారుని "సభాకైవారము", అతఁడు పాత్రలను బలుకరించుట, పాత్రలు స్వవిషయము జెప్పుట మొ. విశేషములు గలవు. కవి తన కృతిని శృంగార నాటకమని మాత్రము పేర్కొనియుండెను. ప్రకటన కర్తలు యక్షగానమనిరి.

20. పండరి విఠల రాయకవి

ఇతఁడు పండరి రామానుజరావుగారి పుత్రుఁడు. నివాసము రామాయమ్మపేట. (అది తండ్రి కాలమున. తదుపరి తిమ్మాపురి కితఁడు మాఱినట్లున్నది గ్రంథములఁజూడ). జననము 1874, మరణము 1914 ఇతని రచనలు :— గజగౌరీ వ్రతము, శ్రీరామ విజయము, కౌసల్యా పరిణయము. ఈ మూఁడును యక్షగానములు, ముద్రితములు, తదితరము లముద్రితము లనేకమున్నవి. (చూ. — గో. క. సం.)

ఇతని య. గా. కృతులలో గజ గౌరీ వ్రతము, శ్రీరామ విజయము మాత్రమే లభించినవి. (మొదటిది కొండా శంకరయ్య ప్రచురణ, సికింద్రాబాదు, 1928. రెండవది చందా నారాయణ శ్రేష్ఠి ప్రచురణ, సికింద్రాబాదు, 1949). గజగౌరీ వ్రతమున గాంధారి మృద్గజ ప్రతిమతోఁ జేసిన వ్రతమునకే మఱియుచుండ నర్జునుఁ డైరావతమును దెప్పించి కుంతిచే గజ గౌరీ వ్రతము చేయించిన కథ వర్ణితము. శ్రీరామ విజయమునందలి విషయము — విశ్వామిత్రుఁడు తనకుఁ బ్రత్యేకముగా నమస్కరింప నేమఱిన యయాతిని జంపుమని శ్రీరామునిఁ బ్రోత్సహించుట — యయాతి నారదు నుపదేశమున నాంజనేయుని శరణుజొచ్చుట — హనుమద్రామ సంగ్రామము అది జగద్విలయ హేతువగుట — విశ్వామిత్రుఁడు విషణ్ణుడగుట — కౌసల్యాంజనీ దేవుల యాగమనముతో యుద్ధ విరమణము. గజగౌరీ వ్రతము తిమ్మపురి శౌరి కంకితము. శ్రీరామ విజయము రావూరి హరి కంకితము. శ్రీ. రా. వి. కృతి ప్రోత్సాహకుఁడు పొన్నగంటి గోపాలరావు. రెండిట దరువులు, పద్యములు, సంధి వచనములు, ముఖ్యరచనాంగములు; ద్విపద లతివిరళముగాఁ బ్రయుక్తములు, రెండిట

గ్రంథారంభమున రంభోర్వశుల రాకలు, పాత్రల తెరదరువులు మొ. గలవు. రచన రెండిటఁ బ్రదర్శనోచితముగ నున్నది. కాని నిర్దుష్టము గాదు.

---

21. శేషభట్టరు కృష్ణమాచార్యుఁడు

రంభా నలకూబర విలాసము:

(ముద్రణ: శ్రీరంగ విలాస ము. శా., మదరాసు, 1891,
ప్రచురణకర్త: అయితా వెంకయసెట్టి, సికింద్రాబాదు,

కవి నివాసము నల్లగొండజిల్లా దేవులపల్లి తా. అడవిదేవులపల్లి. తండ్రి సింగరార్యుఁడు. కృతిప్రోత్సాహకుఁడు ధర్మాజీపేట నివాసి సిరిపురం రాజేశ్వరరాయుఁడు. గ్రంథకర్తయే స్వయముగాఁ బ్రచురణకర్తకు గ్రంథముద్రణ విక్రయాధికారము నిచ్చునట్లు చివర యట్టపై నొక ప్రకటన పద్యము గలదు. అనఁగా కవి గ్రంథప్రచురణ వత్సరమగు 1891 ప్రాంతమున నుండినాఁడనుట స్పష్టము.

గ్రంథవిషయము:— నలకూబర జననము—అతఁడు పెద్దవాఁడైన పిదప నొకనాఁడు నందనవనమున రంభను దారసిల్లుట—వారొకరి నొకరు వలచుట— విరహవేదన—సమాగమము. గ్రంథము యక్షగానమని పేర్కొనఁబడినది. ఇందు దరువులు (తెరదరువులుగూడ), ద్విపదలు, పద్యములు, విరళముగా సంధివచనములు, అచ్చటచ్చట 'ముచ్చట

అనుపేరమూఁడు ముక్కల వచనమున బాత్రల మాటలును గలవు. ద్వారపాలకుని పృచ్ఛలు, పాత్రల స్వవిషయోద్ఘాటనములును గలవు. రచన ప్రదర్శనోచితమైనది. నాతిప్రౌఢము. నాతిపేలవము.

---

22. గడ్డం రామదాసు

రామదాస కవి కృతములుగా, మిట్టదొడ్డిశౌరి కంకితములుగా నొక మూఁడు యక్షగానములు గన్పట్టు చున్నవి — కాళింగ (కాళీయ) మర్దనము [1], విప్రనారాయణ చరిత్రము [2], ప్రభావతీ విలాసము [3]. కాళీయమర్దన గద్యలో నీతఁడు కౌండిన్యసగోత్రుఁడు. బిచుకన పౌత్రుఁడు, రామాంబా చూచనల పుత్రుఁడు నని యున్నది. గో. క. సం. కవి పరిచయమును బట్టి యీ మూఁడు కృతులకును గర్త గడ్డం రామదాసని తెలియుచున్నది. అందితని జన్మస్థానము సిద్ధిపేటయనియు (నివాసము మిట్టదొడ్డి కావచ్చును), నితఁడు పద్మశాలి కులజుఁడనియు, నాశుకవిరత్న బిరుదాంచితుఁడనియు ననేక కృతులు (23 పేర్కొనఁబడినవి) రచించి నాఁడనియు, నితని కాలము 1878–1930 అనియుఁ గలదు.

ఇతని కాళీయమర్దన విప్రనారాయణ చరిత్రములు ప్రసిద్ధేతివృత్తములు. ప్రభావతీ విలాసము నందలి కథ జైమిని భారతమునుండి

(1), (2) — మదరాసు వెస్టువార్డు వారిచే వరుసగా 1935, 1950 సం. లలోఁ బ్రచురితములైనవి.

(3) – చందా నారాయణశ్రేష్ఠి ప్రచురణ, సికింద్రాబాదు, 1950.

గ్రహింపఁబడినది. (ధర్మజుని యాగాశ్వమును బట్టి యర్జునునితోఁ బోరికిఁదలపడిన హంసధ్వజ మహారాజు పుత్రుఁడగు సుధన్వుని పత్ని ప్రభావతి). ఈ మూఁడు గ్రంథములందును దరువులు, కీర్తనలు, పద్యములు, అర్ధపద్యములు, ద్విపదలు, సంధివచనములు గలవు. తెరలోని పాత్రలు పృచ్ఛింపఁబడి స్వవిషయము నుగ్గడించుట, తెర వెడలుదరువులు మొదలగునవి యున్నవి. మూఁడింటను శైలి పాత్రసంవాద ప్రచురమైనది. ప్రసన్నమైనది. రచన ప్రదర్శనోచితమైనది. సలక్షణమైనది.

---

23. మద్దాల కాశీపతి

కవి విశ్వకర్మ కులజుఁడు. కాశ్యపసగోత్రుఁడు. కనకమాంబా నరసింహాచార్యుల పౌత్రుఁడు. కనకమాంబికా శాస్త్ర్యాచార్యుల పుత్రుఁడు. వీపూరి వెంకటార్యుని శిష్యుఁడు. ఇతని య. గా. ప్రాయ నాటక రచనలు :- శతకంఠ రామాయణము. (సికింద్రాబాదు కొండా శంకరయ ప్రచురణ), మైరావణ (లేక) హనుమద్విజయము, గయనాటకము (1891 లో ముద్రితమని ఆం. వా. సూ.). మొదటిది మాత్రమే లభించినది. కడమ రెండిటి ప్రతులును బ్రిటీషు మ్యూజియమ్ లైబ్రరీలో నున్నవి. ఇతని శతకంఠ రామాయణమున దరువులలోఁ దరచు సికింద్రాబాదు సంగమేశ్వర ముద్రగలదు. ఆ సంగమేశ్వరుఁ డేతత్కృతిప్రోత్సాహకుఁడైన రాజారామయ శ్రేష్ఠి కిష్టదైవతము. రామయ్యశ్రేష్ఠి సికింద్రాబాదు నివాసియని యున్నది. 1895 లో చెన్నపురి హిందూ రత్నాకర ము. శా. యందు ముద్రితమైన ఓగిరాల పాపయ్య రామనాట

కము అరణ్యాకాండ గ్రంథాంతమున పాపయ్య తన రామనాటక బాలా రణ్యకాండలను సికింద్రాపుర బోచేరునందున్న నాటకిపరుల ప్రోత్సా హముచే మద్దాల కాశీపతియాచారి ముద్రించి ప్రచురించెనని చెప్పి నాఁడు. కాఁగా నీ కాశీపతి సికింద్రాబాదు ప్రాంతమువాఁడును, 19 శ. ఉత్తరార్ధమువాఁడు ననుట స్పష్టము.

శతకంఠ రామాయణ కథ వాసిష్ఠ రామాయణమునఁ గలదు. కథ యంతయు యుద్ధసందర్భ బంధురమైనను కాశీపతి తనగ్రంథమునఁ జక్కని సంవాద శైలి పాటించి కథను నిపుణముగా నిర్వహించినాఁడు. ఇందు దరువులు, ద్విపదలు, ద్విపదార్ధములు, కందార్ధములు, పద్య ములు, సంధివచనములు గలవు. రచన నాతిప్రౌఢము, నాతిపేలవము. ఇం దితఁడు రుద్రకవిని స్తుతించినాఁడు.

---

24. గవురహరాజు లక్ష్మీపతిరాయుఁడు

నలచక్రవర్తి చరిత్రము

ఇతఁడు ఋగ్వేది. ముచినగస్ముని (?) సగోత్రుఁడు. వెంక మాంబా లక్ష్మీపతుల ప్రపౌత్రుఁడు రామాంబా తిరుమలన్నల పౌత్రుఁడు. అంజమాంబా హరిరాయణ పుత్రుఁడు. ఇతని న. చ. చ. గ్రంథము ముఖపత్రముపై "అంబటి అనుమంతు ప్రేరేపణ చేత పైగ్రంథకర్తచే సర్వస్వాతంత్ర్యముపొంది సికింద్రాబాదు నివాసుండగు శివనూరు వీరమల్లయ్యగారిచే హిందూ రత్నాకరము. శా. యంను

ముద్రింపించి ప్రచురింపఁబడియె — చెన్నపట్నము, 1897 సం." అని యున్నది. కాఁగాఁ గవి 1897 ప్రాంతము వాఁడనుట స్పష్టము.

గ్రంథము యక్షగానమని పేర్కొనఁబడినది. ఇందు తాళప్రధానములైన దరువులు, ద్విపదలు, పద్యములు, వచనములు, కందార్థములును గలవు. గ్రంథారంభమున రంభోర్వశుల రాక, హాస్యగాని మాటలు, పాత్రల తెరలోపలి దరువులు, తెరవెడలు దరువులు మొ. గలవు. గ్రంథమున నాటకీయతయున్నది కాని రచన మిక్కిలి పేలవమైనది.

---

25. గవండ్ల రాజలింగకవి

ఇతఁడు మెదకు జిల్లా నారసింహపేట నివాసి. మనుకులరాజయాఖ్యమల్లమాంబా తనూజుఁడు. ఘట్టుపల్లి కుమారస్వామి శిష్యుఁడు. ఇతఁడు 19 శ. ఉత్తరార్ధము వాఁడని తోఁచుచున్నది. ఇతని యక్షగాన కృతులు :- 1. హరిశ్చంద్రమహారాజు చరిత్రము ('సికింద్రాబాదు నివాసులగు కంభంపాటి ఉదయాచలం గారిచే... శ్రీ వెంకటేశ్వర ము. శా. యందు ముద్రింపఁబడియె. చెన్నపురి, 1902) 2. పుణ్యాంగద చరిత్ర (వెస్టువార్డు ప్రచురణ, మదరాసు, 1953.) మొదటిదాని కథ ప్రసిద్ధము. గౌరనకృతి యనుకరింపఁబడినది. కొండవడి చోళదేశరాజపుత్రుఁడైన పుణ్యాంగుని రథము క్రిందపడి యొక గోవత్సము మడియుటయు నందుపై రాజు పుత్రునికి మరణశిక్ష విధించుటయుఁ బుణ్యాంగ పత్ని పతివ్రత చంద్రావతి ప్రార్థనపై శివుఁడు ప్రత్యక్షమై వారెల్లరకుఁ

గైలాస మనుగ్రహించుటయు నను కథ గలది. రెండిటను దరువులు (తెరదరువులుకూడ), ద్విపదలు, పద్యములు, అతి విరళముగాఁ బ్రయుక్తములైన యలఁతి యలఁతి సంధివచనములును గలవు. హరిశ్చంద్ర చరిత్రమున "ఆస్థాన సంతోషి" పాత్రగలదు. రెంటను నాటకీయత యెక్కువ. కాని రచన పేలవము, దోషబహుళము నైనది.

---

26. రాయభట్టు లక్ష్మణకవి

మాంధాత చరిత్రము:

(ముద్రణ :— ఉమామహేశ్వర ము. శా., మదరాసు, 1902.)

(ప్రచురణకర్త: కంభంపాటి ఉదయాచలము, సికింద్రాబాదు)

ఇతఁడు మన్నెవారి కొండాపురము ప్రభువైన జోగరాయుని పుత్రులు సుదర్శన రాయఁడు, బాలకృష్ణరాయఁడు ననువారి కొలువులో నుండిన రాయభట్టు. పాపయార్యుని శిష్యుఁడు, ఆధునికుఁడు కావచ్చును.

మాంధాత గర్విష్ఠుఁడై విధిని దూషించి రాజ్యమును దార పుత్రులను గోల్పోయి పలుపాట్లుపడి చివరికి శివానుగ్రహమును బొందుట యితని గ్రంథము నందలి యితివృత్తము. ఇందుఁ దాళప్రధానములైన దరువులు, ద్విపదలు, పద్యములు, అర్ధపద్యములు, ఏలలు, సంధి వచనములును గలవు. రచన దోషభూయిష్ఠము. ఇది యక్షగాన మని ముఖపత్రమున మాత్రమున్నది. ఇందు గ్రంథారంభమున రంభోర్వ

శులరాక, తెరలోని పాత్రలు పృచ్ఛింపఁబడి స్వీయవృత్తాంతము జెప్పుటయుఁ గలదు.

---

27. కంభంపాటి ఉదయాచలము

ఇతఁడహల్యా సంక్రందనము, కలియుగ విప్రనారాయణ చరిత్రము నను రెండు యక్షగానములను రచించినట్లు నవి వరుసగా 1890, 1905 సం. లలో ముద్రితము లైనట్లును ఆం. వా. సూ. లోఁ గలదు. ఆగ్రంథము లలభ్యములు. ఇతఁడు సికింద్రాబాదు నివాసి యనియు, 1902 సం. ప్రాంతమున ననేక యక్షగాన నాటకములకుఁ బ్రచురణ కర్తయైనట్లును దెలియుచున్నది. (చూ. సం. 24, 25 కవుల యుదంతములు)

---

28. తిరునగరి వేంకటదాసు

కపిల దేవహూతిసంవాదము:

ముద్రణ :— హిందూ రత్నాకర ము. శా., మదరాసు, 1894

ములుకుదురు లక్ష్మణాచార్యులు, తత్పుత్రుఁడు శ్రీనివాస రాఘవాచార్యుఁడు, పౌత్రుఁడు వీరరాఘవాచార్యుఁడు ననువారు గురుపరంపరగా వర్ధిల్లుచున్న తిరునగరు చాత్తాని శ్రీవైష్ణవ వంశమందు నమ్మయ వెంకాంబలకు వెంకయ్య, వెంకయ్యకు నాంచారమ్మయందు

నమ్మయాళ్వారు, నమ్మయాళ్వారునకు రంగమాంబయందీగ్రంథకర్త వెంకటదాసును గలిగిరి. ఇతఁడానందశైల శ్రీనివాస భక్తుఁడగు చంద్రమాళిగురుని శిష్యుఁడు. ఇతని గ్రంథము నందు దేవహూతి కడకు నారదుఁడెఱుకతయై వచ్చిన పట్టున నెఱుకల దేవతలలో వేగండ్ల తల్లి, గంగపురి చెన్నుఁడు, మన్నెముగిరి సామి, గుణిగానిపల్లె సంజీవ రాయఁడు, కొమ్ములఘట్టు శ్రీనివాసుఁడు, కురుమతీశుఁడు, పాంబండ రాముఁడు, మొ. వారు పేర్కొనఁబడిరి. ఆయూళ్ళు తెలంగాణము లోనివి. గ్రంథ ప్రచురణకర్త అయితా వెంకయ్య సికింద్రాబాదు వాసియనియు, బ్రచురణ ప్రేరకుఁడగు వెంకటనరసు నాగరకందనూలు వాసి యనియు ముఖపత్రమునఁగలదు. కాఁగా గవి తెలంగాణము వాఁడన వచ్చును. గో. క. సం. లో 250 సం. ల క్రిందట హసుమ కొండలో నుండిన వాఁడని పేర్కొనఁబడిన యతిరాజశతకకర్తయగు తిరునగరి వేంకటాచార్యుఁడే యీకవి యనలేము. ఈగ్రంథము మంత్రి మాటలలోఁ బ్రయుక్తమైన హిందీనిబట్టి, అసలు గ్రంథరచనా ధోరణిని బట్టిచూడ నితఁ డాధునికుఁ డనిపించును.

ఈగ్రంథము కర్దమ ప్రజాపతి స్వాయంభువ పుత్రియైన దేవ హూతినిఁ బెండ్లియాడుట, దేవహూతికిఁ గపిలమహర్షి పుట్టుట, అతఁడు తల్లికిఁ దత్త్వముపదేశించుటయు నను భాగవతేతివృత్తము గలది. ఇందు యక్షగానోచితముగాఁ బురోహితుఁడు, మంత్రసాని, యెఱుకత మొద లగు పాత్రలు కొన్ని చేర్పఁబడినవి. ఇది యక్షగాన మనియు, నాటక మనియుఁ బేర్కొనఁబడినది. ఇందు ప్రసిద్ధరాగతాళములలో దరువులు, ద్విపదలు, పద్యములు, వచనములు, సువ్వి, అప్పగింతపాటలు గలవు. పాత్రల యవనికాభ్యంతర ప్రసంగములు గలవు. పాత్రల సంభాషణలెక్కువ. అవి సాగిన వచనములు "ముచ్చట" లను

పేర వ్యవహరింపఁబడినవి. ఇందలి హాస్యప్రసంగములం దసభ్యత గలదు. రచన యొకమాదిరిగ బాగుగనే యున్నదనవచ్చును.

---

29. మాదిరాజు వెంకట్రామదాసు

కుచేలోపాఖ్యానము:

(ముద్రణ :— వాణీ ప్రెస్, బెజవాడ, 1910)

కవి కౌండిన్యసగోత్రుఁడు. తలిదండ్రులు కోటమ, అప్పయ. నివాసము 'మధిర తాలూకాలో మడుపల్లి శివారు — అల్లినగరంబు'. గ్రంధరచనాధోరణి యీతఁ డాధునికుఁ డనుటకుఁ దగియున్నది. రచన పేలవము. దోషజుష్టము. ఇందు కీర్తనలు, ద్విపద, వచనము, పద్యములు, శ్లోకములును గలవు. ఇది నాటకమనియు యక్షగానమనియుఁ బేర్కొనఁబడినది.

---

30. ప్రబంధము అనంతయ

(మన్నెంకొండ) విజయవిలాసము:

(వెస్టువార్డు ప్రచురణ — మదరాసు, 1936, 38)

గ్రంధము మన్నెంకొండ శౌరి కంకితము. కవి నివాసము మన్నెంకొండ కావచ్చును. కొన్ని దరువుల చివర హనుమద్దాసను పేరు గన్పడు

చున్నది. కవిపేరసలు హనుమంతయ్యయేమో యని యనుమానము గలుగుచున్నది. ఇతని తలిదండ్రులు మేఘమాంబ, జగ్గయ్య. అగ్రజుఁడు కృష్ణదాసితని కవితాగురువు. ఇతఁడు వైష్ణవుఁడఁట. గ్రంథమధ్యమున నితఁడు మొట్టమొదటఁ దన గ్రంథము నచ్చు వేయించిన లక్ష్మయ్య (బుక్కా) పుత్రుఁడగు సిద్ధాంతిని స్మరించి యుండుట జూడ నాధునికుఁడని స్పష్టపడుచున్నది. ఇతఁడా ప్రచురణ సం. ను గూడ సౌమ్య యని పేర్కొనెను. అది క్రీ. శ. 1909 - 10 లోఁ బడిన సౌమ్య కాఁదగును.

గ్రంథ విషయ మర్జునున కులూచీ చిత్రాంగదలతో వివాహమైన కథ. ఇందు గ్రంథారంభమున రంభాగమనము, పాత్రలు స్వవిషయము నుగ్గడించుట, హిందీ ప్రసంగములును గాననగును. దరువులు, ద్విపదలు, పద్యములు, చిన్న చిన్న వచనములు (తఱచుగా, సంభాషణ ప్రచురముగా) నున్నవి. గ్రంథము యక్షగానమని పేర్కొనఁ బడినది. రచన "ససేమిరా" బాగుగ లేదు.

---

31. చెర్వీరాల భాగయ్య

ఈయన మషీరాబాదు నివాసి. వైశ్యుఁడు. పునిగెళ్ల గోత్రజుఁడు. తలిదండ్రులు రాజమ్మాంబ, వీరన్న. గురువర్గము: బసవయ్య, శంకరస్వామి, హనుమదాచార్యులు, మాలె ప్రల్లయాచార్యులు. ఈయన గ్రంథము లనేక మిటీవలనే యనఁగా 1950 ప్రాంతమున సికింద్రాబాదు గ్రంథ విక్రేతలును బ్రచురణకర్తలు నగు కొండ

శంకరయ్య, చందా నారాయణశ్రేష్ఠిగారలచేఁ బ్రకటింపఁబడినవి. అం దనేకముపై గ్రంథ ప్రచురణకర్తకో కృతి ప్రోత్సాహకునికో ముద్రణ విక్రయాది స్వామ్యము లిచ్చుచు గ్రంథకర్తయే స్వయముగాఁ జేసిన ప్రకటనలు గలవు. (చూ:— కనకతార, కాంభోజరాజు కథ, నాగార్జున చరిత్ర, మాధవచరిత్ర, మార్కండేయ విలాసము, విక్రమార్కచరిత్ర, శ్రీకృష్ణ రాయబారము మొ॥). అందు మార్కండేయ విలాసముపై గ్రంథకర్త చేసిన ప్రకటన సం. 1947. మాధవ చరిత్రముపై గల గ్రంథకర్త ప్రకటన తేది 1-2-48. ఈయన గ్రంథప్రస్తావనలందును బ్రచురణకర్తను బ్రశంసించిన సందర్భములు గలవు. 1954లోఁ బ్రచురిత మైన యీతని పెదబొబ్బిలిరాజు కథ గ్రంథప్రస్తావనలోఁ దత్ప్రచురణ కర్తయగు చందా నారాయణశ్రేష్ఠి ప్రశంస గలదు. అనఁగా నీయన యెంత యాధునికుఁడో తేటతెల్లమగుచున్నది. (ఈయన నేఁడు సజీవు లని తెలిసికొంటిని). భాగయ్యగారు బహుశ్రుతులు, శతాధిక గ్రంథకర్త. ఈయన 34 (ముప్పదినాల్గు) యక్షగానములను రచించెను. అన్నియు ముద్రితములు. ఉపలభ్యమానములు 31. ఇన్ని యక్షగానములను రచించిన కవి మఱియొకఁ డింతవఱకుఁ బుట్టలేదు.

ఈయన గ్రంథములు కొన్నిటి రచనాకాలము మాత్రమే సూచింపఁబడినది. అందుచే నీ దిగువ నవి ఆకారాది క్రమమునఁ జేర్కొనఁబడును. ఏ గ్రంథమున కా గ్రంథముకడ విషయ సంగ్రహమును, జివర గ్రంథ సమవాయరచనా సమీక్షా సంగ్రహము నుటంకింపఁబడును. (ఈయన గ్రంథము లనేకము తెలంగాణములోని వివిధ గ్రామవాసులగు సంపన్నుల ప్రోత్సాహమున నాయా గ్రామదైవముల పేర రచింపఁబడినవి. ఆయా గ్రంథములకడ నాయా గ్రామనామ

ములు, వానితోపాటు గ్రంథ ప్రచురణ కర్తృకాల సూచనలును గుండలీకరణములలో నుటంకింపఁబడును).

1. అల్లీ–అర్జున చరిత్రము: (గుమ్మిడిదల. చందా 1954)

ఇది విచిత్ర భారతాంతర్గతమైన కథ యఁట. తీర్థయాత్రాపరుఁడైన యర్జునుఁడు మధురాపురమునేలు అల్లీరాణిని వివాహ మాడఁగోరును. ఆమె పురుషద్వేషిణి. అర్జునునితోఁ గయ్యమాడఁబోయి వియ్యమందును. ఇది జైమినిభారతమునందలి ప్రమీలాల కథ నెక్కువ పోలియున్నది. వీరశృంగారాత్మక మీకథ.

2. ఆరెమరాటీల చరిత్ర: (పెద్దమాధాపురము. కొండా, 1951)

సోమోజీ, సుబంధోజీ, పీరోజీ అను ఆరెమరాటీసోదరులు కరిణెకల్లు పరిపాలకులు. వారి పినతండ్రి బడేగాం పరిపాలకుఁడగు సిద్ధోజీ భార్య రుక్కుంబాయి దుర్బోధలవలన వారిని రాజ్యభ్రష్టులను గావించును. సోమోజీని జంపించును. సుబంధపీరోజీలను బంధించును. సోమోజీభార్య అతుంబాయి రుక్కుంబాయియుఁ దాను నొక్కరేవులో ముండమోయవలె నని శపథము చేసి పురుషవేషమునఁ బోయి సిద్ధోజీతోఁ బోరి యతనిని దన కొడుకగు తులేరావుచేఁ బొడిపించును. తులేరావు బడేగాఁప్రభువగును. ఇదీ ఇందలికథ. ఆరెమరాటీల వీరగాథ యొకపదముగా నిదివరకే ప్రచారమున నున్నది.

3. కనకతార: (వడ్డేపల్లి. కొండా, 1950)

పాండ్యరాజగు నుదయసేనుని తనయుఁడు కనకసేనుఁడు. కూఁతురు తార. ఉదయసేనుని సోదరుఁడగు క్రూరసేనుఁ డన్నను రాజ్యాశచే సంహరించి యతని కుటుంబమును బలుసిలుగుల పాలు

చేయును. తుదకుఁ గష్టములెల్ల గట్టెక్కి కనకసేనుఁడు పట్టాభిషిక్తుఁడగును. కరుణరసప్రసిద్ధమగు నీకథ మొదట ధార్వాడ నాటకసమాజమువారిచేఁ గాఁబోలాంధ్ర దేశమునకుఁ బరిచితమైనది. అటుపిమ్మట భాగయ్యగారి యక్షగాన రచనకు ముందే రంగస్థలనాటకముగాఁ దెలుగున వెలసినది.

4. కాంతామతి: (వడ్డేపల్లి, కొండా, 1946)

కాంతామతి కుంతలరాజపుత్రి. ప్రతాపసేనుఁడను కాశ్మీర ప్రభువుయొక్క పత్ని. కాంచనమాలయను వేశ్య వలలోఁ దగుల్కొనిన మగనిచే నిలు వెడలఁగొట్టఁబడి పలుపాట్లు పడిపడి చివరికి మగనిచే స్వీకృత యగును. ఇది కాశీమజిలీ కథాసరళిని నడచిన కథ. కరుణాద్భుత రసాత్మకమైనది.

5. కాంభోజరాజు చరిత్రము: (మశూరాబాదు, కొండా, 1950)

కాంభోజరాజున కేడుగురు భార్యలు. చివరిభార్య మాణిక్యాల దేవికొడుకు రాజు కాఁగలఁడని రాజగురువువలన విని కడమభార్యలొక మిషపై రాజుతోఁ గొండెములుచెప్పి గర్భవతియగు నామె నిలువెడలఁ గొట్టించిరి. అడవులుబట్టిపోయిన యామెను శివపార్వతులు భిల్లవేషమున వచ్చి రక్షించిరి. ఆమెకు శరబంది యను పుత్రుఁడు గలిగెను. అతఁడు పెద్దవాఁడై యొకపరి వ్యాధిగ్రస్తుఁడైయున్న తండ్రినిఁ జూడఁబోయెను. ఒక కీలుగుఱ్ఱము సాయమున సప్తసాగరములు దాటి యొంటిస్తంభము మేడనున్న యోజనగంధి యను యక్షకన్య కొప్పులోని సంజీవిని దెచ్చి రాజును బ్రదికించెను. రాజు శరబందిని గుర్తించి యతనికి రాజ్యమిచ్చును. ఈకథయు నిదివఱకుఁ బదరూపమునఁ బ్రచారమున నున్నదే.

6. కిరాతార్జున చరిత్రము : (ముత్రాజుపల్లె, చందా, 1953)
ఇందలి కథ ప్రసిద్ధమైనది.

7. కుశలవ నాటకము : (రాజంపేట, చందా, 1951)
కథ ప్రసిద్ధము.

8. కృష్ణగారడి నాటకము : (ముచ్చుగూరు, చందా, 1951)
గ్రంథ రచనాబ్దము 1947. ఇందొాక నిమిత్తమునఁ గృష్ణుఁడు భీమార్జునులకు గర్వభంగము చేసిన కథ వర్ణితము. ఇది యమూలకము. కవి స్వకపోల కల్పితమువలెఁ గానవచ్చుచున్నది.

9. శ్రీకృష్ణ పారిజాతము: (మసూరాబాదు, చందా, 1954)
కథ ప్రసిద్ధము.

10. శ్రీకృష్ణ తులాభారము : (మశూరాబాదు, కొండా, 1951)
రచన 1951. కథ ప్రసిద్ధము.

11. శ్రీకృష్ణరాయబారము : వడ్డేపల్లి, కొండా, 1951)
కథ ప్రసిద్ధము.

12. తారాకాసురవధ : (గుమ్మడిదల, కొండా, 1951)
గ్రంథ విషయము ప్రసిద్ధము.

13. నలమహారాజు చరిత్రము : (రాజంపేట, కొండా, 1952)
కథ ప్రసిద్ధము.

14. నాగార్జున చరిత్రము : (బేగంగూడెం, కొండా, 1953)
అర్జునున కులూచి యందుఁ గలిగిన పుత్రుఁడఁట నాగార్జునుఁడు.

ఒకమృగము నిమిత్త మతనికి నర్జునునకును దత్తాపి శివ శ్రీకృష్ణులకును యుద్ధము జరిగిన కథ యిందు వర్ణితము. ఈకథ మహాలింగపురాణము నుండి గ్రహింపఁబడినదఁట.

15. పుండరీక చరిత్రము: (చింతలచెరువు, కొండా, 1950)

మహాభక్తవిజయ మందలి పుండరీక చరిత్రమిందు గ్రహింపఁబడినది.

16. పెదబొబ్బిలి చరిత్రము: (మహబూబాబాదు, చందా, 1954)

పెదబొబ్బిలిరాజు కథ యనుపేర నొకపదము ప్రచారములో నున్నది. దానిని బట్టి యిది రచింపఁబడినది. క్రీ. శ. 1757 లో జరిగిన చరిత్ర ప్రసిద్ధమగు బొబ్బిలి యుద్ధము కథ యిందు వర్ణితము.

17. బభ్రువాహన చరిత్రము: (ఆంధ్రగ్రంథ మండలి., సికింద్రాబాదు, 1950)

అర్జునపుత్రుఁ డగు బభ్రువాహనుని చరిత్ర మిందు వర్ణితము. ఈకథ జైమిని భారతమునందు గలదు.

18. బాలనాగమ్మ చరిత్ర: (మహబూబాబాదు, చందా, 1954)

బాల నాగమ్మకథ పదరూపమున నిదివఱకున్నది. ఆంధ్ర దేశమున మిక్కిలి ప్రచారము బొందినది. అదే యిందు గ్రహింపఁబడినది. ఇందలి కథా రంగములగు పానుగల్లు, నాగళ్ళపూడి, గండికోటయు తెలంగాణా రాయల సీమలకుఁ జెందిన వగుట గమనింపఁదగినది.

19. భద్రసేన విలాసము: (వేములవాడ, చందా, 1949)

భద్రసేనుఁ డను రాకొమరునకును, సుశీల యను రాకొమార్తె కును బెండ్లిముహూర్తము నిశ్చితమగును. కాని యతని నొక యప్స

రసయు నామెనొక యైంద్రజాలికుఁడు నెత్తుకొనిపోవుదురు. భద్రసేనుఁడచ్చరచెప్పిన యుపాయమును బట్టి యైంద్రజాలికుని కూఁతునాశ్రయించి యతనిఁజంపి యతనికూఁతును, సుశీలను వివాహమాడును. ఇది పంద్రెండు రాజుల కథలు, పదునాఱురాజుల కథలు మొదలగు వాని వరుసలో నడచిన కథ.

20. (చిరుతల) భాగవతము : (చందా, 1954)

శ్రీకృష్ణ జననాదిగాఁ గంసవధము వఱకుఁ గల భాగవతకథ యిందు వర్ణితము.

21. మాధవ చరిత్రము : (వడ్డేపల్లి, కొండా, 1948)

ఆత్మానందస్వామి శిష్యుఁడు మాధవుఁ డనువాఁడు గురుబోధను బూర్తిగా విశ్వసింపమిఁ బెక్కుకష్టములు గుడిచి తుదకు వివేకము దెచ్చుకొనుట యిందలి ప్రధానవిషయము. ఇందు సరళమైన వేదాంతార్థ ప్రసంగములు గలవు.

22. మాయా సుభద్రా విలాసము : (అడ్డగట్ల, చందా, 1955)

సుభద్రార్జునులనడుమ శ్రీకృష్ణుఁడే మాయాసుభద్రయై వారినిఁ బరీక్షించి యర్జునుని గర్వ ముడిపిన కథ యిందు వర్ణితము. ఇదియొక యమూలకమగు చమత్కారావహమైన కథ.

23. మార్కండేయ విలాసము : (గుమ్మడిదల, కొండా, 1954)

కథ ప్రసిద్ధము. రచన 1947.

24. విక్రమార్క చరిత్ర : (కొంపల్లి, కొండా వీరయ్య, సికింద్రాబాదు, 1938)

ఇందు విక్రమార్కుఁడను రాజు తన్ను నిందించిన చంద్రకళ యను బ్రాహ్మణయువతిని గోరి పెండ్లాడి యామెను జెఱవెట్టుటయు, నామె యొక ప్రతిన వట్టి యతఁడు గుర్తింపకుండ నతనికే యొక కొడుకును గని కొడుకుచే నతని గొట్టించినంత పని చేసిన కథ వర్ణింపఁబడినది. ఇది తమిళ దేశమున ప్రచారముననున్న మంగమ్మశపథమను కథను జాలవఱకుఁ బోలియున్నది. ఈగ్రంథమే స్త్రీ సాహసమను పేర కొండా వీరయ్యగారిచే 1954 లోఁ బునర్ముద్రితమైనది.

25. సతీ తులసీ చరిత్రము : (భానూరు. కొండా, 1952)

తులసిగా వెలసిన పరమ పతివ్రతయగు బృందాదేవి ప్రసిద్ధ చరిత్రమిందు వర్ణితము.

26. సత్యభామా పరిణయము: (వడ్డేపల్లి, కొండా, 194?)

కథ ప్రసిద్ధము.

27. సత్య హరిశ్చంద్ర : (మషీరాబాదు, కొండా, 1953)

కథ ప్రసిద్ధము.

28. సారంగధర చరిత్ర : (మషీరాబాదు, ఆంధ్ర గ్రంథ మండలి, సికింద్రాబాదు, 1951)

కథ ప్రసిద్ధము.

29. సీతా స్వయంవరము : (భ్రమరంపేట, చందా, 1950)

కథ ప్రసిద్ధము.

30. సుగ్రీవ విజయము : (మశూరాబాద, కొండా, 1926; వెస్టువార్డువారి ప్రచురణ, మదరాసు, 1943)

ఇందలికథ ప్రసిద్ధము. రుద్రకవి సుగ్రీవ విజయమును భాగయ గారు చూచియుండవచ్చును గాని దానికిని దీనికిని సంబంధములేదు. రెండిటఁ గథాప్రణాళిక తీరే వేఱు. దీనిగుఱించి 1946 లోఁ బ్రచురిత మైన యితని సత్యభామాపరిణయము వెనుకటియట్టపై యితఁడే చేసిన ప్రకటనలో, 'నాచిన్నవయసున ప్రథమమున రచించిన సుగ్రీవవిజయము-యక్షగానము అను పుస్తక మిప్పటికి సుమారు 20 సంవత్సరములనుండి యీ నిజాంరాష్ట్రమంతటను ప్రసిద్ధి వహించి, ఇప్పటికి లక్షకు పైగా సెలవయ్యెను '' అనియున్నది.

31. సైంధవ పరాభవము : (మాఘపురము. ఆంధ్రగ్రంథ మండలి, సికింద్రాబాదు, 1950)

కథ ప్రసిద్ధము.

32. గయోపాఖ్యానము : (కొండావారిప్రచురణ. అలబ్ధము)

33. జయంత జయపాలము : (కొండా ప్రచురణ. అలబ్ధము)

34. మదాలసా పరిణయము : (చండావారిప్రచురణ. అలబ్ధము)

సమీక్ష

భాగయ్యగారు పైఁ బేర్కొనఁబడిన కృతుల నించుమించన్నిటిని యక్షగానము లని వ్యవహరించినారు. కొన్నిట (ఉదా :— బభ్రు వాహన చరిత్ర) భాగవతము, యక్షగానము, నాటకము అను పదము లను పర్యాయములుగా ననఁగా సమానార్థకములుగా వాడినారు. అన్నియు నాటకీయతా ప్రకృష్టములు; కవిచేఁ బదర్శనోద్దిష్టములు నైనవి. ఇందు కొన్నిట గ్రంథారంభమున "గణపతి సరస్వతుల వేషము రాకడ", రంభోర్వశుల రాకయుఁ గలవు. బహుకృతి సామా

న్యముగాఁ బృచ్ఛకుఁడు (ఒక్కొకదానియందు ద్వారకుఁడు, సేవకుఁడు, ప్రధాని, హాస్యగాఁడు, సూత్రధారుఁడు — అని వివిధములుగా వ్యవహృతుఁడు), పాత్రలు స్వీయోదంతములు చెప్పుటయు; కృతి కర్తృ భర్తృ (ప్రచురణకర్తృ) ప్రశంసాత్మకముగా నాటకపాత్రలచేఁ బ్రవర్తితమైన ప్రస్తావనయుఁ గన్పట్టును. ఆ ప్రస్తావన తఱచు ప్రధాని, హాస్యగాఁడు నను నిరువుర నడుమ హిందీభాషలో జరుగును. ఒకప్పుడు ద్రౌపది మొదలగు నాటక పాత్రలచేతనే ప్రవర్తితమగును. కృష్ణగారడి నాటకమున మార్గనాటకము లందువలె నాంది, నాంద్యంతమున నటీసూత్రధారులచే సలక్షణమైన ప్రస్తావనయుఁ గలవు.

భాగయగారి కృతులలో వస్తువైవిధ్య మొకటి గమనింపఁదగినది. పౌరాణిక గాథలు నందుఁ బ్రసిద్ధములు నెక్కువ. కాని అల్లీరాణి కథ, నాగార్జున చరిత్రము మొదలగు నప్రసిద్ధగాథలును గలవు. కృష్ణగారడి, మాయాసుభద్ర మొ॥ గ్రంథములందు పౌరాణిక గాథకే కవి స్వకపోల కల్పనలతో జిత్రములైన మార్పు లందినది. ఆరెమరాటీలు, కాంభోజరాజు, బాలనాగమ్మ చరిత్రలందు పదరూపమునఁ బ్రచారమున నున్న జానపదగాథలు గ్రహింపఁబడినవి. పెదబొబ్బిలి చరిత్రమందలిది చారిత్రకేతివృత్తము, నది యాంధ్ర జాతీయ వీరగాథ యగుటయు విశేషము. కాంతామతి, భద్రసేనవిలాసము మొదలగునవి కాశీమజిలీ, పండ్రెండు రాజుల కథల బాణీని నడచిన కట్టుకథలు — అందు గొన్ని కవి స్వకపోల కల్పితములే కావచ్చును. ఈ కథలు వివిధరసముల కాకరములు. అట్లే పాత్ర వైవిధ్యమును గలదు. రాజమహిషీ మంత్రిపాత్ర లెక్కువ. ఎఱుకలసాని, దొమ్మరిసాని, చాకలి, జాలరి, కోమటి, దొంగ మొదలగు వివిధ కులవృత్తులకు సంబంధించిన పాత్రలును గలవు. రాజపాత్రాదుల చిత్రణమునఁ దగిన సహజత్వము,

నుదాత్తతయుఁ గొఱవడినను నీచపాత్రలే నిసర్గ మనోజ్ఞముగాఁ జిత్రింపఁబడినవి. ఆయాపాత్రల సంభాషణలలోని తెలంగాణా తెలుగు వ్యవహారము నుడికారము గమనింపఁదగినది.

ఈ కృతులన్నిట సామాన్యముగాఁ గనిపించు రచనావిశేషములు :— తాళప్రధానములైన దరువులు, ద్విపదలు, పద్యములు, వచనము, కొన్నిట కందార్ధములు, ఏలలు, తోహారాలు మొదలగునవియుఁ గలవు. దరువులలో బాత్రలు తెరవెడలు దరువులునున్నవి. సంధివచనములేకాక సూటియైన సంవాదాత్మక వచనములును సమృద్ధిగాఁ గలవు. కొన్ని గ్రంథాంతములందు కవిగద్య గలదు. అన్నిట రచన సాధ్యమైనంతమట్టునకు సలక్షణముగనే సాగినది. లేక సలక్షణముగా రచించుటయే కవి లక్ష్యమనవచ్చును. కాని సామాన్య సామాజికుల నుద్దేశమునందుంచుకొని కాఁబోలు కవి సరళశైలిఁ బాటించెను. అది పేలవత్వము కాని సారళ్యము. వీనిలోఁ దప్పులేరి చూపుట కవకాశ మున్నను తెలంగాణమంతట వీరి యక్షగానములకు గొప్ప "చలామణీ" గలదు. అన్ని యక్షగానముల నింత వైవిధ్యముతో రచించిన భాగయగారికి యావత్తెలంగాణా యక్షగాన కవులలో నొక విశిష్టస్థాన మేర్పడఁగలదు.

---

32. మహమ్మదు అబ్దుల్లా

హనుమద్రామ సంగ్రామము :

(చందా వారి ప్రచురణ, 1954.)

కవి ఓకుల సోమవరగ్రామ వాస్తవ్యుఁడు. చెర్విరాల భాగయ్యగారి ప్రియశిష్యుఁడు. గ్రంథ విషయము ప్రసిద్ధము. శ్రీరామ విజయ

మనియుఁ బేర్కొనఁబడిన దిది. విశ్వామిత్రునకుఁ బ్రత్యేకముగా నమస్కరింప నేమఱిన యయాతి నిమిత్తము రామాంజనేయులకు యుద్ధము జరుగుట యిందలి కథ. కవి దీనిని యక్షగాన మని పేర్కొనినాఁడు. గురువుగారి గ్రంథముల ఫక్కిని నడిపినాఁడు రచన. తప్పులున్నవి. కాని తెనుఁగు మాతృభాషయైన కవి రచించినట్లే రచించియుండుట విశేషము. అసలొక మహమ్మదీయుఁడు తెనుఁగున యక్షగాన రచన మొనరించి యుండుటే విశేషము.

---

33. శ్రీ పెరుంబూదూరి వెంకట నరసయ్య

ఈయనకు అయ్యావారు వెంకటనరసయ్య యనియు వ్యవహారము గలదు. ఈతని తండ్రి వటపత్రశాయి. తమ్ముఁడు వెంకటకవి. వీరి నివాసము బూరుగుపల్లి. వీ రిరువురను బూరుగుపల్లి సోదరకవు లందురు. ఇరువురును వేర్వేఱ తెలంగాణలో వివిధ గ్రామవాసులగు సంపన్నుల ప్రోత్సాహమున ననేక యక్షగాన ప్రాయనాటకములను రచించినారు. ఇరువురును జీవత్కవులని వినికిడి.

అందు వెంకట నరసయ్య కృతులు:

1. అనసూయా నాటకము:

(వరదవెల్లి దత్తాత్రేయస్వామి కంకితముగాఁ జెప్పినది. ప్రచురణ, కొండా శంకరయ్య, సికింద్రాబాదు, 1939)

రచనాబ్దము శ్రీముఖ యేఁట. ఇది 1933 కావచ్చును. ఇందలి వస్తువు ప్రసిద్ధము. ఇందు సుమతీ చరిత్రము గూడఁగలదు.

2. కనకతార : (చౌలమద్ది. కొండా, 1950)

దీనిపై గ్రంథకర్త గ్రంథసర్వాధికారములు ప్రచురణకర్త కిచ్చుచు నొక ప్రకటన చేసి యుండెను. గ్రంథవిషయము ప్రసిద్ధము. రచన విక్రమ — 1940 కావచ్చు.

3. కిష్కింధా కాండ నాటకము :

(హనుమాజి పేట. కొండా — 1938; రచన ఈశ్వర — 1937 కావచ్చు.

ప్రసిద్ధేతి వృత్తము.

4. చంద్రగుప్త నాటకము : (తక్కెళ్లపల్లి. కొండా, 1939)

రచన :— బహుధాన్య — 1938. ఇందలి చంద్రగుప్తుఁడు మగధేశ్వర పుత్రుఁడేకాని మౌర్యచంద్రగుప్తుఁడు గాఁడు. ఇతఁడు మీనాంక రాజపుత్రిని భ్రమరవేణినిఁ బెండ్లియుంకువ యగు హిమాలయస్థమణి నొకదానిని దానిని గాపాడు రాక్షసిని సంహరించి తెచ్చి వివాహమాడిన కథ యిందు వర్ణితము. ఈకథ శ్రీకృష్ణబోధామృతమునుండి గ్రహింపఁబడిన దఁట. (ఇందు కవి గ్రంథప్రచురణ కర్తృప్రశంస చేసియుండెను).

5. డాంగేయోపాఖ్యానము : (బన్నాజిపేట, చందా నారాయణ శ్రేష్ఠి, సికింద్రాబాదు, 1950. దీనిపై "గ్రంథకర్తవలన కాపీరైటు హక్కులనుపొందియున్నా" మను ప్రకాశకుల ప్రకటన గలదు).

గ్రంథనామము చిత్రమైనది. ఇతివృత్తము చిత్రమైనది. దుర్వాస శ్శాపమున హయమైన గంధ నిమిత్తముగా, నారదుని కైలాటము కారణముగా డాంగేయుఁడను రాజునకు శ్రీకృష్ణునకును బట్టుపంతములు గల్గినవి.; డాంగేయుఁడర్జునుని శరణు జొచ్చును. కృష్ణుఁ డొక

వంకఁ నొకవంకఁ బాండవపక్షమున హనుమద్భీమ దుర్యోధనులును హాయమునకై పెనుగులాడఁగా నది రంభ యగును. మూఁడున్న అ వజ్రములు ముట్టినంత శాపముదీఱునని దుర్వాసునివాక్కు. బలసంప దలోఁ గృష్ణ హనుమద్భీములు వజ్రముల వంటివారు. దుర్యోధనుఁ డఱవజ్రము. ఈకథయే యలఁతిమార్పుతో బాగేపల్లి అనంతరామా చార్యులచే హరికథగా రచింపఁబడినది. గయోపాఖ్యాన చిత్రభారత కథ లీ కథోపస్థితికి మూల భూతములై నట్లు తోఁచును.

6. మార్కండేయోపాఖ్యానము: (గరికకుర్తి. కొండా, 1950)

ఇందు మార్కండేయుఁడు శంకరునిచేఁ జిరంజీవత్వ వరమును బొందుటయేకాక పిదపఁ బెండ్లిలేకయే యజ్ఞముచేసి హోమకుండము నుండి పుత్రులను బడయుటయు, వారియుదంతమును గొంత గలదు.

7. శశిరేఖా పరిణయము: (మానాలపురి కొండా, 1954)

కథ ప్రసిద్ధము.

8. శ్రీకృష్ణ తులాభారము: (స్తంభంపల్లి, కొండా, 1949)

కథ ప్రసిద్ధము.

9. సతీ సావిత్రీ పరిణయము: (నర్స పేట. కొండా, 1950)

కథ ప్రసిద్ధము. రచన :— 1949.

10. సుగుణవతీ నాటకము: (గోపాలరావుపెట, కొండా, 1954)

రచన 1932. గురునిచేఁ గోరఁబడి, పతిచే ననుమానింపఁబడి, యడవిఁబట్టి యొకచోరుని బారినుండి తప్పించుకొని, పురుష వేషము

దాల్చి యొక దేశమున కేలికయై యొక సత్రశాలకడఁ దనచిత్రపటము పెట్టి యాముువ్వురిని సంఘటితపఱచి నిండుసభలోఁ దన నిర్దోషత్వము నిరూపించి పతిచే స్వీకృతయైన పతివ్రత సుగుణావతియను రాజపుత్రి చరిత్ర మిందు వర్ణితము. ఇది చెఱ్ఱలాల భాగయగారి కాంతామతి కథను బోలినది.

పై కృతులన్నియు నాటకములని మాత్రమే పేర్కొనఁబడినవి. ప్రతికృతి ప్రారంభమునను దేవతాస్తుత్యనంతరము నటీసూత్రధారులచే సక్రమమైన ప్రస్తావన కలదు. అంత మాత్రమే సంస్కృత నాటకానుకరణము. ఆధునిక నాటకములందువలె సంధివచన విరహితముగా (కుండలీ కృతసూచనలతో), సూటిగా, వచనప్రకృష్టముగాఁ బాత్రల సంభాషణలు సాగినవి. కాని యదియు నొకపాటి యనుకరణము మాత్రమే. వీనిలో నంకరంగవిభాగము లేదు. ముఖ్యపాత్రలు ప్రవేశింపఁగనే స్వవిషయము నుగ్గడించుట గలదు. ప్రతిపాత్రయు సంభాషణలో ముందొక చిన్నదరువు నెత్తుకొని, వెంటనే యందలి యర్థమునే యొక చిన్నవచనమున విశదీకరించుట యీనాటకముల ప్రక్రియలోని ముఖ్యలక్షణము. ఒకపాటి పెద్ద దరువులందెల్ల చివర ముద్రయుండును. వెంకట సరసయ్యవారి నాటకములను బ్రపరిణతవీధి నాటకము లనఁ జెల్లును. అందు కనకతారా శశిరేఖాది నాటకములు "స్వదేశీ" నాటకములని పేర్కొనఁబడి యుండుట జూడ నాయభిప్రాయము సమంజసమనిపించును. ఇతని కృతులలో ముఖ్యములైన రచనాంగములు దరువులు, వచనములు, పద్యములు, కవి తనకుఁ దెలిసినంతలో సలక్షణముగనే రచింపఁ బ్రయత్నించెను, గాని దోష బహుళముగా నున్నవి కృతులు. అయినను నన్నియు బ్రదర్శనోచిత ప్రక్రియా ప్రకృష్టములుగ నున్నవి.

34. శ్రీ పేరుంబుదూరి వెంకటకవి

ఇతఁడు మీఁదఁ బేర్కొనబడిన వెంకటనరసయ్యావారి సోద రుఁడు. ఇతని కృతులు :—

1. రుక్మాంగద నాటకము (చిట్టాపురి, చందా, 1934)
2. పుత్రకామేష్టియాగము (మ్యాడంపల్లి, కొండా, 1936)
3. ధాన్యమాలినీ చరిత్రము (నామాపురి, కొండా, 1950)
4. సుందర కాండము (తక్కెళ్ళపురి, కొండా, 1953)
5. ప్రహ్లాద నాటకము (బూరుగుపల్లి, కొండా, 1955)

ఇవి యన్నియుఁ బ్రసిద్ధ పౌరాణికేతివృత్తములు. వీని ప్రక్రియ వెంకటనరసయ్య గ్రంథములకు మిక్కిలి సన్నిహితముగా నున్నది. అన్నగారి రచన కంటె తమ్మునిదే మేలుత్తరమైనది.

---

35. కాసాల బలరామయ్య

నళినీదేవి ప్రభావము : (మణూరు. చందా, 1950)

కవి విశ్వబ్రాహ్మణుఁడు. శ్రీముఖ గోత్రజుఁడు. బ్రహ్మానందా చార్య శిష్యుఁడు. రాగమాంబా రాజయాచార్యుల పుత్రుఁడు. మెదకు జిల్లా చూచనపల్లి నివాసి. గ్రంథరచనాకాలము విభవవైశాఖ శు. 5. గురువారము. ఈ విభవ 1928 కావచ్చును. గ్రంథ విషయము

మౌద్గల్యమునిపత్నియు మహా పతివ్రతయు నగు నళినీదేవి చరిత్రము. ఇందు దరువులు, పద్యములు, ద్విపద, సంధివచనములు గలవు. సంవాద ప్రాచుర్యము గలదు. పాత్రలు స్తోత్రపూర్వకముగా స్వవిషయోద్ఘాటనముతోఁ దెరవెడలు దరువుతో ప్రవేశించుట చెప్పఁబడినది. గ్రంథము యక్షగానమని పేర్కొనఁబడినది. రచన నీరసమైనది.

---

36. జిల్లా వెంకట సు

వెంకటరావుపేట నివాసి. మార్కండేయసగోత్రుఁడు. నరుస మాంబా రాజయల పుత్రుఁడు. కోదండరామయ్య శిష్యుఁడు. ఇతఁడు 1939 లో చందా నారాయణ సెట్టి ప్రచురించిన గాజుల స్వామిదాసు స్వారోచ్యుపాఖ్యాన వీధి నాటకమునకుఁ బరిష్కర్త. ఆధునికుఁడనుట స్పష్టము. ఇతని కృతులు :— మురనరకాసుర వధ, కంసమర్దనము (రెండును కొండా వీరయ ప్రచురణలు (1950, 1952). రెండును యక్ష గానములని పేర్కొనఁబడినవి. చందా వారి ప్రచురణ (సం. 1949) యగు వెంకటరావుపేట చిరుతొండ నాటకము, శ్రీ రామలింగప్రతిష్ఠ అను వీధి నాటకముగూడ నితనివే. నాల్గింటఁ గీర్తనలు, ద్విపదలు, పద్యములు, సంధివచనములు, పాత్రల తెరవెడలు కీర్తనలు, స్వవిషయోద్ఘాటనములు, సంవాదములును గలవు. రచన నిర్దుష్టముగాకపోయినను నీరసమైనది కాదు.

---

37. అణ్ణనాచార్యులు

మండోదరీపరిణయము:

ఆపస్తంబ సూత్రుఁడు. శ్రీవత్ససగోత్రుఁడు. కృష్ణయజుశ్శాఖి. తల్లి రంగనాయకమ్మ. తండ్రి చిటిగిద్దెమరం తెన్నరంగంపొన్నడి. ఇతని యక్షగానకృతి మండోదరీ పరిణయము. (చందా నారాయణ సెట్టి ప్రచురణ, సం. తెలియదు). కిచ్చనపల్లి వెంకటేశ్వరున కంకితము. కృతి ప్రోత్సాహకులు మెదకుజిల్లా అందోలుతాలూకా చింతకుంటగ్రామ వాస్తవ్యులు (పదునెనమండ్ర పేళ్ళు గలవు). గ్రంథ రచన సం. సర్వధారి. ఇది 1948 కావచ్చును. గ్రంథ విషయము గోకర్ణక్షేత్ర మాహాత్మ్యాంతర్గతమైన మండోదరీ రావణుల పరిణయ కథ. ఇందు తెం దరువులు, సంవాదపు దరువులు, ద్విపదలు, ద్విపదార్థములు, పద్యములు, అర్థ పద్యములు, సంధి వచనములు గలవు. రచన యొకింత చక్కనిదే.

---

38. అంబేద రాజవీరప్ప

దుందిగల్ జిల్లా రాయనీరు తాలూకా గౌరాయపల్లి నివాసి. చండికాంబా శరభలింగముల పుత్రుఁడు. ఇతఁడు కేదారేశ్వర వ్రతము, భీష్మ విజయము, గజేంద్ర మోక్షము, మదన శేఖర విలాసము, భక్తసానంద, మార్కండేయ వస్త్రకల్పన, సత్యానారాయణ వ్రతము, బ్రహ్మంగారి చరిత్రము, మల్లన్న చరిత్రము — అను తొమ్మిది యక్షగానములు రచించినట్లు 1949 లో కొండా శంకరయ్య

ప్రచురించిన యీతని మల్లన చరిత్ర వెనుకట్టపైఁగల పట్టికవలనఁ దెలియుచున్నది. అందు కృతి ప్రోత్సాహకులు నీతఁడును దీయించు కొన్న ఛాయా చిత్రము గూడ ముద్రితమైయున్నది. దీనినిబట్టి కవి యాధునికుఁడనుట స్పష్టము. ఇపు డీయన మల్లన చరిత్రము మాత్రమే లభ్యమైనది. ఇం దీశ్వరాంశసంభూతుఁడైన కొల్లాపురి మల్లన శివ కంచికిఁ బ్రభువైన యొక జానపద గాథ వర్ణితము. ఇందు దరువులు, తెర దరువులు, ద్విపదలు, పద్యములు, అర్ధపద్యములు, సంధి వచనములు మొ. గలవు. రచన దోషజుష్టము. నీరసము.

39. అవధూత మల్లయ్య

సత్యనారాయణ వ్రతము: (ముద్రణ: వాణీ ము. శా., 1949)

కవి పద్మశాలి. రాఘవయ్యపుత్రుఁడు. లింగయార్యుని శిష్యుఁడు. మేడిచల్ తాలూకా కానుకుంట వాస్తవ్యుఁడు. ఈతని గ్రంథమున "ఈయక్షగానమును గ్రంథకర్తగారి అనుమతి లిఖిత పూర్వంగా పొందనిది పునస్ముద్రణము చేయించువారు మేము తీసుకొను చర్యలకు బాధ్యులగుదురు" అని యొక ప్రకటన గలదు. అందుచే నితఁ డాధునికుఁ డనుట స్పష్టము. గ్రంథవిషయము ప్రసిద్ధమైన స. నా. వ్రతకథ. ఇది యైదధ్యాయములుగా విభజింపఁబడి యుండుట విశేషము. ఇందు దరువులెక్కువ. తెరదరువులును గలవు. కొలది పద్యములు, నర్ధపద్యములు నున్నవి. సంధి సంవాద వచనములు గలవు. రచన యొక మోస్తరు.

40. మరాటకోడూరు గోపయాచారి

పాలన చోళమహారాజు చరిత్ర: (చందా, 1949)

కవి చుంచనకోట పురవాసి. మణిభద్ర బ్రహ్మర్షి గోత్రజుఁడు. కాత్యాయన సూత్రుఁడు. వెంకమాంబా రామదాసాచార్యుల పుత్రుఁడు. ఇతని గ్రంథరచనాధోరణి యాధునికముగా నున్నది. రచనాబ్దమును సర్వధారిఫాల్గుణముగాఁ బేర్కొనెను. అది 1949 కావచ్చు.

గ్రంథవిషయము:— పాలన చోళమహారాజపత్నికిఁ బుత్రిక కలుగునని రాజగురువు చెప్పును. పుత్రుఁడని మంత్రి వాదించును. మంత్రసాని పాయమునఁ బురుటింటి రాచ యాఁడుబిడ్డనుగొనిపోయి యొక యొడ్డెన్ల మగబిడ్డనుంచును. కొంత కాలమునకు రాజు వానికిఁ బట్టాభిషేకముచేసి విశ్వబ్రాహ్మణులను రాజ్యసంరక్షులుగానుంచి మేరుగిరియాత్రకుఁ బోవును. కలుషాత్ముఁడగు మంత్రిమాటలు విని చిన్న రాజు విశ్వబ్రాహ్మణులను జిత్రహింసలు పెట్టును. వారు పెద్దరాజు కడకుఁబోయి మొఱబెట్టుకొనిరి. అతఁను వారినొక 'బహురూపుల' మేళముగా "బనాయించి" వచ్చి రాజపత్ని కోరికపైఁ బాలనచోళ రాజు వాలకము తానే ధరించి చిన్నరాజును, మంత్రినిఁ దెగటార్చి మఱల రాచఱికము స్వీకరించును. ఇది యిందలి కథ. గ్రంథము యక్షగానమని పేర్కొనఁబడినది. ఇందు దరువులు, పాత్రలు తెర వెడలు దరువులు, సంధి—సంభాషణ వచనములు కొలఁది పద్యములు, కందార్ధములు, ద్విపదయుఁగలవు. గ్రంథారంభమున రంభోర్వశుల రాకగలదు. రచన యొక మోస్తరు.

41. పనుస హనుమద్దాసు

ఈయన నిజామాబాదుజిల్లా మానికబండారం నివాసి. నాభిళ్ళగోత్రోద్భవుఁడును, ఇమ్మడిసెట్టి కులభూషణుఁడు నగు లక్ష్మయ్య పుత్రుఁడు బందలింగంపల్లి అబ్దుల్ కరీందాసుని శిష్యుఁడు. 1950 లో కొండావీరయ్య (సికింద్రాబాదు) ప్రకటించిన యీతని బాలనాగమ్మ నాటకముపై గ్రంథస్వామ్యమును ప్రకటనకర్త కిచ్చుచు నితఁడు చేసిన ప్రకటన ముద్రితము. ఈతఁడాధునికుఁడనుట స్పష్టము.

ఇతని కృతులు :—

1. మదనసేన నాటకము: (నగరపురి. చందా, 1945)

రచన చిత్రభాను - 1942. చంపకయను కులట మదనసేనుఁడను రాజునకు వలపుకత్తెయై తనభర్తను దానేజంపి, రాజకుటుంబమును దురవస్థ పాలుచేయుటయు, నామెభర్త భూతమై యామె ప్రయత్నముల కడ్డుదగులుటయు, రాజకుటుంబము స్వస్థత బొందుటయు నను కథ యిందు వర్ణితము.

2. బాలనాగమ్మ నాటకము: రచన స్వభాను - 1943.

3. హనుమద్రామ సంగ్రామము: రచన తారణ - 1944.

4. (పోతులూరి) వీరబ్రహ్మంగారినాటకము: (నూకలూరు)

2, 3, 4 — కొండా వీరయ్యచే వరుసగా 1950, 51, 52 సం. లలోఁ బ్రచురితములు. మూఁడును బ్రసిద్ధేతివృత్తములు. హనుమద్దాసు కృతులన్నిటఁ బ్రారంభమున నటీసూత్రధారుల ప్రస్తావన గలదు. ఆధు

నిక రంగస్థలనాటకానుకరణమును సమృద్ధిగాఁ గలదు. యవనికావ తరణరంగ ప్రయోగ సూచనలు గలవు. అయితే కొన్ని పాత్రలు ప్రవే శించినంత స్వవిషయమును జెప్పుట, దరువుల ప్రాచుర్యము వానిలో ముద్రలుండుట మొ. వానినిఁబట్టి వీనిలో మౌలికమైన వీధినాటకము స్వరూపము గొంత తేటపడఁగలదు. రచన దోషభూయిష్ఠము.

42. పట్టోరి వీరప్ప

ఇతఁడు గుల్షనాబాదజిల్లా సంగరెడ్డితాలూకా పొట్టిపల్లి మాలీవతన్‌దారు బక్కప్పరాయుని పుత్రుఁడు. ఇతని కృతులు మన్మథ సంహారము, క్రోధాపురి రైతు విజయము. (రెండును 1953 లో చందా నారాయణ సెట్టి (సికింద్రాబాదు) చేఁ బ్రచురితములు). రెండవ దానిలోఁ బ్రారంభమున మహాత్మగాంధీ, భారతమాతృస్తుతులు గలవు కవి ఆధునికుఁడనుట స్పష్టము. దాని గద్యలో నది వికృతి సం. న రచింపఁబడినట్లు గలదు. అది 1950 సం. కావలెను.

మన్మథ సంహారమున నితివృత్తము ప్రసిద్ధమైనది. అది యక్ష గానమనియు వీధి భాగవత మనియుఁ బేర్కొనఁబడినది. రెండవ దానిలో గ్రంథ నామమే సూచించుచున్న ట్లితివృత్త మత్యంతాధునిక మైనది. క్రోధాపురిరైతగు కోటారెడ్డి కుటుంబము నొక జమీందారు, షాహుకారు తుదముట్టింప యత్నించి తుదకు వారే గతించి రైతుకే విజయము లభించిన కధ యది. ఇది వీధి నాటకమని పేర్కొనఁబడుటయు, నిందు నటీ సూత్రధారుల ప్రస్తావనయు, అంక

రంగ విభాగము నుండుట విశేషము. రెండు గ్రంథములందును పాత్రలు ప్రవేశించునపుడు స్వవిషయమును జెప్పుకొనుటయు, సంధి వచనములు, సంవాదవచనములు, ముద్రలతో దరువులు, పాటలు, కందార్థములు, పద్యములును గలవు. రచన దోష బహుళమే కాని దాని ధోరణిలో నది బాగుగనే యున్నదనవచ్చును.

---

43. ఆడెపు గోపాల్ దాసు

కవి నివాసము మెదక్ జిల్లా గజవెల్లి తాలూకా అమదీపురము. ఇతని హరిశ్చంద్ర కృతి ప్రోత్సాహకుఁడు మేరుగు దుర్గయ్య. దుర్గయ శిష్యుఁడగు మంచాల నర్సయ్య ముద్రణ ప్రోత్సాహకుఁడు. కొండా శంకరయ్య 1953 లోఁ బ్రచురించిన యీ గ్రంథమున గురు శిష్యుల ఛాయాచిత్రము గలదు. కవి యాధునికుఁడనుట స్పష్టము పై కృతిలో హరిశ్చంద్ర చంద్రమతీ పరిణయము స్కాంద పురాణోక్త ప్రకారము రచింపఁబడినది. ఇది నాటకమని పేర్కొనఁబడినది. ఇందు నటీ సూత్రధారుల గ్రంథ ప్రస్తావన గలదు. ఇతనిదే "సతీ తులసి యక్షగాన' మను నింకొక కృతి గలదు. (సికింద్రాబాదాంధ్ర గ్రంథమండలి ప్రచురణ, 1951). రెండిటను పాత్రల స్వవిషయోద్ఘాటనము, సంధి వచనములు, దరువుల ప్రాచుర్యము మొదలగు య. గా. లక్షణములు గలవు. రచన యొకమోస్తరు. ప్రయోగ సౌలభ్యము గలదు.

---

44. ఆడెపు నారాయణదాసు

సుగ్రీవ విజయము:

ఇతఁ డాదిలాబాదు వాస్తవ్యుఁడు. ఇతని సుగ్రీవ విజయము య. గా. కృతి ప్రోత్సాహకుఁడగు చందా నారాయణ శ్రేష్ఠియే దీనిని 1953 లోఁ బ్రచురించెను. కవి యాధునికుఁ డనుట స్పష్టము. ఇందు గ్రంథారంభమున గణపతి సరస్వతులును బాత్రలవలెఁ బ్రవేశించి స్వవిషయమును జెప్పుకొనుట గలదు. దరువులు, ద్విపదలు, పద్యములు, సంధి - సంభాషణ వచనములు గలవు. రచన యొకమోస్తరు. ఇది వేములవాడ రాజరాజేశ్వరున కంకితము.

---

45. వానమామల నరసింహదాసు

బలిచక్రవర్తి చరిత్రము:

ఇతఁడు నర్సపూర్ తా. పెదగొట్టిముక్కుల నివాసి. వైష్ణవుఁడు. మంగమాంబా కృష్ణయ్యల పుత్రుఁడు. ఇతని యక్షగాన కృతి బలిచక్రవర్తి చరిత్రము. 955 లో దానిని బ్రచురించిన చందా నారాయణ శ్రేష్ఠియే కృతి ప్రోత్సాహకుఁడు నైనట్లిం దతని ప్రశంస గలదు. (చూ. పు. 7) కవి యత్యంతాధునికుఁడనుట స్పష్టము. ఇందు తెర - సంవాదపు దరువులు, సంధి - సంభాషణ వచనములు, ద్విపదలు, కొలఁది పద్యములు గలవు. రచన యొకమోస్తరు.

---

46. గడిగె కృష్ణదాసు

శంబరాసురవధ:

ఇతఁడు శంబరాసురవధ యను య. గా. ప్రబంధమును రచించెను. 1951 లో దీనిని ప్రకటించిన కొండా శంకరయ్య గ్రంధస్వామ్యమును గ్రంథకర్త వలనఁ బొందిన ట్లొక ప్రకటన గ్రంథమునఁ గలదు. ఇందు దరువులు, పద్యములు, అర్ధపద్యములు, సంధి వచనములు గలవు. గ్రంథారంభమున గణపతివేషము, రంభోర్వశులరాక, ద్వారపాలకుని పృచ్ఛలు, పాత్రల తెర లోపలి దరువులు, తెర వెడలు దరువులు, సంవాదములును గలవు. రచన యొకమోస్తరు.

---

47. వెరార మల్లేశము

అల్లీరాణీ చరిత్రము:

ఇతనిది గట్లమల్యాల. ఇతని య. గా. కృతి అల్లీరాణి చరిత్రము - కొండా శంకరయ్య ప్రచురణ, సం. 1955. గ్రంథకర్త గ్రంథమును 'అచ్చు వేయించిన" మెదక్ జిల్లా అంకిరెడ్డిపల్లె సుదర్శనమను వస్త్ర వ్యాపారికి నంకితమిచ్చి యున్నాఁడు (పుట 11). ఇతఁడాధునికుఁడనుట స్పష్టము. చెర్విరాల భాగయగారీగ్రంథ పరిష్కర్త. ఆయన రచించిన అల్లీ అర్జున చరిత్ర య. గా. కథయే యిందును గలదు. ఇందలి ప్రక్రియ యుపరిగ్రంథమును బోలినది. అక్కడక్కడ వచనములోను పాత్రల సంభాషణాలు గలవు. రచన యొకమోస్తరు.

అనుబంధము
(3)
తెలంగాణా యక్షగానములు

ఈ క్రిందఁ జేర్కొనఁబడిన గ్రంథముల రచనా కాలము నిర్ధరించి చెప్పుట కాధారములు గన్పట్టుట లేదు. కాని రచనా ధోరణిని బట్టి యివియన్నియు నత్యంతాధునికము లై యుండునని తోఁచుచున్నది.

(అ) యక్షగాన నామాంకితములు — తత్కర్తృ విషయము :—

1. మైరావణ చరిత్ర .- (ప్రచురణ:- అ. ప్రై. ప్రెస్సు. 1924, చందా, 1951.)

కర్త కొల్తూరు పురుషోత్తమ కవి విష్ణువర్ధన గోత్రజుఁడు. ప్యాగావరము. ఇందు ద్వారపాలకుని పృచ్ఛలు, పాత్రల తెరద్విపదలు, తెరవెడలు దరువులు, సంధివచనములు పద్యములు మొ॥ గలవు. అప్రశస్త రచన.

2. కాళీయమర్దనము : (కొండా, 1932)

3. సావిత్రీపరిణయము . (కొండా, 1950)

4. లక్షణాపరిణయము : (చందా, సం. ?)

చుక్కాపురి నరహరి ముద్రగలవి.

కర్త :— వేల్పూరి నరసింహ కవి

ఇందు సావిత్రి, లక్షణ (దుర్యోధన పుత్రి) పరిణయ గ్రంథారంభము లందు "గంధర్వస్త్రీల రాకడ" గలదు. మూఁడింటఁ బాత్రలు

తెరవెడలు దరువులు, తెర ద్విపదలు, సంధి వచనములు, పద్యములు మొ. గలవు. రచన యొకమోస్తరు.

5. మాయా ప్రకృతి పురుష లీల: (చందా, 1933)

కర్త నాగన్నగారి భీమనార్యుఁడు మెదక్ జిల్లా చెన్నగణపురవాసి. కౌండిన్యసగోత్రుఁడు రామచంద్ర గోవగారి శిష్యుఁడు. వెంకటరాజయోగిని, పరవసు తిరువేంగళ దేశికుని స్మరించినాఁడు. గ్రంథవిషయము వైదాంతికము. ప్రబోధ చంద్రోదయాదుల చాయ నడచినట్టిది. ప్రక్రియ పై గ్రంథములఁ బోలినది నాటక మనియుఁ జేర్కొనఁబడినది. అంత ప్రశస్తరచన కాదు. ఈ భీమనార్యుఁడు తారాశశాంక విజయమను య. గా. ను కూడ రచించె నఁట. అది యలబ్ధము.

6. భద్రాయూపాఖ్యానము: (చందా, 1943)

కర్త:— కృష్ణకవి. కనుసానిపల్లి. శైవబ్రహ్మకుల సంజాతుఁడు. తలి దండ్రులు రామమ్మ, అంకయ్య. ఈతని భద్రాయూపాఖ్యాన కథ బ్రహ్మోత్తరఖండము నుండి గ్రహింపఁబడినది. ప్రక్రియ పై గ్రంథములను బోలినది రచన అప్రశస్తమైనది.

7. బభ్రువాహన చరిత్ర (కాల్వపల్లి, చందా, 1950)

కర్త:— పరవస్తు రంగయ్య, కూనూర్గిరి నివాసి. పొన్నమాంబా లక్ష్మయ్యల పుత్రుఁడు. మయూరగిరి శరగోపాచార్యుల శిష్యుఁడు. గ్రంథ విషయము జైమిని భారతాశ్వమేధ పర్వమునుండి గ్రహింపఁబడినది. గ్రంథారంభమున రంభోర్వశుల రాక చెప్పఁబడినది. ప్రక్రియ పై గ్రంథములను బోలినది. రచన యొకమోస్తరు.

8. అంబరీషోపాఖ్యానము: (చందా, 1951)

కర్త:— గుండోబాదాసు. గుడికెందుల పురము. ప్రక్రియ ఉపరి గ్రంథవత్. ప్రశస్త రచన కాదు.

9. కుమారస్వామి వివాహము: (చందా, 1951)

గ్రంథకర్త పేరు పైని తోడుపునూరి విరోబాయనియు లోపల మస్తూరాజు లింగకవి యనియుఁ గలదు. రాజలింగకవియే గ్రంథకర్తయై యుండును. ఇతఁడు మెదక్ జిల్లా చంద్రపేట నివాసి. రాజమాంబా రామలింగేశ్వరుల పుత్రుఁడు. గ్రంథారంభమున రంభోర్వశుల రాక చెప్పఁబడలేదు గాని కడమ ప్రక్రియ యుపరి గ్రంథములను బోలినది. రచన యప్రశస్తమైనది.

10. బాలనాగమ్మ చరిత్ర: (కొండా వీరయ్య, 1953)

పోచవరపురీశున కంకితము. గ్రంథకర్త పేరు తెలియదు. ఇందలి పాత్రల హిందీ ప్రసంగములను బట్టి యాధునికుఁడని యూహింపఁ దగును. ప్రక్రియ పై గ్రంథములను బోలినదే. సంధివచనములే కాక సంభాషణ వచనములును గలవు. గ్రంథారంభమున రంభోర్వశుల రాక చెప్పఁబడినది. రచన యొక మోస్తరు. (కొండా శంకరయ్య ప్రచురణ మొక బాలనాగమ్మ చరిత్ర య. గా. గలదఁట. అది ఎఱ్ఱంబుచ్చి దాస కృత మఁట. అదియు నిదియు నొకటో కాదో తెలియదు).

11. చంద్రహాస చరిత్ర: (చందా, 1953)

వేముల రాజేశ్వరున కంకితము. గ్రంథకర్త పేరు తెలియదు. 1953 సం. న నున్న ఆడెపు నారాయణదాసు తన సుగ్రీవ విజయ

య. గా. ను వేములవాడ రాజేశ్వరునకే యంకిత మిచ్చెను. ఈచంద్ర హాస చరిత్రయు నతనికృతియే యగునా ? ఆంధ్రనాటక కళాపరిషత్తు పారిపట్టికవలన సికింద్రాబాదు నివాసి రాజవీరయ్యాయను నాతఁడు చంద్రహాస య. గా. ను రచించినట్లును, నది 1907 లోఁ బ్రచురిత మైనట్లును దెలియుచున్నది. అది యిదియేయగునా ? ఇందలి రచనా ప్రక్రియ ఆధునికముగనే కన్పట్టుచున్నది. రచన ప్రశస్తమైనది కాదు. చంద్రహాసకథ జైమిని భారతాశ్వమేధ పర్వమునఁ గలదు.

12. చెన్నకృష్ణవిలాసము :

కర్త :— గడ్డం రాజ బంగరురెడ్డి. (అముద్రితము. డా. శ్రీ. బి. రామరాజుగారికడ నొక ప్రతిగలదు).

13. కురవంజి :

కర్త :— నరసింహదాసుఁడు (గడ్డం నరసింహారెడ్డి యగునేమొ. అముద్రితము. దీనిప్రతియు డా. శ్రీ బి. రా. రా. గారి కడఁగలదు).

14. సౌందర్య వీర నాటకము :

కర్త :— కరేవరపు వీరభద్రయ్య. ముద్రితము (ప్రచురణ కర్తలు బచ్చువీరన్న, చిలుకా బాల్ రెడ్డి అంకుకో, సికింద్రాబాదు, 1911)

15. వేదాంత జీవచంద్రమహారాజా నాటకము :

కర్త :— రామరాజు రాజయోగి. ముద్రితము. (బాలాత్రిపుర సుందరీప్రెస్, వరంగల్, 1937).

ఆ. యక్షగానములని కవులచేఁ బేర్కొనఁబడక పోయినను నాథునిక తెలంగాణా యక్షగాన లక్షణములు సమృద్ధిగాఁ గలిగి యట్లు వ్యవహృతములగుచున్న గ్రంథములు.

1. నలచరిత్ర : (దామరవంచ, చందా, 1935)

2. కూచకొండ రామాయణము: (కొండా, 19[illegible]

(సుందరకాండ) కర్త: గుజ్జర యెల్లదాసు. వైశ్యుఁడు. అంత ప్రశస్తరచన కాకపోయినను గొంత ప్రచారముపొందినట్టిది. బ్రిటిషు మ్యూజియమ్ లైబ్రరీ కేటలాగులో ఎల్లదాసు యుద్ధకాండ మను య. గా. కలదు. అదియు నీతనిదే యగునేమో!

3. అనసూయాచరిత్రము: (చందా, 1936, కొండా1938)

బీబీపేట గోపాలాంకితము. గ్రంథకర్త పేరు తెలియదు. నాటక మని పిర్కొనఁబడినది. రచన నిరుకమోస్తరు.

4. హనుమద్విజయము: (చందా, 1949)

ససుకంటి పురీశాంకితము. కర్త: పరాంకుశదాసు. హనుమంతుఁడు బలరామ గరుత్మంతులకు గర్వభంగము చేయుట యిందలి ప్రధానేతివృత్తము. రచనయొక మోస్తరు.

5. పోతులూరి వీరబ్రహ్మంగారి చరిత్ర : (ఆంధ్ర గ్రంథ మండలి, 1950)

కర్త:– నార సత్తెయ్య. వాసాలమఱ్ఱి గ్రామవాసి. కృతి ప్రోత్సాహకుఁడు దత్తాయపల్లి వడ్ల సిద్ధయ. ఇది భాగవత మనియు, నాటక మనియుఁ బేర్కొనఁబడినది. రచన దాని ధోరణి నది సరసము) గనే యున్నదని చెప్పవచ్చు.

6. గయోపాఖ్యానము: (చందా, 1954)

తారాసగరేఖాంకితము. కర్త శీలు సంగన. సంగన పుత్రుఁడు. వైశ్యుఁడు. రచన యొకింత సరసముగనే యున్నది.

7. చిరుతల లవకుశ నాటకము: (చందా, 1955)

కర్త :— నిజామాబాదు జిల్లా కామారెడ్డి తాలూకా, సదాశివ నగరి నివాసియగు విశ్వజ్ఞ వేంకటేశము. రచన యంత ప్రశస్తమైనది కాదు. (ఈ చిరుతల నాటకములనునవి చిరుతల నాట్యమండలి యను నొక నాట్యమండలి వారి ప్రదర్శనముల కొఱకై రచింపఁబడినవి.

ఇవికాక యక్షగాన ప్రక్రియ (పాత్రల స్వవిషయోద్ఘాటనము మొ॥) రవంత గలిగి నాటకములని వ్యవహృతములై తెలంగాణాలో నిటీవల వెలసిన రచనలు కొన్ని గలవు. ఉదా: కథలాపురం గంగాధర కవి చిరుతొండ నాటకము, శివకుమార నాటకము, రాజక్కపేట మానధారి నాటకము, వేముగంటి శ్రీనివాస కవి సత్యహరిచంద్ర, ఈరబత్తిని నరసింహులు మదనవిజయము, నాజుల స్వామిదాసు స్వారోచ్యుపాఖ్యానము మొదలగునవి (ఇవి యన్నియు కంజావారిచేతను, చందావారి చేతను, ప్రచురితములైనవి). వీని రచనా ప్రక్రియ పనుస హనుమద్దాసు, బూరుగుపల్లి నాగరంకవుల నాటక కృతుల ప్రక్రియ కతిసన్నిహితముగా నుండును. ఈయాఱింటను నటీ సూత్రధారుల ప్రస్తావన, ప్రయోగ సూచనలు, సంధివచన విరహితముగా వచనములోఁగూడ పాటిగా సంభాషణలు మొదలగు విషయములు సమానము. స్వారోచ్యుపాఖ్యానము వీధినాటకమని పేర్కొనబడుటయు నందంక విభాగ ముండుటయు విశేషములు. ఈకలగాపులగపుఁ బ్రాచ్య పాశ్చాత్య ప్రాచీనాధునాతన రంగస్థల వీధినాటక ప్రక్రియలో యక్షగానపుఁబాలు వెన్నవలసిన పనిలేదు.

పరిశిష్టము

కాలము తేలని యక్షగాన కవులు

కర్తృత్వము తేలని యక్షగానములు

8. అంబరీషోపాఖ్యానము: (చందా, 1951)

కర్త:— గుండోబాదాసు. గుడికెంపుల పురము. ప్రక్రియ ఉపరి గ్రంథవత్. ప్రశస్త రచన కాదు.

9. కుమారస్వామి వివాహము: (చందా, 1951)

గ్రంథకర్తపేరు పైని తోడుపునూరి విఠోబాయనియు లోపల మక్తారాజ లింగకవి యనియుఁగలదు. రాజలింగకవియే గ్రంథకర్తయై యుండును. ఇతఁడు మెదక్ జిల్లా చంద్రపేట నివాసి. రాజమాంబా రామలింగేశ్వరుల పుత్రుఁడు. గ్రంథారంభమున రంభోర్వశుల రాక చెప్పఁబడలేదు గాని కడమ ప్రక్రియ యుపరి గ్రంథములను బోలినది. రచన యప్రశస్తమైనది.

10. బాలనాగమ్మ చరిత్ర: (కొండా వీరయ్య, 1953)

పోచవరపురీశున కంకితము. గ్రంథకర్తపేరు తెలియదు. ఇందలి పాత్రల హిందీ ప్రసంగములను బట్టి యాధునికుఁడని యూహింపఁదగును. ప్రక్రియ పై గ్రంథములను బోలినదే. సంధివచనములే కాక సంభాషణ వచనములును గలవు. గ్రంథారంభమున రంభోర్వశుల రాక చెప్పఁబడినది. రచన యొక మోస్తరు. (కొండా శంకరయ్య ప్రచురణ యొక బాలనాగమ్మ చరిత్ర య. గా. గలదఁట. అది ఎఱ్ఱంబుచ్చిదాస కృత మఁట. అదియు నిదియు నొకటో కాదో తెలియదు).

11. చంద్రహాస చరిత్ర: (చందా, 1953)

వేముల రాజేశ్వరున కంకితము. గ్రంథకర్తపేరు తెలియదు. 1953 సం. న నున్న ఆడెపు నారాయణదాసు తన సుగ్రీవ విజయ

పరిశిష్టము

(1)

కాలము తెలని యక్షగాన కవులు – కావ్యములు

1. అక్కనామాత్యుడు :

బ్రాహ్మణుఁడు. భారద్వాజసగోత్రుఁడు. పరశాద లింగోజీ పుత్రుఁడు. ఇతని కృతి బాలకృష్ణలీలా విలాసము. (తం.స.మ. – కే. సం. ౯౫౫) సత్యా రుక్మిణుల సవతి మచ్చర మించుట ప్రధాన విషయము. రచన యొకమోస్తరు. నాటకమని పేర్కొనఁబడినది. యక్షగాన ప్రక్రియ సమృద్ధిగాఁ గలదు. ప్రదర్శనోత్కృష్టమైనది.

2. అక్కయకవి :

శ్రీరామమంత్రిపౌత్రుఁడు. తిమ్మయ దండనాథ పుత్రుఁడు. ఇతనికృతులు :– (1) భీమసేన విజయము (తం. స. మ. - సం 489-93 రాజమండ్రి ఆంధ్రేతిహాస పరిశోధనమండలిలో నొక యసమగ్ర ప్రతి గలదు) (2) కృష్ణవిలాసము (తం. స. మ., సం, 478. ప్రా. లి. పు. భాం. కన్నడ డి. నం. 1330 - పుట 7 లో గ్రంథాంత ద్విపదమాత్రము గలదు.) భీ. సే. వి. కథ - కీచకవధము. ఇందు తిక్కన రచన యనుకరింపఁ బడినది. కృ వి. న గోపికలంతోఁ గృష్ణుని పోకిళ్ళు ప్రధాన విషయము. రెండును గడు ప్రశస్తరచనగల యక్షగానములు. తాళప్రధానములగు దరువులతో దేశీయగీతి బంధ బహుళముగా నున్నవి. ప్రాచీనయక్షగాన ఫక్కిఁ దలఁపించు చున్నవి. కృ వి. న రచ్చతాళము, లఘుశేఖరము నను తాళవిశేష

ములు, అర్థచంద్రికలు, ధవళము, రచ్చకేకులు, జంపె రేకులునుగలవు. ఓ. సే. వి. న ఏలలు, అనువులు, త్రిస్తబకలును విశేషములు.

3. అనుమకొండ పురుషోత్తముఁడు:

ఆత్రేయసగోత్రుఁడు. ఆదిశుక్లయజుశ్శాఖీయుఁడు. నివాసము చనుగొండ్లాపురము (కర్నూలు జి. రామల్లకోట తా.) ఇతని పితరుల తరములు:- భాసయ, ఓబమ - రంగయ, వెంగమ - చినవెంగన - వెంగమ - కవి. ఇతని కృతి అంగజవిజయము. (ఆం. సా. ప. 34) సృష్టికాండమందు మన్మథునకుఁ గల ప్రాముఖ్య మిందు వివరింపఁబడినది. ఇం దర్థచంద్రికలు, హెచ్చు. దరువులు తాళప్రధానములు. రచనయొక మోస్తరు.

4. అమనచర్ల కోదండరామయ్య:

ఇతనికృతి విజయవిలాసము. (శ్రీనికేతన ము. శా., మదరాసు, 1870) ఇందలి కథాప్రణాళికకుఁ జేమకూర ప్రబంధ మొరవడి. కాని రచనలోఁ బ్రయత్నపూర్వకమైన యనుకరణము లేదు. ఇందు కొరవంజిపాత్ర విశేషము. కొరవంజి శబ్దమిం దెఱుకతచెప్పు సోదెకుఁ బర్యాయపదముగాఁ బ్రయుక్తమగుట యింకొక విశేషము. ఇందుఁ దాళప్రధానములగు దరువులు, అర్థచంద్రికలు, నెక్కువ. రచన సరసమైనది.

5. అయ్యగారి వీరకవి:

కౌండిన్యసగోత్రుఁడు. ఉమ్మనామాత్య పుత్రుఁడు. వీరన పౌత్రుఁడు. వెంకట శివన్న కగ్రజుఁడు. ఇతనికి వెంకటుఁడను పితృవ్యుఁడు గలఁడు. ఇతని కృతి చిత్రాంగద విలాసము లేక ధర్మాంగద చరిత్రము (పా. లి. పు. భాం., ఆర్. నం. 417), మదరాసు విశ్వవిద్యాలయ ప్రతులు: 531, 699) ఈగ్రంథమున మల్కాపుర విశ్వే

శుఁడు, కూర్మనాథుఁడు స్తుతింపఁబడిరి. వేగావతి నది ప్రసక్తియొకచో గలదు. ఆయూరు నానది శ్రీకూర్మక్షేత్రము విశాఖ మండలమునఁ గలవు. ప్రా. లి. పు. భాం. ప్రతి విశాఖమండలమునుండి సంపాదింపఁ బడినది. కవి విశాఖ మండలమువాఁడు గావచ్చు. గ్రంథ విషయము ప్రసిద్ధమగు పాముపాట జానపదగాథ. గ్రంథము మూఁడాశ్వాసములుగా విభక్తము. కవి "యక్షగాన మొనరింతు వేషముల్గట్టి జనులు పాడి వినుపింప" అని వక్కాణించినాఁడు. ఇందు పాత్ర ప్రవేశరంగ ప్రయోగసూచనలు, పాత్రల స్వవిషయ నివేదనము గలవు. 1800–1850 ప్రాంతపు రచనగాఁ దోఁచుచున్నది. రచన యొకింత రసవంతమైనదే.

6. ఏనుగలూరి పాపరాజు:

వేఁగినాటి బ్రాహ్మణుఁడు. కాశ్యపసగోత్రుఁడు. గంగాచల మంత్రి పుత్రుఁడు. తొండూరు (కడప జి. పులివెందల తా.) ఇతని కృతి రుక్మాంగద చరిత్రము (వెస్టువార్డు ప్రచురణ, మదరాసు, 1937) ప్రకటన కర్తలు మాత్రమే యక్షగానమని పేర్కొనిరి. ఆప్రక్రియ యంతయుఁగలదు. గ్రంథారంభము నందలి "చోపుదారి వేషకథ", వచన సంభాషణలు మొ... విషయములు జూడ నాధునిక రచనయని తోఁచును. రచనాకాలము నళవత్సరముగాఁ బేర్కొనఁబడినది. అది 1856 కాని 1916 కాని కావచ్చును. రచన చక్కనిదే.

7. కత్తి పీరాస్వామి:

వాల్మీకి గోత్రజుఁడు. రామస్వామి పుత్రుఁడు. ఇతని కృతి హరిశ్చంద్ర నాటకము (జీవరత్నాకర ము. శా., మదరాసు, 1906, అ. డై. ప్రెస్సు, మదరాసు, 1924) ఇం దాస్థాన సంతోషి తెరలోని

పాత్రలను బల్కరించుట, పాత్రలు వచనమున సంభాషించుటయుఁ గలవు. ఆధునిక రచన యనవచ్చును. గౌరన శంకర కవుల ద్విపదలు పద్యములును గ్రహింపఁబడినవి. ఈకవి రచనయుఁ గొంతసరసమైనదే. గ్రంథము తిరువళ్లూరు వీరరాఘవున కంకితము.

8: కీర్తి మల్లప్ప:

ఇతని కృతి తులాభారమను పుణ్యక వ్రతము (వేంకగాస ము. శా., మదరాసు, 1923) బూదూరి కేశవాంకితము. ఇందలి ముత్తైదువల ముచ్చటలు గ్రంథముయొక్క యాధునికతను స్ఫురింపఁ జేయును. రచన యొకమోస్తరు. ఇది యక్షగానముగా స్త్రీల పాటగాఁ బేర్కొనబడినది.

9. కూరపాటి అమరలింగామాత్యుఁడు:

వీపూరి వీరభద్రేశ భక్తుఁడు. గూడూరి సిద్ధలింగయ శిష్యుఁడు. ఇతని పితామహులు అమరలింగయ్య, వీరమ్మ. తలిదండ్రులు శరభమ, పెదరామ లింగయ్య. చిన రామలింగయ, వీరయ్య, మల్లయ్య, వీరభద్రయ్య యను వారలితని పితృవ్యులు. అనుజుఁడు వీరయ్య. ఇతని కృతి పార్వతీ కల్యాణము (ప్రా. లి. పు. భా., డి. 1909). 3 ఆశ్వాసములు. ఇందు రగడ, నడలు, లఘువులు, అర్ధచంద్రికలు, రచ్చరేకులు మట్టె రేకులు మొ॥ దేశి రచనలు గలవు. కపోతకమను వృత్తవిశేషము గలదు. శైలి చక్కనిదే కాని శివకవి సామాన్యములగు ఛందో వ్యాకరణ దోషము లనేకము గలవు.

10. కొత్తూరు రామలింగార్యుఁడు:

నాకనాడు కులజుఁడు, సదాశివ గోత్రజుడు. తలి దండ్రులు గోవిందాంబ, గంగిరెడ్డి. కృతి మహాభారత నాటకము. (సి. వి. కృష్ణా

బుక్ డిపోవారి ప్రచురణ మదరాసు. 1949) ఆది పర్వము నుండి శల్య పర్వము వఱకుఁగల తొమ్మిది పర్వములు, గదాపర్వము (భీమ దుర్యోధనుల యుద్ధము) నిందు గలవు. (అచ్చులో సుమారు 300 పుటల గ్రంధము) ఇదంతయుఁ బ్రదర్శనోద్దిష్టమై యక్షగానపు "బాణీ" నున్న రచన. ఇందు ప్రసిద్ధరాగములలో దరువులు, పద్యములు, కందార్థములు, ద్విపదలు, సంధి ద్విపదలు, సంధి పద్యములు, సంధివచనములు సంభాషణ వచనములును గలవు. చోపుదారి ప్రసంగములున్నవి. రచన ప్రశస్తమైనదే.

11. కోటపేటు రాఘవరెడ్డి:

నా(పా?)కనాడు కులజుఁడు. అచ్యుతగోత్రజుఁడు. తలిదండ్రులు పాపమ, వెంకటరెడ్డి. కృతి ధర్మాంగద నాటకము (శ్రీరామానుజ విలాస ము. శా. మదరాసు, 1925) వెంకట పురీశున కంకితము. రచన యాధునిక మని యనిపించుచున్నను సలక్షణము. సరళమైనది.

12. కోసూరి గంగాధరకవి:

యజుశ్శాఖి. హారితస గోత్రుఁడు. గంగరాజపౌత్రుఁడు. పాపమాంబా పుల్లమ్మ రాజుల పుత్రుఁడు. కృతి యొక కురువంజి (ప్రా. లి. పు. భాం. డి. నం. 1857) ముక్తికాంత మనఃకాంత కెుుక చెప్పూట యిందలి విషయము. రచన సరళమైనది. నిర్దుష్టముగాదు.

13. గుడిపాటి రామదాసు:

కాశ్యపస గోత్రుఁడు. వెంకటరత్నామాత్య పుత్రుఁడు. రామయ పౌత్రుఁడు. ఇతని నివాసము వడాలి (కృష్ణా జి. గుడివాడ తా॥) కృతి కాళిందీ విలాసము (ఆం. సా. ప., సం. 905) నాటకాలంకార కావ్య ప్రబంధమని పేర్కొనఁబడినది. కాని భామకలాపపు

"బాణీ" నున్నది. రచన యలంతి దోషములు గలదైనను సరసభావ సమృద్ధము. ఇందు పాత్రలు "తెరలోకి వచ్చుట", తెరవెళ్ళి వచ్చుట, తెరలో నుండియే ప్రసంగించుటయుఁ గలదు. సంవాద సందర్భము లందలి వచనములు ముచ్చట లని పేర్కొనబడినవి.

14. గు డి మె ట్ల రా మ య :

గురునాథ సూరిపుత్రుఁడు. ఇతని కృతి సత్యభామా కృష్ణసంవాదము లేక భామా కలాపము (ఆంధ్రేతిహాస పరిశోధక మండలి ప్రతి సం. 13) కృతి ప్రోత్సాహకుఁడు "బొబ్బిలి నృపాలపాలిత దేశాంతరాళ విలసిత గోళవల సాగ్రహార (పాలకొండ తాలూకా) నివాస భూసు రాగ్రేసర దూసికులీన సూరయాభిధానుఁడు" (కౌండిన్యస గోత్రుఁడు. సుబ్బమాపద్మనాభుల పుత్రుఁడు) ఇదియొక చక్కని ప్రౌఢి సారస్యములుగల భామా కలాపము.

15. గు రు సి ద్ధ లిం గ ము :

ఇతని కృతి శ్రీగిరి కురవంజ. (డి. నం. 1856 శివ పార్వతుల వివాహకథ యిందు వర్ణితము. ఇందలి కురవంజి మాయాశక్తి. ఇది శ్రీ శైలేశున కంకితము. ఇందు నివాళి పదములు, గౌరీ కల్యాణము మొ...పద విశేషములు గలవు. రచన సరళమైనది. నిర్దుష్టముగాను.

16. (ఘ ట్టు) రా మ క వి :

ఇతని కృతి ఎఱుకల కస్తి. (ఆం. సా. పం., సం. 1518) ఎదురుకొండ నరహరి ముద్రగలది. పార్వతి కొరవంజియై సత్యభామ కెఱుక చెప్పుట యిందలి విషయము. రచన యొక మోస్తరు. ఎదురు కొండ కేశవాకింతమైన గొల్లకలాప మొకటి (ఆం. సా. ప. 3807)

యితని రచన కావచ్చును. ప్రా. లి. పు. భాం, ఆర్. 172 పట్టాభిరామాయణమునఁ దత్కర్త ఘట్టు వేంకట రామకృష్ణకవి "తాళాగరాగ సందర్భ నాటక వేషజాతీయ విధములు సల్పినాఁడ" నని చెప్పుకొనెను. ఆతఁడు నీతఁడు నొక్కరే యగుదురేమో!

17. చింతలపల్లి లచ్చిరాజు:

ఇతఁడు ప్రా. లి. పు. భాం., రూపవతీ చరిత్ర య. గా. కృతికర్త యని ఆం. వా. సూ. లోఁ గలదు. దాని మూలప్రతి డి. 132-దానిని బట్టి తయారైన కాగితపుఁ బ్రతి ఆర్. 1469, మూలప్రతి నేఁడేలనో మృగ్యమైనది. అందు గ్రంథకర్త పేరుండి యుండును. ఆం. వా. సూ. కర్తలది చూచి యుందురు. ఆర్. 1469 లోఁ గర్త పేరు గానరాదు. కృతి నాయకుఁడైన జన్నియ ముసల భూపతియే యిందలి కథానాయకుఁడును, అతని మంత్రివర్గమునఁ జింతలపల్లి రామసమంత్రి యొకఁడు పేర్కొనబడినాఁడు. లచ్చిరాజతని తమ్ముఁ డగునేమో! ఈ ముసల భూపతి వంశానుచరితమిట్లు పేర్కొనఁబడినది: పితా పుత్ర క్రమము జన్నియ నరస — కరియ — సిద్ధ — తిమ్మ — వేమ ముసల (1)—పెదవేమ (భార్య సిరియమాంబ)—ముసల (2) భూపతులు, ఈ రెండవ ముసల భూపతియే కృతిభర్త. ఇతఁడు గడియంకభీమ, వడ్డియ వళవిభాళ, శలగోల బిరుదాంకుఁడు. ఇందతని భార్యలు బంధు మంత్రి వర్గమును జాలమంది పేర్కొనఁబడిరి. కాని యితఁ డేయూరి ప్రభువో, ఏపాటి ప్రభువో, ఏనాటివాఁడో తెలియుటలేదు. గ్రంథ విషయము:— ముసలభూపతి సపరివారముగా వ్యారివెడలి యుత్తర పినాకినీ పరీవాహప్రాంత విపినమున వేటలాడి పెన్నయహోబలక్షేత్రమునకేఁగి యటశఠగోప జియ్యరు శిష్యుఁడైన కిడాంబి రామానుజాచార్యుని పుత్రత్రయము వెంకట తిరువెంగళ రామాచార్యులనువారిలో

నగ్రజునిచే శంఖచక్రాంకితుఁడై స్వామికి గరుడోత్సవము జరిపి పురో న్ముఖుఁడాయెను. అపుడు రూపవతియను వారవనిత యతనిఁ జూచి మోహించినది. అంతనామె విరహవేదన — చెలికత్తెచే రాయబారము — నాయకుని సమ్మతి — నాయికా నాయక సమాగమము. ఇది తంజావూరు నాటకములలోని యులా ప్రబంధ ఫక్కినిఁ దలపించుచున్నది. రచన నిర్దుష్టముకాదు గాని సరసముగనే యున్నది. ఇందర్ధ చంద్రికలు, ఏలలు, ధవళ శోభనములు, రగడ, కోలాట పాటలు, మొ ... దేశి రచనలు గలవు.

18. చిగుళ్రేవు కృష్ణమార్యుఁడు :

ఇతని పితృ పితామహులు శ్రీనివాసానందాచార్యులు. కృతి పద్మినీ విలాసము. (ఆర్. నం. 900) తిరువళ్ళూరు వీరరాఘవస్వామి కంకితము. రాయ చౌహత్తమల్లుఁడను రాజు కూఁతురు పద్మినిని శ్రీరంగ పతి వివాహమాడుట యిందలి కథ. ఈపద్మినినే ఒరయూరు నాంచారందురు. ఇందలి దరువులు తాళప్రధానములు. ఇందు ధవళ శోభనములు, కళికలు గలవు. రచనయొక మోస్తరు.

19. చెన్నయ:

ఇతని య. గా. కృతి ఉషా పరిణయము—ఆర్. 753 — ఈ సంపుటమునందేగల చెన్నయ కృతమగు యయాతి చరిత్రే ప్రబంధ గద్యమంది యితఁ డాపస్తంబ సూత్రుఁడు, నాత్రేయసగోత్రుఁడు కృష్ణయ పుత్రుఁడునని తెలియుచున్నది. ఉషాపరిణయమునఁ దాళ ప్రధానములగు దరువులు నొకరెండు దేశిరచనలును గలవు. రచన యప్రౌఢము.

20. చౌదరి రామదాసు :

కమ్మకులజుఁడు. కొలుచునూళ్ళ గోత్రజుఁడు. ప్రపితామహులు వెంకమాంబా ముత్తనలు. పితామహులు గంగమాంబ, నాయఁడు. తలి దండ్రులు కోనమాంబా గురువప్పలు. అగ్రజుఁడు రాయప్ప. ఇతని కృతి రుక్మిణీకల్యాణము. (ఆం. సా. ప. 3750. ఆర్. 458) సరస రచన. సింగీ సింగళ్ళ ఘట్టము మనోజ్ఞమైనది. సింగడు కోతి నాడించిన పాట చక్కఁగా నున్నది. ఇందర్థ చంద్రికలు, ఏలలు, అల్లో నేరేళ్ళు, శోభనము, సువ్వి, లాలి, మట్టె మొ... దేశి గేయములు గలవు. గ్రంథ మధ్యమున "మారకపురీ శ్రీ చెన్నరాయాధిపా" అను మకుటముతో నాల్గుపద్యములు గలవు.

21. జిల్లేళ్ళమూడి వెంకటరామామాత్యుఁడు :

ఇతని కృతి జాంబవతీ విలాసము (ఆం. సా. ప. 3066) తంగిటూరి చెన్న కేశవాంకితము. భామ కలాపము "బాణీ"ని సాగిన జాంబవతీ ప్రణయకథ యిందలి ప్రధాన విషయము. ఇది శృంగార నాటకమని పేర్కొనఁబడినది. ఇందు పదపద్యములు, ద్విపదలు, తాళ ప్రధానములగు దరువులు, ఏలపదములు, సంస్కృత శ్లోకములును (కొన్ని అమరము, గీతలనుండి గృహీతములు) దెనుఁగుఁనఁ దద్వ్యాఖ్యానమును గలవు. గ్రంథ "మభినయ శాస్త్రపద్ధతిని" రచించితినని యున్నాఁడు కవి. రచన సలక్షణము, సరళమునైనది. కవికి శాస్త్రీయత గలదు.

22. జోగరాజు భార్గవకవి :

కౌశికస గోత్రుఁడు. చిదంబరార్యుని పౌత్రుఁడు. సంజమాంబా లక్ష్మీనరసాఖ్యులపుత్రుఁడు. ఇతని కృతి గయోపాఖ్యాన నాటకము.

(వెస్టువార్డు ప్రచురణ, మదరాసు, 1954) కృతి ప్రోత్సాహకుఁడు పెద చింతకుంట పురవాసి కుందూరు శేషారెడ్డి. ఇందు కర్ణాటక హిందూ స్థానీ రాగ తాళములలో దరువులు, జావళ్లు, ద్విపదలు, పద్యములు, ఏలలు, కంధార్థాలు, సంధి – సంభాషణ వచనములు, పాత్రప్రవేశ ద్విపదలు, దరువులు, గ్రంథారంభమున "ద్వారకుని వేషపుకథ" తుద కములో వానిప్రసంగము, వాఁడు పాత్రలను బృచ్ఛించుటయుఁ గలవు. రచన యంతప్రశ స్తమైనది కాదు. గేయనాట్య ప్రయోజనోద్దిష్టమైనది. ఆధునికకృతి యని తోఁచును.

23. లేకుమళ్ళ మృత్యుంజయుడు :

ఆపస్తంబ సూత్రుఁడు, వాధూలసగోత్రుఁడు. చెంచెమ్మ సుబ్బాశాస్త్రుల పౌత్రుఁడు. లక్ష్మాంబా కృష్ణార్యుల పుత్రుఁడు. తల మంచి (నెల్లూరు తాలూకా) పురవాసి. ఇతనికృతి గౌరీశంకర విలా సము. కుడితిపాళెము (నెల్లూరు తా.) వాసి అల్లూరి ఆదినారాయణ కృతి పోత్సాహకుఁడు. "అలకలదోపు యక్షగాన" మని దీనికి నామాంతరము. శివుని దారుకావన క్రీడలఁగూర్చి నారదుని వలనవిని గౌరి యలుక చిత్తగించుటయు, సయ్యావా రమ్మ వారినిఁ దియ్యా రించుటయు నిందలిప్రధానవిషయము ఇందువర్ణమెట్లు, కంధార్థములు నెక్కువ. రచన చక్కనిది.

24. తూము సీతారామదాసు :

ఆధునికుఁడని వినికిడి. ఇతని కృతి శ్రీమద్భగవద్గీతాసారము (రాజన్ ప్రెస్, రాజమండ్రి. ద్వితీయ ముద్రణ. 1933) ఇది కవిచేతనే యక్షగానమని పేర్కొనఁబడి యున్నను నిందు భగద్గీత 18 అధ్యా యములు నొక్కొక్క టొక్కొక రాగైకము దాళైకమునగు కీర్తి

నగాసాగినది ఇదియక్షగానమగు నెడల యక్షగానమింక గేయప్రబంధ మానగాన నాచి యనవచ్చును. ఇందలి రచన చక్కనిది.

25. తేరులపురి నారాయణకవి :

శ్రీవత్సస గోత్రుండు. కిచ్చయప్రపౌత్రుడు చలమయ పౌత్రుండు. మూర్త్యంబా శేషయార్యుల పుత్రుండు. ఇతనికృతి నల చరిత్ర నాటకము (చామరాజ ప్రెస్, చూలై, మదరాసు, 10-9-1903) తేరులపురి శౌరి కంకితము ఇందాశ్వాస విభాగము విశేషము. రచన సలక్షణము సరసము నైనది.

26. దుర్గరాజు చిదంబరము :

భారద్వాజస గోత్రుండు. ఆర్వేల నియోగి. శాణప్పపౌత్రుండు. జానకీదేవి వెంకట రాముల పుత్రుండు. రెంటచింతల పురవాసి. నల్లంకి తిరుమలార్యుని శిష్యుండు. గొట్టిపోళ్ళ వేంకట తిరుమలార్యుడు కృతి ప్రోత్సాహకుండు. ఇతని కృతి అనిరుద్ధ నాటకము. (శ్రీరంగ విలాస ము. శా., మదరాసు, 1930, ద్వితీయావృత్తి. 1953) ఉషానిరుద్ధుల వివాహకథ యిందు వర్ణితము. (గ్రంథారంభమున "ద్వారకపాలి" రాక ((చోబ్దారి యనియు నిందు వ్యవహృతుడు.) వారిపు తురకమున ప్రసంగించుట, పాత్రలను బల్కరించుట, పాత్రప్రవేశపు దరువులు తెరద్విపదలును, సంధి – సంభాషణ వచనములు గలవు). రచన మాధునిక మైనదని పించును. సలక్షణము సరసమునైనదే.

27. దేవర శ్రీనివాసకవి :

మాధ్వుండు. ఆశ్వలాయన సూత్రుండు. కాశ్యప గోత్రుండు. తల్లిదండ్రులు లక్ష్మమ, నారాయణమూర్తి. నెల్లూరు పెళ్ళపాలెపురి

వెంకటరాయుఁడు. ఇతని కృతి అనిరుద్ధ చరిత్రము లేక ఉషా పరిణయము. (ప్రా. లి. పు. భాం, డి. నం. 1968, ఆం. సా. ప., 2397, 3388. అసమగ్రములు. ఆం. సా. ప., ప్రతులలోఁ గవి పేరేలేదు. ప్రా. లి. పు. భాం., ప్రతిలోఁ బేరితోపాటు కైవిశేషములును తెలిసినవి. మూఁడు ప్రతులను సరిపోల్చిచూచి యొక గ్రంథముయొక్క ప్రత్యంతరములే యని కనుగొంటిని). ఇది నాటకమని పేర్కొనఁబడినది. యక్షగాన ప్రక్రియా ప్రకౢప్తమైనది. ఇందలి రచన నిర్దుష్టముగాదు గాని కొందఱను కొన్నట్లు నీరసమునుగాదు. కొన్ని కొన్ని పట్టుల మిక్కిలి సరసమైనది.

28. నందవరము సింగన:

బుక్కపట్టణ నివాసి. ఓబళ మంత్రిపౌత్రుఁడు నారాయణుని పుత్రుఁడు. ఇతని కృతి పారిజాతము (డి. 1901, 1902). కంభము కృష్ణున కంకితము. ప్రశస్తరచన కాదు. అంత ప్రాచీనమైనదిగాఁ దోఁపదు.

29. నాగాన్వయ అప్పయ:

ధర్మాఖ్యుని శిష్యుఁడు. ఇతని కృతి చంద్రశేఖర విజయము (ఆం. సా. ప. 1622). శివుని త్రిపుర విజయకథ యిందు వర్ణితము. ఇది నాటక కావ్యమనియు నాటక ప్రబంధ మనియుఁ బేర్కొనఁబడినది. ఇందు కందార్థములు గలవు. రచన యపేలవమైనది.

30. పట్టాభి రామయ్య:

సూర్యనారాయణసోమయాజి పుత్రుఁడు. ఇతని కృతి సుందర కాండము (ఆం. సా. ప. నం. 181, 275. రెండవదానిలోఁ గవిపేరు

కానరాదు. కాని యది 181 కిఁ ప్రత్యంతరమే). ఇందలి యవతారి కలో తంజావూరు రఘునాథ రాయ రామాయణములోని "శ్రీసీతా లలితాంగీత్యాదియగు పద్యముండుట విశేషము. ఇది గేయ ప్రబంధ మని పేర్కొనబడినది. రచన సలక్షణము, సరసమునైనది.

31. పాతూరి తిరుపతి:

నూతక్కి (గుంటూరు తా.) కరణము. ఆపస్తంబ సూత్రుఁడు. శ్రీవత్ససగోత్రుఁడు. పేరయపౌత్రుఁడు. అమ్మయకు చెల్లమాంబకుఁ బుత్రుఁడు. ఇతని కృతి సుందరకాండము (ఆర్. 870) తుమ్మపూడి (తెనాలి తాలూకా) హనుమంతునకుఁ గృతి. ఇదియక్షగానమని పేర్కొనఁబడక పోయినను నిందు కీర్తనలు, ద్విపదలు, పద్యములు, వచనములును గలవు. కవి కథను నాటకీయముగ నడిపించినాఁడు. కాని రచనలోఁ బట్టుతక్కువ, తప్పులెక్కువ. తుమ్మపూడి హను మంతునకుఁ గృతులగు హనుమద్విజయములేక మైరావణ చరిత్ర ఆర్. 451, ఆర్. 939, డి. 1928, డి. 1929), రామాయణము (ఆం సా. ప. 2986) నితని కృతులే కావచ్చును.

32. పాలవెంకరి బోడిమల్ల భూపాలుఁడు:

గురిగింజ గుంట (జి. కడప, తా. రాయచోటి) పురాధిపతి. అప్ప భూపతికిఁ పౌత్రుఁడు. ఎల్లమాంబా బొజ్జమల్ల భూపతులపుత్రుఁడు. ఇతని తమ్ముఁడొక అప్పభూపతి గలఁడు. ఇతని కృతి జానకీపరిణ యము (ఆంధ్రేతిహాసపరిశోధక మండలి ప్రతి నం 31, ఆం. సా. ప. 354, తం. స. మ. 481—482— ఇందుకర్త పేరు కనిపింపదు కాని పై కృతి ప్రత్యంతరమే యని గుర్తించితిని). ఇది అల్లో నేరేళ్ళు, త్రిభం గులు, రచ్చ రేకులు, తుమ్మెద పదము, ఏలలు, అర్ధచంద్రికలు ,శోభన

శోభనములు మొ... దేశి గీత ప్రబంధము లనేకముగల యక్ష గానము. కోపల్లె కుంభము రామభద్రున కంకితము.

33. శ్రీపేరుంబూదూరి తిరువెంగళామాత్యుఁడు :

యతీంద్ర గోత్రుఁడు. రామదాసార్య పుత్రుఁడు. ఇతని కృతి నీలాచల విలాసము. (ఆంధ్రేతిహాస పరిశోధక మండలి — నం. 395, 49) ఎవరో యక్షు సెల్లెంద్రిరువురు నీలాచల క్షేత్రమును దర్శించి క్షేత్ర దైవతముల ప్రశంస చేయుట యిందలి ప్రధాన విషయము. ఇది య. గా. ప్రబంధమని పేర్కొనఁబడినది. ఇందాశ్వాస విభాగము గలదు. కవి బంధగర్భ కవితా నైపుణి ప్రకర్శించెను. రచన చక్కనిది.

34. పోలుగంటి వెంకట కృష్ణయ్య :

నరసమాంబా చిట్టయ మంత్రుల పుత్రుఁడు. కేశవ గురుని శిష్యుఁడు. ఇతని కృతి శారదకురవంజి నాటకము (కి. 1942). కృష్ణుని ప్రోడి వివాహము గూర్చి తలపోయుచున్న రుక్మిణి కడకు సరస్వతి కురవంజియైవచ్చి యెఱుక చెప్పుట యిందలి విషయము. రచనయొక మోస్తరు. నిర్దుష్టము గాదు.

35. ప్రసంగి రంగప్ప :

ఇతని కృతి రుక్మాంగద చరిత్ర (తం. స. మ. కే. నం. 580-81) నాటకమని పేర్కొనఁబడినది కాని రచన ప్రబంధోచితము. ఇందు ప్రౌఢకవిమల్లన రుక్మాంగదచరిత్ర పద్యములెక్కువ గ్రహింపఁబడినవి. హరవిలాసము. శృంగార శాకుంతలము, కాళహస్తీశ్వర మాహాత్మ్యము, వాల్మీకి చరిత్రము, విజయ విలాసము మొదలగు ప్రబంధములనుండి గ్రహింపఁబడినవియుఁ గొన్ని గలవు

36. భృగుబండ్ల లింగకవి :

పోలనపుత్రుఁడు. ఇతని కృతి లక్ష్మణ ప్రాణరక్షణము. (డి. 1938) పవని గోపాలస్వామి కంకితము. రచన నిర్దుష్టముగాదు. నీరసమైనది.

37. బేతపూడి పరబ్రహ్మకవి :

శ్రీవత్ససగోత్రుఁడు. లక్ష్మీనారాయణామాత్యపుత్రుఁడు. ఇతని కృతి శ్రీయాళ (సిరియాల) నాటకము. (ప్రచురణ రంగా వెంకటరత్నము, గ్రంథ విక్రేత, బెజవాడ సం తెలియదు). భటుని హిందీ ప్రసంగము, పాత్రల పౌరస్త్యపదలు, వచన ప్రసంగములు, గ్రంథమధ్యమున సూత్రధారుఁడు పాత్రలతో సంభాషించుటయుఁ గలవు. రచన సరసమైనది. ఆధునికతా ముద్రగలది.

38. బొడ్డుచర్ల సుబ్బకవి :

నంద వరీకుడు కుత్ససగోత్రుఁడు సుబ్బమాంజ్వాలయామాత్యుల పౌత్రుఁడు. వెంకమాంబా బాచయల పుత్రుఁడు. ఇతనికిఁ గృష్ణయ యను పినతండ్రి: పేరమాంబయను మేనత్త, శేషాద్రి, జ్వాలాపతి పిచ్చమాంబయను ననుజులును గలరు. బండివారి నాగులవరమితని నివాసము. మేడవరము పరాశరావధాని, చింతలపల్లి శివరామయ్యాయు నితని గురువులు. ఇతనికృతి లక్షణా పరిణయము (వంకాయల కృష్ణస్వామి అండు సన్ వారి ప్రచురణ, మదరాసు. 1915) కృతి ప్రోత్సాహకులు మేడవరము తిరుమలయ్య, మార్కాపురవాసి దడికమళ్ల వెంకటప్పయ. గ్రంథవిషయము: కృష్ణునియష్ట మహిషులలో నొకతె యగు లక్ష్మణ పెండ్లికథ. నాటకమని పేర్కొనఁబడినది. రచన సరసమైనది. ఆధునికమైన దనిపించును. ఇందు కందార్థిపులవలె

వృత్తార్థములును, సంభాషణ వచనములును గలవు. (ప్రహ్లాద చరిత్ర. ఎట్టెమరి రామాయణ య. గా.ల కర్త మఱియొక బొడ్డుచర్ల సుబ్బకవి గలఁడు).

39. మూళగిరి కవి :

వావిలపాడు నివాసి. ఇతని కృతి ఉమాపరిణయము. (ఆం. సా. ప. 1319) రచన యొక మోస్తరు. ఇందలి దరువులు తాళ ప్రధానములు కొద్ది దేశి రచనలు గలవు.

40. మేరికపూడి కృష్ణయ :

భారద్వాజస గోత్రుఁడు. ఇతని ప్రపితామహుఁడు వేంకటనారాయణ. పితామహుఁడు పేరయ ఇతని సోదరులు వెంకయ, రంగయ తలిదండ్రులు సీతమాంబా లక్ష్మీనృసింహులు. పెదతండ్రి వెంకటనారాయణ. పినతండ్రి రామయ. అగ్రజుఁడు హనుమత్కవి. ఇతని కృతి రంభారావణ సంవాదము (భైరవ ము. శా.' బందరు, 1895) ఎవరో వేపారి కులజులు కృష్ణరావు, హనుమంతరావు, నాగేశ్వరరావు అనువారు కృతి ప్రోత్సాహకులు. రచన నిర్దుష్టము శయ్యాలాలిత్యముగలది. ఆధునిక కృతి యనిపించుచున్నది.

41. రామకృష్ణారెడ్డి :

భానుపురి నివాసి. ఇతని కృతి తారాచంద్ర విలాసము. (వేంకటేశ్వర ము. శా. మదరాసు 1914) గ్రంథారంభమున రంభోర్వశులరాక గలదు. పాత్రల సంభాషణలు వచనములోఁగూడ సాగెను. ఆధునిక రచన యని తోఁచును. ప్రశస్తకృతి గాదు

42. రామలింగదాసు :

ఇతని కృతి శ్రీనివాస విలాసము (ఆర్. 457 గ్రంథము యొక్క రెండసమగ్రప్రతులు కలిసియున్న సంపుటమిది. గ్రంథమధ్యమున నొకచూర్ణికలో — 11 వ యాకు రెండవ ప్రక్కను, 29 వ ఆకు రెండవ ప్రక్కను మాత్రమే కవిపేరు కన్పించును). శేషాచలేశుఁడు చెంచెతను బెండ్లి యాడిన కథ యిందు వర్ణితము. ప్రౌఢబంధము గూడి ప్రబంధోచిత రచన. ఇందు చెంచుల యుదంతము హృదయంగమముగా వర్ణింపఁబడినది ఇందు మాధవి పాత్రకుఁ ప్రసక్తి గల్గినది.

43. రామలింగ దాసు :

పై రామలింగదాసుఁడు నితఁడు నొకరో కాదో తెలియదు ఇతఁడు పూరి పట్టణ నివాసి. ఇతని కృతి భాగవతము. (ఆం. సా. ప, 4310) కృష్ణజననము, బాల్యము, రుక్మిణీ కల్యాణము, నిందు వర్ణితములు రచన సలక్షణమైనది. మిక్కిలి చక్కనిది.

44. రామానుజమ్మ :

వరయూరు జియ్యరు తిరువడి సంబంధురాలు. ఈమె కృతి శ్రీరంగనాథ పంగుణ్యుత్తరోత్సవ యక్షగానము (1927 లో శ్రీ రామానుజ విలాస ము. శా. లో ముద్రితమై, కొత్తూరు రంగనాయకమ్మచేఁ బ్రచురితము), దీనికి నంబెరు మాళ్ల చరిత మనియుఁ బేరు. ఇది పది నాళ్ళ రంగనాథస్వామి ఫాల్గుణోత్సవపు వేడుకలు ముచ్చటింపఁబడిన గ్రంథము స్వామిరంగనాంచారితో జెప్పకుండ వరయూరి నాంచారి కడ కేఁగుట — నారదుని కైలాటము — రంగనాచారు అలక — నమ్మాళ్వారి తియ్యారింపు — నాయికా నాయకులకు

డలుపు కిఋసంవాదము – తదుపరి సమాగమము మొదలగు విష
ములు గలవు. ఇందు ద్విపదార్ధకందార్ధ వృత్తార్ధములును, బలువిధమ
పాటలునుగలవు. రచన యాధునికమైనదిగాఁ దోఁచును. రకరకమ
దోషముల కాకర మీ గ్రంథము. శ్రవ్యకావ్య ధోరణి హెచ్చు.

45. రాయపురి చెన్నయార్యుఁడు :

ఆత్రేయసగోత్రుఁడు. తిమ్మయజ్వ పౌత్రుఁడు. వేంగమాం
గిరిభట్టుల పుత్రుఁడు. వనిపెంట పురవాసి. ఇతనికృతి మల్లికా కళ
ణము. (ఆం. సా. ప 2043) కృష్ణాతీరస్థ శ్రీచంద్రపురాధిపుఁడ
చంద్రగుప్తుని తపఃఫలితముగా నతనిసతి చంద్రిక పార్వతీదేవినే
వుగాఁ బడయుట. ఆమెయే యేగంటి మల్లిక. ఆమె కల్యాణకథ యిం
వర్ణితము. ఇది యేగంటి క్షేత్రకథయె యుండును. రచన చక్కఁని

46. లాలా కన్నయ .

కాయస్థ కులజుఁడు కాశ్యపసగోత్రుఁడు చెంచుగోవ
దాసు పౌత్రుఁడు తిరుపతి పురవాసి కన్నయ్యలాలియని నామా
తరము. ఇతని కృతులు :– (1) సుంకరికొండని కథ. (శ్రీరామా
నంద ము. శా. మదరాసు, 1906, ఆ డె. ప్రెస్, మదరాసు, 19
1950). సుంకరి కొండడు గొల్లకలాపములందు సాంప్రదాయికపా
ఇందు శ్రీకృష్ణుఁడే సుంకరి కొండఁడైనట్లు గలదు. గ్రంథమంతయు గో
భామకు సుంకరికొండయకు సంవాదముగా నడచినది చివర స్వా
నిజస్వరూపము జూపును. ఇది తిరుపతి గంగజాతర వినోద కా
క్షేపమునకై రచింపఁబడిన నాటకమని కవి యన్నాఁడు. ఇంద
భాష సలక్షణమైనది కాకపోయినను రచన సరసమైనదే. హా
ప్రకృష్టముగ నున్నది. భాషలో విలక్షణత గలదు. భావములు

విరసత్వము నున్నది. ఇందలి యుద్ధాపదములు, 'సీమ చీటీ రవికె గుడ్డ' మొదలగు ప్రయోగములనుబట్టి యిది యాధునికరచన యనవచ్చును. దరువులలోఁ దిరుపతి నరహరి ముద్ర గలదు. (2) శ్రీవెంకటేశ్వర పద్మావతీ పరిణయనాటకము. (ఎస్. వి. ఎస్. ప్రెస్, తిరుపతి, 1909). ఎతత్కృతి పోత్సాహకుఁడు తిరుపతి నివాసి జగన్నాథసింగు కొడుకు తులసీ రాంసింగు. ఇది వైదురాత్రుల కథగా వింగడింప బడినది. ఇందు గ్రంధారంభమున "విఘ్నేశ్వరవేషం రాక" తెర ద్విపద, తెర వెడలు దరువు, పృచ్ఛక వాక్యములు, కంద సీసార్ధములు, సంధి వచనములతోపాటు సంభాషణవచనములును గలవు. రచన యాధునికమైనదని చెప్పవచ్చును. తప్పు లధికముగాని కొంతకుఁ గొంత సారస్యము లేకపోలేదు.

47. లింగన :

వావిలిపాటి నివాసి, వెలమకన్నె కులజుఁడు. చెన్నయ పౌత్రుఁడు రామార్యుని పుత్రుఁడు. ఇతనికృతి వావిలిపాటి కొరవంజి నాటకము (అడయారు ది. స. గ్రంథాలయప్రతి జి. సం. 74874) పుత్రకామేష్టిచేయుచున్న దశరథుని సతులకడకు శివుఁ డెఱుకతయై పోయి వారికి సంతానముగూర్చి యెఱుక చెప్పుట యిందలి విషయము. రచన పేలవమైనది.

48. లోకేరావు సోమన :

ఇతని బలభద్ర విజయ ద్విపదకావ్యము (తం. స. మ. కే. సం 300) నుండి యితఁడు లక్ష్మణాదేవీకళ్యాణము, శుకరంభా సంవాదమునను రెండు యక్షగానములను రచించినట్లు తెలియుచున్నది కాని గ్రంథము లలభ్యములు.

49. వాలె కోటయ్య :

బుచ్చయ్యపౌత్రుఁడు. లింగమాంబా రాచయ్యల పుత్రుఁడు. నాగలింగయ్య, చెన్నమల్లయ, ముసలయ్య అనువారల కనుజుఁడు. మహాదేవికి సోదరుఁడు. బీబిపేట సుంటామరస్థిత మహాదేవర శిష్యుఁడు. పచ్చకాంత భగినీపుత్రుఁడును తోట మరబోధ సుర్తివాసియునైన మంచికంటి నాగలింగయ్య కృతి ప్రోత్సాహకుఁడు. కృతి చిఱుతొండ భక్తకథానిధానము (ఆర్. నం. 497). కథ ప్రసిద్ధము. బసవ పురాణోక్తము. ఇందు శివకవి కృతిసహజములైన దోషములు గలవుగాని యక్కడక్కడ రచన సరసముగనే యున్నది. (ఇది తెలంగాణము నకుఁ జెందినకృతియని తోఁచును.)

50. వాసిలి సుబ్బయ :

విశ్వబ్రాహ్మణుఁడు. వీరబ్రహ్మాఖ్యుని పౌత్రుఁడు. కామమాంబా వేమయాచార్యుల పుత్రుఁడు. అరికట్ల సోమయాచార్యుని శిష్యుఁడు. ఇతనికృతి రాజయోగసార నాటకము (వంకాయలకృష్ణస్వామి సెట్టి ప్రచురణ, మదరాసు, సం. 1910 కాఁబోలు) ఇందలి విషయము కపిలదేవ హూతీ సంవాదము. తాత్త్వికము. భాగవతము నుండి గ్రహింపఁబడినది. రచన ప్రశస్తమైనది కాదు. ఆధునిక మనిపించుచున్నది. కృతి మహిమలూరి వేణుగోపాలున కంకితము.

51. వీరభద్ర కవి :

“మరకాణ భూమీశ వరలబ్ధ కవితాధురంధరుఁ” డఁట. అతని తలిదండ్రులు కాళమాంబా లింగనాఖ్యులు. కవి పితామహుఁడు నీలకంఠయ దేవీకీర్తనలు రచించినాఁడఁట. కవి ముత్తాత (పేరు

తెలియదు.) కన్నప్ప చరితమను కావ్యమును సంతరించెనఁట. ఇతని కృతి సీమంతినీ చరిత్రము (డి. 1960). కృతిప్రేరకుఁడు గ్రంథకర్తకు మేనమామ కొడుకు, నాకాంబికా వల్లభుఁడునైన శాంతయ. కృతిపతి ఆరణీపురము చంపకేశ్వరస్వామి. గ్రంథవిషయము సోమవార వ్రత మాహాత్మ్యకథ. ప్రదర్శనోపయోగి కాకున్నను రచన చాల చక్కనిది.

52. వీరభద్ర కవి :

ఇతనికృతి శివభాగవతము (ఆర్. 800. కేటలాగులో నితని పేరు గుర్తింపఁబడలేదు). ఇందు కవిచేఁ బ్రాదర్తి లక్ష్మణేశ్వరస్వామి వెల్లపూడి మల్లేశ్వరస్వామి, మాలెకొండ నృసింహస్వామియు స్మరింపఁబడిరి గ్రంథవిషయము :— విప్రలబ్ధయగు పార్వతికడకుఁ గొరవంజి వచ్చుట — సింగి సింగళ్ళసంవాదము — శివపార్వతుల సమాగమము — నారదుఁడొక దివ్యకదంబ పుష్పము నర్పింపఁగా శివుఁడది పార్వతికిచ్చుట —గంగ చెలికత్తె యా సంగతి నామెకుఁదెల్పుట మొ॥ ఈగ్రంథము కొరవంజియని పేర్కొనఁబడినది. భామకలాపపుఫక్కి యెక్కువగాఁ గలవి. ఇది శివకథ యగుటచే సఖిపాత్రపేర మాధవికి బదులు శాంభవి యైనది. రచన బాగులేకపోలేదు.

53. వృద్ధదాసు :

ఇతఁడు శ్రీమందానంద శైలవాసియైన శ్రీచంద్రచూళి సద్గురుని శిష్యుఁడు. (కపిలదేవహూతి నాటకమును రచించిన తిరునగరి వెంకటదాసుగూడ నాతని శిష్యుఁడే) గోలిపురవాసి. ఇతనికృతి పంచపాండవులనాటకము (అ. వై. ప్రెస్, మదరాసు, 1928) గ్రంథముపై విరాటపర్వమనియు, భీమసేనవిలాసమనియు గీచకునివధమనియు ముద్రితమైయున్నది. కాని గ్రంథకర్త పలుతావులఁ బంచపాండవుల నాటక

మని యే పేర్కొనినాఁడు. ఇది యక్షగానమనియుఁ బ్రబంధమనియు బేర్కొనబడినది. ఇందలి విషయము విరాటపర్వ కథయందు భీముఁడు కీచకుని ద్రుంతునని ద్రౌపది కభయమిచ్చువఱకును గలదు. ఇంద ద్వారపాలకునిచేఁ బృచ్ఛింపఁబడి పాత్రలు స్వవిషయమును జెప్పుట గలదు. సంవాదశైలి యెక్కువ. రచన దోషభూయిష్ఠమైనది. ఆధునిక కృతిగాఁ దోఁచును. ఇందు కురుమూర్తిహరి ఫలుమఱు స్మరింపఁ బడినాఁడు. ఇది తెలంగాణకుఁ జెందినది కావచ్చును.

54. వెంకటదాసు :

గంగ రాజేంద్రపురవాసి. వైష్ణవుఁడు. సింగరదాస పౌత్రుఁడు. నారాయణాంబా గోవిందదాసుల పుత్రుఁడు. ఇతనికృతి ధర్మాంగద నాటకము. (ఆర్. 1368). ఇందలి చోబ్దారికథ, మంత్రసానిపాత్ర, తెర ద్విపదలు మొదలగువాని యునికినిబట్టి చూడనిది 19 శ. రచనగాఁ దోఁచును. రచన యప్రౌఢమైనది.

55. వెంకటదాసు :

ఇతనికృతి కోటగిరి లేక మోలపూరి ధర్మాంగద చరిత్ర. (సుబ్రహ్మణ్యవిలాస ము. శా. మదరాసు, 1917, చందా నారాయణశ్రేష్ఠి సికింద్రాబాదు, 1952. మీఁదఁ బేర్కొనఁబడిన వెంకటదాసకృతి వేఱు, ఇది వేఱు, ఆకవులే వేర్వేరు.) ఇందు ప్రారంభమున రంభోర్వశుల రాక చెప్పఁబడినది. ద్వారపాలకుని పృచ్ఛలు. పాత్రల స్వవిషయోద్ఘాటనము, తెరవెడలు కీర్తనలు, దరువులలో కోటగిరీశ, పెద్దపురీశ, సింహగిరి నారసింహా ముద్రలు గలవు. రచన యాధునికమైనదని యనిపించుచున్నది. అతి పేలవమైనది.

56. వెంకటదాసు :

మీఁద పేర్కొనఁబడిన వెంకటదాసులు నితఁడును వేర్వేఱయి యుందురేమో; ఇతని కృతి గొల్లకలాపము (ఆర్. 487) ఇందు గొల్లభామ సముద్రమథన కథ నాఖ్యానించుట ప్రధాన విషయము. రచన యొక్కింత చక్కనిదే. ఇందు బొండపల్లిరామలింగ సఖుఁడు (దేవుఁడు) పేర్కొనఁబడినాఁడు.

57. వేంకటపతి కవి :

నవ (నర) సింహపురి కరణము. ఇతనికృతి కాళింగ (కాళీయ) మర్దనము. (డి. 1847. 48, అ. డై. ప్రెస్. మదరాసు 1925, 29). తిరునల్లికేణి పార్థసారథి కంకితము. ఇందు దరువులు తాళప్రధానములు కతిపయ దేశి రచనలు గలవు. ఒక్కింత ప్రాచీనమైనదిగాఁ దోఁచును.

58. వేంకటసూరి :

ఇతఁడు నారాయణసూరి పుత్త్రుఁడు ఇంతకంటె నితని గూర్చి విశేషములు తెలియవచ్చుటలేదు. ఇతనికృతి 'గరుడాచల విలాసంబు నృసింహనాటకంబు' (ఆర్ 1571) ప్రసిద్ధమైన చెంచులక్ష్మి కథ యిందు వర్ణితము వర్ణనాబహుళమయ్యు సంవాద శైలీప్రచురము. రచనయొక్క మోస్తరు.

59. వెంకటాద్రి :

శ్రీవత్ససగోత్రుఁడు వైష్ణవుఁడు. ఎక్కోజిమంత్రికిఁ బౌత్రుఁడు. తిమ్మోజికిఁ బుత్రుఁడు. ఇతనికృతి సుభద్రావివాహము (డి. 1967 ఇందలి దరువులును దాళప్రధానములే. రచనయొక్క మోస్తరు

60. వెలువలి పెద్దయామాత్యుఁడు :

ఇతని కృతి భద్రకాళీకల్యాణము. (డి. 1913). ఇందు మురుమళ్ళ పురమున వెలసిన భద్రకాళీ వీరేశులపరముగా పార్వతీపరమేశ్వరుల కల్యాణకథ వర్ణితమైనది. ఇందలి దరువులు తాళప్రధానములు భాష గ్రాంథికమేగాని నిర్దుష్టముగాదు. రచన పేలవమైనది.

61. శేషాచలదాసుఁడు :

కృష్ణగాయపురి కృష్ణాపట్టణము నివాసి. బోధాయన శేఖర సూత్రుఁడు. భారద్వాజసగోత్రుఁడు. శేషము రఘునాథార్యుని (శైల శేఖరమహీపాల చరిత్ర ప్రబంధకర్త యితఁడగునా ?) పుత్రుఁడైన తిరువేంగనార్యుఁడీతని గురువు. ఇతని కృతి గొల్లకథ (సముద్రమథనమనుపేర 1906 లో మకరాసు మురహరి ము. శా. లో ముద్రితము) అనఁగా గొల్లకలాపము. చల్లనమ్మవచ్చిన గొల్లభామ సముద్రమథన కథ నాఖ్యానించుట యిందలి ప్రధాన విషయము. ఇందు సుంకరి కొండయకు బదులు శ్రీకృష్ణుఁడే గొల్లభామను బట్టవచ్చును. ఇది నాటకమని పేర్కొనఁబడినది. రచన యొకమోస్తరు.

62. శేషాంబ :

ఈమె నివాసము కర్నూలుజిల్లా కోయిలకుంట్ల తాలూకా పందిపాటి గ్రామము. ఈమె కానాలవారి యాఁడుపడుచు. కానాల రంగయగారి పుత్రపంచకమునఁ గనిష్ఠుఁడు, నాశ్వలాయన సూత్రుఁడు, వసిష్ఠసగోత్రుఁడు, నందవరీకియు నగు మల్లయగారికి దత్తపుత్రుఁడైన రామస్వామి యీమె తండ్రి. తల్లి నిట్టు రప్పయ్యగారి పుత్రి రంగమాంబ. ఈమె తన తమ్ముఁడు శేషయ్య ప్రోత్సాహమున మిత్ర

లందాపరిణయ నాటకమును (1919 లో అనంతపురము బాలభారతీ ముద్రాలయమున ముద్రితము) నందిపాటి కృష్ణమ్మ రచించినది. మిత్రవింద శ్రీకృష్ణుని యష్టమహిషులలో నొకతె. భాగవతమున నసిప్పంచిరమునగానున్న యామె పరిణయకథను నపూర్వపాత్ర చిత్రణము తోడను, సరస సంభాషణలతోడను, సన్నివేశములతోడను మాంసలముగాఁ దీర్చి మనోజ్ఞనాటక ఫక్కికను రచించినది శేషాంబ. గ్రంథారంభమునఁ జోపుదారి మొదలు ముఖ్యపాత్ర లన్నిటికిని ప్రావేశిక ధ్రువా గానముతోడనే రంగప్రపక్తి. తరంగములనుచేర నున్న తాళజతు లిందలి రచనావిశేషములలో నొకటి. ఇది యాధునిక కృతియై యుండును.

63. శ్రీరామపుత్రి:

ఈమె తనపేరు చెప్పుట కిష్టపడక తండ్రి పేరు చెప్పినది. కాని తండ్రిది కౌశికగోత్ర మనియుఁ దనది శౌనక గోత్రమనియుఁ జెప్పినది. ఈమె తల్లి విశాలాక్షమ్మ. ఈమె కృతి సీమంతినీ చరిత్రము. (1907 లో మదరాసు శ్రీ రాజరాజేశ్వరీనికేతన ము. శా. యందు ముద్రితము) సోమవార మాహాత్మ్యకథ యిందలి యితివృత్తము. రచన కడు చక్కనిది. ఇందలి దరువులు తాళప్రధానములు "ఓడం" అను రచనా విశేష మొకటి యిందుఁగలదు.

64. సిద్ధనగౌడు:

ఇతఁడు తట్రకల్లు (గుత్తి తాలూకా, అనంతపురము జి.) నివాసి. ఇతని తలిదండ్రులు గౌరి, సింగన. ఇతని కృతి సారంగధర చరిత్రము (ప్రచురణ, ఎన్ వి గోపాల్ అండు కో మదరాసు, 1935, 1949). ఇది నాటకమని పేర్కొనఁబడినది. ఇందు గ్రంథా

రంభమునఁ గథాసంగ్రహ ద్విపదయుఁ జోఘుదారి రాకయుఁగలవు. రచన యొకమోస్తరు.

65. సూర్యనారాయణశాస్త్రి సుత :

ఈమె పేరేమో తెలియదు. ఈమె కృతి శుక చరిత్రము (దీని వ్రాఁతప్రతి యొకటి తే 20 - 12 - 1900 న వ్రాయఁ బడినది. శ్రీ నేదునూరి గంగాధరం గారు తూ. గో. జిల్లా చొప్పెల్ల గ్రామ వాస్తవ్యులైన శ్రీ వాడ్రేవు శేషగిరిరాయకవి గారినుండి సంపాదించి దయతో నాకొసంగిరి. ఆకవిగారు దీని నెవరో పాడఁగా వ్రాసికొనిరఁట) ఇది సరికొల్లాపాట (పేట) వేణుగోపాలున కంకితము జనక మహా రాజునకుఁ బ్రజ్ఞాంగన యందాంతరంగిక యజ్ఞఫలముగా ముక్తికాంత పుట్టుటయు నామెను శ్రీశుకునితో వివాహ మగుటయు నిందలి విష యము రచన యొకమోస్తరు. ఇందలి సాంకేతిక సంవిధానము సహ జసముగ నున్నది.

ప రి శి ష్ట ము

(2)

కర్తృత్వము తేలని యక్షగానములు

1. అంబా వివాహము :

(ఆం. సా. ప. సం. 253). పార్వతీ వివాహమిందు వర్ణితము. ఇది కొరవంజి నాటకమని పేర్కొనఁబడినది. ఇందుశివుఁడే కొరవంజియై

విరహోత్కయగు పార్వతీదేవిని సముదాయించుఁ గొనును. బ్రహ్మ సింగఁడగును. ఇం "దాస్థానసంతోషి" పాత్ర గలదు. రచన యొకింత చక్కనిదే.

2. అలమేలు మంగా విలాసము :

(డి. 1835, తిరుపతి శ్రీ వెంకటేశ్వర ప్రాచ్య పరిశోధనాలయమున నొక ప్రతిగలదు. నం. 7109) ఇది వెంకటాచలపతి దేవుని కల్యాణము. కృతిప్రేరకుఁడు మూళ్ళగిరి మంత్రి. ఆర్వేల నియోగి, భారద్వాజస గోత్రుఁడు, నాపస్తంబసూత్రుఁడునైన తేజమంత్రి కిరువురు భార్యలు. అందు కొండాంబకు రామమంత్రియు, సుబ్బాంబకు వెంకటరాయఁడు, మూళ్ళగిరి మంత్రియుఁ బుత్రులు. ఈ మూళ్ళగిరియే కృతిప్రేరకుఁడు. ఇతఁడు కవిని వత్సర గ్రాసవాసములు, నూఱు వరహాలు, జోడు సెల్వాలునిచ్చి సత్కరించెనఁట. మూళ్ళగిరి మంత్రికి సుబ్బమయను భార్యయు, శ్రీనివాసుఁడను పుత్రుఁడును గలరు. ఇతనియింటిపేరు బండి, ఒంటి, బద్ది — ఈమూఁడిట నొకటి కాఁదగును. తేజమంత్రి మెల్పాగొండ పురము దళవాయి యఁట. గ్రంథమునఁ గామగిరి రామేశ్వరదేవుఁడు స్మరింపఁబడినాఁడు. అలమేలు మంగకు లక్ష్మీదేవికిని సవతిమచ్చర మిందు వర్ణితము. రచన బిగిసక్కువ. ఛందోదోషము లెక్కువ.

3. ఉషా పరిణయము :

(తం. స. మ. కే. నం. 473) చంద్రభాను చరిత్ర, విజయవిలాసము మొదలగు ప్రబంధములనుండి పద్యములు గ్రహింపఁబడినవి.

4. ఎఱుకలవేష కథ :

(డి. 1839 - 41) ఇందు విరహిణియగు సత్యభామ కెఱుకత యెఱుక చెప్పుట. సింగితో సింగని సంవాదమును గలవు. ఎఱుక

దేవుల పట్టికలోఁగాక ప్రత్యేకముగాఁ గలిదిండి భోగలింగఁడు, పూల పల్లి పంకజనేత్రుఁడును స్మరింపఁబడిరి. రచన చక్కనిదే.

5. కణ్వచరిత్రము :

(ఆర్. 1625). కణ్వుఁడు శివభక్తుఁడు. శివభక్తుల కలవి గానిదను లుండవు, ఇంద్రోపేంద్రాదులనైన శపింపఁ గలరని చెప్పుట గ్రంథ పరమార్థము. రచన యప్రౌఢమైనది. అదియొక మాదిరి యాస గలది. అయినను కొంచె ముపయుక్తమైనది.

6. కురవంజి :

(డి. 1854) కుండిన పుర గోపాలాంకితము. సరస్వతి యొక్క నేతమై రుక్మిణి కెఱుక చెప్పుట యిందలి విషయము. సింగి సింగళ్ళ సంభాషణయుఁ గలదు. సింగఁడు కోతి నాడించిన పాటయు, వాని వాలకము వర్ణితమైన యొక "పువలా (పువ్వాల) ద్విపదయు" విశేషములు. రచన దుష్టము, బేలవము నైనది.

7. కొరిమెల్ల కురవంజి .

(ఆర్ 978). ఇందలి విషయము ప్రియ నిరీక్షణమున, సపత్నీ వ్యసనమునను న్న సత్యభామకడ కెఱుకత వచ్చి స్వజాతివృత్తము, సంగనాముద్రికాదికము నుపన్యసించుట — చివర సింగి సింగల ప్రసంగ మున్నది.

8. కృష్ణ కథ :

(డి. 1860 - 62) ఇందలి విషయములు :- నర్మసచివుఁడగు మాధవునితోఁ (మాధవితో) గృష్ణుఁడు తనయవతార వివాహో

వంశములు ముచ్చటించుట - అష్టమహిషుల రాకలు - కృష్ణుని వారి సౌందర్యమును వర్ణించి రాగగుణించి ముఖ్యరాండ్రుగా ప్రశంసించుట - మాధవుని హాస్యప్రసంగములు - రాధ రాక - రాధాకృష్ణుల సంవాదము. ఇచట యొకవిధముగా సరసమైనదే. క్రీ. 1861 ప్రతి ముఖపత్రమందు ఇట్లున్నది :- " ఆట భాగవతమందు కృష్ణకథ. కొందరు యీ కలాపము అంతా కేదారగౌళరాగం చేత వినుపిస్తున్నారు. కొందరు సకరాగంమీద రాగాప్పుడకని ప్రత్యేకం రాగాలు పాడి వినుపిస్తారు. ఈసంగతి వశాలకొరకు వ్రాయబడ్డది. "

9. కృష్ణ జననము :

(క్రీ. 1859). దేవకి పురిటినొప్పులు, మంత్రసాని బిలిపించవలె ననుట, ఆమెరాక చెప్పుటచేసేదు, పురిటింటవచ్చును - ఇవియిందలి విషయములు. ఇచట కొంత హాస్యము.

10. కృష్ణ వేషము :

(ఆ. సా. ప. 3061. పరిషద్గ్రంథపట్టికలో నందలి విషయములు " ఏటుక మొదలైనవి " అని వ్రాయబడి యున్నవి. కాని యిందేటుక ప్రసక్తి లేదు. క్రమసంఖ్యలో నున్న మొదటియాటకాలు నీ కృష్ణవేషము. పెదప ఏక గూడు పిటీయాటలకు గొల్లకలాపమునకు సంబంధించినవి గలవు. అందాద్రతేయమార నెమ్మికంటి ప్రసంగములు స్మరింపబడినవి) ఈకృష్ణవేషమునకు యెత్తుగడలో పై కృష్ణవేషమును బోలినదే. ఇందు రాధా రుక్మిణులతో కృష్ణుడు కూర్చుండగా నారదుడు వారి పారిజాతమును బట్టుకొని వచ్చుటయు, సత్యభామాగమన సూచనయు గలవు. కవిత్వ మొకింత సరసమైనదే. తిమ్మనామాల పద్యములు కొన్ని గ్రహింపబడినవి.

11. కృష్ణసంబంధి కథ :

(ఆం. సా. ప. 3807. ...)...

12. గొల్లభామ పదము :

(ఆం. సా. ప. 2778). ...

13. గొల్లవేషపు కథ :

(ఆం. సా. ప. 3515) ... ఆం. సా. ప. 2778 ...

14. గొల్లవేష కథ:

(డి. 1875, 1876). ఇందు రెండు ప్రతులలో ముద్రలు మాత్రము గానరావు. గొల్లల రీతులు, కులమర్యాదలు, వేషములు మొదలగు నవి యిందలి విషయములు. సముద్రమథన కథ, మంకెన కొండని కథయు లేవు. పోల్కమ్మ గొల్లభామ వేషము కథగా గొంతుపాటిక గలదు గాని పెళ్ళియయినగా నిది కొన్నరచన.

15. గోకర్ణేశ్వర విలాసము:

(రం. సా. ఎ. 1854) ధర్మపురి నివాసి గోకర్ణేశ్వరుని సంబంధము. ఇందలి విషయము:— ఆంధ్రదేశమున గృష్ణాతీరమున గోకర్ణ క్షేత్రమున దానినాని మునిపత్నులు తెలుపని సూర్యమునుద్దేశించి యను భవము పురోపలల్లికొని తెలుపుచేయు చున్నానని నారదునకు తెలుపు నని చెప్పెను. అతండు గాంచిన మేతుండె యని యటకు బోవును. అచటను గోకర్ణమునకు సతీసమేతముగ వచ్చినంతనులను నారదునికడ దానినా వనాంగనలు సమచింపక వెళ్ళిపొచ్చిరి. నారదుడు వెంటనే చెప్పిన నాటివిష యము నివేదించును. తదుపరి గ్రంథభాగము కొఱవడినది. ఇందలి రచన సలక్షణము, సరళము నైనది. ఇది శృంగార సంకీర్తనాలుని మని చెప్పనగుచున్నది.

16. చంద్రశేఖరవిలాసము:

(లెం. ఎ. కే. నం. 519). ఇది అష్టావధాని కవి కృతమని యున్నది. ఆ యష్టావధాని యనునది కవి బిరుదనామమై యుండును. నారదుడొక పారిజాతమునకై నంగా గోపికలను సవతికయ్యము గల్పించుట యిందలి ప్రధాన విషయము. ఆ పిన్నలు తనచెంతటమున నొకనొకనంగి మన్నన మానినవారొకొకటి నీనిని, నవనాథ సిద్ధులు

మొ. వారిని బలిపించుటయుఁ ఏదుర్గ సురతాణ్ జక్కిణీ యను నొక రచనా విశేషము (సం. 816 క్రింద కేటలాగులో నిర్దేశము) గలవు. ఈ గ్రంథ మొక తప్పులతడిక. ఇందు రెండు మూఁడుచోట్ల మరాఠీ ప్రయోగములు నున్నవి. ఇది తంజాపూరు మండలమునఁ బుట్టిన రచనగాఁ దోఁచును. ఇందుఁ దాళ్ళపాక వారి సంకీర్తనల ప్రసక్తి వచ్చినది.

17. జలక్రీడ :

(డి. 1881-2. కేటలాగులో నీ రెంటిని ప్రత్యేక గ్రంథములుగా నుదాహరింపఁ బడినవి. కాని రెంటికి భేదము స్వల్పము. రెంటిట జంపెప్పూరి, ఊటమూరి, తిరువళ్ళూరు స్వాముల ముద్రలున్నవి). కృష్ణుని గోపికావస్త్రాపహరణ మిందలి విషయము. రచన యొకమోస్తరు. (డి. 1882 లో జలక్రీడ తరువాత విజయరాము నేలిన భుజగశయనుని కంకితమైన యొక భామకలాప భాగమున్నది. అందును జంపెప్పురీశుఁడు స్మరింపఁబడినాఁడు).

18. నారదకొరవంజి కట్టణ :

(డి. 1943 - ఇది శారద కొరవంజియని కేటలాగు. అది సరి కాదు) నూఁహూరిచెన్నకేశవాంకితము, ఇందలి విషయము :- కంస నిర్బంధమున నున్న దేవకీదేవికడకు నారదుఁడు కొరవంజియై పోయి కృష్ణజననము గూర్చి యెఱుక చెప్పుట. ఆ ప్రసంగమునఁ గన్నడము కొద్దిగాఁ బ్రయుక్తము. రచన దోషయుతము.

19. లీలావతీ విజయము :

(డి. 1866 — కేటలాగులో నిది దాసరివేష కథ యని పేర్కొనఁబడినది. దాసరివేష మన్నది గట్టివాసు భాగవతుల పగటి

వేషములలో నొకటి. కవి రచించిన "లీలావతీపరిణయ మను నాటక" మని మాత్రము చెప్పఁబడెను. పగటిచుక్క యను పేరు దొంగవాని పాత్ర గలదు. ఈ పగటిచుక్క వేషము వాదివేషముగా నుపయోగింపఁబడిన దగునేమో తెలియదు. (ఏతత్ప్రతిగ్రంథము తెం. స., కే. నం. 543 సంఖ్యాకమునను గలదు). గ్రంథవిషయము:— ఉజ్జయినీ భోజరాజపుత్త్రి లీలావతి పదునాఱేండ్ల కొమ్మయని చెప్పి యామెను బెండ్లాడుమని యొక పురోహితుఁడు మగధరాజును బ్రోత్సహించును. భోజరాజు సమ్మతింపఁడు. మగధేశుఁడు తన సామంతులతో వాని సర్వస్వ మిత్తునని ప్రకటన గావించును. అంతఁ బగటిచుక్క యను దొంగ యంతఃపురమునకు బూనుకొని భోజరాజపుత్త్రి యున్నచోటికి వచ్చి రాజపుత్త్రిని మంచముతోఁగూడఁగొని పోవుచుండును. ఆమె దారిలో మెలఁకువ గలిగి మూర్ఛ నభినయించును. అప్పు డా సమీపమున మృగయావిహారార్థము వచ్చి విశ్రాంతుఁడై యున్న మాళవరా జామె మొఱవిని చోరుని దండించి యామె నుజ్జయినిఁ జేర్చెను. భోజరాజామెను మాళవపతికే యిచ్చి వివాహ మొనరించును. ఇందలి కథాసన్నివేశము చిన్నది. రచన యొక మోస్తరు. కవులలో అప్పయచాటేశ్వరుఁడు, అగస్త్యేశ్వరుఁడును స్మరింపఁబడిరి.

20. పాండవాజ్ఞాతవాసము

(తెం. స. ము., కే. నం. 542). దీని ముఖపత్రమున విరాట్ పురుష నాటకమని యున్నది. గ్రంథనామము పాండవాజ్ఞాతవాసమైనను భారతకథ యంతయు సంగ్రహింపఁబడినది. అజ్ఞాతవాసకథలో నొక ముఖ్య ఘట్టమైన సైరంధ్రీ కీచకమే గ్రంథమంతటి నావరించినది. ఉత్తర దక్షిణ గోగ్రహణముల యుద్ధమే లేదు. ఇందు దిక్కనగారి భావములు, పదబంధములు, విజయవిలాస కవి నిర్ణయాదులందలి

పద్యములు, అక్కయ భీమసేనవిజయ య. గా. పంచలి దరువులు నెఱవు తెచ్చుకొనఁబడినవి. పురాతనసంస్కృతగ్రంథము లందలి ప్రసిద్ధ శ్లోకములును కొన్ని గ్రహింపఁబడినవి. ఆయాశ్లోకముల కనుగుణముగ దేశగుణ రచన వ్యాఖ్యానము గలదు. ఏతద్గ్రామమ్మున కొందల కేగఁ జేసినాఁడో కాని మూలకవి స్వతంత్రరచనయుఁ జక్కఁగఁ జేయుచున్నది.

21. పారిజాతము :

(డి. 1903, 1904). కృష్ణుని రాణులు, రాధికయుఁ గలసి చేయు వృత్తాంతములు తెల్పుటతో గ్రంథారంభము. తరువాత పారిజాతఘట్టము. రచన చక్కనిదే. తిమ్మన కవితల పద్యములు గ్రహింపఁబడినవి. ఇందు రావిగొండపేట గన్నరాయుఁడు, రామ తీర్థపురి, వెల్లటూరి గోపాలుఁడును స్మరింపఁబడిరి.

22. పారిజాతాపహరణము :

(డి. 1905) వేంకటేశ్వరాంకితము. తిమ్మన ప్రబంధానుసరణము లెక్కువ గలదు. తాళప్రధానములైన దరువులును కోలాట పాటి దేశిరచనలును మిగిలి రచన బాగుగనే యున్నది. అర్ధచంద్రికలు పలుతావులలోఁ బ్రస్తరింపఁబడుట యొక విశేషమిందు.

23. పారిజాతము లేక భామా కలాపము :

(తం. నా. సం. 173) ఇదియొక సంకలితగ్రంథ సంపుటము. ఇందు చెరుకూరి నారాయణకవి, భారతి రామరాజు, మాతృభూతేశ మొదలగువారి పారిజాత యక్షగానములనుండి దరువులు, కలువాయి శతకమునుండి పద్యములును గ్రహింపఁబడినవి. అటుకులు హత్తుకొని యున్నవి.

24. పెరుంకూరత్తాళ్వారు చరిత్రము :

(ఆం. సా. ప. 175) ధన్విపురీశున కంకితము. దక్షిణదేశమున వైష్ణవ మతప్రవర్తకులగు పన్నిద్దరాళ్వారులలోఁ గూరత్తాళ్వారొకఁడు. ఆళ్వారుల చరిత్ర మాచార్యసూక్తిముక్తావళి మొదలగు గ్రంథములలోఁ గలదు. కూరత్తాళ్వారు చరిత్రమున గాండ్లసతి వైకుంఠమున కేఁగిన కథయు నదృశ్యచోరుని కథయు నిందు వర్ణితములు. ఇందలి భాష సలక్షణమైనదే కాని రచన యొకమోస్తరు.

25. ప్రహ్లాదవిజయము లేక చరిత్ర :

(ప్రచురణ :- మంగు వెంకటరంగనాథరావు. ముద్రణ :- శ్రీరామానంద ము. శా., మదరాసు 1905). ఇందలి దరువులలోఁ కఱచు రామానుజపురి విహారుని ముద్రగలదు. అచటచటఁ జండసిరి కొండ నరసింహుఁడు స్మరింపఁబడినాఁడు. రచన యొకమోస్తరు.

26. బాలింత కథ :

(తం. స. మ. కే. నం. 484). దేవకీ వసుదేవుల తపస్సు, దేవకి వేవిళ్లు, బలరామకృష్ణుల జననము నిందలి విషయములు (బలరాముఁడు రోహిణేయుఁడు గాని దేవకీతనయుఁడుగాఁడు). రచన పేలవమైనది. దోషజుష్టము.

27. భాగవతము :

(అడయారు డి. స. గ్రం. జ. నం. 74790). కృష్ణజననాదిగాఁ గంసవధము వఱకుగలఁ దశమస్కంధ కథ యిందు వర్ణితము. సత్యపుర వేణుగోపాలున కంకితము. రచన చక్కనిదే.

28. ఖామకలాపము :

(ఆర్. 481) రాయఘుడ వల్లభనారాయణస్వామి ముద్ర గలది. రాయఘుడ ఓఢ్ర దేశములోనిది. కథాప్రణాళికలోఁ గ్రొత్త దనమేమియు లేదుగాని రచన స్వతంత్రమైనది. రచన కొంత చక్క నిదే. (ఇది గొల్లకలాపమని కేటలాగులోఁ దప్పుగాఁ బేర్కొనఁ బడినది.)

29. ఖామకలాపము :

(డి. 1919). "ధరసింహాసనమై నభంబు గొడుగై" అను ప్రసిద్ధమగు దసరా పద్యముతో దీని యారంభము. ఇం దెఱుకఘట్టము విశేషము. కవి తన యాకృతిని జక్కిణియని పేర్కొనుట విశేషము లలో విశేషము. రచన చక్కనిదే.

30. ఖామకలాపము :

(ఆర్. 429, డి. 1916–18) ఇదియొక కలగూరగంప సంఘటము. ఇందలి దరువులలోఁ గొడవల్లూరు, పిప్పర, కలువాయి, తరిగొండ, ఆత్రేయపురి, మొగలతుర్తి దేవర పేళ్లు గన్పట్టుచున్నవి ఆయాయూళ్ల వెలసిన భామకలాపములనుండి కొన్నికొన్ని దరువుల నేర్చి యెవఁడో యీగ్రంథమును సంకలించినట్లు తోఁచును. ఇందు సిద్ధేంద్రుని గ్రంథభాగములును గలవు. (ఈ సంపుటము మంగువారి ప్రచురణ యగు భామకలాపముతోఁ గొంత పోలికగలది.)

31. ఖారతము :

(డి. 1920). గ్రంథవిషయము విరాటపర్వ కథ. ఇందు దేశి రచన లనేకములు గలవు. రచస చక్కనిది.

32. ముక్తికాంతా కల్యాణము:

(చింతామణిపేట) (ఇది ముద్రితము. ప్రచురణ వివరములు తెలియవు. నేఁజూచిన ప్రతి కిన్నెర సంపాదకులగు శ్రీ పందిరి మల్లికార్జునరావుగారి దగ్గరిది. దాని యట్ట లిరువైపులఁ జిరిగిపోయినవి.) గ్రంథ మద్వైతవేదాంత విషయికమైనది. ప్రబోధచంద్రోదయము వలె సాంకేతికపద్ధతి గలది. ముక్తికాంతకును జీవునికిని వివాహ మిందలి విషయము. రచనయు విషయావిష్కరణమును బాగులేవు. గ్రంథము చివర మంగళగీతములోఁ జింతామణిపేట హనుమన్నా యుఁడు స్మరింపఁబడినాఁడు.

33. రాధవేష కథ:

(డి. 1933) గ్రంథవిషయము, రాధ కృష్ణుని వెదుకవచ్చును. తరువాత మిత్రవింద రాక. త. అర్ధనారీశ్వరవేషము, తద్వర్ణన, గౌరి శివుని, శివుఁడు గౌరిని వెదకుచు వచ్చుట. త. లక్షణా రుక్మిణుల రాకలు, కృష్ణునిరాక. గోపికావస్త్రాపహరణ కథ. త. రాధాకృష్ణ ప్రణయప్రసంగము. కథావిషయము కలగపులగముగా నున్నది. రచన సరసమైనదే. ఇం దంతర్వేది నృసింహస్వామి వీరవెల్లిపాలెము రంగనాథస్వామియుఁ దలఁపఁబడిరి.

34. రాధవేష కథ:

(డి. 1934). రాధ కృష్ణునిజాడ గూర్చి మాధవి నడుగుటయుఁ దనవలపుసాద వెడలఁబోసి కొనుటయు నిందలి విషయములు. ఇది యేదో యక్షగానములోని భాగము మాత్రము.

35. రాధామాధవ విలాసము

(డి. 1932) చీరాల వేణుగోపాలస్వామి కంకితము. ఇందు గ్రంథారంభమునఁ బద్మసాలెల పట్టుసాలెల ప్రశంస యున్నది. కవి సాలెకులమువాఁడై యుండునోపును. చీరాలయే కథారంగముగాఁ గృష్ణజననము, రాధ పెంపకము, కృష్ణుని బాల్యక్రీడలు, యౌవనము, రాధాకృష్ణుల శృంగారప్రసంగములు నిందలి విషయములు. గ్రంథము తాళప్రధానములైన దరువుల మయము. అల్పదోషము లటనట నున్నను రచన చవిగొల్పునట్టిది.

36. రామనాటకము :

(ఇది కుశలవ నాటకమనుపేర ముద్రితమైనది. మదరాసు వెస్టువార్డు ప్రచురణ—1953) నింబాద్రి నృసింహస్వామి కంకితము. అటనట దరువులలో ధర్మపురీశ ముద్రలు గలవు. గ్రంథాంత మంగళ గీతమున సదాశివపేట — ఆదిమపుర నివాసముద్ర గలదు. ఉత్తర రామాయణకథ యిందలి యితివృత్తము. ఇందు శాంతపాత్ర యునికి విశేషము. గ్రంథారంభమున రంభోర్వశుల రాక, పాత్ర ప్రవేశ సూచనలు. తెరవెళ్లు దరువులును గలవు. ఒకచో అల్లా, ఖుదా శబ్దములకుఁ బ్రశక్తి గలదు. ఇది యాధునికకృతివలెఁ దోఁచును. రచన యొకమోస్తరుగాఁ జక్కనిదే.

37. రాములవారి యెఱుక :

(ముద్రణాలు – 1. శ్రీలక్ష్మీనృసింహవిలాసప్రెస్, మదరాసు, 1913, ఆ. డై. (ప్రెస్, మదరాసు, 1929). శివధనుర్భంగము జరుగక ముందే తను జూచి మరులుగొన్న సీతకడకు రాముఁ డెఱుకత వేషము

దాల్చిపోయి యవశ్యంభావులగు విషయములను జెప్పుట యిందలి విషయము. రచన యొకమోస్తరు.

38. రుక్మాంగద (చరిత్ర):

(ఆర్. 205, డి. 1935). కథ ప్రసిద్ధము. రచన యల్పదోషములున్నను బాగుగనే యున్నది. ఇందు గ్రంథారంభమునఁ గటికము రాక గలదు. ఇందొక తుమ్మెద పదమున్నది.

39. రుక్మిణీవేష కథ:

(డి. 1936, 1937). క్రమముగా రుక్మిణియుఁ గృష్ణుఁడునువచ్చి తమ తమ వృత్తాంతములు చెప్పి వలపుసొదలు వెళ్లబోసికొనుట యిందలి ముఖ్యవిషయము, రచన యొకమోస్తరు.

40. లక్షణాకల్యాణము:

(రాజమండ్రి ఆంధ్రేతిహాస పరిశోధకమండలి. ప్రతి నం. తెలియదు) కృష్ణమహిషియగు లక్షణపెండ్లి కథ యిందు వర్ణితము. ఇందు తాళప్రధానములగు దరువు లెక్కువ. చందమామ పదము, అర్ధచంద్రికలు, అర్ధరేకులు, ఏలలు మొ. దేశిరచనలు గలవు. కవి రౌచికుఁడు. లలిత లలితములగు పదబంధములతో సరసముగా రచన సాగించినాఁడు. దక్షిణలకొఱకు బ్రాహ్మణుల తగవులాట మొ. ఘట్టములు నిసర్గసుందరముగా నున్నవి.

41. లక్ష్మీకల్యాణము:

(గ్రంథమలబ్ధము) క్రీ. శ. 1500 ప్రాంతమందుండిన వెల్లంకి తాతంభట్టు కవి చింతామణి యను లక్షణగ్రంథమున (త. స. మ., కే. నం. 779—780) భాషాలక్షణాధికారమున లక్ష్మీకల్యాణము

లోని రేకులనుపేర "నీరజోదరు రాణి నీలవేణికిని" అను నుదాహరణ మిచ్చెను. రేకులను దేశిరచనా విశేషమిపుడు యక్షగానములందు మాత్రమే యటనటఁ గన్పట్టుచున్నవి. కావున నాలక్ష్మీకల్యాణము యక్షగాన మగునని కొంద ఱూహాగాన మొనర్చిరి. అది యథార్థమే కావచ్చును కాని యీ యుదాహరణము ద్విపదపాదమగుట గమనింపఁ దగినది. ఇట గమనింపఁదగినది మఱియొక విషయమును గలదు. గౌరీ కల్యాణమువలెనే లక్ష్మీకల్యాణ మనుపేర నొక పెండ్లిపాటయుఁ గలదు. (చూ. తం. స. మ. కే. సం. 674—మన్నారుదేవుని హేమాబ్జ నాయికా స్వయంవరము. అందది యచ్చముగా ద్విపదపాదములలో నుండుట గమనింపఁదగినది.)

42. శతకంఠరామాయణము:

(అడయారు ది. స. గ్రం. జా. సం. 74862). తన జ్ఞాతియగు దశకంఠునిఁ జంపిన రామునిపైఁ బగసాధింప నెంచిన మాయాపుర రాక్షసపతి శతకంఠుఁడను వానిపై రాముఁడు సతీసమేతముగా దండెత్తుటయు, సీత శతకంఠుని సంహరించుటయు నిందలి ప్రధాన విషయము. ఈ చిత్రకథ కాకరము వాసిష్ఠరామాయణము. ఈ య. గా. రచన పేలవము, దోషజుష్టము నైనది. గ్రంథప్రతి విలేఖన కాలము శుక్ల పుష్య బ ౧౩ శుక్రవారము-క్రీ. శ. 2-2-1810. లేఖకుఁడు బమ్మల్లి నారప్ప కుమారుఁడు రామప్ప.

43. శివరాత్రి మాహాత్మ్యము:

(ఆం. సా. ప. 3802) గ్రంథము మట్టెవాడ పురీశున కంకి తము. మట్టెవాడ ఒరంగల్లు చెంతనున్నది. దీనిని తెలంగాణ య. గా. గా గణింపవచ్చును. గ్రంథకర్త రామమూర్తి గురుమూర్తి

శిష్యుఁడఁట. ఈ రామమూర్తి గో. క. సం. లో క్రీ శ. 1814 ప్రాంతమున మట్టివాడలో నుండినవాఁడని యుదాహరింపఁబడిన పరశు రామపంతుల రామమూర్తి కవి యగునేమో: గ్రంథ ప్రతిపాదిత విషయము భారతాది పర్వమందలి కల్మాషపాద కథ. రచన సలక్షణ భాషలో నున్నది కాని సామాన్యమైనది. ఇం దధ్యాత్మలనుపేర నొక ధ్రువా విశేషమున్నది.

44. సవతివాదము :

(డి. 1951, 1952 - రెంటికిని స్వల్పభేదము). పారిజాతము కారణముగా రుక్మిణీ సత్యభామల సవతికయ్య మిందు వర్ణితము. రచన సరసమైనది. (డి. 1951 లో దీవికొండ, విడియాపురి చెన్న కృష్ణులును, 1952 తరువాతి గ్రంథభాగమునఁ గేశవరపు గోపాలుఁడు, పొట్లదుర్తి చెన్నరాయుఁడును స్మరింపఁబడిరి. అసలివి యన్నియు భామకలాపముల భాగములవలె నున్నవి.)

45. సముద్రమథనము :

(డి. 1946-సమగ్రము, డి. 1948 - అంత్యభాగము లుప్తము. డి. 1950 - నడుమను జివరను గొంత లుప్తము) తాడిపర్తి గోపాల ముద్రగలది. పోతన భాగవత క్షీరసాగరమథన కథాసందర్భముసందలి పద్యములు, ఆత్రేయపురి గొల్లకలాపమునందలి దరువులు ననేకము గ్రహింపఁబడినది. కవి స్వంత మతిస్వల్పము.అదియు నేమంత ప్రౌఢ మైనదికాదు.

46. సాంబశివ విలాసము :

(డి. 1953, 1954) గ్రంథారంభమున పట్టిస వీరభద్రస్వామి ప్రశంసగలదు. గోదావరి పాయ యగు వసిష్ఠసాగర సంగమస్థలమున

వెలసిన లక్ష్మణేశ్వరుని పరముగా గంగా వివాహము, నారదుని కైలాటము కారణముగా గంగా గౌరీ వివాదము నిందలి విషయములు. రచన సరసముగనే యున్నది. ప్రదర్శనయోగ్యత బాగుగాఁ గలది. కవి దీనిని సంగీతప్రబంధమని పేర్కొని యుండెను. గ్రంథకర్త గోదావరీ మండలవాసి.

47. సాత్రాజితీ పరిణయము:

(డి. 1955). దీని యసలు పేరిదికాదు. ఇకయొక భామకలాపభాగము. మాధవితో సత్యభామ స్వకీయ వృత్తాంతము చెప్పుటతో గ్రంథారంభము. ఇందలి కొన్ని దరువులు, ద్విపదలు, పద్యములు నితర భామకలాప సామాన్యములైనవే. ఇందొకచో సిద్ధేంద్ర యోగి కవితా రచనయని కలదు. గ్రంథ మసమగ్రము.

48. సురతాణి కల్యాణము:

(ప్రచరణ - కర్రా అచ్చయ్య అండు సన్సు వారిచే చింతామణి ము. శా. రాజమండ్రి, 1925). అచ్యుత విజయరంగని కంకితము. శ్రీరంగనాథుని ప్రియురాండ్రలో నొకతెయగు బీబినాంచారి కథ యిందు వర్జితము. రచన దోషభూయిష్ఠమైనది. క్రీ. శ. 1854 ప్రాంతమందుండిన వారణాసి అచ్యుతరామకవి (చూ. ఆంధ్ర దేశ య. గా. కవుల ప్రకరణము) సురతాణిపరిణయ ప్రబంధమున నంతకుముందాకథ యక్షగాన రూపమున నున్నదని చెప్పబడినది. ఆ. సు ప. య. గా. ఇదే యగునేమో !

అనుబంధము

(4)

(అ) కొన్ని భామ కలాపములు

1, మంజువాణీ ము. శా. ప్రచురణ, ఏలూరు. మొదటి కూర్పు, 1906 :- ఇది వివిధ భాగవతుల ఫణితులు గలది. ఇందు మొదటి తొమ్మిది పుటలును వేణీ ప్రబంధము (భామ వేషము తెరలోనికి వచ్చి తెరపై జడవైచుట-తత్ప్రశంస) గ్రంథకర్త నరసింహదేవర వెంకటశాస్త్రి. ఇతఁ డాపస్తంబ సూత్రుఁడు. శ్రీ వత్సగోత్రుఁడు. బ్రహ్మయ్య పౌత్రుఁడు. ఉమామహేశ్వర సూరికిని సీతమాంబకును పుత్రుఁడు. ఇతని రచన చక్కనిదే. ఇందు రావికొండపాక చెన్నారాయఁ డొకచో స్మరింపఁబడె. వేణీప్రబంధమునకుఁ బిదప నొక మూఁడాకులు సిద్ధేంద్ర యోగి రచన గలదు. తదుపరి 50వ పుట వఱకు నకరకంటి నృకేసరి కంకితమైన కందాళ సింగరాచార్యుని "పారిజాత ప్రబంధంబు నందు - శ్రీకృష్ణచిద్విలాసంబను యక్షగానము"-సత్యామాధవ విలాస మనియుఁ దన్నామాంతరము. ఇది నాటకమనియుఁ జెప్పఁబడినది. ఇందు కలువాయి శతకములోని పద్యమొకటి గ్రహింపఁ బడినది - సత్యభామ రాయబారము సందర్భమున ఇందు సత్యభామ కృష్ణునికి వ్రాసిన జాబులు రెండున్నవి. రెండును ప్రబంధోచిత వచన రచనా విలసితములు. మొదటిదానిలో నకరకంటి లక్ష్మీనరసింహుఁడును, రెండవ దానిలో వత్సలహరి విశ్వనాథమూర్తి ప్రియ సఖుఁడగు ద్వారకాపురవాసుఁడును స్మరింపఁబడిరి. రెండవ దానిలోఁ జివర "కిర్లకప్పయ్య దాసపోషా" అను ముక్క యొకటి కనఁబడుచున్నది. రెండవ యుత్తర మొక దోపుడుపుల్ల వలెఁ గన్పడు

చున్నది. రెండుత్తరము లందును "ఫలాని తారీఖు" అను నొక ప్రయోగ విశేషము గలదు. తరువాత, సత్యభామ విరహ వేదన సందర్భమున మృత్యుంజయ విలాసములోని "ఉదయాద్రి కరిమీఁద హురుముంజిచౌడోలు" మొ..పద్యము లుద్ధరింపఁబడినవి. త॥సత్యా కృష్ణుల సంవాదము సందర్భమున "సరస దరహాస ద్వారకాపుర నివాస మదన గోపాల రాధికాహృదయలోల" యను మకుటముతో నేడు పద్యములు గలవు; తరిగొండాధిప ముద్రతో నొక దండకము దరువు గలదు. త॥ సవతుల కయ్యము ఘట్టము - చక్కని జాతీయములతో సాగినది. రాధయుఁ బాల్గొనినది. సవతుల సమాధాన ముతో గ్రంథాంతము. గ్రంథమున నారదా గమనము చెప్పఁ బడ లేదు కాని పారిజాత ప్రసక్తి మాత్రము వచ్చినది. వేణీ ప్రబంధ మున రెండు దరువులు, నిఱువది పద్యములు, మూఁడు ముచ్చటలును గలవు. కాని సింగరార్యుని కృతిలో దరువులు జాలఁగలవు. ద్విప దలు, పద్యములు నెక్కువయే. వచనములు కొద్ది. సం. చూర్ణిక యొకటి. సందర్భాను సారముగ సం. శ్లోకములు కొన్ని యుదాహ రింపఁబడినవి. రచన చాల చక్కనిది. కాని చక్కని దంతయు నీ కవిది కాదు. గ్రంథము చివరి భాగము కొంత కలగా పులగమైనది.

2. మంగు వెంకట రంగనాథరావు గారి ప్రచురణ, కాకినాడ, మొదటి కూర్పు, 1913:-

గ్రంథముపై నిది శ్రీమంగు జగన్నాథరావు పంతులు (ప్రచు రణ కర్తకుఁ దండ్రి కాంబోలు) గారిచే రచింపబడిన దని గలదు. గ్రం థాంత గద్య – "శ్రీమదుభయకవి రచిత - అభినవ పారిజాతనవర సాలంకార శోభిత శ్రీమద్భారద్వాజసగోత్ర తిమ్మయ్యనామసత్పుత్ర వాధూలాన్వయ గోత్ర శ్రీమత్కందాళ వేంకటాచార్య కటాక్షాంచిత

శిష్యవర్గ మంగు కులోద్భవ శ్రీజగన్నాథ నామధేయ శ్రీమన్మహాకవి సిద్ధేంద్రయోగికరుణాకటాక్ష వీక్షితంబైన శ్రీసత్యభామా విలాసంబను పారిజాత గ్రంథం" బని యున్నది. ఇందు సిద్ధేంద్రుని భామకలాప భాగము గొంత, తిమ్మన్నగారి పారిజాతాపహరణము, వసుచరిత్ర, మృత్యుంజయ విలాసము మొ॥ పూర్వకావ్యము లందలి రచన కొంత యథాతథముగను ననుకరణ పూర్వకముగను జేరినది. ఇందలి విరహ భాగమున నిది యాకుపీటి పురనివాసి యైన జగన్నాథ పండితుని ప్రేరణమున వీరేశలింగ మను నతఁడు రచించినట్లు గలదు. ఆవెంట నున్న జడవర్ణన వెంకటశాస్త్రి వేణీ ప్రబంధమే. ఈ గ్రంథమున వల్లూరు, ఆకుపీడు, కేశవరము, పోటగుప్పి, పిప్పర, కుందపురి, కొడవళ్ళూరు నెలిమర్ల వారి ముద్రలతో దరువులు గలవు. 'సరసదరహాస ద్వారకాపుర నివాస బాలగోపాల రాధికా ప్రణయ లోల' అను మకుటముతో నైదు సీస పద్యములు సత్యాకృష్ణ సంవాద భాగమున నున్నవి. ప్రా. లి. పు. భాం. లోని ఆర్. నం. 429 భామకలాపము నందలి దరువులు, పద్యములును గొన్ని దీనఁ గన్పట్టుచున్నవి. ఇందలి మూర్ఛావస్థ భాగమున దశావతారముల జతులు గలవు. అందు పదునొకండవదగు నొక విడి జతి భోసల శరభోజి రాజాంకితముగానున్నది. (ఈతఁడు తంజావూరి మహారాష్ట్రప్రభువు). కాఁగా నీగ్రంథ సంపుటమొక కలగూరగంపయై యున్నది. ఇట్లు వివిధ కవుల రచనా విన్యాసములు గల్గియు నిది యొక యానుపూర్విగలిగి, యా రచనా విన్యాసములు పొందు పొసఁగి యొక సమగ్ర సుందరమైన భామకలాపముగా రూపొందినది. గ్రంథము ప్రస్తావ, విరహ, దూతికా సంవాద, స్వప్నావస్థ, అవధి, భామాసంవాద, మన్మథోపాలంభ, చంద్రోపాలంభ వాయూపాలంభ, మూర్ఛావస్థా, సపత్నీ కలహము లను పదునొకండు భాగములుగా వింగడింపఁబడినది. ప్రతిభాగాంత గద్యయందును నాయా

భాగములందలి విషయ సంగ్రహ ముదాహృతము. ఇందుఁ బ్రసిద్ధ రాగ తాళములలో దరువులు, ద్విపదలు, పద్యములు, సంస్కృతశ్లోక చూర్ణికలు, కందువలు ముచ్చటలు ననుపేరఁ బాత్ర ముఖముగాఁ బ్రయుక్తము లైన వచనములను గలవు. దశావతారముల జతులు, రాసక్రీడాష్టకము విశేషములు. ఏకాదశ భావములు, సప్తతాళ ములు, అష్టాదశ రాగములు, చతుర్దశ పదాభినయ పద్ధతులు, దశవిధ తెరికలును గలిగి యలంకారశాస్త్రమునకు సంగీతాభినయ శాస్త్రము లకును నికషప్రాయముగా నున్నదీ గ్రంథరాజము. ఇది సంవాద శైలీప్రచురమైనది. సంవాదము లెక్కువగా రెండుపాత్రల నడుమనే జరుగును. మాధవి పాత్రయు, నాత్మాశ్రయ ఫక్కియుఁ, బ్రదర్శన యోగ్యతయు గలవు.

3. ఆం సా. ప., నం. 4474 – భామ కలాపముల సంపుటము

ఇందు పలునాల్గు ముద్రలు గల భామకలాపము గ్రంథ భాగ ములు సంకలింపఁ బడినవి. విషయానుపూర్వి లోపించి గ్రంథము కలగాపులగముగా నున్నది. ప్రతిచివర లేఖకుని వ్రాఁత యిట్లున్నది :–

“ఖర సం. అధిక వయిశాఖ శు ౧౦ కాదంబరి సత్రాజుఁ వ్రాసిన ప్రతిని బొల్లాప్రగడ బ్రహ్మన్న భామవేష కలాపం సంపూర్ణంగా వ్రాసెను’. ఇందలి ముద్రలలోఁ బేర్కొనఁబడిన దేవరలు : కొప్పాక పురి విహారుఁడు (ఇది ఉప్పలూరిజంటకవుల కలాపము భాగము), నరు కూరు కేశవస్వామి, (నరుకూరు నారాయణకవిపారిజాతము భాగము), ఆత్రేయ పురపు గోపాలుఁడు (ఆత్రేయ పురపు తమ్మయ్య కృతి—దీనిని బట్టి తమ్మయ గొల్లకలాపమునే గాక భామ కలాపమును గూడ రచించెనని తెలియ నగును). అర్తమూరు గోపాలుఁడు, కట్లమురి

వాసుఁడు, యానాము పురిరాయఁడు, కొడవలూరి గోపాలుఁడు, భద్రగిరివాసుఁడు, కేశవరపు గోపాలుఁడు, ద్వారకా పురవాసుఁడు, సత్యవరపు గోపాలుఁడు, ఆకువీటి మదన గోపాలుఁడు, అరకల్లురామ చంద్రుడు, మొగలతుర్తి బాలగోపాలుడు. ఇందుఁ బేర్కొనఁబడిన కవులు :- తమ్మయ్య, (ఆత్రేయపురి), కొప్పర్తివెంకట దాసు, పుల్ల కవి, ఉప్పులూరి జంట కవులు, (వీరరాఘవుఁడు, గంగాధరుఁడు). ఈ గ్రంథమును బట్టి యాంధ్రమునఁ బలుతావుల భామకలాపములు వెల సిన వనియు, భామ కలాపమునకు ప్రజాదర మధికముగా నుండెడి దనియు నూహింప నగును.

4. అం. సా. ప., సం. 4120 'వివిధ వినోదము'లను నొకసంకీర్ణ గ్రంథమునఁ గొన్ని భామ కలాపముల భాగములుగలవు. అవి అయిన వరము భామకలాపము, ధర్మపురి భా. క., దివ్వెలపురి వల్లభరాయాం కిత భా. క. (ఎవరో లక్ష్మీవర దాసుఁడు దీని కర్తయఁట), పాలగిరి చెన్నకేశవాంకిత భామకలాపము, వేదాచల నరసింహాంకితము, తిరు పతి వేంకటేశ్వరాంకితము ; ఇవి కాక కాళహస్తి శివపారిజాతము, ఊటుకూరి వారి గొల్లకలాపము, సుబ్బకవి కృతమైన తాడిపత్రి కృష్ణ చరిత్ర (హిందీభాషా ప్రచురమైనది) యను గ్రంథములును గలవు

---

* 19 శ. ఉ. భా., 20 శ పూ. భా విశాఖ మండల భాగవతులందు భామ వేషము వేయుటలో మిక్కిలి ప్రతిష్ఠ గడించినవారు (1) కందాళ చిదంబరం (కళ్ళేపల్లి) (2) మంథా కామప్ప (కళ్లేపల్లి). (3) వంకాయల బలరామభుక్త (బొబ్బిలి ప్రాంతము), (4) కాలుగుంటి వెంకటస్వామి (బొబ్బిలిప్రాంతము) (5) వరదా నారాయణ (రామవరం) మొ॥వారు. 1860-1912 ప్రాంతమున గజపతి నగరము దగ్గర లోగీశాగ్రహార వాస్తవ్యులు, చీకటి సంస్థానాస్థానపండితులు ైన పప్పు అప్పల నరసింహశాస్త్రిగారును భామకలాప గ్రంథరచనా ప్రదర్శనములు గావించి రని శ్రీ పప్పు పేరయ్య శాస్త్రిగారు చెప్పినారు. (ఆగ్రంథ మలభ్యము) ఈ ప్రాంత

(ఆ) మఱికొన్ని యక్షగానములు

1. పద్మినీ పరిణయము : ప్రా. లి. పు. భాం. ప్రతి డి. నెం. 1897. కర్త వెంకటపతికవి. వైష్ణవుఁడు. ఆదికేశవనాథస్వామి భక్తుడు. భట్టరాచార్య శిష్యుఁడు. రామాయణనంబి పౌత్రుడు. వెంకటనంబి పుత్రుఁడు. కాలము తెలియదు. కృతి రంగధామున కంకితము. యక్ష గానమని పేర్కొనఁబడినది. ఒరయూరి నాంచారికథ యితివృత్తము. రచన చక్కనిది. తఱుచు జంపె, కుఱుచజంపె, త్రిపుట, అటాది తాళ ప్రధానములగు రేకులు, జాత్యుపజాతి వృత్తములు, సమ లఘు సర్వతః ప్రాససీసములు, అర్ధచంద్రికలు, ఏలలు, నడలు, ధవళము, ద్విపద, వచనములును గలవు. కొంత ప్రాచీనమైన రచనగాఁ దోఁచును. రాజు గారి ముస్తాబు, నగరాలంకరణ మొ॥ విషయములందు నాయకరాజుల నాటి తంజావూరి తీరు కొంత కన్పించును.

2. ప్రహ్లాద నాటకము : వెస్టువార్డు అండుకో ప్రచురణ. మదరాసు, 1953. ఈకృతికర్త తాను –

'శ్రీకి ధామంబయి చెలఁగు నద్దంకి తా
    తాచార్య శిష్యప్రధాను డనఁగ
వన్నె కెక్కిన తిరువలికేణి వంశాబ్ధి
    సోముఁ డా నరసయ సూరికిఁ బ్రియ
సుతుఁడు వేంకటరామ సోదర గురుచంద్ర
    సుతుఁడు రామానుజ సుకవి వరుఁడ.

మండలి నరసింగపల్లి కలాపములు, భమిడిపాటి అప్పకవి, ఉప్పలూరి వీరరాఘవులు, మృత్యుంజయ నిశ్శంక బహద్దరు, గుడిమెట్లరామయ మొ॥ వారి కలాపముల ప్రసక్తి మీఁద వచ్చినది. దీనిని బట్టి నాఁడు విశాఖమండలమున భామ కలాపమునకు గల వ్యాప్తి యెట్టిదో తెల్లమగును. ఇట్లాంధ్రదేశమున వివిధమండలములలో ఈ భామకలాప వ్యాప్తికి ముందు నాఁటి కూచిపూడి మేళముల వారు చేసిన పర్యటనయే కారణ మనుకొందును.

నని చెప్పుకొనియున్నాఁడు. కవికాలము తెలియదు కాని గ్రంథమందలి ద్వారపాలకుని ఉర్దూ ప్రసంగము మొ॥ విషయములవలన ఆధునికుఁడని యూహింపవచ్చును. గ్రంథము రామానుజ పురధామున కంకితము. దరువులలో నాస్వామి ముద్రలు గలవు. (ఆముద్ర గలిగిన మంగువారి ప్రచురణ ప్రహ్లాదవిజయము వేఱు ఇదివేఱు).* నాటకమని పేర్కొనఁ బడినది. 19 శ. ఉ. భా. య. గా. బాణీనున్నది. ప్రసిద్ధ రాగతాళ ములలో ధరువులు, ద్విపద, పద్యములు, అర్థపద్యములు, శ్లోకములు, సంధివచనములును, సంభాషణవచనములును గలిగి మంచి నాటకపు వాటము గలిగియున్నది. రచన కొంత చక్కనిదే.

౩. <u>చిరుతలరామాయణము</u> : చందా నారాయణశ్రేష్ఠి ప్రచురణ సికిందరాబాదు, 1954. కర్త కల్వకూరు కృష్ణదాసు. ఇదియొక తెలంగాణా య.గా. ఆధునిక మైనదిగా దోఁచును. దరువులు (పాత్ర ప్రవేశ, సంవాద సందర్భములందును గలవు) మిక్కిలిగా, సంధివచనములు పద్యములు నక్కడక్కడగా, వచన సంవాద ప్రాచుర్యము గలిగి యున్నది. రచన యొక మోస్తరు.

*　　　　*　　　　*

(ఇ) వెనుక పేర్కొనఁబడిన కవులలోఁ గొందఱి కాలముగూర్చి యీక్రింది విషయములు గమనింప వేఁడెదను.

1. కాకునూరి అప్పకవి : (పుట ద్వి.భా. 29) అప్ప కవీయముఁ దద్రచనారంభవత్సరము 'శాలివాహన నామ శకము: గజశైల శర సుధా కిరణుల సంఖ్య'గాఁ బేర్కొనఁ బడినది. ఆమట్టున నది క్రీ. శ. 1656 అగును. కాని యాసీసము క్రింది యెత్తుగీతియందే అతనికిఁ గల వచ్చిన దినము 'అంగజాబ్దంబునను దక్షిణాయనమున జలధరర్తువు

మొదలి మాసంబునందు బహుళమున దేవకికిఁ జక్రపాణి పుట్టినట్టి యష్టమి యని పేర్కొనఁ బడినది. ఆ మన్మథ శ్రావణ బ. ౮ (కృష్ణాష్టమి) ఇండియన్ ఎఫిమెరసు ప్రకారము క్రీ. శ. 14-8-1955 అగుచున్నది. గ్రంథరచనారంభ దినము ఆ 'దశమీసురగురు వాసరము' గా పేర్కొనఁ బడినది. అది 16-8-1655 అగును. కాఁగా మీఁద శకవత్సరము పేర్కొనఁబడిన-చోట 'గజ' శబ్దము కడ నేదో చిన్న గడత యుండి యుండును.

2. పురిజాల లక్ష్మీనారాయణ : (పుట ద్వి. భా. 68): ఈతని పారిజాతము కృతి ప్రోత్సాహకుఁడగు పాలకొండ రామభద్ర నృపతి కాలము తెలియ వచ్చుట లేదంటిని. కాని అడిదము సూరకవి చాటువులలో నొక పద్యమున (చూ. వేటూరి వారి చాటు పద్య మణిమంజరి ద్వి. భా. పుట. 130) పాలకొండ రామభద్ర నృపతి ప్రసక్తి వచ్చినది. సూరకవి కాలము క్రీ. శ. 1720-1785 ప్రాంతము (శ. క. చ. పుట 336). రామభద్ర నృపతియు నప్పటివాఁడే యగును. కాఁగా ల. నా. కవి కాలము 1799 ప్రాంతమని నేను చేసిన యూహ సమంజసము కావచ్చును.

3. సిద్ధేంద్రయోగి : (పుట ద్వి. భా. 30) ఈయన కాలముగూర్చి యిటీవల భారతిలోఁ గొంత చర్చ జరిగినది. కాని యది నిర్ధారకముగా లేదు. కొంద అన్నట్లు 16 శ. ఆరంభమునకే కూచిపూడిభాగవతులు ప్రసిద్ధులు కాని సిద్ధేంద్రయోగి కాఁడు. సిద్ధేంద్రయోగి యానాఁటి వాఁడనుట కాధార మేమియు లేదు. ఆయన తోడనే కూచిపూడివారి నాటక ప్రదర్శన వ్యాసంగము మొదలైనదని చెప్పుటకు వీలు లేదు. కూచిపూడి కులపతులలో సిద్ధేంద్రుడు సుప్రసిద్ధుడగునే కాని యతడే ఆద్యుడనుటకు వీలులేదు. వారి గురుపరంపరలో నడుమ

నీతఁడొక తరమునకుఁ జెందినవాఁడు. అయితే ఆ తరమున నతని భామకలాపము సృష్టితో కూచిపూడి భాగవతుల ప్రతిష్ఠ పరాకాష్ఠ నందిన దని చెప్పవచ్చును. పదునాఱవ శతాబ్దినాఁటికి భామకలాపము తెలుఁగుమాగాణముపై వెలసిన జాడ గానరాదు. ప్రబలములైన ఆధారాంతరములు గనుపట్టువఱకును గడచిన తరము పండితులు దలఁచినట్లు సిద్ధేంద్రుఁడు 17 శ. ఉ. భా. న నుండెననుకొనుటయే సమంజసముగాఁ దోఁచును.

వి పి ధా ను బం ధ ము లు

అలభ్య యక్షగానములు

(అ) ముద్రితములు

1. ఆంధ్ర వాఙ్మయ సూచికలో నుదాహరింపఁబడినవి :—

	గ్రంథ నామము	గ్రంథకర్త	ప్రచురణ సం.
1.	ఇంద్రాహల్యా విలాసము	సుబ్రహ్మణ్యకవి	1898
2.	ఉషా పరిణయము	కూర్మనాథ కవి	1893
3	ఉషాపరిణయ నాటకము	ఆనంద దాసు	1873
4.	కుచేలోపాఖ్యానము	తిరుమల రాఘవాచారి	...
5.	కౌసల్యా నాటకము	నింబగిరిదాసు	..
6	గోపాల విలాసము	శ్రీనివాసాచారి	1865
7.	గోపికా వస్త్రాపహరణము	అంబటిపూడి ఆనందయ్య	1908
8	గౌరీ విలాసము	రామన్నకవి	...
9	తారా శశాంక విజయము	యమ్ వెంకటదాసు	...
10	,, ,,	ఎమ్. యస్. వెంకటవరదాచారి	1880
11	ధర్మాంగద చరిత్ర	తిమ్మరాజు పాపయ్య	1809
12.	నంది నాటకము	కోదండ రామకవి	1869
13	నల చరిత్ర	వీరమల్లయ్య	1891
14.	,,	కన్నయదాసు	1898
15.	,,	శేషాచల దాసు	..
16	బాణాసుర యుద్ధము	ఆకెళ్ళ సత్యనారాయణ	1915
17.	భాగవత కలాపము	నండూరి కనకయ్య	1912
18.	మీనాక్షీ కల్యాణము	కన్నయ్య దాసు	1916
19.	రామజనన నాటకము	నాగివేని వెంకటప్ప	1909
20	శశిరేఖా పరిణయము	రంగాచార్యులు	1889
21.	ఏకాంతసేవ	కుందుర్తి ఆదినారాయణశర్మ	1921—25
22.	గజానన విజయము	రామబ్రహ్మదాసు	,,

23. కొల్లేపల్లి శశిరేఖా పరిణయము	వల్లభనేని చావరి	1921—25
24. చంద్రకాంత నాటకము	చింతా వీరభద్రయ్య	,,
25. రంభా రావణ సంవాదము	వి. బ్రహ్మచారి	,,
26. వేంకటేశ్వర విలాసము	నవుమూరి జగన్నాథశాస్త్రి	,,
27. సీమంతినీ ప్రభావము	మంచ బాలకృష్ణమూర్తి	,,

గ్రంథనామము.	గ్రంథకర్త.	ప్రచురణ సం.
28. సుందరాపుర మల్లేశ్వర స్వామి సేవాకలాపము	అరవిల్లి శేషప్ప	1921—25
29. ద్రౌపదీవస్త్రాపహరణము	గోపాలుని హనుమంత రామశాస్త్రి.	1926-27
30. శ్రీకృష్ణ తులాభారము	,, ,,	1927
31. శ్రీరామనామ మాహాత్మ్యము	బుద్దాల నాగయ్యదాసు;	,,
32. హనుమజ్జనన నాటకము.	విశ్వబ్రహ్మ లక్ష్మణార్య	,,

2. ఆంధ్రనాటక కళా పరిషత్తు (మచిలీపట్టణము) కార్యదర్శి పురాణం సూరిశాస్త్రిగారు ప్రకటించిన పట్టిక లోనివి :-

గ్రంథము:—	గ్రంథకర్త - ఊరు.	ప్రచురణ సం.
1. ఉషా కల్యాణము.	నాగినేని వెంకటప్ప (అమ్మనబ్రోలు)	1915
2. కీచక వధ	టి. వి. నరసింహారావు నాయుడు (మదరాసు)	1914
3. కుశలవ నాటకము	కోడూరు సుబ్బారావు	1913
4. గయ నాటకము	వల్లభనేని రామకృష్ణయ్య (గాజులపల్లి)	1911
5. కృష్ణలీలా నాటకము	నాగినేని వెంకటప్ప	1914
6. చంద్రమతీ పరిణయము	డి పాచార్యులు (మదరాసు)	1915
7 చంద్రరేఖ	తిరుమల శేషాచారి (మదరాసు)	1910
8. చంద్రహాస	,, ,,	
9. చంద్రాంగద నాటకము	నంబారు వెంకట శేషాచారి (బాపట్ల)	1914

3. ఆంధ్రపత్రిక 12 వ సంవత్సరాది (దుర్మతి_1921) సంచికలో పంచాగ్నుల ఆదినారాయణశాస్త్రిగారు ప్రకటించిన పట్టికలోనివి :—

గ్రంథము	గ్రంథకర్త
1. ఉషా పరిణయము	అనంతికవి
2 కుచేలోపాఖ్యానము	సుబ్బు లింగాచారి
3. ధర్మాంగద చరిత్రము	నరసింహకవి
4. నల చరిత్రము	రా. అప్పాజీకవి
5. నృసింహ చరిత్రము	కోదండ రామకవి
6. పరతత్వ సుధానిధి	సోమసుంగర మొదలి
7. బాణాసుర విజయము	వీరనారాయణకవి
8. యతిరాజ విలాసము	సుందరనాయనార్ శేషాచలదాసు
9. రంగనాథ విలాపము	లింగం వెంకటరాయమంత్రి
10. రామ నాటకము	శఠగోపాచార్యులు
11. గుక్మిణీ కల్యాణము	రాజా లక్ష్మాజీ
12. వల్లవీ పల్లవము	సింగరాచార్యులు
13. వెంకటేశ్వర విలాసము	నూర్యకవి
14. శర్మిష్ఠా విలాసము	వెంకటదాసు
15. సీతాకల్యాణము	చిత్రకూటం వెంకటశేషయ్య
16 సుధాస్వాదనము	వెటకట దాసు
17. సుభద్రా పరిణయము	రాఘవాచార్యులు
18. హంసక విలాసము	పరమానందకవి

—♦ ఈ పట్టికలో కర్తల పేర్లు పేర్కొనబడనివి ♦—

1. అంబరీష మహారాజు నాటకము
2 నందుల కాలమరాజు నాటకము
3 నృగమహారాజు నాటకము

4. పట్టాభిరామాయణము
5. ప్రద్యుమ్న నాటకము
6. ప్రద్యుమ్నానంద నాటకము

7. భవానీశ్వర పరిణయము	12. సత్యవతీ విలాసనాటకము
8. రంగనాథ శశిరేఖాపరిణయము	13 సావంగోపాఖ్యానము
9 శర్వరీ విజయము	14. సీతాపహరణము
10 శశాంక విలాసము	15. సానుమద్విజయము
11 శ్రీరంగమాహాత్మ్యము	16. హాలహాల పానము

4. బ్రిటిషు మ్యూజియమ్ లైబ్రరీ తెలుగు పుస్తకములు కేటలాగు (లండను 1912) లోనివి :-

గ్రంథము	గ్రంథకర్త
1 అహల్యా సంక్రందన విలాసము	సిరసగంగ్ల రాముఁడు
2 ఉషాపరిణయము	కె. ఎల్. వీరమల్లయ్య
3. కన్యకా చరితము	కె. ఎల్ వీరమల్లయ్య
4. కుశలవ నాటకము	సుబ్రహ్మణ్యేశ్వరము
5. జాలారి కన్నె నాటకము (గంగా వివాహము)	నాగభూషణుఁడు
6. నిజలింగ చిక్కయ్య నాటకము	ఓ. కె. వరసయాచార్యులు
7. పారిజాతాపహరణము	కే. ఎస్. సూర్యనారాయణ సూరి
8 పార్వతీపరిణయ నాటకము	గోపాల కృష్ణుడు
9. శశిరేఖోత్తర పరిణయము	ఆర్. సీతారామకవి
10. శ్రీకృష్ణ జలక్రీడా నాటకము	గరికిపాటి సూర్యనారాయణశాస్త్రి
11 హరిశ్చంద్ర విలాసము	దేవ పెరుమాళ్ళయ

5. ఇంకను మదరాసు ప్రభుత్వపుఁ బుస్తకముల రిజిస్ట్రారువారి ఆఫీసు కేటలాగు మొ॥ వానిలో నుదాహరింపబడినవి కొన్నిగలవు.

గ్రంథము	గ్రంథకర్త
1 ఇంద్రకీల నాటకము	కే. రంగనాయకులు
*2. ఉషాపరిణయము	(కదలాపురం) గంగాధరకవి
*3 చంద్రకళా విలాసము	గాథి హనుమత్కవి
*4. చంద్రహాస	రాజ వీరయ్య
5. తిరుపతి గంగజాతరకథ	కె. పోటయ్య
*6. బాలనాగమ్మ చరిత్ర	ఎఱ్ఱం బుచ్చిదాసు

*7. మండోదరీ స్వయంవరము	వేముగంటి శ్రీనివాసకవి
8. వసురికా పరిణయము	లింగము వేంకటరామమంత్రి
9 వినుకొండ రామాయణము	వి. జగన్నాథాచారి
10 సారంగధర (కట్టుబడి పురము)	?
*11. సీతాస్వయంవరము	వేముగంటి శ్రీనివాసకవి

[పై పట్టికలలోఁ బేర్కొనఁ బడిన వన్నియు యక్షగానములై యుండవు. కొన్ని కేవల వీధినాటకములు, కొన్ని హరికథలు నున్నట్లు తోఁచును. తెలియవచ్చినంత మట్టునకు హరికథల పేర్లు పరిహరింపఁ బడినవి. ముద్రితములైన మన యక్షగానములలో నాధునిక కృతుల పాలే యధికమగుట గమనింపఁ దగినది. ఒక తరము క్రిందట అచ్చు పడినవే యిన్ని గ్రంథము లీనాఁడుపలబ్ధము గాకుండుట శోచనీయము]

* ఈ గుర్తుగలవి తెలంగాణము యక్షగానములు.

(ఆ) అముద్రితములు

గ్రంథము	గ్రంథకర్త	ప్రతి వివరము
1 రామనగవాల చరిత్రము	పెద్దనామాత్యుడు	ఆ. సా. ప 4028
2 రామాయణము	మాచిరాజు లక్ష్మయ ఎనుముడు	,, 3948
3 రామ నాటకము	శ్రీ రామానుజాచారి గా. గ్రం	98
4 ఎఱుకల కురవంజి	మదరాసు విశ్వవిద్యాలయ ప్రతి	389
5. గయ కథ	,,	540
6 గొల్ల కలాపము	,,	401
7. భామ కలాపము	,	274
8. పీర రాఘవస్వామి య. గా.	,,	536బి.
9. సానందచరిత్రము	,,	158

(మదరాసు విశ్వవిద్యాలయ ప్రతు లిపుడు ప్రాచ్య లిఖిత పుస్తక భాండాగారమున నున్నవి కాని భాండాగార గ్రంథములవలె వాని కింకను నొక క్రమమైన యేర్పాటు లేకపోవుటచే జదువుట కీఁబడలేదు.

ఒక పట్టికను బట్టి మాత్రమా గ్రంథ సంచయ మందలి తెనుఁగు య. గా. ల పేళ్ళు గననైనది.)

10. సీతా కల్యాణము - గొట్టిముక్కల కృష్ణమరాజు (గొట్టిముక్కల శాసనుఁడు. ధనంజయ గోత్రుడు. తల్లి వెంకమాంబ. శేషభూపతి వరదనృపతి అని పితృనామములు రెండు పేర్కొనఁ బడినవి. అందొకరు కన్నతండ్రియు, నొకరు పెంచుకొన్న తండ్రియునై యుందురు. ఇతనికి వెంకటరాజను నొక యన్నగలడు. దశావతార చరిత్ర అను ద్విపద కావ్యమితని కృత్యంతరము)

11. పారిజాతాపహరణము - గొ. సింగరాజు (పై కృష్ణమ రాజునకు పెద్దమాంబ వలనఁ గలిగిన తనయుఁడు).

12. సావిత్రి య. గా. - గొ. కుమార పెద్దిరాజు (పై కృష్ణమరాజునకు రంగాంబ వలనఁ గలిగిన తనయుఁడు).

13. నాంచారు పరిణయము - సుందవరపు శేషాచలమంత్రి (ఇతఁడీ ద్వితీయ భాగమున సరిగా ఏతన్నామక య. గా. కర్తగా 326వ పుటలో నుదాహరింపఁబడిన భాస్కర శేషాచల కవి యగునా ?)

14. కూరత్తాళ్వారు చరిత్ర - తిరు మెక్కళ తిరువెంగళాచార్యుఁడు (ఇది ఆం. సా. ప. ప్రతి నెం. 175 ధన్విపురీశున కంకితమైన పెరుంకూరత్తాళ్వారు చరిత్ర య. గా. ?)

15. సుందరకాండము - కవిపేరు తెలియదు. (సుందర కాండ య.గా ఆర్. 370. కర్త పాతూరి తిరుపతి యని యొకాయన గలఁడు. ఆతఁ డీతఁడగునో కాదో ?!)

[నెం. 10-15 ఈ యాఱు య. గా. ల తాళపత్ర ప్రతులు దక్షిణ దేశమున రాజపాళయం (తెలుఁగు రాజుల వలస) గాంధీ కళా మందిరమునఁ గలవని నాకు మా తమిళోపాధ్యాయులు శ్రీ ఎన్. కుమారస్వామి రాజా, ఎమ్.ఏ. గారి వలనఁ దెలిసినది. వారికిఁ గృతజ్ఞుఁడను. వారు దయతో నాకుఁజూడ నొసఁగిన విషయమును బట్టి రాజపాళయం య. గా. లు నాఁటి దక్షిణ దేశపు య. గా. ల కంటె విలక్షణమై ద్విపద వచనములతో పాటు తాళ ప్రధానములైన రేకులు గలిగి ఆంధ్ర దేశపు యక్షగానపు బాణీకి సన్నిహితముగా నున్నట్లు దోఁచును]

16 శ్రీ రుక్మిణి కురవంజి - రామానుజాచార్యుఁడు. ఇది ప్రా. లి. పు. భాం. డి. సం. 1854 కుండినపుర గోపాలాంకిత మైన కురవంజి యగునో (చూ. ద్వి. భా. పుట 442)

17. సారంగధర య. గా. - కవిపేరు తెలియదు. 'సహజ విక్రమ కీర్తి సర్వజ్ఞమూర్తి, బహుమాన పురుషుడు పద్మనాయకుడు' అని మాత్ర మితనిఁ గూర్చి గ్రంథమునఁ గలదఁట. అయితే యిది పద్మనాయకుడు, సర్వజ్ఞమూర్తి అని యున్నదిగదా యని తొందఱపడి పద్మనాయక వెలమ కులజుఁడు సర్వజ్ఞ బిరుదాంచితుఁడు నైన సింగభూపాలుని కృతి యని నిర్ణయము చేయరాదు. నిదానించ వలసి యున్నది,

[ఈ 16-17 నం. గ్రంథముల ప్రతులు డాక్టరు శ్రీ బి. రామ రాజు, ఎమ్. ఏ., పిహెచ్. డి. గారి కడ నున్నవఁట. ఇట్లింక నెన్ని యక్షగానము లెక్కడెక్కడ నెవ్వరెవ్వరి కడ అసూర్యంపశ్యములై పడియున్నవో!]

గమనిక : ఇవి కాక యీ ద్వి. భా. న నిచటకే కర్త్ర ప్రసక్తి వచ్చిన అలభ్య యక్షగానములు మఱికొన్ని గలవు. వానిపట్టిక అకారాది క్రమముగా వేఱే యీ ద్వి. భా. 4వ అనుబంధమునఁ జేర్పఁబడినది.

౨

యక్షగాన భాసములు

యక్షగానములు గాక పోయినను నా ఫక్కీ నంతంత మాత్ర
ముగా నడచిన కొన్ని రచనలు :—

1. కంచిభొట్ల సీతారామ కవి చందన మహారాజు చరిత్ర లేక ఇంద్ర
   సభా నాటకము (రామానంద ము. శా., మదరాసు, 1901).

2. ఇందూరు కోనయ మాయలమల్లి నాటకము (అ. డై. ప్రెస్,
   మదరాసు, 1918)

3. బ్రాహ్మణ పల్లె చంద్రహాస నాటకము (ఎ. పి. కవి అంజనో,
   అనంత పురము. 1920)

4. ఆరవెల్లి చంద్రయ్య విప్రపురాణము (అం. సా. ప. ప్రతి)
   ఇంకను నిట్టి వనేకము గలవు. కొన్ని పొరపాటున కేటలాగు
   కర్తలచేతను ప్రకటన కర్తలచేతను యక్షగానములుగా
   బేర్కొనబడినవి. అట్టివి కొన్ని :—

1. యోగ ప్రభావము ఆం. సా. ప. 3819).

2. గు త్తెనదీవి రామాయణము (అం. సా. ప. 2970),

3. జి. సుబ్బరామదాసు చెంచనామయోగి చరిత్రము (అ. డై.
   ప్రెస్, మదరాసు, 1918).

4. రామకృష్ణ దాసుని మానసబోధ (సరస్వతీ నిలయ ము. శా.,
   నెల్లూరు, 1887),

5. గురుమద్దాలి వేంకటాచలకవి భాగవత సప్తమ స్కంధము
   (డై మండు జూబిలీ ప్రెస్, చలసపూర్, 1897, దశమ
   స్కంధము కాకినాడ, ము. శా., 1879),

6. శ్రీ శాయిబాబా చరిత్రము - విద్వాన్ ఘూళిపాళ వేంకట సుబ్ర
   హ్మణ్యము, చిలసలూరి పేట. ప్రకాశకులు: సుందరరాం
   అంక్ సన్ను, తెనాలి 950 (ఇది హారికథ వంటిది)

7. యతిరాజ విజయము - శ్రీమాన్ గుడిమెళ్ల రామానుజాచార్య
   స్వామి ముక్తిపల్లి శైల్లె తా. గుంటూరు జి.) ముద్రణ:
   శ్రీ వెంకటాచలపతి ప్రింటింగ్ వర్క్స్, రాజమండ్రి. (ఇది
   అచ్చముగా నొక బుజ్జకథ).

3

కవినామసూచి

[అ]

[ఆ]

(పరిశిష్టాను బంధములందు పేర్కొనబడినవారు)

— — —

[ఆ]

(గమనిక : ఇందలిపేర్లు కొన్ని 'అ'పట్టికలోని వాని వంటివే కాని కర్తృత్వములు వేఱు వేఱు).

సంకేతములు

అ. డై. ప్రెస్ – అమెరికన్ మందు ప్రెస్ (వెసువారు & కో, చాకలిపేట, మదరాసు)

అధ్యా – అధ్యాయము

ఆం. క. చ. – ఆంధ్రకవులచరిత్ర (కందుకూరి వీరేశలింగముగారిది)

ఆం. క. త – ఆంధ్రకవి తరంగిణి (చాగంటి శేషయ్యగారిది)

ఆం. నా. క. ప. – ఆంధ్ర నాటకకళాపరిషత్తు

ఆం. ప. మం. – ఆంధ్రేతిహాస పరిశోధక మండలి (రాజమండ్రి)

ఆం. ప. సం సం.– ఆంధ్రపత్రిక సంవత్సరాది సంచిక

ఆం. ర. – ఆంధ్రరచయితలు (మధునా పంతుల వారిది)

ఆం. వా. సూ. – ఆంధ్రవాఙ్మయసూచిక (కాశీనాథుని వారిది)

ఆ. వి. క. ప – ఆంధ్ర విశ్వ కళాపరిషత్తు

ఆం. వి. వి. – ఆంధ్రవిశ్వ విద్యాలయము

ఆం. సా. ప. – ఆంధ్రసాహిత్య పరిషత్తు

ఆ. క. జీ. – ఆధునిక కవిజీవితములు (మం. భుజంగరావుగారిది)

ఆర్. నం. – ప్రా. లి. పు. భాం. ట్రయెనియల్ కేటలాగులోని నంబరు

ఆశ్వా. – ఆశ్వాసము

ఉ. భా. – ఉత్తరభాగము

కే. నం. – కేటలాగు నంబరు

క్రీ. శ. — క్రీస్తుశకము

గో. క. సం. – గోలకొండ కవుల సంచిక (సురవరం ప్రతాపరెడ్డిగారిది)

గౌ. గ్రం. – గౌతమీ గ్రంథాలయము

గ్రం. – గ్రంథము, గ్రంథాలయము

చూ. – చూడుఁడు.

డి. నం. ప్రా. లి. పు. భాం. డిస్క్రిప్టివ్ కేటలాగు లోని నంబరు

తం. స. మ. తంజావూరు సరస్వతీ మహలు

త. — తరువాత

ది. స. గ్రం. – దివ్యజ్ఞాన సమాజగ్రంథాలయము, అడయారు

ద్వి. భా. – ద్వితీయ భాగము

నం. – నంబరు నెం. – నెంబరు

ప. — పద్యము పు–పుట

పూ. భా. – పూర్వభాగము

ప్రా. లి. పు. భాం. — ప్రభుత్వ ప్రాచ్య లిఖిత పుస్తక భాండాగారము. మదరాసు.

ము. శా. – ముద్రాక్షరశాల

మొ. — మొదలగు

య. గా. — యక్షగానము

శ. — శతాబ్ది

శ. క. చ. – శతకవుల చరిత్ర (వంగూరి వారిది)

శా. శ – శాలివాహన శకము

శ్లో. – శ్లోకము

సం. – (సందర్భమును బట్టి) సంపుటము లేక సంవత్సరము

సూ. రా. ని. — సూర్యరాయాంధ్ర నిఘంటువు

A.I.O.C.– All India Oriental Conference.

A.O.R.– Annals of Oriental Research

J.O.I.– Journal of the Oriental Institute.

౬

ఉపజీవ్య గ్రంథములు - వ్యాసములు

1. ప్రా. లి. పు. భాం., తం. స. మ., ఆం. వి. క. ప. ఆం. సా. ప., ఆం. ప. మం., ది. స. గ్రం., గౌ. గ్రం., (ఈ సంకేతములకుఁ గడచిన పుట జూచునది), తిరుపతి వేంకటేశ్వరప్రాచ్య పరిశోధనాలయము, మదరాసు రిజిష్ట్రారు ఆఫ్ బుక్స్‌వారి ఆఫీసు మొదలగు వివిధ గ్రంథాలయము లందలి ముద్రితాముద్రిత యక్షగానములు.

2. కొందఱు కొందఱు యక్షగాన కవుల కాలనిర్ణయ విషయమున ఆంధ్రకవులచరిత్ర, ఆంధ్రకవి తరంగిణి (ఇప్పటికిఁ బ్రచురణమైన 11 వ సంపుటము వఱకు మాత్రము), శతక కవుల చరిత్ర, గోలకొండ కవుల సంచిక, ఆధునిక కవి జీవితములు, ఆంధ్ర రచయితలు అను గ్రంథములు కొంత కొంతె యుపకరించినవి.

3. భరతనాట్యశాస్త్రము, బృహద్దేశి, సంగీత రత్నాకరము, సంగీతదర్పణము, దశరూపకము, భావప్రకాశము, సాహిత్యదర్పణము, సంకీర్తన లక్షణము, ఛందోదర్పణము, లక్షణసార సంగ్రహము, అప్పకవీయము, లక్షణదీపిక, లక్షణ శిరోమణి, రంగనాట్ఛందము మొ॥ సంస్కృతాంధ్ర నాట్యసంగీతచ్ఛందోలంకార లక్షణశాస్త్ర గ్రంథములు.

4. వాచస్పత్యము, మోనియర్ విలియమ్సు, భరతకోశము, శబ్దరత్నాకరము, సూ. రా. నిఘంటువు, బ్రౌణ్యము, కిట్టెలు, మదరాసు విశ్వవిద్యాలయ తమిళ భాషా నిఘంటువు మొ॥ సంస్కృతాంధ్ర కన్నడ తమిళ నిఘంటువులు.

5. కవిరాజమార్గము, ఛందోంబుధి, కావ్యావలోకనము, మల్లినాథపురాణము, చంద్రప్రభాపురాణము, భరతేశ వైభవము మొ. కన్నడ లక్షణగ్రంథములు, కావ్యములు, ఇలక్కణ విళక్కన్, పన్నిరు పాట్టియల్ మొ॥ తమిళ లక్షణ గ్రంథములు. ప్రా. లి. పు. భాం. సందలి కొన్ని తమిళ కన్నడ యక్షగానములు. కొరవంజులు.

6. పండితారాధ్య చరిత్ర, క్రీడాభిరామము, భీమఖండము మొ॥ యక్షగాన సంబంధి విషయ ప్రసక్తి వచ్చిన ప్రాచీనాంధ్ర కావ్యములు.

7. శ్రీ హాసణగి రామచంద్రభట్టరు కన్నడ 'యక్షనాటకోఘ'

8. డా. డి. యస్. కర్కిగారి 'కన్నడఛందోవికాస'

9. ఆంధ్రపత్రిక ఉగాది సంచికలు, భారతి మొ॥ పత్రికలు మొ॥

* * *

1. Indian Ephimeris – By Sr. Swamikannu Pillai.
2. Castes and Tribes – By E Thurston
3. The Yakshas – By Dr A Coomaraswamy.
4. The Music of the Nrtya natakas of South-India – By Smt. K. Gomati, (M. Lit Thesis of the Madras University).
5. The Theatre of the People – By Sri R. K. Yajnik
6. World Drama – By Prof. Allardyce Nicoll
7. History of the Reddi Kingdoms – By Sri M S Sarma (Chap VII. Music and Dance)
8. Telugu literature outside the Telugu country – By Dr. K. Rama Krishnayya.
9. History of the classical Sanskrit literature – By Dr M Krishnamacharya (Authority for the dates of the Skt authors and works mentioned in this thesis)

10. The Silappadikaram (Tamil Classic) – English Translation by Dr. V. R. S. Dikshitar.

11. Yakshagana – Pp by Dr. V. Raghavan, (Triven Vol. VII No. 2).

12. The Bhagavata Plays in Mysore – By Sri L. Narasimhacharya, A.I.O.C. Mysore Vol. VIII, 1935.

13. Yakshagana in Karnataka – By Sri M. Govinda Rao, A. O. R. of Madras University, Vol. X, Part II, 1952–53.

14. A list of the Villages in the Madras Presidency.

15. Tirupati Devasthanam Inscriptions.

16. South Indian Inscriptions.

17. Topographical list of Inscriptions of the Madras Presidency – By Sri V. Rangachari.

18 Journal of the Music Academy, Madras.

19. District Gazetteers and Manuals of different districts in Andhra, Tamilnad and Karnataka.

20. The Puppet Book. Edtd. by L. V Wall.

గమనిక : నా కుపయుక్తములైన గ్రంథములు, వ్యాసములును మఱికొన్ని గలవు. అవి యన్నియు గ్రంథ మధ్యమున ఆ యా సందర్భములందు కుండలింపులలోను, అధోజ్ఞాపికలలోను పేర్కొనఁబడినవి. ఈగ్రంథవ్యాసకర్త లందఱికి నా నమోవాకములు. య. గా. గుఱించి మఱికొందఱు ప్రచురించిన వ్యాసములను జాలవఱకుఁ జూచితిని. అన్నిటిని వినియోగించుకొనుట కవకాశము చాలమి విచారించితిని. ఆవ్యాసకర్తలకుఁ గూడ నా నమోవాకములు.

౨

స్వీయ వ్యాసములు

(యస్వీయములు — య. గా. విషయకములు)

వ్యాసము పేరు   ప్రచురణవివరము

1. మన్నారుదాస విలాస నాటకము —   కృష్ణాపత్రిక, 5-12-53

2. గీతరఘు నందనము —   ఆం. సా. ప. వార్షిక సంచిక, 1954

3. పార్వతీ కల్యాణము —   (ఉద్దండకవి) - కృ. ప., 3-7-54

4. రాజరంజన విద్యా విలాసము —   పరిశోధన.

5. యక్ష గానములలో సాంప్రదాయిక పాత్రలు.
   (రేడియోప్రసంగము, విజయవాడ) భారతి. డిసెంబరు, 1954
   (11-10-54)

6. పార్థసారథి విజయము —   సంస్కృతి. జనవరి, 1955.

7. య. గా. దేశిత్వము. వైశిష్ట్యము - కిన్నెర,
   సంక్రాంతిసంచిక, 1955

8. య. గా. కవులు — ఒక విమర్శ —   భారతి. ఏప్రిలు, 1955

9. ఏకాంత సేవ —   కృ. ప. 30-4-955

10. భక్తవత్సల విలాసము —   కృ. ప. 21-5-1955

11. బొమ్మలాట హాస్య నాటకము.   త్రిలింగ 23-5-55

12. జలక్రీడా విలాసము —   కృ. ప. 4-6-55

13. దక్షిణ దేశీయాంధ్ర వాఙ్మయము య. గా. విషయ
    పరామర్శ భారతి, జూన్ 1955

14. వీరభద్ర విజయము (శివలెంక) ఆం. ప. సారస్వతాను
    బంధము, 19-6-55